புதிய கனவுகள், புதிய இந்தியா

புதிய கனவுகள், புதிய இந்தியா

என். ஆர். நாராயண மூர்த்தி

தமிழாக்கம்

அக்களூர் ரவி

கிழக்கு

புதிய கனவுகள், புதிய இந்தியா
Pudhiya Kanavugal, Pudhiya India
by N.R Narayana Murthy ©

Originally Published in English as *"A Better India, A Better World"*

First Edition: June 2010
424 Pages
Printed at Repro Knowledgecast Limited, Thane.

ISBN 978-81-8493-469-4
Kizhakku - 505

Kizhakku Pathippagam
177/103, First Floor,
Ambal's Building, Lloyds Road
Royapettah, Chennai 600 014.
Ph: +91-44-4200-9603

Email : support@nhm.in
Website : www.nhm.in

Cover Image: Shutterstock

Kizhakku Pathippagam is an imprint of New Horizon Media Private Limited

சமர்ப்பணம்

அக்ஷதா,

ரோஹன்,

இளம் இன்ஃபோசியர்கள்

மற்றும்

இந்தியாவிலும் உலகெங்கிலும்

இருக்கும் இளைஞர்களுக்கு

சிறப்பான இந்தியாவையும்

சிறப்பான உலகையும்

உருவாக்குவீர்கள் என்ற நம்பிக்கையுடன்...

உள்ளே

நன்றி / 09

முன்னுரை / 13

பகுதி 1 : மாணவர்களுக்காக நிகழ்த்திய உரைகள்

அனுபவத்திலிருந்து கற்றல் / 41

இருபத்தொன்றாம் நூற்றாண்டு இந்தியன் / 50

சமகால உலகத்தில் வெற்றி பெறுதல் / 61

உலகமயமான நிறுவனத்தின் வெற்றி / 69

நேர்த்தியின் அவசியம் / 77

உலகமயக் காலகட்டத்தில் சட்ட நிபுணர்கள் / 82

இந்தியாவில், மேலும் சுதந்தரமான வர்த்தக ஆட்சி / 88

கல்வியில் மதத்தின் பங்களிப்பு / 95

பகுதி 2: மதிப்பீடுகள்

மேலை நாட்டிலிருந்து நாம் கற்றுக்கொள்ள வேண்டியவை / 101

தேசிய வளர்ச்சியை விரைவுபடுத்துவதில் ஒழுங்கமைப்பின் பங்கு / 112

இந்தியாவில் ஊழலை ஒழிப்பது எப்படி? / 126

மதச்சார்பின்மையைப் போற்றுவோம். / 134

சக் தே இந்தியா! / 140

வலுவேற்றப்பட்ட என் இந்தியா / 142

பகுதி 3: முக்கிய தேசியப் பிரச்னைகள்

1991-ம் ஆண்டின் பொருளாதாரச்
சீர்திருத்தங்கள் தந்த பாடங்கள் / 149

மக்கள்தொகையும் இந்தியாவின்
பொருளாதார முன்னேற்றமும் / 163

நவீன இந்தியாவில் நகர்ப்புற
வளர்ச்சிக்கான வழிமுறைகள் / 173

இந்தியாவை மாற்றிய எட்டுப் புரட்சிகள் / 187

மென்பொருள் நிறுவனங்கள்:
புதிய இந்தியாவின் கோயில்கள் / 192

பகுதி 4: கல்வி

நான் ஒரு பள்ளியின் முதல்வரானால்... / 209

இந்தியாவில் உயர் கல்விச் சீர்திருத்தங்கள் / 212

முடிக்கப்படாமல் இருக்கும் செயல் திட்டங்கள் / 235

பகுதி 5: தலைவர்களுக்கான சவால்கள்

தலைமை:
இன்ஃபோசிஸ் பயணம் தந்த பாடங்கள் / 245

புத்தெழுச்சி பெற்ற இந்தியாவுக்கான
தலைமைப் பண்பு / 257

பகுதி 6: நிறுவன மற்றும் பொது நிர்வாகம்

நல்ல நிறுவன நிர்வாகம்: பட்டியல்
சரி பார்ப்பா அல்லது அது ஒரு மனநிலையா? / 267

நிறுவன நிர்வாகமும் இந்தியாவில்
அதன் பொருத்தப்பாடும் / 285

நிறுவன நிர்வாகம் - நிர்வகிக்கும்
ஒருவரின் பார்வையில்... / 296

திறமையான பொது நிர்வாகம் / 307

**பகுதி 7: நிறுவனங்களின் சமுதாயக் கடமைகள்
மற்றும் மனித நேயச் செயல்கள்**

பரிவுள்ள முதலாளித்துவம் / 319

இந்தியாவில், மனிதநேயச்
செயல்களுக்கு இருக்கும் சிரமங்கள் / 330

பகுதி 8: தொழில் முனைவு

ஒரு தொழில்முனைவோனின் அனுபவங்கள் / 343

தொழில் முனைவு குறித்து... / 356

பகுதி 9: உலகமயமாதல்

தட்டையான உலகம் நமக்குத் தேவையா? / 367

உலகமயத்தை இந்தியாவுக்குப்
பலனளிக்கச் செய்தல் / 381

எழுச்சி பெற்றுவரும் பொருளாதாரங்களை
மாற்றுவதும் புதிய பாரம்பரியத்தை
உருவாக்கிச் செல்வதும் / 399

பகுதி 10: இன்ஃபோசிஸ்

நிறுவனத்தை மதிக்க வேண்டியதின்
முக்கியத்துவம் / 413

இதுவரையிலான பயணம்... / 418

வளர்ந்த நிலையில்... / 422

நன்றி

என் உரைகளைத் திரட்டி ஒரு நூலாகக் கொண்டு வரலாம் என என்னை ஒப்புக்கொள்ள வைத்த என் மகன் ரோஹனுக்குத்தான் நான் முதலில் நன்றி சொல்லவேண்டும். ஒரு நாளைக்குப் பதினெட்டு மணி நேரத்துக்குமேல் உழைக்கும், மருத்துவம் படிக்கும் மாணவன் அவன். கடந்த மூன்று ஆண்டுகளாக, அடிக்கடி என்னுடன் பேசும்போதெல்லாம், இந்த நூல் ஏன் வெளிவரவேண்டும் என்ற தன் வாதத்தில் விடாப்பிடியாக இருந்தான். அவன் அளித்த ஊக்கமும் பரிவான பேச்சும், எனக்கு உற்சாகத்தை அளித்திருக்கின்றன. மிகக் கடினமான காலங்களில் என் உணர்வுகளைத் தூக்கி நிறுத்தியிருக்கின்றன.

இந்த நூல் வெளியீட்டில் உற்சாகத்துடன் ஒத்துழைத்த என் மகள் அக்ஷதாவுக்கும் என் மனைவி சுதாவுக்கும் பெரிதும் கடமைப் பட்டிருக்கிறேன். என் வாழ்க்கையின் வேறு இரு முக்கியமான பெண்களான என் தாய்க்கும் என் மனைவியின் தாய்க்கும் என் நன்றியை உரித்தாக்குகிறேன். எனக்குத் தொடர்ந்து ஊக்கமளிப்பவர்கள் இவர்கள்.

இந்தியாவிலும் உலக அளவிலும் பல நிறுவனங்களின் அழைப்பின் பேரில் நான் நிகழ்த்திய உரைகளும் எழுதிய கட்டுரைகளும் இந்நூலில் இடம் பெற்றுள்ளன. அவர்களுக்கு என் நன்றி. என் முன்னாள், இன்னாள் சக பணியாளர்கள் கே.ஜி.லட்சுமி நாராயணன், தேவி பப்ரேஜா, ஜோசப் அலென்சேரி, சுதர்சன், என். மூர்த்தி மற்றும் சந்தீப் ராஜு ஆகியோர், தங்கள் ஆய்வுகள் மூலமாக இந்த உரைகளுக்கான தகவல்களைச் சேகரித்துத் தந்து உதவினர். அவர்களுடைய உழைப்பும் விடாமுயற்சியும் இல்லை என்றால் இந்த உரைகளுக்கு இந்த அளவு மதிப்பு இருந்திருக்காது. அற்புதமான இந்த மனிதர்களுக்குப் பெரிதும் கடமைப்பட்டிருக்கிறேன். இவர்களோடு இணைந்து பணிபுரிய நான் கொடுத்து வைத்திருக்க வேண்டும்.

வார்ட்டன் கல்லூரியின் வணிகச் செயல்முறை நுட்பங்கள் துறையின் பேராசிரியரும், சிங்கப்பூரின் நான்யாங் வர்த்தகவியல் கல்லூரியின் தலைவருமான ஜிதேந்திர விர் சிங், தன் வலிமையான கருத்துகள் மூலமும் மொழிவளத்தின் மூலமும் எனது உரைகள் சிலவற்றுக்குச் சிறப்பு சேர்த்திருக்கிறார். அவருக்கு என் நன்றியை உரித்தாக்குகிறேன்.

என் செயலர் திரு ஏ.ஜி. பாண்டுரங்காபோல மற்றொருவரைக் காண்பது அரிது. என்னுடன் அவர் பணிபுரிவது எனக்குக் கிடைத்த பெரும் பேறு. அவருடைய சிறந்த உழைப்பு இல்லை என்றால் இந்த நூல் வெளிவந்திருக்க முடியாது. அவருடைய பேருதவிக்கு என் நன்றி.

தொழில்முனைவைப் பயன்படுத்தி அதிகமான வேலை வாய்ப்புகளை உருவாக்குவதன்மூலம், இந்நாட்டின் வறுமைப் பிரச்னையை தீர்க்க முடியும் என்று நம்பினேன். அந்த சோதனை முயற்சிக்கான விதை, 1970-களில் பிரான்ஸில் நான் தங்கியிருந்தபோது ஊன்றப்பட்டு, இன்ஃபோசிஸ் மூலமாக நனவானது. என் எண்ணங்களை, கருத்துகளை, நம்பிக்கைகளை, புதுமைகளைப் புகுத்துவதில் என் உறுதிப்பாட்டை, என் விழுமியங்களை, தலைமைப் பண்புகளைச் சோதித்துப் பார்ப்பதற்கான அற்புதமான களமாக இன்ஃபோசிஸ் எனக்கு வாய்த்தது. இன்ஃபோசிஸோடு இணைந்து, இருபத்தேழு ஆண்டுகள் நான் செய்த பயணமே என்னை இப்படி உருவாக்கியது; முக்கியமான பல பாடங்களைப் புகட்டியது; பெருமதிப்பையும் செல்வத்தையும் கொண்டுவந்தது.

இந்த வலிமையான அமைப்பு இல்லாவிட்டால், ஒரு சராசரி மனிதனான நான் ஒன்றுமில்லை என்றுதான் கூறவேண்டும். இன்ஃபோசிஸின் துணை நிறுவனர்களும் அதன் தொடக்க காலத்தில் தங்கள் உழைப்பின் மூலமாக அதனைத் தூக்கி நிறுத்தியவர்களுமான என்.எஸ்.ராகவன், கிரிஷ் கோபாலகிருஷ்ணன், நந்தன் நிலேகனி, கே. தினேஷ், அஷோக் அரோரா, ஷிபுலால், மோகன்தாஸ் பாய், ஸ்ரீநாத் பட்னி, வி. பாலகிருஷ்ணன், காலஞ்சென்ற ஜி ஆர். நாயக், ராமதாஸ் காமத், பணீஷ் மூர்த்தி, ஷரத் ஹெக்டே, கர்னல் கிருஷ்ணா, இஷான் ஜோஷி, முரளி கிருஷ்ணா, டி.என். பிரஹலாத், ப்ரவின் ராவ், ஏ.எஸ். கிருஷ்ணமூர்த்தி, விநாயக் பாய், பினோத், சுபு கோபராஜு, சுரேஷ் காமத், மல்லிகா, இராம சந்திரப்பா; துணை நிறுவனர்கள் மற்றும் ஊழியர்களின் குடும்பத்தினர்; தற்போது பதவியில் இருக்கும் இயக்குனர்கள், கடந்த கால இயக்குனர்கள்; இங்கு நான் குறிப்பிட இயலாமல் போன பலர், இத்தகைய அற்புதமானதொரு வாய்ப்பை எனக்கு நல்கிய லட்சத்துக்கும் மேற்பட்ட இன்ஃபோசியர்கள் என அனைவருக்கும் என் ஆழ்ந்த நன்றியைத் தெரிவித்துக் கொள்கிறேன்.

ஒருவிதத்தில் சொல்லப்போனால், மும்பை மென்பொருள் குழுமமான பட்னி கம்ப்யூட்டர் சிஸ்டத்தில் நான் பணிபுரிந்தபோது கிடைத்த அற்புதமான, பயிற்சி அனுபவங்கள் இல்லை என்றால், இன்ஃபோசிஸ் இந்த அளவு வெற்றி பெற்றிருக்குமா என்பது சந்தேகமே. அற்புதமான அந்த அனுபவப் படிப்பை வழங்கிய அஷோக் பட்னி, அவரது சகோதரர்கள் கஜேந்திர பட்னி, நரேன் பட்னி ஆகியோருடன் சுரேஷ் மானேக், ஹரீஷ் டாண்டன், கன்ஷ்யாம் குப்தா, ஜாம்ஷெட் மேத்தா மற்றும் இதர சக ஊழியர்களுக்கும் என் நன்றியைத் தெரிவித்துக்கொள்கிறேன்.

என் உயர்ந்த நிலைக்குக் காரணமான, அன்பும் பரிவும் மிக்க காலஞ்சென்ற என் தந்தை, என் மனைவியின் தந்தை, என் சகோதரர்கள், சகோதரிகள், என் மனைவியின் சகோதரர்கள், சகோதரிகள், என் மனைவி மற்றும் அவளது நெருங்கிய உறவினர்களுக்கும் என் நன்றியைத் தெரிவித்துக்கொள்கிறேன்.

சமூகம், தேசம், உலகம் குறித்த என் கருத்துகளும் எண்ணங்களும், இந்தியாவிலும் உலகத்தின் பல இடங்களிலும் வசிக்கும் எனது மூத்தவர்கள், ஆசிரியர்கள், நிறுவன அதிகாரிகள், நண்பர்கள், சக ஊழியர்கள், மாணவர்கள் மற்றும் உறவினர்களோடு நான் செய்த விவாதங்கள், உரையாடல்கள் ஆகியவற்றால் மேலும் செழுமை பெற்றன.

பெங்குவின் இந்தியாவின் வெளியீட்டு இயக்குனர் உதயன் மித்ராவின் தொழில் நிபுணத்துவத்தைப் பார்த்து வியந்துவிட்டேன். எதுவும் உயர்தரமாக இருக்கவேண்டும்; குறிப்பிட்ட நேரத்தில் பணியை முடிக்கவேண்டும் என்பதில் என் எதிர்பார்ப்புகளை நிறைவேற்றுவது இந்தியச் சூழலில் சுலபமான ஒன்றல்ல. உறுதிப்பாடு, கடின உழைப்பு, அமைதி ஆகியவை மூலமாக இரண்டையுமே அவர் சாதித்துவிட்டார். அவரோடு பணிபுரிய நேர்ந்தது என்னைப் பொருத்தமட்டில் மகிழ்ச்சியுடன்கூடிய, அற்புதமானதொரு கற்றுக்கொள்ளும் வாய்ப்பு. இந்த வெளியீட்டு வேலையில் இணைந்து பணியாற்றிய பெங்குவின் இந்தியாவின் முதன்மைச் செயலதிகாரி மைக் பிரையன், எடிட்டர் ஹீதர் ஆடம்ஸ் ஆகியோருக்கும் பெரிதும் கடமைப்பட்டுள்ளேன்.

என்னைப் பற்றியும் இந்த நூலைப் பற்றியும் நல்ல விமர்சனங்களை வழங்கியுள்ள நமது பிரதமர் டாக்டர் மன்மோகன் சிங், மைக்ரோசாஃப்ட் நிறுவனத்தின் வில்லியம் ஹென்றி 'பில்' கேட்ஸ் III ஆகியோருக்கும் நன்றிகூறக் கடமைப்பட்டுள்ளேன். பில் கேட்ஸிடமிருந்து நூல் பற்றிய குறிப்பினைப் பெறுவதற்கு உதவிய

மைக்ரோசாஃப்ட் இந்தியாவின் தலைவர், நண்பர் ரவி வெங்கடேசனுக்கு என் நன்றி.

எண்ணற்ற நூல்கள், படங்கள், இணையச் சுட்டிகள், கட்டுரைகள், ஆராய்ச்சி நூல்கள் போன்றவை என் உரைகளுக்கான தகவல்களைத் தந்திருக்கின்றன. முடிந்த அளவில், வாய்ப்பு கிடைக்கும் போதெல்லாம், தகவல்களுக்கான மூல ஆதாரங்களைக் குறிப்பிட்டிருக்கிறேன். அவற்றின் வெளியீட்டாளர்களுக்கும், இணையச் சுட்டிகளின் உரிமை யாளர்களுக்கும், கட்டுரைகள் மற்றும் நூல்களின் ஆசிரியர்களுக்கும் என் நன்றி.

எனது நூலை சிறப்பாக தமிழில் மொழிபெயர்த்த அக்களூர் ரவி அவர் களுக்கும், சிறந்த முறையில் பதிப்பித்துள்ள கிழக்கு பதிப்பகத்துக்கும் மனப்பூர்வமான நன்றி.

இளைஞர்களுடன் இணைந்து பணிபுரியும்போதுதான் சிறப்பாகச் செயல்படுகிறேன். இந்தப் பயணத்தில், 1,30,000-க்கும் மேற்பட்ட இன்ஃபோசியர்களுடன் பணிபுரிய எனக்கு வாய்ப்பு கிடைத்தது. எனக்கு மிகுந்த மகிழ்ச்சியை அளித்த அவர்களுக்கு என் மனமார்ந்த நன்றி.

முன்னுரை

மனதுக்கு எழுச்சியூட்டும் இதமான நாள்களை நாம் கடந்து கொண்டிருக்கிறோம். தாங்க முடியாத, மிகக் கொடூரமான 26/11 மும்பை துன்ப நிகழ்வைத் தவிர்த்துப் பார்க்கும்போது, மேன்மையை நோக்கி இந்தியா வேகமாக, சிறப்பாகப் பயணித்துக் கொண்டிருக்கிறது என்றுதான் சொல்லவேண்டும். என் பயணங்களின்போது, என்னைச் சுற்றி நம்பிக்கையைப் பார்க்கிறேன். கடந்த முந்நூறு ஆண்டுகளில் இல்லாத அளவுக்கு, முதன்முறையாக, ஏறக்குறைய அனைத்து முக்கிய நாடுகளின் மதிப்பையும் பெற்றிருக்கிறோம். சமீப காலத்தில், குறிப்பிடத் தகுந்த சாதனைகள் பலவற்றை நிகழ்த்தியிருக்கிறோம்.

சர்வதேசத் தரம் வாய்ந்த, உலக அளவில் போட்டி போடக்கூடிய மென்பொருள் நிறுவனங்களை உருவாக்கி இருக்கிறோம். நமது நிறுவனங்கள் பலவும், நம் தொழில்முனைவோர்கள் பலரும், சர்வதேசத் தரப் பட்டியல்களில் இடம் பெற்றிருக்கின்றனர். நம் அறிவியல் மற்றும் பொறியியல் அறிஞர்கள், நிலவுக்கு விண்கலம் ஒன்றை அனுப்பி இருக்கின்றனர். செயற்கைக்கோள் தொழில் நுட்பத்தின் உதவியால், தொலைக்காட்சியின் பயனை ஏறக்குறைய அனைத்து கிராமங்களிலும் கிடைக்கச் செய்திருக்கிறோம். தில்லியி லிருந்து, ஒரே ஒரு தொலைபேசி அழைப்பு தூரத்தில்தான் அஸ்ஸாமும் கேரளாவும் இருக்கின்றன. இதற்குக் காரணமான, இந்தியாவில் உருவான தொலைத்தொடர்புத் தொழில்நுட்பத்துக்கு நம் நன்றிகள்.

மிகப் பெரிய அணைகளை, பாலங்களைக் கட்டியிருக்கிறோம்; உணவு உற்பத்தியில் தன்னிறைவும், அடிப்படைக் கல்வியிலும் சுகாதாரத்திலும் முன்னேற்றமும் கண்டிருக்கிறோம். உலகத்தரம் வாய்ந்த கல்விநிலையங்கள் பலவற்றை உருவாக்கி இருக்கிறோம். மிகச் சிக்கலான நோயாளிகளுக்கும் நமது மருத்துவர்கள் சிகிச்சை அளிக்கக்கூடியவர்களாக இருக்கின்றனர். இந்தியப் பத்திரிகையாளர் களும் தொலைக்காட்சித் தொகுப்பாளர்களும், நம் அரசுகளை, வணிக

நிறுவனங்களை, கல்வி நிலையங்களை, குடிமக்களை மிகவும் எச்சரிக்கையோடு இருக்க வைத்திருக்கிறார்கள்; உண்மையை வெளிக் கொணரவேண்டும் என்பதில் அவர்களுக்கு இருக்கும் உறுதிப் பாட்டுக்கு நன்றி.

தேசபக்தியும் நேர்மையும் திறமையும் கொண்ட ஒரு சில அரசியல்வாதிகளையும் அதிகாரிகளையும் பார்க்கும்போது, இதைப் போன்றவர்கள் இந்தியாவுக்கு மேலும் தேவை என்ற ஆசையைத் தூண்டியிருக்கிறார்கள். வெளிநாட்டு வாழ் இந்தியர்கள், தாங்கள் வாழும் இடங்களில், தங்களைத் தனித்து அடையாளம் காணும் வகையில் வாழ்ந்துகொண்டிருக்கிறார்கள். அறிவியல், தொழில் நுட்பம், வர்த்தகம், மருத்துவம் ஆகிய துறைகளில், அவர்களது மகத்தான பங்களிப்பின் காரணமாக இந்தியாவின் மதிப்பு உயர்ந் திருக்கிறது. நம் படைவீரர்களும் ராணுவ அதிகாரிகளும் நம்மைப் பாதுகாக்கப் பல தியாகங்களைச் செய்துகொண்டிருக்கிறார்கள்.

கிரிக்கெட் டெஸ்ட் போட்டிகளிலும் ஒருநாள் போட்டிகளிலும் அதிக ரன்கள் குவித்து சச்சின் டெண்டுல்கர் சாதனை புரிந்திருக்கிறார். சதுரங்கத்தில் விஸ்வநாதன் ஆனந்த், மீண்டும் உலக சாம்பியன் ஆகியிருக்கிறார். பாட்மிண்டனில் உலக அளவில் சாய்னா நைவால் சாதனை புரிந்துள்ளார். ஒலிம்பிக்ஸில், தனிப் போட்டியாளர்கள் பிரிவில், இந்தியாவின் முதல் தங்க மெடலை அபினவ் பிந்த்ரா வென்று வந்திருக்கிறார். திரைப்படத் துறையில், ஏ.ஆர்.ரஹ்மான், குல்சார், ரசூல் பூக்குட்டி ஆகியோர் ஆஸ்காரை வென்று இந்தியாவுக்குப் பெருமை சேர்த்திருக்கிறார்கள். இந்தியா பெருமை கொள்ளும் மகத்தான செயல்களை இவர்கள் அனைவரும் புரிந்திருக்கிறார்கள்.

கடந்த பல ஆண்டுகளாக, உலகின் மற்ற நாடுகளைவிட இந்தியாவின் தேசிய உற்பத்தியின் வளர்ச்சி விகிதம் உயர்ந்த நிலையில் இருக்கிறது. அந்நியச் செலவாணி குவிப்பு அபரிமிதமாக இருக்கிறது. அமெரிக்கப் பல்கலைக்கழகங்களில் உயர் படிப்பு படிக்க, மிக அதிகமான மாணவர்களை இந்தியா அனுப்பிக் கொண்டிருக்கிறது. சமீபத்தில், நிதி நிறுவனங்களில் உலக அளவில் பெரும் ஆபத்து ஏற்பட்டது. எனினும், அரசும் தொழில்துறைத் தலைவர்களும், நம் பொருளாதார மேம்பாட்டைத் தொடர்ந்து கொண்டுசெல்ல முடியும் என்பதில் நம்பிக்கையுடன் இருக்கிறார்கள்.

இருப்பினும், இந்தச் சாதனைகளின் பலன்களை இந்தியர்களில் ஒரு பகுதியினர் மட்டுமே அனுபவிக்க முடிகிறது. மகாத்மா காந்தி, ஜவாஹர்லால் நேரு, ராஜேந்திர பிரசாத் போன்ற தலைவர்கள் ஒரு கனவு கண்டனர். தன்னால் எட்ட முடிந்த உச்சங்களை அடையத்

தேவையான வசதிகளை இந்தியர் ஒவ்வொருவரும் பெற வேண்டும்; வறுமை, சுகாதாரக்கேடு, அறியாமை ஆகியவை இல்லாத இந்தியாவை உருவாக்க வேண்டும் என்ற அந்தக் கனவை நனவாக்குவதிலிருந்து நாம் மிகத் தள்ளியே இருக்கிறோம். 30 கோடிக்கும் மேற்பட்ட இந்தியர்கள், பசி, அறியாமை, நோய் ஆகிய கொடுமைகளிலிருந்து இன்னும் விடுதலை பெறாமல்தான் இருக்கிறார்கள்.

அமெரிக்க அதிபர் ப்ராங்க்ளின் டி.ரூஸ்வெல்ட் தனது புகழ் பெற்ற உரையில் ஒரு நாட்டுக்கு இலக்காக இருக்கவேண்டிய நான்கு சுதந்தரங் களைப் பற்றிக் குறிப்பிட்டிருக்கிறார்: பேசுவதற்கும் கருத்துகளை வெளிப்படுத்துவதற்கான சுதந்தரம், விருப்பமான மதக் கொள்கையைப் பின்பற்றும் சுதந்தரம், இல்லாமையிலிருந்து சுதந்தரம், அச்சத்தில் இருந்து சுதந்தரம். இவற்றை அடைவதற்கு நாம் மேலும் உழைக்க வேண்டும். உயர் கல்வியிலும் அறிவியல் தொழில்நுட்பத்திலும் நாம் சில முன்னேற்றங்களை அடைந்திருந்தாலும், 35 கோடி இந்தியர் களை, படிப்பறிவற்ற நிலையிலிருந்து வெளியே கொண்டுவர நம்மால் இயலவில்லை என்பதே இந்தியாவில் நாம் காணும் புதிர்.

இந்த நாட்டில் வாழும் 32 கோடி மக்களுக்கு நல்ல குடிநீர் இல்லை; 25 கோடி மக்களுக்கு அடிப்படை மருத்துவ வசதி இல்லை. இந்த 2009-லும் 63 கோடி மக்களுக்கு மிகக் குறைந்த சுகாதார வசதிகள்கூட ஏன் கிடைக்கவில்லை? உலகத்தரம் வாய்ந்த சூப்பர் மார்க்கெட்களும் உணவு விடுதிகளும் நமது நகரங்களில் என்று தோன்றும்? தங்கள் பிட்ஸாக்களின் மேல்-தூவலாக எதைத் தேர்ந்தெடுக்க என்று நகரங்களில் வாழும் குழந்தைகள் குழம்பிக்கொண்டிருக்கும்போது, கிராமப்புறங்களின் 51 சதவிகிதக் குழந்தைகள், போதிய சத்துணவு இல்லாமல் ஏன் வாடவேண்டும்?

உலகிலேயே அதிக எண்ணிக்கையில் அறிவியல் அறிஞர்கள், பொறியாளர்கள் உருவாகும் இந்தியாவின் ஆரம்பப் பள்ளிகளில் இரண்டு வகுப்புகளுக்கு ஒரு ஆசிரியர் என்ற நிலை ஏன்? அரசியல் வாதிகளும் அரசு அதிகாரிகளும், மாநிலத் தலைநகரங்களிலும், ஆங்கிலேய ஆர்க்கிடெக்ட் லுட்யென்ஸ் வடிவமைத்த புது தில்லியிலும் மிகப் பெரிய வீடுகளில் வாழ்கிறார்கள்; மிகப் பெரிய விடுதிகள், உல்லாசப் படகுகள், விமானங்களில் பயணம் என்று நம் நிறுவனங்களின் தலைவர்கள் பணத்தை வாரி இறைக்கிறார்கள்; நகரத்து இளைஞர்கள், மிக நவீன ஸ்போர்ட்ஸ் காலணிகள் அணிந்து நடை பயில்கிறார்கள். ஆனால், சிரமப்பட்டுச் சம்பாதித்த தங்கள் மாத வருமானம் ரூ. 545-ல், ஒரு நாளைக்கு இரண்டு வேளை உணவுக்கும்கூட வழியில்லாமல் 30 கோடி இந்தியர்கள் சிரமப்படுவது ஏன்? பள்ளிச் செலவுகளுக்கு, ஆடைகளுக்கு, தங்குமிடத்துக்கு,

மருந்துக்குச் செலவழிக்கப் பணமற்ற நிலையில் அவர்கள் வாடுவதேன்?

1974-ல், அன்றைய யூகோஸ்லாவியாவில் (இன்றைய செர்பியா) இருக்கும் வரலாற்று புகழ்மிக்க நீஸ் நகரில் இருந்து இஸ்தான்புல் நகரை நோக்கி ஒரு சரக்கு ரயில் சென்றுகொண்டிருந்தது. அதன் கார்டு பெட்டியில், தனிமையில், பசியோடு, தாங்க முடியாத குளிரில், எனக்குள்ளே பல கேள்விகளோடு நான் பயணம் செய்தேன். என் வாழ்நாளின் மறக்க முடியாத அந்த இருபத்தியொரு மணிநேரப் பயணத்தில் இருந்தே, இந்தக் கேள்விகள் என்னைச் சுற்றிக்கொண்டே இருக்கின்றன. வறுமைக்கான தீர்வை தொழில்முனைவோன் ஒருவனால் தர இயலும் எனும் என் சோதனை முயற்சியில், இன்ஃபோசிஸை உருவாக்கியதன் மூலம் ஓரளவு வெற்றியைப் பெற்றிருக்கிறேன். இருப்பினும், மிகப் பெரிய இந்திய ஓவியத்தைப் பார்க்கும்போது, அதில் தென்படும் சிக்கல்களைப் பார்த்துக் குழப்பம் அடைவேன். இவற்றைத் தீர்க்க முடியாமல் இருக்கிறோமே என்று கோபமும் அடைவேன். என் இயலாமை குறித்து வருந்துவேன். அதே நேரம், இதைத் தீர்ப்பதற்கான வழியைக் கண்டுபிடிக்கவேண்டும் என்று உத்வேகமும் பெறுவேன்.

அனைவருக்கும் சமமான முன்னேற்றம்தான், வளரும் நாடுகளின் நோக்கமாக இருக்கவேண்டும் என்கிற கருத்து என் அடிமனத்தில் இள வயதிலேயே தோன்ற ஆரம்பித்தது. அந்த நேரத்தில், மூன்று முக்கியமான நூல்கள் என் எண்ண ஓட்டத்தில் மிகப் பெரிய தாக்கத்தை ஏற்படுத்தின. அவற்றைப் படிக்க நேர்ந்தது எனக்குக் கிடைத்த பெரும் பேறு என்றுதான் சொல்லவேண்டும். அவை: மேக்ஸ் வெபெர் எழுதிய 'பிராடஸ்டண்ட் நெறிகளும் முதலாளித்துவ சாரமும்'; மகாத்மா காந்தியின் 'சத்திய சோதனை'; மற்றும் ஃப்ரான்ஸ் ஃபனான் எழுதிய 'கறுப்புத் தோலும் வெள்ளை முகமூடிகளும்'. எனது பொருளியல் கோட்பாடுகள் அனைத்தும் பல வழிகளில், இந்த மூன்று புத்தகங்களை அடிப்படையாகக் கொண்டவையே. இந்த நூல்களின் மூலம் நான் கற்றுக்கொண்டவற்றைத்தான், பெரும்பான்மையான என் உரைகளில் பேசியிருக்கிறேன்.

மேக்ஸ் வெபெரின் நூல் கலவையான ஒன்று. நல்ல விழுமியங்களான கடின உழைப்பு, நேர்மை, எளிமை ஆகியவற்றின் முக்கியத்துவம் பற்றிக் கூறியுள்ளார்; தனி மனித மற்றும் சமூகத்தின் மேன்மைக்காகத் தொழில்முனைவோரின் பங்களிப்பைப் பற்றியும் பேசியுள்ளார். மிகச் சாதாரணமான, அடிப்படையான ஒன்றாக இந்தக் கருத்து இப்போது தோன்றினாலும், அன்றைக்கு, 1970-களில் அப்படி இருக்கவில்லை. கடின உழைப்பையும் நல்ல விழுமியங்களையும் வற்புறுத்திய

சூழலில் வளர்ந்தவன் நான். வெகுளியான என் சிந்தனைகளில் அனைத்து சமூகங்களும் தேசங்களும் ஒரே மாதிரியானவைதான் என்று எண்ணியிருந்தேன். பிரான்ஸைவிட இந்தியா வேறுபட்டு இருப்பதன் காரணத்தைப் பகுத்து ஆராயும்போது இந்தக் காரணிகளை நான் எடுத்துக்கொள்ளவில்லை. ஆகவே, எந்தச் சூழலிலும் நேர்மையான கடின உழைப்பும், உயர்வான விழுமியங்களும் கொண்ட மனிதர்களால்தான், உன்னதமான தேசங்களை உருவாக்க முடியும் என்ற என் கருத்துக்கு மேக்ஸ் வெபர்தான் அடித்தளம் இட்டார். முன்னேற்றப் புதிர் தொடர்பாக நான் கண்டடைந்த முதல் விடை இதுதான்.

மக்கள் மனத்தில் உயர்வான விருப்பங்களை விதைப்பதற்கு நல்லதொரு தலைமை தேவை என்று என் கண்களைத் திறந்தவர் மகாத்மா காந்தி; பிரம்மாண்டமான தொலைநோக்குப் பார்வையை உருவாக்கவும், அதைவிட முக்கியமாக, அந்த நோக்கத்தை அடைய நிறைய தியாகங்களைச் செய்யவேண்டும் என்பதையும் ஏற்றுக் கொள்ள வைத்தவர் அவர். தொண்டர்கள் தியாகம் செய்யவேண்டும் என்றால், அவர்களுக்குத் தங்கள் தலைவர்கள்மீது இருக்கும் நம்பிக்கை மிக முக்கியமானது. அந்த நம்பிக்கையை உருவாக்குவதற்கான சக்தி வாய்ந்ததொரு கருவியை, அதாவது முன்மாதிரியான தலைவனாக இருப்பது என்பதை, காந்தி முன்வைத்தார்.

ஒரு ஏழையைப் போலவே உண்டார், உடையணிந்தார், பயணித்தார், வாழ்ந்தார். அவரது எளிமையான வாழ்க்கை முறை, பயணத்தில், பாதுகாப்பில் பலவிதப் பிரச்னைகளை கொண்டு வந்தது. விடுதலைப் போரில் அவரோடு பணியாற்றிய சரோஜினி நாயுடு, இப்படி ஒரு ஏழைமையான வாழ்க்கையை காந்தி வாழ்வதற்கு எக்கச்சக்கப் பணம் செலவழிக்க வேண்டியிருந்தது என்று வேடிக்கையாக ஒரு தருணத்தில் குறிப்பிட்டாராம். ஆனால், வேறு எந்த இந்தியத் தலைவர்களையும் போலன்றி, மக்களின் நாடித்துடிப்பைச் சரியாகப் புரிந்துகொண்ட காந்திக்கு, சொல்வதைப்போல் நடந்துகொள்வது முக்கியமானதாக இருந்தது. காந்தியின் நூல்களிலிருந்தும் அவரது வாழ்க்கையிலிருந்தும், எடுத்துக்காட்டாக வாழ்ந்து, வழிநடத்த வேண்டும் என்பதைத்தான் கற்றுக்கொண்டேன். முன்னேற்றத்துக்கான வழியின் இரண்டாவது படியாக இதனை நான் ஆரம்பத்திலேயே உணர்ந்துவிட்டேன்.

தேசங்கள் மற்றும் சமூகங்களின் பொருளாதார முன்னேற்றத்தில் வெபர், காந்தி ஆகியோரின் தத்துவங்களின் வலிமையைப் புரிந்து கொண்டதாக நினைத்தேன். குறைந்தபட்சம், ஆரம்பகால அரசியல் வாதிகள், அரசு அதிகாரிகள் மத்தியில் நல்ல விழுமியங்களை, தலைமைப் பண்புகளைப் பார்க்க முடிந்தது. இருப்பினும்

இயற்கையாகப் பெறவேண்டிய முன்னேற்றத்தை, நம் தேசம் ஏன் பெறவில்லை என்று எண்ணி வியந்தேன். இந்த இடத்தில்தான் ஃபனானின் நூல் எனக்கு உதவியாக இருந்தது.

காலனி ஆதிக்கத்துக்குப் பிந்தைய சமூகத்தில், மேல்தட்டு வர்க்கத்தினரின் காலனித்துவ மனப்போக்கைப்பற்றி அந்த நூலில் ஃபனான் விளக்கியிருந்தார். ஏழைகள், தங்களுக்கென குரல் கொடுக்க முடியாதவர்கள் ஆகியோரின் முன்னேற்றத்துக்குத் தடையாக இருக்கும் அதிகார வர்க்கத்தினரின், மேல்தட்டு வர்க்கத்தினரின் பங்கைப் பற்றிச் சிந்திக்க இந்த நூல் என்னைத் தூண்டியது. காலனி ஆதிக்கத்துக்குப் பிந்தைய சமூகத்தில், வெள்ளை முகமூடி அணிந்த கறுப்பு மேல்தட்டு வர்க்கத்தின் மனநிலைதான் ஆட்சி செய்கிறது; ஆட்சி செய்பவர்களுக்கும் ஆளப்படுபவர்களுக்கும் வெவ்வேறு விதமான உரிமைகளும் கடமைகளும் இருக்கின்றன. இந்த மனநிலை எப்போதும் ஆட்சியாளர்களுக்கே சாதகமாக இருக்கும். இதுதான் என் முன்னேற்றப் புதிரின் மூன்றாவது படிநிலை.

இந்திய உயர் வர்க்கத்தினரின் இந்த அணுகுமுறையை நான் தினந்தோறும் பார்க்கிறேன். தங்கள் குழந்தைகளை ஆங்கிலப் பயிற்றுமொழி கொண்ட பள்ளிகளுக்கு அனுப்புவார்கள். ஏழைகளின் குழந்தைகளை இந்திய மொழிவழிப் பாடங்கள் கொண்ட பள்ளிகளுக்கு வலுக்கட்டாயமாகத் தள்ளிவிடுவார்கள். உல்லாச வாழ்க்கை வாழ்ந்துகொண்டு, வறுமையில் வாழும் மனிதர்களின் விழுமியங்களைப் புகழ்ந்து பேசுவார்கள். மாநகரங்களில் வசதியாக வாழ்ந்துகொண்டு, கிராமப்புற வாழ்க்கையை வானளாவப் புகழ்வார்கள். இவற்றில் எல்லாம் இந்த மனப்போக்கையே பார்க்கிறேன்.

வழக்கமான அம்சங்களான மூலதனம், வள ஆதாரப் பொருட்கள், தொழில்நுட்பம், திறன் ஆகியவை இந்தப் புதிரின் பகுதிகளாக ஏன் கூறப்படவில்லை என்று நீங்கள் வியப்படையலாம். பொருளாதார மேம்பாட்டுக்கு இந்த நான்கும் மிக முக்கியமானவைதான். இருப்பினும், இரண்டு எளிமையான காரணங்களுக்காக நான் மேலே குறிப்பிட்ட மூன்று அம்சங்களுக்கு அடுத்தபடியாகத்தான் இவற்றை மதிக்கிறேன்.

முதலாவதாக, என் பள்ளி நாள்களில் இருந்தே, இந்தியாவில் மூலப் பொருள்களும் வளர்த்தெடுக்கப்படக்கூடிய திறமைகளும் அளவுக் கதிகமாகவே இருக்கின்றன என்று பயிற்றுவிக்கப்பட்டிருந்தேன். இரண்டாவதாக, இந்த நான்கு அம்சங்களில் ஒன்றோ அதற்கு மேற்பட்டதோ இல்லாத நாடுகள், தங்கள் தேவைக்கேற்ப இவற்றைச் சேகரித்துக்கொண்டிருப்பதையும் என்னால் எடுத்துக் கூற முடியும்.

ஜப்பானும் சுவிட்சர்லாந்தும் மூலதனப் பொருள்களை அதிகமாக இறக்குமதி செய்கின்றன; ஆனால், உலகத்தரம் வாய்ந்த தொழில் நுட்பத்தையும் மற்ற பொருள்களையும் உற்பத்தி செய்து ஏற்றுமதி செய்கின்றன.

அதிகமான முதலீட்டை ஈர்ப்பவையாக சீனா போன்ற நாடுகள் மாறிவிட்டன. அந்நிய நேரடி முதலீட்டை ஈர்ப்பதற்கும் பங்குச் சந்தை முதலீடுகளைப் பல மடங்கு உயர்த்துவதற்கும் தேவையான கொள்கைகளை இந்தியா சமீபத்தில்தான் வரைந்துள்ளது. தொழில் நுட்பத் துறைகள் சிலவற்றில் மிகவும் முன்னேறியுள்ளோம். எந்த நாளிதழை நீங்கள் எடுத்துப் பார்த்தாலும், நவீனத் தொழில்நுட்பத்தில், சர்வதேசத் தரவரிசையின் உயர்நிலையை சீனா, சிங்கப்பூர், தென்கொரியா போன்ற நாடுகள், எப்படி அடைந்தன என்பதற்கான விவரங்களை நாம் படிக்க முடியும். ஆகவே, முதலீடு, மூலதனப் பொருள்கள், தொழில்நுட்பம், திறமை ஆகியவற்றில் உள்ள பற்றாக் குறைகளை தொலைநோக்குப் பார்வை உள்ள இந்தியத் தலைவர்களால் நிச்சயமாகச் சரி செய்ய முடியும் என்று நம்புகிறேன்.

1970-களில் நான் இந்தியா திரும்பியபோது, என்னுள் இருந்த இந்த நம்பிக்கைகளைச் செயல்படுத்திப் பார்க்கவேண்டும் என்கிற உறுதிப் பாட்டோடுதான் வந்தேன். ஏதாவது ஒரு அரசியல் கட்சியில் இணைந்து பணியாற்றலாம் என்ற எண்ணமும் எனக்குள் இருந்தது. பின்னாளில் மனைவியாகிவிட்ட என் தோழி சுதாவிடம்கூட இதைப்பற்றி விவாதித்தேன். சுதா, என் யோசனையைப் பரிவோடு கேட்டார். எனினும், நெருக்கமான நண்பர்களும் உறவினர்களும் அந்த அளவு உற்சாகம் காட்டவில்லை. ஒரு சிறிய அளவிலாவது என் நம்பிக்கைகளைச் செயல்படுத்திக் காட்டுவது முக்கியம் என்பதை விரைவில் உணர்ந்தேன்.

இந்தியாவின் வறுமையைப் போக்குவதில் தொழில்முனைதலின் வலிமையைச் சோதித்துப் பார்க்க நான் நினைத்தது அப்போதுதான். இந்தியச் சந்தைக்கான மென்பொருளை உருவாக்க சாஃப்ட்ரானிக்ஸ் என்ற நிறுவனத்தைத் தொடங்கினேன். அந்தச் சோதனையின் ஆரம்பத்திலேயே, மென்பொருள் வாங்குவதில் இந்தியா இன்னும் தயார்நிலையை எட்டவில்லை என்பதை அறிந்துகொண்டேன். முன்னேறிய நாடுகளின் சந்தையில்தான் கவனம் செலுத்தவேண்டும் என்பதைப் புரிந்துகொண்டேன். விற்பனை, நிதி, வாடிக்கையாளர்கள் ஆகியோரைக் கையாள்வதில் நான் திறமை பெற்றிருக்கவில்லை என்பதையும் உணர்ந்தேன்.

ஆகவே, சாஃப்ட்ரானிக்ஸ் நிறுவனத்தை இழுத்து மூடிவிட்டு, பட்னி கம்ப்யூட்டர் சிஸ்டம்ஸில் மென்பொருள் குழுத் தலைவனாகச்

சேர்ந்துவிட்டேன். அங்கு எனக்குக் கிடைத்த அனுபவங்களை கடவுள் கொடுத்த வரம் என்றுதான் சொல்லவேண்டும். கூர்மையான அறிவும் மென்மையும் பரிவும் கொண்ட அசோக் பட்னி, எல்லோரும் ஆசைப்படக்கூடிய அற்புதமான மேலாளராக எனக்கு வாய்த்தார். அங்கு இருந்த நான்கு ஆண்டுகளில் மென்பொருள் பற்றி அதிகம் தெரிந்துகொண்டேன். அற்புதமான இளைஞர்கள் கூட்டத்தைச் சந்தித்தேன். அவர்களில் ஆறு பேர், பின்னாளில் என்னுடன் இன்ஃபோசிஸில் பணியாற்ற இணைந்தனர்.

இன்ஃபோசிஸ் சோதனை முயற்சி மூலம், இந்தியப் பொதுமக்களுக்கும் தொழில்துறை சகோதரர்களுக்கும், பரிவான முதலாளித்துவத்தில் அறநெறிகளுக்கும் இடம் உண்டு என்பதை வெளிப்படுத்த நினைத்தேன். விதிகளுக்கு உட்பட்டு நன்னெறிகளோடு செயல்பட்டாலும் இந்தியாவில் செல்வத்தைச் சேர்க்கமுடியும்; நிறுவன நிர்வாகத்தின் அற்புதமான கோட்பாடுகளை இந்தியாவிலும் பின்பற்ற முடியும்; செல்வத்தை ஜனநாயகப்படுத்தினால் வளர்ச்சி அதிகமாகும், உறுதியான வணிக நிறுவனங்கள் உருவாகும்; விழுமியங்களை அடிப்படையாகக் கொண்ட தலைமையால் இந்திய சமூகத்திலும் மக்கள் மத்தியில் நன்னம்பிக்கையைப் பெறக்கூடிய வர்த்தகங்களை நடத்தமுடியும் போன்ற என் கருத்துகளை வெளிப்படுத்த நினைத்தேன். அந்தச் சோதனை முயற்சி, நன்கு வளர்ந்து, இப்போது இளம் பருவத்தினை அடைந்திருக்கிறது; எல்லோருடைய பாராட்டுகளையும் ஓரளவுக்குப் பெற்றிருக்கிறது. இன்ஃபோசிஸில் பணிபுரியும் அசாதாரண திறமை கொண்ட என் சகாக்களுக்கு நன்றி.

இதற்கு இணையாக, பெருமளவிலான முன்னேற்றத்தை நம் நாடு அடையவேண்டுமானால், மூன்று தூண்கள் தேவை என்ற நம்பிக்கையைக் கொண்டிருந்தேன். 1. முன்மாதிரியான குடிமக்களாக இருக்கவேண்டும்; நெறிபிறழாத வேலை முறையைப் பின்பற்றவேண்டும். இந்த எண்ணம் மக்கள் மத்தியில், குறிப்பாக இளைஞர்களிடம் இருக்கவேண்டும்; 2. அரசியல்வாதிகள், நிறுவனத் தலைவர்கள், பல்வேறு துறைகளில் பணியாற்றும் முன்னோடிகள், சமூகத்தில் தாக்கத்தை ஏற்படுத்தக்கூடிய சிந்தனையாளர்கள் போன்ற நம் மூத்தோர்களின் உயர்வான தலைமைப் பண்பு; 3. கறுப்புத் தோல் வெள்ளை முகமூடி அணுகுமுறையை மேல்தட்டு வர்க்கத்தினரிடமிருந்து நீக்கவேண்டும். அப்போதுதான் யதார்த்தம் என்கிற இந்திய நிலையோடு அவர்கள் தங்களை இணைத்துக் கொள்வார்கள்; சமமான, ஒருங்கிணைந்த வளர்ச்சியைப் பெறுவதற்கான தீர்வுகளைத் தேடுவார்கள். ஒருங்கிணைந்த வளர்ச்சி என்பது, அனைவரும் பேசும் முக்கியமான ஒன்றாக இப்போது மாறிவிட்டது. நம் இப்போதைய பிரதமர் டாக்டர் மன்மோகன் சிங்கின் முயற்சிக்கு நாம் நன்றி சொல்லவேண்டும்.

முன்னாள் குடியரசுத் தலைவர் ஏ.பி.ஜே. அப்துல் கலாம் போன்ற மனிதர்களோடு தொடர்ச்சியாக விவாதித்து வந்தேன். நல்ல விழுமியங்கள் குறித்த செய்திகளைப் புகழ்வாய்ந்த மனிதர்கள் வழியாக மக்களிடம் கொண்டுசெல்வது இளைஞர்களின் மன நிலையை மாற்றுவதற்கான முதல் படியாக இருக்கும் என்று புரிந்தது. இந்தியாவின் திறமைகளை வெளிநாடுகளுக்கும் கொண்டு செல்லவேண்டியதன் அவசியத்தை, பிரதமர் அடல் பிகாரி வாஜ்பாய் ஆலோசனையாகக் கூறினார். எனது உரைகளை உலகம் முழுவதும் இருக்கும் மாணவர்களுக்கும் பயன்படும் வகையில் மாற்றிக் கொள்ளச் சொன்னார்.

குடியரசுத் தலைவர் ஆவதற்குமுன், டாக்டர் ஏ.பி.ஜே. அப்துல் கலாம், இந்தியா முழுவதும் சுற்றுப்பயணம் செய்து குழந்தைகளிடம் பேச வேண்டும் என்ற எண்ணம் கொண்டிருந்தார். அந்தப் பயணங்களில், அவரோடு சில நேரங்களில் நானும் கலந்து கொள்வதற்கும் ஏற்பாடு செய்யப்பட்டிருந்தது. 2002-ல் அவர் குடியரசுத் தலைவர் ஆனதால் இதனைச் செயல்படுத்த முடியவில்லை. இந்த நேரத்தில்தான், அப்போது நாடாளுமன்ற உறுப்பினராக இருந்த டாக்டர் மன்மோகன் சிங், மதச்சார்பின்மை குறித்த எனது தர்பாரி சேத் நினைவுப் பேருரையைப் படித்துவிட்டு, தொடர்ந்து இப்படி இளைஞர்களிடம் பேசுங்களேன் என்று என்னை ஊக்குவித்தார். இத்தகைய புகழ்பெற்ற மனிதர்களிடமிருந்து எனக்குக் கிடைத்த ஊக்கத்தின் காரணமாக, இந்தியாவிலும் வெளிநாட்டிலும் இளைஞர்கள் மத்தியில் பேசுவதற்கு வந்த அழைப்புகளை, முடிந்த அளவு ஏற்றுக்கொள்வது என்ற முடிவுக்கு வந்தேன்.

இந்த உலகத்தில் இருக்கும் வரம்புகளையும், முழுநிறைவற்ற, குறைபாடான தன்மைகளையும் உள்ளது உள்ளபடி அங்கீகரிப்பதுதான் நம் முன்னால் இருக்கும் சவால் என்று எண்ணுகிறேன்; இந்த உலகம் எப்படி இருக்கவேண்டும் என நாம் விரும்புகிறோமோ, அத்தகைய உலகத்தை உருவாக்குவதற்காகக் கடினமாக உழைக்க வேண்டும். தியாகங்கள் செய்யவேண்டும். நம்மைச் சுற்றி இருக்கும் நிறைவற்ற தன்மைகளை, குறைபாடுகளைப் புரிந்துகொண்டு, அவற்றை ஒப்புக்கொள்ளவேண்டும். அதுதான் குறைபாடுகளைப் போக்குவதற்கான முதல் படி. இதைப் போன்ற பிரச்னைகள் ஏதும் இல்லை; உலகிலேயே மிகச் சிறந்த நாட்டைச் சார்ந்தவர்கள் நாங்கள் என்பதுபோல் நடந்து கொள்ளக்கூடாது. குறைபாடுகள் அற்றதோர் அற்புதமான எதிர்காலத்தை மீளுருவாக்கம் செய்வதற்காக உற்சாகத்துடன் கடினமாக உழைக்கவேண்டும். இதைத்தான் ஆக்கபூர்வமாகச் சிந்தித்தல் எனக் கூறலாம். மாறாக, நம்மிடம் இருக்கும் பிரச்னைகளை ஒப்புக்கொள்ளாமல், எதுவும் நடைபெறவில்லை என்பதுபோலவும்,

இந்த நிலையை மாற்றுவதற்கு எதுவும் செய்ய இயலாது என்றும் கூறிக்கொண்டு வறுமையிலும் துன்பத்திலும் மனிதர்கள் வாடும் ஓர் உலகத்தில் இருந்து விலகித் தனித்திருப்பது தோல்வி மனப்பான்மை கொண்டவர்களின் செயலாகும்.

ஆகையால்தான் என்னுடைய உரைகளில், நம் நாட்டின் அல்லது உலகத்தின் இன்றைய நிலைமைகளைப் பற்றிப் பேசுகிற அதே நேரத்தில், அவற்றுக்கான தீர்வுகளையும் கூறுகிறேன். இளைஞர்கள் இதை ஆராய்ந்து பார்த்து, தங்களுக்கும் தங்கள் நாட்டுக்கும் உலகத்துக்கு மான மேன்மையான எதிர்காலத்தை உருவாக்க கடின உழைப்பில் ஈடுபடவேண்டும். தங்களால் இவ்வளவுதான் முடியும் என்று நினைப் பதைவிட, மேலும் அதிகமாக உழைப்பதற்கு அவர்களைக் கேட்டுக் கொள்கிறேன். பெர்னாட் ஷா கூறியதை, ஒருமுறை ராபர்ட் கென்னடி குறிப்பிட்டுப் பேசினார்: 'சில மனிதர்கள் நிலைமையை அப்படியே எடுத்துக்கொண்டு இது எதனால் என்று கேட்பார்கள்; நான் இதுநாள்வரை இருந்திராத விஷயங்களைப் பற்றிக் கனவு காண்கிறேன். ஏன் இயலாது எனக் கேட்கிறேன்.'

இதுதான் உயர்ந்த தலைமைப் பண்பு. இன்றைய தலைமுறையைச் சார்ந்த இளம் தலைவர்கள், இன்றைய சூழலில் இருக்கும் தடைகளில் இருந்து மீண்டு வரவேண்டும்; தற்போது இருக்கும் சூழ்நிலையில் மாற்றத்தைக் கொண்டுவர முடியுமா என்ற நம்பிக்கையின்மையை விட்டொழிக்க வேண்டும்; அப்போதுதான் இந்தத் தேசத்தையும், உலகத்தையும், மேன்மையான வாழுமிடமாக மாற்ற முடியும். அமெரிக்க அதிபர் பராக் ஒபாமா, தனது 'ஆம், நம்மால் முடியும்' என்ற அற்புதமான முழக்கம் மூலம் இதனை வெளிப்படுத்தினார். ஒட்டுமொத்த இளைஞர்கள் கூட்டமும், 'ஆம், நம்மால் முடியும்' என்ற முழக்கத்தைத் தழுவிக்கொள்ளவேண்டும்; மாற்றத்துக்கான இந்த அற்புதமான யோசனைகளை நடைமுறைப்படுத்த, உண்மை யாகவே கடினமாக உழைக்க வேண்டும் என்பதுதான் என் கனவும். நம் தேசத் தந்தைகளின் கடின உழைப்பும் தியாகங்களும் நம் கண் முன்னாலேயே கரைந்துபோவதற்கு அனுமதிக்கக்கூடாது.

கடந்த சில ஆண்டுகளில் நான் ஆற்றிய நூற்றைம்பது உரைகளில் இருந்து முப்பத்தெட்டு உரைகளை மட்டும் இந்த நூலுக்காகப் பொறுக்கி எடுத்திருக்கிறேன். முடிந்தவரை கூறியது கூறல் வராதவாறு பார்த்துக்கொண்டுள்ளேன். இந்தத் தேசத்துக்கும் உலகத்துக்கும் மிக முக்கியமானதாகத் தோன்றும் பிரச்னைகளை இந்த உரைகளில் சேர்த்துள்ளேன். சில முக்கியமான சொற்களான, உலகமயம், தலைமைப்பண்பு, ஏற்றத்தாழ்வு, விழுமியங்கள், நிறுவன நிர்வாகம் போன்றவை, ஒவ்வோர் உரையிலும் திரும்பத் திரும்ப

விளக்கப்படுவதற்குக் காரணம், சொல்லப்படும் கருத்து சரியாகப் புரிந்து கொள்ளப்படவேண்டும் என்பதற்காகத்தான்.

இந்தியாவுக்கான சிறப்பான எதிர்காலத்தை உருவாக்குவதில், இளைஞர்களின் பங்களிப்பு குறித்து நம்பிக்கையோடு இருக்கிறேன். இன்ஃபோசிஸில், துடிப்பு மிக்க நம்பிக்கையுள்ள, இளைஞர்களுக்கு மத்தியில்தான் எப்போதும் பணிபுரிவேன். முக்கியமான முடிவுகள் எடுக்கும்போது, என்னோடு பணிபுரியும் முக்கியமான இளைஞர்கள் அந்தக் கூட்டத்தில் கட்டாயம் இருக்கவேண்டும் என்று வற்புறுத்து வேன். தலைமைப் பதவிகளுக்கு இளைஞர்களைக் கொண்டுவர வேண்டும் என்று முன்மொழிபவர்களில் நானும் ஒருவன். இன்றைய இளைஞர்கள், விழுமியங்கள் இல்லாதவர்கள், கட்டுப்பாடு அற்றவர்கள், கடின உழைப்பில் நம்பிக்கை இல்லாதவர்கள் என்று பலர் கூறுகிறார்கள். ஆனால், நான் அவர்களிடம் இருந்து மாறுபடுகிறேன்.

நான் பார்க்கும் பல இளைஞர்கள், அவர்கள் வயதில் நான் இருந்ததைவிட மேன்மையானவர்களாகவே இருக்கிறார்கள். ஆகவே, மேலாண்மைக் கல்வியில் இளங்கலை, முதுகலை மாணவர்கள்,[1] தொழில் நுட்பம்,[2] வர்த்தகம்,[3] வடிவமைப்பு,[4] சட்டம்,[5] அயல்நாட்டு வர்த்தகம்,[6] விருப்பக்கலைகள்[7] ஆகிய தலைப்புகளில் உலகம் முழுவதும் உள்ள மாணவர்களுக்கு, நான் ஆற்றிய உரைகளைக் கொண்டு இந்த நூலை ஆரம்பிப்பது சரியானது என்று நினைக்கிறேன்.

இந்திய மாணவர்களுக்கான என் உரைகளில், தேசத்தின் இன்றைய நிலை, நமது முன்னேற்றங்கள், நம் முன் நிற்கும் சவால்கள், தேவையான புதிய மனநிலை, தேசத்தைக் கட்டமைப்பதில் விழுமியங்களின் அவசியம் ஆகியவை முக்கிய இடம் பெற்றிருக்கும்; ஒருங்கிணைந்த இந்தியாவையும் ஒருங்கிணைந்த உலகத்தையும் உருவாக்குவதற்கு, சிந்தனைகளிலும் அவற்றைச் செயல்படுத்துவதிலும்

---

1. *சமகால உலகில் வெற்றி பெறுதல்* - பட்டமளிப்பு உரை, INSEAD, Fontainebleau.
2. *இருபத்தியோராம் நூற்றாண்டு இந்தியன்* - பட்டமளிப்பு உரை, இந்திய தொழில்நுட்பக் கழகம், புது தில்லி.
3. *உலகமயமான நிறுவனத்தின் வெற்றி* - பட்டமளிப்பு உரை, IESE வர்த்தகப் பள்ளி, பார்ஸெலோனா.
4. *நேர்த்தியின் அவசியம்* - பட்டமளிப்பு உரை, தேசிய வடிவமைப்புக் கழகம், அகமதாபாத்.
5. *உலகமயக் காலகட்டத்தில் சட்ட நிபுணர்கள்* - பட்டமளிப்பு உரை, இந்தியப் பல்கலைக்கழகத்தின் தேசியச் சட்டக் கல்லூரி, பெங்களூரு.
6. *இந்தியாவில் மேலும் சுதந்தரமான வர்த்தக ஆட்சி* - பட்டமளிப்பு உரை, இந்திய அயல்நாட்டு வர்த்தகக்கழகம், புது தில்லி
7. *கல்வியில் மதத்தின் பங்களிப்பு* - பட்டமளிப்பு உரை, பஞ்சாப் பல்கலைக்கழகம், சண்டிகர்

நேர்த்தியின் அவசியம் பற்றியும் கூறுவேன். வெறுமனே பேசிவிட்டுச் செல்வதைவிட, தேவையான இடங்களில், சிந்தனைகளைச் செயல் படுத்த வேண்டியதன் முக்கியத்துவத்தை வலியுறுத்தியிருக்கிறேன். ஆனால், எப்படியோ தெரியவில்லை, இந்த நாட்டில், நடை முறைப்படுத்தும் அவசியம் இல்லாமல், சிந்தனைகள் தோன்றிய உடனேயே மடிந்துவிடுவது வழக்கமாக இருக்கிறது. உண்மையில், பெரும்பாலான அறிவுஜீவிகளுக்கு, உரையாற்றுவதற்கான வாய்ப்பே போதுமான மன நிறைவைத் தந்துவிடுகிறது. செயல்படுத்துவதைப் பற்றிச் சிந்திக்காமல், அந்தச் சிந்தனையைப் பற்றித் தொடர்ந்து விவாதம் செய்து கொண்டிருப்பது, கேலிக்குரியது.

என் நினைவு சரியாக இருக்குமானால், பெங்களூருவில் மின்நிலையம் ஒன்றைக் கட்டுவதற்கு, கடந்த 22 ஆண்டுகளில், 33 கருத்தரங்குகள் நடத்தப்பட்டுள்ளன. ஆனால், மின் நிலையம் பெங்களூருக்கு வந்த பாடில்லை; மின்தடையால் தொடர்ந்து அவதிப்பட்டுக் கொண்டிருக்கிறோம்.

ஒரு நல்ல தலைவரால், தரையை ஐம்பதினாயிரம் அடி உயரத்தில் இருந்து நோட்டமிடும் பருந்துப் பார்வையை, தரையில் இருக்கும் சிறிய புழுவின் பார்வையோடு ஒருங்கிணைத்திட முடியும். சிறந்த தொலை நோக்குப் பார்வையைப் பற்றி அவர்களால் பேசமுடியும்; தங்கள் நோக்கத்தை அடைவதற்குத் தேவையான பல நுணுக்கமான விவரங்களைப் பெற முடியும்; தேவையான தரத்தோடு, குறிப்பிட்ட நிதியளவுக்குள், தங்கள் திட்டத்தை அவர்களால் செயல்படுத்த முடியும். நடைமுறைப்படுத்துவதில் கூர்மையான கவனமும் தேவையான விவரங்களைப் பெறுவதில் இருக்கும் திறமையும்தான் நம் தேசத்தின் வளர்ச்சிக்கு மிகவும் அவசியமான இன்றைய தேவைகள் என்று நினைக்கிறேன்.

உலக மாணவர்களுக்கு நான் ஆற்றிய உரைகள், ஒரு தொழில் முனைவோனாக நான் செய்த பயணத்திலும் என் வாழ்க்கையிலும் எனக்குக் கிடைத்த பாடங்கள்[8] மீது கவனம் செலுத்துகின்றன. அத்துடன், எழுச்சிபெற்றுவரும் சந்தைகள், நிறுவன நிர்வாகம், சமகால உலகின் பிரச்னைகளான புவி வெப்பமடைதல், முதலாளித்துவத்தின் மீதான மக்களின் நம்பிக்கையை மீட்டு எடுத்தல் ஆகியவற்றின்மீதும் கவனம் செலுத்துகின்றன.

---

8. *அனுபவத்திலிருந்து கற்றல்* - பட்டமளிப்பு உரை, ஸ்டெர்ன் வர்த்தகப் பள்ளி, நியூ யார்க் பல்கலைக்கழகம்.

தனிப்பட்ட முறையில், நமது கலாசாரம் என்பதும் நமது விழுமியங்கள் என்பதும் நாம்தான் என்ற நிலைக்கு வெபரின் சிந்தனைகளின் தாக்கம் என்னை இட்டுச் செல்கிறது. கலாசாரம் என்பது நமது நம்பிக்கைகள், வாழ்க்கையில் நமக்கான முன்னுரிமைகள், நமக்கு மகிழ்ச்சியையும் வருத்தங்களையும் கொண்டு வரும் விஷயங்கள், நமது பணத்தையும் நேரத்தையும் நாம் செலவிடும் வழிகள்; கஷ்டப்படுபவர்கள் மீது நாம் காட்டும் பரிவு; ஒருவரோடு ஒருவர் எப்படி பழகிப் பேசிக்கொள் கிறோம் ஆகியவையே. ஒரு சமூகத்தின் ஒவ்வோர் அங்கத்தினரும் பின் பற்ற வேண்டிய, எல்லோரும் ஒப்புக்கொள்ளும் நடைமுறைகளை விழுமியங்கள்தான் உருவாக்குகின்றன; அவற்றின்மூலம், சமூகத்தின் மற்ற உறுப்பினர்களின் எதிர்பார்ப்புகளை, நம்பிக்கையை, உற்சாகத்தினை, மகிழ்ச்சியை உயர்த்துகின்றன.

வேகமான முன்னேற்றத்துக்கான தேடலில், நமது முன்னோர்களின் வாக்குறுதிகளை நிறைவேற்றுவதில் உறுதியாக இருப்பதில் விழுமியங்கள் முக்கியப் பங்கு வகிக்கின்றன. சர்வதேசச் சமூகத்தால், பயன்தரும், நம்பிக்கைக்குரிய உறுப்பினராக நாம் அங்கீகரிக்கப்படு வதில் விழுமியங்கள் முக்கியத்துவம் வாய்ந்தவையாக இருக்கின்றன. ஆகவே, விழுமியங்கள் குறித்த எனது உரைகளில் கடின உழைப்பு, கட்டுப்பாடு,[9] அணி உழைப்பு,[10] மதச்சார்பின்மை,[11] நேர்மை,[12] ஒப்பந்தங்களை மதிப்பது, தேச நலனை தனி மனித விருப்பங்களைவிட மேலானதாக முன்னிறுத்துவது, மற்றவர்களிடமிருந்து கற்றுக்கொள் வதில் திறந்த மனத்தோடு இருத்தல், அதிகாரம் அளித்தல்[13] ஆகியவற்றுடன் இறுதியாக, நம் கலாசாரத்தில் இருக்கும் நல்லவை, மேலைநாட்டுக் கலாசாரத்தில் இருந்து நாம் கற்றுக்கொள்ள வேண்டிய நல்லவை[14] ஆகியவை குறித்தும் பேசியுள்ளேன்.

2008-ல் கென்னடி கல்லூரியில் நான் ஆற்றிய மால்கம் வீனர் உரையில்,[15] 1991-ன் பொருளாதாரச் சீர்திருத்தங்கள் பற்றிப் பேசி

---

9. *தேசிய வளர்ச்சியை விரைவுபடுத்துவதில் ஒழுங்கின் பங்கு* - ஜெனரல் கே.எம் கரியப்பா உரை, புது தில்லி.

10. *சக் தே இந்தியா!* - செப்டம்பர் 8, 2007, டைம்ஸ் ஆப் இந்தியா இதழ்

11. *மதச்சார்பின்மையைப் போற்றுவோம்* - டர்பாரி சேத் நினைவு நாள் உரை, புது தில்லி.

12. *இந்தியாவில் ஊழலை ஒழிப்பது எப்படி?* - பிஸினஸ் டுடே இதழ்

13. *அதிகாரம் படைத்த என் இந்தியா* - செப்டம்பர் 5, 2005, இந்தியன் எக்ஸ்பிரஸ்

14. *மேலை நாட்டிலிருந்து நாம் கற்றுக்கொள்ள வேண்டியவை* - லால் பகதூர் சாஸ்திரி நினைவு நாள் உரை, புது தில்லி.

15. *1991 ம் ஆண்டின் பொருளாதாரச் சீர்திருத்தங்கள் தந்த பாடங்கள்* - மால்கம் வீனர் உரை, ஹார்வர்டு பல்கலைக்கழகம்.

யுள்ளேன்; மத்தியிலும் மாநில அளவிலும், அந்தச் சீர்திருத்தங்களைத் தொடரவேண்டியது குறித்தும், ஒருங்கிணைந்த வளர்ச்சிக்காக இந்தச் சீர்திருத்தங்களை அடிமட்ட அளவில் பரவலாகக் கொண்டுபோக வேண்டியதன் அவசியம் பற்றியும் குறிப்பிட்டுள்ளேன். இந்தியாவின் அங்கங்களாக இருக்கும் கிராமங்கள் மற்றும் நகரங்கள், படித்தவர்கள் மற்றும் அவ்வளவாகப் படிக்காதவர்கள், ஏழைகள் மற்றும் செல்வந்தர்கள் போன்ற பல்வகை உலகங்களில் காலூன்றி நிற்பவர்களாகத் தலைவர்கள் இருக்கவேண்டியதன் அவசியம் குறித்தும் பேசியிருக்கிறேன்.

டேவிட் ப்லூம், டேவிட் கேனிங், ஜேபி செவில்லா ஆகியோரின் Demographic Dividend (குறிப்பிட்ட மக்கள் திரளில், பணி புரியும் நபர்களின் எண்ணிக்கை அதிகரிப்பதால் ஏற்படும் பொருளாதார வளர்ச்சி) என்ற கருத்து, அரசியல்வாதிகளுக்கும், அரசு ஊழியர்களுக்கும், அறிவுஜீவிகளுக்கும் ஒரு வசதியான ஆயுதமாகப் போய்விட்டது. இதைக் காரணம் காட்டி, நம் தேசத்தின் வளர்ச்சிக்கு முரணாக இருந்துகொண்டிருக்கும் மக்கள் தொகை வளர்ச்சி என்ற பிரச்னையை உதாசீனப்படுத்துகிறார்கள். அதேபோல நம் தேசத்தைப் பலப்படுத்த நம் இளைஞர்களைத் தயார்ப்படுத்தவேண்டுமே என்ற கவலை துளியும் அற்றவர்களாக இருக்கிறார்கள். நமது மக்கள் தொகை வளர்ச்சியைக் கட்டுப்படுத்த வேண்டும்; வேலை செய்யும் வயதில் இருக்கும் மக்களுக்குத் தரமான கல்வி, ஊட்டச் சத்துணவு, சுகாதார வசதி ஆகியவற்றை அளிக்கவேண்டும். அவர்களை தேசக் கட்டுமானப் பணிகளில் ஈடுபடுத்தவேண்டும். இவையெல்லாம் இல்லாமல் எந்தச் சீர்திருத்தங்களும் தேசத்துக்கான ஒருங்கிணைந்த வளர்ச்சியைக் கொண்டு வரமுடியாது. பொருளாதாரத்தில் நாம் பெற்றிருந்த வளர்ச்சியை இழந்ததற்கு, அதிகமான மக்கள்தொகை வளர்ச்சி விகிதமும் ஒருவிதத்தில் காரணமாகும். மக்கள்தொகை குறித்த, என் ஏ.டி. ஷராப் உரையின் சாராம்சம் இதுவே.[16]

இந்திய அரசியல்வாதிகளுக்கு ஒரு தர்மசங்கடமான நிலை உள்ளது. பொருளாதாரச் சக்தி நகர்ப்புறத்தில் இருக்கிறது; தேர்தலில் தேர்ந்தெடுக்கும் வலிமை கிராமப்புறத்தில் இருக்கிறது.

நகர்ப்புறத்தின் ஆதரவாளர்களாகப் பார்க்கப்பட்ட அரசியல்வாதிகள், 2004 தேர்தலில், வாக்காளர்களால் தோற்கடிக்கப்பட்டார்கள். ஆனால், பொருளாதார முன்னேற்றம் நிச்சயமாக நகரமயமாக்கத்துக்குத்தான்

---

16. *மக்கள் தொகையும் இந்தியாவின் பொருளாதார முன்னேற்றமும்* - ஏ.டி.ஷெராப் நினைவு நாள் உரை, மும்பாய்

இட்டுச் செல்லும் என்பதே இப்போது உலகம் முழுவதும் காணக் கிடைக்கும் யதார்த்தம். பொருளாதார வளர்ச்சிக்கான வாய்ப்புகள் நகரங்களிலும் சிறுநகரங்களிலும்தான் பிரதானமாக இருக்கும். ஆகவே, நமது மாநகரங்கள் மற்றும் சிறு நகரங்களின் திறனை உயர்த்துவதில் நாம் கவனம் செலுத்த வேண்டும். அதன்மூலம், பொருளாதார வளர்ச்சியை உயர்த்தவும், நகரத்திலும் கிராமத்திலும் இருக்கும் மக்களுக்கு மேம்பட்ட வாய்ப்புகளை உருவாக்கவும் முடியும். நகரமைப்புத் திட்டம் குறித்த எனது பி.என். ஹக்ஸர் உரையின்[17] சாராம்சம் இதுதான்.

ஏழைகளின் வாழ்க்கைத் தரத்தை உயர்த்துவதில், தொழில்நுட்பத்துக்கு ஒரு முக்கியமான பங்கு இருக்கிறது என்பதில் தெளிவாக இருக்கிறேன். வறுமையை ஒழிப்பதில் தொழில்நுட்பத்தைப் பயன் படுத்துவதன் மூலம் கிடைத்த முன்னேற்றத்துக்கு இந்தியாவிலும் வேறு நாடுகளிலும் பல எடுத்துக்காட்டுகள் உள்ளன. ஆகவே, விடுதலைக்குப் பிறகான இந்தியாவில் ஏழைகளின் வாழ்வில் தொழில்நுட்பம் ஏற்படுத்திய மாற்றங்களைப் பற்றிய ஒரு சிறு கட்டுரையையும் இதில் சேர்த்திருக்கிறேன்.[18]

இந்திய மென்பொருள் துறை, இந்தியத் தொழில்துறைக்கான ஒரு முன்மாதிரியாக இருந்து வருகிறது. இந்தத் துறை, குழந்தை நிலையில்தான் இன்னும் இருக்கிறது. ஆனாலும், 20 ஆண்டுகள் என்னும் இந்தக் குறுகிய காலகட்டத்தில், அதிக எண்ணிக்கையில், அதிக வருமானம் தரும் உயர்தரமான வேலைகளை உருவாக்கியுள்ளது; உலகச் சந்தைகளில் வெல்லும் நோக்கத்துடன் நேர்த்தியில் கவனம் செலுத்தி யுள்ளது; வளர்ந்த நாடுகளில் இருக்கும் வாடிக்கையாளர்களிடம் நன்மதிப்பை வென்றிருக்கிறது; தேசத்துக்குப் பெருமளவிலான அந்நியச் செலாவணி இருப்பைச் சம்பாதித்துக் கொடுத்திருக்கிறது; சில நிகழ்வுகளைத் தவிர்த்து, நிறுவன நிர்வாகத்தின் சிறந்த கொள்கை களைப் பின்பற்றி வந்திருக்கிறது. எதிர்காலத்தில் இந்தத் துறைக்கு நல்ல, வாய்ப்புகள் ஏராளமாகக் காத்திருக்கின்றன; அந்த வாய்ப்புகளைப் பயன்படுத்தும் நிலையில், குறிப்பிடத்தக்க சவால்களையும் அது சந்திக்கிறது. இந்திய மென்பொருள் தொழில்துறை[19] குறித்த எனது ஜவாஹர்லால் நேரு ஞாபகார்த்த உரையின் சாராம்சம் இதுதான்.

---

17. *நவீன இந்தியாவின் நகரமைப்புத் திட்டத்துக்கான மாதிரிவடிவம்* - பி.என்.ஹக்ஸர் நினைவு நாள் உரை, புது தில்லி

18. *இந்தியாவை மாற்றிய எட்டு புரட்சிகள்* - தி ஹிந்து

19. *மென்பொருள் நிறுவனங்கள்: புதிய இந்தியாவின் கோவில்கள்* - இருபத்து நான்காவது ஜவாஹர்லால் நேரு நினைவு நாள் பேருரை, லண்டன்

மக்கள் அனைவரும் படிப்பறிவைப் பெற்றிராத, உயர்கல்வியிலும் ஆராய்ச்சியிலும் நேர்த்தியைப் புகுத்தாத தேசம் வறுமையிலிருந்து மீளமுடியாது; உலகத்தின் வலிமை மிக்க தேசமாக உருவாக முடியாது என்பது இன்றைக்கு உண்மையாகிவிட்டிருக்கிறது. உயர்நிலைப் பள்ளிப் படிப்பானது, ஆர்வம், ஆராய்ச்சி நோக்குடன் அணுகும் சிந்தனை, வகுப்பில் முழுமையான பங்கேற்பு, பிரச்னைக்கான தீர்வைக் கண்டுபிடிப்பது ஆகியவற்றை அடிப்படையாகக் கொண்டிருக்கவேண்டும். அப்போதுதான் அதற்கும் மேலான உயர் கல்வி ஒரு வரமாக இருக்கும். உயர்நிலைப் பள்ளி முதல்வர்களுக்கு[20] நான் ஆற்றிய உரையின் சாராம்சம் இதுதான்.

ஜவாஹர்லால் நேருவின் தொலைநோக்குப் பார்வையால்தான் இந்தியா உயர்கல்வித் துறையில் நல்ல ஆரம்பத்தைப் பெற்றது. அறிவியல், தொழில்நுட்பம், மருத்துவம், சட்டம், வடிவமைப்பு, கட்டடக்கலை, மேலாண்மை, விருப்பக் கலைகள் போன்ற துறைகளுக் கான உலகத்தரம் வாய்ந்த கல்வி நிலையங்களை உருவாக்கியது; அமெரிக்கா, பிரிட்டன், ஆஸ்திரேலியா, ஜெர்மனி, பிரான்ஸ் போன்ற முன்னேறிய நாடுகளில் இருந்த நன்கு படித்த, திறன் மிகுந்த இந்தியப் பேராசிரியர்களை இந்தியாவுக்கு ஈர்த்தது.

இந்தியாவிலும் வெளிநாடுகளிலும் இருக்கும் ஆராய்ச்சியாளர் களிடையே பரிமாற்றத்துக்கான சூழலையும் வளர்த்தது. இந்திரா காந்தியும் இந்த வழக்கத்தை நல்ல முறையில் பின்பற்றினார். அதிக உற்சாகம் கொண்ட சில அரசு அதிகாரிகள், இந்தியாவுக்கும் வெளி உலகத்துக்கும் இடையிலான இந்த அறிவாளிகளின் பரிமாற்றத்தில் சில கட்டுப்பாடுகளைப் புகுத்திய 1980 வரை இது தொடர்ந்தது.

பிறகு வந்த அரசுகளும், உயர் கல்வி நிலையங்களில் தங்களது பிடியை இறுக்கினர். அரசு அதிகாரிகளின் அளவுக்கதிகமான தலையீட்டையும் நெகிழ்வற்ற தன்மையையும் இந்த நிறுவனங்கள் சந்திக்க நேர்ந்தது. இதனால் நேர்த்தி என்பது இல்லாமல் போய் விட்டது. ஆனாலும் நம்பிக்கை உள்ளது. இப்போதும்கூட நம்மைச் சுற்றிப் பார்த்துத் தெரிந்துகொள்ள முடியும்; இந்தியாவிலும் அயல்நாடுகளிலும் நல்ல முறையில் செயல்படும் நிறுவனங் களிடமிருந்து நிறையக் கற்றுக்கொள்ள முடியும்; நமது உயர்கல்வி நிலையங்களின் புகழை மீட்டுக் கொண்டுவர முடியும். இந்தியாவில்

---

20. நான் ஒரு பள்ளியின் முதல்வரானால்... - பிஷப் காட்டன் குழு பள்ளிகளின் முதல்வர்கள் மாநாட்டில் அளிக்கப்பட்ட உரை , பெங்களூரு

உயர் கல்வி என்ற எனது கே.சி. பாசு நினைவு நாள் உரையின் சாராம்சம் இதுதான்.[21]

இருந்தபோதும், பலவகையில் சிறந்து விளங்கும் இந்தப் பல்கலைக் கழகங்களின் பணி - அமெரிக்கா போன்ற முன்னேறிய நாடுகளில் இருப்பவற்றையும் சேர்த்துத்தான் சொல்கிறேன் - இவற்றில் படிக்கும் மாணவர்களை, அவர்கள் தேர்ந்தெடுத்துப் படிக்கும், அறிவியல், தொழில்நுட்பம், மருத்துவம், சட்டம் மற்றும் வளர்கலைகள் ஆகிய துறைகளில் நிபுணர்களாக ஆக்குவதோடு முடிந்துவிடுவதில்லை. மாணவர்கள் என்ற முறையில் தாங்கள் உள்வாங்கிக்கொண்ட அற்புதமான விழுமியங்களை உண்மையான உலகத்துக்குக் கொண்டு செல்லும்வகையில் பல்கலைக்கழகங்கள் அவர்களைப் பயிற்றுவிக்க வேண்டும். அவர்கள் மேன்மையான மனிதர்களாக மாறவேண்டும். உயர்வான நோக்கத்துக்காக அவர்கள் நிற்கவேண்டும். ஒட்டுமொத்த மனித சமுதாயத்தின் முன்னேற்றத்தைத் தடை செய்யும் எண்ணற்ற பிரச்னைகளை எதிர்த்துப் போராடவேண்டும். சொல்லப்போனால், உலகத்தில் இருக்கும் மிகவும் முன்னேறிய பல்கலைக்கழங்கள்கூட முழுமை அடையாத செயல் திட்டம் ஒன்றைக் கொண்டிருக்கின்றன. இதுதான் நான் ஆற்றிய கார்னல் உரையின் சாராம்சம்.[22]

எனக்குத் தெரிந்து எந்தவொரு சமூகமும் - வணிக நிறுவனமோ, கல்வி நிறுவனமோ அல்லது தேசமோ - உயர்ந்த எண்ணம், கடின உழைப்பு, உறுதிப்பாடு, கவனம், ஆர்வம், நம்பிக்கை, அடக்கம், தியாகம் போன்றவற்றின் நீண்ட பயணம் இல்லாமல் வெற்றியை அடைந்த தாகத் தெரியவில்லை. மிகச் சிரமமானதாக இருந்தாலும் இறுதியில் வெற்றியைத் தருகிற இத்தகையதொரு பணியில் மக்களை ஒன்று திரட்டுவதற்கு, மிகப் பெரும் தலைவர்கள் தேவை. மாற்றத்தைக் கொண்டுவரும் முகவர்களாகச் செயலாற்றும் அவர்கள் பெரும் கனவுகளைக் காணும் துணிவு கொண்டிருப்பார்கள். லட்சியத்தை அடைவதற்காக இறுதிவரை போராடுவார்கள். பிரும்மாண்டமான தொலைநோக்குப் பார்வையை உருவாக்கும் வலிமை கொண்டிருப் பார்கள். அந்தத் தொலைநோக்குப் பார்வையை, தன்னைப் பின்பற்றும் ஏராளமான மக்களிடம் கொண்டுசெல்லும் திறனையும் பெற்றிருப் பார்கள்.

---

21. *இந்தியாவில் உயர் கல்விச் சீர்திருத்தங்கள்* - கே.சி.பாசு மூன்றாவது நினைவு நாள் உரை, கொல்கத்தா.

22. *முடிக்கப்படாமல் இருக்கும் செயல் திட்டங்கள்* - கார்னல் பல்கலைக்கழகத் தலைவராகப் பணியேற்ற தொடக்க நிகழ்வில் ஆற்றிய உரை

இந்தத் தலைவர்கள் எடுத்துக்காட்டாக இருந்து வழி நடத்துவார்கள்; எதிர்காலத்தைப் பற்றிய ஆர்வத்தையும் நம்பிக்கையையும் தங்களைப் பின்பற்றுபவர்களிடம் விதைப்பார்கள். உற்சாகத்தோடு செயல் படுகிறோம் என்று அவர்களை உணர வைப்பார்கள். இந்தப் பயணத்தின் ஒரு பகுதியாக இருப்பதை, அவர்களைப் பெருமையுடன் நினைக்க வைப்பார்கள். கடின உழைப்பு, நேர்த்தியாகச் செயல்படுதல் ஆகிய வற்றின்மூலம், தொலைநோக்குப் பார்வையை நனவாக்குவார்கள்.

மகாத்மா காந்தி, லீ குவான் யூ, ஆப்ரஹாம் லிங்கன், பில் கேட்ஸ் போன்றவர்கள் இத்தகைய தலைமைப் பண்புக்கு எடுத்துக் காட்டுகளாக இருப்பவர்கள். அரசியல், வியாபாரம், கல்வித்துறை, பிற துறைகள் ஆகியவற்றில் அதிக எண்ணிக்கையில் இத்தகைய தலைவர்கள் எழுச்சி பெற்று வருவதற்கான சூழலை உருவாக்குவது தான் இன்றைய அவசரத் தேவை. இன்றைக்கு, வளர்ந்துவரும் நாடுகளில் இத்தகைய தலைவர்கள் அதிகமாகத் தேவைப்படுகிறார்கள். துரதிஷ்டவசமாக, இங்கு நம்பிக்கையான தலைவர்களுக்குப் பற்றாக் குறை இருக்கிறது. அதேபோல், தொழில் நிறுவனங்களில் இருக்கும் தலைவர்கள்மீது மக்கள் கொண்டிருந்த நம்பிக்கை முழுமையாகப் போய்விட்டது. எனவே, சமூகத்தின் நம்பிக்கையைத் திரும்பப் பெறும் பணியில், வர்த்தகத் தலைவர்கள் தங்களை மீண்டும் அர்ப் பணித்துக் கொள்ளவேண்டியது மிகவும் முக்கியமானதாகிறது. என் னுடைய புளூம்பெர்க் உரையிலும்[23] தலைமைப்பண்பு குறித்து பிசினஸ் டுடே[24] இதழில் வெளிவந்த சிறு கட்டுரை மூலமும் நான் கூறவந்த சாராம்சம் இதுதான்.

கடந்த பத்து ஆண்டுகளில், என்றுமில்லாத வகையில், நிறுவனத் தலைவர்களின் பிம்பங்கள் கறைபட்டுப் போயுள்ளன. என்ரான், வோர்ல்ட்காம், பார்மலாட் மற்றும் உலகம் முழுதும் இருக்கும் அவை போன்ற வேறு பல நிறுவனங்களின் செயல்பாடுகளும் சமீபத்தில் இந்தியாவில் நடந்த நிகழ்வு ஒன்றும், முதன்மைச் செயலதிகாரிகளை, தரவரிசையில் அடித்தட்டுக்குக் கீழிறக்கிவிட்டன. சட்டம், விதிமுறைகள் ஆகியவற்றால் மட்டும் நிறுவனத் தலைவர்களின் நெறி சார்ந்த நடவடிக்கைகளை உயர்த்த முடியாது.

இப்போதைய தேவை, நிறுவனத் தலைவர்களின் மத்தியில் விழுமியங்களில் மாற்றம் வரவேண்டும் என்பதே. உயர்ந்த தரம்

---

23. *தலைமை: இன்ஃபோசிஸ் பயணம் தந்த பாடங்கள்* - புளூம்பெர்க் தலைவர்கள் மாநாட்டில் ஆற்றிய உரை, நியூ யார்க்

24. *புத்தெழுச்சி பெற்ற இந்தியாவுக்கான தலைமைப்பண்பு* - பிசினஸ் டுடே இதழ்

கொண்ட தனி நபர்களை சுயேச்சையான இயக்குனர்களாகச் செயல்பட வழி வகுத்துக் கொடுக்கும் புதிய கொள்கைகளும் வழிகாட்டு நெறிமுறைகளும் உருவாக்கப்பட வேண்டும்; நிறுவன நிர்வாகத்தில் நேர்மையை, வெளிப்படைத் தன்மையை, பொறுப்புணர்வை உயர்த்தக் கூடிய முறைகளும் செயல்பாடுகளும் உருவாக்கப்படவேண்டும்; நிறுவனத் தலைவர்களின் வெற்றியை, அவர்கள் எவ்வளவு பணத்தை நிறுவனத்துக்குச் சேர்த்திருக்கிறார்கள் என்று மட்டும் பார்க்காமல், தன் நிறுவனத்திலும் சமுதாயத்திலும் எவ்வளவு மதிப்பை அவர்கள் ஈட்டியிருக்கிறார்கள் என்ற அடிப்படையில் அளவிட வேண்டும். இவைதான் நிறுவன நிர்வாகம் குறித்து நான் ஆற்றிய ராபர்ட் மேக்ஸன்,[25] சி.டி. தேஷ்முக்[26] மற்றும் ரங்கநாதன்[27] உரைகளின் சாராம்சம்.

எழுச்சி பெற்று வரும் தேசங்களில், சமீப காலமாக முக்கியத்துவம் பெற்றுவரும் மற்றொரு தலைப்பு பொது நிர்வாகம். ஊழல், தன்னைச் சார்ந்தவர்களுக்கு அளிக்கும் சலுகைகள், அக்கறையற்ற தன்மை, காலனி ஆதிக்க மனநிலை, வெளிப்படையற்ற தன்மை, பொறுப் பின்மை, ஊக்க உதவிகள் இல்லாத நிலை ஆகியவை இந்தியாவில் பொதுத்திட்டங்களை நடைமுறைப்படுத்துவதில், மிகவும் பரிதாப மான சூழலை உருவாக்கி இருக்கின்றன. நிர்வாகத்தில் புதிய மாதிரி களைப் புகுத்த வேண்டியது அவசியம். அதன் மூலம்தான் சிறந்த திறமைகளை ஈர்க்க முடியும்; நேர்மையை, வெளிப்படைத் தன்மையை, பொறுப்புணர்வைக் கொண்டுவருவதன் மூலம் இந்தியா போன்ற எழுச்சி பெற்று வரும் தேசங்களின் முன்னேற்றத்தை விரைவு படுத்த முடியும். பொது நிர்வாகம்[28] குறித்த எனது ஜே.ஆர்.டி. டாடா உரையின் சாராம்சம் இதுதான்.

ஒரு நிறுவனத்தின் வெற்றிக்கு அடையாளமாக அதன் நீடித்த தன்மை தான் இருக்கிறது. அத்தகைய நீடித்த தன்மை, இருக்கும் இடத்துடனும் சமுதாயத்துடனும் ஒத்திசைவோடு வாழ்வதன் மூலம்தான் கிடைக்கிறது. சமுதாயம்தான் நிறுவனத்துக்கான வாடிக்கையாளர்களை, ஊழியர்களை,

---

25. *நல்ல நிறுவன நிர்வாகம்: பட்டியல் சரிபார்ப்பா அல்லது அது ஒரு மனநிலையா?* - ராபர்ட் பி. மேக்ஸன் உரை, ஜார்ஜ் வாஷிங்டன் பல்கலைக்கழகம்

26. *நிறுவன நிர்வாகமும் இந்தியாவுக்கு அதன் பொருத்தமும்* - சி.டி.தேஷ்முக் நினைவு நாள் உரை, புது தில்லி.

27. *நிறுவன நிர்வாகம் - நிர்வகிக்கும் ஒருவரின் பார்வையில்...* - ரங்கநாதன் நினைவு நாள் உரை, புது தில்லி.

28. *திறமையான பொது நிர்வாகம்* - ஜே.ஆர்.டி. டாட்டா ஐந்தாவது நினைவு நாள் உரை, புது தில்லி.

முதலீட்டாளர்களை அளிக்கிறது. ஒரு நிறுவனத்தின் தோல்வியையும், வெற்றியையும் நிர்ணயிக்கும் கொள்கைகளை வகுக்கும் அரசியல்வாதி களையும் அரசு அதிகாரிகளையும் இந்தச் சமுதாயம்தான் தருகிறது. ஆகவே, நிறுவனங்கள்மீது அதிகப் பிடிப்பு உடையதாகச் சமுதாயம் திகழ்கிறது. நிறுவனத்தின் நீண்டகால வெற்றிக்கு, தனக்கிருக்கும் சமுதாயப் பொறுப்புணர்வை வெளிப்படுத்தி, அதன் நல்லெண்ணத்தை ஈட்டுவது தேவையாகிறது.

முதலாளித்துவத்தின் மீதான அவநம்பிக்கை எழுந்திருக்கும் இந்த நாள்களில், இந்தச் சமுதாயப் பொறுப்புணர்வின் தேவை அதிகமாகிறது. முதலாளித்துவத்தின்மீதான நம்பிக்கையை உயர்த்து வதற்கு, பரிவுள்ள முதலாளித்துவத்தை நோக்கி நகரவேண்டும். தன் வாடிக்கையாளர்கள், ஊழியர்கள், விற்பனைக் கூட்டாளிகள், தன் தேசத்தின் அரசாங்கம், தன் சமுதாயம் ஆகியவற்றுடனான செயல் பாடுகளில் நேர்மை, வெளிப்படைத்தன்மை, பொறுப்புணர்வு ஆகிய வற்றைக் கடைப்பிடிக்கும் முதலாளித்துவத்தை நோக்கிச் செல்வது தான் ஒரே தீர்வு. நிறுவனங்களின் சமுதாயப் பொறுப்புணர்வு[29] மற்றும் பரிவுள்ள முதலாளித்துவம்[30] ஆகியவை குறித்து நான் ஆற்றிய உரைகளின் சாரம் இதுதான்.

1970-களின் பிரான்ஸ், தனித்தன்மை மிக்கதொரு தேசம். முன்னேறிய நாடுகளிலேயே, செழித்து வளர்ந்த கம்யூனிஸ்ட் கட்சியைக் கொண்ட ஒரே மேற்கத்திய தேசம் இதுமட்டும்தான். 1970-களில் எனது பாரிஸ் வாசம் கணினி அறிவியலைக் கற்கப் பயனுள்ளதாக இருந்தது. அதே நேரம், சமுதாய, பொருளாதார மேம்பாட்டுக்கான என் சிந்தனைகள் வளர்வதற்கும் மிகவும் உதவியாக இருந்தது.

ஏராளமான அறிவுஜீவிகள், அரசியல்வாதிகள், வலது, நடுநிலை, இடது சிந்தனை இயக்கங்களைச் சேர்ந்தவர்கள் ஆகியோருடன் உரையாட எனக்கு வாய்ப்பு கிடைத்தது. சமுதாயத்தில் இருந்து வறுமையை விரட்டியடிப்பதற்கும் பொருளாதாரத்தை முன்னேற்று வதற்கும் தேவையான அடிப்படைக் கருவிகளைப் பற்றிப் படித்தேன்; உற்று கவனித்தேன்; விவரங்களைச் சேகரித்தேன்; சில முடிவுகளையும் எடுத்தேன். வறுமைப் பிரச்னைக்கான ஒரே தீர்வு, நல்ல ஊதியம் தரும்

---

29. *இந்தியாவில் மனிதநேயச் செயல்களுக்கு இருக்கும் சிரமங்கள்* - மௌலானா ஆசாத் நினைவு நாள் உரை, புது தில்லி.

30. *பரிவுள்ள முதலாளித்துவம்* - சிங்கப்பூர், குளோபல் பிராண்டு ஃபாரம் நிகழ்வில் வழங்கிய உரை.

வேலைகளை உருவாக்குவதுதான் என்பதுதான் என் முடிவு. அத்தகைய தீர்வுக்கு, தொழில்முனைவோர்கள் தங்களது சிந்தனைகளை, வேலைகளாகவும் செல்வமாகவும் மாற்றக்கூடிய திறன் தேவை.

நல்ல மருத்துவர்கள், பத்திரிகை ஆசிரியர்கள், பொறியாளர்கள், கலைஞர்கள் என்று பார்த்தால் ஒரு சிலர்தான் கிடைப்பார்கள். அதுபோல, வெற்றிகரமான தொழில்முனைவோர்கள் ஒரு சிலரே இருக்க முடியும். இந்த மக்களும் மனிதர்கள்தான்; வெற்றியைப் பெறுவதற்கு இவர்களுக்கும் மற்றவர்களைப் போல் ஊக்க உதவிகள் தேவை. வேலைகளை உருவாக்குவது அரசாங்கங்களின் பொறுப்பு அல்ல. இருந்தபோதும், தொழில்முனைவோர்கள் வெற்றி பெறுவதற்கு, நேர்மையான, வெளிப்படையான, வேகம் நிறைந்த, ஊக்க உதவிகள் நிறைந்த சூழலை ஏற்படுத்தித் தரவேண்டியது அந்தந்த அரசாங்கங்களின் பொறுப்பாகும்.

தொழில்முனைவோருக்கான அடிப்படை அம்சமாக நான் கருதுவது, சந்தையில் தம் பொருளுக்கோ சேவைக்கோ இருக்கும் மதிப்பை எளிமையான சொற்றொடரால் வெளிப்படுத்தக்கூடிய சிந்தனை. அது தொடர் வாக்கியமாகவோ, கலவை வாக்கியமாகவோ இருக்கக் கூடாது. பிற தேவைகள், அந்தச் சிந்தனையை ஏற்றுக்கொண்டு, அதற்கான விலையைத் தரக்கூடிய சந்தை; வியாபாரத்தை நடத்துவதற்கான திறமைகள், நிபுணத்துவம், அனுபவம், விவேகம் போன்றவற்றை, தனிப்பட்ட முறையில் கொண்டிருக்கும் நபர்கள்; இயங்கும் போது அவற்றை ஒன்றிணைத்துச் செயலாற்றும் மனிதர்கள் கொண்ட அணி; என்றும் மாறாது இருக்கும் விழுமியங்கள் ஆகியவை. நிச்சயமாகத் தேவைப்படும் மற்றொன்று நிதி. இந்த வரைமுறைகளும், தொழில்முனைவோன் என்ற வகையில் எனது பயண அனுபவமும் வார்ட்டன்[31] மற்றும் சென்னை மேலாண்மைக் கழகத்தில்[32] நான் ஆற்றிய உரைகளின் சாராம்சமாக இருக்கின்றன.

அனைத்து தேசங்களும், உலகக் கடைத்தெருவில் பணத்துக்கான மதிப்பைத் தரும் பொருள்களையும் சேவைகளையும் தருகின்றன. அதன்மூலம், தமது குடிமக்களின் வாழ்க்கை நிலையை மட்டுமின்றி, அந்தப் பொருள்களையும் சேவைகளையும் பயன்படுத்தும் அனைத்து

---

31. ஒரு தொழில்முனைவோனின் அனுபவங்கள் - பட்டமளிப்புச் சொற்பொழிவு, வார்டன் தொழில் கல்லூரி, பிலடெல்பியா.

32. தொழில் முனைவு குறித்து - அனந்தராமகிருஷ்ணன் பதிநான்காவது நினைவு நாள் உரை, சென்னை.

தேசத்து மக்களின் வாழ்க்கை நிலையையும் உயர்த்துகின்றன. வர்த்தகத்தில் ஈடுபடும் இரு கூட்டாளிகளுக்கும் உலக வர்த்தகம் பலனை அளிக்கிறது. ஆனால், இன்றைய நாள்களில், உலகமயத்தால் கிடைக்கக் கூடிய பலன்களைப் பற்றிய சந்தேகம், அமெரிக்கா போன்ற வளர்ந்த நாடுகளில் மட்டுமின்றி, இந்தியா போன்ற எழுச்சி பெறும் நாடுகளிலும் இருக்கிறது.

எனது டெல் உரையில்[33] உலகமயம் என்பது வளர்ந்த நாடுகளுக்கு எப்படி வரமாக இருக்கிறது என்பதைப் பற்றிக் கூறியுள்ளேன். எனது நானி பல்கிவாலா உரையில்[34] உலகமயத்தில் வெற்றி பெற இந்தியா என்ன செய்யவேண்டும் என்பதைப் பற்றிப் பேசியுள்ளேன். என்னுடைய ஸ்டான்ஃபோர்ட் உரையில்[35] இன்றைய உலகமயமான உலகத்தில், உற்பத்தி செய்பவர்கள் என்ற முறையிலும் நுகர்வோர் என்ற முறையிலும் எழுச்சி பெற்றுவரும் சந்தைகள் ஏன் முக்கியத்துவம் பெறுகின்றன என்பதைப்பற்றி எம்.பி.ஏ மாணவர்களுக்கு விவரித்துள்ளேன்.

பொதுவாக, எழுச்சி பெற்றுவரும் தேசங்களிலும், குறிப்பாக, பிரமிடின் அடித்தளத்தில் இருக்கும் சந்தைகளிலும், தங்களுக்கான வாய்ப்புகளைத் தேடிச் செல்லும்படி அவர்களிடம் வற்புறுத்திக் கூறியுள்ளேன்.

இந்த நூலின் இறுதியில் காணப்படும் இரு உரைகளும், இன்ஃபோசிஸ் தன் வருவாயில் பில்லியன் டாலரை[36] எட்டியபோது நடந்த விழாவிலும் நிறுவனத்தின் வெள்ளிவிழா[37] நிகழ்விலும் நிகழ்த்தப் பட்டவை. இறுதிப்பகுதியில், எனக்குப் பிடித்தமான 'ஒரு நிறுவனத்துக்கு மதிப்பு என்பது ஏன் முக்கியமானது; அதனை எப்படி சாதிப்பது'[38] என்ற கட்டுரையைச் சேர்த்திருக்கிறேன்.

---

33. சமதள உலகம் நமக்குத் தேவையா? - முதல் மைக்கேல் டெல் உரை, டெக்சாஸ் பல்கலைக்கழகம், ஆஸ்டின்.

34. உலகமயம், இந்தியாவுக்குப் பலனளிக்கச் செய்தல் - நானி பல்கிவாலா நான்காவது நினைவு நாள் உரை, மும்பை.

35. எழுச்சி பெற்றுவரும் பொருளாதாரங்களை மாற்றுவதும் வளமான பாரம்பரியத்தை உருவாக்கிச் செல்வதும் - கிராஜுவேட் வர்த்தகப் பள்ளி, ஸ்டான்போர்டு பல்கலைக்கழகத்தில் அளித்த 'வியூ ஃப்ரம் த டாப்' உரை.

36. இதுவரையிலான பயணம்... - இன்ஃபோசிஸின் பில்லியன் டாலர் தினக் கொண்டாட்டத்தின் போது வழங்கிய உரை

37. வளர்ந்த நிலையில்... - இன்ஃபோசிஸ் நிறுவன வெள்ளிவிழா கொண்டாட்டத்தின் போது வழங்கிய உரை

38. நிறுவனத்தை மதிக்க வேண்டியதின் முக்கியத்துவம் - பிசினஸ் வேர்ல்ட் இதழ்

எனது உரைகளை சிந்தனையிலும் வெளிப்பாட்டிலும் வேண்டுமென்றே எளிமையாகவே அளித்துள்ளேன். வலிமையான இந்தக் கருதுகோள்களை, இந்த தேசம் முழுவதும் மட்டுமின்றி உலகம் முழுவதும் இருக்கும் இளைஞர்களுக்கு கொண்டு செல்வதுதான் நோக்கம். ஆங்கிலம் பேசும் சில லட்சக்கணக்கான இந்தியர்கள் மட்டும் இந்தியாவை உருவாக்கவில்லை என்பதை நினைவில் கொள்ளவேண்டியது முக்கியமானது. உண்மையில் அவர்கள், எண்ணிக்கையில் மிகவும் குறைந்த சிறுபான்மையினரே. இருந்த போதும் யதார்த்தம் என்னவென்றால், இந்தியாவுக்கான ஒரே தொடர்பு மொழியாக ஆங்கிலமே இருக்கிறது. நம்மில் பெரும்பாலானவர்கள் ஆங்கிலப் பள்ளிகளில்தானே படித்தோம்.

அப்படி இருப்பினும், இந்தியாவை மாற்றுவதற்கான எத்தகைய நல்ல சிந்தனையும், இந்தியாவின் தொலைதூரக் கிராமங்களின் குழந்தைகளின் வளம் மிக்க மூளைகளைச் சிந்திக்க வைக்க வேண்டியது அவசியம். நகர்ப்புறச் சேரிகளின் ஒதுக்கப்பட்ட இளைஞர்களின் மறக்கப்பட்ட குரல்களுக்கு நம்பிக்கை அளிக்க வேண்டும்; நமது நகரங்களின் வசதியான பள்ளிகளில் படிக்கும், அறிவுக்கூர்மையும் ஆர்வமும் தன்னம்பிக்கையும் மிக்க குழந்தைகளிடம் இருந்து சிறந்தவற்றை வெளிக்கொணர வேண்டும். புதிய இந்தியாவுக்கான கதை வசனங்கள், செல்வந்தர்களின் வீட்டு வரவேற்பறைகளில் மட்டுமே எழுதப்படு வதில்லை; மாறாக சிறுபான்மையினரின் குடியிருப்புகளிலும், நம்பிக்கை மிகுந்த ஏழைகளும் தங்களுக்கெனக் குரல் கொடுக்க முடியாத வர்களும் வாழும் சேரிகளிலும் எழுதப்படுகிறது. இதை உணர்ந்து, நம்மிடையே இருக்கும் ஒரு சிலர் விரைவான நடவடிக்கைகளை எடுப்பதன்மூலம் இந்த தேசத்தை மேன்மையானதாக மாற்றுவார்கள். இதுதான் ஒருங்கிணைந்த வளர்ச்சி என்பது.

நம் முன் இருக்கும் சவால், இந்த நூலின் அட்டைப்படத்தில் நல்ல முறையில் விளக்கப்பட்டுள்ளது. இந்த தேசத்தின் லட்சக்கணக்கான ஏழைகளுக்கு, படிப்பறிவில்லாதவர்களுக்கு, ஊட்டச்சத்து குறை வானவர்களுக்கு, தங்களுக்கெனக் குரல் கொடுக்க முடியாத வர்களுக்கு, கிராமப்புறத்திலும் நகர்ப்புறத்திலும் இருக்கும் ஏழைக் குழந்தைகளுக்கு நம்பிக்கையைக் கொண்டுவர வேண்டும் என்பதற் காகவே அப்படி வடிவமைக்கப்பட்டுள்ளது. அட்டையில் காணப்படும், நன்றாக உணவளிக்கப்பட்ட, நல்ல உடையணிந்த, மகிழ்ச்சியும் தன்னம்பிக்கையும் கொண்ட நகர்ப்புறப் பள்ளிக் குழந்தையைப் போலவே அவர்களும் ஆகவேண்டும். அட்டையில் இருக்கும் குழந்தை பெற்றிருக்கிற இடம், சூழல், வசதிகள், வாய்ப்புகள் ஆகியவற்றை, நகர்ப்புறத்திலும் கிராமப்புறத்திலும் இருக்கும் ஏழைகளுக்கும் கொண்டு செல்ல வேண்டும்.

இது வெற்று விளையாட்டல்ல என்பதைப் புரிந்துகொள்வது மிகவும் முக்கியமானது; ஏழைக் குழந்தைகளின் மேன்மை என்பது, ஏற்கெனவே வசதிகளோடு இருக்கும் குழந்தைகளின் வாய்ப்புகளைப் பறிப்பதாக ஆகிவிடக்கூடாது. இதனால்தான், நம் அரசியல்வாதிகள், அரசு அதிகாரிகள், உயர் வர்க்கத்தினர் ஆகியோர், நகர்ப்புறம்-கிராமப் புறம், ஏழைகள்-செல்வந்தர்கள், படித்தவர்கள்-அவ்வளவாகப் படிக்காதவர்கள் என்கிற பன்முக உலகங்களில் காலூன்றி நிற்க வேண்டியுள்ளது. இந்தத் தன்மையைப் புரிந்துகொள்ள, அவர்கள், இந்தியாவின் இரண்டு யதார்த்தங்களையும் அருகருகே வைத்து ஒப்புநோக்க வேண்டும்; தங்கள் முன் இருக்கும் பணியின் சிக்கல் களையும், சவால்களையும் அவர்கள் ஏற்றுக்கொள்ள வேண்டும்; இந்தியாவை உருவாக்கும் இந்தப் பன்முக உலகத்தின் ஆர்வத்தையும் நம்பிக்கையும் உயர்த்துவதற்குப் பொருத்தமான கொள்கைகளை உருவாக்க வேண்டும். இந்த நூலைப் படிப்பவர்கள், இந்த மிகப் பெரிய சவால்களை முன்னோக்கிக் கொண்டுசெல்ல முற்பட்டால், இந்த நூலை வெளியிட்டதன் நோக்கத்தில் நான் வெற்றிபெற்றவன் ஆவேன்.

வறட்டுக் கோட்பாடுகளால், வெற்று கோஷங்களால், இந்தச் சவால் களைச் சந்திக்க முடியாது. மாறாக, விழுமியங்களை அடிப்படையாகக் கொண்ட தலைவர்களாலும் அவர்களைப் பின்பற்றுபவர்களாலும், உறுதியோடு கூடிய கடின உழைப்பைச் செலுத்துவதால் மட்டுமே இதனைச் சாதிக்க இயலும். மரபுகள் சொற்களால் எழுதப் படுவதில்லை, மாறாக செயல்பாடுகளால் எழுதப்படுகின்றன என்பதை என் தலைமுறையைச் சேர்ந்த தலைவர்கள் புரிந்துகொள்ள வேண்டும். அந்த நம்பிக்கையைச் செயல்படுத்த ஏற்ற வகையில் நடந்துகொள்ளவேண்டும்.

எண்ணத்திலும் செயலிலும் ஒருமைப்பாடு கொண்ட தலைவர் களால்தான் இது எழுதப்படும். நமது பிரச்னைகளை அங்கீகரிக்கக் கூடிய தன்னம்பிக்கை கொண்டவர்களால்தான், இது எழுதப்படும். நல்ல சிந்தனையும், இந்தப் பிரச்னைகளை நல்ல முறையில் தீர்த்திருக்கும் அனுபவமும்கொண்டவர்களிடம் யார் பிரச்னைகளின் தீர்வுகளுக்காக அணுகுகிறாரோ, அவர்களால் எழுதப்படும்; அத்தகைய தீர்வுகளை நடைமுறைப்படுத்தக் கடினமாக உழைப்பதற்கு விரும்புபவர்களால் தான் எழுதப்படும்.

சில முக்கியமான சிந்தனைகளைத் திரும்பத் திரும்பக் கூற வேண்டியிருந்தாலும், ஒவ்வொரு உரையையும் அதனுள் முழுமை பெற்ற ஒன்றாக அமைப்பதற்கு முயற்சி செய்திருக்கிறேன். ஏறத்தாழ ஒவ்வொரு பிரச்னைக்கும், அது சரியோ தவறோ, அதனைத்

தீர்ப்பதற்கான எனது தீர்வுகளையும் கூறியுள்ளேன். அவை சுலபமான தீர்வுகள் அல்ல. பிரும்மாண்டமான கட்டுப்பாடும், தியாகமும், தேசபக்தியும், கடின உழைப்பும் தேவை. இந்தத் தீர்வுகளில் வெற்றி பெற முடிந்தால், முடிவுகள் வியக்கும் வண்ணம் இருக்கும். இந்த வாழ்க்கையை வாழ்ந்ததற்கான பலன் கிடைக்கும். நமது எதிர்காலத் தலைமுறைக்கு நாம் செலுத்தவேண்டிய கடனைக் கொடுத்தது போலாகும். எல்லாவற்றிலும் முக்கியமாக, நமது முன்னோர்கள் நம் மீது கொண்டிருந்த நம்பிக்கையை ஒட்டி வாழ்ந்திருப்போம். இந்த ஆலோசனைகளை ஏற்று நடந்து, இந்தத் தேசத்தையும் உலகத்தையும் மேன்மையுறும்படிச் செய்யவேண்டும் எனச் சில ஆயிரம் இளைஞர்களை இந்த உரைகள் ஊக்குவித்தால், எனது பணி நிறைவுற்றதாக எண்ணுவேன்.

இனிய வாழ்த்துகள்!

பகுதி 1

மாணவர்களுக்காக நிகழ்த்திய உரைகள்

அனுபவத்திலிருந்து கற்றல்

என் வாழ்வில் கற்றுக் கொண்ட சில பாடங்களை உங்களோடு இன்று பகிர்ந்துகொள்ள ஆசைப்படுகிறேன். என் தொழில் வாழ்க்கையின் ஆரம்ப நாட்களில் கற்றுக் கொண்டவை இவை; எதிர்பாராமல் நடந்த அந்த நிகழ்வுகளின் தாக்கங்கள், உலைக்களனாக என் குணங்களை வார்த்தெடுத்தன. என் எதிர்காலத்தையும் மாற்றி வடிவமைத்தன.

என் வாழ்க்கையில் நடந்த சில முக்கிய நிகழ்வுகளை முதலில் உங்களுக்குச் சொல்லிவிடுகிறேன். முக்கியமான சில மனிதர்களை எதிர்பாராமல் நான் சந்தித்ததை, என் வாழ்க்கையை, வேலையை, அந்தச் சந்திப்புகள் மாற்றிய விதத்தினைச் சொல்ல ஆசைப் படுகிறேன். என் வாழ்க்கைப் போராட்டங்களை நீங்கள் புரிந்து கொள்ள அவை உதவும். நான் கற்றுக்கொண்ட ஆழமான வாழ்க்கைப் பாடங்களைப் பற்றி பின்னர் உங்களிடம் கூறுகிறேன். செய்யும் முயற்சிகளை, சந்திக்கும் சவால்களை உங்களுக்குக் கிடைத்த மறைமுக வரப்பிரசாதமாகக் கருத இவை உதவும். அந்த உண்மையான நம்பிக்கையோடு இந்த அனுபவப் பதிவுகளை உங்களோடு பகிர்ந்து கொள்கிறேன்.

கான்பூர் IIT-யில் கண்ட்ரோல் தியரியில் பட்டப் படிப்பினை மேற்கொண்டிருந்தபோது அந்த முதல் நிகழ்ச்சி நடந்தது. 1968-ன் அற்புதமான ஒரு ஞாயிற்றுக் கிழமை. காலைச் சிற்றுண்டியின்போது அவரைச் சந்தித்தேன். பலரும் அறிந்த அமெரிக்க பல்கலைக்கழகம் ஒன்றிலிருந்து கல்விப் பரிமாற்றல் அடிப்படையில் வந்திருந்த புகழ்பெற்ற கணினியியல் துறை அறிஞர் அவர். அத்துறையில் அன்று நிகழ்ந்துகொண்டிருந்த புதிய முன்னேற்றங்களைப் பற்றியும், நம் எதிர்

(பட்டமளிப்புக்கு முந்தைய உரை, ஸ்டெர்ன் வர்த்தகப் பள்ளி, நியூ யார்க் பல்கலைக்கழகம். மே 9, 2007)

காலத்தை அவை எப்படி மாற்றக்கூடும் என்பதைப் பற்றியும் மாணவர் குழாம் இடையே உற்சாகமாகப் பேசிக்கொண்டிருந்தார். அவருடைய சரளமான பேச்சு தெளிவாகவும் நம்பிக்கை அளிக்கக்கூடியதாகவும் இருந்தது. நான் அந்தப் பேச்சால் கவரப்பட்டேன். காலை உணவு முடித்தவுடன் நான் நேராக நூலகத்துக்குத்தான் சென்றேன். அந்த அறிஞர் பரிந்துரை செய்த நான்கு ஐந்து கட்டுரைகளைத் தேடி எடுத்துப் படித்தேன். நூலகத்தை விட்டு வெளியே வரும்போது, மேற்கொண்டு கணினியியல்தான் படிப்பது என்ற தீர்மானம் செய்திருந்தேன்.

திருப்புமுனையாக அமைந்த அந்தச் சந்திப்பை இன்று திரும்பிப் பார்க்கிறேன். முன்மாதிரியான மனிதர் ஒருவர், இளம் மாணவன் ஒருவனின் எதிர்காலத்தில், நல்லதொரு மாற்றத்தைக் கொண்டுவர முடிந்திருப்பதைப் பார்த்து வியப்படைகிறேன். மதிப்பு மிக்க நல்ல ஆலோசனைகள், வழிகாட்டல்கள் ஆகியவை எதிர்பாராத இடங்களில் இருந்து வரக்கூடும்; எதிர்பாராத சில நிகழ்வுகள், புதிய கதவுகளை நமக்காகத் திறக்கும் என்ற பாடத்தை இந்த அனுபவம் எனக்குக் கற்றுத்தந்தது.

என் மனத்தில் மாறாத தாக்கத்தினை ஏற்படுத்திய மற்றொரு நிகழ்வு 1974-ல் நடந்தது. நடந்த இடம்: நீஸ். அன்றைய யூகோஸ்லாவிய (இப்போது செர்பியா) பல்கேரிய எல்லையில் இருக்கும் நகரம். பாரிஸிலிருந்து கிளம்பி, எனது சொந்த நகர் மைசூருக்கு, கிடைக்கும் வாகன வசதிகளைப் பயன்படுத்தி வந்துகொண்டிருந்தேன். இரக்க மனது கொண்ட லாரி ஓட்டுநர் ஒருவர் என்னை நீஸ் ரயில் நிலையத்தில் இறக்கிவிட்டுச் சென்றிருந்தார். சனிக்கிழமை இரவு 9 மணி. அங்கிருந்த சிற்றுண்டிச் சாலையும் மூடப்பட்டிருந்தது. அங்கிருந்த வங்கியும் மறுநாள் காலை திறக்கப்படவில்லை. அந்நாட்டு பணம் ஏதும் என் கையில் கிடையாது. அதனால் என்னால் எதையும் வாங்கிச் சாப்பிடவும் இயலவில்லை. ஞாயிற்றுக்கிழமை இரவு எட்டு முப்பது மணிக்கு சோஃபியா விரைவு ரயில் அந்நிலையத்தில் நுழையும் வரை நான் எதுவும் உண்ணவில்லை. அந்த ரயில் நிலையத்தின் நடைமேடையிலேயே படுத்திருந்தேன்.

நான் ஏறியிருந்த அந்தப் பெட்டியில் என்னைத் தவிர்த்து ஒரு பையனும் பெண்ணும்தான். எனக்குத் தெரிந்த ஃப்ரெஞ்ச் மொழியில் அந்த இளம் பெண்ணோடு உரையாடத் தொடங்கினேன். அந்த இரும்புத்திரை நாட்டில், தான் படும் அவதிகளை அந்தப் பெண் என்னிடம் சொல்லிக்கொண்டு வந்தாள். திடீரென்று சில காவலர்கள் முரட்டுத்தனமாகக் குறுக்கிட்டதும் எங்கள் உரையாடல் நின்றது. அந்தப் பையன்தான் காவலர்களை வரவழைத்தவன் என்பதைப் பின்னர் அறிந்துகொண்டேன். நாங்கள் பல்கேரிய கம்யூனிச ஆட்சியை

விமர்சனம் செய்கிறோம் என நினைத்து, அவன் காவலர்களை அழைத்திருக்கிறான்.

அந்தப் பெண் இழுத்துச் செல்லப்பட்டாள். என் பயணப் பையும் படுக்கையும் பறிமுதல் செய்யப்பட்டன. என்னை இழுத்துச் சென்று, குளிர்ச்சி உடலில் ஏறும் அளவுக்கு சிலீரென்ற தரை கொண்ட எட்டுக்கு எட்டு அறையில் தள்ளிப் பூட்டினர். அறையின் மூலையில், கழிவிட மாகப் பயன்படுத்திக்கொள்ள, நாற்றத்தோடு கூடிய துவாரம் ஒன்று காணப்பட்டது.

உண்ண உணவின்றி, குடிக்க நீரின்றி எழுபத்திரண்டு மணி நேரம் கடுங்குளிர் நிரம்பிய அந்த அறையில் அடைக்கப்பட்டிருந்தேன். வெளியுலகத்தைப் பார்ப்போம் என்ற நம்பிக்கை என்னை விட்டுப் போய்விட்ட நிலையில் அந்த அறையின் கதவு திறக்கப்பட்டது. மிக மோசமான முறையில் அறையை விட்டு இழுத்துச் செல்லப் பட்டேன்; அங்கிருந்து புறப்படவிருந்த சரக்கு ரயில் ஒன்றின் கார்டு பெட்டியில் அடைக்கப்பட்டேன்.

இருபது மணி நேரம் கழித்து, துருக்கி நாட்டின் இஸ்தான்புல் நகரை ரயில் அடைந்தபிறகு விடுதலை செய்யப்பட்டேன். என்னை இறக்கி விட்டபிறகு அந்த ரயில் வண்டியின் கார்டு கூறிய சொற்கள் இன்னும் என் காதில் ஒலித்துக் கொண்டிருக்கின்றன: 'இந்தியா என்ற நட்புணர்வு மிக்க நாட்டிலிருந்து வந்தவன் என்பதால்தான் நாங்கள் உன்னை வெளியில் விடுகிறோம்.'

இஸ்தான்புல் நகர் வரை நான் செய்த அந்தப் பயணத்தின்போது, தனிமையும் கொடும் பசியும் என்னை வாட்டின. தனிமையான அந்த நீண்ட பயணம், கம்யூனிசத்தின்மீது எனக்கிருந்த ஆழமான நம்பிக்கையை மறுபரிசீலனை செய்ய வற்புறுத்தியது. 108 மணி நேரம் கழித்து, வியாழக்கிழமை அதிகாலையில் இருள் அகலாத நேரத்தில் இஸ்தான் புல்லில் இறங்கும்போது, என் கருத்துகளை ஆழமாக மறுபரிசீலனை செய்ய ஆரம்பித்திருந்தேன்.

வேலை வாய்ப்பைப் பெருமளவில் உருவாக்கும் தொழில் முனைவு முயற்சிகள்தான், சமுதாயத்தில் இருந்து வறுமையினை ஒழிப்பதற்குச் சாத்தியமான ஒரே வழிமுறை என்று முடிவு செய்தேன். என் இதயத்தின் ஆழத்தில் குழப்ப நிலையில் இருந்த இடதுசாரிச் சிந்தனை யாளனை, உறுதி படைத்த, இரக்கம் நிரம்பிய முதலாளியாக உருமாற்றுவதற்கு உதவிய அந்த பல்கேரியக் காவலர்களுக்கு நன்றி கூறினேன். இந்த நிகழ்வுகள்தாம், 1981-ல் இன்ஃபோசிஸ் உருவா வதற்கான தவிர்க்க முடியாத தூண்டுகோல்களாக அமைந்தன.

இந்த முதல் இரண்டு நிகழ்வுகளும் தற்செயலாக நிகழ்ந்தவை. ஆனால், அடுத்ததாக நான் கூறப்போகும், இன்ஃபோசிஸின் பயணத்தை ஒட்டிய இரண்டு நிகழ்ச்சிகளும் திட்டமிட்டு நிகழ்ந் தவை; என் தொழில் வாழ்க்கையில் மிக ஆழமான தாக்கத்தினை உண்டாக்கியவை.

1990-ன் மழைக்காலம். சனிக்கிழமை. பெங்களூருவின் பசுமை நிறைந்த புறநகரில் இருந்த எங்கள் சிறு அலுவலகத்தில், இன்ஃபோசிஸை ஆரம்பித்த ஏழு பேரில் ஐந்து பேர் கூடியிருந்தோம். வசீகரமான விலையான ஒரு மில்லியன் டாலருக்கு இன்ஃபோசிஸை விற்பது குறித்த முடிவை எடுக்கவே அங்கு கூடியிருந்தோம். தனியார் நிறுவனங் களுக்கு ஆதரவற்ற அன்றைய இந்திய வர்த்தகச் சூழலில் மிகக் கடுமையாக ஒன்பது ஆண்டுகள் நாங்கள் உழைத்தோம். இறுதியாக, நல்ல பணத்தைப் பார்க்கப் போகிறோம் என நாங்கள் உண்மையில் மகிழ்ந்தோம்.

சக தோழர்களில் இளையோரை, அவர்களது வருங்காலத் திட்டம் பற்றிக் கூறச் சொன்னேன். கடந்த காலத்தில் நாங்கள் சந்தித்த கடும் சோதனைகள், வருங்காலத்தில் சந்திக்க இருக்கும் சவால்கள் என நான்கு மணி நேரம் பேசினார்கள். ஒரு வார்த்தைகூடப் பேசாமல் அவர்கள் சொல்வதைக் கேட்டுக்கொண்டிருந்தேன்.

இறுதியாக, என் கருத்தைச் சொல்லவேண்டிய நேரம் வந்தது. 1981-ல், மும்பையின் சிறு அப்பார்ட்மெண்டில் இந்த நிறுவனத்தினை ஆரம்பித்ததில் இருந்து சவால்கள் நிறைந்த எங்கள் பயணத்தைப் பற்றிப் பேசினேன். அதே போல், ஒரு இருண்ட நேரத்தில், பொழுது விடிவதற்குள் முடிவெடுக்கவேண்டிய கட்டாயத்தில் நாங்கள் இருப்பதையும் எடுத்துச் சொன்னேன். அதன்பிறகு, மிகத் துணிச்சலான ஒரு காரியத்தைச் செய்தேன். இந்த நிறுவனத்தினை விற்பது என்ற முடிவுக்கு அவர்கள் எல்லோரும் வந்துவிட்டால், அனைவரின் பங்குகளையும் நானே வாங்கிக் கொள்கிறேன் என்று சொன்னேன். ஆனால், அப்போது என் பையில் ஒரு பைசாகூட இல்லை. அதிர்ச்சி மிகுந்த அமைதி அந்த அறையில் நிலவியது.

என் முடிவு முட்டாள்தனமானது என்று என் சகாக்கள் வெளிப் படையாகக் கூறினர். நான் அமைதியாகக் காத்திருந்தேன். நான் எடுத்து வைத்த கருத்துகளை ஒரு மணிநேரம் கேட்டபிறகு, என் எண்ண ஓட்டத்துக்கு இணையாக சகாக்கள் தங்கள் மனதை மாற்றிக் கொண்டனர். ஒரு பெரிய நிறுவனத்தை உருவாக்க வேண்டும் என்று நினைத்தால், நம்மால் முடியும் என்ற நம்பிக்கையோடு செயல்பட வேண்டும் என அவர்களிடம் கூறினேன். அதன்பிறகு, நாங்கள்

எதிர்கொண்ட சவால்களை, எதிர்பார்த்ததை விடச் சிறந்த முறையில் சந்தித்தோம்.

அன்று தொடங்கி, இந்தப் பதினெட்டு ஆண்டுகளில், இன்ஃபோசிஸ் பிரும்மாண்டமாக வளர்ந்திருக்கிறது. அதன் வருமானம் மூன்று பில்லியன் டாலருக்கும் அதிகமாக வளர்ந்துள்ளது; நிகர வருமானம் 800 மில்லியன் டாலரைத் தாண்டும். சந்தையில் இதன் முதலீட்டு மதிப்பு, 28 பில்லியனைத் தாண்டிவிட்டது. அன்றைய தினம் எங்கள் நிறுவனத்துக்குக் கூறப்பட்ட விலையான ஒரு மில்லியன் டாலரைவிட இது 28,000 மடங்கு அதிகம். இந்த இடைப்பட்ட காலத்தில், மிகச் சிறந்த ஊதியம் தரும் 70,000 வேலைகளை இன்ஃபோசிஸ் உருவாக்கி இருக்கிறது. 2,000-க்கும் மேற்பட்ட டாலர்-மில்லியனர்களையும், 20,000-க்கும் மேற்பட்ட ரூபாய்-மில்லியனர்களையும் உருவாக்கி இருக்கிறது.

இறுதியாக இந்தக் கதை. 1995-ன் கோடை. காலைப் பொழுது. *பார்ச்சூன்* இதழால் பத்து மிகச் சிறந்த மென்பொருள் நிறுவனங்களில் ஒன்றாகப் பட்டியலிடப்பட்டுள்ள அந்த நிறுவனம் தன் இந்திய மென்பொருள் விற்பனையாளர்களின் சந்திப்பு ஒன்றை ஏற்பாடு செய்திருந்தது. பெங்களூருவின் தாஜ் ரெசிடென்ஸி ஓட்டலில் அந்தச் சந்திப்பு நடந்தது. ஒவ்வொரு விற்பனையாளரும் தனித்தனி அறையில் மற்றவர்களோடு பேசிக்கொள்ள முடியாத வகையில் தங்கவைக்கப்பட்டிருந்தனர். இன்ஃபோசிஸூம் அழைக்கப்பட்டிருந்தது. மிகக் கடினமான விதிமுறைகளைக் கூறித்தான் அந்த நிறுவனம் பேச்சு வார்த்தை நடத்தும் என்பது எல்லோருக்கும் தெரியும்.

நாங்கள் அனைவரும் ஒருவிதப் பதற்றத்துடன் காத்திருந்தோம். ஏறத்தாழ ஐந்து மில்லியன் டாலர் மட்டுமே வருமானம் ஈட்டும் எங்கள் நிறுவனம், மற்ற நிறுவனங்களோடு ஒப்பிடும்போது மிகச் சிறியது. எங்கள் வருமானத்தில் 25 சதவிகிதத்தை இந்த வாடிக்கையாளர்தான் தருகிறார். இந்த வாடிக்கையாளர் வேலை தராவிட்டால், அப்போது தான் பங்குச் சந்தையில் பதிவான, வளர்ந்து வரும் எங்கள் நிறுவனம் மிக மோசமாக பாதிக்கப்படும். மேலும், அந்த நிறுவனம் பேச்சு வார்த்தை நடத்தும் முறை மிகவும் மூர்க்கமானதும்கூட.

அந்த நிறுவனத்தின் பேச்சு வார்த்தைக் குழு, ஒவ்வொரு அறையாகச் சென்று, அங்கிருக்கும் விற்பனையாளரிடம் தங்கள் நிபந்தனைகளைக் கூறும். பிறகு மற்றொரு அறையில் காத்திருக்கும் வேறொரு நிறுவனத்திடம், இவர்களைப் பற்றிக் கூறி, அவர்களிடம் தங்களுக்குச் சாதகமானதைப் பெறும். இப்படி, ஒருவருக்கெதிராக மற்றொருவரைச் சுட்டிக்காட்டி, பல சுற்றுகள் பேச்சு வார்த்தையை அந்தக் குழு நடத்தியது.

எங்களது வாதங்கள் எதுவுமே எடுபடவில்லை; திறமையானவர்களைப் பயன்படுத்திட, ஆய்வு மற்றும் வளர்ச்சியில் கவனம் செலுத்திட, நல்ல உள்கட்டுமானத்தினை உருவாக்கி, தொழில்நுட்பம் மற்றும் பயிற்சியில் போதுமான முதலீடு செய்திட எங்களுக்குப் பணம் தேவை; ஒரு நியாயமான விலை தேவை. இவை எல்லாவற்றிலும் அந்த வாடிக்கையாளர் நலனே முன்னிற்கிறது என்ற எங்களது வாதத்தால் அவர்களை வெல்ல இயலவில்லை. இறுதி நாளில் மாலை 5 மணிக்குள் எங்களது முடிவை நாங்கள் தெரிவிக்கவேண்டும். அதாவது, அந்த நிறுவனத்தின் நிபந்தனைகளை நாங்கள் ஒப்புக் கொள்கிறோமா அல்லது அந்த வேலையே வேண்டாம் என்று வெளியேறி விடுகிறோமா என்பதை நாங்கள் தெரிவிக்கவேண்டும்.

எந்த முடிவை எடுப்பது என நான் மண்டையைப் பிய்த்துக் கொண்டேன். அனைவரின் கண்களும் என்மீதே பதிந்திருந்தன. கண்களை மூடிக்கொண்டு அதுவரை நாங்கள் கடந்துவந்த பாதையை நினைத்துப் பார்த்தேன். சோதனைக் காலங்கள் அனைத்திலும், எங்கள் நிறுவனத்தின் எதிர்காலத்தைக் கருத்தில் கொண்டே முடிவுகளை எடுத்திருந்தோம். ஆகவே, அவர்களது நிபந்தனைகளை ஒப்புக் கொள்ள இயலாது என்பதை அந்தப் பேச்சுவார்த்தைக் குழுவிடம் திட்டவட்டமாகத் தெரிவித்தேன். அந்த நிபந்தனைகள், வருங் காலத்தில் எங்களை மோசமான நிலைக்குத் தள்ளிவிடும் என்பதை விளக்கினேன். நாங்கள் அவர்களுக்காகச் செய்துகொண்டிருந்த பணிகளை, அவர்கள் விரும்பும் விற்பனையாளர் ஒருவருக்கு, அமைதியான முறையில் மாற்றம் செய்துதர உறுதி அளித்தேன். இன்ஃபோசிஸுக்குத் திருப்பு முனையாக இது அமைந்தது.

இதனைத் தொடர்ந்து, 'இடர் தணிக்கும் குழு' ஒன்றை நாங்கள் உருவாக்கினோம். இனிமேல் எந்தக் காலத்திலும் எந்தத் தனி ஒரு வாடிக்கையாளரையோ அல்லது தொழில்நுட்பத்தையோ, ஒரு நாட்டையோ, ஒரு துறையையோ, ஒரு பகுதியையோ அல்லது ஒரு முக்கியமான ஊழியரையோ அளவுக்கு அதிகமாக நம்பி இருக்கக் கூடாது என்பதை உறுதிப்படுத்தினோம். ஏற்பட்ட நெருக்கடியை மறை முகமாகக் வரப்பிரசாதமாகப் பார்த்தோம். இன்றைய நிலையில், வருமானமும் லாபமும் நிரந்தரமாகக் கிடைக்கும் வகையில், எந்தப் பாதிப்புகளையும் சரிசெய்யும், வலிமையான, சிறந்த வழிமுறைகள் இன்ஃபோசிஸில் இருக்கின்றன.

அடுத்து, இந்த நிகழ்வுகள் எனக்குக் கற்றுத் தந்த வாழ்க்கைப் பாடங் களை உங்களோடு பகிர்ந்துகொள்ள ஆசைப்படுகிறேன். அனுபவத்தி லிருந்து கற்றல் முக்கியமானது என்பதில் இருந்து ஆரம்பிக்கிறேன்.

எங்கிருந்து ஆரம்பிக்கிறீர்கள் என்பது அவ்வளவு முக்கியமானதல்ல; எப்படி ஆரம்பிக்கிறீர்கள், என்ன கற்றுக்கொள்கிறீர்கள் என்பதே முக்கியமானது. கற்றுக்கொள்வது தரமானதாக இருந்தால், வளர்ச்சிக் கோட்டின் நீட்சி மேல்நோக்கிச் செல்லும். உரிய நேரமும் வாய்ப்பும் கிடைத்தால், நீங்கள் முன்னர் அடைய முடியாத இடத்தினை அடைவதும் சாத்தியம். இன்ஃபோசிஸ் இதற்கான வாழும் எடுத்துக் காட்டாக இருக்கிறது.

எனினும், அனுபவத்தின் மூலம் கற்றல் சிக்கலானது. தோல்வியில் இருந்து கற்றுக் கொள்வதைவிட வெற்றியின் மூலம் கற்றுக் கொள்வது மிகச் சிரமமானது. தோல்வியைச் சந்தித்ததும் அதற்கான காரணத்தை நாம் தீவிரமாக யோசிக்கிறோம். ஆனால், வெற்றிபெறும் போது, நாம் செய்தவை அனைத்தும் சரியானவையே என்ற எண்ணம் வலுப்பெறுகிறது.

இரண்டாவது முக்கியமான விஷயம், தற்செயல் நிகழ்வுகளின் வலிமை. என் வாழ்க்கையின் பல்வேறு நிகழ்ச்சிகளை நினைத்துப் பார்க்கிறேன். தற்செயலாகக் கிடைத்த வாய்ப்புகளில் எனக்குச் சாதகமானவற்றையே தேர்ந்தெடுத்தேன். ஆனால், அந்த வாய்ப்புகள், அதிசயிக்கத்தக்க முறையில், வியக்கத் தகுந்த பலன்களைத் தந்தன. உண்மையில், திருப்பு முனைச் சம்பவங்கள் எப்போதும் எதிர்பாராமல் நிகழ்பவை. ஆனால், அவற்றை நாம் எப்படிப் பயன்படுத்திக்கொள்கிறோம் என்பதே முக்கியமானது. தற்செயல் நிகழ்வுகளுக்கு எப்படி நாம் எதிர்வினை செய்கிறோம் என்கிற பண்பும் மிக முக்கியமானது.

அதுபோலவே எம்மாதிரியான மனநிலையுடன் ஒருவர் வேலை செய்கிறார் என்பதும் முக்கியமானது. திறமை என்பது இயல்பிலேயே கைகூடும் என்பது ஒரு நிலை; அதனை வளர்த்துக் கொள்ள முடியும் என்று நம்புவது மற்றொரு நிலை. இரண்டுக்கும் முக்கிய பங்குண்டு. முதல் வகை, வரையறுக்கப்பட்டதாக இருக்கும். சவால்களை எதிர்கொள்வதைத் தவிர்க்கும். பயன்தரும் எதிர்மறையான தகவல்களை அலட்சியம் செய்கிற போக்கைக் கொண்டது. அவர்களின் முழு ஆற்றலை வெளிப்படுத்த முடியாத வகையில், மனிதர்களை ஆரம்பத்தி லேயே கரடுதட்டிப் போகச் செய்வது.

இரண்டாம் நிலை, வளர்ச்சிக்கான மனநிலை; இது சவால்களை அரவணைத்துக் கொள்ளத் தூண்டும்; விமர்சனத்தில் இருந்து கற்றுக் கொள்ள வழிகாட்டும்; சாதனைகளில் எப்போதும் உயர்ந்த நிலையை எட்டுவதற்கு வழிவகுக்கும்.

நான்காவதாக, நான் கூற விரும்புவது, இந்திய ஆன்மிக மரபின் அடிப்படையாக இருக்கும், சுய-அறிவு/சுயசிந்தனை. உண்மையில்,

அறிவின் மிக உயர்ந்த நிலை, தன்னை அறிந்துகொள்வதே. விரிந்த விழிப்புணர்வு, தன்னைப் பற்றிய அறிவு, தன்னம்பிக்கை, மனவலிமை, திடமான குறிக்கோள், அனைத்துக்கும் மேல் பணிவு ஆகியவை வளர்வதற்கு உதவி செய்கின்றன. பெருமையுடனும் வசீகரத்துடனும் வெற்றியை அணிந்து கொள்வதற்கு உதவும் குணங்கள் இவை.

இன்றைய என் வளர்ச்சிக்குக் காரணம், அனுபவத்தின் மூலம் கற்றுக் கொள்வதில் எனக்கிருந்த நம்பிக்கை, வளர நினைக்கும் மனப்போக்கு, தற்செயல் நிகழ்வுகள் என்மீது ஏற்படுத்திய தாக்கம், எதையும் எண்ணிப் பார்த்துச் செயல்படுவது ஆகியவையே என நான் உறுதியாகக் கூறமுடியும். என் வாழ்க்கை அனுபவங்கள் இதையே கூறுகின்றன. 1960-ஐ ஒப்பிட்டுப் பார்க்கும்போது, இன்றைக்கு நான் இருக்கும் நிலைக்கு வருவதற்கான வாய்ப்புகள் அன்று மிக மிகக் குறைவான வையாகவே இருந்தன. எனினும், நான் வெற்றிகரமாக எடுத்து வைத்த ஒவ்வொரு அடிக்குப் பிறகு, வாய்ப்புகள் எனக்குச் சாதகமாகத் திரும்ப ஆரம்பித்தன. வாழ்க்கையிலிருந்து நான் கற்றுக்கொண்ட பாடங்கள் அதற்குத் துணைபுரிந்தன.

சில அறிவுரைகளோடு இந்த உரையை இறுதி செய்திட விரும்புகிறேன். உங்களது எதிர்காலம் ஏற்கெனவே முடிவு செய்யப்பட்ட ஒன்று; ஆகவே, இப்படித்தான் இருக்கும் என நீங்கள் நம்புகிறீர்களா? அல்லது, உங்கள் எதிர்காலம் இனிமேல்தான் எழுதப்பட வேண்டும்; சில நேரங்களில், எதிர்பாராமல் நிகழும் சம்பவங்களில் அது தொக்கி நிற்கிறது என நினைக்கிறீர்களா? உங்கள் முயற்சியால், உற்சாகத்தால், பயன்படுத்திக்கொள்ளக்கூடிய திருப்புமுனை நிகழ்வுகளாக அத்தகைய சம்பவங்கள் இருக்கும் என நீங்கள் எண்ணுகிறீர்களா? இந்த நிகழ்வுகளில் இருந்து கற்றுக்கொள்ள முடியும்; உங்களது சரிவுகளின் போது இந்த அனுபவக் கல்வியைப் பயன்படுத்திட முடியும் என நினைக்கிறீர்களா? உங்களது வெற்றிகளை மேலும் அதிகக் கவனத்தோடு பரிசீலிக்க முடியும் என நம்புகிறீர்களா? கற்றுக் கொள்ள வாய்ப்பளிக்கும் பல்வேறு திருப்புமுனை நிகழ்வுகளால்தான் உங்களது எதிர்காலம் உருவாக்கப்படுகிறது. இத்தகைய பாதையில்தான், உண்மையில், அதிகப் பலன்களோடு நான் நடந்து வந்திருக்கிறேன்.

இறுதியாக ஒன்று: இந்த உலகத்தில் உங்கள் திறமையை நிரூபித்து, சாதனைகள் புரிந்து அனைத்தையும் அசைபோடும் இந்த நேரத்தில் ஒன்றை நினைவில் வைத்துக்கொள்ளுங்கள்; நாம் உருவாக்கிய இந்தச் செல்வத்துக்கு நாம் தாற்காலிகப் பாதுகாவலர்களே; அது பணமாகட்டும், அறிவாகட்டும் அல்லது அது உணர்வு சம்பந்தப்பட்டதாக இருக்கட்டும். வாய்ப்பும் வசதியும் அற்றவர்களோடு அவற்றைப் பகிர்ந்துகொள்வதே, அவற்றின் சிறந்த பயன்பாடாக இருக்க முடியும்.

நமது உழைப்பில் வளர்ந்திராத மரங்களிலிருந்து பறித்த பழங்களைச் சாப்பிட்டிருக்கிறோம். நம்மால் சாப்பிட முடியாது என்றாலும், காலச்சுழற்சியில், கொடுக்க வேண்டியது இப்போது நாம் என்ற நிலையில், நம் சந்ததியினருக்குப் பயன்படும் மரங்கள் நிறைந்த தோட்டங்களை உருவாக்கிட வேண்டியிருக்கும். புனிதமான கடமை இது என்று நான் கருதுகிறேன். நாம் எல்லோரும் இதனை உரிய நேரத்தில் நிச்சயம் நிறைவேற்றுவோம் என்ற நம்பிக்கை எனக்கு இருக்கிறது.

முன் செல்லுங்கள்; விரிந்த கரங்களோடு எதிர்காலத்தைத் தழுவிக் கொள்ளுங்கள்; கண்டடைய வேண்டிய பாதையில், உற்சாகத்தோடு பயணம் செய்யுங்கள்.

இருபத்தொன்றாம் நூற்றாண்டு இந்தியன்

இளைஞர்களோடும் கற்றவர்களோடும் இருப்பது போன்ற மகிழ்ச்சியான விஷயம் வேறெதுவும் இல்லை. சமஸ்கிருத ஸ்லோகம் ஒன்றை இங்கு நினைவூட்ட விரும்புகிறேன்.

வயதில் மூத்தவன் வீட்டில் மதிக்கப்படுவான்,

தலைவன், அவனது ஊரில் மதிக்கப்படுவான்,

அரசன் அவனது நாட்டில் மதிக்கப்படுவான் - ஆனால்,

கற்றவனுக்கோ செல்லும் இடத்தில் எல்லாம் மதிப்பு.

பட்டம் பெற்று வெளியில் வரும் நீங்கள், பொறுப்புள்ள மனிதர்களாக இந்தப் பரந்த சமூகத்தில் இணையப்போகிறீர்கள். இந்த நேரத்தில், நீங்கள் இவ்வளவு ஆண்டுகள் கற்ற கல்வியின் நோக்கம் என்ன என்று சிந்தித்தீர்களா? அந்தக் கல்வியின் மூலம் என்ன மாற்றத்தை நீங்கள் கொண்டுவரப் போகிறீர்கள் என்று ஆழ்ந்து சிந்திப்பது நல்லது. முன்னேற்றம், கனவுகளை அடிப்படையாகக் கொண்டது. அதற்கு, மாற்றம் அவசியமானது. மாற்றத்துக்குக் கல்வி அவசியம். கல்வி என்பது, எப்படிக் கற்றுக் கொள்வது என்பதைத் தெரிந்துகொள்வதே. ஆகவே, ஒரு தேசத்தின் முன்னேற்றத்துக்கு முக்கியக் கருவியாகக் கல்வி இருக்கிறது.

இந்தச் சமூகத்தில், கற்றவர்களான உங்களுக்கு மற்றவர்களைவிடப் பொறுப்பு அதிகம். வாய்ப்பும் வசதியும் அற்றவர்களிடம் இரக்கம் காட்டுவது; சந்ததியினர் பெருமைப்படும் வகையில் எதிர்காலத்தை உருவாக்குவது; பெற்ற விடுதலையின் நோக்கங்களை நிறைவேற்றுவது; தன்னம்பிக்கை நிரம்பிய மனநிலையை மனிதர்களிடம்

(பட்டமளிப்பு விழா உரை, இந்திய தொழில்நுட்பக் கழகம், புது தில்லி. ஆகஸ்ட் 9, 2001)

உருவாக்குவது; தளராத முயற்சியின் மூலம் கனவுகளை நனவாக்கும் சாத்தியங்களை உருவாக்குவது ஆகியவை அந்தப் பொறுப்புகளில் அடங்கும். புதிய கருத்துகளை வரவேற்க மனத்தின் சாளரங்களைத் திறந்து வைப்பதும், அவற்றை மதிப்பீடு செய்து முன்னேற்றத்துக்குப் பயன்படுத்துவதும் இதில் அடங்கும்.

இத்தகைய ஒரு கருவியை நீங்கள் பெற்றிட உதவிய உங்கள் பெற்றோர்களுக்கு, ஆசிரியர்களுக்கு, நாட்டுக்கு நீங்கள் நன்றி செலுத்திட வேண்டும்.

இந்த நேரத்தில், ஒரு முக்கிய விஷயத்தைப் பற்றி நீங்கள் சிந்திப்பது சரியாக இருக்கும். விடுதலை பெற்ற இந்தியா, தான் அடைந்திருக்க வேண்டிய முன்னேற்றத்தினை அடைந்துவிட்டதா என்பதே அந்தக் கேள்வி. இப்போது பெற்றிருக்கும் முன்னேற்றம் நமக்கு மகிழ்ச்சி தரக்கூடியதா? உலகின் மற்ற நாடுகள் பெற்றிருக்கும் முன்னேற்றத்தை நாமும் பெற்றிருக்கிறோமா? நிறைந்த வளர்ச்சியை நாம் அடைந்திருக்கிறோமா? நம் மூதாதையர் கண்ட கனவினை நிறைவேற்றி இருக்கிறோமா? இந்தியாவில் வாழும் ஒவ்வொருவரும் பெற்ற விடுதலையை அனுபவிக்க முடிகிறதா? வாழ்க்கையில் உயரிய நிலையை அடைவதற்கான வாய்ப்புகளை, வசதிகளைப் பெற நினைக்கும் அவர்களுடைய கனவு நிறைவேறியிருக்கிறதா? வறுமையும், நோயும், அறிவின்மையும் இல்லாத இந்தியாவை நம்மால் உருவாக்க முடியுமா?

நாம் இன்னும் சாதிக்க வேண்டியவை, செய்ய வேண்டியவை பற்றிப் புள்ளி விவரங்கள் சுட்டிக் காட்டுகின்றன. 100 கோடி மக்கள் தொகை கொண்ட இந்தியாவில், 28 சதவிகிதம் மட்டுமே நகரங்களில் வாழ்கிறார்கள்; ஒரு சராசரி மனிதன் ஒரு மாதத்துக்குச் சம்பாதிப்பது வெறும் ரூ.1,498 தான். தனி-நபர் தேசிய உற்பத்தியில் தாழ்ந்த நிலையில் இருக்கும் நாடுகளில் நாமும் இருக்கிறோம். எழுதப் படிக்கத் தெரிந்தவர்கள் 54 சதவிகிதம் மட்டுமே; சராசரி மனித ஆயுள் 61 வயது; 175 நாடுகள் கொண்ட மனித வாழ்க்கை மேம்பாட்டுக் குறியீட்டுப் பட்டியலில் 127-வது இடத்தில் இருக்கிறோம்.

பாதுகாக்கப்பட்ட குடிநீர் இல்லாமல் 32 கோடி மக்கள் வாழ்கிறார்கள். 25 கோடி பேருக்கு அடிப்படை மருத்துவ வசதிகூடக் கிடையாது. சுகாதார வசதியற்ற வாழ்க்கையை 63 கோடி மக்கள் வாழ்ந்து கொண்டிருக்கிறார்கள்; நம் குழந்தைகளில் 51 சதவிகிதம் பேர் ஊட்டச்சத்து குறைவான உணவை உண்கிறார்கள். நாட்டில் உள்ள ஆரம்பப் பள்ளிகளில், இரண்டு வகுப்புகளுக்கு ஒரு ஆசிரியர்தான் இருக்கிறார். இப்படி நான் புள்ளிவிவரங்களை அடுக்கிக்கொண்டே போகலாம். விடுதலை பெற்ற அறுபது ஆண்டுகளில், நாட்டை

இப்படி வருத்தப்படக்கூடிய நிலைக்கு நம் அரசியல்வாதிகள் கொண்டு வந்துவிட்டனர்.

இந்தப் புள்ளிவிவரங்களை நாம் இப்படி முடிப்போம். லஞ்சமும் ஊழலும் எங்கும் நீக்கமற நிறைந்திருக்கின்றன; முன்னேற்றம் முடங்கிவிட்டது; உலகத்தில், அதிக அளவு இட ஒதுக்கீடு கொண்ட நாடு இந்தியா மட்டுமே. இந்தியாவில் மட்டும்தான் திறமைக்கு இரண்டாமிடம்; எப்போதாவது என்றில்லாமல், சாதி, மதம், மொழி மற்றும் மாநில அடிப்படையில் நடைபெறும் வெறித்தனங்கள் விதிவிலக்காக அல்லாமல், பொதுவிதியாகவே மாறிவிட்டன. அரசியல்வாதிகளுக்குப் பலன்தரும் தொழிலாக அரசியல் இருக்கிறது. மக்களை ஏழைகளாக, ஆதரவற்றவர்களாக, கல்வி அறிவற்றவர் களாக வைத்திருக்க அவர்களுக்கு ஊக்கமளிக்கும் ஒரு தேர்தல் முறையை நாம் உருவாக்கி இருக்கிறோம்.

இருப்பவர்களுக்கும் இல்லாதவர்களுக்கும் இடையில் உள்ள ஆழமான இடைவெளி, மேலும் பெரிதாகிக்கொண்டேதான் போகிறது. சீனாவைப் போலன்றி, மக்கள்தொகைக் கட்டுப்பாடு என்பது முழுவதும் அலட்சியப்படுத்தப்பட்ட ஒன்றாக ஆகிவிட்டது. பொறியாளர்களும் விஞ்ஞானிகளும் இந்தியாவை விட்டு வேகவேக மாக வெளியேறிக்கொண்டிருக்கிறார்கள். தவறாகப் புரிந்து கொள்ளப் பட்டு, தவறாக வழிகாட்டப்பட்ட சோசலிசக் கருத்துகளும் வெற்று கோஷங்களும், நம் அரசியல் எஜமானர்களுக்கு எக்காலத்தும் தேவைப்படும் முக்கியத் தீனிகளாக ஆகிவிட்டன. விதிவிலக்காக, நமது அரசியல்வாதிகளில் நல்லவர்களும் நிச்சயமாக இருக்கிறார்கள். ஆனால், அவர்கள் மிகவும் அரிதாகவே காணக் கிடைக்கிறார்கள்.

இத்தகைய இந்தியாவில், தரமான கல்வியின் பலன் உங்களுக்குக் கிடைத்திருக்கிறது என்றால், ஆசீர்வதிக்கப்பட்ட ஒரு சிலரில் நீங்களும் ஒருவர். அதற்காக நீங்கள் இந்தச் சமூகத்துக்கு, உங்கள் பெற்றோருக்கு, உங்கள் ஆசிரியர்களுக்கு நன்றி சொல்ல வேண்டும். ஏனெனில், ஒரு குழந்தையின் ஆரம்பக் கல்விக்காக ஆண்டுக்குச் சராசரியாக ரூ. 600 மட்டுமே இந்தியாவில் ஒதுக்கப்படுகிறது.

நமக்கு அரசியல் விடுதலை கிட்டியிருக்கிறது. ஆனால், பசியிலிருந்து, நோய்க்கொடுமையிலிருந்து, படிப்பறிவற்ற நிலையிலிருந்து விடுதலை பொருளாதார விடுதலை இன்னும் கிடைக்கவில்லை. இந்தியாவுக்குப் பொருளாதார விடுதலை பெற்றுத் தருவது, இன்றைய தலைமுறையின் முக்கியப் பொறுப்பு. ஏழைக் குழந்தைகளின் கண்ணீரைத் துடைத்தெறிவோம் என்ற மகாத்மாவின் கனவு நிறைவேறும் வகையில், இந்த சமுதாயத்தை மாற்றுவதே நம் குறிக் கோளாக இருக்கவேண்டும்.

நம்மால் முடியுமா? என் பதில், சந்தேகத்துக்கு இடமின்றி, முடியும் என்பதே. இவ்வளவு நம்பிக்கையோடு ஏன் சொல்கிறேன் என்று உங்களுக்குப் புரிகிறதா? நிச்சயம் நம்மால் முடியும் என்பதைவிட, இது சாத்தியமில்லை என்று தோன்றுவதை முயற்சி செய்வதில் நம்பிக்கை கொண்டவன் நான். நமது இளைஞர்களிடம் எல்லையற்று நிறைந்திருக்கும் ஆற்றலில், சக்தியில், தன்னம்பிக்கையில், திட நோக்கத்தில், உற்சாகத்தில், அளவிட முடியாத நம்பிக்கை வைத்திருக் கிறேன். ஆனால், மிகப் பெரிய கடினமானதொரு செயல் இது. ஆழ்ந்த சிந்தனையும் கடப்பாடும் உங்களுக்குத் தேவை. சுய பரிசோதனையில் ஈடுபட வேண்டியிருக்கும். நமக்கு முந்தைய தலைமுறையினர் செய்ய முடியாததைச் செய்ய நாம் முடிவெடுத்திட வேண்டும்.

இந்த நோக்கங்களை நிறைவேற்ற, நாகரிகம் அடைந்ததொரு சமுதாயத்தை நாம் உருவாக்கவேண்டும். தங்கள் வாழ்வை உயர்த்திக் கொள்வதில் சமமான வாய்ப்பினை எல்லோருக்கும் தரக்கூடிய ஒரு சமுதாயம்; அனைத்துக் குழந்தைகளுக்கும் உண்ண உணவும், இருக்க இடமும், சுகாதார வசதியும், கல்வியும் கிடைக்கும் ஒரு சமுதாயம்; உரிமைகளைக் கேட்பதற்கு முன், கடமைகளை நிறைவேற்றும் மனிதர்களைக் கொண்ட சமுதாயம்; எதிர்காலச் சந்ததியினருக்காகத் தியாகம் செய்யத் தயாராக இருக்கும் மனிதர்களைக் கொண்ட ஒரு சமுதாயம். அதனைத்தான் நாம் உருவாக்கவேண்டும்.

இந்த மாற்றத்தைக் கொண்டுவர, வறுமையை ஒழிக்க, சமூகத்தை உயர்த்த நினைக்கும் திடமான நோக்கம் கொண்டவர்களாக நம்மை உருவாக்கக்கூடிய இருபத்தியோராம் நூற்றாண்டு மனிதனுக்கான புதிய மனநிலை தேவை. சி.கே. பிரகலாத் ஒருமுறை என்னிடம் 'வளரும் நாடாக இருப்பது ஒரு மனநிலை, அவ்வளவுதான்' என்று கூறினார். அவரது கருத்தை முழுமையாக ஒப்புக்கொள்கிறேன்.

1970-களின் தொடக்கத்தில் பிரான்ஸுக்குச் சென்றிருந்தபோது உண்மையில் இந்த மனநிலையைத்தான் முதலில் பார்த்தேன். இந்த மனநிலைதான் வளரும் நாடுகளிலும் வளர்ந்த நாடுகளிலும் இருக்கும் மனிதர்களை வேறுபடுத்திக் காட்டுகிறது. பிரான்ஸ் நாட்டில், பொது வசதிகளை உயர்த்துகிற விஷயங்கள் பற்றி மக்கள் தன்னார்வத்துடன் வாதித்தனர். கருத்துகளைப் பரிமாறிக் கொண்டனர். முடிவுகளைச் செயல்படுத்த விரைவும் காட்டினர்.

இந்தியாவிலும் நாம் விவாதிக்கிறோம், கருத்துகளைப் பரிமாறிக் கொள்கிறோம். ஆனால், பொதுவசதிகளை மேம்படுத்துவது போன்றவை நம் கடமை அல்ல என்பதுபோல் நடந்துகொள்கிறோம். அதனால் எதையும் செயல்படுத்த நாம் முயற்சி செய்வதில்லை. பொதுநலன்

குறித்த அனைத்து விஷயங்களிலும் இந்த நிலைதான் நீடிக்கிறது. நீங்கள், இந்த மனநிலையை மாற்ற வேண்டும். பொதுப் பிரச்னை களைத் தீர்ப்பதில் விரைவான நடவடிக்கை எடுக்கவேண்டும்.

இதனைச் சாதிப்பதற்கு, அனைவரும் தங்கள் பங்கை இந்த சமுதாயத்துக்கு அளிக்கவேண்டும். பெற்றதைவிட அதிகமாக அனைவரும் திருப்பி அளிக்கவேண்டியிருக்கும். இந்த வழியில்தான் நாடுகள் வளர்ச்சி அடைந்துள்ளன. ஆசிரியர், அரசியல்வாதி, அரசாங்க அதிகாரி, ராணுவ வீரன், தொழில் நிபுணர்கள், நிர்வாக ஊழியர் அல்லது சாதாரணக் காவலாளி என கடின உழைப்பில் நம்பிக்கை கொண்ட உண்மையான குடிமக்கள் அனைவருக்கும் இந்த நோக்கத்தை அடைவதில் முக்கியமான பங்கு இருக்கிறது.

இதில் எவருடைய பங்கும் குறைவானதல்ல. இருப்பினும், நம்மிடையே நற்கல்வி பெற்றவர்கள் இருக்கிறார்கள். வாய்ப்பும் வசதியும் அற்ற சகோதரர்களின் தியாகத்தால் பலன் பெற்ற அவர் களுக்கு பிறரைவிட அதிகமான பங்களிப்பைத் தரவேண்டிய வாய்ப்பும் பொறுப்பும் இருக்கிறது. இருபத்தியோராம் நூற்றாண்டின் மனநிலையைத் தழுவிட நினைக்கும் படித்த இந்தியர்கள், சில விதிகளின்படி இயங்க வேண்டியது அவசியம். அவற்றைப் பற்றிச் சிறிது சொல்கிறேன்.

முதலில் நமக்கு உயரிய நோக்கங்கள் வேண்டும். அவை நம்மைச் சுற்றி இருக்கும் கட்டுப்பாடுகளை உடைத்தெறியும் சக்தி கொண்டவர்களாக நம்மை மாற்றும். வளர்ச்சியின் முக்கியக் காரணியான நம்பிக்கையை நமக்குள் விதைக்கும். அது மட்டுமின்றி அந்த நம்பிக்கை தளர்ந்து போகாமல் இருக்கவும் உதவும். அதிசயங்களை நிகழ்த்திட நம்மை ஊக்குவிக்கும். மகாத்மா காந்தியின் ‘விடுதலை பெற்ற இந்தியா’ என்ற லட்சியமே, நானும் நீங்களும் சுதந்தரமாக நடமாடக் காரணமாக இருந்தது. விழைவுகள்தாம் நாகரிகங்களை உருவாக்குகின்றன என்றால் அது மிகையல்ல. ஆகவே, எடுத்த காரியம் அனைத்திலும் உங்கள் நோக்கங்கள் உயர்வானவையாகவே இருக்கட்டும்.

தேசத்தைக் கட்டமைக்கும் நேரத்தில், எதற்கெடுத்தாலும் குற்றம் கண்டுபிடிப்பது கூடாது. நம் கனவு நிறைவேறத் தேவையான சக்தியை, உற்சாகத்தை அந்தச் செயல் அடித்துச் சென்றுவிடும்.

அரசாங்கக் கட்டுப்பாட்டுக்கு அப்பாற்பட்ட துறைகளில் உங்களுக்கான வாய்ப்புகளைத் தேடுங்கள். பெரிய அளவில் வாய்ப்புகள் அங்குதான் காத்திருக்கின்றன. திறமை அங்கு மதிக்கப்படுகிறது. திறமைக்கு ஏற்ற ஊதியமும் கிடைக்கும். இந்த தேசத்தின் வறுமையை விரட்டி

அடிப்பதற்கு, உங்கள் தேடல் மூலம், எண்ணற்ற, தரமான வேலைகளை நீங்கள் உண்டாக்க முடியும்.

வளர்ச்சிக்கு, தன்னம்பிக்கை மிகவும் முக்கியம். வெளிப்படைத் தன்மை, தன்னம்பிக்கையின் ஓர் அடையாளம். புதிய சிந்தனைகளை ஏற்றுக்கொண்டு, ஆராய்ந்து, அதற்கேற்பத் தன்னைத் தகவமைத்துக் கொள்வதற்கும், புதிய சிந்தனைகளைப் பின்பற்றுவதற்குமான ஆற்றலே, வெற்றியாளர்களை முன்னேறாதவர்களிடமிருந்து பிரித்துக் காட்டுகிறது. பிராந்திய மனப்பான்மை, குறிப்பிட்ட ஒரு கொள்கை மீது வெறித்தனமான ஈடுபாடு, வன்முறை போன்ற எண்ணங்களையும் கருத்துகளையும் நாம் புறக்கணிக்க வேண்டும்.

உலகம் ஒரு கிராமமாகச் சுருங்கிவிட்டது; பொருளாதார முன் னேற்றத்தை விரும்பும் எந்த நாடும், மற்ற நாடுகளிடமிருந்து விலகி நிற்க முடியாது. 1950-களிலும் 1960-களிலும் அப்படி விலகி நின்ற நாடுகள், அந்த வறட்டுத்தனம் பயனற்றது எனப் புரிந்துகொண்டு, அந்தப் போக்கில் இருந்து வெற்றிகரமாக மீண்டுவிட்டன. இதன் விளைவாக ஏற்பட்ட வெளிப்படைத் தன்மையால் பயன் அடைந்தன.

கிழக்கிந்திய கம்பெனி நம்மீது திணித்துவிட்டுச் சென்றிருக்கும் சில போக்குகளை உதறித் தள்ளவேண்டிய நேரம் இது. தங்கள் பொருளா தாரப் பிரச்னைகளை வெற்றிகரமாகத் தீர்த்திருக்கும் நாடுகளைப் பின்பற்றி நாமும் பயனடைய முற்படவேண்டும். சிறப்பான செயல் பாட்டுக்கு முன்மாதிரியாக, உயர்ந்தவற்றை மட்டுமே எடுத்துக் கொள்ள வேண்டும். தரமற்றவற்றைப் பின்பிற்றத் தொடங்கினால் நம்மால் உயர்நிலைக்குச் செல்ல இயலாது. ஒழுங்கும் கடின உழைப்பும் இதற்குத் தேவை.

ஆயிரம் ஆண்டுகளுக்கும் மேலான அடிமை வாழ்வு காரணமாக, இந்த நாட்டில் மனிதர்களை யாருமே நம்புவதில்லை. அவர்கள் மிதிக்கப் பட்டு அழுத்தப்படுகிறார்கள். இந்த தேசத்தில், தங்கள் ஆட்சி நிலைத் திருப்பதற்குக் காட்டப்படும் அக்கறையைத் தனி மனித நலனில் யாரும் காட்டுவதில்லை. பொதுத்துறையின் சில ஆயிரம் ஊழியர்களும் அவர்களின் பதவிகளும் மதிக்கப்படும் அளவுக்கு, அவர்கள் சேவை செய்யவேண்டிய கோடிக்கணக்கான நுகர்வோர்கள் மதிக்கப்படுவதில்லை.

உலக நாடுகளின் மதிப்பைப் பெற்ற பன்னாட்டு நிறுவனங்களை நிர்வகிக்கும் இந்தியர்களைக் கேவலமாக மதிப்பது என்பது நம் நாட்டில்தான் நடக்கும். உலகத்தரம் வாய்ந்த கல்வி நிலையங்களை நடத்தும் மிகச் சிறந்த அறிஞர்களைவிட, தங்களால்தான் அனைத்தும் சாத்தியமாகும் என்று அரசு அதிகாரிகள் எண்ணுவது இந்த நாட்டில்தான் இயலும்.

விடுதலை பெற்ற அறுபது ஆண்டுகளுக்குப் பிறகும், நம்மை ஆட்சி செய்தவர்கள் நம்மீது திணித்த மரபுகளில் இருந்து நாம் இன்னும் மீளவில்லை என்பது துரதிர்ஷ்டவசமானது. ஆனால், நம்மை ஆண்டவர்கள் வெகுவாக மாறிவிட்டார்கள். பொதுத்துறைமீது நாம் காட்டும் அக்கறை பொதுமக்கள் மீதான அக்கறை இல்லை என்பதை நாம் உணரவேண்டும். அதுபோல், அரசின் மீதான அக்கறையும் பொது மக்கள் நலன் சார்ந்தது அல்ல. அரசு, தன் கட்டுப்பாட்டில் இருக்கும் அனைத்து நிறுவனங்களையும் ஏகபோகத்தில் இருந்து விடுவிப்பதுதான் இந்தப் புரிதலை வெளிப்படுத்தும் நடவடிக்கையாக இருக்கமுடியும்.

உலகெங்கும், அரசின் ஏகபோகக் கட்டுப்பாட்டில் இருக்கும் வர்த்தக நிறுவனங்கள் அனைத்தும், எவ்வித வேறுபாடுமின்றி, மக்கள் நலனைவிட, அரசு ஊழியர் நலனையே முன்வைத்துள்ளன. பெரும் பான்மைத் தொழில்களுக்கு லைசன்ஸ் முறையை ரத்து செய்த இந்த அரசு, கல்வித்துறையில் தன் கட்டுப்பாட்டை ஏன் தளர்த்தாமல் இருக்கிறது என்பது எனக்குப் புரியவில்லை. பத்து, இருபது ஆண்டு களுக்குள் பாதுகாப்பு, அயலுறவு, உள்துறை, பொருளாதாரக் கொள்கை களை வகுத்தல் போன்ற முக்கியமான துறைகளை மட்டும் தன்வசம் வைத்துக்கொண்டு, மற்ற துறைகளில் இருந்து அரசு வெளியேற வேண்டும். வர்த்தகத்தின் அனைத்துத் துறைகளிலும் கண்காணிக்கும், கட்டுப்படுத்தும், ஒழுங்குமுறைப்படுத்தும் செயலை மட்டும் அரசு செய்தால் போதும்.

காலனி ஆதிக்கத்துக்குப் பிந்தைய தேசங்களின் நிலை பற்றி எழுதும்போது ஃப்ரான்ஸ் ஃபனான், 'பழுப்பு நிறத்தோலும் வெள்ளை முகமூடியும் அணிந்ததுபோல் இந்திய மேல்தட்டு வர்க்கம் நடந்து கொள்கிறது' என்பார். இந்த மனநிலையை நாம் மாற்றிக்கொள்ள வேண்டும். இல்லையெனில், நீங்களும் உங்களைச் சுற்றி இருக்கும் இந்தச் சமூகமும் எதிரும் புதிருமாகத்தான் நிற்க இயலும்.

ஆயிரம் ஆண்டு அடிமை வாழ்வால் விளைந்த மற்றொரு நாசம், சுரணையற்ற தன்மை. முகத்துக்கு எதிரே பிரச்னைக்கான தீர்வு இருந்தும், முனைப்புடன் செயல்படாமையே நாம் முன்னேறாமல் இருப்பதற்கான முக்கியக் காரணம். பிரச்னைகளைத் தீர்க்க முயற்சி செய்யாமல், 'இது நம் தலையெழுத்து' என்று கூறிப் பொறுப்புகளில் இருந்து தப்பிக்க முயற்சி செய்கிறோம்.

'மனதளவில் நம்மை மாற்றிக் கொள்ளாதவரை, நம்மில் எந்த மாற்றத்தையும் கடவுளால் செய்ய இயலாது' என்ற முகமது நபியின் கருத்தை இந்நேரத்தில் நினைவுகூர்வோம். சமூகத்தின் பல்வேறு

மனிதர்களோடு பழகியதில் எனக்கிருக்கும் அனுபவம் இந்தக் கருத்தை உறுதி செய்கிறது. பேச்சில் வல்லமையும் செயலில் வறுமையும் நிறைந்தவர்கள் தேசமாக இது வளர்ந்து விட்டது. பேச்சைக் குறைத்து, செயல்பாட்டில் அதிகக் கவனம் செலுத்துவோம்.

தனி நபர் நலன்களைச் சில காலம் தள்ளிவைத்து, பொது நலனை முன்னிறுத்திச் செயல்படுவது, நீண்டகால அளவில் நன்மை பயக்கும். இதில் நம்பிக்கை கொள்வதோடு அதற்காகச் செயல்படவும் வேண்டும். எளிமையாகச் சொன்னால், பொது நிறுவனங்களின் நலனை முன்னிறுத்துவது அவசியம். அனைத்திலும் தனி நபர் நலனைவிட, தேசம், மாநிலம், நகரம், கல்லூரி அல்லது நிறுவனத்தின் நலனை மேலானதாக எடுத்துக்கொள்வோம். உண்மையில் இந்தக் கொள்கைக்கு எதிர்மாறாகவே, ஊழல் கறைபடிந்த அரசியல்வாதிகள், அரசு அதிகாரிகள், நிறுவனத் தலைவர்கள் ஆகியோரின் செயல்பாடுகள் இருக்கின்றன.

தன்முனைப்பும், தற்பெருமையும், மற்றவரை மதிக்காமல் வெறுப்பைக் காட்டுவதும் ஆயிரம் ஆண்டுகளுக்கு மேலாக நம் மனத்தில் ஆட்சி செய்துவருகின்றன. நம் முன்னேற்றத்தைத் தடை செய்கின்றன. பணிவும் இரக்கமும் நம் நாட்டில் வற்றிப்போய் விட்டன. பதினொன்றாம் நூற்றாண்டில் இந்தியாவுக்குப் பயணம் செய்து பல்வேறு மனிதர்களைச் சந்தித்த, புகழ் பெற்ற பாரசீக எழுத்தாளர் அல் பெருனி, இந்தியர்களிடம் இருக்கும் இந்தத் தன்மையைப் பற்றித் தன் நூலில் குறிப்பிட்டுள்ளார்.

பொருளாதார வெற்றி பெற்றுள்ள தேசங்களின் பட்டியலில், இந்தியா அடித்தட்டில் இருப்பதை உணரவேண்டிய நேரம் இது. இதை ஏற்றுக் கொண்டு, நம்மைவிட அதிகம் சாதித்துள்ள மனிதர்களை மதிப்பதும் கற்றுக்கொள்வதும், நம் பொருளாதார நிலையை மேம்படுத்திட உதவும்.

தகுதியை, தரத்தினை மதிக்காத எந்த தேசமும் தன் பிரச்னைகளைத் தீர்ப்பதில் வெற்றி கண்டதில்லை. பொருளாதாரத்தில் நலிந்த பிரிவினருக்கு, கல்வி நிலையங்களில் இட ஒதுக்கீடும், நிதி உதவியும், ஒரு குறிப்பிட்ட காலத்துக்குத் தேவைதான்; இருப்பினும், அத்தகைய பொருளாதாரப் பின்தங்கிய நிலை, இந்தியாவில் இப்போது இருப்பது போல, சாதி அடிப்படையில் தீர்மானிக்கப்பட வேண்டுமா என்பது போன்ற ஆழமான கேள்விகளும் எழத்தான் செய்கின்றன.

நேர்மை, கடின உழைப்பு, திறமை ஆகியவற்றை வளர்ச்சிக்கான கருவியாகக் கொள்ளாமல், சாதியால் பிற்படுத்தப்பட்டவர் என்கிற

தகுதியை பயன்படுத்திக்கொள்வது ஒரு முரண்நகையாகவே எனக்குத் தோன்றுகிறது. பிற்படுத்தப்பட்ட வகுப்பைச் சேர்ந்தவர்கள் எனத் தங்களை அறிவித்திடக் கோரி சண்டை போடும் மக்கள் நிறைந்த ஒரே தேசமாக இவ்வுலகில் நாம் உருவாகி இருக்கிறோம்! இது குறித்து விவாதிக்கவேண்டிய கடமை உங்களுக்கு இருக்கிறது. சரியான வழியில் பொருளாதார முன்னேற்றத்தை அடைவதற்கு மக்கள் ஆசைப்படும் சூழலை உருவாக்க நீங்கள் உழைக்கவேண்டும்.

நம் நாட்டில் திறமை, பொறுப்பு ஆகியவற்றை மதிக்காத வேலைகளை உருவாக்கி, அவற்றை அரசே பாதுகாக்கும் பொருளாதார மாதிரி ஒன்றை உருவாக்கி வைத்திருக்கிறோம் இதன் காரணமாக, அரைகுறை வேலைவாய்ப்பு, திறமைக் குறைவு, கீழ்ப்படிதல் இன்மை, தகுதியும் திறமையும் உள்ளவர்களிடத்தில் விரக்தி உணர்வு, அறப்பண்புகளுக்கு அழிவு ஆகியவை ஏற்பட்டிருக்கின்றன.

இப்பொருளாதார மாதிரியைத் தகர்க்கலாமா எனச் சமீபகாலமாக விவாதங்கள் நிகழ ஆரம்பித்திருக்கின்றன. ஆனால், ஆக்கத்துக்கான இந்த அழிவுச்செயலைச் செய்வதற்கு தொலைநோக்கும், மன வலிமையும், விரைவான செயல்பாடும் தேவை. இந்த முயற்சியில் பாடுபடும் தலைவர்களை நீங்கள் உற்சாகப்படுத்த வேண்டும். இந்த மாற்றம் செயல்படுத்தப்பட்டால் நிகழவிருக்கும் பலன்களை மக்களுக்குக் கொண்டுசேர்ப்பதில், அவர்களுக்கு நீங்கள் உதவவேண்டும்.

இந்த தேசத்தின் வறுமை ஒழிவதற்கு ஒரே வழி, மேலும் அதிகமான வேலை வாய்ப்புகளை உண்டாக்குவதே. இதற்கு, தொழில்முனைவோர்கள் தேவை. ஏற்கெனவே வேளாண்மைத் துறையில் குறைந்த கூலிக்கு அதிகமானோர் வேலை செய்கிறார்கள். எனவே, உற்பத்தித் துறையிலும் சேவைத் துறையிலும் புதிய வேலைகளை உருவாக்க முயற்சி செய்யவேண்டும். மக்களுக்குப் பதில் சொல்ல வேண்டிய கடமை இல்லை அல்லது மிகக் குறைவாக இருக்கிறது என்பதால் அரசுகள் வேலை வாய்ப்புகளை இனி உருவாக்கப் போவதில்லை. எனவே, அதிக அளவில் தொழில்முனைவோர், பொறியாளர்கள், விஞ்ஞானிகள் ஆகியோர் நமக்குத் தேவை. தொழில் முனைவோரை ஊக்குவிக்கும் அரசு அதிகாரிகள், அரசியல்வாதிகள் தேவை. புதிய வேலை வாய்ப்புகளை உருவாக்கிட, தொடர்ச்சியான, தளராத முயற்சி தேவை.

வளர்ந்துவரும் நாடுகள் பலவற்றில் போதுமான அளவு முன்னேற்றம் ஏற்படாததற்கு ஆதார வளங்களின் பற்றாக்குறை காரணம் அல்ல. மேலாண்மையும் தொழில் வல்லமையும் குறைவாக இருப்பதுதான் காரணம். தொழில் நிபுணர்கள் நம் வேலையைத் திறம்படச் செய்பவராக இருக்கவேண்டும். நம் ஆதார வளங்களை - மனித ஆற்றல்,

மூலப்பொருள்கள், உள்நாட்டு, வெளிநாட்டு மூலதனம், உள் கட்டமைப்பு போன்றவற்றை - சிறப்பாகப் பயன்படுத்தக்கூடியவராக இருக்கவேண்டும்.

ஒரு தொழில் நிபுணர் தன் தொழிலுக்கு விசுவாசமாகச் செயல்படு வாரே ஒழிய, ஒரு நிறுவனம் அல்லது தனிநபருக்காக வேலை செய்ய மாட்டார். அதுபோலவே தனிப்பட்ட உறவுகள் வேலையில் குறுக் கிடுவதையும் அவர் அனுமதிக்க மாட்டார். அவர் நேர்மையானவர்; நடுநிலைமையுடன் செயல்படுபவர். முந்தைய செயல்பாடுகளின் மிச்ச சொச்சங்களை இங்கு கொண்டுவரமாட்டார். தனது செயல் பாடுகள் அனைத்தையும் அடிப்படையில் இருந்தே ஆரம்பிப்பார். அவரது முடிவுகள் அனைத்தும், இலக்கை அடைவதற்காகவே எடுக்கப்படும். 'நான் கடவுளை நம்புகிறேன். மற்ற எல்லோரும் தகவல்களால் பயன் விளையச் செய்தே ஆகவேண்டும்' என்ற கொள்கையில் நம்பிக்கை கொண்டவர் அவர்.

இதுபோன்ற நிபுணர்கள், நிர்வாக ஏணியில் மேல் அல்லது கீழ் என்று எங்கு இருந்தாலும், நிறுவனத்தில் இருக்கும் அனைவரையும் அரவணைத்து அழைத்துச் செல்வார்கள். இதனால், அனைவரும் அவரோடு நம்பிக்கையுடனும் உற்சாகத்துடனும் இணைந்து செயல் படுவார்கள்.

வேலைநெறிகள், நேர்மை, சட்டம் மற்றும் ஒப்பந்த விதிகளைப் பின்பற்றுதல், அறச் செயல்கள் ஆகிய அனைத்திலும் எடுத்துக் காட்டாக இருந்து, வழிநடத்த வேண்டிய கடமை உங்களுக்கு இருக்கிறது. நமக்குத் தெரிந்து, நவீன காலத்தில் தேசத் தந்தை மகாத்மா காந்தி இத்தகு தலைமைக்கு எடுத்துக்காட்டாக வாழ்ந்தார். தன் செயல்கள் அனைத்திலும் தான் கூறியதைத்தான் செய்தார்; கூறிய அறிவுரைகள்படி வாழ்ந்து காட்டினார். எனவே, வன்முறையற்ற வழியில் இந்திய விடுதலை என்ற நோக்கத்துக்குப் போராட அனைத்து இந்தியர்களின் நம்பிக்கையை, ஆதரவை அவர் பெற்றதில் எந்த வியப்பும் இல்லை.

இந்தியத் தொழில் நிபுணர்கள், தங்களது மேற்கத்திய தோழர்கள் போலன்றி, மற்றவருக்கு உதவுவது என்று வரும்போது, கொஞ்சம் தாழ்நிலையில்தான் இருக்கிறார்கள் என்பது என் கருத்து. சம்பாதிப்பதில் ஒரு சிறு பகுதியையாவது, படித்த பள்ளி அல்லது கல்லூரிக்கு நீங்கள் கொடுக்கவில்லை என்றால், வருங்காலச் சந்ததியினருக்கு உதவும் வகையில் இந்தக் கல்வி நிறுவனங்கள் வலிமை பெற முடியாது.

அது போன்றே, தாங்கள் கையெழுத்திட்ட ஒப்பந்தங்களின் பொறுப்புகளை நிறைவேற்றுவதில் இந்திய நிபுணர்களின் மதிப்பு மிக

மோசமாக உள்ளது. வெளிநாடுகள் சென்று படிப்பதற்கு அரசிடமிருந்து அல்லது கல்வி நிலையங்களில் இருந்து நிதி உதவி பெறும் பெரும்பாலான நிபுணர்கள் தங்களது ஒப்பந்தங்களை மதிப்பதில்லை. அவர்களுக்கோ அல்லது அவர்களது குழந்தைகளுக்கோ மதிப்பைத் தரும் விஷயமல்ல இது. ஒப்பந்தங்கள்படி நடப்பதில் நூறு சதவிகித உறுதியோடு இருத்தல், வருங்காலச் சந்ததியினர் இந்த நிறுவனங் களில் இருந்து உதவியைப் பெறுவதை உறுதி செய்யும். உதவி தேவைப்படும் தகுதியான மாணவர்கள் பயன் அடைவார்கள்.

நீங்கள் செய்யும் ஒவ்வொரு செயலிலும் நேர்த்தியை வெளிப் படுத்துங்கள். இத்தகு திறமைத் தீவுகளை ஒருங்கிணைப்பதன் மூலம் தான், இந்தச் சமுதாயத்தை மாற்ற நினைக்கும் உங்கள் புரட்சிக்கு உதவி செய்ய, செயல்வன்மை நிறைந்த இளைஞர் கூட்டம் ஒன்றை உருவாக்க முடியும்.

ஈடுபாட்டுடன் நீங்கள் உருவாக்குவதே நிஜமாகும் என்பதை நினைவில் கொள்ளுங்கள். ஊழல், கழிவுகள் நிறைந்த தெருக்கள், மாசு நிறைந்த சூழல், மின் பற்றாக்குறை ஆகியவையே இந்தியாவின் மெய்யான நிலை. ஆனால், சிங்கப்பூரின் மெய்யான நிலை என்பது, சுத்தமான சாலைகள், மாசற்ற சூழல், போதுமான மின்சாரம், நன்கு பராமரிக்கப்படும் விமான நிலையம் ஆகியவை. நமது புதிய நடைமுறை எப்படி இருக்கவேண்டும் என முடிவு செய்ய வேண்டியதும் அதனை உருவாக்கவேண்டியதும் உங்கள் கடமை.

இந்தியாவின் எதிர்காலம் உங்கள் கையில். இந்த தேசத்துக்கு அல்லது நீங்கள் எங்கு வாழ நினைக்கிறீர்களோ அந்தச் சமுதாயத்துக்குப் பயன்படும் குடிமக்களாக நீங்கள் வளர்வீர்கள் என்பதில் எனக்குச் சந்தேகம் இல்லை.

நான் கூறிய விஷயங்கள் அனைத்தும் உள்ளடங்கி இருக்கிறது என நான் கருதும் சமஸ்கிருத ஸ்லோகம் ஒன்றினைச் சொல்லி முடிக்கிறேன்.

வன்முறை அற்றிருத்தல்,
ஆசையை அடக்குதல்,
அனைவரிடமும் கருணை காட்டுதல்,
தனக்குத் துன்பம் செய்தவரையும் மன்னித்தல்,
அமைதி, தியானம், தர்மம், உண்மை,
இந்த எட்டு மலர்களும்
இறைவனுக்கு மகிழ்ச்சி அளிப்பவை.

உண்மையில், முழுமையான இருபத்தியோராம் நூற்றாண்டு இந்தியனை உருவாக்கும் குணங்களாக இவை அனைத்தும் அமையும்.

சமகால உலகத்தில் வெற்றி பெறுதல்

எனக்கு மிகவும் பிடித்த நகரான பாரிஸில் இருப்பது ஒரு சுகமான அனுபவம். முப்பத்தேழு ஆண்டுகளுக்கு முன், இந்த நகரில் நான் வந்து இறங்கிய அந்தக் குளிர் மிகுந்த நாளை நோக்கி என் மனம் செல்கிறது. ஓர்லியில் அன்று இறங்கும்போது என் பையில் ஐம்பது ஃப்ராங்குகளுக்கும் குறைவாகவே இருந்தன. ஃபிரெஞ்சு மொழிச் சொல் ஒன்றுகூட எனக்குத் தெரியாது. 1968-ன் மகத்தான மாணவர் போராட்டம் நடந்த நிலத்தில், எனக்கு மிகவும் பிடித்த கணித அறிஞர் லாப்லாஸ் பிறந்த நாட்டில், எனக்குப் பிடித்த நடிகை பிரிஜித் பார்தோ பிறந்த தேசத்தில் நிற்கிறேன் என்பதே எனக்குக் கிளர்ச்சியைத் தந்தது.

ஃபிரெஞ்சு மக்கள் மற்றவரை மதிக்கும் நற்பண்பு கொண்டவர்கள்; வந்தாரை வரவேற்கும் குணம் நிறைந்தவர்கள். பிஸ்ட்ரோக்களின் உபசரிப்பாளர்கள், அல்லயான்ஸ் ஃப்ரான்ஸேயில் பணிபுரியும் என் பேராசிரியர்கள், அலுவலக சக தோழர்கள், பொதுவுடைமைத் தத்துவம் குறித்துப் பலமணி நேரங்கள் என்னுடன் விவாதித்த, அக் கொள்கை மீது மாறாத பற்று கொண்ட ஃபிரெஞ்சு கம்யூனிஸ்ட் கட்சி பொறுப்பாளர்கள் என அனைவருமே இத்தகைய குணங்களைக் கொண்டவர்கள். 1970-களில் இங்கு தங்கியிருந்தபோது எனக்குக் கிடைத்த அதே புத்துணர்வை, உயிர்ப்பினை, கிளர்ச்சியை இப்போதும் ஏதோ ஒரு வகையில் இந்நகரம் தக்கவைத்துக்கொண்டிருக்கிறது.

பட்டம் பெறும் நாள், அனைவரது வாழ்விலும் ஒரு முக்கியமான நாள். கல்லூரி வாழ்வை முடித்து, அறிவினைத் தூண்டும் சூழல் நிறைந்த இக்கல்விக் கோயிலிலிருந்து வெளியேறி, முரண்பாடுகளும் பிரமிக்க வைக்கும் வாய்ப்புகளும் கடினமான சவால்களும் நிறைந்த உலகில் காலடி எடுத்துவைக்கும் நாள் இது. தொழில் நிபுணர்கள் என்ற

பட்டமேற்பு உரை, INSEAD, Fontainebleau, டிசம்பர் 18, 2008

முறையில் வெற்றிகளைச் சாதிக்கப் போகும் நீங்கள் சந்திக்க இருக்கும் இந்த உலகம், நாற்பது ஆண்டுகளுக்கு முன் நான் சந்தித்த உலகத்தில் இருந்து முற்றிலும் வேறுபட்ட ஒன்று. இம்மாற்றத்துக்கு, சமீப காலத்தில் முக்கியத்துவம் பெற்றிருக்கும் மூன்று அம்சங்கள் காரணம்: உலகமயம், புவி வெப்பமாதல், தடையிலா வர்த்தகம். வருங்காலத்தில் இந்த உலகத்தை மாற்றப்போகும் இவை பற்றியும், அதில் உங்கள் பங்கு என்னவாக இருக்க முடியும் என்பதையும் கூறுகிறேன்.

உலகமயமாதல் என்றால் என்ன? நான் இதை இரண்டு வகையில் விளக்க முடியும். மிகவும் பரந்துபட்ட அளவில் கூறப்போனால், தடையற்ற வகையில் புவியின் எவ்விடத்துக்கும் மூலதனம், சேவைகள், பொருள்கள், உழைப்பு ஆகியவற்றின் பாய்ச்சலை அனுமதிப்பது என்று சொல்லலாம். சிந்தனை, அறிவு, கலாசாரம் ஆகியவற்றை உலகில் அனைவரும் பரிமாறிக் கொள்ளுதல் என்றும் கூறலாம். எய்ட்ஸ், தீவிரவாதம், புவி வெப்பமாதல் போன்ற உலகம் தழுவிய பிரச்னைகள் குறித்த தகவலைப் பகிர்ந்து கொள்ளுதல்; அவற்றைத் தீர்ப்பதற்கான உத்திகளை ஒன்றிணைந்து வகுத்தல் எனவும் கூறலாம்.

நுண் பொருளாதார அளவில் அல்லது நிறுவன அளவில் கூறப் போனால், மூலதனத்தை, அது மலிவாகக் கிடைக்கும் இடத்தில் இருந்து திரட்டுவது; திறமைகளை, அவை சிறப்பாக இருக்கும் இடத்தில் இருந்து பெறுவது; குறைவான செலவில் உற்பத்தி செய்ய முடிந்த இடத்தில் உற்பத்தி செய்வது; வாங்குவோர் அதிகமாக இருக்கும் இடத்தில் பொருள்களை விற்பது; தேச, சர்வதேச எல்லைகளின் தடைகள் ஏதுமின்றி இயங்குவது. இன்ஃபோசிஸ், ஐபிஎம், அடிடாஸ் ஆகியவை உலகமயமாதலால் பயன் பெற்ற நிறுவனங்களுக்கு சிறந்த எடுத்துக்காட்டுகளாகத் திகழ்கின்றன.

வருங்காலத்தில், தொழில் நிறுவனங்களின் தலைவர்களாகப் பணிபுரியப் போகும் உங்களுக்கு இந்த உலகமயமாதலால் என்னென்ன சிக்கல்கள் ஏற்படலாம்?

முதலாவது, நிறுவனங்கள் உலக அளவில் பெரும்போட்டியைச் சந்திக்க நேரிடும். ஏனெனில், புதுமையான செயல்முறைகள் எங்கிருந்தும் வரலாம். அது முன்னேறிய நாட்டிலிருந்தும் வரலாம்; வளரும் நாடுகளிலிருந்தும் வரலாம். உலகமயமான சூழலில், எவ்வளவு விரைவில் நீங்கள் புதுமையான கருத்துகளை உருவாக்கி அமல்படுத்துகிறீர்கள்; சந்தைப் போட்டியால் உருவாகும் பலனை எப்படி பெறப்போகிறீர்கள் என்பதைப் பொருத்தே உங்கள் வெற்றி அமையும். இதன்மூலமாக, மேன்மையான நிறுவனத்தை, சமூகத்தினை, நாட்டினை, உலகத்தினை உருவாக்க முடியும்.

எனவே, திறமைகள், புதுமைகள்மீது நீங்கள் கவனம் செலுத்த வேண்டும். பொருள்கள் சந்தையை உரிய நேரத்தில் அடைவதில், பொருளின் விலை மற்றவர்களுடையதைவிட ஓரளவு குறைவாக இருப்பதில் நீங்கள் கவனமாக இருக்கவேண்டும். நம்பிக்கை, உறுதியான செயல்முறை ஆகியவற்றின் அடிப்படையில் விரைவான முடிவுகள் எடுக்கவேண்டும். இச்சூழலில், புதிய சிந்தனைகளை வரவேற்றல், செயல்திறன், வேகம், புதுமைகளைப் புகுத்துதல், நேர்த்தியாகச் செயல்படுதல் ஆகியவையே வெற்றிகரமாகச் செயல் படும் நிறுவனத்துக்கு அவசியம். இந்தக் குணங்களை இயல்பாகத் தழுவிக்கொள்ளும் மனநிலையை உருவாக்குவதே உங்கள் முன் உள்ள சவால்.

பன்முகக் கலாசாரத்தை சகித்துக் கொள்ளும், மற்றவரது கலாசாரத்தை மதிக்கும் சூழலை உங்கள் நிறுவனத்தில் உருவாக்க வேண்டும். உலகம் முழுவதற்கும் பொதுவான விழுமியங்கள் வலியுறுத்தப்படவேண்டும். நேர்மை, நாணயம், கடின உழைப்பு, சகிப்புத்தன்மை, பணிவு, மற்றவரிடம் இருக்கும் நல்ல விஷயங்களை மட்டும் எடுத்துக்கொண்டு வேறுபாடுகளை மதிக்காமல் இருத்தல் - ஆகியவை பன்முகக் கலாசாரம் கொண்ட அணிகள் திறம்படச் செயல்படுவதற்கான அடிப்படைத் தேவைகள். பல்வேறு கலாசாரங்களைச் சேர்ந்த நிபுணர்களின் உயர்ந்த நோக்கங்களை மதிக்கக் கற்றுக்கொள்ளவேண்டும். நம்மிடம் இருக்கும் நல்ல விஷயங்களை இருத்திக் கொள்வோம்; அது போலவே, மற்ற கலாசாரங்களில் இருந்து கற்றுக் கொள்வதிலும் திறந்த மனத்துடன் இருப்போம். இத்தகைய மனநிலையை நீங்கள் ஏற்படுத்திக்கொள்ள வேண்டும்.

இரண்டாவது. இவ்வுலகம் சிறியதாகக் குறுகிவிட்டது. எனவே, உலகச் சந்தையில் பங்களிப்பு செய்யும் அனைத்து நாடுகளும், தங்களது மக்களின் வாழ்க்கைத் தரத்தை மட்டும் உயர்த்தவில்லை; மற்ற நாடுகளைச் சார்ந்த மக்களது - ஏழை, செல்வந்தன், நகரத்தில் இருப்பவன், கிராமத்தில் வாழ்பவன், அதிகாரத்தில் உள்ளவன், சாதாரணமானவன், படித்தவன், படிக்காதவன் என அனைவரது - வாழ்க்கை நிலையையும் உயர்த்துகின்றன.

வருங்காலத்தை ஆளப்போகும் இளைஞர்களுக்கு இதுவரை கண்டிராத வாய்ப்புகளை வளரும் நாடுகள் தருகின்றன. வாங்கும் சக்தி அடிப்படையில் கணக்கிட்டால், உண்மையில், உலகத்தின் இன்றைய மொத்த உற்பத்தி மதிப்பில் பாதி வளரும் நாடுகளால் அளிக்கப் பட்டதே. வளரும் நாடுகளின் வேகமான பொருளாதார வளர்ச்சி, செலவு செய்ய வசதியான வருமானம், மக்கள் தொகை ஆகியவை காரணமாக அந்நாடுகளின் நுகர்வோர் ஆதரவு, முக்கியமானதாக

ஆகியுள்ளது. குறிப்பாக இந்தியாவிலும் சீனாவிலும் முப்பது வயதுக்குக் குறைவான நுகர்வோர்கள் மிக அதிக அளவில் இருக்கிறார்கள்.

ஆகவே, வளர்ந்த நாடுகளின் வசதி நிறைந்த நுகர்வோர்களை மட்டும் மனத்தில் கொண்டு சிந்திப்பதை நிறுத்தவேண்டும்; மக்கள் தொகை அடுக்கின் கீழ்ப்பகுதியில் இருக்கும் இரண்டு பில்லியன் மக்களின் சட்டைப் பைக்குப் பொருத்தமான பொருட்களை, சேவைகளை உருவாக்குவதில் நீங்கள் முன்னணியில் இருக்கவேண்டும். ஒரு பொருளின் விற்பனையில் கிடைக்கும் வருவாயும் அதனால் கிடைக்கும் லாபமும் குறைவுதான். இருப்பினும், வளர்முக நாடுகளில் அதிக எண்ணிக்கையில் இருக்கும் இத்தகைய நுகர் வோரைக் கணக்கில் கொள்ளும்போது, உங்கள் நிறுவனங்கள் சிறந்த லாபத்தை நிச்சயம் பெற முடியும். ஆனால், இதனைச் சாதிக்க நீங்கள் இந்த நாடுகளின் நுகர்வோர் தேவைகளைப் புரிந்துகொண்டு செயல்பட வேண்டும்.

எழுச்சி பெற்றுவரும் பொருளாதாரம் கொண்ட இந்த நாடுகள், பொதுவாக, கடந்த காலத்தில் காலனி ஆதிக்கத்தின்கீழ் இருந்து இருக்கலாம்; சர்வாதிகார அல்லது கம்யூனிச ஆட்சியில் இருந்து இருக்கலாம். வேறு வகையில் சொன்னால், அந்நாடுகளில் சமீப காலம்வரை முதலாளித்துவ முறை செயலில் இருந்திருக்காது. இந்நாட்டு மக்களும் அரசுகளும், முதலாளித்துவ முறை, வெளிநாட்டு நிறுவனங்கள் மற்றும் அவற்றைச் சார்ந்த மனிதர்கள்மீது ஆழ்ந்த சந்தேகம் கொண்டிருப்பார்கள்.

ஆகவே, இம்மக்களின் மனத்தில் இருக்கும் சந்தேகங்களை நீக்கி, நம்பிக்கையை வளர்ப்பதில்தான் உங்கள் வெற்றி இருக்கிறது. எந்த முடிவு எடுக்கும்போதும், நிறுவனமும் நாடும் இந்த முடிவால் நலம்பெற வாய்ப்பிருக்கிறதா என உங்களை நீங்களே கேட்டுக் கொள்ளுங்கள். சந்தேகம் ஏதும் இருப்பின், நாட்டின் நலனை முதலில் கருத்தில் கொள்ளுங்கள். ஏனெனில், நாடு வெற்றி பெற்றால்தான், உங்கள் நிறுவனம் வெற்றி பெற முடியும். இந்தக் கொள்கைகளைப் பின்பற்றுவதே, எழுச்சி பெற்றுவரும் பொருளாதாரம் கொண்ட இந்த நாடுகளில் லாபம் தரக்கூடிய, நீடித்து இருக்கும் நிறுவனங்களை உருவாக்கிடச் சிறந்த வழி. யூனிலிவர் நிறுவனம் இக்கொள்கையை விளக்குவதற்கான சிறந்த எடுத்துக்காட்டு.

நான் குறிப்பிட்ட இரண்டாவது கருத்தான புவி வெப்பமாதல் குறித்து இப்போது கூறுகிறேன். சீனா, இந்தியா போன்ற நாடுகள் உலகமயமாதலைப் பயன்படுத்தி, தங்கள் மக்களின் வாழ்க்கைத்

தரத்தை உயர்த்த முயற்சி செய்கின்றன. வாகனங்கள், மின்சாரம் மற்றும் குடியிருப்பு வசதிகளைத் தங்கள் மக்களுக்கு அளித்திட அவர்கள் நினைப்பது மிக நியாயமானதே. இதன் காரணமாக மிக அதிக அளவிலான மின்சாரமும் எரிபொருளும் தேவைப்படும். இந்தப் பயன்பாட்டின் காரணமாக வெளியேற்றப்படும் அளவுக்கு அதிகமான கரியமில வாயுவால், ஏற்கெனவே பாதிக்கப்பட்டுள்ள இந்தப் பூமி, மேலும் அவதியுறும்.

கடந்த முப்பத்தைந்து ஆண்டுகளாக, கரியமில வாயுவின் வெளி யேற்றம் தொடர்ந்து ஏறுமுகத்தில்தான் இருக்கிறது. இதற்கு முழுக் காரணம் வளர்ந்த நாடுகளே! இத்தகைய வாயுக்கள் வெளியேறுவதன் காரணமாக காற்று மண்டலம், கடல் ஆகியவற்றின் வெப்பநிலை உயர்ந்துவிட்டது, துருவப் பகுதிகளில் உறைபனிப்பாறைகள் உருகத் தொடங்கிவிட்டன என்பதற்கும் உலக அளவில் கடல் நீர்மட்டம் உயர்ந்துவிட்டது என்பதற்குமான உறுதியான நிரூபணங்கள் இருக்கின்றன.

இந்த மாற்றங்கள், இயற்கைச் சூழலில் பெரும் சீரழிவை உண்டாக்கும். தண்ணீரின் அளவு குறையும். உணவு உற்பத்தியில் சுருக்கத்தையும் எதிர்பாராத அளவில் நோய்களையும் கொண்டு வந்து சேர்க்கும். இதற்குத் தீர்வு, நூறு ஆண்டுகளுக்கும் மேலாக வளர்ந்த நாடுகள் அனுபவித்துக்கொண்டிருக்கும் வசதிகளை, வளரும் நாடுகள் துறக்கவேண்டும் என்று கட்டாயப்படுத்துவதில் இல்லை. மாறாக, ஒரே உலகத்தினைச் சேர்ந்தவர்கள் என்ற முறையில் நாம் ஒன்றிணைந்து செயல்படவேண்டும். தொழில்நுட்பத்தில் புது முறைகளைப் புகுத்தி மரபு சாரா எரிபொருள்களின் உற்பத்தியைப் பெருக்குவோம். அதன் மூலம் கரியமில வாயு வெளியேற்றத்தைக் குறைத்திடுவோம்.

இயற்கைச் சூழல் மாற்றத்தால் உண்டாகும் விளைவுகள் குறித்த விழிப்புணர்வு உலகெங்கும் எழுந்துள்ளது. இதற்கு வித்திட்டது, தட்பவெப்பநிலை மாற்றம் குறித்த சர்வதேச அமைப்பு, அதன் அற்புதமான தலைவர் டாக்டர் ஆர்.கே. பச்சோரி, அமெரிக்காவின் முன்னாள் துணைக் குடியரசுத் தலைவர் அல் கோர் ஆகியோர். இருப்பினும், இப்பணியின் ஒரு முக்கியமான பகுதி, எதிர்கால அரசியல், தொழில்துறைத் தலைவர்களால் செய்து முடிக்கப்பட வேண்டியுள்ளது.

இந்த இடத்தில்தான் உங்களது பங்களிப்பு முக்கியம் பெறுகிறது. நாம் பயன்படுத்தும் நீரின் அளவைக் குறைத்தல், எரிபொருள் சிக்கனம் ஆகியவை மட்டுமின்றி எரிபொருள் தேவையைக் குறைக்கும் அமைப்புகள் கொண்ட கட்டடங்களைக் கட்டுதல், தொழில்

உற்பத்தியில் குறைவான எரிபொருளைப் பயன்படுத்துதல் முதலிய வற்றிலும் கவனம் செலுத்தவேண்டும். உங்களது பொருள்கள், சேவைகள் மற்றும் விற்பனைக் கூட்டாளிகள் மூலம், உங்களது நுகர்வோர்கள் அனைவரும் எரிபொருளையும் நீரையும் குறைவாகப் பயன்படுத்த உதவுங்கள். நம்மிடம் இந்த ஒரு உலகம்தான் இருக்கிறது. அடுத்த தலைமுறையிடமிருந்து கடனாக இதனைப் பெற்றிருப்பது போல நடந்துகொள்வோம். நல்ல முறையில் அவர்களிடம் இதனைத் திருப்பித் தரவேண்டாமா?

அடுத்து, நான் குறிப்பிட்ட மூன்றாவது கருத்தான தடையிலா வர்த்தகம். இது, உலகமயமாதலின் மற்றுமொரு விளைவு. நடை முறைக்கு ஒத்துவராது என்பதால் கம்யூனிசக் கொள்கைகள் கைவிடப் பட்டுவிட்டன என்பது இப்போது தெளிவாகிவிட்டது. சில கம்யூனிச நாடுகளில், அரசால் வழிநடத்தப்படும் முதலாளித்துவம் அந்த இடத்தைப் பிடித்துக் கொண்டு விட்டது.

பெரிய தொழில் நிறுவனங்களின் பேராசை பிடித்த தலைவர்கள்; வால் ஸ்ட்ரீட்டில் ஏற்பட்ட எதிர்பாராத சரிவு; நிறுவனங்களில் முதன்மைச் செயல் அதிகாரிக்கும் சாதாரண ஊழியருக்கும் இடையே ஊதியத்தில் இருக்கும் பெரும் பிளவு; வேலையிலிருந்து நீக்கப்படும் முதன்மைச் செயல் அதிகாரிகளுக்குக் கொடுக்கப்படும் நம்பமுடியாத அளவிலான இழப்பீட்டுத் தொகை ஆகியவை, முதலாளித்துவ முறை எல்லோருக்கும் பயனளிக்கக் கூடியதா அல்லது ஏமாறக்கூடிய மத்தியதர, ஏழை மக்களை தந்திரம் நிறைந்த ஒரு சில மனிதர்கள் ஏய்த்துப் பிழைக்கப் பயன்படுத்தும் ஒரு கருவியா என்ற கேள்வியை எழுப்பி இருக்கின்றன.

ஒரு சிலரால், இவ்வளவு அதிகமான மனிதர்கள், இவ்வளவு அதிகத் துயரத்தைச் சந்தித்த இப்படிப்பட்ட நிகழ்வு முதலாளித்துவ வரலாற்றில் இதற்குமுன் எப்போதும் நேர்ந்ததில்லை. சமீபத்தில் இதனை ஒட்டி அமெரிக்க நாடாளுமன்றத்தில் நடந்த விவாதம் இந்த உணர்வினைப் பிரதிபலிப்பதாகவே உள்ளது. உலகப் பொருளா தாரத்தைத் தூக்கி நிறுத்த என்று கொடுக்கப்பட்டுள்ள நான்கு டிரில்லியன் டாலர் நிதி உதவிபற்றிச் சொல்லும்போது நீங்கள் அதிகம் கேள்விப்பட்டிருக்கும் இந்த நகைச்சுவைத் துணுக்கைக் குறிப்பிடலாம். 'நீ நூறு ரூபாய் கடன் வாங்கினால், அதனைத் திருப்பிக் கொடுப்பது பற்றி கவலைப்படவேண்டியது உன் பொறுப்பு; ஒரு நிறுவனம் நூறு பில்லியன் டாலர் கடன் வாங்கினால், அதைப்பற்றிக் கவலைப்பட வேண்டியது அரசாங்கத்தின் பொறுப்பு.'

இந்த நிதி உதவிகள், ஒரு கேள்வியை, ஒரு விவாதத்தை எழுப்பி இருக்கின்றன. அரசாங்க ஆதரவு என்கிற சோசலிசக் கொள்கையின்

உதவி இல்லாமல், தற்போதைய தடையற்ற முதலாளித்துவ முறை தாக்குப் பிடிக்க முடியாதா என்பதுதான் அது.

விதிகளாலும் கட்டுப்பாடுகளாலும், பேராசையினால் ஏற்படும் தீங்குகளைக் கட்டுப்படுத்தி முதலாளித்துவத்தைக் காப்பாற்ற முடியாது. முதலாளித்துவ முறையைக் காப்பாற்றி, அதனை மீண்டும் வெற்றியால் மிளிர வைத்திட ஒரே வழி, நாகரிகமாக, நேர்மையாக, உண்மையாக, நியாயமாக, வெளிப்படையாக, உண்மையான சமூக அக்கறையுடன் உழைக்கும் நிறுவனத் தலைவர்களாக நீங்கள் நடந்துகொள்வதுதான்.

உங்களது ஒவ்வொரு செயலும், உங்கள் நிறுவனத்தின் கடைநிலை ஊழியருக்கும் சமூகத்தின் மிக ஏழ்மையான மனிதனுக்கும் எந்த விதத்திலாவது நன்மை பயப்பதாக இருக்கவேண்டும். உங்கள் நலனைப் பற்றி எண்ணுவதற்கு முன்னர், உங்கள் நிறுவனம், உங்கள் சமுதாயம், உங்கள் தேசம் மற்றும் இந்தப் பூவுலகின் நலனை எண்ணிடக் கற்றுக்கொள்ளுங்கள். இந்த அடிப்படையில்தான் எனது நிறுவனம் இன்ஃபோசிஸில் இந்தப் புதுமொழியை நாங்கள் பின்பற்றுகிறோம்: 'தெளிவான நல்ல மனமே, அமைதியான உறக்கத்தைத் தர முடியும்.'

உலகமயமாதல், புவி வெப்பமாதல், தடையற்ற வர்த்தகம் ஆகியவை நடைமுறையில் இருக்கும் இந்தக் காலத்தில் வெற்றி பெற, உங்கள் நிறுவன ஊழியர்கள் அனைவரும் மிக அதிக அளவிலான தியாகங்களைக் குறுகிய காலத்துக்குச் செய்யத் தயாராக இருக்கவேண்டும். அந்தச் செயல்பாடுகள் நீண்ட கால அடிப்படையில் பலனளிக்கும்; நம் வாழ்க்கை மேம்படும் என்ற நம்பிக்கையுடன் செயல்படவேண்டும். நம்பிக்கையை நனவாக்கிட, நிறுவனத் தலைவர்கள் நம்பிக்கைக்கு உரியவர்களாக மாறவேண்டும்.

முன் நின்று வழி நடத்துவதும், எடுத்துக்காட்டாக இருந்து செயல்படுவதும்தான், உங்களது சகாக்களின் நம்பிக்கையைப் பெறும் வழி. அத்தகைய, என்றும் அழியாத, மதிப்பு மிக்க தலைமைப் பண்பினை உருவாக்கிக்கொள்வதற்கு, இந்தக் கேள்வியை நீங்கள் உங்களிடமே கேட்டுக் கொள்ளுங்கள், 'நாளை நான் மறைந்துவிட்டால், என் இழப்பை எண்ணி மற்றவர்கள் வருந்திட நான் என்ன செய்ய வேண்டும்?'

நான் உங்களைக் கேட்டுக் கொள்வது இதுதான். எடுத்துக்காட்டாக இருந்து செயல்படுங்கள்; நிறுவனங்களைத் தலைமையேற்று நடத்துவதில் புதிய தரநிலையைப் புகுத்துங்கள். மதிப்பினை,

நேர்மையை, நியாயத்தினை உங்கள் செயல்பாடுகளில் வெளிப் படுத்துங்கள்; உங்கள் செயல்களுக்குப் பொறுப்பேற்றுக் கொள் ளுங்கள்; வெளிப்படைத்தன்மையை வளர்த்துக்கொள்ளுங்கள். இவற்றின் மூலமாக முதலாளித்துவ முறையை நீங்கள் புனரமைப்பு செய்ய முடியும். நீங்கள் சுவீகரித்துக்கொண்ட உலகத்தை விட, செல்வம் கொழிக்கும், மகிழ்ச்சி நிரம்பிய, பசுமையான, பாதுகாப்பான உலகாக இந்த உலகத்தை மாற்றி, அதனை நம் சந்ததிகளுக்கு விட்டுச் செல்ல முடியும்.

உலகமயமான நிறுவனத்தின் வெற்றி

சர்வதேச நிறுவனங்களுக்கான தலைவர்களை உருவாக்குவதில் இந்தக் கல்விச்சாலை சிறந்து விளங்குகிறது. எல்லைகள் என்ற தடையின்றி எந்த நாட்டுக்கும் சென்று பணி செய்திட, புதிய கலா சாரங்களுக்கு ஏற்றவாறு உங்களை விரைவாக மாற்றிக்கொள்ள அது உதவி இருக்கிறது. ஏற்று உபசரிக்கும் நாட்டின் நன்னம்பிக்கையை சிரமம் ஏதும் இன்றி நீங்கள் பெற்றிட, அந்தத் தேசத்துக்கு மேன்மையான விழுமியங்களைச் சேர்த்திட வழி செய்து கொடுத் திருக்கிறது. இவை அனைத்தின் மூலமும் உங்களது நிறுவனத்துக்கு வலிமை சேர்த்திட, இந்தக் கல்விச்சாலை உங்களைத் தயார்ப்படுத்தி இருக்கிறது என்பதை இதன் எல்லையைவிட்டு வெளியில் செல்லும் போது உணர்வீர்கள். இத்தகைய கல்வி அரிதானது; விலை மதிப்பற்றது.

1970-களின் ஆரம்பத்தில் பாரிஸ் நகரத்தில் எனக்கு ஃபிரெஞ்சுக் கலாசாரம் பற்றிய அற்புதமான அனுபவம் கிடைத்தது. ஆனால் அதன் பயனை முழுமையாக அனுபவிக்க அப்போது நான் தயாராக இல்லை. அதனால்தான், நீங்கள் பெறும் இந்தக் கல்வி எத்தனை விலைமதிப் பற்றது என்பதை நான் உணர்கிறேன். 1970-களில் நான் பாரிஸில் இருந்த நாள்கள் கிளர்ச்சியூட்டக் கூடியவையாக இருந்தன; ஆனால், அந்தக் கலாசாரத்தோடு என்னால் ஒட்ட முடியாமல் போனதால், எனக்கு மட்டுமல்ல, கனிவும் புரிதலும் நிறைந்த என் நண்பர்களுக்கும் ஏமாற்றமே.

இந்த உலகத்தின் குடிமகன் என்ற முறையில் உங்கள்முன் இருக்கும் சவால்கள் எவை? அலுவலகத்துக்கும் புற உலகுக்கும் தக்கவாறு நீங்கள் உங்களை மாற்றிக்கொள்ள வேண்டும். ‘மேலை நாடுகளின்

பட்டமளிப்பு உரை, IESE வர்த்தகப் பள்ளி, பார்செலோனா, மே 9, 2008

வெற்றி' என்பதற்கும் அப்பால், வேறு வரலாறுகள் இருக்கின்றன என்பதை நீங்கள் ஒப்புக்கொள்ள வேண்டும்; அந்தப் புது வரலாறு ஆசியாவிலும் வேறு இடங்களிலும் எழுதப்பட்டுக்கொண்டிருக்கிறது.

ஆசியாவின் வெற்றி என்பது, அது மேலைநாடுகளோடு லாப நஷ்டம் இல்லாமல் விளையாடிய வெற்று விளையாட்டு என்கிற எண்ணப் போக்கினை நீங்கள் தூக்கி எறியவேண்டும். புதிய சிந்தனைகளும் புதிய பொருள்களும், உலகின் எந்த மூலையில் இருந்தும் தோன்ற வாய்ப்பிருக்கிற குறுகிய உலகில் வாழ்கிறோம் என்பதை நீங்கள் ஏற்றுக்கொள்ள வேண்டும். நேர்மையான, சமமான, அமைதியான, பசுமை நிறைந்த உலகை உருவாக்கும் முயற்சியில் நீங்கள் முன்னோடிகளாக இருக்க வேண்டும். சர்வதேச வர்த்தகத்தின் மரபு சார்ந்த வழிமுறைகளை நீங்கள் கற்காதீர்கள். மாறாக, உலகமயமான பெரிய தொழில் நிறுவனங்களின் விதிகளைக் கற்றுக்கொள்ளுங்கள்.

உலகமயமாதல் என்பதை நான் இப்படி விளக்க முடியும்: தேசிய எல்லைகளின் தடைகள் இன்றி, மலிவாகக் கிடைக்கும் இடத்தில் இருந்து மூலதனத்தைப் பெறுதல்; சிறப்பாக இருக்கும் இடத்தில் இருந்து திறமைகளைப் பயன்படுத்திக் கொள்ளல்; செலவு குறைவாக இருக்கும் இடத்தில் உற்பத்தி செய்தல்; தேவைகள் அதிகம் இருக்கும் இடத்தில் அப்பொருட்களை விற்பனை செய்தல்.

இந்தியாவில் இருக்கும் தொழில்நுட்ப ஆற்றல் கொண்டோரைப் பயன்படுத்திக்கொள்ளும் இன்ஃபோசிஸ்; மேலைநாட்டு நிறுவனங்களுக்குப் பொருள்களை உற்பத்தி செய்துகொடுக்கும் சீனா ஆகியவை, உலகமயத்துக்குச் சிறந்த எடுத்துக்காட்டுகள். காலாவதியான மேலைநாட்டுச் சிந்தனைகள், பொருள்கள் சேவைகள் ஆகியவையே கடந்த காலத்தில் வளரும் நாடுகளின் சந்தைகளை ஆக்கிரமித்துக்கொண்டிருந்தன. ஆனால், சீனா இந்தியா போன்றவற்றின் இன்றைய பொருளாதார வெற்றியும் மிக விரைவான முன்னேற்றமும், சந்தை, திறமை, மூலதனப் பாய்ச்சல் ஆகியவை குறித்த நமது யூகங்களைப் பெருமளவு மாற்றிவிட்டன.

ஒரு நிறுவனத்தின் தலைவர் அல்லது மேலாளர் என்ற முறையில் தனித்தன்மை கொண்ட சவால்களை நீங்கள் சந்திக்க வேண்டியிருக்கும். தலைவர் என்ற முறையில், விழைவுகள் நிறைந்த இலக்குகளை நீங்கள் முடிவு செய்யவேண்டியிருக்கும். கூடவே, உலகத்தரம் வாய்ந்த மேலாளராக, தேசிய எல்லைகளைக் கடந்த நோக்கங்களைக் கொண்ட திறமையான நிர்வாகியாக இருக்கவேண்டும். உலகத் தரத்துக்கு இணையாக, தன் செயல்பாட்டைத் தருபவராக இருக்க வேண்டும். பல்வேறு கலாசாரங்கள் கொண்ட மனிதர்களிடம்

இயல்பாகப் பழகிக் காரியத்தைச் சாதிக்கும் திறமை கொண்டவராக நீங்கள் திகழவேண்டும்.

ஒரு நிறுவனத்தின் வெற்றி, வாடிக்கையாளர்களுக்கு மிகப் பொருத்த மானதைக் கண்டுபிடித்துச் செயல்படுத்தும் முறையால் நிர்ணயிக்கப் படுகிறது என்பது பொதுவாக ஒப்புக்கொள்ளப்பட்ட ஒன்று. மகிழ்ச்சி நிரம்பிய, சுறுசுறுப்பான, உற்சாகமான மனத்தின் சக்தியிலிருந்து புதுமைகள் பிறக்கின்றன. அத்தகைய சக்தி, உங்கள் நிறுவன ஊழியர்களிடம் இருக்கும் திறமையில் இருந்தே கிடைக்கக்கூடும். ஆகையால்தான், பகல் நேரத்தில் அதன் மதிப்பு என்னவாக இருப்பினும், அனைத்து ஊழியர்களும் மாலையில் வீட்டுக்குச் சென்றபின் இன்ஃபோசிஸ் நிறுவனத்தின் சந்தை மதிப்பு பூஜ்யம் என நாங்கள் நினைக்கிறோம்.

ஒரு வெற்றிகரமான நிறுவனத்தை எனக்குக் காட்டுங்கள், நிறுவனத் தலைவர் தொடங்கி வாயிற்காப்போன் வரை மகிழ்ச்சியும், நம்பிக்கையும், உறுதியும், உற்சாகமும் நிரம்பிய சுறுசுறுப்பான மனிதர்களை என்னால் உங்களுக்குக் காட்ட முடியும். ஒரு வெற்றிகர மான மேலாளரைக் காட்டுங்கள். வானவில்லை எட்டிப் பிடிக்கும் மன உறுதியுடன் ஒருங்கிணைந்து செயல்படும் ஓர் அணியை என்னால் காட்ட முடியும்.

அணியாகச் செயல்படுதல் என்பதின் முக்கியத்துவம் இப்போதுதான் அதிகரித்திருக்கிறது. வெற்றிபெறுவதற்கு, பன்முகத் திறமையும் கடின உழைப்பும் தேவைப்படும் ஒரு சிக்கலான உலகில் நாம் வாழ்கிறோம். கொடுக்கப்பட்டிருக்கும் பணியின் ஒவ்வொரு பகுதியையும் திறமையாக எடுத்துச் செய்யும் முழுத்திறமையும் உரமும் தனிநபருக்கு இருப்பதில்லை. ஆகவே, அணிச் செயல்பாடு இங்கே முக்கியத்துவம் பெறுகிறது.

அணி உறுப்பினர்களின் மன உறுதியை, உற்சாகத்தை, சக்தியை, நம்பிக்கையை உயர்த்தும்வகையில் ஒரு மேலாளர் செயல்பட வேண்டும். பன்முகக் கலாசாரம் கொண்ட, தேசிய- இன- மத- வர்க்க பேதம் கடந்த அணியை உருவாக்குவது, வேற்றுமையில் ஒற்றுமை காண்பது ஆகியவை சவால்கள் நிறைந்தவை. ஆனால், அத்தகைய அணிகளால்தான், முடியாது எனத் தோன்றும் இலக்குகளையும் அடைந்திட முடியும்.

அத்தகைய அணிகளை உருவாக்க என்ன செய்யவேண்டும்? சகிப்புத்தன்மை, பிற கலாசாரங்களை மதிப்பது, அணித்திறமை மீது நம்பிக்கை ஆகியவை அணி உறுப்பினர்கள் தங்கள் அடையாளங்களை

இழக்காமல் இலகுவாகச் செயல்பட உதவும். மிகப் பெரிய இலக்கை நோக்கி இணைந்து பயணிப்பவராக, ஏற்றுக்கொண்ட நோக்கத்தால் பலன் நிச்சயம் உண்டு என நம்பிக்கை கொண்டவர்களாக அணி உறுப்பினர்கள் இருக்க வேண்டும்.

இட்ட பணியை மகிழ்ச்சியுடனும் சிறப்பாகவும் நிறைவேற்ற வேண்டும் என்றால் அணியினர் இரு பிரிவாகப் பிரிந்திருக்கக் கூடாது. நேர்மை, நாகரிகம், கடின உழைப்பு, சகிப்புத்தன்மை, மரியாதை, மனிதர்களிடம் நல்லனவற்றை மட்டுமே தேடுதல், வேற்றுமை உணர்வுகளைப் புறந்தள்ளுதல் போன்ற சர்வதேச விழுமியங்களை வலியுறுத்துவதால் பொது நோக்கத்தில் ஒன்றிணைந்து செயல்படும் முறை வளர்ந்திடும். நம்மிடம் இருக்கும் நற்குணங்களோடு, மற்ற கலாசாரங்களில் இருந்து கற்றுக்கொள்வதையும் திறந்த மனத்துடன் வரவேற்கும் போக்கு மேன்மையான மனிதர்களை உருவாக்கும்.

வெளிப்படையான விவாதங்களும், கலந்துரையாடல்களும், அணியினர் அனைவரது பங்கேற்பும் இருக்கும் சூழலில்தான் புதுமையான கண்டுபிடிப்புகளும் புதிய சிந்தனைகளும் செழிக்கும். தனிமனித விருப்பு வெறுப்புகளுக்கு இடமின்றி, காணக்கிடைக்கும் விவரங்கள், தகவல்கள் ஆகியவற்றின் அடிப்படையில்தான் தங்களது கருத்துகள் மதிப்பிடப்படும் என்ற நம்பிக்கை அணியில் இருப்பவர்களுக்கு இருக்க வேண்டும். முப்பத்தேழு ஆண்டுகள்முன் இந்தப் பாடத்தை பேராசிரியர் கிருஷ்ணய்யாவிடம் நான் கற்றுக் கொண்டேன்.

உங்கள் சிந்தனை சிறந்ததாக இருக்கலாம்; இருப்பினும், அதனை மற்றவர்கள் புரிந்துகொண்டு, தங்களுடையதாக ஏற்றுக்கொண்டு, அதனை நடைமுறைப்படுத்த உங்களுக்கு உதவ முன்வராதவரை அதற்கு எவ்வித மதிப்பும் இல்லை. எனவே, ஒரு மேலாளரின் வெற்றியில் தகவல் பரிமாற்றம் முக்கியப் பங்காற்றுகிறது. பன்முகக் கலாசாரத்தன்மை கொண்ட சூழலில் நாம் செயல்படுகிறோம். ஆகவே, பிற தேசத்தவரிடம் பேசும்போது, அவர்கள் புரிந்துகொள்ளக்கூடிய, எளிமையான, ஆனால், வலிமையான, சர்வதேச அளவிலான சொற்களையும் உருவகங்களையும் பயன்படுத்துவது அவசியம். சர்வதேச அளவில், வர்த்தக உலகின் செய்திப் பரிமாற்றப் பொதுமொழியாக ஆங்கிலம் சிறப்பான பங்காற்றினாலும், நீங்கள் வேலை செய்யும் இடத்தின் பிரதேச மொழியைப் புரிந்துகொள்வதும், அந்த மொழியில் பேசுபவர்களை மதிப்பதும் அவசியம்.

மாற்றம் என்பதுதான் மாறாத ஒன்று. விரைந்து நிகழும் மாற்றங்களைக் கையாள உதவும் ஒரே ஆயுதமாக, எதையும் கற்றுக் கொள்ளும்

தன்மைதான் இருக்க முடியும். தொழில்நுட்பம் அல்லது நிர்வாகம் தொடர்பான எதைக் கற்றுக்கொண்டாலும், அது தொடர்ச்சியாகவும் விரைவாகவும் இருக்கவேண்டும். புதியனவற்றைத் தெரிந்து கொள்ளல், காலாவதியான சிந்தனைகளைத் தவிர்ப்பது - இவைதான் கற்றுக்கொள்ளல். இது தனிப்பட்ட மனிதனின் திறமை சார்ந்தது. புதிய சிந்தனைகளை, புதிய மனிதர்களை, புதிய கலாசாரத்தை, புதிய இலக்கணங்களை வரவேற்கும் மனப்போக்கு என்றும் இதனைக் கூறலாம். உலகத் தரம் வாய்ந்த தலைவர் ஒருவரின் வெற்றிக்கு இந்தக் குணங்கள் அனைத்தும் தேவையாகும்.

தன்னம்பிக்கை கொண்ட மனிதர்கள் நல்ல திறமையை வரவேற்பார்கள். பெருந்தன்மை, அத்தகைய தன்னம்பிக்கையின் அறிகுறியாகும். வெற்றி கரமான மேலாளர் பெருந்தன்மையில் என்றைக்கும் தவறமாட்டார். தன் சாதனைக்கு வித்திட்டவற்றைத் தன் அணியினரோடு பகிர்ந்து கொள்வார். 'நல்லவற்றை நான்கு பேர் மத்தியில் சொல், தவறுகளைத் தனியாகச் சொல்' என்ற பழமொழியை அவர் பின்பற்றுவார். அணியினர் தங்களது புதிய சிந்தனைகளைப் பகிர்ந்துகொள்ளவும் அணிக்குச் சிறந்த மதிப்புகளைக் கொணரவும், சுயமரியாதையைப் பேணுவது அவசிய மானது. ஒருவரை ஒருவர் மதிக்கும் நயத்தக்க நாகரிகம் நிறைந்த சூழலில்தான் சுயமரியாதை வளர முடியும். ஆகவேதான் நாங்கள் இன்ஃபோசிஸில், இந்தப் புதுமொழியில் நம்பிக்கை கொண்டுள்ளோம்: 'உன்னை எனக்குப் பிடிக்காத சூழல் எழும்வரை, நீ என் கருத்துகளுடன் முரண்படலாம்.'

ஒன்றை நினைவில் கொள்ளுங்கள்! இன்றைய உலகமயச் சூழலில், செயல்திறனும் அதன் முடிவுகளும் முக்கியமானவை; செயல்முடிவுகள் அங்கீகாரத்தைத் தருகின்றன; அங்கீகாரம் மதிப்பையும், மதிப்பு அதிகாரத்தையும் கொண்டு வருகிறது. வலிமையான தேசமாக நாம் உருவாக நம்மிடம் இருக்கும் ஒரே ஆயுதம் - கடின உழைப்பு, சுறுசுறுப்பு, திறமை, ஒருமைப்பாட்டின் மூலம் உருவாகும் செயல்திறன்.

நம்மை ஆதரிக்கும் நாடுகளில் நாம் வெற்றி பெறுவதற்கு, அந்த மக்கள் மனத்தில் நம்பிக்கையை விதைப்பது அவசியமாகிறது. உங்களது ஒவ்வொரு செயலிலும், நிர்வாக மேலாண்மையின் சிறந்த கோட் பாடுகளில் உங்களுக்கு இருக்கும் உறுதிப்பாட்டை வெளிப்படுத்துவதன் மூலமே நீங்கள் இதனைச் செய்ய முடியும். நிறுவன நிர்வாகம் என்பது, ஒரு நிறுவனத்தில் இருக்கும் பங்குதாரர்களின் மதிப்பை நீடித்தவகையில் பெருக்குவதற்கான ஒரு நிர்வாக முறை. அதேநேரத்தில் அனைத்துப் பங்காளிகளுக்கும் - அதாவது வாடிக்கையாளர்கள், முதலீட்டாளர்கள், ஊழியர்கள், விற்பனைக் கூட்டாளிகள், அந்த தேசத்தின் அரசு மற்றும்

சமுதாயம் முழுமைக்கும் - நியாயமானதை உறுதிசெய்யும் முறை. உலக அளவில், மூலதனம் கட்டுப்பாடுகள் இன்றி எங்கும் பாய்ந்து கொண்டிருக்கும் இந்நாளில், உலகத்தரம் வாய்ந்த நிறுவன நிர்வா கத்தைப் பின்பற்றும் நிறுவனங்களே மூலதனத்தை வசீகரிக்க முடியும்.

குறைவாக உறுதியளிப்பது ஆனால், அதைவிட அதிகமாக நிறை வேற்றித் தருவது என்ற கொள்கையையும் நாங்கள் பின்பற்றுகிறோம். அது மட்டுமின்றி, பாதகமான செய்திகளை பங்காளிகளிடம் முன்னதாகவும் விரைவாகவும் சொல்லிவிடுவது நல்லது. அவர் களிடம் நல்லெண்ணத்தை ஏற்படுத்த இது உதவும். வியாபாரங்களில் ஏற்ற இறக்கத்தைத் தவிர்க்கமுடியாது என்பதை அவர்கள் புரிந்து கொள்வார்கள். எல்லா நேரங்களிலும் நிர்வாகத்துக்கு இணையாக மதிக்கப்படுவதையே அவர்கள் விரும்புகிறார்கள். ‘சந்தேகம் எழும் நேரத்தில், அதனை வெளிப்படுத்துங்கள்’ என்கிற புதுமொழியின் மூலம் எங்களது இந்த நம்பிக்கை வலிமை பெறுகிறது.

எனக்கு இருக்கும் ஆழமான நம்பிக்கைகளில் ஒன்று, இந்தச் சமுதாயத்தின் நலனில் நிறுவனங்களுக்கு முக்கிய பொறுப்பு இருக்கிறது என்பதாகும். சமுதாயத்தின் நம்பிக்கையைப் பெறுவது ஒரு நிறுவனத்துக்கு மிகவும் அவசியம். சராசரியாகப் பார்க்கும்போது, மக்கள் நலனில் பிரும்மாண்டமான வளர்ச்சி ஏற்பட்டிருக்கிறது. எனினும், உலகெங்கிலும், அதுவும் குறிப்பாக வளரும் நாடுகளில் இருப் பவர்-இல்லாதவர் இடையே இருக்கும் இடைவெளி துரதிர்ஷ்டமாக விரிவடைந்திருக்கிறது.

இந்தச் சமுதாயம்தான் வாடிக்கையாளர்களை, ஊழியர்களை, முதலீட்டாளர்களை அளிக்கிறது; அரசியல் தலைவர்கள், அரசு நிர்வாகிகள் மூலமாக, உங்கள் நிறுவனங்களில் தாக்கங்களை ஏற்படுத்தும் கொள்கைகளை உருவாக்குகிறது. தன்னைச் சுற்றி இருக்கும் விஷயங்களில் எந்தத் தாக்கத்தையும் ஏற்படுத்த முயற்சி செய்யாத நிறுவனம் எதனாலும் தங்கள் முன்னேற்றத்தை நிலைபெறச் செய்ய இயலாது. நீங்கள் எடுக்கும் அனைத்து முடிவுகளிலும், நிறுவனத்தின் நலனுக்கு முன்பாக அந்தச் சமுதாயத்தின் நலனை முன்னிறுத்துங்கள்; இந்தக் கொள்கைதான் தொழில் முனைவோர்க்கு வெற்றிகளைத் தந்திருக்கின்றன.

இன்றைய இளைஞர்களிடம் நான் அடிக்கடிக் கூறும் சில அறிவுரை களை இங்கும் கூற விரும்புகிறேன். இந்தச் சிந்தனைகள், என் வாழ்க்கை அனுபவத்தோடும் என் நம்பிக்கைகளோடும் பின்னிப் பிணைந்திருப்பவை.

- **முதலாவது:** நீங்கள் எப்போதும் நம்பிக்கைக்கு உரியவராக இருக்கவேண்டும் என்பதை வலியுறுத்த விரும்புகிறேன்.

- **இரண்டாவது:** அச்சம் என்பது இயற்கையானதே. ஆனால், எப்போதும் அது உங்களை ஆட்சி செய்திட அனுமதிக்காதீர்கள். சில நேரங்களில், சீர்தூக்கிப் பார்க்கும் உங்களது மனத்தின் அல்லது கவனிக்கத் தவறியதைச் சுட்டிக்காட்டும் உங்களது உள்ளுணர்வின் மறைமுகக் குரலாக அச்சம் செயல்படக் கூடும். சமயங்களில், உங்களுக்குள் இருக்கும் ஒரு புதிய பகுதியினை, அல்லது உலகத்தினைக் காண்பதற்கான அழைப்பாகவும் அது இருக்கக்கூடும்.

- **மூன்றாவது:** ஆதரவாக இருக்கும் குடும்பம் என்கிற வலிமையான பாறைமீதுதான், திருப்திகரமான வாழ்க்கையும் பணிகளும் உருவாகின்றன. உங்களது வெற்றிகளைக் கண்டு மகிழக்கூடிய மனிதர்களை, நீங்கள் முடிவெடுக்கத் தடுமாறும் தன்னம் பிக்கையற்ற, தர்மசங்கடமான நேரங்களில் உங்களுக்கு ஆதரவாக இருந்து வழிகாட்டும் மனிதர்களை உருவாக்கிக்கொள்ளுங்கள். இத்தகைய அசைக்க முடியாத ஆதரவால்தான், உங்கள் வாழ்வில் நீங்கள் எதையும் சாதித்திட முடியும்.

- **நான்காவது:** பணியில் நீங்கள் கொண்டிருக்கும் திறமை, வாழ்க்கையைத் திறம்பட நடத்தவும் வழிகாட்டும். வீட்டில் மகிழ்ச்சி இல்லை என்றால், அலுவலகத்திலும் நீங்கள் மகிழ்ச்சியாக இருக்க இயலாது. வாழ்க்கையில் வெற்றி பெற்றவர் என்றால், அலுவலகத்தில் நீங்கள் நுழையும்போது, மற்றவர் கண்கள் பளிச்சிட வேண்டும். அதுபோல் மற்றவர்களைப் பார்த்தவுடன் உங்கள் கண்களும் ஒளிபெற வேண்டும். வாழ்க்கையை உற்சாக மாக அனுபவியுங்கள். உங்கள் குடும்பத்தாருடனும் நண்பர் களுடனும் நகைச்சுவைத் துணுக்குகளைப் பகிர்ந்துகொள்ளுங்கள். உங்கள் வேலையை தீவிரமாக எடுத்துக்கொள்ளுங்கள். ஆனால், நீங்கள் எப்போதுமே தீவிரமானவராக இருந்துவிடாதீர்கள்.

- **ஐந்தாவது:** உங்களை, உங்களது உணர்வுகளை எப்படி நிர்வகிப்பது என்பதைக் கற்றுக்கொள்ளுங்கள். இதன் மூலம் உங்கள் கண்ணியமும் மற்றவர்களுடையதும் மதிக்கப்படும்.

- **இறுதியாக:** இந்தச் சமுதாயத்தில் தாக்கத்தை ஏற்படுத்துவதாக உங்கள் வாழ்வும் பணியும் இருக்கட்டும். என்றாவது ஒரு நாள், இந்த உலகத்தில் உங்கள் அடையாளத்தை நீங்கள் பதித்திடலாம். அன்றைய நிலையில், நீங்கள் உருவாக்கி வைத்திருக்கும், சேமித்திருக்கும் செல்வங்கள் அனைத்துக்கும் - அது அறிவு

சார்ந்ததோ, பொருள் சார்ந்ததோ அல்லது உணர்வு சார்ந்ததோ எதுவாகவும் இருக்கட்டும் - நீங்கள் ஒரு தாற்காலிகப் பாது காவலர்தான் என்பதை நினைவில் வைத்துக்கொள்ளுங்கள்; இல்லாதவர்களுடன் அதைப் பகிர்ந்துகொள்வதே, அதனைச் சிறப்பாகப் பயன்படுத்தும் வழியாகும்.

இத்தகைய அடித்தளத்தின்மீதுதான் தலைவர்களும் நிறுவனங்களும் செழித்தோங்கி வளர முடியும்.

செல்லுங்கள்! உங்கள் எதிர்காலத்தைத் திறந்த கைகளோடு எதிர் கொண்டு அணைத்துக்கொள்ளுங்கள்! புதிய தேடல்கள் நிறைந்த உங்கள் வாழ்க்கைப் பயணத்தை உற்சாகத்தோடு ஆரம்பியுங்கள்.

நேர்த்தியின் அவசியம்

நீங்கள் பட்டம் பெறும் இந்த நாள், வயது வந்தவர்களின் அணியில் நீங்கள் சேர்ந்துவிட்டீர்கள் என்பதைப் பலவகையில் உணர்த்துகிறது. வாழ்நாள் முழுவதும் வரிசெலுத்தவும் எண்ணிக்கையற்ற செலவுகளைச் செய்யவும் தகுதி பெற்றுவிட்டீர்கள். உங்கள் முன் முடிவற்றதாக வாய்ப்புகள் கொட்டிக் கிடக்கின்றன என்பதுதான் ஒரு நற்செய்தி. மிகச் சிறந்த இந்தக் கல்வி நிலையம், கனவுகளை நனவாக்கிக் கொள்ளும் தகுதி படைத்தவர்களாக உங்களை உருவாக்கி இருக்கிறது. எதிர்காலம் உங்கள் கையில்.

இங்கு தங்கியிருந்த காலத்தில், அருகில் இருக்கும் சபர்மதி ஆசிரமத்துக்கு நீங்கள் சென்றிருக்கக் கூடும். அந்த இடத்தைப் பார்த்து நீங்கள் எழுச்சி பெற்றிருக்கலாம். மகாத்மாவின் உரைகளில் ஊடோடி யிருக்கும் அடிப்படையான ஒன்றைப் பற்றி உங்களிடம் கேட்க விரும்புகிறேன். உலக நாடுகளால் அங்கீகரிக்கப்பட்ட, உலகத்தரம் வாய்ந்த ஏதாவது ஒரு பொருளைச் சொந்தம் கொண்டாடி பெருமையாகப் பேசிக்கொள்ள இந்தியாவால் முடியாதது ஏன்? வெற்றிகள் பல நாம் கண்டிருக்கிறோம். துடிப்பான ஜனநாயகம். சுதந்தரமான செய்தித்துறை. தனித்து இயங்கும் நீதித்துறை. உலகத்தரம் வாய்ந்த விஞ்ஞானிகள் மற்றும் பொறியாளர்கள் பட்டியலில் நாம் மூன்றாம் இடத்தில் இருக்கிறோம். தானிய உற்பத்தியில் தன்னிறைவு பெற்றிருக்கிறோம். அணைகள் பல கட்டியிருக்கிறோம். ஏவுகணைத் தயாரிப்பில், செயற்கைக்கோள் ஏவுவதில் வல்லமை பெற்று விட்டோம். இருந்தும், ‘உலக அளவில், இந்தத் துறையில் நாங்களே சிறந்தவர்கள்’ என உறுதியுடன் கூறும் வகையில் எந்த ஒரு துறையிலும் நாம் சிறந்து விளங்கவில்லை.

பட்டமளிப்பு உரை, தேசிய வடிவமைப்புக் கழகம், அகமதாபாத், டிசம்பர் 11, 2001.

நீங்கள், இந்தக் கேள்வியைச் சற்று சிந்தித்துப் பார்க்கவேண்டும். சந்தையில் வெற்றிகரமாக விலைபோவதற்கு, பொருளின் வடிவமைப்பு முக்கியம். அது பீங்கான் பொருளோ அல்லது மென் பொருளோ, எதுவாக வேண்டுமானாலும் இருக்கட்டும். உண்மையில், தொழில்நுட்பம் நீண்டகாலம் நிலைத்திருப்பதில், அதன் வெற்றி, எவ்வளவு விரைவாக, இலகுவாக அந்தத் தொழில்நுட்பத்தை நாம் பயன்படுத்த முடிகிறது என்பதைப் பொருத்து அமைகிறது.

எடுத்துக்காட்டுக்கு, தகவல் தொழில்நுட்பத் துறையை எடுத்துக் கொள்வோம். கடந்த காலத்தில் கணினியின் வன்பொருளைச் சிறப்பாக வடிவமைப்பதில்தான் அக்கறை கொண்டோம். மென் பொருளின் எளிமை பற்றியும் பயன்படுத்துவோருடன் அது கொண்டிருக்கவேண்டிய இணக்கம் குறித்தும் சிந்திக்கவில்லை. 1975-ல் தயாரிக்கப்பட்ட கணினிகளைவிட, இன்றைய கணினிகள் 60,000 மடங்கு அதிகமாக விரைந்து கணக்கு போடும் திறன் கொண்டவை. கணிக்கும் திறனில் ஏற்பட்டிருக்கும் முன்னேற்றம் காரணமாக, பயனாளர் அதனைத் திறம்பட, எளிதாகப் பயன்படுத்த உதவுவதில் அழுத்தம் கொடுக்கப்பட்டுள்ளது.

சந்திக்கும் பிரச்னைகளில் இருக்கும் மானுடம் சார்ந்த விஷயங்களுக்கு அதிகம் முக்கியத்துவம் கொடுப்பதே சரியான தீர்வு என்பதைத் தொழில்துறை இன்று புரிந்துகொண்டுவிட்டது. உண்மையில், பயனர் இடைமுக (Graphical User Interface) உருவாக்கத்தில் அதிக கவனம் செலுத்துவதை தன் அடிப்படை நோக்கமாகவே இந்தத் துறை ஏற்றுக் கொண்டுவிட்டது. தகவல் தொழில்நுட்பத்துறையும் நுகர்வோர் மின்னணுத்துறையும் ஒருங்கிணைந்து செயல்படுவதன் காரணமாக, பயன்படுத்துவோருக்கு இணக்கமான, புத்திசாலித்தனம் நிறைந்த பொருள்களின் உற்பத்தி எதிர்காலத்தில் நிச்சயம் பெருகும். ஆகையால், இன்றைய தொழில்நுட்ப உலகில், பொருள்களின் வடிவமைப்பு தொடர்ந்து முக்கியமான பங்கினை ஆற்றும்.

உலகத்தரம் வாய்ந்த பொருள்களையும் சேவைகளையும் இதுவரை இந்தியா ஏன் உருவாக்கவில்லை என்பதற்கான பின்புலத்தைச் சுருக்கமாகக் கூறுகிறேன். இதனை எதிர்கொள்ள, நாம் என்ன செய்ய வேண்டும் என்பதையும் விளக்குகிறேன்.

என்றைக்குமே, வர்த்தகம், விளையாட்டு, கலை என எந்தத் துறையாக இருந்தாலும், வெற்றிக்கு அடிப்படையாக நேர்த்தி என்பதே இருக்கிறது. ஆனால், நாம் நேர்த்தியில் போதுமான கவனம் செலுத்துவதில்லை. ஒருவேளை, சமீபகாலம்வரை தொடர்ந்த ‘கட்டளை மற்றும் கட்டுப்பாடு’ சார்ந்த பொருளாதாரச் சூழல் இதற்குக்

காரணமாக இருந்திருக்கலாம். தர மேம்பாட்டுக்கு அந்த நாள்களில் ஊக்கம் ஏதும் அளிக்கப்படவில்லை. தொழில்துறையில் ஏற்கெனவே இருந்துவந்தவர்களுக்குத்தான் அன்றைய லைசென்ஸ் ராஜ்ஜியம் பாதுகாப்பு அளித்தது.

தொடர்ந்துவந்த அரசுகள், அரசியல் லாபங்களுக்காக, தவறாகப் புரிந்து கொள்ளப்பட்ட சோசலிசக் கொள்கைகளை விடாமல் பிடித்துக் கொண்டிருந்தன. ஆடம்பரம் என்பது தவறாகப் புரிந்து கொள்ளப் பட்டது. கண்ணைக் கவரும் கட்டடம் ஒன்றைக் கட்டுவதைவிட அடிப்படை இருப்பிட வசதிகள் செய்து தருவது, அரசியல்நோக்கில் மிகச் சரியானதே. எனவே, வளர்ச்சி நோக்கில், தரத்தைக் கருத்தில் கொள்ளாமல், எண்ணிக்கையில் கவனம் செலுத்தியதால் ஏற்பட்ட பாதிப்புகளில் இதுவும் ஒன்று என இதனை நாம் மன்னித்து விடலாம். இருந்தும், உயர்தரம் என்றாலே அதிகச் செலவு என்ற எண்ணப்போக்கு உருவாகி உள்ளது உறுத்தலாக இருக்கிறது. தரம் தாழ்ந்த பொருள் களையும் சேவைகளையும் தன் குடிமக்களுக்குத் தருவதை நியாயம் என்றே அரசு நினைத்துவிட்டது. உலகத்தரம் வாய்ந்த பொருள் களையும் சிறந்த சேவைகளையும் நாமும் அளிக்க முடியும் என்கிற திறமை மீது இருக்கும் நம்பிக்கையை இது போக்கடித்துவிட்டது.

விடுதலை பெற்ற இந்தியாவில் உன் வெற்றி, உன்னால் என்ன செய்ய முடியும் என்பதைவிட, உனக்கு யாரைத் தெரியும் என்பதால் நிகழக் கூடியதாக இருந்தது. எங்கும் நீக்கமற நிறைந்திருக்கும் அதிகார வர்க்கம், அரசுத்துறை சாராத இடங்களிளிருந்து வந்த முன்முயற்சி களைச் சந்தேகக் கண்கொண்டே பார்த்தது. தகுதிகளின் அடிப்படையில் அல்லாமல், 'குறைவான ஏலத் தொகை' அடிப்படையில் ஒப்பந்தங்கள் வழங்கப்படும் முறை எங்கும் பரவியது.

தவறாகப் புரிந்துகொள்ளப்பட்ட மற்றொன்று, 'நுகர்வோருக்கான பொருள்கள்' என்பவை தவிர்க்கமுடியாத தீமை என்ற கருத்து. நுகர்வோர் பொருள்களைவிட மூலதனப் பொருள்களுக்கு 'மஹலா னோபிஸ் மாதிரி' முக்கியத்துவம் தந்தது. இதைப்போன்றவற்றை இந்திய சோசலிச அமைப்பு இந்த நாட்டுக்கு அறிமுகப்படுத்தியது. செய்யும் செயலுக்குப் பொறுப்பு ஏற்காத தன்மை அதில் முக்கிய மானது. அரசை நடத்துபவர்களும் பொதுத்துறை நிறுவன நிர்வாகிகளும், அவர்களைத் தவிர வேறு யாருக்கும் பதில் சொல்ல வேண்டிய கடமை உள்ளவர்களாகத் தெரியவில்லை.

அதிர்ஷ்டவசமாக, இந்தப் பழைமையான மனநிலை மாறிக் கொண்டிருப்பது நல்ல விஷயம். 1990-களின் ஆரம்பத்தில் இந்தியப் பொருளாதாரத்தின் கட்டுப்பாடு தளர்த்தப்பட்டதால், புதுமைகள் பல

உள்ளே வந்தன. மாற்றங்களும் ஏற்பட்டன. உலகத்தின் சிறந்த வற்றோடு தங்களாலும் போட்டியிட முடியும் என இந்திய நிறுவனங்கள் கனவு காணத் தொடங்கின. உண்மையில், தளர்த்தப் பட்ட பொருளாதாரக் கட்டுப்பாடுகள்தான், இந்திய மென்பொருள் துறை வெற்றிக்கு அடிக்கல் நாட்டின.

உலகமயமாதலும் தொழில்நுட்பத்தின் வேகமான தாக்கங்களும் இவ்வுலகை மறு உருவாக்கம் செய்கின்றன. இன்றைய உலக உற்பத்தி மதிப்பில், உலகு தழுவிய வர்த்தகம் ஏறக்குறைய 25 சதவிகிதமாக இருக்கிறது. தனியார்மயம், உலகம் தழுவிய கொள்கையாக மாறிவிட்டது; நூற்றுக்கும் மேற்பட்ட நாடுகள் இதனைப் பின்பற்ற ஆரம்பித்துவிட்டன. இணையத்தைப் பயன்படுத்துவோர் எண்ணிக்கை 45 கோடியாக வளர்ந்திருக்கிறது. மனித மரபணுத் தொகுதிகளை வகைப்படுத்தும் முறை, புதியவகை மருந்துத் தயாரிப்புகளுக்கு உதவி செய்யும்; நம் வாழ்க்கைத் தரத்தை மேம்படுத்தும். இந்த அடிப்படையான சக்திகள் தான் மாற்றத்துக்காக இயங்கிக்கொண்டிருக்கின்றன. உண்மையில், நீங்கள் அடி எடுத்து வைக்கும் இந்த உலகம், பத்து ஆண்டுகளுக்கு முன்னர் நாங்கள் வாழ்ந்த உலகத்தைவிடப் பெரிதும் வேறுபாடான ஒன்று.

உலகத்தின் சிறந்தவற்றோடு நீங்கள் இன்று போட்டியிடுகிறீர்கள். நிச்சயமாக உங்கள் பணி கடினமான ஒன்றே. பல ஆண்டுகள் தொடர்ந்த, பாதுகாப்பான தொழில்துறை கொள்கை, இந்திய நிறுவனங்களின் படைப்பாற்றலைப் பலவீனப்படுத்தியதோடு, செய்நேர்த்தியில் அக்கறையின்மையை உண்டாக்கிவிட்டது. அதனால், விலை குறைவான, ஆனால், தரம் மிகுந்த பொருள்களை இந்தியாவால் தரமுடியும் என்ற கருத்தை, கொள்கை வகுப்பாளர்களிடம் உருவாக்கு வதற்கு நீங்கள் சற்று சிரமப்படத்தான் வேண்டும். அதே நேரம், தங்கள் தரத்தையும் இருப்பையும் உலகச்சந்தையில் தொடர்ந்து வெளிப் படுத்திக்கொண்டிருக்கும் நிறுவனங்களின் எண்ணிக்கை உயர்ந்து கொண்டே இருக்கிறது. அவர்கள்தான் உங்கள் ஆதரவாளர்கள். இந்தியாவின் பெருமையை உருவாக்கிக்கொண்டிருக்கும் அவர்களுக்கு உதவி செய்ய, நீங்கள் அவர்கள் பக்கம் இருக்கவேண்டும்.

நேர்த்தியை நோக்கிச் செல்லுங்கள். உயர்வாக எண்ணுங்கள். பெரிதாகக் கனவு காணுங்கள். ஒவ்வொரு செயலிலும் நேர்த்தி என்பதை உங்கள் நம்பிக்கையாகக் கொள்ளுங்கள். இடைவிடாத பயிற்சி, ஒளிவு மறைவற்ற விமர்சனங்கள், தொடர்ந்த சுய முன்னேற்றம் ஆகியவை மூலமாகவே நேர்த்தியைப் பெறமுடியும் என்பதை நினைவில் கொள்ளுங்கள். அத்தகைய செய்நேர்த்தி, அது அங்கீகரிக்கப்படுகிற, மதிக்கப்படுகிற இடங்களில்தான் நன்கு

செழிக்கும். உங்கள் வேலைத் தளத்தில் அத்தகைய சூழலை உருவாக்கிட முயற்சி செய்யுங்கள்.

உங்கள் கனவுகளும், உற்சாகமும் மிக முக்கியமானவை. உண்மையான உலகத்தைக் காண அடி எடுத்துவைக்கும் நீங்கள், மனத்தளவில் என்றைக்கும் இளமையாக இருங்கள்; புதிய சிந்தனைகளுக்கு உங்களை எப்போதும் திறந்து வைத்திருங்கள். 'இந்த நிலைதான் எப்போதும்' என்பதை எந்த நிலையிலும் ஒப்புக் கொள்ளாதீர்கள்; நீங்கள் தேர்ந்தெடுக்கும் எதிலும் சிறந்தவராக இருக்க முயற்சி செய்யுங்கள். ஹெரால்டு டைலரின் கூற்றான, 'உண்மையான சாதனையின் வேர், நீங்கள் எப்படி ஆக விரும்புகிறீர்களோ, அதில் சிறந்து நிற்கவேண்டும் என்று நினைக்கும் மனவலிமையில் இருக்கிறது' என்பதை உங்கள் மனத்தில் வைத்துக்கொள்ளுங்கள்.

இறுதியாக ஒன்று. செயலின் பக்கபலம் இல்லாத வெற்றுச் சொற்களால் பயனில்லை. ஹென்றி ஃபோர்டு அடிக்கடிக் கூறுவார், 'நீங்கள் என்ன செய்யப்போகிறீர்கள் என்ற சொற்களை மட்டும் வைத்துக்கொண்டு நற்பெயரைச் சம்பாதிக்க முடியாது.' ஆகவே, சொற்கள் மூலமாக அல்ல, உங்கள் சாதனைகள் மூலமாக உங்கள் கீர்த்தியைப் பெருக்கிக் கொள்ளுங்கள். இந்தத் தேசத்துக்கு நீங்கள் தேவை.

உலகமயக் காலகட்டத்தில் சட்ட நிபுணர்கள்

இன்றைய நாள் உங்கள் வாழ்க்கையில் மற்றொரு மைல் கல். ஆழ்ந்த அறிவினை நோக்கிய உங்கள் தேடல் இன்றிலிருந்து தொடங்குகிறது. பலவழிகளில், நீங்கள் இப்போது உண்மையான உலகத்துக்கு, மிக வேகமாக மாறிவரும் உலகத்துக்கு, வந்து சேர்ந்துள்ளீர்கள். உலகமயமாதல், தொழில்நுட்ப முன்னேற்றம் ஆகியவையே இதற்குக் காரணங்கள். கடந்த இருபது ஆண்டுகளில் உலக வர்த்தகத்தின் வளர்ச்சி ஆண்டுக்குச் சராசரியாக 6 சதவிகிதமாக இருக்கிறது. உலகப் பொருளாதார உற்பத்தியின் வளர்ச்சியைவிட இது இருமடங்கு அதிகம். நாஸ்டாக் பங்குச் சந்தையின் எந்தவொரு செயல்பாடும் மும்பை பங்குச் சந்தையில் எதிரொலிக்கும், ஒன்றோடொன்று தொடர்புடைய உலகத்தில் நாம் இன்று வாழ்கிறோம்.

இந்தப் புதிய சூழலில், திறமை மிக்க இந்தியாவை உருவாக்குவதில், வழக்குரைஞர்களுக்கு மிக அதிகமான பொறுப்பு இருக்கிறது. ஏனெனில், மற்ற எல்லாவற்றைக் காட்டிலும், மாற்றத்துக்கான குறிப் பிடத்தகுந்த கருவியாகச் சட்டம் செயல்படுகிறது. நிர்வாகிகளாக, சட்டம் இயற்றுபவர்களாக, வழக்குரைஞர்களாக, நீதிபதிகளாக, சட்ட ஆலோசகர்களாக முக்கிய பொறுப்புகளை வகித்து மேன்மைக்கான மாற்றங்களைக் கொண்டுவர உங்களால்தான் முடியும்.

எடுத்துக்காட்டு ஒன்றைக் கூறுகிறேன். 1990-களில் இந்திய மென் பொருள் துறை அடைந்த வெற்றிக்கு பொருளாதாரக் கட்டுப்பாடுகள் தளர்த்தப்பட்டது ஒரு முக்கியக் காரணம். அரசின் பல்வேறு அமைப்புகள் வர்த்தக நிறுவனங்களுக்கு அளித்துவந்த இடையூறுகள்

பட்டமளிப்பு உரை, இந்தியப் பல்கலைக்கழகத்தின் தேசியச் சட்டக் கல்லூரி, பெங்களூரு, ஆகஸ்ட் 11, 2002

இதனால் குறைந்தது. நிர்வாகக் கூட்டங்களில் முடிவுகள் எடுக்கும் நடைமுறைகளை இது மேம்படுத்தியது.

மத்திய அரசில் பணிபுரிந்த வழக்கறிஞர்கள் பலர், நவீன சட்ட வரைமுறைகளின் அடிப்படையில் புதிய விதிகளை உருவாக்கியதன் மூலம் பொருளாதாரச் சீர்திருத்தங்களில் முக்கியப் பங்காற்றினர். ஃபிரெஞ்சு நாட்டு எழுத்தாளர் அந்துவான் தி செயிந்த் எக்ஸூபெரி (Antoine de Saint Exupery) கூறிய, 'எதிர்காலத்தை ஊகிக்க முனைவது உங்கள் பணி அல்ல; அதனைச் சாத்தியமாக்குவதே உங்கள் பணி' என்ற வார்த்தைகளுக்கு ஏற்ப அவர்கள் செயல்பட்டனர்.

இந்தியத் தொழில்முனைவோர் உலகமயமாதலால் ஏற்பட்டிருக்கும் சவால்களை எதிர்கொள்ள உதவும் பொறுப்பு உங்களுக்கு இருக்கிறது. சீர்திருத்தக் காற்று படாத தொழிலாளர் சட்டங்கள், தொழிற்சாலைச் சட்டங்கள், திவால் சட்டங்கள் (Bankruptcy laws) போன்ற பழமையான சட்டங்களை நீங்கள் சீரமைத்திட வேண்டும். அதிகமான வேலைகளை உண்டாக்குவதற்கு, உலக மூலதனத்தைப் பயன்படுத்த நினைக்கும் சூழலில், தற்காலத்துக்கு ஏற்ற, வர்த்தக இணக்கம் கொண்ட, நேர்மையாக, விரைவாக எதிர் வினை ஆற்றக்கூடிய நீதித்துறை அமைப்பினை உருவாக்குவதில் இந்தியா முன்னணியில் இருக்கவேண்டும்.

உலகமயச் சூழலில் வழக்குரைஞர்கள் பணி, பிரதேச மற்றும் தேசிய எல்லைகளுக்கு அப்பாற்பட்டது. உலக அளவிலான வாய்ப்புகளை எதிர்நோக்கித் தொழில் நிறுவனங்கள் தொடர்ந்து காத்துக் கொண்டிருக்கின்றன. அதனால், இந்தியத் தொழில் நிறுவனங்கள் உலகின் எந்த மூலையில் தங்கள் தொழில்களைத் தொடங்க விரும்பினாலும், வழக்குரைஞர்கள் அந்தப் பணியை எளிதாக்க உதவ வேண்டும். இதற்கு, உலகின் முக்கிய சந்தைகளில் - குறிப்பாக G7 நாடுகளிலும் வளர்ந்த நாடுகளிலும் - நடைமுறையில் இருக்கும் தனிப்பட்ட விதிமுறைகளை வழக்குரைஞர்கள் முழுமையாகத் தெரிந்துகொள்வது அவசியம்.

ஆகவே, சர்வதேசச் சட்டங்கள் குறித்த பாட முறைகள் அதிக முக்கியத்துவம் பெறுகின்றன. வளர்ந்த நாடுகளின் சட்டக் கல்லூரிகள், உலகமயச் சூழலுக்கு ஏற்றவாறு சர்வதேச மற்றும் ஒப்பீட்டுச் சட்டங்களில் (International and Comparative Law) புதிய பாடமுறைகளை அறிமுகப்படுத்துகின்றன. அமெரிக்க சட்டக் கல்லூரிகளின் பாடத்திட்டத்தில் கடந்த பத்தாண்டுகளில் இந்தத் துறையில் பெரும் மாற்றங்களை ஏற்படுத்தியுள்ளனர். இந்தியச் சட்டக் கல்லூரிகளும் இந்த வழியைப் பின்பற்ற வேண்டும். நம் மாணவர்கள் உலக அளவில் சிந்திக்க வழி செய்திட வேண்டும்.

சர்வதேசச் சந்தைகளின் ஒருங்கிணைப்பு தொடர்ந்து அதிகரித்து வருவதால், சட்டத்துறைச் சேவைகளும் ஒருங்கிணைய வேண்டி யிருக்கிறது. வர்த்தகம் மற்றும் சேவைகளுக்கான பொது உடன் பாட்டில் (GATS) கையெழுத்திட்ட நாடுகளில் இந்தியாவும் ஒன்று. சர்வதேசச் சேவை நிறுவனங்களும் போட்டியிடும் வகையில், மக்களுக்கான சட்டச் சேவைகள் 2005-லிருந்து இந்தியாவில் தனியாருக்குத் திறந்துவிடப்பட்டிருக்கின்றன. எனவே, அந்நிய சட்ட நிறுவனங்களிடமிருந்து வரும் போட்டியை எதிர்கொள்ள நம் வழக்குரைஞர்கள் தயாராக இருக்கவேண்டும். உலகின் சிறந்த நடை முறைகளைப் பின்பற்றி, நேர்த்தி மிக்க சட்டத்துறை கலாசாரத்தை உருவாக்கினால், இந்தப் போட்டியை நன்றாக எதிர்கொள்ள இயலும். உலகத்தரத்தில் நேர்த்தியாகச் செயல்படுவதற்கு உலகப்பார்வை நமக்குத் தேவை.

1999-ல் வெளிவந்த போலோனா அறிக்கை, ஐரோப்பிய யூனியன் வழக்குரைஞர்கள், அந்த யூனியனில் அங்கம் வகிக்கும் அனைத்து நாடுகளிலும் பணியாற்ற ஏதுவான, பொதுவான தரம் கொண்ட சட்டப் படிப்பை நடைமுறைப்படுத்த ஐரோப்பியப் பல்கலைக்கழகங்களை வேண்டிக்கொண்டது. உலகின் மற்ற சட்டப் பல்கலைக்கழங்களோடு இணைந்து, நமது சட்டப் பல்கலைக்கழகங்கள் கல்விப் பரிமாற்றத் தையும் ஆராய்ச்சிப் படிப்புகளையும் ஆரம்பித்தால், இத்தகைய மனநிலை இந்தியாவிலும் வெளிப்படும். இல்லையெனில், நம் மாணவர்கள் அயல்நாட்டுக்குப் படிக்கச் செல்வது தவிர்க்க இயலாததாக ஆகிவிடும். ஹார்வர்ட், ஸ்டான்போர்ட் ஆகிய பல்கலைக்கழகங்களில் இருக்கும் சட்டக் கல்லூரிகள், வெளிநாட்டு ஆசிரியர்கள், மாணவர்களின் எண்ணிக்கையை சீரான நிலையில் உயர்த்திக்கொண்டே இருக்கின்றன.

இன்றைய தகவல் உலகம், அறிவுசார் சொத்துரிமைச் சட்டத்தின் பொற்காலம் என்று சில நேரங்களில் அழைக்கப்படுகிறது. தொழில் நுட்பத் துறையிலும் ஆராய்ச்சிகளிலும் நிகழும் புதிய கண்டுபிடிப்பு களில் தொடர்ச்சியான முதலீட்டைப் பெற, அறிவுசார் சொத்துரிமை முக்கியமானது. வளர்ந்த நாடுகளில் இருக்கும் சிறந்த சட்டக் கல்லூரிகள், அறிவுசார் சொத்துரிமை சட்டங்களின்பால் கவனத்தைத் திருப்பும்வகையில் தங்கள் பாடத்திட்டங்களில் மாற்றங்களைச் செய்திருக்கின்றன.

எடுத்துக்காட்டாக, ஸ்டான்போர்ட் சட்டக் கல்லூரியில், 'உயர் தொழில்நுட்பம் மற்றும் அறிவுசார் சொத்துரிமைச் சட்டம்' என்ற பாடம் இருக்கிறது. இணையத்தளக் குற்றங்கள், உயர் தொழில்நுட்பத்

துறைகளில் நடக்கும் குற்றங்கள் ஆகியவை பற்றி அந்தப் பாடத் திட்டம் போதிக்கிறது. நமது வழக்குரைஞர்கள் அம்மாதிரியான பாடங்களில் பயிற்சி பெறவேண்டும். அப்போதுதான், இந்திய உயர் தொழில்நுட்ப நிறுவனங்களுக்கும் மேற்கத்திய நிறுவனங்களுக்கும் இடையே நடக்கும் பேரங்களை வெற்றிகரமாக ஆக்க, அவர்களால் உதவ முடியும்.

சட்ட நடைமுறைகளில் ஏற்பட்டிருக்கும் முன்னேற்றங்கள் குறித்து, சட்டக் கல்லூரிகளின் முன்னாள் மாணவர்களுக்கும் அவ்வப்போது பயிற்சி அளிக்க வேண்டும். முன்னாள் சட்டக்கல்லூரி மாணவர்களும் வழக்குரைஞர்களும் தங்களைத் தரம் உயர்த்திக்கொள்ள உதவும் 'தொடர் சட்டக்கல்வி முறை' (Continuting Legal Education) இந்த இடத்தில் முக்கியத்துவம் பெறுகிறது. வழக்கறிஞர் உரிமத்தினைப் புதுப்பித்துக்கொள்ள, இந்தத் தொடர்ச்சியான கல்விமுறைப் பயிற்சி கட்டாயம் ஆக்கப்பட வேண்டும்.

தொழில்நுட்ப முன்னேற்றங்களுக்கு இணையாகப் பயணிக்கா விட்டால், பணியில் எவராலும் நீடித்திருக்க முடியாது. தொழில் நுட்பப் பயன்பாடு, நீதித்துறை நிர்வாகத்தின் தாமதத்தைக் குறைக்கும்; வழக்குரைஞர்களும் நீதிபதிகளும் வாதங்களுக்கும் தீர்ப்புகளுக்கும் தங்களைத் தயார் செய்து கொள்ள இது உதவும்; முன்மாதிரியாக இருக்கும் பழைய வழக்குகளை ஆராய்ந்து சட்ட நுணுக்கங்களைத் தெரிந்துகொள்ள தொழில்நுட்பம் முக்கியப் பங்காற்றும். நம் திறனை மேம்படுத்திக்கொள்ளவும் வழக்குகளுக்கு ஆகும் செலவையும் நேரத்தையும் குறைக்கவும் தொழில்நுட்பம் பயன்படும். இப்படியாக, வழக்குரைஞர்களுக்கு தகவல் தொழில்நுட்ப அறிவு முக்கியமான தகுதியாக மாறிவிடும்.

இந்தியாவில், தேவையான நீதிபதிகளின் எண்ணிக்கைக்கும் அதற்குத் தகுதியானவர்களின் எண்ணிக்கைக்கும் இடையே அதிகமான இடைவெளி இருக்கிறது. இந்திய நீதித்துறையில், பத்து லட்சம் மக்களுக்குப் பன்னிரண்டு அல்லது பதிமூன்று நீதிபதிகள்தான் இருக்கிறார்கள். ஆனால், அமெரிக்காவில் பத்து லட்சம் மக்களுக்கு 100 நீதிபதிகள் பணிபுரிகிறார்கள். குறிப்பிட்ட காலக்கெடுவுக்குள் தீர்ப்புகள் வழங்கப்பட வேண்டுமானால், இந்த இடைவெளி குறைய வேண்டும். தேசியச் சட்டக் கல்லூரி போன்ற கல்லூரிகளில் மாணவர் சேர்க்கையை அதிகமாக்குதல் மூலம் இதற்குத் தீர்வு காணமுடியும். இந்தியாவின் தேசியச் சட்டக் கல்லூரி, இத்தகைய பள்ளிகளை நாடு முழுவதும் உருவாக்குவதற்கு ஏற்பாடு செய்யவேண்டும்.

சமூகத்தின் அடிப்படை நிறுவனமாக இருப்பது நீதித்துறை. நீதித்துறை, சமூகச் சூழலில் தாக்கத்தை ஏற்படுத்துவதோடு அதனை

ஒழுங்குபடுத்தவும் அதற்கு முக்கியப் பங்கு இருக்கிறது. சிறுபான்மையோர் பாதுகாப்புச் சட்டங்கள், சந்தைப்போட்டிகளை ஒழுங்குபடுத்தும் சட்டங்கள் ஆகியவை இதற்கான எடுத்துக்காட்டுகள். தனியார் அமைப்புகளின் சமூகப் பாதுகாப்பு நடவடிக்கைகள் பெருகி வருவதால், மனித உரிமைப் பிரச்னைகளுக்கு அதிக முக்கியத்துவம் கிடைக்க ஆரம்பித்துள்ளது.

மனித உரிமைகளுக்கு முக்கியத்துவம் கொடுக்காத நாடுகள், பொருளாதார முதலீடுகள் செய்வதற்கு உகந்தவை அல்ல. தொழிலாளர் நலன், குழந்தைத் தொழிலாளர் பிரச்னை ஆகியவை இங்கு கவனத்தில் கொள்ளப்படவேண்டியவை. உலகம் முழுவதும், பல தொழிற்சாலைகளில் - குறிப்பாக ஆடைகள் மற்றும் காலணி தயாரிப்புத் தொழிலில் - வியர்வை சிந்தி உழைப்பவர்கள் வேலை செய்யும் இடங்கள் கவலை தருவனவாகவே இருக்கின்றன.

மனச்சாட்சி உள்ள திறமையான வழக்குரைஞர்கள் இந்த அநீதிகளுக்கு எதிராகப் போராடவேண்டும். சமுதாயத்தில் நீதி நிலைபெறுவதை உறுதிசெய்ய வேண்டும். வளர்ந்த நாடுகளின் சட்டக்கல்லூரிகள், இந்தத் துறையில் தங்கள் பார்வையை விசாலப்படுத்திக் கொண்டிருக்கின்றன. எடுத்துக்காட்டாக, ஹார்வர்ட் சட்டக்கல்லூரியில், 'மனித உரிமைகளுக்கான செயல்திட்டம்' என்ற படிப்பு இருக்கிறது. மனித உரிமைகள் குறித்த சிக்கலான விஷயங்களை மாணவர்கள் எளிதாக விளங்கிக்கொள்ளும் வகையில் இதன் செயல்முறைக் கல்விமுறை இருக்கிறது. இந்தத் துறையில் இந்தியா நிச்சயம் பின்தங்கிவிடக் கூடாது.

தொழில் வாழ்க்கையில் நீங்கள் அடி எடுத்து வைக்கும்போது, நெறிமுறையுடன் கூடிய செயல்பாடுகள்தான் நீடித்த வெற்றிக்கு அடிப்படை என்பதை நினைவில் கொள்ளுங்கள். சிறப்பான நிறுவன மேலாண்மைதான் ஒரு நிறுவனத்தின் வெற்றிக்கு அவசியமானது. சட்ட ஆலோசகர்களாகப் பணிபுரியப் போகும் உங்களது செயல்பாடுகளில், வெளிப்படையாகவும், நெறிமுறைகளுடனும் இருங்கள். வழங்கும் சட்ட ஆலோசனை அனைத்திலும், உங்களைப் பணிக்கு அமர்த்தியிருப்பவரின் நலனைவிட, சமூகத்தின் நலன் முன்னிற்கிறது என்பதை நினைவில் கொள்ளுங்கள்.

இந்த நாட்டின் சமூகம் மற்றும் நீதி அமைப்பில் தாக்கத்தினையும் மாற்றங்களையும் கொணர்வதற்கு உங்களது கல்வி உங்களுக்கு உதவும். சட்டங்களின் நுணுக்கங்களைக் கற்றுத் தேர்ந்திருக்கிறீர்கள்; உங்களது எதிர்காலச் சவால்களைச் சந்திக்கத் தயாராக இருக்கிறீர்கள் என்பதற்கான சான்றாக நீங்கள் பெறும் பட்டம் இருக்கிறது.

மேன்மையான தேசத்தினை உருவாக்குவதற்கு நாம் இணைந்து கனவு காண்போம். நம் கனவுகள் பெரியதாக இருக்கட்டும். சாத்தியமில்லை எனத் தோன்றும் மாற்றங்களை உண்டாக்கியே தீருவதை லட்சிய மாகக் கொள்வோம். ‘எதிர்காலம், தங்கள் கனவின் அழகில் நம்பிக்கை கொண்டவர்களுக்கே உரியது’ என்ற எலீனார் ரூஸ்வெல்ட்டின் சொற்களை வழிகாட்டியாகக் கொள்ளுங்கள்.

இந்தியாவில்,
மேலும் சுதந்தரமான வர்த்தக ஆட்சி

இன்று, உலகில் மிக வேகமாக வளர்ந்துவரும் பொருளாதாரங்களில் இந்தியாவும் ஒன்று. ஆனால், நூறு கோடி மக்கள் தொகை கொண்ட இந்தியா, தன் குறிக்கோள்கள் பலவற்றை இன்னும் அடைய முடியவில்லை. அதன் மக்களில் 25% பேர் ஏழைகளாக இருக்கிறார்கள்; 39% பேர் படிப்பறிவு அற்றிருக்கிறார்கள். மனித வாழ்க்கை மேம்பாட்டுக் குறியீட்டெண் அடிப்படையில் 127-வது இடத்தில் இந்தியா இருக்கிறது.

இந்தியாவில் ஏழைமை குறையாமல் இருப்பதற்கு முக்கியமான காரணம் வேளாண்மை வருமானத்தை நாம் அதிகம் நம்பி இருப்பது தான். இந்திய மக்கள் தொகையில் 65% பேர் விவசாயத்தை நம்பி உள்ளனர். ஆனால், தேசிய உற்பத்தியில் விவசாயத்தின் பங்கு 22%-க்கும் குறைவே. வேளாண் துறையில்தான் உழைப்பாளர்கள் உபரியாகவும் இருக்கிறார்கள். இந்தியாவில் வேளாண் துறை சார்ந்த ஓர் உழைப்பாளி நாட்டுக்கு அளிக்கும் பங்களிப்பின் மதிப்பு, வேறு ஒரு துறை சார்ந்த தொழிலாளியின் பங்களிப்பில் 27% மட்டுமே.

விறுவிறுப்பான தொழில்துறைதான், வேளாண் துறையை நாம் அதிகம் சார்ந்திருப்பதைக் குறைக்கும்; வறுமையும் குறையும். சீனா ஒவ்வோர் ஆண்டும், வேளாண் துறையிலிருந்து 1% உழைப்பாளிகளை விடுவித்து, வளர்ந்து வரும் கட்டுமானத் துறையிலோ உற்பத்தித் துறையிலோ அவர்களைப் பயன்படுத்தி வருகிறது. சீனாவுக்கு வலிமையான ஏற்றுமதிச் சந்தை இருப்பதால் இது சாத்தியமாகிறது.

ஆனால், இதற்கு மாறாக, இந்தியா அதன் வளர்ச்சிக்குத் தன் உள்நாட்டுச் சந்தையை அதிகமாக நம்பியிருக்கிறது. இது நல்லதல்ல.

பட்டமளிப்பு உரை, இந்திய அயல்நாட்டு வர்த்தகக் கழகம், புது தில்லி, ஏப்ரல் 17, 2005.

இதற்குப் பல காரணங்களைக் கூறலாம். இந்திய மக்கள் தொகையில் பெரும்பான்மையினர், குறைவான வாங்குதிறன் கொண்டவர்கள். கிராமப்புறத்தில் ஒரு நபரின் ஆண்டு வருமானம் ரூ. 11,000 மட்டுமே; ஒரு நாளைக்கு ரூ. 30 என்பதைவிடச் சற்று அதிகம். கிராமப்புறத்தில், மாதம் ஒன்றுக்கு ஒருவர் செலவு செய்யும் தொகை ரூ. 554. நகர்ப்புறத்தில் அது ரூ. 1022 ஆக இருக்கிறது. இதன் அடிப்படையில் பார்த்தால், இந்தியாவில் தனிநபரின் மாத வருமானம் குறைவாகவே இருக்கிறது. ஏற்றுமதிக்கு அதிக முக்கியத்துவம் கொடுத்தால்தான் இந்தியாவின் தொழில்வளர்ச்சி பெருகும்; அதிகமான வேலைகளை உருவாக்க முடியும் என்பதே இதன் பொருள்.

பல நாடுகளின் வளர்ச்சிக்கு முக்கியக் காரணியாக ஏற்றுமதியே இருந்திருக்கிறது. 1990 முதல் 2000த்துக்குமான இடைப்பட்ட காலத்தில், பல நாடுகளின் தேசிய உற்பத்தி பெருக்கத்துக்கு அந்நாடுகள் வலிமையான ஏற்றுமதிக் கொள்கையில் கவனம் செலுத்தியது ஒரு காரணம். சுதந்தர வர்த்தகக் கொள்கையினைப் பின்பற்றியது இன்னொரு காரணம் என்பது பலரும் ஒப்புக்கொண்ட ஒன்று.

தடையில்லா வர்த்தகம், ஏற்றுமதி வளர்ச்சி ஆகியவை அடிப்படையிலான தர வரிசையில் முதல் ஐந்து இடங்களில் இருக்கும் நாடுகள், தனிநபர் தேசிய உற்பத்தியில் ஆண்டுக்கு சராசரியாக 2% வளர்ச்சியைப் பெற்றிருக்கின்றன. கீழ்நிலையில் இருக்கும் ஐந்து நாடுகள், இதே ஆண்டுகளில் தனிநபர் தேசிய உற்பத்தியில் 0.2% வளர்ச்சியைத்தான் பெற முடிந்திருக்கிறது. 1990-களில் கிழக்கு ஆசிய நாடுகளின் பொருள் மற்றும் சேவைகள் ஏற்றுமதி, அவற்றின் தேசிய உற்பத்தி மதிப்பில் 30% அளவை எட்டியது. 1980-களைவிட இது இரு மடங்கு அதிகம். அதே காலகட்டத்தில் அந்த நாடுகளின் தேசிய உற்பத்தியின் வளர்ச்சி விகிதம், ஆண்டுக்கு சராசரியாக 10%-க்கும் அதிகமாக இருந்தது.

சமீபகாலமாக, இந்திய ஏற்றுமதியின் வளர்ச்சி ஆரோக்கியமானதாக இருக்கிறது. 2004-ல் ஏற்றுமதி 23% வளர்ச்சி வேகத்தோடு, இதுவரை தொட்டிராத அளவான 79 பில்லியன் டாலரைத் தொட்டுள்ளது. இருந்தும், பொருளியல் வல்லுநர் ரகுராம் ராஜன் ஒன்றைச் சுட்டிக் காட்டுகிறார். உலக வங்கி கணித்திருக்கும் குறியீட்டெண் அடிப்படையில் பத்துக்கு ஏழு மதிப்பெண் பெற்று, வர்த்தகக் கட்டுப்பாட்டைப் பின்பற்றும் நாடுகளில் அதிகக் கட்டுப்பாடுகளை விதிக்கும் நாடாகத்தான் இந்தியா இருக்கிறது என்கிறார் அவர்.

2004-ல் இந்தியாவின் வெளிநாட்டு வர்த்தகத்தின் மொத்த மதிப்பு, உலக வர்த்தகத்தில் 1% மட்டுமே. இன்று சீனா ஏற்றுமதி செய்யும் பொருள்கள் மற்றும் சேவைகளின் மதிப்பு, இந்தியாவுடைய

தைப்போல் மூன்று மடங்கு. 2003-ல் சீனாவின் ஏற்றுமதியில் ஏற்பட்ட உயர்வு, அந்த ஆண்டில் இந்தியா செய்த மொத்த ஏற்றுமதி, இறக்குமதியின் அளவைவிட அதிகம்.

வர்த்தகத்தில், வெளிப்படையான கொள்கைகளை அதிக அளவில் பின்பற்ற வேண்டும். புவியியல் சார்ந்த தடைகளும் ஒழுங்குமுறைக் கட்டுப்பாட்டுகளும் தகர்ந்துகொண்டிருக்கும் இன்றைய உலகமயச் சூழலில், உலகச் சந்தையின் தாக்கத்தை இந்தியாவால் தவிர்க்க முடியாது. 'இன்றைய பொருளாதார உலகில் 'தூரம்' என்பது இல்லை; அனைத்துமே உள்ளூர்ச் சரக்குதான்' என்று பேராசிரியர் பீட்டர் டிரக்கர் சொன்னதை நினைவில் கொள்வது நல்லது.

இந்த இடத்தில்தான் உங்களது செயல்பாடு முக்கியத்துவம் வாய்ந்ததாக அமைகிறது. இந்தியாவின் வர்த்தகம் மற்றும் ஏற்றுமதிக் கொள்கைகளை வடித்தெடுக்க உதவப்போகும் வருங்காலத் தலைவர்கள் நீங்கள். உலக வரைபடத்தின் ஒரு முக்கியப் பகுதியாக இந்தியாவை மாற்ற உதவப்போவது நீங்கள்தான். பொருளாதார வளர்ச்சியைத் தரும் சரியான முடிவுகளை எடுப்பதற்கு, அரசியல்வாதிகளின் எண்ணங் களில் செல்வாக்கு செலுத்திட இந்தக் கல்வி உங்களுக்கு உதவும்.

சரியான வர்த்தகச் சீர்திருத்தங்களும் சந்தைப் போட்டியை ஊக்குவிக்கும் கொள்கைகளும் இருந்தால், இந்தியா இரட்டை இலக்க விகிதத்தில் வளர்ச்சி பெறக்கூடும் என உலக வங்கி கணிக்கிறது. இந்தியா தன் உண்மையான சக்தியை வெளிப்படுத்த வேண்டிய தருணத்தில் இருக்கிறது. முக்கியமானதொரு கேள்விக்கு, எவ்வித சந்தேகமும் இன்றி, தெளிவாக பதில் சொல்லவேண்டிய கட்டாயத்தில் இருக்கிறோம். நம் முன் நிற்கும் இந்த வாய்ப்புகளைச் சரியாகப் பயன்படுத்திக்கொண்டு, இந்த உலகத்தின் ஒரு முக்கிய அங்கமாக மாறப் போகிறோமா? பதில், உறுதியும் தெளிவும் கொண்டதாக இருப்பின், சீர்திருத்தங்களை விரைவுபடுத்தும் சூழலை நாம் உருவாக்கவேண்டும்.

ஏற்றுமதி குறித்தும் வெளிப்படையான வர்த்தகக் கொள்கைகள் குறித்தும் வரலாற்றுரீதியாகவே இரு வேறுபட்ட கருத்துகளை தொடர்ந்து வந்த இந்திய அரசுகள் பின்பற்றி வந்துள்ளன. வேடிக்கையான நிகழ்ச்சி ஒன்றை உங்களிடம் கூறுகிறேன். 1980-களில் அப்போதைய இந்தியப் பிரதமர் ஒரு சந்தர்ப்பத்தில் தன் வர்த்தகச் செயலரிடம், ஏற்றுமதிக்கு முக்கியத்துவம் கொடுத்து 'ஏற்றுமதி அல்லது அழிவு' என்ற முழக்கத்தை உருவாக்கலாமா என்று ஆலோசனை கேட்டிருக்கிறார். அந்தச் செயலர், 'ஐயோ! இப்படி ஓர் ஆபத்தான முடிவை எடுக்காதீர்கள். ஏனெனில், இந்த தேசம் அழிவைத்தான் தேர்ந்தெடுக்கும் என அஞ்சுகிறேன்' என்று உடனே பதில் கூறினாராம்.

இந்த மனோபாவம் இன்றும் தொடர்கிறது. உண்மையில், சில வளர்ந்த நாடுகள், இந்தியச் சந்தையில் செய்யும் 'குவித்தலை' எதிர்த்து, 1995-க்கும் 2003-க்கும் இடைப்பட்ட காலத்தில் உலக வர்த்தக அமைப்பில் அதிகமான வழக்குகளைத் தொடர்ந்து இந்தியா சாதனை புரிந்திருக்கிறது.

சில கடினமான தேர்வுகளை நாம் செய்யவேண்டியிருக்கிறது என்பது தெளிவு. அந்தத் தேர்வுகள் எல்லோருக்கும் பிடிக்காமல் போகலாம். ஆனால், சீர்திருத்தத்தை முன்னெடுத்துச் செல்ல அவை தேவை. வர்த்தகத்துக்காக இந்த தேசத்தின் கதவுகளை மேலும் விரியத் திறக்கும் அந்த முயற்சியின் அங்கமாக நீங்கள் இருப்பீர்கள். எதிர்ப்புகளை மீறி, பலரும் விரும்பாத அந்த முடிவுகளை எடுப்பதற்கு, மன உறுதியும் வலிமையும் உங்களுக்குத் தேவை. உங்கள் பணியில் நேர்மையுடன், உண்மையுடன் நடந்து கொள்ளுங்கள். அச்சமின்றி இயங்குங்கள். சாமுவேல் ஜான்சனின் வரிகளை இங்கு நினைவுகூர விரும்புகிறேன்: 'உங்களுக்கு மன வலிமை இல்லையேல், உங்களது மற்ற நற்குணங்கள் எதையும் பயன்படுத்திட உங்களுக்கு வாய்ப்பு இல்லாமலே போய்விடும்.'

உலக வர்த்தகத்தில் இந்தியா நடுநாயகமாக இயங்கவேண்டுமானால், உலக அளவில் போட்டிபோடும் திறன் கொண்டதாக இந்தியத் தொழில்துறை இருக்கவேண்டும். இதன் அடிப்படையில், எல்லாவற்றுக்கும் முன்னதாக, அந்நிய முதலீடுகளை அனுமதித்து, இந்தியத் தொழில்துறையில் போட்டியை முதலில் ஊக்குவிக்க வேண்டும். இந்தியத் தொழில்துறையில் உலகத்தரம் வாய்ந்த திறனாளிகளையும் மூலதனத்தையும் அடைவதற்கான திறவுகோல் இதுதான்.

சில எடுத்துக்காட்டுகளைக் கூறுகிறேன். தகவல் தொழில்நுட்பத் துறை, ஆட்டோமொபைல் துறை போன்ற துறைகளில் அந்நிய நேரடி முதலீட்டின் நுழைவு, இந்தியத் தொழில்துறையில் புதுமைகளைத் தேடுவதற்கான தார்க்குச்சியாக இருந்தது. ஆட்டோமொபைல் துறையில் அந்நிய நேரடி முதலீடு ஏற்படுத்திய தாக்கம் இன்றைக்கு ஒரு முக்கியமான புள்ளிவிவரம் ஆகியுள்ளது. 1992-க்கும் 2001-க்கும் இடைப்பட்ட காலத்தில், அத்துறையின் உற்பத்தித்திறன் கொஞ்சம் கொஞ்சமாக உயர்ந்து 256%-ஐ அடைந்தது. அத்துறையில் வேலை வாய்ப்பு, 11% அதிகமாக உயர்ந்தது.

இந்தியப் பொருளாதாரம் யானைக்கு நிகராக ஒப்பிடப்படுகிறது என்று எக்கானமிஸ்ட் இதழ் எழுதியது. தசைப்பகுதிகள் அதிகமிருப்பதால் மெதுவாக இயங்கும் மிகப் பெரிய விலங்கு யானை. வலிமையான, உலகப் போட்டியாளராக மாறவேண்டுமெனில், இந்த அணுகுமுறை மாறவேண்டும். இந்தியாவைப் பற்றிய ஒரு புதிய

உருவத்தை உண்டாக்கவேண்டுமானால், உலகம் முழுவதும் ஏற்றுக் கொள்ளப்படும் வலிமையான, சர்வதேச வர்த்தகப் பெயர்களை நாம் உருவாக்கவேண்டும்.

இந்திய வர்த்தகச் சூழல் அதிகக் கட்டுப்பாடுகள் நிறைந்தது. உலக வங்கிக் கணிப்பின்படி, இந்தியாவில் வர்த்தகம் ஒன்றைத் தொடங்க 89 நாள்கள் ஆகிறது; வர்த்தக ஒப்பந்தம் ஒன்றை நடைமுறைப்படுத்த 425 நாள்கள் தேவைப்படுகிறது. ஒரு தொழிலை முற்றிலுமாக மூடுவதற்குக்கூடப் பத்து ஆண்டுகள் ஆகின்றனவாம்! முதல் வரத்தையும் வேலைகள் உருவாக்கப்படுதலையும் இந்தியாவில் நடைமுறையில் இருக்கும் நெகிழ்ச்சி அற்ற, தொழிலாளருக்குச் சாதகமான சட்டங்கள் தடுக்கின்றன.

இரும்பு உற்பத்தியில் உலக அளவில் மிகப் பெரிய வியாபாரப் புள்ளியான லட்சுமி மிட்டலிடம், இந்தியாவைத் தவிர்த்துவிட்டு இந்தோனேசியாவில் தொழில் தொடங்கியதற்குக் காரணம் என்ன எனக் கேட்டதற்கு, 'சுதந்தரமாக இயங்குவதற்கான சூழல் அங்கு எனக்கு இருந்தது' என்ற பதிலைத் தந்தார். இந்தியத் தொழில்முனை வோர்கள், இந்த தேசத்தை விட்டு வெளியேறாமல், உலகச் சாம்ராஜ்யங்களை இங்கேயே ஆரம்பிக்க நாம் உதவ வேண்டும்.

பெரிய தொழில் நிறுவனங்களில் நீங்கள் பணிபுரிய நேரிட்டால், சீர்திருத்தங்களுக்கும் உலக வர்த்தக நடைமுறைகளுக்குமான பிரசாரகர் களாக நீங்கள் இருப்பதோடு, அவற்றை அங்கு செயல்படுத்தவும் முயற்சி செய்யவேண்டும். அந்நிய முதலீட்டாளர்களின் போட்டியைச் சந்திப்பதற்கு எதிரானதொரு மனப்போக்கு இந்தியாவில் இருக்கிறது. இந்தியாவின் கேபினட் அமைச்சர்ஒருவர், 'இந்தியத் தொழில்முனை வோர்கள் பலரும், அவர்கள் சார்ந்திருக்கும் துறைதவிர பிற தொழில் துறைகளில் சீர்திருத்தங்களைச் செய்யுமாறு அரசாங்கத்திடம் அடிக்கடி வேண்டுகோள் வைப்பார்கள்' என்று ஒருமுறை என்னிடம் கூறினார்.

இந்திய நிறுவனங்கள் சிறந்து விளங்கவேண்டுமானால், உலகின் தலைசிறந்தவற்றைத் தங்களுக்கான அளவுகோலாகக் கொள்ள வேண்டும். தரம்குறைந்த எதுவும் உங்களை உச்சத்துக்கு இட்டுச் செல்லாது. சர்வதேசத் தர அளவுகோல்களே, உலகப் போட்டியைச் சந்திக்க ஒரே வழி. இதனைச் சாதிப்பதற்கு, நிறுவனங்கள் ஏற்று மதியை முக்கிய நோக்கமாகக் கொள்வது அவசியம். விற்பனைக்கான சாத்தியங்கள் எங்கிருந்தாலும் அவற்றைப் பயன்படுத்திக்கொள்ளும் விருப்பம் இருக்க வேண்டும்; மலிவான மூலப்பொருள்கள் எங்கு கிடைத்தாலும் அவற்றைப் பயன்படுத்திக்கொள்ளவேண்டும்; சிறந்தவர்கள் எங்கிருந்து வந்தாலும் அவர்களைப் பணியில் அமர்த்திக்

கொள்ள வேண்டும்; போட்டி மிக மோசமான இடத்திலிருந்து வந்தாலும், அதைச் சந்திக்கும் மனோதிடம் வேண்டும். உலகமயத்தின் சாரம் இதுதான்.

சாதகமான சூழல் நிலவும் உலகின் எந்த இடத்துக்கும் மூலதனம் இன்று சுதந்தரமாகச் செல்லமுடியும். நமது தொழில் நிபுணர்களிடம் உலகம் கொண்டாடும் திறமைகள் பல இருக்கின்றன. வாய்ப்புகளும் அதிகமாக இருக்கின்றன. சிறந்த சர்வதேச நிறுவனங்களை அணுகி அவர்களிடமிருந்து பொருள்களையும் சேவைகளையும் நம் வாடிக்கையாளர்களால் வாங்க முடியும். இந்த இடத்தில்தான் நிறுவன நிர்வாகத்தின் சிறந்த கோட்பாடுகளின் பயன்பாட்டுச் சூழல் உள்ளே நுழைகிறது. உயர்ந்த அளவிலான நேர்மை, வெளிப்படைத்தன்மை, பொறுப்புணர்ச்சி ஆகியவற்றை நம் நிறுவனங்கள் பின்பற்றா விட்டால், மிகச் சிறந்த வாடிக்கையாளர்களை, ஊழியர்களை, முதலீட் டாளர்களை நிச்சயம் நம்மால் ஈர்க்க முடியாது.

உங்களது நலனுக்கு முன், தேசத்தின் நலனை முன்னிறுத்துங்கள். இந்த மனநிலை, நீண்ட கால அளவில் உங்களது மேன்மைக்கு வழிவகுக்கும். குறுகியகால ஆதாயங்களைப் பார்க்காமல், நீண்ட காலத்துக்குப் பயன்தரும் திட்டங்கள் தீட்டும் சூழல் உருவாகக் கடினமாக உழையுங்கள். நாகரிகமான சமூகத்தின், நற்கல்வி பெற்ற குடிமக்களான நீங்கள் கட்டாயம் பின்பற்ற வேண்டிய கொள்கை இது.

உங்களில் சிலர் அரசுத் துறையில் பணிபுரியக்கூடும். சிலர் தனியார் துறையில் பணிபுரிய நேரலாம். வருங்கால நிறுவனத் தலைவர்கள் என்ற முறையில் சாதகமான மாற்றங்களைக் கொண்டுவருவது உங்கள் பொறுப்பு. அந்த மாற்றங்களைக் கொண்டுவருபவர்களாகச் செயல்பட வேண்டும் என்றால், நேர்மை, தன்னம்பிக்கை, வெளிப்படைத்தன்மை, தன்னடக்கம், சர்வதேசத் தரம், செயல்திறன் ஆகிய அனைத்தும் ஒன்றிணைந்த மனநிலையை நீங்கள் உருவாக்கிக்கொள்ள வேண்டும்.

பிரச்னைகளைத் தீர்ப்பதில் நீங்கள் முன்முயற்சி எடுக்க வேண்டும். உயரிய செயல்திறன் கொண்ட கலாசாரம் உருவாவதற்குத் திறமையைத் தான் நீங்கள் சார்ந்திருக்க வேண்டும். சமயங்களில் சில ஆபத்தான முடிவுகளை எடுப்பதற்கும் நீங்கள் தயாராக இருக்கவேண்டும். தோல்விகளை நியாயப்படுத்தாதீர்கள்; அது மனிதர்களைச் சுய இரக்கம் கொண்டவர்களாக, அவர்களது செயல்பாட்டின்மையை நியாயப்படுத்துவதாக அமையும். 'இருட்டைச் சபிப்பதைவிட, மெழுகுவர்த்தி ஒன்றை ஏற்றுவது நல்லது' என்பதை நினைவில் கொள்ளுங்கள்.

இவை அனைத்துக்கும் மேலாக, உயர்வான நோக்கங்களைத் தழுவுங்கள். சூழல்களால் உருவாகும் கட்டுப்பாடுகளில் இருந்து மீள்வதற்கு, அவைதான் நமக்குப் போதுமான சக்தியைத் தருகின்றன. 'ஆக்கபூர்வமாக ஒன்றுபட்ட சக்தி, ஒரு தேசத்தின் மிக விரைவான வளர்ச்சிக்கான முக்கிய காரணி' என்று சமூகவியல் அறிஞர்கள் கூறுகின்றனர். வருங்காலத் தலைவர்களான நீங்கள், உங்கள் அணித் தோழர்கள் மத்தியில் உயரிய நோக்கங்களை எழுப்புங்கள்; உலக சக்தியாக இந்தியா நிச்சயம் உயரும் என்ற நம்பிக்கையை விதையுங்கள். இதை நம்மால் செய்ய முடிந்தால், கோடிக்கணக்கான இந்தியர்கள் வெற்றியாளர்களாக எழுவார்கள்.

இந்தியாவைச் சிறந்த இடத்தில் வைப்பதற்கு நாம் எல்லோரும் சேர்ந்து கனவு காணுவோம். முன்னேறுங்கள். நம்மால் முடியாதவை எவை எனத் தேடுங்கள். 'ஏன்' என்பதைவிட 'ஏன், நம்மால் முடியாதா?' எனக் கேளுங்கள். பொருள் பொதிந்த, திறம் கொண்ட வாழ்வைத் தழுவிடுங்கள். ஆபிரஹாம் லிங்கனின் சொற்களான, 'எவ்வளவு காலம் நீங்கள் உயிர் வாழ்ந்தீர்கள் என்பது முக்கியம் அல்ல; எப்படி வாழ்ந்தீர்கள் என்பதுதான் முக்கியம்' என்பதை நினைவில் கொள்ளுங்கள்.

கல்வியில் மதத்தின் பங்களிப்பு

வெற்றிகரமான வாழ்க்கை, வெற்றிகரமான பணி என இரண்டுக்கும் மிக அவசியமான ஒன்றைப்பற்றி இப்போது பேச விரும்புகிறேன். 'சரியான நடத்தை கொண்டவராக உங்களை உருவாக்கிக் கொள்ளா விட்டால், எண்ணத்தையும் செயல்களையும் கட்டுப்பாட்டில் வைத்துக் கொள்ள நீங்கள் பயிற்சி பெறாவிட்டால், கற்ற கல்வியால் எந்தப் பயனும் இல்லை' என்று மகாத்மா காந்தி பலமுறை கூறியிருக்கிறார்.

இருபத்தொன்றாம் நூற்றாண்டில் காலடி வைக்கும் இந்நேரத்தில், 'மதத்தின் துணையற்ற அறிவியல் முடவரைப் போன்றது; அறிவியல் நோக்கில்லாத மதம் குருடரைப் போன்றது' என்ற ஆல்பர்ட் ஐன்ஸ்டீனின் கூற்று என் நினைவுக்கு வருகிறது. உண்மையில், தொழில்நுட்பத்தின் செல்வாக்கு நம் வாழ்க்கையில் பெருகிக் கொண்டே போகிறது. அதே நேரத்தில், வாழ்க்கையில் சமூகம் மற்றும் மானுடம் சார்ந்த விஷயங்களும் அதிக முக்கியத்துவம் பெறுகின்றன.

அனைத்து மதங்களும் செழித்தோங்கும், அனைத்துக் கருத்துகளும் மதிக்கப்படும் நாடாக விடுதலை பெற்ற இந்தியா விளங்க வேண்டும் என்று போற்றுதலுக்குரிய நம் தலைவர்கள் விரும்பினார்கள். அதன் அடிப்படையில், மதச்சார்பற்ற தன்மையை மிகச் சரியான கொள்கையாக இந்தியா சுவீகரித்துக்கொண்டது.

மதச்சார்பற்ற தன்மையைப் பொதுவாக இப்படி விளக்கலாம். மதம், மனிதனின் தனிப்பட்ட விருப்பம் சார்ந்தது. ஆனால், இரு மனிதர் களுக்கு இடையே நடக்கும் பொதுவான செயல்பாடுகளில், அல்லது, தனிப்பட்ட மனிதனுக்கும் அரசுக்கும் இடையே நடக்கும் பரிவர்த் தனைகளில் அதற்கு இடமில்லை.

பட்டமளிப்பு உரை, பஞ்சாப் பல்கலைக் கழகம், சண்டிகர், டிசம்பர் 28, 2001.

மதம் என்ற தத்துவத்துக்குப் பெரும் மதிப்பு இருக்கிறது. இருந்தும், நம் கல்வி அமைப்பு, மதத்துக்கு மிகக் குறைந்த முக்கியத்துவமே கொடுக்கிறது. இதன் காரணமாக, அனைத்து மதங்கள் பற்றிய வெளிப் படையான உரையாடல்கள் நிகழ முடியாது போகின்றன. அதனால், மற்ற மதங்களை நம்மால் முழுமையாகப் புரிந்துகொள்ள முடிவதில்லை.

இத்தகைய புரிதலின்மை, சந்தேகத்துக்கும் நம்பிக்கை இன்மைக்கும் இட்டுச் செல்லும். உண்மையில், அத்தகைய சந்தேகமும் நம்பிக்கையின் மையுமே, ஒரு மதத்தினர் வேறொரு மதத்தினர்மீது தாக்குதல் நடத்தக் காரணமாக அமைகிறது. இந்த நிலை தொடரக்கூடாது. நம் தேசத்தின் பெருமைக்குரிய பாரம்பரியம், மத வெறியும் வெறுப்பும் கொண்ட படிப்பறிவற்ற தடியர்களால் அழிந்துபோகக் கூடாது.

நம் பண்புகளைச் செதுக்குவதில், மற்றவர்களோடு நம் தொடர்புகளை உருவாக்குவதில், மதங்கள் முக்கியப் பங்காற்றுகின்றன. நமது வரலாற்றின், கலாசாரத்தின் ஒரு பகுதியாகவே மதங்கள் இருக்கின்றன. நெறிமுறை சார்ந்த கேள்விகளில், சச்சரவுகளில் மத நம்பிக்கை அவ்வப்போது வெளிப்படும். தேசங்களிடையே மற்றும் சமூகங் களிடையே மட்டுமின்றி, நிறுவனத்துக்குள்ளும் இது தலைகாட்டும். இந்த நாட்டின், உலகத்தின் தலைவர்களாக உருவாகப்போகும் உங்களுக்கு, உங்கள் சக தோழர்களின் மதநம்பிக்கை குறித்த புரிதல் மிக அவசியமான ஒன்றாகும்.

உலகமயமாகிவிட்ட உலகில் இன்று இயங்குகிறோம். பல்வேறு கலாசாரங்களையும் மதங்களையும் சார்ந்தவர்களோடு பழகுகிறோம். பல நாடுகளைச் சார்ந்த திறமையாளர்கள் கொண்ட, உத்வேகம் மிக்க, ஒன்றிணைந்து வேலை செய்யும் அணியின் அங்கமாக இருப்பதே உங்களுக்கு வெற்றியைக் கொண்டுவரும். அத்தகைய உயர்சக்தி கொண்ட குழுக்கள், உருக்குபோல் ஒருங்கிணைந்த அணியாக இயங்குவார்கள். தேசம், இனம் மற்றும் மத நம்பிக்கைகளால் ஏற்படும் தடைகள் அவர்களுக்குப் பொருட்டல்ல. ஆகவே, நம் சகாக்களின் மதநம்பிக்கையை, கடமைகளை, பழக்கவழக்கங்களைப் புரிந்து கொண்டு, அவற்றை மதிக்கத் தெரிந்துகொள்வது அவசியமானது.

இந்தியச் சமூகம் பன்முகத் தன்மை கொண்டது என்பதை ஒப்புக் கொள்வதும் அதனை மதிப்பதும் முக்கியமானது. வரலாற்று நோக்கில் பார்த்தால், இந்திய தேசம் ஒருங்கிணைந்த செயல்பாட்டின்மை காரணமாகப் பாதிக்கப்பட்டிருக்கிறது. எண்ணங்களிலும் நம்பிக்கை களிலும் இருக்கும் பன்முகத் தன்மையால் ஏற்படும் சக்தியைச் சரியாகப் பயன்படுத்திக்கொள்வதற்கு, கூட்டுச் செயல்பாடு தேவை. இந்தச்

சக்தியை நாம் உணர்வதற்கு, நம் கலாசாரத்தில் இருக்கும் நல்லனவற்றைத் தக்கவைத்துக் கொள்ள வேண்டும். அதே நேரத்தில், மற்றவரின் கருத்துகளை மதிப்பதும் அவர்களது நம்பிக்கைளை சகித்துக்கொள்வதும் அவசியம். உண்மையில், இந்தத் தத்துவத்தைத்தான் நாங்கள் இன்ஃபோசிஸில் செயல்படுத்துகிறோம்.

என்னைப் பொருத்தவரை மதச்சார்பின்மை என்பது, அனைத்து மதங்களையும் மதிப்பது; அனைத்து நம்பிக்கைகளிலும் இருக்கும் நல்ல விஷயங்களை எடுத்துக்கொள்வது. 'மதம், வெறும் பேச்சல்ல; மற்ற வரையும் தன்னைப்போலக் கருதும், தனக்குச் சமதையாக எண்ணும் ஒருவன்தான் உண்மையான மதப்பற்று கொண்டவன்' என்று ஆதி கிரந்தம் கூறுகிறது. அறிவினைத் தேடிச் செல்லும் இந்து மதமாக இருக்கட்டும்; சகிப்புத்தன்மையைக் கற்றுக்கொடுக்கும் சீக்கிய மதமாக இருக்கட்டும்; தியாக வாழ்வைப் போதிக்கும் கிறித்துவமாகட்டும்; சகோதரத்துவத்தைக் கற்றுத் தரும் இஸ்லாமாக இருக்கட்டும்; கருணையைப் போதிக்கும் புத்த மதமாக இருக்கட்டும், அனைத்து மதங்களும் மனிதன் நல்லவனாக இருக்கத்தான் கற்றுத் தருகின்றன. நற்கொள்கைகள் கொண்டதாகவே அவை இருக்கின்றன.

நம் குழந்தைகளுக்கு சகிப்புத்தன்மையைக் கற்றுத் தரும்போது, மற்றவரின் கருத்துகள் மதிக்கப்படவேண்டும் என்பதும் அவர் களுக்குத் தெரிந்திருப்பதை உறுதி செய்வோம். இதனை மகாத்மா காந்தி வெகு அழகாகக் கூறியுள்ளார்: 'என் வீடு அனைத்துப் பக்கத்திலும் சுவரால் அடைக்கப்பட வேண்டாம். அதே நேரத்தில் ஏகப்பட்ட ஜன்னல் நிறைந்ததாகவும் அது இருக்க வேண்டாம்; அனைத்து தேசத்தின் கலாசாரங்களும் என் வீட்டுக்குள் சுதந்தரமாக வந்து போகட்டும். அதே நேரத்தில் எதுவும் என்னை என் அடித்தளத்தில் இருந்து பெயர்த்துவிடாமலும் இருக்கட்டும்.'

சுதந்தரமான, வெளிப்படையான விவாதங்கள், வெவ்வேறு மதங்களைப் பற்றிய நமது தவறான எண்ணப் போக்குகளை உதிர்ப் பதற்கு உதவும். நம் தேசத்தில் எத்தனை வீடுகளில் இத்தகைய சுதந்தரமான விவாதங்களைப் பெற்றோர்கள் அனுமதிக்கின்றனர்? இத்தகைய விவாதங்களில் பங்கு பெறாதவரை, சகிப்புத்தன்மையை நாம் அடைய முடியாது. நமது கல்வி முறை இந்த விஷயத்தில் முன்னோடியான நடவடிக்கைகளை எடுக்க வேண்டும்.

இதனை அடியொற்றி, பள்ளிகளிலும் கல்லூரிகளிலும் நடக்கும் போதனைகளில் அனைத்து மதங்களின் கருத்துகளும் உள்ளடக்கப்பட வேண்டும். பாடத்திட்டங்களில் விவாதங்கள் முக்கிய அங்கமாகச் சேர்க்கப்பட வேண்டும். உயர் கல்விக்கு உரியதாகக் குறுக்கிவிடாமல்,

அடிப்படைக் கல்வியிலிருந்தே இந்தப் பாடங்கள் போதிக்கப்பட வேண்டும். இருப்பினும் பள்ளிகளில் மதக்கல்வியை அறிமுகப்படுத்துவதற்குமுன், போதுமான முன்னெச்சரிக்கை நடவடிக்கைகளை மேற்கொள்ள வேண்டும். பல்வேறு மதங்களைப் பற்றிய கல்வி, மற்ற மதங்களில் இருக்கும் உயரிய கொள்கைகளைத் தெரிந்து கொள்வதற்குத்தான். குழந்தைகள், அந்த மதங்களைப் பின்பற்ற வலியுறுத்தப்பட மாட்டார்கள் என்பதைப் பெற்றோர்களுக்கு உறுதிப்படுத்த வேண்டும்.

நம் ஆசிரியர்களுக்கும் இது உணர்வு சார்ந்த ஒன்று என்பதை விளக்கவேண்டும். அனைத்து மதங்களைப் பற்றியும் கற்றுக்கொள்ள வழி வகுப்பதாக ஆசிரியர் பயிற்சி இருக்க வேண்டும். மிகத் திறமையான கல்வி நிறுவனங்களான ஐ.ஐ.டி, ஐ.ஐ.எம் போன்றவை இருக்கும் இந்தியாவில், ஆசிரியர் பயிற்சி அளிப்பதற்கான உயர்தரமான பயிற்சி மையம் ஒன்றைக்கூட நாம் உருவாக்காதது துரதிர்ஷ்டமானது.

நம்பத் தகுந்த, பிறழ்வில்லாத தகவல்கள் மற்றும் விவரங்களின் அடிப்படையில் பெற்ற உறுதியும் நம்பிக்கையும் கொண்டவரால்தான் சகிப்புத் தன்மையுடன் இருக்க முடியும். பல்வேறு மதங்களைப் பற்றிய பாடங்களை ஆரம்பப் பள்ளிகளில் இருந்தே ஆரம்பிக்க வேண்டும் என்பதற்கு இதுவும் மற்றுமொரு காரணம். நாம் அப்படிச் செய்தால், இன்றைக்கு இந்தத் தேசத்தின்முன் நிற்கும் எண்ணற்ற சவால்களைச் சந்திக்கக்கூடிய, மனவலிமை மிக்க, வெளிப்படையாகப் பேசும் தன்மை கொண்ட, சகிப்புத்தன்மை கொண்ட, பன்முகத்தன்மை கொண்ட மனிதர்களாக நம் குழந்தைகள் வளர்வார்கள். சுருக்கமாகச் சொன்னால், பிரிவினைவாதிகள் நமக்குத் தேவையில்லை; ஒன்றிணைப்பவர்களே தேவை. இன்றைய நாளின் அவசியத் தேவை இது.

ஒளி மிகுந்த எதிர்காலத்தை நோக்கி நீங்கள் செல்கிறீர்கள். உங்கள் பண்புகளைச் சோதிக்கும் சூழல்கள் ஏற்படலாம். அந்தச் சோதனைகளில் இருந்து வெற்றிகரமாக நீங்கள் மீள முடியும். அதற்கு, நீங்கள் பெற்றிருக்கும் கல்விக்கும் வளர்க்கப்பட்ட முறைக்கும் நன்றி சொல்லுங்கள். உங்கள் வாழ்க்கையில், முன்னேற்றப் படிகளில் ஏறும்போது, உங்கள் நம்பிக்கைகள் குறித்துப் பெருமை கொள்ளுங்கள்; அதே நேரத்தில் மற்றவர்களது நம்பிக்கைகளை, கருத்துகளை, எண்ணங்களை மதித்திடுங்கள். அனைத்து மதங்களும் தேசங்களும், மனிதர்களுக்கான நல்லவற்றைக் கொண்டிருக்கின்றன என்பதை நினைவில் கொள்ளுங்கள். அவற்றைத் தேடி நீங்கள்தான் செல்ல வேண்டும்.

பகுதி 2

மதிப்பீடுகள்

மேலை நாட்டிலிருந்து நாம் கற்றுக்கொள்ள வேண்டியவை

நான் பல ஆண்டுகளாக சிந்தித்து, அசைபோட்டுக் கொண்டிருக்கும் முக்கியமானதொரு தலைப்பில் இப்போது பேசப் போகிறேன்: தற்கால இந்திய சமுதாயத்தில், மேற்கத்திய விழுமியங்களின் பங்கு. ஆழமான விழுமியங்களின்மீது உருவாக்கப்பட்டிருக்கும் நிறுவனத்திலிருந்து வரும் எனக்கு இந்தத் தலைப்பு மிகவும் நெருக்கமானதாக உள்ளது. ஒரு நிறுவனம் அந்தச் சமூகத்தின் பிரதிநிதியே; ஆகவே, நிறுவனத்தை நடத்துவதன் மூலம் நான் கற்றுக்கொண்ட பாடங்கள் தேசிய அளவிலும் பொருத்தமானவையே.

'Community' என்ற சொல் இரண்டு லத்தீன் சொற்களை இணைக்கிறது: 'Com' = 'இணைந்து' (அல்லது 'உடன்'). 'Unus' = 'ஒன்று'. ஆகவே, Community என்றால் பலவற்றின் ஒருங்கிணைப்பு. ஆனால், Community என்பது வெறும் மக்களின் கூட்டமல்ல. 'மனிதன் தனித்து வாழ்ந்திட முடியும்; ஆனால், கூட்டமாக இருந்தால்தான் உயிர் வாழ முடியும்' என்று வேதங்கள் சொல்கின்றன. எனவே, தனி மனித விருப்பங்களையும் சமுதாயத்தின் நலன்களையும் சமமாக இணைத்துச் செல்லும் முற்போக்கான சமுதாயத்தை உருவாக்குவது சவாலான செயல். பொதுநலத்துக்காக இந்தச் சவாலை எதிர்கொள்ள சிறிய தியாகங்களைச் செய்யத் தயாராக இருக்கும் மக்களைக் கொண்ட விழுமிய முறையை உருவாக்கிட வேண்டும்.

விழுமிய முறை என்றால் என்ன? ஒரு சமூகத்தில் இருப்போரின் நம்பிக்கையை, மனவலிமையை, உறுதிப்பாட்டை உயர்த்தக்கூடிய நடைமுறைகளுக்கான சில விதிமுறைகளே அவை. சட்ட வரம்புகளையும் தாண்டிய விஷயம் இது. நன்னடத்தை பற்றியது. பிறர்

லால் பகதூர் சாஸ்திரி நினைவு நாள் உரை, புது தில்லி, அக்டோபர் 2, 2002.

விரும்பும் வண்ணம் நடந்துகொள்ளும் தன்மைகள் பற்றியது. தனி மனித நலனுக்கு முன்னதாக, சமூகத்தின் நலனை முன்னிறுத்துவது. இப்படி, நம் ஒன்றுபட்ட வாழ்வும் முன்னேற்றமும், அழுத்தமான விழுமியங்களை முன்னிறுத்தியே இருக்கின்றன.

இரண்டு முக்கிய தூண்கள் விழுமிய முறையைத் தாங்கி நிற்கின்றன. ஒன்று, குடும்பத்துக்கு விசுவாசமாக இருத்தல்; மற்றொன்று சமுதாயத்துக்கு விசுவாசமாக இருத்தல். ஒன்று இல்லாமல் மற்றொன்று இல்லை. இரண்டும் ஒத்திசைவுடன் இருக்கும் சமுதாயங்களே வெற்றி பெற்றிருக்கின்றன. ஆனால், இந்திய சமூகம், ஆயிரம் ஆண்டு களாகவே, சமுதாயத்தின் நலனைவிடக் குடும்பத்தின் நலனையே முன்னிறுத்தியிருக்கிறது. மாறாக, நம்மைப் போலன்றி, மேலை நாட்டினர், குடும்பத்தின் நலனைவிடச் சமுதாயத்தின் நலனில் அதிக அக்கறைக் கொண்டிருக்கிறார்கள். இவ்விரண்டு சமூகத்திலும் இருக்கும் நல்லவற்றைத் தொகுத்தால், எல்லோருக்கும் பிடித்தமான தொரு முடிவை நாம் அடைய முடியும். இந்த அடிப்படையில்தான், இன்றைய இந்திய சமூகத்தில், மேலைநாட்டு விழுமியங்களின் பங்கை ஆய்வு செய்ய விரும்புகிறேன்.

இங்கு நான் விவாதிப்பவை அனைத்தும், மிகத் தொன்மையான இந்தியப் பண்புகள், மேலைநாட்டுக்குச் சொந்தமானவை அல்ல என உங்களில் சிலர் எண்ணக்கூடும். ஆனால், நான் கடந்த காலத்தில் வாழ வில்லை; நிகழ்காலத்தில் இருக்கிறேன். இந்தப் பண்புகள் பெரும் பாலும் மேலைநாட்டில் பின்பற்றப்படுவதைத்தான் பார்த்திருக் கிறேன். இந்தியாவில் பார்த்ததில்லை. எனவே, இந்தச் சிறிய கட்டுரைக்கு இந்தத் தலைப்பை அளித்திருக்கிறேன். சரி, இவை மேலைநாட்டைச் சார்ந்தவையோ அல்லது தொன்மையான இந்திய விழுமியங்களோ, என்னைப் பொருத்தவரை இவற்றை நாம் பின்பற்றினாலே போதும்.

இந்தியன் என்ற முறையில், குடும்ப விழுமியங்கள் மிக ஆழமாக வேரூன்றியிருக்கும் ஒரு கலாசாரத்தைச் சார்ந்தவன் என்பதில் நான் பெருமைப்படுகிறேன். குடும்பத்தின் மீது நாம் பெரும் விசுவாசத்தைக் கொண்டிருக்கிறோம். தங்கள் குழந்தைகளுக்காக பெற்றோர்கள் அளவிடற்கரிய தியாகங்களைச் செய்கிறார்கள். தங்கள் கால்களில் நிற்கும் வலிமையை அவர்கள் பெறும்வரை ஆதரவாக இருக்கிறார்கள். அதேபோல், தங்கள் பெற்றோர்களைப் பார்த்துக்கொள்வதைத் தங்கள் கடமையாகப் பிள்ளைகள் எண்ணுகிறார்கள். 'மாத்ரு தேவோ பவ' (அன்னையே கடவுள்), 'பித்ரு தேவோ பவ' (தந்தையே தெய்வம்) என்ற மூதாதையர்களின் சொற்களில் நமக்கு நம்பிக்கை இருக்கிறது.

சகோதரர்களும் சகோதரிகளும், ஒருவருக்கு ஒருவர் உதவிகளும், தேவை ஏற்படும்போது தியாகங்களும் செய்திட ஊக்குவிக்கப் படுகிறார்கள். இந்தியக் குடும்பங்களில், மூத்த சகோதரனோ சகோதரியோ, இளையவர்களால் மதிக்கப்படுகிறார்கள். திருமணம் என்பது புனிதமான இணைப்பாகக் கருதப்படுகிறது. கணவனும் மனைவியும் காலந்தோறும் சேர்ந்து வாழ்பவர்களாக எதிர்பார்க்கப் படுகிறார்கள். கூட்டுக் குடும்பங்களில், உறுப்பினர்கள் அனைவரும் அந்தக் குடும்பத்தின் நலனுக்காகவே பாடுபடுகிறார்கள். அன்பும் பாசமும் நம் குடும்ப வாழ்க்கையில் அதிகம் காணக் கிடைக்கிறது.

இவைதான் நம் இந்திய விழுமியங்களின் சாரம். வலிமை. நம் வெற்றிக்கு நம் குடும்பத்தின் ஆதரவு மிக முக்கியமானது. உண்மையில், இன்ஃபோசிஸின் வெற்றி அதனை உருவாக்கியவர்களை மட்டும் அல்லாமல், மிகக் கடினமான காலங்களில் அவர்களுக்கு உறுதுணையாக நின்ற அவர்களது குடும்பத்தினரையும் சார்ந்தது.

ஆனால், துரதிர்ஷ்டவசமாக, குடும்பத்தின் மீதான நம் அணுகுமுறை, சமுதாயத்தின் மீதான நம் அணுகுமுறையில் பிரதிபலிப்பதில்லை. தெருவில் குப்பை போடுவதில் தொடங்கி, ஒப்பந்தங்களில் ஒப்புக் கொண்டவற்றை மீறுவதற்கு லஞ்சம் கொடுப்பது வரை, சமுதாய நலனுக்கு ஊறு விளைவிப்பதாகவே நம் செயல்கள் உள்ளன. மேலை நாட்டினர், குடும்பத்தின் மீதான தங்கள் விசுவாசத்தைப் போலவே, சமுதாயத்தின்மீதும் விசுவாசத்துடன் இருப்பது முக்கியமானது என்பதைப் புரிந்துகொண்டுள்ளனர். நம்மைவிட அவர்களுக்கு சமுதாயத்தின் மீது அதிக அக்கறை உள்ளது. சமுதாயத்துக்காக, நம்மைக் காட்டிலும் அதிகத் தியாகங்களை அவர்கள் செய்கிறார்கள். இதன் காரணமாக, அங்கு பொதுவாழ்க்கையும் சமூக வாழ்க்கையும் தரம் நிறைந்ததாக உள்ளது.

மேலைநாட்டினரிடமிருந்து நாம் கற்றுக் கொள்ளக்கூடிய சிலவற்றை இங்கு குறிப்பிடுகிறேன். அற்புதமான நம் விழுமியங்களுடன் இவற்றைச் சேர்த்துக்கொண்டால், நம் சமுதாயத்தை மேலும் சிறந்ததாக நம்மால் மாற்ற முடியும்.

மேலை நாடுகளில் சமூகம் மதிக்கப்படுகிறது. குப்பைகள் இல்லாப் பூங்காக்கள், சுத்தமான தெருக்கள், நாற்றமில்லா பொதுக் கழிப் பிடங்கள் போன்றவை பொது இடங்களை மதிக்கும் மனிதர்கள் நிறைந்த சமூகத்துக்கான எடுத்துக்காட்டுகள். இதற்கு நேர்மாறாக, இந்தியாவில் நாம் நம் வீடுகளை மட்டும் சுத்தமாக வைத்திருக் கிறோம். தோட்டங்களுக்கு தினம்தோறும் தண்ணீர் ஊற்றுகிறோம். ஆனால், பொதுப் பூங்காக்களுக்கு போகும்போது, அந்த இடங்களை அசுத்தப்படுத்த நாம் தயங்குவதே இல்லை.

நம் நலனை, நம் குடும்பத்தின் நலனை, சமுதாயத்தைவிட மேம்பட்டதாக முன்வைக்கிறோம் என்பதற்கு மற்றும் ஓர் எடுத்துக்காட்டு, இந்தியாவில் நாம் பார்க்கும், எங்கும் வியாபித்திருக்கும் ஊழல். மாறாக, ஓர் ஒப்பீட்டுப் பார்வையில் மேலை நாடுகளில் ஊழல் இல்லை என்றே சொல்லலாம். வெளிநாட்டில், வண்டிகளில் செல்லும்போது வேக அளவை மீறியதற்கான தண்டனையிலிருந்து தப்ப காவலருக்கு லஞ்சம் கொடுப்பது மிகக் கடினமானது. ஏனென்றால், தனி மனித நலனை முன்னிறுத்துவதால் சமுதாயத்துக்கு ஏற்படும் பாதிப்பின் அளவை அவர்கள் உணர்ந்திருக்கிறார்கள்.

ஆனால், இந்தியாவில் நாம் காணும் ஊழல், வரி ஏய்ப்பு, ஏமாற்றுதல், லஞ்சம் ஆகியவை முக்கியமான நம் பண்புகளை அரித்துத் தின்றுவிட்டன. அதிகாரிகளுக்கு லஞ்சம் கொடுத்துவிட்டு, ஒப்பந்தக் காரர்கள் தரம் குறைந்த சாலைகளையும் பாலங்களையும் கட்டுகிறார்கள். லஞ்சமாகச் சுருட்டிக் கொள்ளப்படும் பணம் போக மீதிப் பணத்தில் சாலைகள் போடப்படுவதால் தேசத்துக்குத் தரம் குறைந்த சாலைகளே கிடைக்கின்றன. இதே கதைதான், ராணுவ ஆயுதங்கள் வாங்குவதிலும் நடக்கிறது. உரிமங்கள் வழங்குவது, அரசாங்க வேலைகளில் முக்கியப் பதவிகளுக்கான நியமனம் என்று பலவற்றைச் சொல்லிக்கொண்டே போகலாம். ஆனால், அனைத்து இடங்களிலும் ஊடுருவியிருக்கும் இந்தத் தன்மை தவறானதாகக் கருதப்படாததுதான் துரதிர்ஷ்டவசமானது.

சமுதாயம் சார்ந்த பிரச்னைகளில் நமக்கிருக்கும் ஆர்வமற்ற போக்கு, கைக்கெட்டும் தூரத்தில் இருக்கும் முன்னேற்றத்தை அடைய முடியாமல் நம்மைத் தடுக்கிறது. பலவகையான தீவிரமான பிரச்னைகள் நம்மைச் சுற்றி நிற்பதைப் பார்த்தும், அவற்றைத் தீர்ப்பதற்கு எந்த முயற்சியையும் நாம் செய்வதில்லை. பிரச்னைகள் ஏதும் இல்லை என்பதுபோல் அல்லது நமக்கும் அவற்றுக்கும் எந்தத் தொடர்பும் இல்லை என்பதுபோல் நடந்துகொள்கிறோம். ஆனால், இதற்கு மாறாக மேலை நாட்டவர்கள், சமூகப் பிரச்னைகளைத் தீர்ப்பதற்குத் தாங்களாகவே முன்வருகிறார்கள்.

அக்கறையின்றி ஒதுங்கும் நம் அணுகுமுறைக்குப் பலவற்றை எடுத்துக்காட்டுகளாகக் கூறலாம். ஒன்றைப் பார்ப்போம். வறட்சியால் இந்தியா சந்திக்கும் பிரச்னைகள் நாம் அனைவரும் அறிந்ததே. நாற்பது ஆண்டுகளுக்கு முன்னரே, நீர்ப்பாசனத்துறை வல்லுநர் டாக்டர் கே.எல்.ராவ், வடக்கிலும் தெற்கிலும் ஓடும் நதிகளை இணைப்பதன் மூலம் இந்தப் பிரச்னையைத் தீர்க்க முடியும் என்று கூறினார். துரதிர்ஷ்டவசமாக இதனை நிறைவேற்ற இன்றுவரை எந்த முயற்சியும் எடுக்கப்படவில்லை.

பெங்களூருவின் மின்பற்றாக்குறைப் பிரச்னை மற்றுமொரு எடுத்துக்காட்டு. பெங்களூருவின் மின்சாரத் தேவையைப் பூர்த்தி செய்ய, மின் உற்பத்தி நிலையம் ஒன்றைக் கட்ட 1983-ல் முடிவு செய்யப்பட்டது. ஆனால், அதற்கான வேலைகள் இதுவரை ஆரம் பிக்கப்படவில்லை. மும்பையின் மிலந்த் சப்வே அதே மோசமான நிலையில்தான் நாற்பது ஆண்டுகளாக இருக்கிறது. அதனைச் சீர் செய்ய இதுவரை எந்த நடவடிக்கையும் எடுக்கப்படவில்லை.

மென்பொருள் துறையில், வெளிநாடுகளுக்கு அடிக்கடி பயணம் மேற்கொள்ள வேண்டியுள்ளது. இதனைக் கருத்தில் கொண்டு, 240 பக்கங்கள் கொண்ட பாஸ்போர்ட்டை அறிமுகப்படுத்தலாம் என்ற ஆலோசனையை ஐந்தாண்டுகளுக்குமுன் மத்திய அரசிடம் தெரிவித்தேன். பாஸ்போர்ட் அலுவலகத்துக்கு அடிக்கடி செல்ல வேண்டிய தேவை இல்லை. இதற்கெனத் தனிக்கட்டணம் வசூல் செய்து கொள்ளலாம். ஆனால், அயலுறவுத்துறையில் இருந்து இந்த நேரம்வரை எனக்கு எந்தத் தகவலும் வரவில்லை.

'சோம்பேறித்தனம் மிக மெதுவாகவே பயணம் செய்யும்; ஆனால், ஏழைமை விரைவில் அதனைத் தாண்டிச் சென்றுவிடும்' என்ற தாமஸ் ஹண்டரின் சொற்களை மனத்தில் கொண்டால் இந்தியர்கள் நன்கு செயலாற்றக் கூடும். எதிலும் அக்கறையின்றி, நாம் இப்படி விலகி இருப்பதற்கான காரணம் என்னவாக இருக்கக்கூடும்? ஆயிரம் ஆண்டு களுக்கும் மேலாக ஏதோ ஒரு அந்நிய நாட்டவர் நம்மை ஆண்டு கொண்டிருந்தனர். ஆகவே, பொதுப்பிரச்னைகள் அல்லது சமுதாயப் பிரச்னைகள் அனைத்துக்குமான தீர்வுகள் அந்த ஆட்சியாளரைச் சார்ந்தது; அவற்றுக்கான தீர்வில் நமக்கு எந்தப் பொறுப்பும் இல்லை என்றே நாம் எண்ணிக்கொண்டு இருந்தோம்.

மற்றவர் இடும் ஆணைகளை நிறைவேற்றியே நமக்குப் பழக்கம். 'திரும்பத் திரும்ப எதைச் செய்கிறோமோ அதுவாகவே (அவராகவே) நாம் ஆகிவிடுகிறோம்' என்றார் அரிஸ்டாட்டில். எனவே, ஆயிரம் ஆண்டுகளில் ஒரு வெளிநாட்டவர் வந்து எதைச் செய்யவேண்டும் என்று சொன்னபிறகே எதையும் செய்ய ஆரம்பிக்கும் நிலையில் நாம் இருக்கிறோம். முடிவெடுக்கும் அதிகாரம் படைத்த நம்மவர்கள், தாங்களாகவே எதையும் செய்யத் திறனற்றவர்களாக இருக்கிறார்கள். தாங்கள் எடுக்க வேண்டிய முடிவை, வேறு யாராவது எடுக்க மாட்டார்களா எனப் பார்த்துக்கொண்டு இருக்கிறார்கள். துரதிர்ஷ்ட வசமாக, அப்படி உதவி கேட்பதற்கு யாரும் இங்கே இல்லை என்பதுதான் சோகம்.

நம்மவர்களிடம் காணப்படும் அறிவுச்செருக்கும், நம் சமுதாய முன்னேற்றத்துக்குத் தடையாக இருக்கிறது. நான் பல நாடுகளுக்குச்

சென்றிருக்கிறேன். பலவிதமான மக்களைப் பார்த்திருக்கிறேன். ஆனால், மிகக் குறைவான முன்னேற்றத்தை மட்டுமே பெற்றிருந்தும், மேன்மையான நிலையில் இருக்கும் மற்ற சமுதாயத்தினரை இகழ்ச்சியுடன் பேசும் நம்மவர்களைப்போல வேறெந்த நாட்டிலும் நான் பார்த்ததே இல்லை. இந்தச் செருக்கு, போலித்தன்மையை வளர்க்கிறது. கடந்த காலத்துச் சாதனைகளையே எப்போதும் புகழ்ந்து பேசிக்கொண்டு, நிகழ்காலத்தில் ஏதும் செய்யாமல் இருப்பவர்களை வேறு எந்த நாட்டிலும் நான் பார்த்ததில்லை.

இது ஒன்றும் புதிதல்ல. ஏறக்குறைய ஆயிரம் ஆண்டுகளாக இப்படித் தான் இருந்துள்ளது. பத்தாம் நூற்றாண்டில் வாழ்ந்த மத்திய கிழக்கின் புகழ்பெற்ற தத்துவ அறிஞர் அல் பெருனி, பல நாடுகளுக்குப் பயணம் செய்து, பல நூல்களை எழுதியுள்ளார். இந்தியாவில் முப்பது ஆண்டுகள் தங்கியிருந்து பல இடங்களைச் சுற்றிப் பார்த்தபின், இந்தியர்களிடம் தான் கண்ட இந்தப் பண்பைப் பற்றிக் குறிப் பிட்டுள்ளார். தம் பயணத்தின்போது, தம்மோடு விவாதிப்பதைக்கூடத் தங்கள் தகுதிக்குக் குறைவு என்று பண்டிதர்கள் பலர் கருதியதைப் பற்றி அவர் எழுதியுள்ளார். பண்டிதர்கள் சிலரோடு விவாதிக்க வாய்ப்பு கிடைத்த நேரங்களில், இவரது வாதமும் கருத்தும் வலிமையாக இருந்துவிட்டால், அவர்கள் உடனே, 'எந்த இந்தியப் பண்டிதன் இத்தகைய புத்திசாலித்தனத்தை உனக்குப் போதித்தார்?' என்று அவர்கள் அனைவரும் ஒரேமாதிரியாகக் கேட்டதாக அல் பெருனி குறிப்பிடுகிறார்.

தன்னைவிட அதிகம் கற்றவர்களை மதிப்பதும் அவர்களிடமிருந்து கற்றுக்கொள்ள விழைவதும் முற்போக்கான சமுதாயத்தின் மிக முக்கிய குணங்களாக இருக்கும். ஆனால், இதற்கு மாறாக, நம் தலைவர்கள் மற்ற நாட்டினருக்கு உருப்படியாக எதுவும் தெரியாது என்று நம்மை நம்ப வைக்க முயற்சி செய்கிறார்கள். ஊடகங்களில் நம் தலைவர்கள் தினந்தோறும், உலகிலேயே மிகச் சிறந்தது நம் தேசம்தான் என்று முரசு கொட்டுவதை நாம் பார்த்துக்கொண்டிருக் கிறோம். 'தவறுகளிலேயே மிகப் பெரியது, அந்தத் தவறை உணராமல் இருப்பதுதான்' என்று தாமஸ் கார்லைல் கூறியதை இவர்களிடம் சொல்வது பயனுள்ளதாக இருக்கும்.

நாம் முன்னேறவேண்டுமானால், இந்த அணுகுமுறை மாற வேண்டும். நம்மைவிட நன்றாகச் செயல்பட்டிருப்பவர்கள் சொல் வதைக் கேட்டு, அவர்களிடமிருந்து கற்றுக்கொண்டு, அவர்களை விடச் சிறப்பாகச் செயலாற்ற வேண்டும். மாறாக, தோல்விகளை நாம் எப்போதும் நியாயப்படுத்துகிறோம். வேறு எந்த நாட்டினரும் நம்மைப்போல் இந்தப் பண்பில் அவ்வளவு சிறப்பாகப் பயிற்சி

பெறவில்லை. நிச்சயமாக, இது திறமைக் குறைவை, ஊழலை, அக்கறையற்ற தன்மையை நியாயப்படுத்துவதே ஆகும். இந்த அணுகுமுறை மாறவேண்டும். 'நம் பொறுப்புகளைத் தட்டிக்கழிப்பது வெகு சுலபம். ஆனால், பொறுப்புகளை தட்டிக் கழிப்பதால் வரும் விளைவுகளைத் தட்டிக் கழிக்க முடியாது' என்று ஜோசப் ஸ்டாம்ப் கூறியதை நினைவில் கொள்வது நல்லது.

மேற்கிலிருந்து நாம் கற்றுக்கொள்ளவேண்டிய மற்றுமொரு பண்பு, பொறுப்புணர்வு. மேலைநாட்டில், எந்தப் பதவியில் இருந்தாலும், உங்கள் செயலுக்கு நீங்கள்தான் பொறுப்பாளி. ஆனால், இந்தியா விலோ, நீங்கள் எவ்வளவு 'முக்கியமானவர்' என்பதைப் பொருத்தது அது. எடுத்துக்காட்டாகச் சொல்லவேண்டும் என்றால், வருமான வரி அலுவலகத்துக்குத் தன் வருமானம் குறித்த விவரங்களைப் பத்து ஆண்டுகளாகத் தாக்கல் செய்யாத ஒரு மூத்த அரசியல்வாதி, தண்டனை ஏதும் இல்லாமல் தப்பித்திருப்பதைக் குறிப்பிடலாம். இந்தியாவில் நஷ்டத்தில் ஓடும் பொதுத்துறை நிறுவனங்கள் ஏறக்குறைய நூறுக்கும் மேல் இருக்கின்றன. ஆனால், இந்த நஷ்டத்துக்காக அந்தத் துறை சார்ந்த அமைச்சர்கள், அதிகாரிகள் அல்லது அந்த நிறுவனங்களின் தலைமைப்பொறுப்பில் இருப்பவர்கள் என்று எவர்மீதும் எந்த நடவடிக்கையும் எடுக்கப்பட்டதாக எனக்குத் தெரியவில்லை.

மேற்கத்தியப் பண்பின் மற்றுமொரு பிரிக்கமுடியாத பகுதி, உழைப்பை மதிப்பது. மேலை நாடுகளில், தாங்கள் பார்க்கும் வேலை எதுவாக இருந்தாலும், அந்த மக்கள் அதனைப் பெருமையாகவே எடுத்துக்கொள்கிறார்கள். ஆனால், இதற்கு மாறாக, இந்தியாவில், உடலுழைப்பு சார்ந்த வேலைகளை, கட்டுப்பாடு மிகுந்த வேலைகளை, பொறுப்புணர்வு மிக்க வேலைகளைக் நாம் கீழ்த்தரமானவையாகப் பார்க்கிறோம். இந்தியாவில் அனைவரும் சிந்தனையாளர்களாக இருக்கவே விரும்புகிறோம். உடனடியான நடவடிக்கை தேவைப் படும் ஒரு செயலைப்பற்றிப் பேசக்கூடிய சிந்தனையாளர்களாகத்தான் இருக்க விரும்புகிறோமே ஒழிய, செயலில் இறங்க நாம் விரும்பு வதில்லை. அந்தச் செயலைச் செய்யவேண்டியதன் முக்கியத்துவத்தை எப்படியாவது தவிர்த்துவிடுகிறோம்.

கல்லூரிப் படிப்பு முடித்து வெளிவந்திருக்கும் பொறியாளர்கள் பலரைச் சந்தித்தேன். அனைவரும், உயர்மட்ட வேலைகளைச் செய்யவே விரும்புகிறார்கள். மாறாக, நாட்டின் முன்னேற்றத்துக்கு உதவும் பணிகளில் சேர்ந்திட அவர்கள் விரும்புவதில்லை. அதுபோல், நிறுவனம் ஒன்றைச் சிறப்புடன் நடத்துவதற்கு இணையாக, அந்த நிறுவனத்தின் வளாகத்தைச் சுத்தமாகவும் மதிப்புடனும் பராமரிப்பதும் முக்கியம் என்பதை நாம் இன்னும் உணரவில்லை. அலுவலகத்தில் வேலை

செய்யும் அனைவரது உயர்வான பங்களிப்பும் இன்றி, அந்த நிறுவனம் வெற்றி பெற இயலாது. நேர்மையாக உழைக்கும் அனைவரையும் மதிக்கும் மனநிலை நமக்குத் தேவை.

நட்புணர்வு இன்றி, ஆனால் மிக நெருக்கமாகப் பழகுவதற்கு இந்தியர்களால் மட்டும்தான் முடியும். எவ்விதத் தயக்கமும் இன்றி புதியவர்களிடமும் சலுகைகள் கேட்பவர்கள் அவர்கள். ஒருநாள் பெங்களூருவில் இருந்து மந்த்ராலயத்துக்கு ரயிலில் சென்று கொண்டிருந்தேன். என்னுடன் பயணம் செய்தவரிடம் பேச நேர்ந்தது. பேச ஆரம்பித்து ஐந்து நிமிடம்கூட ஆகவில்லை, அதற்குள் அந்த மனிதர், தன் நிர்வாக இயக்குனரிடம் தனக்காகப் பரிந்துரை செய்ய என்னை வேண்டிக்கொண்டார். ஒழுங்கு நடவடிக்கை எடுக்கவேண்டும் என்பதற்காக அவரது நிறுவனம் தயாரித்திருக்கும் குறைவான உற்பத் தித்திறன் கொண்ட பத்து சதவித ஊழியர் பட்டியலில் இருக்கும் அவர் பெயரை நீக்க நான் சிபாரிசு செய்ய வேண்டுமாம்! ருட்யார்டு கிப்ளிங் கூறியது உடனே என் நினைவுக்கு வந்தது. 'நெருக்கம் இல்லா விடினும், ஒரு மேலை நாட்டவன் நட்புணர்வுடன் இருப்பான். ஆனால், கீழைநாட்டைச் சேர்ந்த ஒருவன் நட்புணர்வு இல்லாம லேயே நெருக்கமாக இருப்பதுபோல நடந்துகொள்வான்.'

மேலை நாட்டினரிடமிருந்து நாம் கற்றுக்கொள்ளவேண்டிய மற்று மொரு பாடம், வணிக நடைமுறைகளில் அவர்களது தொழில் வல்லமை. தனிமனிதத் தொடர்புகளைவிடப் பொது நன்மை என்பது முக்கியமானது. தொழில்முறைச் செயல்பாடுகளில் தனி மனித விருப்பு வெறுப்புகள் தலையிட அவர்கள் அனுமதிப்பதில்லை. நண்பராக இருந்தாலும், சக ஊழியரின் திறமைக்குறைவான வேலையைப் பற்றி நேர்மையான முறையில் அவரிடம் கூறுவதற்கு அவர்கள் தயங்குவதில்லை. ஆனால், இந்தியாவில் தொழில்சார்ந்த விஷயங்களையும், தனி மனிதக் கோணத்தில்தான் நாம் பார்க்கிறோம். தொழில் வல்லமையில், முக்கியமாகப் பார்க்க வேண்டியது செயல்திறன். தனி மனிதர்களின் செயல்திறனை மதிப்பீடு செய்வதற்குத் திறமைதான் அளவுகோலாக இருக்க முடியும்; இவர் இருந்தால் பரவா யில்லை என்ற போக்கோ அல்லது முன் அனுமானங்களோ அதில் தலையிட மேலைநாட்டவர்கள் அனுமதிப்பதில்லை.

இப்போது நாம், உலகத்தரத்துக்கு இணையாக நம்மை நாமே மதிப்பீடு செய்துகொள்ளத் தொடங்கியிருக்கிறோம். இந்தத் தன்மை அதிகரித்துக் கொண்டும் இருப்பதால், செயல்திறனைத் தழுவுவதைத் தவிர நமக்கு வேறு வழியில்லை. உலகிலேயே, 'மென்மையான தோல்கொண்ட' மனிதர்கள் அதிகமாக இருக்கும் சமுதாயமாக நாம் இருக்கிறோம். இல்லாத இடங்களிலும்கூட அவமானத்தை நாம்

பார்க்கிறோம். கடந்த ஆயிரம் ஆண்டுகளில் பெரும்பான்மையான காலங்கள், அடிமைகளாக நாம் இருந்தது இதற்குக் காரணமாக இருக்கலாம்.

தொழில்வல்லமையின் மற்றுமொரு முக்கியமான பண்பு, நேரம் தவறாமையும் மற்றவர்களின் நேரத்துக்கு மதிப்பு கொடுப்பதும். மேலைநாடுகளில் அனைத்துச் செயல்பாடுகளிலும் நேரம் தவறாமை முக்கியமானதாக இருக்கிறது. ஆனால், எப்படி என்றே தெரிய வில்லை... இந்திய நேரம் எப்போதும் தாமதமாகவே ஓடிக் கொண்டிருக்கிறது. ஒப்புக்கொண்ட காலக்கெடுவில் என்றைக்குமே காரியங்கள் முடிக்கப்பட்டதில்லை. குறிப்பிட்ட நாள்களில் முடிக்கப் பட்ட பொதுமக்களுக்கான திட்டங்கள் எத்தனை என்று நம்மால் சொல்ல முடியுமா?

இதில் மனம் நோகும் செய்தி என்னவென்றால், எப்போதாவது ஒருமுறை என்றில்லாமல், இது இயல்பானதாக மாறிவிட்டதுதான். தாமதமாகக் கூட்டத்துக்கு வருவது முக்கியத்துவத்தின் அடையாளமாக இங்கு கருதப்படுகிறது. அதிகாரப் படிக்கட்டில், எத்தனை உயரத்தில் நீங்கள் இருக்கிறீர்களோ, அந்த அளவுக்கு, எந்தக் கூட்டத்துக்கும் நீங்கள் தாமதமாக வரலாம். மிக மிக முக்கியமான மனிதராக நீங்கள் இருந்து விட்டாலோ, கூட்டத்துக்கு வருவதாக வாக்குறுதி அளித்திருந்தாலும், நிச்சயமாக வரவேண்டிய தேவையில்லை.

மேலை நாடுகளில், பெற்றோர்கள் தங்கள் குழந்தைகளுக்கு சிறு வயது முதலே சுயமாகச் சிந்திக்கக் கற்றுத் தருகிறார்கள். அதனால் அவர்கள், மன உறுதியும் தன்னம்பிக்கையும் மிக்கவர்களாக வளர்கிறார்கள். நமது கலாசாரத்தில், நம் அதிகாரி அல்லது நமக்கு மூத்தவர்களை மீறியோ மாறுபட்டோ சிந்திப்பது கூடாது. பள்ளிகள் அல்லது கல்லூரிகளில் கேள்விகள் கேட்கும் மாணவர்களைப் பெரும்பாலான ஆசிரியர்களுக்குப் பிடிப்பதில்லை. கூர்மையான அறிவுள்ளவர்களும் தனித்தன்மையுடன் சிந்திப்பதை விரும்புவதில்லை. தாங்கள் என்ன செய்யவேண்டும் என்பதை, தங்கள் அதிகாரிகள் சொல்லவேண்டும் என எதிர்பார்க்கிறார்கள். உலக அளவில் சாதிக்க எண்ணும் நாம், இந்த அணுகுமுறையை மாற்றிக்கொள்ள வேண்டும்.

மேலைநாடுகளில், ஒப்பந்தங்கள் என்றைக்கும் மீறப்படுவதில்லை. உலக அளவிலான வர்த்தகத்தில் ஈடுபட விரும்பும் தேசத்தின் மீதான நம்பிக்கை அதிகரிக்கவேண்டுமானால், சட்டரீதியான உரிமைகளை நிலைநாட்ட, ஒப்பந்தங்களைச் சரியாக நடைமுறைப்படுத்த ஏதுவான சூழல் அங்கு இருக்கவேண்டும். இந்தியாவில் திருமண உறுதி மொழிகளைப் புனிதமானதாகக் கருதுகிறோம். ஆனால், இதே

எண்ண ஓட்டம் பொது விஷயங்களில் இருப்பதில்லை. எடுத்துக் காட்டுக்கு, என்ரான் நிறுவனத்துடன் இந்தியா செய்துகொண்ட ஒப்பந்தத்தைப் பார்ப்போம். அது இந்தியாவுக்குச் சாதகமானதாக இல்லை. ஆனால், இந்த ஒப்பந்தத்தைப் பேசி முடித்த அதிகாரிகளைத் தண்டிப்பதற்குப் பதில், அந்த ஒப்பந்தத்தில் இருந்து நாம் பின்வாங்கினோம். சட்டத்துக்குப் புறம்பான செயல்களில் என்ரான் இறங்கியதால், ஒப்பந்தத்தில் இருந்து நாம் பின்வாங்கியதில் எந்தத் தவறும் இல்லை. ஆனால், இந்தத் தகவல்கள் நமக்குத் தெரியவருவ தற்கு முன்னரேயே, ஒப்பந்தத்தில் இருந்து நாம் பின்வாங்கி விட்டோம்.

அமெரிக்கப் பல்கலைக்கழகங்களில் உயர் படிப்பு படிப்பதற்காக மத்திய அரசின் உதவித்தொகையைப் பெற, பல மாணவர்களுக்கு பரிந்துரை செய்துள்ளேன். படிப்பு முடிந்ததும் இந்தியாவில் ஐந்து ஆண்டுகள் அவர்கள் கட்டாயமாகப் பணியாற்ற வேண்டும்என்பது ஒப்பந்த விதி. இருப்பினும், பெரும்பாலான மாணவர்கள் இந்தியாவுக்குத் திரும்பி வருவதே இல்லை. அமெரிக்கப் பல்கலைக்கழகத்தைச் சேர்ந்த, எனக்குத் தெரிந்த, நம்பகமான, பேராசிரியர் ஒருவரின் கூற்று இது: படிப்புக்காக வாங்கிய கடனைத் திருப்பி செலுத்தாதவர்களில் அதிகமானோர் இந்தியர்களாம். அத்தனை பேரும் படிப்பில் மிகச் சிறந்த நிலையில் தேறி, இன்று பணம் கொட்டும் வேலையில் இருப்பவர்கள். ஆனால், தாங்கள் வாங்கிய கடனைத் திருப்பிச் செலுத்த விரும்பவில்லை. அவர்களது இந்தச் செயலால், இந்தியாவில் தகுதியுள்ள பிற மாணவர்களுக்கு உதவித்தொகை கிடைப்பது சிரமமாக இருக்கிறது. இந்த அணுகுமுறை மாறவேண்டும்.

இந்தியர்கள் தம் எண்ணங்களை வெளிப்படுத்துவதிலும் நேர்மையாக இருப்பதில்லை. எடுத்துக்காட்டாக, நம் அரசியல்வாதிகள், செல் பேசியின் அடுத்த முனையில் இருக்கும் செய்தியாளரிடம், தமக்குத் தொழில்நுட்பத்தில் நம்பிக்கை இல்லை என்று பேசிக்கொண்டிருப் பார்கள்! நம் இளைஞர்கள் முன்னேறவேண்டும் என்றால், இந்தப் போலித்தன்மை நிறுத்தப்படவேண்டும். குடிமக்களாகிய நமக்கு நம் உரிமைகள் தெரியும். ஆனால், அந்த உரிமைகளோடு இணைந் திருக்கும் கடமைகள் கண்ணுக்குத் தெரிவதில்லை. கொள்கையை விடச் சலுகையைப் பெரிதாக நினைக்கும் மக்கள் விரைவில் இரண்டையும் இழந்துவிடுவார்கள் என்று அமெரிக்க முன்னாள் அதிபர் ட்வைட் ஐஸனோவர் கூறிய சொற்களை நினைவுகூர்வோம்.

நாம் எதிர்கொள்ளும் அடிப்படையான சமுதாயப் பிரச்னைகள் அனைத்தும் பொதுநலத்தில் நமக்கு அக்கறை இல்லாததால் தோன்றியவை. 'கலாசாரம் என்பது நம் அனைவரின் உயர்வுக்கும்

உழைத்திட உதவும் ஒன்று' என்கிறார் ஹென்றி பீச்சர். நமது சிறந்த விழுமியங்களைத் தக்கவைத்துக்கொண்டு, மேற்குறிப்பிட்ட மேலை நாட்டுப் பண்புகளை நம் கலாசாரத்தில் சேர்த்துக்கொள்ளும்போது, குறிப்பிடத்தக்க முன்னேற்றங்களை நம்மால் பெற முடியும்.

நம் நடத்தையில் வெறுமைகள் அதிகம் இருப்பதற்கு பேராசை, தன்னம்பிக்கையின்மை, தேசத்தின் மீது நம்பிக்கையின்மை, நாமிருக்கும் சமுதாயத்தை மதிக்காதது ஆகியவையே காரணம். 'இந்த உலகத்தில், அனைவருக்கும் தேவையானவை இருக்கின்றன. ஆனால், அனைவரது பேராசைகளையும் நிறைவேற்றப் போது மானவை இல்லை' என்ற மகாத்மா காந்தியின் சொற்களை நினைவில் கொள்வது நல்லது. நாம் மற்றவர்களுக்காகவும் மற்றவர்கள் நமக்காகவும் செயலாற்றும் சமூகத்தை உருவாக்கப் பாடுபடுவோம். பொறுப்புள்ள குடிமக்கள் நிறைந்த தேசமாக, வாழ்வதற்கு உன்னத மான இடமாக இந்திய நாட்டை உருவாக்குவோம். 'உயர்வின் விலை, பொறுப்பேற்றுக் கொள்ளல்' என்றார் வின்ஸ்டன் சர்ச்சில். நம் குடும்பத்தில் நாம் பின்பற்றும் பண்புகளை, நம் குடும்ப எல்லைகளை மீறி வெளிக் கொணர்வோம்.

சமஸ்த ஜனானாம் சுகினோ பவந்து! அதிகமான மக்களுக்கு அதிகமான நன்மைகள் கிடைத்திட இணைந்து பாடுபடுவோம். வெறுமனே நல்ல மனிதராக இருப்பதைவிட, அதி சிறந்த மனிதராக நடந்துகொள் வோம். அதன் மூலம், வரும் தலைமுறையினருக்கு நல்ல எடுத்துக் காட்டாக இருப்போம்.

தேசிய வளர்ச்சியை விரைவுபடுத்துவதில் ஒழுங்கமைப்பின் பங்கு

இந்தியாவில், நம்மிடம் இல்லாத மிக அரிதான மதிப்பு மிக்க பண்பான கட்டுப்பாடு, நம் படைவீரர்களிடம் இருக்கிறது. எந்த மாதிரியான சூழலில் செயல்பட்டாலும், அனைத்திலும் அடிப்படைக் கட்டுப்பாடு மீறப்படுவது பளிச்சென்று தெரியக்கூடிய எண்ணற்ற நிகழ்வுகளை நாம் தினந்தோறும் பார்க்கிறோம். ஆகவே, தேசிய வளர்ச்சியை விரைவுபடுத்துவதில் கட்டுப்பாடு எத்தகைய பங்கு வகிக்கிறது என்பதைப் பற்றிப் பேசுவது சரியாக இருக்கும் என்று நினைக்கிறேன்.

முதலில், தேசிய வளர்ச்சியில் எந்த இடத்தில் நாம் இருக்கிறோம் என்பதைப்பற்றிக் கூறுகிறேன். 1991-ல் சீர்திருத்தங்கள் தொடங்கியதிலிருந்து, இந்தியாவின் தேசிய உற்பத்தி வளர்ச்சி, சராசரியாக ஆண்டுக்கு 6 சதவிகிதமாக இருக்கிறது; இந்த வளர்ச்சி, வளரும் நாடுகளிலேயே மிக வேகமாக வளரும் நாடாக இந்தியாவை மாற்றியிருக்கிறது. 1990-ன் ஆரம்பத்தில் 34 சதவிகிதமாக இருந்த வறுமை, 2003-ல் 26 சதவிகிதமாக வீழ்ச்சி அடைந்தது.

மக்களின் வாங்கும் சக்தி அளவை வைத்துப் பார்த்தால், அமெரிக்கா, சீனா, ஜப்பான் ஆகியவற்றுக்கு அடுத்து, உலகின் நான்காவது பெரிய தேசமாக இந்தியா இருக்கிறது. கோல்ட்மன் சாக்ஸ் வெளியிட்ட ஓர் அறிக்கை, இந்தியாவின் பொருளாதார வளர்ச்சி விகிதம், 2015-ல் சீனாவை விஞ்சிவிடும் எனக் கருதுகிறது. அதேபோல இந்தியாவின் மொத்த உற்பத்தி, 2022-ல் பிரிட்டனையும், 2032-ல் ஜப்பானையும் தாண்டிவிடும் எனக் கணக்கிடுகிறது. சீனாவுக்கும் அமெரிக்காவுக்கும் அடுத்த இடத்தில், மூன்றாவது பெரிய பொருளாதாரமாக இந்தியா உயர்ந்து விடும் என அந்த அறிக்கை சொல்கிறது.

ஜெனரல் கே.எம் கரியப்பா நினைவு நாள் உரை, புது தில்லி, டிசம்பர் 3, 2005.

தன் மக்கள் அனைவருக்கும், தரமான வாழ்க்கையின் அம்சங்களான கல்வி, அடிப்படைச் சுகாதார வசதி, சத்தான உணவு, உறைவிடம், சுத்தமான சுற்றுப்புறச் சூழல், வாழ்க்கையில் மேன்மை பெறு வதற்கான வாய்ப்புகள் ஆகியவற்றை வழங்கும் நாடுதான் வளர்ச்சி அடைந்த நாடு என என்னால் கூற முடியும். இவை மட்டுமின்றி, நம் செயல்பாடுகள் அனைத்தும் நம் சந்ததியருக்கு ஒரு மேன்மையான சமுதாயத்தை உருவாக்கவே என்ற மன உறுதி மக்கள் மனத்தில் இருக்கவேண்டும். வளர்ச்சி என்பது மனத்தின் ஒரு நிலை. சமத்துவம், நேர்மை, நம்பிக்கை, மன உறுதி, நம்மால் முடியும் என்ற உணர்வு ஆகியவற்றை அது நம்முள் தோற்றுவிக்கும். ஒரு முன்னேறிய நாடு, மக்களுக்கு சமத்துவத்தையும் உறுதியான எதிர்காலத்தையும் தரும் கொள்கைகளைத்தான் உருவாக்கிச் செயல்படுத்துகிறது.

இந்த அடிப்படையில், நாம் எங்கு இருக்கிறோம் என்பதைப் பார்ப்போம். 1956-ல் ஆட்சியில் இருந்த அரசு, 1981-க்குள், அதாவது 25 ஆண்டுகளுக்குள், வறுமையற்ற, அனைவருக்கும் வேலை உறுதி செய்யப்பட்ட இந்தியாவை உருவாக்குவோம் என்று அறிவித்த கனவு இதுவரையிலும் நழுவிச் செல்லும் ஒன்றாகவே இருக்கிறது. மனித வாழ்க்கை மேம்பாட்டுக் குறியீட்டெண் அடிப்படையில், 177 நாடுகள் உள்ள பட்டியலில் இந்தியா 127-வது இடத்தில் உள்ளது. 26 கோடி இந்தியர்கள் வறுமைக்கோட்டுக்குக் கீழே இருக்கிறார்கள். இது உலகத்தரத்தில் கணிக்கப்பட்டதல்ல, இந்திய அரசால் குறிக்கப்பட்ட வறுமைக்கோடு.

இந்தியாவில் படிப்பறிவற்ற, வயது வந்தோர் 39 சதவிகிதத்தினர். 30 கோடி மக்கள் படிப்பறிவு அற்றவர்களாக இருக்கிறார்கள். உலகத்தின், மிகப் பெரிய படிப்பறிவற்ற கூட்டம் இது. 2.5 கோடிக்கும் மேற்பட்ட இந்தியக் குழந்தைகள் பள்ளிக்கூடத்துக்குச் செல்ல வசதியற்றவர்களாக இருக்கிறார்கள். இந்தியக் குழந்தைகளில் பாதிபேர், ஊட்டச்சத்துக் குறைவால் பாதிக்கப்பட்டிருக்கிறார்கள். உலகில் ஒவ்வோர் ஆண்டும் இறக்கும் குழந்தைகளில் ஐந்தில் ஒன்று இந்தியக் குழந்தை.

இந்தியாவில் வேலையற்றோர் எண்ணிக்கை 10 சதவிகிதம் எனக் கணக்கிடப்பட்டுள்ளது. 2016-ல், உழைக்கும் மக்கள் கூட்டத்தோடு மேலும் 32.5 கோடி மக்கள் சேர்வார்கள். இளைஞர்களுக்கு அதிகமான வேலைகளை நாம் உருவாக்க முடிந்தால், இந்தக் கூட்டம் வரமாக மாறும். மாறாக, வேலையற்ற, விரக்தியடைந்த மனிதர்களாக அவர் களை வைத்திருந்தால், அது சாபமாக ஆகிவிடும். தேசிய நீரோட்டத்தில் இந்த இளைஞர்களை இணைக்க, அடுத்துவரும் ஆண்டுகளில்,

ஆண்டுக்கு 1 கோடி வேலைகளை இந்தியா உருவாக்க வேண்டும். ஆனால், இந்தியாவால், ஆண்டுக்கு 10 லட்சம் வேலைகளை மட்டுமே உருவாக்க முடிகிறது.

தன் வளர்ச்சிப் பாதையில் குறிப்பிடும்படியான சில சவால்களை இந்தியா எதிர்கொள்ள வேண்டியிருக்கிறது என்பது தெளிவு. நம்மால் இந்தச் சவால்களை வெல்ல முடியுமா? நிலைமைகள் நமக்குச் சாதகமாக இருப்பதால், நம்மால் முடியும் என நினைக்கிறேன். தொழில்புரட்சிக்குப் பிறகு உயர்தொழில் நுட்பத்தில், உலக அளவில் இந்தியாவின் பங்களிப்பை இப்போதுதான் அனைவரும் அங்கீகரித் துள்ளனர். இன்று, இந்தியர்கள் உலகின் துடிப்பான தொழில்முனை வோர்கள்; அந்நிய முதலீட்டுக்கு மிகவும் உகந்த இடமாக இந்தியா மாறிக்கொண்டிருக்கிறது. சர்வதேச மூலதனச் சந்தையில் இந்தியாவுக்கு அளவுக்கதிமான நன்மதிப்பு இருக்கிறது. தாமஸ் ஃப்ரீட்மன் போன்ற இதழாளர்கள் இந்தியாவைப் பாராட்டி எழுதுகின்றனர். விரைவான பொருளாதார வளர்ச்சிக்கு, சிறிய அளவிலான இந்த வாய்ப்புச் சாளரத்தைப் பயன்படுத்திக் கொள்வோம்.

இருந்தபோதும், இந்தியாவைப் பற்றிய உணர்வு மிகுந்த பேச்சுகள் ஒவ்வொன்றும், பின்வரும் சில பதிலற்ற கேள்விகளால் தேம்பலில் சென்று முடிகின்றன: உங்கள் நாட்டில் ஏன் இவ்வளவு ஊழல் இருக்கிறது? இதைவிட மேன்மையான உள்கட்டமைப்பு உங்களுக்குத் தேவையில்லையா? பொறுப்புள்ள அரசு அதிகாரிகள் உங்களிடம் ஏன் இல்லை? உலகளாவிய அடிப்படைக்கல்வியை ஏன் செயல்படுத்தாமல் இருக்கிறீர்கள்? படிப்பறிவின்மையை ஏன் தீர்க்க முயலவில்லை? உங்கள் நாட்டில் குழந்தைத் தொழிலாளர்கள் இன்னும் இருப்பது ஏன்? எப்படி இருப்பினும், இத்தகைய கேள்விகள் நிறைந்திருக்கும் அதே நேரத்தில், உயர்ந்த, தொன்மையான நாகரிகமும், நவீனத் தொழில் நுட்பத் திறனும் நிறைந்திருக்கும் இந்தியாவை, ஒத்திசைவோடு கொண்டுசெல்வது சிரமமான ஒன்றுதான்.

நம்மோடு இருக்கும் சிறு பகுதியினரான அரசியல்வாதிகள், அரசு அதிகாரிகள், நிறுவனத் தலைவர்கள், கல்வியாளர்கள், கலைஞர்கள், ராணுவத்தினர் ஆகியோர், 'நம்மால் முடியும்' என நமக்குள் எழுப்பியிருக்கும் சாத்தியமான சிலவற்றைக்கூட நம்மால் ஏன் நிறைவேற்ற முடியவில்லை? தேசத்தின் வளர்ச்சிக்கு இயற்கை வளம், மனிதவளம், சரியான தலைமை, இறுதியாக, கட்டுப்பாடு ஆகியவை தேவையான அம்சங்கள். இயற்கைவளம் குறைவாக இருக்கிறது என்கிற பேச்சுக்கே இடமில்லை. அனைத்து இயற்கை வளங்களும் நிறைந்திருக்கும் முதல் பத்து நாடுகளில் இந்தியாவும்

ஒன்று. இருப்பினும், குறைவான இயற்கை வளங்கள் கொண்ட நாடுகளான, ஜப்பான், சுவிட்சர்லாந்து, சிங்கப்பூர் ஆகியவை, இயற்கை வளங்கள் குறைவாக இருப்பது வளர்ச்சிக்கான ஒரு தடையல்ல என்பதைக் காட்டியிருக்கின்றன.

நூறு கோடி மக்கள் தொகையோடு, திறன் மிகுந்த அறிவியலாளர்கள் நிறைந்திருக்கும் நாடுகளில் உலகில் இரண்டாமிடத்தில் இருக்கும் இந்தியா, மனிதவளம் இல்லை என நிச்சயம் புகார் கூறமுடியாது. அதுமட்டுமின்றி, திறமை வாய்ந்த தலைவர்களும் இந்தியாவில் போதுமான அளவில் இருக்கிறார்கள். இப்போதைய நம் பிரதமர், எத்தகைய உலகத்தரத்தை வைத்துப் பார்த்தாலும் அசாதாரணத் திறமைகள் வாய்ந்தவர்; திறமைகொண்டோர் நிறைந்த அணியைத் தன்னருகே வைத்திருக்கிறார்.

அரசுத்துறையில், நிறுவன உலகில், ராணுவத்தில், கல்வித்துறையில், கலைத்துறையில் - சில துறைகளைத்தான் குறிப்பிடுகிறேன் - அனைத்திலும், உலகம் போற்றும் தலைவர்களைப் பெற்று இருக்கிறோம். இருப்பினும், திறமை வாய்ந்த மனிதவளமும் மதிப்பு மிக்க இயற்கை வளமும் குவிந்திருந்தும், நாட்டின் அடிப்படைப் பிரச்னையான வறுமைக்கு இந்தத் தலைவர்களால் தீர்வு காண முடியவில்லை என்பது வருந்தத்தக்கது.

ஆகவே, இறுதி அம்சமான கட்டுப்பாட்டுக்கு நான் வரவேண்டி யிருக்கிறது. நம் மக்களிடம் காணப்படும் மோசமான கட்டுப்பாடற்ற தன்மை, மற்ற மூன்று அம்சங்களையும், விரைவான பொருளாதார வளர்ச்சிக்கு உதவாதவையாக மாற்றிவிடுகிறது. நம்மைச் சுற்றித் தினந்தோறும் எண்ணிக்கையற்ற அளவில், கட்டுப்பாடற்ற செயல்கள் நிகழ்வதைக் காண்கிறோம். அதிகாரவர்க்கத்திலும் மேல்தட்டு வர்க்கத்திலும் இந்தச் செயல்கள் இயல்பானவையாகக் கருதப்படுவது மேலும் வருத்தம் தருவதாக இருக்கிறது.

தனிமனிதர்களின், சமுதாயங்களின் செயல்பாட்டை மேம்படுத்த வகுக்கப்பட்டதே கட்டுப்பாடு. அனைவராலும் ஒப்புக்கொள்ளப் பட்ட சில நடைமுறைகளை, விதிகளை, அனைவருக்கும் விருப்ப மான செயல்களை, நெறிமுறைகளை, அந்நாட்டின் சட்டதிட்டங் களை மதித்து நடப்பதே கட்டுப்பாடு. தனி மனித முன்னேற்றத் துக்கும், சமுதாய, தேசிய வளர்ச்சிக்கும் அடித்தளமாக இருப்பது கட்டுப்பாடு. குறிக்கோளை நோக்கி ஒத்திசைவுடன் செயல்படும் ஒன்றுபட்ட அணியின் முயற்சியால்தான் பெரும்பான்மையான வளர்ச்சி ஏற்படுகிறது. வேறுவகையில் கூறினால், அந்த அணியின்

உறுப்பினர்கள், செயல்பாட்டுக்கு என முடிவு செய்யப்பட விதிகளைச் சரியாகப் பின்பற்றுகிறார்கள். தன் வேலையைப் பயன்படுத்தி, வேறு யாரும் பலன்களை அனுபவிக்கவில்லை என்பதையும் உணர்கிறார்கள்.

இத்தகைய அணிகளில், வெற்றிக்குரிய அம்சங்களான சக்தி, நம்பிக்கை, நல்லெண்ணம், பெருமிதம், எதிர்பார்ப்பு, உற்சாகம், விழைவு ஆகியவை அதிகமாக இருக்கும். அசாதாரணமான சாதனை களை அந்த அணிகள் நிகழ்த்திக் காட்டும். கெடுவுக்கு முன்னதாகவே அங்கே இலக்குகள் எட்டப்பட்டுவிடும்.

அற்புதங்களைச் சாதித்துக் காட்டியதில் கட்டுப்பாட்டின் பங்கை விளக்குவதற்கு இரண்டு மிகப் பெரிய எடுத்துக்காட்டுகளாக, இரண்டாம் உலகப்போரின் முடிவில் அழிவிலிருந்து மீண்டு வந்த ஜப்பானும் ஜெர்மனியும் திகழ்கின்றன. மூன்றாம் உலகில் இருந்த நாடுகளான சிங்கப்பூரும் தென் கொரியாவும், முதலாம் உலகைச் சார்ந்த நாடுகளாக நம் கண் முன்னே மாற்றம் பெற்றிருப்பதும், கட்டுப் பாட்டின் வலிமையை எடுத்துக்காட்டுகின்றன.

பொருளாதார வளர்ச்சி என்பது, மக்களின் உற்பத்தித் திறனை உயர்த்து வதாகும். ஒரு நாடு நன்கு வளர்ச்சி அடைந்திருக்கிறது என்றால், அந்த நாட்டின் தனிநபர் உற்பத்தியும் உயர்ந்திருக்கிறது என்று பொருள். வேகம், புதுமை, நேர்த்தியான செயல்திறன் ஆகியவற்றிலிருந்து உற்பத்தித்திறன் வெளிப்படுகிறது. மேன்மையான கருத்துகளைத் தொடர்ந்து அடையாளம் கண்டு, அவற்றைச் சிறந்த முறையில் விரைவாகச் செயல்படுத்துவது என்றும் இதனைக் கூறலாம். இத்தகைய முயற்சிக்குக் கட்டுப்பாடு தேவை. விதிவிலக்கின்றி, ஏறக்குறைய அனைத்து முன்னேறிய நாடுகளும், வளர்ந்து வரும் நாடுகளைவிட, மேலான கட்டுப்பாட்டினைக் கொண்டிருக்கின்றன.

கட்டுப்பாடான, ஒன்றிணைந்த உழைக்கும் சக்தி வலிமையான உழைக்கும் திறனை உருவாக்கும்; நாட்டின் பொருளாதார வளர்ச்சியை விரைவுபடுத்தும். சிங்கப்பூரின் வளர்ச்சியைப் பற்றிக் கூறும்போது, 'யாருக்கும் கிடைக்காத அளவு கட்டுப்பாடு மிக்க உழைப்பாளர்கள் கிடைத்ததால் 1970-க்கும் 1993-க்கும் இடைப்பட்ட காலத்தில், சிங்கப்பூர் தன் தொழிலாளர்களின் உற்பத்தித் திறனை ஆண்டுதோறும் 4.1 சதவிகிதம் உயர்த்த முடிந்தது' என்று மைக்கேல் போர்ட்டர் கூறுகிறார். ஒப்பிட்டுப் பார்க்கும்போது, அதே ஆண்டுகளில் அந்த வளர்ச்சி அமெரிக்காவில் 1.3 சதவிகிதமாகவும் பிரிட்டனில் 1.94 சதவிகிதமாகவும் இருந்தது. பிரிட்டனிடமிருந்து விடுதலை பெற்ற 40 ஆண்டுகளில், சிங்கப்பூர், தனிநபர் வருவாயில் பிரிட்டனையே விஞ்சிவிட்டது.

இப்போது, நேர மேலாண்மையில், எண்ணத்தில், செயலில் இருக்க வேண்டிய கட்டுப்பாட்டைப் பற்றிக் கூறுகிறேன். எண்ணத்தில் கட்டுப்பாடு என்பது செயல்நோக்கத்தில் கவனம் செலுத்துவது; விவரங்களையும் தகவல்களையும் தன்னுடைய விவாதத்துக்காகப் பயன்படுத்துவது; ஒரு கருத்தை, தகுதியின் அடிப்படையில் மட்டுமே ஆதரிப்பது. செயலில் கட்டுப்பாடு என்பது, பணம், அதிகாரம் அல்லது எந்த வகையான சுயவிருப்பச் செல்வாக்கும் இன்றி சரியான செயலைச் செய்வது.

அனைத்திலும் மதிப்பு மிக்க மனித வளத்தைச் சரியாகப் பயன் படுத்திக்கொள்வது வளர்ச்சிக்கு மிகவும் அவசியம். முன்னேறிய சமுதாயம், தன் மக்கள் மிகச் சிறந்த முறையில் நேரத்தைப் பயன் படுத்துவதற்கு அதிக முக்கியத்துவம் அளிக்கிறது. ஒரு நாட்டின் வளர்ச்சியும், அம்மக்கள் நேரத்தினைத் திறமையாகப் பயன்படுத்து வதும் ஒன்றுக்கொன்று தொடர்பானவை. 1960-களிலும் 1970-களிலும் ஜப்பானின் விரைவான வளர்ச்சிக்கு அந்நாட்டு உழைக்கும் மக்கள் தங்கள் உற்பத்தித் திறனில் காட்டிய உயர்வே காரணம். இந்த ஆண்டுகளில், ஒரு மணி நேரத்துக்கான கூடுதல் உழைப்பின் மதிப்பு, அமெரிக்காவின் $3.20 என்பதுடன் ஒப்பிட்டுப் பார்க்கும்போது ஜப்பானில் $11.30 ஆக இருந்தது. இந்தியாவின் உற்பத்தித்திறன், சராசரியாக, அமெரிக்க அளவில் வெறும் 10 சதவிகிதமே. ஒரு சீனத் தொழிலாளியின் உற்பத்தித் திறன், அவன் வேலை செய்யும் துறையைப் பொருத்து, இந்தியத் தொழிலாளியைவிட 30 முதல் 180 சதவிகிதம் உயர்வாக இருக்கிறது. இந்தியாவில் வேளாண் துறையின் உற்பத்தித் திறன், ஐரோப்பிய அளவில் மூன்றில் ஒரு பங்காகவும், அமெரிக்க அளவில் பாதியாகவும் இருக்கிறது.

வளரும் நாடுகளின் வளர்ச்சியில், ஆட்சி செய்கிற அரசுகளுக்குப் பெரும்பான்மைப் பங்கிருக்கிறது. எனவே, அந்த அரசுகள் நேர மேலாண்மையில் கட்டுப்பாட்டைக் கொண்டுவரவேண்டியது மிகவும் தேவை. துரதிர்ஷ்டவசமாக இந்த இடத்தில்தான் இந்திய அரசு அக்கறையின்றி இருக்கிறது. மற்ற நாடுகளில், மூன்று மாதங்களில் கிடைக்கும் ஒரு திட்ட ஒப்புதலுக்கு, இந்தியாவில் மூன்று முதல் ஐந்து ஆண்டுகள் ஆகின்றன. அதிகாரிகள் உரிய நேரத்தில் அலுவலகம் வருவது அரிதாக இருக்கிறது. நாடாளுமன்றக் கூட்டங்கள் தொடர்ச்சியாக நடைபெற முடியாமல் தடைபட்டு, தள்ளிப்போடப்படுகின்றன. ஒரு மணிநேர நாடாளுமன்றக் கூட்டத்துக்கு, இந்தியாவின் வரிசெலுத்து வோர் இழக்கும் மதிப்பு ரூ. 17 லட்சம். ஒரு நாளைய அமர்வின் மதிப்பு ரூ. 1.5 கோடி.

கூட்டங்களுக்கும் நிகழ்வுகளுக்கும் தாமதமாக வருவதை, அரசு அதிகாரிகள் தங்களுக்கு இருக்கும் முக்கியத்துவத்தின் அடையாளமாகக் கருதுகிறார்களே தவிர, திறமைக் குறைவாகக் கருதுவதில்லை. சமீபத்தில், ஒரு மாநிலத் தலைநகரின் முன்னேற்றம் குறித்த ஒப்பந்தம் ஒன்றில் கையெழுத்திட வந்த ஆஸ்திரேலிய அமைச்சருடனான தனது சந்திப்பையே அந்த மாநில முதல்வர் தவிர்த்துவிட்டார். அந்த வெளிநாட்டு அமைச்சருக்கு, இந்தச் செயல்பாட்டின் விநோதம் புரியவே இல்லை.

வேகமான வளர்ச்சியைத் தடைசெய்யும் மற்றொரு முக்கியக் காரணி, நேர்மையற்ற அறிவுத்திறன். இந்தியா போன்ற வளரும் நாடுகளின் தலைவர்கள், தங்கள் மனத்துக்குச் சரியானதாகத் தோன்றுவதைச் செய்வதற்கு மாறாக, அதற்கு எதிரானதையே செய்கிறார்கள். பொருளாதார வளர்ச்சிக்கு உதவும் அறிவுபூர்வமான நேர்மையான தெரிவுகளையே அரசியல்வாதிகள் தேர்ந்தெடுக்க வேண்டும். அரசியல் கட்டாயத்துக்காக எடுக்கப்படும் பொருளாதார முடிவுகள், தேசத்தின் நீண்டகால வளர்ச்சியில் தாக்கத்தை ஏற்படுத்தும். ஓர் அரசியல் கட்சி ஆட்சியில் இருக்கும்போது எடுக்கப்பட்ட ஒரு முடிவை, அதே கட்சி எதிர்க்கட்சியாக இருக்கும்போது எதிர்த்த பல சந்தர்ப்பங்கள் நிகழ்ந்துள்ளன.

முற்போக்கான மாநில முதல்வர் ஒருவர், தன் நிதி அமைச்சரோடு என்னைச் சந்திக்க வந்திருந்தார். மதிப்புக் கூட்டு வரியை (VAT) அவர் எதிர்ப்பதன் காரணம் என்ன என்று கேட்டேன். சரியான காரணத்தை அவரால் கூற முடியவில்லை. தன் நிதி அமைச்சரை எனக்கு பதில் அளிக்குமாறு கூறினார். நிதி அமைச்சர், முதலில், இந்த வரி விதிப்பு முறை தன் மாநிலத்துக்கு நல்லதல்ல என்றார். இந்த வரி விதிப்பு முறையின் காரணமாக அவரது மாநிலத்துக்குக் கிடைக்கக்கூடிய நன்மைகளை நான் எடுத்துக் கூறியதும், தன் கட்சிக்கு இதில் விருப்பமில்லை என்று கூறிவிட்டுச் சென்றார். மத்தியில் ஆட்சியில் இருக்கும்போது, அவர் கட்சிதான் இந்த மதிப்புக் கூட்டு வரியை அறிமுகப்படுத்தியது!

வெற்றிகரமான பொருளாதார முடிவுகள் எடுப்பதற்கு, முதலீடுகளால் உண்டாகும் விளைவுகளையும் முடிவுகளையும் செயல் நோக்கத்துடன் ஆய்வு செய்வது அவசியம். இதற்குச் சிறந்த எடுத்துக்காட்டாக, கிராமப்புற வீட்டு வசதி முதலீடுகள் குறித்து, கர்நாடக மாநிலத் திட்ட வாரியத்துக்குக் கவனமற்ற முறையில் தயாரித்து அளிக்கப்பட்ட அறிக்கையை நான் குறிப்பிட முடியும். விளைவுகள், முடிவுகள் ஆகியவை குறித்து நான் கேட்ட கேள்விகள், பிரச்னை உண்டாக்கும் மனிதனிடமிருந்து வந்தவை என்று ஒதுக்கப்பட்டன.

இதற்கு நேர்மாறாக, சீனாவில், அரசு ஊழியர்களின் சம்பளமும் பதவி உயர்வுகளும், அவர்கள் வேலை செய்யும் மாநிலத்தின் வளர்ச்சியோடு அழுத்தமாகப் பிணைக்கப்பட்டு உள்ளன. ஊழியர்களுக்கு, ஆண்டுக்கு 7 சதவிகித வளர்ச்சி என்பது இலக்காக நிர்ணயிக்கப்படுகிறது. ஒவ்வொரு காலாண்டுக்கும், உள்கட்டமைப்பு உருவாக்கம், குற்றங் களின் அளவைக் குறைத்தல் போன்றவற்றில் அவர்கள் முன்னேற்றம் காட்டவேண்டும்.

இந்தியாவில், செயல்நோக்கத்துடன் கூடிய முடிவுகளுக்கு வழி காட்டும் கட்டுப்பாடான எண்ணம், பல சமயங்களில், ஜாதி மற்றும் மதத்தின் மீது திருப்பப்பட்டுச் சமரசம் செய்யப்படுகிறது. இதன் காரணமாக, பொதுநல நோக்கமின்றி, குறுகிய லாபங்களுக்காக நடத்தப்படும் வெற்று விளையாட்டாக நம் அரசியல் முறை மாறி விட்டது; மக்கள் மன்றங்களின் உரையாடல்களும் விவாதங்களும் கட்சிகளின் நலனை முன்னிட்டுத்தானே ஒழிய, முன்னேற்றத்தை மனத்தில் கொண்டு அல்ல.

சமுதாய நலனில் அக்கறையற்ற அரசியல்வாதிகளின் செயலால், அரசின் கொள்கைகளில் குறிப்பிடத்தக்க வகையில் பாதிப்பு ஏற்படுகிறது. இதன் விளைவாக, பொருளாதார முன்னேற்றத்துக்கும் வளர்ச்சிக்கும் தேவையான கட்டுப்பாடான முயற்சிகளை மேற்கொள்ளும் மக்கள் பிரதிநிதிகளுக்கு எந்த ஊக்க உதவியும் கிடைப்பதில்லை. ஆகவே, அவர்கள் தங்கள் வாக்கு வங்கிகளின் விருப்பங்களைச் செயலாக்க முயற்சி செய்கின்றனர். எடுத்துக்காட்டாக, இந்திய ஆட்சியாளர்கள் ஒருங்கிணைந்த முன்னேற்றத்துக்கும் வளர்ச்சிக்குக்கும் முக்கியத்துவம் கொடுப்பதில்லை; மாறாக, தங்கள் ஆதரவாளர்களுக்கு மானியம் போன்றவற்றை வழங்கவே விரும்புகின்றனர். இந்தியாவில், இப்போது அளிக்கப்படும் மானியத்தின் அளவு, தேசிய உற்பத்தி மதிப்பில் ஆபத்தான அளவான 14 சதவிகிதம்.

நேர்மையற்ற செயல்பாடும் கட்டுப்பாடின்மையும் ஊழலுக்கு வழி வகுக்கும். ஊழல் என்பது ஒழுக்கம் சார்ந்த பிரச்னை மட்டும் அல்ல; இந்தியா போன்ற வறுமை மிக்க நாட்டில், பொருளாதார முன்னேற்றத் தின் குறுக்கே நிற்கும் சக்தி மிக்க தடை. தேவையற்ற, சாத்தியமற்ற திட்டங்களுக்கு அரசியல்வாதிகளும், அதிகாரிகளும் துணை போகிறார்கள்; ஒப்பந்தங்களின் மதிப்பு அதிகரித்துக் காட்டப்பட்டு, திறமையற்றவர்களிடம் அத்திட்டங்கள் அளிக்கப்படுகின்றன. இவைதான், ஊழல் பெருகக் காரணம் என்று பொருளாதார நிபுணர்கள் கூறுகின்றனர். ஏழைகளின் முன்னேற்றத்துக்காக இருக்கிறோம் என்று அறிவிக்கும் அரசியல்வாதிகள், ஊழல் மிகுந்த நாட்டில் மிகவும்

அவதிப்படுவது ஏழைகள்தான் என்பதை உணர்ந்தால், ஒரு வேளை நன்றாகச் செயல்படலாம்.

பொதுவாக, ஏழைகளின் சுகாதார மேம்பாடு, கல்வி அல்லது ஊட்டச்சத்து மிகுந்த உணவு ஆகியவற்றுக்குத்தான் பெரிய அளவிலான திட்டங்கள் தீட்டப்படுகின்றன. ஆகையால், டாக்டர் பிமல் ஜலன் குறிப்பிட்டதுபோல், போலி மருந்துகள், மோசமாகக் கட்டப்படும் பள்ளிக்கூடங்கள், பள்ளிக்கு வராத தகுதியற்ற ஆசிரியர்கள், தரக்குறை வான உணவு ஆகியவற்றில்தான் பெரும் அளவில் ஊழல் நிகழ்கிறது. ஏழைகளைத்தான் இவை முதலில் பாதிக்கின்றன. மத்தியதர வர்க்கத் தினரும் பணம் படைத்தோரும் இத்தகைய சேவைகளை நம்பி வாழ்வதில்லை. இதனால், ஏற்கெனவே சமமற்ற நிலையில் இருக்கும் சமூகத்தை, ஊழல் மேலும் மோசமாக்குகிறது.

சிறுதொழில் புரிவோரையும் இந்த ஊழல் பாதிக்கிறது. ஏனெனில், ஊழலின் காரணமாக வெளிவரும் உயர்-மதிப்பு கொண்ட திட்டங்களை அவர்களால் எடுத்து நடத்த முடியாது. இதற்கு நேர்மாறாக, விதிவிலக் கான ஒரு சில நிறுவனங்களைத் தவிர்த்து, திறமையற்ற, ஊழல் நிறைந்த இந்த அமைப்பைப் பயன்படுத்திக்கொள்ளும் பெரிய நிறுவனங்கள் ஏகபோக சந்தைமுறையை உருவாக்குகின்றன; தங்களது சந்தை மதிப்பைப் பெருக்கி, அதிகம் லாபம் அடைகின்றன. எனவே, ஏழை எளியவர்களுக்காக இருக்கிறேன் என்று சொல்லும் அரசியல்வாதிகள், கட்டுப்பாட்டை ஏற்றுக்கொண்டு ஊழலுக்கு எதிராகப் போராடவேண்டும்.

ஊழல், ஒரு நாட்டின் வளர்ச்சியையும் உற்பத்தித் திறனையும் குறைக் கிறது; முதலீட்டை ஊக்குவிக்காமல், பணவிரயத்தை அதிகரித்து, மக்களின் ஒட்டுமொத்த நம்பிக்கையையும் தளர்ந்து போகச் செய்கிறது. அதன் மூலம் எதிர்மறைச் சுழற்சி உண்டாகிறது என்று பொருளியல் நிபுணர்கள் கூறுகின்றனர். ஊழல் மலிந்த நாட்டில், 50 சதவிகித ஊழல் குறைந்தது என்றால், அந்த நாட்டின் தேசிய உற்பத்தி 1.5 சதவிகிதம் உயரும் என்று புகழ்பெற்ற பொருளியல் நிபுணர் ஒருவர் கூறுகிறார். தேசிய வருவாயைப் பெருக்கும் முதலீட்டின் விகிதத்தையும் ஊழல் குறைக்கிறது என ஆராய்ச்சியாளர்கள் சுட்டிக் காட்டியுள்ளனர். நம்மால் ஊழலைக் கட்டுப்படுத்த முடிந்திருந்தால், 1980-களிலும் 1990-களிலும் தேசிய உற்பத்தியில் பெற்ற 6.5 சதவிகித வளர்ச்சி விகிதத்தைவிட அதிகமாக, 8 சதவிகித வளர்ச்சியை நம்மால் பெற்றிருக்க முடியும்.

வளர்ச்சிக்கான பணிகளையும் திட்டங்களையும் செயல்படுத்துவதில் ஒரு கட்டுப்பாடான அணுகுமுறை இருக்கவேண்டும். அப்போதுதான் அந்த முயற்சிகளால் கிடைக்கும் பலன்களை, தேசத்தின் இலக்குகளை

அடைவதற்குப் பயன்படுத்த முடியும். பத்து ஆண்டுகளுக்கு முன்வரை விவசாயத்துக்குப் பயன்பட்ட இடத்தில், வருங்காலத்துக்கான நகரம் ஒன்றை ஷாங்காயின் புதாங் மாவட்டத்தில் சீனா உருவாக்க முடிந்ததற்குச் செயல்முறையில் இருந்த கட்டுப்பாடுதான் காரணம். செயல்முறை கட்டுப்பாட்டுக்கு மற்றுமோர் எடுத்துக்காட்டு, உலகத் தரம் வாய்ந்த தில்லியின் மெட்ரோ ரயில் போக்குவரத்துத் திட்டம். இவற்றுக்கு நேர்மாறாக, ஆறு மாதத்தில் முடிக்கப்பட வேண்டியவை பல ஆண்டுகள் நீட்டிக்கப்பட்டு, தரமற்ற வகையில் முடிக்கப்படும் திட்டங்களாக மாறியிருப்பதையும் இந்தியாவில் நாம் பார்க்க முடியும்.

மிக அரிதாக நாம் காண முடிகிற நேர்மையான, துடிப்பான, அச்சமற்ற அதிகாரிகளை, ஊழலும் ஒழுங்கீனமும் மனம் தளரச் செய்கின்றன. நேர்மையும், சுறுசுறுப்பும், தொலைநோக்குப் பார்வையும் உடைய அதிகாரிகள் தண்டிக்கப்படுகிறார்கள். மக்கள் நலன் கருதி எதிர்ப்பு களைமீறி நல்ல முடிவுகளை எடுக்கும், நிர்வாகத்தில் தேவையான மாற்றங்களைச் செய்யும் அதிகாரிகள் முக்கியமற்ற பணிகளுக்குப் பதவியிறக்கம் செய்யப்படுகிறார்கள்.

தேசிய நெடுஞ்சாலைத் துறையில் தான் கண்ட ஊழலை வெளியிட்ட தற்காக இறக்க நேர்ந்த சத்யேந்திர துபே, தன் நிறுவனத்தின் விநியோக முறையில் ஊழலை ஒழிக்க முயற்சி செய்ததால் கொலையுண்ட மஞ்சுநாத் ஆகியோர் நம் பொதுத்துறை நிறுவனங்களில் நேர்மைக்கும் கட்டுப்பாட்டுக்கும் இருக்கும் மதிப்பைச் சுட்டிக்காட்டுகின்றனர். அரசின் மீதும் பொதுத்துறை மீதும் இளைஞர்கள் நம்பிக்கை இழந்து விட்டனர். பழுத்த அரசியல்வாதியான சோம்நாத் சாட்டர்ஜி, அறிவில் சிறந்த ஓர் இளம்பெண்ணைப் பார்த்து என்ன பணியைத் தேர்ந்தெடுக்கப் போகிறாய் எனக் கேட்டதற்கு அவள், 'அரசியலைத் தவிர்த்து எதுவாயிருந்தாலும்' என்று பதில் கூறினாளாம்.

மனிதவளம், நேர மேலாண்மை, எண்ணம், செயல்படுத்துதல் ஆகிய வற்றில் கட்டுப்பாட்டின் தேவை குறித்துக் கூறினேன். இப்போது இந்தப் பிரச்னைகளைத் தீர்க்க சில சாத்தியக்கூறுகளை விளக்குகிறேன்.

ஒழுங்கீனம் எல்லா இடங்களிலும் நீக்கமற நிறைந்திருக்கிறது. அரசியலில், அரசுத்துறையில், நிறுவனங்களில் தலைவர்களாக விளங்கும் மூத்தோர்களின் நடத்தை குறித்து நம் இளைஞர்கள் ஏமாற்றமும் விரக்தியும் அடைந்திருக்கிறார்கள். மக்களாட்சி முறைமீதும், நம் தேர்தல் முறைமீதும் நம்பிக்கை இழந்து கொண்டிருக் கிறார்கள். நேர்மை, நன்னடத்தை, கடின உழைப்பு, விடுதலை பெற்ற நேரத்தில் நம் முன்னோர் கொண்டிருந்த விழுமியங்கள் ஆகியவை மீதான நம்பிக்கையும் நழுவிக் கொண்டிருக்கிறது. ஆகவே, இந்திய

அரசியல்வாதிகள், அரசு அதிகாரிகள், நிறுவனத் தலைவர்கள்... ஏன் ஒட்டுமொத்த மக்கள் மனத்திலும் கட்டுப்பாட்டு உணர்வைச் செலுத்தும் வகையில், உறுதியான முடிவுகளை, கொள்கைகளைச் செயல்படுத்த வேண்டியது இன்றைய தேவை. இதற்கான, விரைவான, தீர்க்கமான நடவடிக்கைகள் எடுக்கப்படவேண்டும்.

உறுதியான, மிகப் பெரிய மாற்றங்களைக் கொண்டு வருவதற்கு, முன் மாதிரியான மனிதர்கள் தேவை. நன்னடத்தையையும் கட்டுப் பாட்டையும் சமூகத்தில் விதைத்த முன்மாதிரித் தலைவர்களை தலை முறை தலைமுறையாகக் கொண்டிருந்த பல சமூகங்கள் முன்னேறி விட்டன. இன்றைய இந்தியாவில் துரதிர்ஷ்டவசமாக, முன்மாதிரியான தலைவர்கள் நம்மிடையே நிறைய இல்லை. நவீன மாற்றங்கள் பல ஏற்பட்டபோதிலும், பழமை மிகுந்த சமூகத்தில்தான் நாம் வாழ்கிறோம். இங்கு நம் தலைவர்களுக்கு, இயல்புக்குமீறி அதிக முக்கியத்துவம் கொடுக்கப்படுகிறது. தம் தலைவர்களது செயல் களைப் பார்க்கும் சாதாரண மக்களும் அவர்கள் போலவே நடந்து கொள்ள முயற்சி செய்கிறார்கள்.

எனவே, முன்மாதிரியாக இருக்கும் தலைமைதான் அதிகக் கட்டுப் பாட்டுடன் நம் சமூகம் வாழ்வதைத் தீர்மானிப்பதில் வலிமையான பங்காற்றுகிறது. இரண்டு தலைமுறைத் தலைவர்கள் கட்டுப்பாட்டின் சிறந்த கொள்கைகளைப் பின்பற்றி நடந்துவிட்டால், பின்னர் அவை நிரந்தரமான நடைமுறையாகிவிடும். மகாத்மா காந்தி கூறியது போல, 'உலகத்தில் நாம் காண விரும்பும் மாற்றமாக நாம் முதலில் மாறவேண்டும்.' நல்ல நடத்தை கொண்ட சாதாரணக் குடிமக்களை முன்மாதிரிகளாக அவர்களது பள்ளி நாள்களில் இருந்தே நாம் ஊக்குவிக்க வேண்டும். இத்தகைய முன்மாதிரியானவர்களை அரசுத் துறையிலும் உருவாக்க வேண்டும்.

வருங்காலத்தில், சத்யேந்திர துபேக்களும் மஞ்சுநாத்துகளும் மடியக் கூடாது. இதனைச் சாதிக்க, புகழ்பெற்ற ஆண்களும் பெண்களும் கொண்ட, தவறுகள் குறித்துத் தகவல் தருவோர் அமைப்பு ஒன்றை அமைக்க வேண்டும். அந்த அமைப்பின் உறுப்பினர்கள் தரும் தகவல் அடிப்படையில் புலனாய்வு செய்து, குற்றவாளிகளை விரைவாகத் தண்டிக்கும் அதிகாரம் அந்த அமைப்புக்கு இருக்கவேண்டும். அந்த அமைப்பின் உறுப்பினர்களுக்கு பாதுகாப்பு அளிக்கப்படவேண்டும். மாநில சட்டமன்றத்தின் அதிகார வரம்புக்குள் வராமல், நாடாளு மன்றத்துக்கு மட்டும் பதில் சொல்வதாக இந்த அமைப்பு இருக்க வேண்டும். நிரபராதி என நிரூபிக்கப்படும்வரை, குற்றம் சுமத்தப்பட்ட அரசியல்வாதி அல்லது அரசு அதிகாரி தன் பதவியில் தொடர்வதற்கு அனுமதிக்கக் கூடாது.

அடுத்து செய்யவேண்டிய வேலை, கட்டுப்பாட்டை மீறுபவர்களுக்கு விரைவான, கடுமையான தண்டனையைத் தருவது. உண்மையில், இந்த முறையில்தான் சிங்கப்பூர் போன்ற வளர்ந்த நாடுகள் கட்டுப்பாட்டை உறுதி செய்தன. பொதுவாக, முன்னேறிய நாடுகளில், குற்றம் செய்தவர் யாராயிருந்தாலும், வரி ஏய்ப்பு மற்றும் ஊழலுக்குக் கடுமையான தண்டனைகள் அளிக்கப்படுகின்றன. இதற்கு மாறாக இந்தியாவில், எத்தகைய குற்றம் செய்திருந்தாலும், மேல்தட்டு வர்க்கத்தினர் அரிதாகவே தண்டிக்கப்படுகிறார்கள். இந்த நிலை மாறவேண்டும். ஒரு மிக முக்கியமான மனிதர் வராவிட்டால் என்ன, விழாக்கள் குறிப்பிட்ட நேரத்தில் ஆரம்பித்து நடக்கட்டும். விரைவில், அந்த மிக முக்கியமான மனிதர்கள் உரிய நேரத்துக்கு வர ஆரம்பிப்பார்கள். சட்டத்தை அனைத்துத் தரப்பு மக்களுக்கும் சமமாக நடைமுறைப்படுத்துவோம்.

அதிகாரவர்க்கத்தையும் மேல்தட்டு வர்க்கத்தையும் சேர்ந்தோர் கட்டுப் பாட்டை மீறும்போது அந்த விவரங்களை வெளியிடுவது, அத்தகைய மீறல்கள் குறைய உதவும். இந்த இடத்தில்தான், ஊடகங்களின் பங்கு முக்கியமானதாக அமைகிறது. வலிமை மிக்கவர்களும் மேல்தட்டு வர்க்கத்தினரும் மறைந்து பாதுகாப்பு பெற இயலாதவாறு, தகவல் அறியும் உரிமைச் சட்டத்தை நாம் வலிமைப்படுத்த வேண்டும்.

இந்தியாவில் அரசியல் நிறுவனங்களில் ஒழுங்கீனம் நிலவுவதற்கு மற்றுமொரு காரணியாக நம் தேர்தல் முறை இருக்கிறது. அதில் குறைபாடுகள் ஆழமாக வேரூன்றி இருக்கின்றன. சாதி, மதம், அதிகார அரசியல் ஆகியவை கோலோச்சுகின்றன. ஊழலை ஊக்குவிக்காத தேர்தல் முறையை நாம் உருவாக்க வேண்டும். 'நாடாளுமன்றத்துக்குத் தேர்ந்தெடுக்கப்படும் ஒவ்வோர் உறுப்பினரும் தன் பணியை ஒரு தவறான அறிவிப்போடு தொடங்குகிறார்கள். அது தேர்தலில் அவர்கள் செய்த செலவுகள் குறித்த அறிக்கை' என்று குறிப்பிட்ட நம் முன்னாள் பிரதமர் வாஜ்பாயின் சொற்களை நாம் நினைவில் கொண்டால் நன்கு செயல்பட இயலும். இத்தகைய ஏமாற்று வேலைகள் உடனடியாகத் தண்டிக்கப்பட வேண்டும்.

நம்மைவிடச் சிறப்பாகச் செயல்படும் நாடுகளிடமிருந்து கற்றுக் கொள்ள நாம் தயாராக இருக்கவேண்டும். முன்னேற்றத்துக்கான விரைவான பாதை இதுதான். துரதிர்ஷ்டவசமாக, அடிமைப்பட்டிருந்த கடந்த காலத்தை எண்ணிக்கொண்டு, முன்னேறிய நாடுகளிடமிருந்து கற்றுக்கொள்ள வெட்கப்படுகிறோம். இந்த மனப்பான்மையை விட்டொழித்தால்தான் முன்னேற இயலும்.

அரசு அதிகாரிகளின் எண்ணிக்கையைக் குறைத்து, நடைமுறைகளை எளிதாக்க வேண்டும். அப்போதுதான் சட்டத்தைப் பின்பற்றும் கட்டுப்பாடு மிக்கவர்களாக மக்கள் மாறுவார்கள். பல நூற்றாண்டுகளுக்கு

முன் கி.பி. 55-ல், டாசிடஸ் கூறியதை நினைவில் கொள்வோம்: 'ஊழல் மிகுந்த நாட்டில்தான் சட்டங்களின் எண்ணிக்கை அதிகமாக இருக்கும்.' முன்னேறிய நாடு ஒன்றில், எளிதான நடைமுறையின் மூலம் ஒருநாளில் முடிவடையும் வேலைக்கு, இந்தியாவில் ஒரு மாதம் ஆகிறது. எடுத்துக்காட்டாக, வர்த்தக உரிமம் (பெர்மிட்) வாங்கு வதற்கு, ஏறக்குறைய 20 நிலைகளைக் கடக்க வேண்டியிருக்கிறது. சராசரியாக 270 நாள்கள் ஆகின்றன! ஒரு இந்திய நிறுவனத்தின் மேலாளர், தன் அலுவலக நேரத்தில் 15 சதவிகிதத்தை அரசு அதிகாரி களோடு பேச்சுவார்த்தை நடத்துவதிலேயே கழிக்கிறார்!

எண்ணிக்கையற்ற இத்தகைய விதிகள், இந்தியாவின் தேசிய உற்பத்தியின் வளர்ச்சியை ஆண்டுக்கு 2.3 சதவிகிதம் குறைக்கின்றன என்று ஆய்வு ஒன்று கூறுகிறது. இந்தியாவில் அரசு ஊழியர்களுக்குச் செயல்பாட்டு இலக்கு நிர்ணயிக்கப்பட வேண்டும். அவர்களது செயல் பாட்டோடும் காலக்கெடு நிர்ணயிக்கப்பட்ட அரசுத் திட்டங்களை அவர்கள் நிறைவேற்றும் முறையோடும் அவர்களது ஊதியம் இணைக்கப்படவேண்டும்.

நிறுவன நிர்வாகத்துக்கான மேம்படுத்தப்பட்ட நெறிமுறைகள், பங்குச் சந்தைப் பதிவுக்கான கடுமையான வழிகாட்டுதல்கள், உலக மூலதனத்தை ஈர்ப்பதில் ஏற்பட்டிருக்கும் அதிகப்படியான போட்டி ஆகியவை, நன்னடத்தையுடனும் உயர்வான கட்டுப்பாட்டுடனும் இயங்கும் நிறுவனத் தலைவர்களுக்கு ஊக்கத்தை அளித்துள்ளன. சீர்திருத்தங்கள், போட்டியைக் கொண்டு வந்துள்ளன. அதனால், இந்தியத் தொழில்துறையில் கட்டுப்பாட்டின்மீது அதிகக் கவனம் எழுந் திருக்கிறது. எடுத்துக்காட்டாக, இந்திய ஆட்டோமொபைல் துறையின் உற்பத்தித் திறன், சீர்திருத்தங்களுக்குபிறகு கடந்த ஐந்து ஆண்டுகளில் 400 சதவிகிதம் உயர்ந்துள்ளதாக மெக்கின்ஸியின் கணிப்பு கூறுகிறது.

இருந்தபோதும் பல முக்கியமான துறைகளில், முழுமையான சந்தைப் போட்டி முறை இல்லாமல், அரசு விதிக்கும் சில கட்டுப் பாடுகளைச் சந்திக்க வேண்டியிருக்கிறது. நம் நிறுவனங்களுக்குக் கட்டுப்பாட்டைக் கொண்டுவரவேண்டும் என்றால், போட்டி மிகுந்த, வெளிப்படையான சந்தை முறையை அனுமதிக்கும் கொள்கைகளை உருவாக்க வேண்டும். ஆடம் ஸ்மித்தின் சொற்களை இந்த நேரத்தில் நினைவு கொள்வோம், 'சந்தையாலும் வாடிக்கையாளர்களாலும்தான் ஒரு வர்த்தகர் மீது உண்மையான, வலிமையான கட்டுப்பாடு விதிக்கப்படுகிறது'.

சமூகவியல் அறிஞர் கிறிஸ்டோபர் கிங்ஸ்டன் கூறுவதுபோல், நமது பொருளாதார, அரசியல், சமூக அமைப்பில் ஊழலை எதிர்த்துப்

போராடும்போது, 'லஞ்சம் கொடுப்பவருக்கு இருக்கும் சங்கடமான நிலை'யில்தான் நாம் இன்று இருக்கிறோம். இந்த அமைப்புமுறையை மாற்ற, ஒருமித்த போராட்டத்துக்கு மக்கள் ஒன்றிணைய வேண்டும். பொதுநலம் குறித்து, பிளவுபட்ட கருத்துகள் கொண்ட ஒரு சமூகத்தில், இத்தகைய ஒன்றுபட்ட இயக்கங்கள் கடினமான ஒன்று. வெளிப்படைத் தன்மைக்கான சர்வதேச அமைப்பான டிரான்ஸ்பரன்ஸி இண்டெர் னேஷனல், 'இத்தகைய ஒன்றுபட்ட இயக்கங்கள், இந்தியாவில் அங்கொன்றும் இங்கொன்றுமாகத் தோன்றியுள்ளன. பிராந்திய நலன் சார்ந்ததாக மட்டுமே இருக்கின்றன. மேலும், அவை உடனே மறைந்துவிடுகின்றன. மாபெரும் இயக்கங்களுக்கான பண்புகள் கொண்டதாக அவை இல்லை' எனக் கூறுகிறது. வாழ்க்கையின் ஒரு பகுதியாக, நிறுவனச் செயல்பாட்டின் ஒரு பகுதியாக, ஒழுங்கீனத்தை மக்கள் ஏற்றுக்கொண்டுவிட்டனர்.

முன்மாதிரியாக இருந்து வழிநடத்தும் தலைவர்களின் அணியொன்று இந்தியாவுக்கு இப்போது தேவை. நேர்மை, பொறுப்பேற்கும் தன்மை, கட்டுப்பாடு, மாற்றம் ஆகியவற்றுக்காக நிற்கும் உறுதிமிக்க தலைவர்கள் தேவை. இத்தகைய தலைவர்களால்தான் சாத்தியங் களையும் நம்பிக்கைகளையும் தரமுடியும். சீர்திருத்தங்களை உற்சாகமாக வரவேற்கச் செய்ய முடியும். ஒரு ஃபிரெஞ்சு எழுத்தாளர் கூறுவது போல், 'தவிர்க்கவே முடியாத ஒன்று என்பது, அப்படி இல்லை என்றான அடுத்த கணமே, ஏற்றுக்கொள்ள முடியாததாக மாறி விடுகிறது.'

தேசிய ஜனநாயகக் கூட்டணி அல்லது ஐக்கிய முற்போக்குக் கூட்டணி என்று எந்த அரசாக இருந்தாலும், நமது அரசியல் தலைவர்கள் மிகச் சிறந்த மனிதர்களை - வாஜ்பாய், மன்மோகன் சிங் - பிரதமர்களாகத் தேர்ந் தெடுத்துள்ளனர். இந்தச் செயலின் மூலம், தகுதிக்கு மதிப்பு இருக்கிறது என்பதையும், நேர்மையான மனிதர்களை இந்த தேசம் மதிக்கிறது என்பதையும் நம் அரசியல் தலைவர்கள் நிரூபித்திருக்கிறார்கள். நம் இளைஞர்களுக்குக் கொண்டுசெல்ல வேண்டிய முக்கிய செய்தியாக இதைத்தான் நான் கருதுகிறேன். இதற்கு, இவ்விரு அரசுகளிலும் இருந்த கூட்டணிக் கட்சிகளுக்கு நன்றிகூறக் கடமைப்பட்டுள்ளேன். இந்த இரு பிரதமர்களும் தங்கள் அமைச்சரவைக்கு நியமித்தவர்களைப் பார்த்து ஊக்கம் பெறுகிறேன்.

இது போதுமா? நிச்சயமாக இல்லை. நமது இலக்குகள், முன் னேற்றத்துக்கான தொலைநோக்குப் பார்வை கொண்டவையாக இருக்க வேண்டும். ஒருமித்த மனத்தோடு, கட்டுப்பாட்டுடன் அவற்றை அடை வதற்கான செயல்திட்டம் கொண்டவையாக இருக்டுச்வேண்டும். நம் அமைப்பு முறையில் முக்கிய மாற்றங்களைக் கொண்டு வருவதற்கான பயணத்தின் ஆரம்பமாக இது இருக்கட்டும்.

இந்தியாவில் ஊழலை ஒழிப்பது எப்படி?

ஒவ்வொரு நாளும், 'மத்தியப் புலனாய்வுத் துறை, IPS அதிகாரியை விசாரணை செய்கிறது', 'மோசடியில் ஈடுபட்ட ஆந்திர MLA-க்கு நோட்டீஸ்', 'IT கமிஷனர் CBI வலையில் சிக்கினார்', 'வரி ஏய்ப்பு வழக்கில் MP-க்கு சிறைத் தண்டனை' போன்ற தலைப்புச் செய்திகளைப் பார்க்கிறோம். ஆங்கிலச் செய்தித்தாள்களில் நான் பார்க்க நேர்ந்த எண்ணற்ற தலைப்புகளில் ஒரு சில இவை.

ஊழல், எங்கும் நீக்கமற நிறைந்ததாக, இந்தியாவின் புனிதமான பல நிறுவனங்களுக்குள்ளும் ஊடுருவி இருக்கிறது. எனவே, நீதியரசர் பரூச்சா 2001-ல், 'நீதிமன்றங்களில் பணிபுரியும் 20% நீதிபதிகள் ஊழலுக்குத் துணை நின்றவர்களே. அரசாங்க ஊழியர்கள் மத்தியில், மிகப் பெரிய அளவில் ஊழல் பரவி உள்ளது. மக்களைப் பாதுகாப்பதற்காக உருவாக்கப்பட்ட நிறுவனங்களையும் ஊழலின் நாக்குகள் சுற்றி வளைத்துவிட்டன' என்று சொல்ல நேர்ந்ததில் எந்த வியப்பும் இல்லை.

சக்தி வாய்ந்த பிரதமராக இருந்த ராஜீவ் காந்தியும் தன் தோல்வியை ஒப்புக்கொண்டு, 'ஏழைமையை விரட்டுவதற்கென ஒரு திட்டத்துக்கு ரூ. 100 கோடி ஒதுக்கப்படுகிறது என்றால், அதில் ரூ. 15 கோடிதான் மக்களைச் சென்று அடைகிறது என்பது எனக்குத் தெரியும்; மீதிப் பணம், இடைத்தரகர்கள், அரசியல்வாதிகளின் எடுபிடிகள், ஒப்பந்தக் காரர்கள் மற்றும் ஊழல் நிறைந்த அரசு ஊழியர்களால் விழுங்கப் படுகிறது' என்று கூற வேண்டியதாயிற்று.

குடியரசுத் தலைவர் ஆர்.கே. நாராயணன், 2001-ல், குற்றவாளி என நிரூபிக்கப்பட்டவர்களும் மக்கள் மன்றங்களுக்கு தேர்வு

ஜனவரி 2, 2006, பிஸினஸ் டுடே இதழில் வெளியானது.

செய்யப்படுகிறார்கள் என மனமுடைந்து கூறினார். வரி கட்டாமல் மறைத்து வைத்திருக்கும் பணத்தைத் தாமாகவே முன்வந்து வெளியிடும் திட்டம் அறிவிக்கப்பட்டபோது, 1997-ல் மட்டும் ஏறக்குறைய ரூ. 37,000 கோடி, அதாவது தேசிய உற்பத்தியில் 1.5-2% வெளியில் வந்தது. இவற்றைப் பார்க்கும்போது, வெளிப்படைத் தன்மை குறித்த சர்வதேச நிறுவனம், உலகத்தில் ஊழல் மிகவும் நிறைந்த 55 நாடுகளின் பட்டியலில் இந்தியாவையும் வைத்திருப்பதில் எந்த வியப்பும் இல்லை.

ஊழல் என்பது அரசியல்வாதிகளுக்கும் அரசு ஊழியர்களுக்கும் உரிய சிறப்புச் சலுகையா? இல்லை என்றுதான் எண்ணுகிறேன். உண்மையில் மிகப் பெரிய ஊழல் வழக்குகள் அரசு எல்லைக்கு வெளியில்தான் நடந்திருக்கின்றன. ஹர்ஷத் மேத்தாவின் ரூ. 10,000 கோடி ஊழல், கேத்தன் பாரிக்கின் ரூ. 5,000 கோடி ஊழல் ஆகியவை மற்ற ஊழல் வழக்குகளை வெட்கப்பட வைத்துவிட்டன. வங்கித்துறை சாரா நிதி நிறுவனங்கள், சிறுதொழில் முனைவோர்களிடம் இருந்து ரூ. 150 கோடிக்கும் மேலாகச் சுருட்டி இருக்கின்றன.

மற்றொரு நாள் செய்தித்தாளில், பன்னாட்டு நிறுவனம் ஒன்றில் வேலைசெய்யும் மென்பொருள் நிபுணர்கள் பலர், போலி பில்களைக் கொடுத்து பணம் பெற்றுள்ளதாகச் செய்தி வந்திருந்தது. இன்று காலை எனக்கு ஒரு மின்னஞ்சல். வேலையிலிருந்து நீக்கப்பட்ட எனது முன்னாள் சக ஊழியர்களில் ஒருத்தி, தன் சக ஊழியருக்காக அவருடைய வருகைப்பதிவு அட்டையை இயந்திரத்தில் தேய்த்தெடுத்ததில் என்ன தவறு எனக் கேட்டிருந்தாள். கிரிக்கெட் போட்டிகளின் வெற்றி நிலை நிர்ணயிக்கப்படுவதில் நடந்த ஊழல் இன்னும் நம் நினைவில் இருக்கிறது.

சிகாகோவில் இந்தியர்கள் எப்படி ஊழல் மிகுந்தவர்களாக இருக்கிறார்கள் என்று அயல்நாட்டில் வாழும் இந்தியர் ஒருவர் என்னுடன் வெகு நேரமாகப் பிரசங்கித்தார். ஆனால், ஒரு கட்டத்தில் அவர் என் காதில் ரகசியமாக, தன்னிடம் உள்ள டாலர்களை கறுப்புச் சந்தையில் ரூபாயாக மாற்ற முடியுமா எனக் கேட்டதும், அந்த இடத்தை விட்டு வெளியேற எந்தத் தயக்கமும் எனக்கு இருக்கவில்லை. இப்படி இந்தப் பட்டியல் நீளும். இந்தியர்களின் மனநிலையில், அவர்கள் வாழ்க்கையின் ஒவ்வொரு நிலையிலும் ஏற்றுக்கொள்ளப் பட்ட ஓர் அம்சமாக ஊழல் நிலைத்துவிட்டது.

ஊழல் என்பது ஒழுக்க நெறி சார்ந்தது மட்டுமல்ல, இந்தியா போன்ற நாட்டின் பொருளாதார வளர்ச்சியைத் தாமதப்படுத்தும் அளவுக்குச் சக்தி மிக்கது. பெரும்பாலான பொருளாதார நிபுணர்கள், ஊழல்

மலிந்து போவதற்குக் காரணமாகப் பின்வருவனவற்றைக் கூறுகிறார்கள்: தேவையற்ற, சாதகமில்லாத திட்டங்களுக்கு அரசியல்வாதிகளும் அரசு அதிகாரிகளும் துணைபோவது; உண்மையான மதிப்பைவிடத் திட்டங்களின் மதிப்பை உயர்த்திக் காட்டுவது; திறமைக் குறைவான ஒப்பந்தக்காரர்களைத் தேர்ந்தெடுப்பது.

தீர்க்க முடியாது எனத் தோன்றும் இந்தப் பிரச்னைக்கு ஏதாவது தீர்வு இருக்கிறதா? தீர்க்க முடியும் என்பதற்கான நம்பிக்கை இருக்கிறதா? ஊழலற்ற ஒரு நாட்டை நம்மால் காண இயலாதா? குறைந்த பட்சம் நம் குழந்தைகள், அவர்களின் குழந்தைகள் வாழ்வதற்கு, ஊழலற்ற ஒரு நாட்டை நம்மால் உருவாக்க முடியாதா? எதிலும் சாத்தியங்களைப் பார்க்கக் கூடியவன் நான். எந்தப் பிரச்னையும் தீர்க்கப்படக் கூடியதே. இதனைச் செய்வதற்கு, எழுச்சியூட்டும், சுயநலமற்ற, துணிவுள்ள தலைவர்கள் தேவை. நம் அரசியல்வாதிகளில், அரசு அதிகாரிகளில், நிறுவனத் தலைவர்களில் இந்தத் தகுதிகள் கொண்ட ஒரு சிலர் இருக்கிறார்கள். அவர்கள், இந்தப் பெரும் தீங்குக்கு எதிராக ஒன்றிணைந்து போராடவேண்டும். ஊழலுக்கு எதிரான சில போராட்ட வழிகளைக் கூறுகிறேன்.

தலைவர்கள் வெளிக்காட்டக்கூடிய நேர்மை, வெளிப்படைத்தன்மை, பொறுப்புணர்வு ஆகியவைதான் அரசாங்கத்திலும் சமுதாயத்திலும் உள்ளோருக்கு நம்பிக்கை ஊட்டக்கூடியவை. துரதிர்ஷ்டவசமாக, நம் நாட்டில், மேல்தட்டு வர்க்கம் என்று வரும்போது, நம் அரசுகள் இந்தக் கொள்கைகளை எப்போதும் பின்பற்றுவதில்லை. மேல்தட்டு வர்க்கமும் அதிகாரம் படைத்தோரும் செய்யும் ஊழலுக்கு எதிரான போராட்டத்தில், இந்தக் கொள்கைகளைப் பயன்படுத்தும்போதுதான் ஊழலை நம்மால் களைந்திட முடியும்.

நேர்மை, வெளிப்படைத் தன்மை, பொறுப்பேற்றுக் கொள்ளும் தன்மை ஆகியவற்றை எப்படி உயர்த்துவது என்பதைப் பற்றி விரிவாகக் கூறுகிறேன்.

இந்த நாட்டில் பிறந்த எவரும் ஊழல் குற்றச்சாட்டுக்கு ஆளானால் அவர் எப்படிப்பட்ட மனிதரானாலும் நிச்சயம் தண்டிக்கப்படவேண்டும். எதிலும் நேர்மை வேண்டும், நேர்மைக்கு நிச்சயம் மதிப்புண்டு என்று சொல்லும் சூழலை உருவாக்குவது முக்கியம். ஊழல் செய்தவர்கள் விரைவில் தண்டிக்கப்படுவார்கள், சமூகத்தில் இருந்து அவர்கள் ஒதுக்கப்படுவார்கள் என்ற நிலை உருவாக வேண்டும். இதற்கு, செயல்பாட்டில் நேர்மையை அங்கீகரிப்பது தேவையாகிறது. அரசியல் வாதிகள் மட்டும் அல்ல, அரசு அதிகாரிகளும் நிறுவனங்களின் தலைவர்களும் இதனை ஏற்றுக்கொள்ள வேண்டும். உண்மையில்,

சமூகத்தின் அனைத்துப் பகுதியைச் சார்ந்த தலைவர்களும் இதனை அங்கீகரிக்க வேண்டும். கறை படிந்த சகாக்களோடு வேலை செய்வதைவிட பதவிகளைத் தியாகம் செய்வதற்கு இந்தத் தலைவர்கள் தயாராக இருக்க வேண்டும். ஒருவருக்கு எதிராக ஒரு குற்றச்சாட்டு எழுப்பப்படும்போது, குற்றவாளி அல்ல என நிரூபிக்கப்படும்வரை, அவர் எந்தப் பதவியிலும் தொடர அனுமதிக்கக் கூடாது. குற்றவாளிகளுக்குக் கடுமையான தண்டனைகளை விரைவாக வழங்கவேண்டும். ஊழலை ஒழிப்பதற்கு இதைத்தான் மிகச் சிறந்த வழியாக நான் கருதுகிறேன்.

மேல்தட்டு வர்க்கத்தின் ஒரு தலைமுறையினர் இதனைப் பின்பற்றும்படிச் செய்துவிட்டால், அடுத்து வருபவர்கள் நிச்சயமாக இந்தக் கொள்கைகளைப் பின்பற்ற ஆரம்பித்துவிடுவார்கள். உண்மையில், இந்தக் கொள்கை 1950-களில் நம்மிடையே இருந்தது. ஆனால் இன்று, குற்றம் சாட்டப்பட்டவர்கள் பலர் மத்திய மாநில மந்திரிசபைகளில் அங்கம் வகிக்கிறார்கள். இதற்குக் காரணங்கள் பல உள்ளன. அதில் ஒன்று, ஊழல் குறித்த நம் தலைவர்களின் இருவகையான எண்ணப்போக்கு. ஊழல், உலகம் தழுவிய ஒரு பிரச்னையாகிவிட்டது; ஆகவே, ஊழலைச் சகித்துக்கொள்ளலாம் என்ற எண்ணம் அரசியல்வாதிகள் மத்தியில் தோன்றிவிட்டது. ஊழல் வழக்குகளை நடத்துவதில், அதுவும் அரசியல்வாதிகள், அரசு அதிகாரிகள், பெரும் பணக்காரர்கள் தொடர்புடைய வழக்குகளை நடத்தி அவர்களைத் தண்டிப்பதில், மிகவும் மெத்தனமாக நடந்துகொள்கிறோம். இன்றைய தலைமுறையில் நாம் காணும், நம் அமைப்பில் இருக்கும் இத்தகைய செயலற்ற தன்மை, பணக்காரர்களும், அதிகாரம் படைத்தவர்களும், புனிதமற்ற ஊழல் செயல்களை அச்சமற்றுச் செய்திட உதவுகிறது.

நம் தலைவர்கள், நம் மக்களுக்குச் சரியான வழிகாட்டிகளாக இருக்க வேண்டும் என்பதற்கு ஒரு நிகழ்ச்சியைக் கூறுகிறேன். 1980-களின் மத்தியில் என் நண்பர்களில் ஒருவரை, தில்லியில் இருக்கும் அஷோக் யாத்ரி நிவாஸில் இரவு உணவுக்காகச் சந்தித்தேன். மத்திய அமைச்சரவை ஒன்றில் பணிபுரியும், நேர்மையான, தடம் மாறாத நல்ல அதிகாரி அவர். அன்று அவர் மிகவும் வேதனை வசப்பட்டிருந்தார். குழப்பமான மனநிலையில் அவர் தடுமாறுவது தெளிவாகத் தெரிந்தது. உணவருந்தும் போது, வாழ்க்கையில் முதல்முறையாக லஞ்சம் பெற்றதை என்னிடம் ஒப்புக்கொண்டார். அதனால் குழப்பத்தில் இருப்பதாகவும் கூறினார்.

லஞ்சம் பெறுவது தவறுதானே, அதில் என்ன குழப்பம் என அவரைக் கேட்டேன். அவரது பதில் என்னை அதிர்ச்சிக்கு உள்ளாக்கியது. அவரது மனச்சாட்சியின் ஒரு பகுதி, அவரது அமைச்சரே லஞ்சம் பெற்றார் என்பதால், தான் செய்தது தவறல்ல எனக் கூறுவதாகவும்,

மற்றொரு பகுதி, செய்யக் கூடாத தவறைச் செய்ததற்காக அவரை குத்திக் கிழித்துக் கொண்டிருப்பதாகவும் கூறினார். ஊழல் என்னும் மோசமான வலையில் சிக்கித் தடுமாறும் நேர்மையான பல அதிகாரிகளின் பிரதிநிதியாக எனக்கு அவர் தெரிந்தார். இப்படிப்பட்ட நிலை உருவாக அவர்களுக்கு மேலிருப்பவர்களே காரணமாக இருக்கிறார்கள். ஒழுக்கநெறி சார்ந்த விஷயங்களில், மக்களுக்குச் சங்கடமான நிலையை உண்டாக்கும்வகையில் ஒரு தலைவன் என்றைக்கும் நடந்து கொள்ளக் கூடாது.

சிங்கப்பூரில் ஊழலுக்கு எதிரான போராட்டம் எப்படி நடக்கிறது என்பதற்கு ஒரு நிகழ்ச்சியைக் கூறுகிறேன். என் சிங்கப்பூர் நண்பர்கள், 1980-களின் மத்தியில் இது நடந்ததாகக் கூறினர். அமைச்சர் ஒருவருக்கு எதிராக எழுப்பப்பட்ட ஊழல் குற்றச்சாட்டை ஒட்டி நடந்த விரைவான முதல் விசாரணையில், அவர் ஊழல் செய்திருக்கலாம் என்பதிற்கான முகாந்திரம் வெளிப்பட்டது. அந்த அமைச்சர், தனக்குப் பாதுகாப்பு கிடைக்குமா என்பதை அறிந்துகொள்ள பிரதமரைச் சந்தித்தார். ஆனால், பிரதமர், அமைச்சரின் காலம் முடிந்துவிட்டது; அவர் தண்டிக்கப் படுவது நிச்சயம்; இனிமேல் தேர்தலிலும் போட்டியிட முடியாது என்பதைத் தெளிவாகக் கூறிவிட்டார். வீடு திரும்பிய அமைச்சர், தன் தலையில் சுட்டுக்கொண்டு தற்கொலை செய்துகொண்டார். இந்த நிகழ்ச்சி, ஊழல் மன்னிக்கப்படமாட்டாது என்ற உறுதியான, தெளிவான செய்தியை, சிங்கப்பூர் அமைச்சர்கள் அனைவருக்கும் உணர்த்தியது.

இப்போது வெளிப்படைத்தன்மையைப் பற்றிப் பார்ப்போம். இந்தியாவில் அரசியல் கட்சிகளுக்கு தேர்தல் நிதி அளிக்கப்படும் முறையைச் சரி செய்தால், ஊழலை ஒழிப்பதற்கான முயற்சிகளுக்குச் சிறந்த பலன் கிடைக்கும். ஊழலில் திளைக்கும் அரசியல்வாதிகளுக்கு அதனால் எந்த லாபமும் கிடைக்காத வகையில், ஜெர்மனியில் பின் பற்றப்படுவது போன்ற தேர்தல் நிதி சேகரிப்பு முறையை நாமும் பின்பற்றலாம். வேட்பாளருக்குக் கிடைக்கும் நிதி விவரங்கள் வெளிப் படையாக அறிவிக்கப்பட வேண்டும். விவரங்கள் அனைவருக்கும் தெரியவேண்டும்.

நிதி சேகரிப்பில் ஏதாவது முறைகேடுகள் நடந்தால் எச்சரிக்கும் முறையும், உடனடியாக அதனை ஆராய்ந்து தேவையான நடவடிக்கை களும் எடுக்கப்பட வேண்டும். மத்திய தேர்தல் ஆணையருக்கு மேலும் அதிக அதிகாரங்கள் அளிக்கப்பட வேண்டும். தேர்தல் ஆணையத்தின் அதிகாரங்களை நீர்த்துப் போகும்படிச் செய்வதற்காக நரசிம்ம ராவ் அரசு எடுத்த நடவடிக்கைகள், தேர்தல் முறைகேடு களுக்கு எதிரான செயல்பாடுகளில் பின்னடைவை ஏற்படுத்தின என்று நம்புகிறேன்.

வேட்பாளரின் குற்றச் செயல்பாடுகள் மற்றும் ஊழல் நடவடிக்கைகள் குறித்த விவரங்களைச் சேகரித்து, அவற்றைச் செய்தித்தாள்களில் வெளியிடுவது, ஊழலைக் கட்டுப்படுத்துவதில் மிக முக்கியமான செயலாகும். இதன் அடிப்படையில் பார்க்கும்போது, சமீபத்தில் நடந்து முடிந்த மத்திய மற்றும் மாநிலத் தேர்தல்களுக்கு முன்னதாக, டாக்டர் திரிலோச்சன் சாஸ்த்ரி மற்றும் அவரைச் சேர்ந்தவர்கள் எடுத்த முயற்சிகள் முழுமையாக ஆதரிக்கப்பட வேண்டும். நாடு முழுவதும் இதனைப் பின்பற்ற ஏற்பாடுகள் செய்யவேண்டும். MIT-யில் பட்டம் பெற்ற இந்தப் பேராசிரியரின் மன உறுதி மிக்க செயல், அதிகார மையங்களின் இரட்டை வேடத்தை, குறிப்பிடத்தக்க அளவில் வெளியில் கொண்டு வந்துள்ளது.

நடைமுறைச் செயல்பாடுகளில் அரசின் தேவையற்ற தலையீடு நீக்கப் பட்டாலே, அரசுத்துறையின் மக்கள் சேவைப் பணிகளில் காணப்படும் ஊழல் தவிர்க்கப்படும். எடுத்துக்காட்டாக, கணினிகளின் இறக்குமதிக்கு இருந்த லைசன்ஸ் முறையை அரசாங்கம் நீக்கியவுடன், மின்னணுத் துறையோடு தொடர்பில் இருந்த சிறு தொழில்முனைவோர்கள் மீது சுமத்தப்பட்டிருந்த ஊழல், ஒரே வீச்சில் நீக்கப்பட்டுவிட்டது. இருப்பினும், அரசாங்கம், தன் ஒப்புதலைப் பெறுவதைக் கட்டாயமாக்கும் திட்டங்களை உருவாக்குவதையே வழக்கமாகப் பின்பற்றுகிறது. உண்மையில், அரசின் கட்டுப்பாட்டில் இருக்கும் சில செயல்கள், UTI போன்ற நிறுவனங்களுக்கு மாற்றப்படலாம். அரசு, தன்னிடமிருந்த PAN எண்கள் வழங்கும் பணியை UTI-க்கு மாற்றியதால், தாமதமும் ஊழலும் தவிர்க்கப்பட்டது.

முடிவெடுக்கும் அதிகாரமும், அதனைச் செயல்படுத்தும் அதிகாரமும், ஒரே மனிதரிடம் இருந்தால், வெளிப்படையான செயல்பாடு இல்லா திருந்தால் அங்கு ஊழல் புரிவதற்கான வாய்ப்புகள் அதிகமாகின்றன. ஆகவே, மின்-ஆளுமையை (E-Governance) நடைமுறைப்படுத்து வதன்மூலம் ஊழலைக் குறைக்க முடியும். மின்-ஆளுமை முறையில் சேவைத்துறையில் முடிவுகளைத் தனி மனிதர்களே எடுக்க முடியும். அதிகச் செலவில்லாமல் அந்தச் சேவையை மக்களுக்குக் கொண்டு செல்லவும் இயலும்.

அடுத்ததாக, முடிவெடுக்கும் முறையில் வெளிப்படைத் தன்மையைக் கொண்டுவரவேண்டும். அரசாங்கத்தின் ஒவ்வொரு பெரிய திட்டத்திலும், கோப்பு நகர்வைப் பதிவு செய்வது போன்ற தனிப்பட்ட உத்திகளைப் பயன்படுத்தி, தாமதம் எந்த இடத்தில் என்பதை அறிந்து, உரிய காலத்தில் அந்தச் சேவையை அளிப்பதற்கு அரசாங்கத்தை வற்புறுத்த முடியும்.

பொறுப்புணர்வு பற்றி இப்போது கூறுகிறேன். தவறு செய்பவர் களுக்கு விரைவான, கடுமையான தண்டனையை அளிப்பது,

முன்னேறிய நாடுகளில் தவறுகள் நிகழாவண்ணம் தடுப்பதற்கு உதவுகிறது. இந்தியாவில், மக்கள் நீதிமன்றங்கள் (லோக் ஆயுக்தா) போன்றவை மாநில அரசுகளின் கட்டுப்பாட்டில் செயல்பட்டதாலும் அதன் ஊழியர்களின் திறமைக்குறைவாலும் தோல்வியுற்றன. விதிவிலக்காகச் சில மட்டுமே நல்ல முறையில் செயல்பட்டன. ஊழல் குற்றச்சாட்டுகளை விசாரிக்கத் தனிப்பட்ட நீதித்துறையும் ஜூரி முறையும் உருவானால்தான் இந்த வழக்குகளை விரைவாக முடிக்க இயலும். ஜூரி முறை, இத்தகைய குற்றச் செயல்பாடுகளை வெளிக்கொணரவும், அவை நிகழாவண்ணம் தடுக்கவும் செயல்படும்.

இந்த முயற்சி, நீதித்துறையின்மீது இருக்கும் தேவையற்ற சுமையையும் குறைக்கும். ஜூரியின் தீர்ப்பின் மேல், எந்தவித மேல் முறையீடும் அனுமதிக்கப்படக் கூடாது. அரசியல்வாதிகள் அல்லது அரசு அதிகாரிகளோடு தொடர்பற்ற திறமை மிக்க ஆண்கள்/ பெண்கள் இந்த ஊழல் விசாரணை நீதிமன்றங்களின் தலைவர்களாக இருக்க வேண்டும். மாநில சட்டமன்றங்களின் ஆளுகைக்கு உட்படாமல், நாடாளுமன்றத்துக்கு மட்டும் பதில் சொல்லக்கூடியதாக இந்த மன்றம் செயல்பட வேண்டும். தவறு செய்யும் எண்ணம் தோன்றாதவாறு, கடுமையான தண்டனைகளை அந்த நீதிமன்றங்கள் வழங்கவேண்டும். உண்மையில், தவறு செய்பவர்கள் மிகத் தாமதமாகத் தண்டிக்கப் படுவதும், குறைவான தண்டனைகளும்தான், இந்த ஏமாற்றுக்காரர்கள் மேலும் ஊழல் செயல்களில் இறங்க தைரியம் அளிக்கின்றன.

ஊழல் குற்றவாளிகளைக் கண்டுபிடிப்பதிலும் அவர்களைத் தண்டிப்பதிலும், மத்திய புலனாய்வுத் துறையின் செயல்பாடுகள் போதிய அளவுக்கு இல்லை. எடுக்கப்படும் சில நடவடிக்கைகளும், நேர்மையான அதிகாரிகளின் திறமையான செயல்பாட்டைத் தடுப்ப தாகவே இருக்கின்றன. அவர்களது வெற்றி சதவிகிதம் மிகவும் குறைவே. நேர்மையானவர்கள், தேவையற்ற முறையில் துன்புறுத்தப் படாதவகையில் மத்திய புலனாய்வுத் துறையின் செயல்பாடு சீர்செய்யப்பட வேண்டும். இதற்கு வழி, புகழ்பெற்ற மனிதர்கள் கொண்ட குழுவின் மேற்பார்வையின்கீழ் அந்தத் துறையின் செயல் பாடுகளைக் கொண்டுவருவது; அதன் தகுதியை மேலும் உயர்த்திக் கொள்ளும் தேவையான செயல் அதிகாரங்களைக் கொண்டதாக அந்தக் குழு இருக்கவேண்டும். ஒரு வழக்கைத் தொடுப்பதற்குமுன், மத்திய புலனாய்வுத் துறையிடம் போதுமான, நம்பகமான ஆதாரங்கள் இருக்கிறதா என்பதை இந்தக் குழு உறுதி செய்ய வேண்டும்.

நேர்மை என்று வரும்போது, நிறுவனத் தலைவர்கள், சொல்வதைச் செய்கிறவர்களாக இருக்கவேண்டும். அப்போதுதான், விழுமியங்கள் மீறப்படும் நேரங்களில், உடனடியான, விரைவான நடவடிக்கைகள்

எடுப்பதற்கான மனத் துணிவு அவர்களிடம் இருக்கும். சில ஆண்டுகளுக்கு முன் இன்ஃபோசிஸின் மூத்த உறுப்பினர் ஒருவர் நிறுவனத்தின் விழுமியங்களை மீறியபோது, நாங்கள் இதனை நடைமுறைப்படுத்திக் காண்பித்தோம். விவாதித்து, முடிவெடுத்து, அவரை பதவி விலகல் கடிதம் கொடுக்கச் சொல்ல எங்களுக்கு ஐந்து மணி நேரம்தான் ஆயிற்று.

இறுதியில், நிறுவனம், சமூகம் மற்றும் தேசத்தின் வெற்றியைத் தலைமைப் பண்புதான் நிர்ணயிக்கிறது. தொற்றுநோயான இந்த ஊழலை எதிர்த்துப் போராடுவதற்கு இந்தச் சமுதாயத்தில் இருக்கும் அனைத்துத் தரப்பினைச் சார்ந்த தலைவர்களும் ஒன்றிணைந்தால், வெயிலைக் கண்ட பனிபோல ஊழல் நோய் உடனடியாக மறைந்து விடும் என உறுதியாக நம்புகிறேன்.

மதச் சார்பின்மையைப் போற்றுவோம்

மதச் சார்பின்மை என்பது, 'அனைத்து மதங்களையும் சமமாக மதிக்காமல் இருப்பதல்ல, அனைத்து மதங்களையும் சமமாக மதிப்பது' என்றார் மகாத்மா காந்தி. மதச் சார்பின்மை குறித்து என் வரைவு: தனிப்பட்ட மனிதர்களின் மத நம்பிக்கை குறித்த எந்தத் முன் அனுமானமும் கொள்ளாமல், இரண்டு தனி மனிதர்களுக்கிடையில் அல்லது தனி மனிதர்களுக்கும் நிறுவனங்களும் இடையில் வணிகச் செயல்பாடுகள் நடக்க ஏதுவாக இருப்பது. அவர்கள் எந்த மதத்தை அல்லது சாதியைச் சார்ந்தவர்களாக இருந்தாலும், அனைவருக்கும் சமமான வாய்ப்புகள் கிடைக்கக்கூடிய ஓர் அமைப்பு முறை. மதச் சார்பின்மையை நாம் ஏன் பின்பற்றவேண்டும் என்பதற்குச் சில முக்கிய காரணங்களைக் குறிப்பிடுகிறேன்.

ஒவ்வொரு குடிமகனும், தன் உரிமைகளுக்கும் சலுகைகளுக்கும் அரசையே சார்ந்திருப்பதால், அந்தக் குடிமகனின் உயிரையும் சுதந்தரத் தையும் பாதுகாக்க வேண்டிய கடமை அந்த அரசுக்கு இருக்கிறது. ஓர் அரசின் அடிப்படைக் கடமை இது. இதிலிருந்து விலகிச் செல்ல முடியாது. தான் தேர்ந்தெடுக்கும் மதத்திடமிருந்து ஆறுதலை, மன அமைதியை, ஒழுக்க நெறிகளை, நம்பிக்கையை, மனவலிமையைப் பெறுவதற்குத் தனி மனிதனுக்கு இருக்கும் உரிமையை மதச்சார்பின்மை உறுதிப்படுத்துகிறது. இறைவன் நம் எல்லோரையும்விட மேலானவன் என்றுதான் அனைத்து மதங்களும் நமக்கு போதிக்கின்றன; மனிதர் களிடம் காணப்படும் வேறுபாடுகள் அவனிடம் இல்லை. ஆகவே, மற்றவருடையதை விட என் இறைவன் மேலானவன் எனக் கூறுவது, என் இறைவனின் பெருமையை நான் குறைத்து மதிப்பிடுவதாகும்.

தர்பாரி சேத் நினைவு நாள் உரை, புது தில்லி, ஆகஸ்ட் 21, 2002.

ஒரு நாடு பன்முகத்தன்மை கொண்டதாக இருக்கவேண்டும்; அனைவரது கருத்துகளுக்கும் அங்கு மதிப்பிருக்க வேண்டும். தனக்கிருக்கும் மத நம்பிக்கையைப் பின்பற்றி வாழ்வதற்கு அனைவருக்கும் சுதந்தரம் இருக்கவேண்டும். அப்படியான ஒரு நாட்டில்தான் மக்களாட்சி நன்கு செயல்பட முடியும். மக்களாட்சி முறை செழிப்பதற்கு, மற்றவர்களிடம் காணப்படும் நல்லவற்றைக் கற்றுக்கொள்வதற்கான திறந்த மனதும், வேறுபாடுகளைப் பெரிதுபடுத்தாமல், நம்பிக்கைகளில் இருக்கும் பொதுவான தன்மைகளை உயர்த்திப் பேசும் மனநிலையும் உருவாகவேண்டும். இந்த அடிப்படையில் செயல்படும் மக்களாட்சி முறைதான் துடிப்பு மிக்கதாக இருக்கும். பிளவை உண்டாக்காமல், தன் குடிமக்களை உற்சாகப்படுத்தி, சக்தியளித்து, ஊக்குவித்து ஒன்றுபட வைக்கும்.

நாகரிகம் மிகுந்த சமுதாயத்தின் அங்கமாக நாம் இருக்கவேண்டுமானால், ஒவ்வொரு தலைமுறையும் கடினமாக உழைக்க வேண்டும்; வருங்கால சந்ததியினர் மகிழ்ச்சி நிரம்பிய வாழ்க்கை வாழ்வதை உறுதிப்படுத்த, தனிப்பட்ட தியாகங்களை நாம் செய்யவேண்டும். நம் குழந்தைகளுக்கு மேன்மையானதொரு சமுதாயம் வேண்டும்; நம்மைவிட நல்ல குடிமக்களாக அவர்கள் உருவாகவேண்டும் என நாம் நினைத்தால், வெறுப்புக்கான மூலகாரணங்களை நாம் ஊக்குவிக்கக்கூடாது. வெறுப்பற்ற சமூகச்சூழலை வளர்த்தெடுக்க வேண்டும்; அதைப் பெறுவதற்கான பாதையையும் அவர்களுக்கு நாம் காட்ட வேண்டும்.

இந்தியா என்பது ஒரு குடும்பம்; ‘வசுதைவ குடும்பகம்’ (உலகம் என்பது ஒரே குடும்பம்) என்பதில் நம்பிக்கை கொண்டிருக்கும் ஒரு சமூகம் நாம். இந்தக் குடும்பத்தில், பெரும்பான்மை இனத்தைச் சேர்ந்தவர்கள், ஒரு மூத்த சகோதரனைப் போல, ‘நாம் எல்லோரும் ஒன்றே’ என்பதுபோல நடந்துகொள்ள வேண்டும். ‘மன்னிப்பது என்பது வலிமையானவர்கள் அணுகுமுறை’ என்று மகாத்மா காந்தி கூறியபோது இந்தக் கொள்கையைத் தெளிவாக வெளிப்படுத்தினார். இளைய சகோதரன், அவ்வப்போது சிறுபிள்ளைத்தனமாக நடந்துகொண்டாலும், மூத்தவன் அவனைத் தண்டித்துவிடக்கூடாது. ஒவ்வொரு வீட்டிலும் தாய்மார்கள் தங்கள் குழந்தைகளிடம் சொல்லக் கூடியது இதுதான். நமக்கும் இது தெரியும். அதை நாம் ஏன் பின்பற்றக் கூடாது?

இந்திய மக்கள் தொகையில், சிறுபான்மை இனத்தவர் 15-20% இருக்கக் கூடும். அவர்களை உற்சாகப்படுத்தி, இந்தியாவின் நலனுக்கான செயல்பாடுகளில் கலந்துகொள்ள வைக்கவேண்டும். இதனைச் செய்யாதது

முட்டாள்தனம். இந்தியாவில் இருக்கும் அனைத்துச் சிறுபான்மைச் சமூகத்திலும் ஆயிரக்கணக்கில் சாதனையாளர்கள் இருக்கிறார்கள். அப்துல் கலாம், ரத்தன் டாடா, ஜார்ஜ் ஃபெர்னாண்டஸ், எம்.ஏ.கே. பட்டோடி, திலீப்குமார் போன்றோர் நமக்கு மிகவும் தெரிந்த சிலர்.

இந்தியாவின் நிலப்பரப்பு, பன்முகத் தன்மை ஆகியவற்றின் அடிப் படையில் பார்க்கும்போது, உண்மையில் நாம் அனைவரும் சிறு பான்மையினரே. எடுத்துக்காட்டாக, நான் கன்னடம் பேசுபவன் - சிறுபான்மையினன்; ஒரு பிராமணன் - சிறுபான்மையினன்; படித்தவன் - சிறுபான்மையினன்; வசதி படைத்தவன் - சிறுபான்மையினன்; ஆங்கிலம் பேசத் தெரிந்தவன் - சிறுபான்மையினன். எனவே சாதி, இனம், வர்க்கம் அல்லது பொருளாதார நிலை போன்ற வேறுபாடுகளை உண்டாக்கும் விஷயங்களில் நம்மை ஆழ்த்திக்கொள்ளாமல், அனைவரும் ஒன்றுசேர்ந்து பொதுவான விஷயங்களில் கவனம் செலுத்தவேண்டும்.

உலகத்தில் இருக்கும் மிகவும் ஏழைமையான நாடுகளில் இந்தியாவும் ஒன்று. நம்மோடு இதுவரை பயணித்த மூன்றாம் உலகச் சகோதரர்கள் பலர், நமக்கு முன்னே சென்றுவிட்டனர். ஆகவே, பொருளாதார முன்னேற்றத்தில் நாம் கூர்மையாகக் கவனம் செலுத்தவேண்டியது அவசியமாகிவிட்டது. அத்தகைய முன்னேற்றத்துக்கு தன்னம்பிக்கை, ஒற்றுமை, உற்சாகம், அமைதி ஆகியவை நிறைந்த சூழல் தேவை. சமுதாயத்தில் பிளவை உண்டாக்கும் எந்த நடவடிக்கையும் இதற்கு உதவி செய்யாது.

பிரிவினை மனநிலையில் நாம் எதைத் தொடங்கினாலும் அதற்கு முடிவே இல்லை; வட இந்தியர்கள் தென்னிந்தியர்களைப் பார பட்சமாக நடத்துவது; தெலுங்கர்களுக்கு எதிராகத் தமிழர்கள்; இடது சாரிகளுக்கு எதிராக வலதுசாரிகள்; படிக்காதவர்களுக்கு எதிராகக் கற்றவர்கள்; ஏழைகளுக்கு எதிராகச் செல்வந்தர்கள்; கிராமத்தில் உள்ளவர்களுக்கு எதிராக நகரத்தில் வாழ்வோர் என ஒரு தொடர் கதையாக இது நீளும். திரும்ப வழியற்ற ஒருவழிப் பாதை இது. மேலிருந்து தப்பிக்கவும் வழி இல்லை.

நமக்கு நாமே இந்தக் கேள்வியைக் கேட்டுக்கொள்வோம். எந்த அளவுக்கு மதச்சார்பு அற்றவர்களாக இருக்கிறோம்?

தொலைநோக்குப் பார்வை கொண்ட தலைவர்கள் காந்தி, நேரு போன்றோர், வலுவான அடித்தளம் கொண்ட மதச்சார்பின்மையை நமக்கு அளித்திருக்கிறார்கள். இந்த நாட்டில் மதச்சார்பின்மை எப்படிப் பின்பற்றப்படுகிறது என்பதற்குச் சில எடுத்துக்காட்டுகள்

கூறுகிறேன். நான் அடிக்கடி கூறும், எனக்கு மிகவும் பிடித்த எடுத்துக் காட்டுகளில் இது ஒன்று; என் மகன் ரோகன், தன் சிறு வயது முதற்கொண்டே, எங்கள் வீட்டின் அருகில் இருக்கும் ஃபாரூவின் வீட்டில்தான் பெரும்பாலான நேரத்தைக் கழித்தான். அந்த வீட்டினர் அவன்மேல் பொழிந்த அன்பு மழையை வேறு எதனோடும் ஒப்பிட முடியாது. இந்தியாவின் உயரிய மதச்சார்பின்மைக்கு மற்றுமொரு எடுத்துக்காட்டு நம் ஏவுகணைத் திட்டத்தைத் தலைமை ஏற்று நடத்திய குடியரசுத் தலைவர் அப்துல் கலாம்.

அன்றொரு நாள், இந்துமதத்தைச் சேர்ந்த, வயதில் மூத்த இசைக் கலைஞர்கள் பலர், பெங்களூருக்கு வந்திருந்த உஸ்தாத் ஜாகிர் ஹுசேன் அவர்களின் பாதத்தைத் தொட்டு வணங்கியதைப் பார்த்த போது, மதச் சார்பின்மை குறித்த எனது நம்பிக்கை மேலும் உயர்ந்தது. வயதையும் மதத்தையும்விடத் திறமையும் சாதனையும் முக்கியமானவை என்பதில் தங்களுக்கு இருந்த நம்பிக்கையை அவர்கள் வெளிப்படுத்தினர். உமர் அப்துல்லா, திலிப் குமார், ஷாருக் கான் போன்றவர்கள், உஸ்தாத் அலி அக்பர் கான், உஸ்தாத் அம்ஜத் அலி கான் போன்ற இசைமேதைகள் அனைவரும் சிறுபான்மை இனப் பின்னணியில் இருந்து வந்திருந் தாலும் நாட்டு மக்களின் அங்கீகாரம் பெற்றவர்கள். இப்போது, சமீப காலமாகத்தான், மதச்சார்பின்மைமீது நமக்கு இருக்கும் உறுதிப்பாட்டில் சில விரிசல்களைப் பார்க்கிறோம்.

மதச்சார்பின்மை என்கிற இந்த அற்புத ஆடையை மேலும் அழகு படுத்த நாம் எத்தகைய நடவடிக்கைகளை எடுக்கலாம்? முக்கியமான சிலவற்றைக் கூறுகிறேன். முன்னேற்றத்தைக் கொண்டுவரும் மாற்றத்தின் பிரதிநிதிகளாக நம் தலைவர்கள் நடந்துகொள்ள வேண்டும்; இந்துக்கள், முஸ்லிம்கள், கிறிஸ்தவர்கள், சீக்கியர்கள் மற்றும் இந்தியாவில் வாழும் மற்ற மதத்தினரின் விழைவுகளை, நம்பிக்கை களை உயர்த்தவேண்டும். மதச்சார்பின்மை குறித்து மக்கள் மனத்தில் சாதகமான மாற்றங்களைக் கொண்டுவர வேண்டும். மக்களை ஒற்றுமைப்படுத்துபவர்களாக இருக்க வேண்டும். பிரிப்பவர்களாக இருக்கக் கூடாது.

பெரும்பான்மை மதத்தைச் சார்ந்தவர்கள் மட்டும் அல்ல, அனைத்து மதங்களைச் சார்ந்த தலைவர்களின் பொறுப்பும் இது. மதச்சார்பின்மை மீது நமக்கு இருக்கும் உறுதிப்பாட்டை, பேச்சில் மட்டும் இல்லாமல், செயலிலும் வெளிப்படுத்துவதே மிகச் சிறந்த வழி. 'உலகத்தில் நாம் காண விரும்பும் மாற்றமாக நாம் முதலில் மாறவேண்டும்' என்றார் மகாத்மா காந்தி. தங்கள் செயல்கள் அனைத்திலும், மதச்சார்பின்மை மீது தங்களுக்கு இருக்கும் நம்பிக்கையை வெளிப்படுத்தும்வகையில் நம் தலைவர்கள் நடந்துகொள்ள வேண்டும்.

ஒரு குறிப்பிட்ட இனத்தின் தலைவன் என எண்ணுவதை நிறுத்திக் கொண்டு, இந்த தேசத்தின் தலைவன் என அனைவரும் எண்ண வேண்டும். சாதி, மத அடிப்படையில் இல்லாமல், அவர்களின் சாதனை அடிப்படையில் தலைவர்களைத் தேர்ந்தெடுக்கும் முறையை இங்கு உருவாக்கவேண்டும். ஒவ்வொரு மதத்திலும், மதச்சார் பின்மைக்கு முன்மாதிரிகளாக இருப்பவர்களைப் பெருமைப்படுத்தி விளம்பரப்படுத்தவேண்டும்.

பொருளாதார முன்னேற்றத்துக்காக, அதிக ஆற்றலுடன் நாம் உழைக்க வேண்டும்; அப்போதுதான் இளைஞர்களுக்கு எதிர்காலத்தின்மீது நம்பிக்கை எழும். 'நம்பிக்கை என்பது நம்மை எழுப்பும் கனவு' என்ற அரிஸ்டாட்டிலின் சொற்களை நினைவில் கொள்வோம். பிரிவினை எண்ணம் கொண்டவர்களைப் பின்பற்றும் இளைஞர்கள் பெரும் பாலானோர், எதிர்காலத்தைப் பற்றிய நம்பிக்கை இழந்தவர்களே. இந்த இளைஞர்களுக்கு நம்பிக்கை, சகிப்புத்தன்மை, அன்பு, பாசம் ஆகிய செய்திகளை, தங்கள் செயல்பாடுகள் மூலமாக நம் தலைவர்கள் கூற வேண்டும்.

மற்ற நாடுகளில் இருக்கும் பெரும்பான்மை இனத்தோடு தங்களை அடையாளப்படுத்திக்கொள்ளும், நம் நாட்டில் வாழும் சிறுபான்மை யினரைக் கண்டு நாம் அஞ்சவேண்டாம். தங்கள் கலாசாரம், மதம் அல்லது நாடு சார்ந்த பாரம்பரியத்தை, அந்தப் பெரும்பான்மை மக்க ளோடு பகிர்ந்துகொள்ளும் சிறுபான்மை இனத்தைச் சேர்ந்தவர்கள், அந்த மக்களின் பெருமையில் உணர்வுரீதியான மகிழ்ச்சி கொள்வதை நாம் புரிந்துகொள்ள வேண்டும். பிரான்ஸில் குடியிருக்கும் யூதர்கள், 1973-ல் இஸ்ரேலியர்கள் போரில் பெற்ற வெற்றியால் மகிழ்ந்ததும், இங்கிலாந்தில் இருக்கும் இந்தியர்கள், 1971-ல் இந்திய கிரிக்கெட் அணிக்காக ஆதரவு முழக்கங்களை எழுப்பியதும் இந்த அடிப்படையில் தான். இந்தியாவில் இருக்கும் முஸ்லிம்கள், இந்தியாவுக்கு எதிராக விளையாடும் பாகிஸ்தான் கிரிக்கெட் அணியின் வெற்றிக்காக மகிழ்ச்சிக்குரல்கள் எழுப்புவதும் இப்படிப்பட்டதுதான். இது இயற்கை யானது; தேவையற்ற கவலை கொள்வதற்கான விஷயமல்ல இது.

இந்தியாவுக்கு ஒரு பொதுவான சிவில் சட்டம் வேண்டும் என்பதில் நம்பிக்கை கொண்டுள்ள பலர் இருக்கிறார்கள். இந்தியாவின் பொருளாதார வளர்ச்சி பாதிக்கப்படாதவரை, இம்முயற்சி தேவை இல்லாத ஒன்று என்பது என் கருத்து. தாங்கள் பின்பற்றும் தனி மனிதச் சட்டங்கள் முற்போக்கானதாக அல்லது நவீனமானதாக இல்லை என அந்த சமுதாயத்தைச் சார்ந்த தலைவர்கள் கருதினால், தங்கள் மக்கள் முன்னேற வேண்டும் என அவர்கள் விரும்பினால், இந்தப்

பிரச்னையை அவர்கள் எடுத்துக்கொள்ளட்டும். இந்தப் பொறுப்பு அவர்களிடமே இருக்கட்டும்.

ஒற்றுமை, உற்சாகம், நம்பிக்கை நிறைந்த சூழல் ஆகியவையே இன்று நமக்குத் தேவை. வேறுபாடுகளை, வெறுப்பைக் காட்டும் நேரம் அல்ல இது. இந்தியர்களாக நாம் ஒன்றிணைவோம்; இனவாதத்துக்கு எதிராகப் போராடுவோம். பெருமை கொள்ளக்கூடிய, அற்புதமான தேசத்தை உருவாக்குவதற்கான ஒரே வழி இதுதான்.

சக் தே இந்தியா!

பெங்களூருவில் சக் தே இந்தியா திரைப்படத்துக்குச் சென்றிருந்தேன். அன்றைக்குப் படம் பார்க்க வந்திருந்த இருபது வயதை ஒட்டிய பெரும் பாலான இளைஞர்கள் கூட்டத்தில், என்னையும் என் மனைவியும் சேர்த்து ஒரு சிலர்தான் ஐம்பது வயதைத் தாண்டியவர்கள். அந்தக் கற்பனை விளையாட்டுப் போட்டியில், இந்திய அணியினர் போட்ட ஒவ்வொரு கோலுக்கும், படம் பார்த்துக் கொண்டிருந்தவர்கள் எழுப்பிய உற்சாகக் குரலை நீங்கள் அந்த இடத்தில் இருந்தால்தான் நம்ப இயலும். படம் முடிந்து வெளிவரும்போது, உண்மையிலேயே, உலக ஹாக்கி கோப்பையை இந்தியப் பெண்கள் அணி வென்றது போன்ற மனநிலைதான் எல்லோருக்கும்.

இந்த மனநிலையை என்னால் புரிந்துகொள்ள முடிகிறது; 'ஏர்ன்ஸ்ட் அண்ட் யங் உலகத் தொழில்முனைவோர்' பரிசை (Ernst and Young World Entrepreneur Award) இந்தியாவும் நானும் வென்றுவிட்டோம் என அன்று அறிவிக்கப்பட்டதும் நம் தேசியக்கொடியைக் கையில் பிடித்துக்கொண்டிருந்த என்னை நூற்றுக்கணக்கான கேமராக்கள் படம் எடுத்தபோது, இதே போன்றதொரு மகிழ்ச்சியை, பெருமையை உணர்ந்தேன். 2003-ம் ஆண்டு மொனாக்கோவில் நடைபெற்ற அந்தத் தேர்வில், 40-க்கும் மேற்பட்ட நாடுகள் போட்டியிட்டன.

அன்றைக்கு சக் தே இந்தியா திரைப்படம் முடிந்து வெளியில் வந்ததும், பல இளைஞர்கள் படத்தைப் பற்றிய என் கருத்தைக் கேட்டனர். என்னுடைய பதில் மிகவும் எளிமையானது. 'படத்தில் பார்த்தது உண்மை ஆகவேண்டும்; ஹாக்கியில் மட்டும் அல்ல, ஒவ்வொரு துறையிலும்' என்றேன்.

செப்டம்பர் 8, 2007, டைம்ஸ் ஆப் இந்தியா இதழில் வெளியானது.

ஷாருக் கான், அந்த அற்புதமான ஹாக்கி அணிப் பெண்கள் ஆகியோர் மூலம் வெற்றிக்கான வழிமுறைகள் மிக அழகாக அந்தப் படத்தில் சொல்லப்பட்டிருந்தன. அந்த வழிமுறைகளை மீண்டும் ஒருமுறை நான் நினைவுபடுத்துகிறேன்.

- முதலில் நாம் நம்மை இந்தியராக அடையாளப்படுத்திக் கொள்ள வேண்டும்; மாநில, மத, இனப் பிணைப்புகளை மீறி ஒன்றிணைய வேண்டும்.

- தகுதியை, திறமையை ஒப்புக்கொள்ளவேண்டும்; நம் திறமைக்குத் தகுந்த பாத்திரத்தை ஏற்று உற்சாகத்துடன் செயல்படவேண்டும்.

- வெற்றிக்குத் தேவையான படிக்கட்டுகளில் ஏறிச் செல்லும் போது, கட்டுப்பாட்டைப் பின்பற்றவேண்டும்.

- தன்முனைப்பையும் வேறுபாடுகளையும் தள்ளி வைத்து, தனி மனித விருப்பு வெறுப்புகளுக்கு பதில் தேசத்தின் நலனை முன்னிறுத்தவேண்டும்.

- இறுதியாக. மிக அதிக அளவில், கடின உழைப்பைத் தர வேண்டும். நாம் பெறப்போகும் புகழுக்காக, தொலைநோக்குப் பார்வையுடன், குறுகிய காலத் தியாகங்களைச் செய்திட வேண்டும்.

இந்த நாட்டு இளைஞர்கள் சாதிப்பார்கள் என்ற நம்பிக்கை எனக்கு இருக்கிறது. ஆனால், கோடிக்கணக்கான இந்திய இளைஞர்களுக்கு எடுத்துக்காட்டாக விளங்கும் தலைவர்களை நாம் பெற முடியுமா? இந்தத் திரைப்படத்தை நம் தலைவர்களில் அதிகமானவர்கள் பார்க்க வேண்டும்; விலைமதிப்பற்ற பாடங்களைக் கற்றுக்கொள்ள வேண்டும்.

வலு ஊட்டப்பட்ட என் இந்தியா

இன்ஃபோசிஸில் வலு ஊட்டப்படுதல் அல்லது அதிகாரம் அளித்தல் என்பது, தனி மனிதர்கள், தங்கள் உயரிய நோக்கங்களை நிறை வேற்றிக் கொள்ளப் போதுமான வாய்ப்புகளை அளிக்கும் அதே நேரத்தில் சமூகத்தின் குறிக்கோள்கள் நிறைவேறுவதையும் உறுதி செய்தல் என்றே அர்த்தம் பெறும். வலு படைத்த இந்தியா என்பது, என்னைப் பொருத்தவரை, கல்வி, சுகாதாரம், சத்துணவு, தங்குமிடம், வேலைவாய்ப்பு ஆகியவற்றை அளிப்பதன் மூலம், ஒவ்வொரு குழந்தையும் தன் முழு ஆற்றலையும் பயன்படுத்தி முன்னேற வழி செய்தல். அதே நேரத்தில், இந்தக் குழந்தைகள், தங்கள் தேசத்தின் நலன்களையும் முன்னெடுத்துச் செல்வதை உறுதி செய்தல்.

இந்த அடிப்படையில், இன்றைய நிலையில், மனித வாழ்க்கை மேம்பாட்டுக் குறியீட்டெண் அடிப்படையில் மிகவும் தாழ்ந்த நிலையில்தான் இந்தியா இருக்கிறது. எனவே, மேற்குறிப்பிட்ட அதிகாரம் பெறுதல் என்பது, தொலைதூரக் கனவாகத் தோன்றுகிறது. இருந்தும், ஒரு சிலவற்றை நம்மால் நிறைவேற்ற முடிந்தால், இந்தக் கனவை நனவாக்க முடியும் என நினைக்கிறேன். அவை எவை?

வலு படைத்த நிலை என்ற கனவு நனவாக, கடினமான, பலருக்கும் பிடிக்காத, வருத்தம் தரும் சில முடிவுகளை எடுக்க வேண்டும். சிலர் வருத்தப்படுவார்கள் என்பதற்காக, உறுதியான, கடினமான முடிவுகள் எடுப்பதில் நமக்கு இருக்கும் தயக்கம்தான், இந்தியாவில் நாம் பார்க்கும் சோகமான விஷயம். இத்தகைய முடிவுகள் எடுப்பதற்கு மன உறுதி மிக்க தலைவர்கள் நமக்குத் தேவை. தளரா நம்பிக்கை கொண்ட, பெரும் கனவுகள் காணும் வல்லமை படைத்த, கடினமான

செப்டம்பர் 5, 2005, இந்தியன் எக்ஸ்பிரஸ் இதழில் வெளியானது.

முடிவுகள் எடுக்கத் தயங்காத, தியாகங்கள் செய்யத் தயாராக இருக்கும் தலைவர்கள் நமக்குத் தேவை.

நம் தலைவர்கள், பல உலகங்களில் காலூன்றி நிற்கும் திறன் படைத்த வர்களாக இருக்கவேண்டும். நகரம்-கிராமம், நவீனம்-பழமை, செல்வம்-ஏழைமை, கல்வி கற்ற-கல்வி அறிவற்ற என்ற முரண்பட்ட பல உலகங்களை அறிந்திருக்கவேண்டும். இந்த உலகங்களில் வாழும் மனிதர்களின் எண்ணங்களை அங்கீகரிப்பவர்களாக இருக்க வேண்டும். வளர்ச்சி என்பது ஒரு பிரிவினருக்கு லாபமாகவும் இன்னொரு பிரிவினருக்கு நஷ்டமாகவும் இருக்கிற விளையாட்டு என்று அவர்கள் நினைக்கக்கூடாது.

தகவல் தொழில்நுட்பத் துறையின் வளர்ச்சி, இருப்பவர்களுக்கும் இல்லாதவர்களுக்கும் இடையில் மிகப் பெரிய இடைவெளியை உண்டாக்கிவிட்டது என்று என் அரசியல் உலக நண்பர்கள் அடிக்கடி என்னிடம் கூறுவதுண்டு. வருத்தம் தரும் வகையில், அதற்கான தீர்வாக அவர்கள் சொல்வது, இதைப் போன்று அதிக எண்ணிக் கையிலான வேலைகளை மற்ற துறைகளிலும் உருவாக்க வேண்டும் என்பதாக இல்லாமல், இந்தத் துறையின் வளர்ச்சியைக் கட்டுப்படுத்த வேண்டும் என்பதாக இருக்கிறது!

மேலும் அதிகமான எண்ணிக்கையில், வேலைகளை உருவாக்கு வதும், வேளாண் துறையில் வேலை பார்க்கும் மக்களுக்கு, உற்பத்தி மற்றும் சேவைத் துறையில் மாற்று வேலைகளை ஏற்பாடு செய்வதும் தான், ஏழைமைப் பிரச்னையைத் தீர்ப்பதற்கான ஒரே வழி என்பதில் நம் அரசியல்வாதிகள் நம்பிக்கை கொள்ளவேண்டும். வெளிப்படைத் தன்மை நிறைந்தவர்களாக, மற்ற நாடுகளின் தலைவர்களது அனுபவங்களில் இருந்து பாடம் கற்றுக்கொள்ளத் தயங்காதவர்களாக அவர்கள் இருக்கவேண்டும். இந்தியாவை உலகத்தரம் வாய்ந்த நாடாக உருவாக்க விழைந்திடவேண்டும். செயல்தன்மை நிறைந்தவர் களாக இருக்கவேண்டும். வெற்றுப் பேச்சில் திருப்தி பெறும் மக்கள் நிறைந்த சமுதாயமாக நாம் மாறிவிட்டோம். செயல்படுத்துவதின் மூலமே வெற்றிகளைப் பெற முடியும்.

தலைவர்கள், குறைந்தபட்சம், தங்கள் இனம் மற்றும் சாதி அமைப்புக் குள்ளாவது திறமையை ஏற்றுக்கொள்பவர்களாக இருக்கவேண்டும். ஏனெனில், நம் சமூகத்தின் மரபணுக்களில் சாதி புகுந்துவிட்டது. நேர்மை, நவீனமயம், விரைந்த செயல்பாடு, வெளிப்படைத்தன்மை ஆகியவற்றுக்கான முன்மாதிரிகளாக நம் தலைவர்கள் விளங்க வேண்டும். நாம் இதனை எப்படி சாதிக்க முடியும்? அரசியல் கட்சிகளின் மேல்மட்டத் தலைவர்கள், தலைமைப் பண்பை தங்கள்

செயல்களின் மூலம் வெளிப்படுத்த ஆரம்பித்தால்தான் இது சாத்தியம். அரசியில் கட்சிகளின் தலைவர்கள் ஒன்றுசேர்ந்து, இத்தகைய பண்புகளை வளர்ப்பதையும் அதன் மூலம் வருங்கால சந்ததியினருக்கு நன்மை செய்வதையும் முடிவாக எடுக்கவேண்டும்.

கடினமான, சாத்தியமில்லாத ஒன்றாகத்தான் இது தெரியும். ஆனால், நிச்சயம் நம்மால் முடியும் என்பதைவிட, இது சாத்தியமில்லை என்று தோன்றுவதை முயற்சி செய்வதில் நம்பிக்கை கொண்டவன் நான். இதைச் செய்து முடிக்க வேறு வழியில்லை. ஆரம்பத்தில், சில தலைவர்கள் மிக வேகமாக அடித்துச் செல்லப்படுவதை நாம் பார்க்கக் கூடும். ஆனால், வெற்றி பெற்ற ஒரு தலைமுறைத் தலைவர்களின் செயல்பாடுகளில் நாம் இதனைப் பார்க்க நேர்ந்தால், இயல்பான கொள்கையாக இது மாறிவிடும். எடுத்துக்காட்டாக, ஒரு நேரத்தில், ஒரு கட்சியில் இருந்து இன்னொரு கட்சிக்குக் கூட்டம் கூட்டமாகத் தாவுவதைத் தடுக்க முடியாமல் இருந்தோம். அனைத்துக் கட்சித் தலைவர்களும் ஒன்றுசேர்ந்து இதைத் தடுப்பதற்குச் சில முடிவுகள் எடுத்ததும், இந்த 'தாவல்' ஒரு முடிவுக்கு வந்தது.

திறமை வாய்ந்த, அச்சமற்ற, செயலூக்கம் நிறைந்த அரசு அதிகாரிகள் நமக்கு வேண்டும். பொருளாதார வளர்ச்சிக்குத் தேவையான முக்கியத் திறமைகளாக தயார்படுத்துதல், திட்டமிடல், செலவுகளை மதிப்பிடல், செயல் திட்டம், திட்ட மேலாண்மை, நேர்த்தியாகச் செயல்படுத்துதல் ஆகியவை இருக்கின்றன. நம் அரசு அதிகாரிகள் மிக நல்லவர்களாக இருக்கலாம். ஆனால், அரசின் நிதி உதவி பெறும் திட்டங்கள் செயல் படும் முறையை வைத்துப் பார்க்கும்போது, மேற்கண்ட திறமைகள் குறைந்தவர்களாகவே இவர்கள் இருக்கிறார்கள். இத்தகைய திறமைகளில் இவர்களுக்குப் பயிற்சி அளிக்கப்படவேண்டும்.

அரசுத்துறையில் அச்சமற்றுச் செயல்படும், உயர் செயல்தன்மை கொண்டவர்களுக்கு உயர் ஊதியம் அல்லது பதவி உயர்வுகள் மூலமாக ஊக்கம் தரும் சூழலை உருவாக்கவேண்டும். குறிப்பிட்ட சில ஆண்டுகளுக்கு இந்தப் பதவி என்று இப்போது நடைமுறையில் இருக்கும் திட்டத்துக்கு மாறாக, ஐந்து ஆண்டு ஒப்பந்த முறைக்கோ செயல்பாடு அடிப்படையிலான பதவி உயர்வு முறைக்கோ நாம் மாறலாம். அரசு அதிகாரிகளின் ஒவ்வொரு நல்ல செயல்பாடும் பாராட்டப்படவேண்டும். அதற்கான வெகுமதிகள் அளிக்கப்பட வேண்டும்.

மற்றொரு பக்கம், குற்றம் இழைத்தவர்களைப் பிடிப்பதைவிட, சிலரை அச்சுறுத்துவதற்கே அதிகம் பயன்பட்ட மத்திய புலனாய்வுத்

துறை போன்ற நிறுவனங்கள் மூடப்படவேண்டும். 'ஆதாரங்கள் கிடைப்பதற்கு முன்னதாகச் சந்தேகப்படுதல்' என்ற தத்துவம், 'தீர்ப்பு வழங்கப்படும்முன் நிரூபிக்கப்படல் வேண்டும்' என்பதாக மாற வேண்டும். இந்த மாதிரியான மாற்றங்களை ஓரிரு ஆண்டுகளுக்கு நாம் கடைப்பிடித்தால், நிச்சயமாக அற்புதமான அதிகாரிகள் தோன்று வார்கள்.

இறுதியாக, நிறுவன உலகில் இருக்கும் நாமும் மாறவேண்டும். இரும்பு மனிதர்களாக மாறவேண்டும். அரசியல்வாதிகளின் முன் மண்டியிடுவதை நிறுத்தவேண்டும். தினமும் எண்ணிக்கையற்ற அளவில் அத்தகைய நடத்தைகளைப் பார்க்கிறேன். அரசாங்கத்திடம் இருந்து சலுகைகள் கேட்பதை நிறுத்த நாம் கற்றுக்கொள்ள வேண்டும். ஏற்றுமதி வர்த்தகம் செய்கிறோம் என்பதற்காகவே, கோடிக்கணக்கில் லாபம் ஈட்டும் நிறுவனங்களின் தலைமைச் செயல் அதிகாரிகள் வரிச்சலுகைகள் கேட்பதை என்னால் புரிந்துகொள்ள முடியவில்லை. ஏராளமாகப் பணம் சம்பாதிக்க வழி இருக்கிறது என்பதால்தான் இந்த ஏற்றுமதி வர்த்தகத்தில் இருக்கிறோம். அரசாங் கத்திடம் சலுகைகள் கேட்பதன் மூலமாக, போட்டியாளர்களிடையேயும் சந்தையிலும் சமமற்ற ஒரு நிலையை உருவாக்குகிறோம்; அது மட்டுமன்றி, ஊழல் முறையில் நாமாகவே உள்நுழைந்து கொள்கிறோம்.

நாட்டில் காணப்படும் சமூகப் பொருளாதார ஏற்றத்தாழ்வுகள் குறைய நாம் அனைவரும் விடாமுயற்சியுடன் பாடுபட வேண்டும். மக்களின் நம்பிக்கையைப் பெறவேண்டும். நமது நலனைவிட நிறுவனத்தின் நலனை முன்னிறுத்தக் கற்றுக் கொள்ள வேண்டும்.

இறுதியாக ஒன்று. அதிர்ஷ்டவசமாக இந்தச் சமுதாயத்தில் மேம் பட்டவர்களாக நாம் இருக்கிறோம். ஆகவே, பொறுப்புகளை ஏற்றுக் கொள்ள நாம் முன்வரவேண்டும். நாம் பார்க்கும் வேலை எதுவாக இருந்தாலும் - அரசியல்வாதியோ, அரசு அதிகாரியோ, நிறுவனத் தலைவரோ அல்லது கல்வியாளரோ - நம் செயலில் உறுதியைக் காட்டு வதற்கு நமக்குக் கடமை இருக்கிறது. வருங்காலச் சந்ததியினருக்காக, இந்தச் சமுதாயத்தை மேன்மையானதாக மாற்றுவதற்கு, முன்மாதிரியாக இருந்து நாம் வழிநடத்த வேண்டும். மாற்றத்தை நிகழ்த்திக் காட்ட இதைவிட எளிமையானதொரு வழிமுறை எனக்குத் தெரியவில்லை.

பகுதி 3

முக்கிய தேசியப் பிரச்னைகள்

1991-ம் ஆண்டின் பொருளாதாரச் சீர்த்திருத்தங்கள் தந்த பாடங்கள்

கடந்த காலத்தைத் திரும்பிப் பார்த்துக் கற்றுக்கொள்வதற்கும் எதிர்காலத்தை நோக்கி நம்பிக்கையோடு நடைபோடுவதற்கும் உதவும் சாளரம் என்பதால், வரலாறு பயன்மிக்கது. 1991-ன் பொருளாதாரச் சீர்திருத்தங்கள், விடுதலைக்குப் பிந்தைய இந்திய வரலாற்றில் ஒரு திருப்புமுனையாகப் பதிந்துவிட்டன. அன்றைய பிரதமர், பி.வி. நரசிம்ம ராவ், நிதி அமைச்சர் டாக்டர் மன்மோகன் சிங் ஆகியோருடன் பி. சிதம்பரம், மாண்டேக் சிங் அலுவாலியா ஆகியோர் சேர்ந்து கொண்டுவந்த பொருளாதாரச் சீர்திருத்தங்களை வியந்து மெச்சியவன் நான். கட்டுப்பாடு நிறைந்த பொருளாதாரம், ஒரு வார கால இடைவெளியில் ஏறக்குறைய சுதந்தரப் பொருளாதாரமாக மாறிவிட்டது. இந்தப் பொருளாதாரச் சீர்திருத்தங்களால் மிகவும் பயன்அடைந்த நிறுவனத்துக்கான சிறந்த எடுத்துக்காட்டாக இன்ஃபோசிஸ் பலராலும் உயர்த்திப் பேசப்பட்டது.

1991-ன் பொருளாதாரச் சீர்திருத்தங்களைப் பற்றிப் பல கட்டுரைகள் எழுதப்பட்டிருக்கின்றன; அரசியல்வாதிகள், அரசு அதிகாரிகள், இதழாளர்கள், கல்வியாளர்கள் எனப் பலரும் உரை நிகழ்த்தியிருக்கின்றனர். இருந்தபோதும், இந்தக் கட்டுரைகளும் உரைகளும் முழுமையற்றவையாகவே இருந்துள்ளன. இந்தச் சீர்திருத்தங்களால் மிக ஆழமான தாக்கத்துக்கு உள்ளானவர்கள் யாரும் இதைப் பற்றிப் பேசவில்லை.

1991 வரை, இந்திய வளர்ச்சிக்கு முட்டுக்கட்டையாக இருந்த கட்டுப்பாடு மிகுந்த பொருளாதாரச் சூழலை அனுபவித்தவன் நான். அதனால் மிகவும் பாதிக்கப்பட்டவன். இந்தச் சீர்திருத்தங்கள், இந்திய

மால்கம் வீனர் உரை, ஹார்வர்ட் பல்கலைக்கழகம், பிப்ரவரி 13, 2008.

வணிக நிறுவனங்களுக்கு எவ்வாறு உதவின; தொழில்முனைவோர்களுக்கு எவ்வாறு ஆதரவாக இருந்தன; வேலைகள் உருவாக்கத்துக்கு எப்படி வித்திட்டன என்பதைப் பற்றி இங்கு குறிப்பிட விரும்புகிறேன். இந்தச் சீர்திருத்தங்கள் மூலம் கற்றுக்கொள்ளவேண்டிய சில பொதுவான பாடங்களைப் பற்றியும் பேச விழைகிறேன். இந்தியாவின் பெரும்பான்மையான மக்களின் ஒட்டுமொத்த வளர்ச்சிக்கும் நன்மைக்கும் அவற்றை எப்படிப் பயன்படுத்திக்கொள்ள முடியும் என்பதையும் கூறுகிறேன்.

முதலாவது, 1991-ல் கொண்டுவரப்பட்ட கட்டுப்பாடுகளைத் தளர்த்தும் திட்டங்களை, விடுதலை பெற்ற இந்தியாவின் முக்கிய தருணங்களில் ஒன்று எனக் கூறலாம். உண்மையில், பல இந்தியர்கள், நம் காலத்திய மிக முக்கிய நிகழ்வுகளான, பெர்லின் சுவர் வீழ்ச்சி, தென் ஆப்பிரிக்காவில் நிறவெறி ஒழிப்பு போன்றவற்றுக்கு இணையாகவே இந்தச் சீர்திருத்தங்களை மதித்தனர். 1947 இந்தியாவுக்கு விடுதலையைக் கொண்டு வந்தது என்றால், 1991, பொருளாதார விடுதலைக்கான விதைகளைத் தூவியது என்று சொல்லலாம். இந்தக் காலகட்டத்தின் அங்கமாக இருப்பதில் பெரும் மகிழ்ச்சி அடைகிறேன். என் வாழ்வில் முதன்முறையாக, விழித்துக்கொண்ட இந்தியாவையும் நம்பிக்கையோடு அது செயல்படத் தொடங்கியதையும் பார்த்து மகிழ்ந்தேன். இந்தச் சீர்திருத்தங்களுக்கு நன்றி!

இரண்டாவது, அன்றைய பிரதமர் நரசிம்ம ராவ் அவர்களின் நேரத்துக்கேற்ற உறுதியான தலைமை. முடிவெடுக்காமல், நீண்ட நாள்களாகக் கிடப்பில் இருக்கும் பல முக்கிய சீர்திருத்தங்கள்மீது, விரைவாகவும் உறுதியாகவும் முடிவெடுப்பது எப்படி என்பதற்கு இன்றைய மற்றும் வருங்காலத் தலைவர்களுக்கு நல்ல எடுத்துக்காட்டாக என்றும் அவர் இருப்பார். மூன்றாவது. மாநில அளவில், சீர்திருத்தம் செய்யப்பட வேண்டிய பல பிரச்னைகள் அதிக அளவில் குவிந்து கிடக்கின்றன. சீர்திருத்தங்கள் மாநில அளவில் வெற்றிபெற்றால் ஒழிய, ஒட்டு மொத்த வளர்ச்சியை நாம் பெற முடியாது. நான்காவது. பல வளரும் நாடுகள், இந்தப் பொருளாதாரச் சீர்திருத்தங்கள் தேவையா என்ற சந்தேகத்திலும் விவாதத்திலும் ஆழ்ந்து கிடக்கின்றன. அவர்கள் குழப்பத்தில் இருந்து மீள்வதற்கு இந்தியாவின் சீர்திருத்தங்கள் உதவக்கூடும். இறுதியாக, முக்கியமானது: இருப்பவருக்கும் இல்லாதவருக்குமான இடைவெளியைக் குறைப்பதுதான் உலக அமைதிக்கான சிறந்த வழி என நம்புகிறேன்.

உலகத்தின் எந்தப் பகுதிக்குச் சென்றாலும்- அமெரிக்கா, ரஷ்யா, வியட்நாம், பெரு அல்லது தென் ஆப்பிரிக்கா எதுவாகவும் இருக்கட்டும்- இளம் தலைமுறையின் கனவுகள் ஒரேமாதிரி

இருப்பதையே பார்க்கிறேன்: நல்ல வேலை, மகிழ்ச்சி, உற்சாக மான நாள்கள், தங்களுக்கும் தங்கள் குழந்தைகளுக்கும் நல்ல எதிர்காலம். நம்பிக்கையும் எதிர்பார்ப்பும் பொய்த்துப் போகும் போதுதான் அவர்கள் வன்முறையில் இறங்குகிறார்கள். எனவே, எதிர்காலத்தின்மீது நம்பிக்கையும், எதிர்பார்ப்பும், ஆர்வமும் இருக்கும் உலகத்தை உருவாக்குவதே நம் சவால். இதனை நிறை வேற்றுவதற்கு, வேலைகளை உருவாக்கி அவற்றின் மூலம் வாழ்க்கைத் தரத்தை உயர்த்துவதே சிறந்த வழி. அதற்கு உகந்ததாக, பொறுப்பு மிகுந்த அரசுகள், சிறந்த தொழில்முனைவோர்கள், உலகளாவிய வர்த்தகம் ஆகியவைதான் இருக்க முடியும் என்பதை ஏழை நாடுகள் ஒப்புக்கொள்ள வேண்டும்.

வியாபாரத்தை ஊக்குவிக்கும் சந்தைப் போட்டியைச் சமாளிக்க ஏதுவான முழுமையான சுதந்தரத்தை வர்த்தக நிறுவனங்களுக்கு அளிக்கும் கருவிகளாக அரசுகள் விளங்கவேண்டும். அதே நேரம், கல்வி, சுகாதாரம், சத்துணவு, ஏழைகளுக்கு வசிப்பிடம் போன்ற அடிப்படை வசதிகளை அளிப்பதற்கான சிறந்த வழிமுறைகளிலும் அவை கவனம் செலுத்தவேண்டும். கட்டுப்பாடுகளைத் தளர்த்துதல், பொருளாதாரச் சீர்திருத்தங்கள் ஆகியவற்றின் அடிப்படையாக இவைதான் இருக்க முடியும்.

'எந்தச் சிந்தனையையும், அதற்குரிய நேரம் வந்துவிட்டால், எந்தச் சக்தியாலும் தடுத்து நிறுத்த முடியாது' என்ற விக்டர் ஹ்யூகோவின் சொற்களை பிரதமர் மன்மோகன் சிங் அடிக்கடிக் குறிப்பிட்டுப் பேசுவார். அவற்றுக்கான நேரத்துக்காகக் காத்திராமல், இன்றைய தினத்தையே அந்த உன்னதமான சிந்தனைகளுக்கு உரிய நேரமாக ஆக்குங்கள் என்றும் குறிப்பிடுவார். 'அறிவுள்ளோர், தாங்கள் காண்பதைவிட அதிகமான வாய்ப்புகளை உருவாக்கிக் கொள்வார் கள்!' என்ற ஃப்ரான்சிஸ் பேக்கனின் சொற்களை இந்த நேரத்தில் நினைவில் கொள்வோம்.

இந்தியா, தற்போது இருப்பதைவிட வலிமையான பொருளாதாரமாக உருவாக வேண்டிய நேரம் வந்துவிட்டது. ஆண்டுக்கு 9 சதவிகிதத்தை விட அதிகமாக நமது பொருளாதாரம் வளர்கிறது. நமது ஏற்றுமதி ஆண்டுக்கு 20 முதல் 25 சதவிகிதம் வளர்கிறது. அந்நிய வர்த்தகத்துக்கு இணையாகத் தங்கத்தின் இருப்பு, எக்காலத்திலும் இல்லாத அளவுக்கு அதிக அளவில் இருக்கிறது. நமது பங்குச் சந்தைகள் உச்ச வேகத்தில் இயங்கிக்கொண்டிருக்கின்றன. 2007-ல் நம் அந்நிய நேரடி முதலீடு, மூன்று ஆண்டுக்கு முன் இருந்ததைவிட ஐந்து மடங்காகி, $25 பில்லியனாக உயர்ந்துள்ளதாகக் கணக்கிடப்பட்டுள்ளது. ஒவ்வொரு

மாதமும் 90 லட்சம் தொலைபேசி இணைப்புகளைப் புதிதாகச் சேர்த்துக்கொண்டிருக்கிறோம்.

புதிய, தன்னம்பிக்கை நிரம்பிய மனநிலையை எங்கும் காண முடிகிறது. ஆசியாவிலேயே அதிகமான பில்லியனர்கள் இந்தியாவில்தான் இருக்கிறார்கள். என் நகரமான பெங்களூருவில், புதிய முயற்சிகளோடு வரும் இளைய உயர் தொழில்நுட்பத் தொழில்முனைவோர்கள் ஐம்பது முதல் நூறு பேரை ஒவ்வொரு வாரமும் பார்க்க முடிகிறது. முயற்சியால் முதலிடம் பெறுவதற்கு, நம் வளத்தைப் பெருக்கிக்கொள்வதற்கு, அதனை அனைவருக்குமானதாக மாற்றுவதற்கு, ஏழைகளின் கண்ணீரைத் துடைப்பதே என் லட்சியம் என்ற தேசப்பிதாவின் கனவை உண்மையாக்குவதற்கு இதைவிடச் சிறந்த தருணம் நமக்கு இல்லை.

மக்களாட்சி முறையில் மெதுவான வளர்ச்சி என்பது தவிர்க்க முடியாதது; இந்த மெதுவான வளர்ச்சியை, மக்களாட்சி முறைக்கு நாம் கொடுக்கும் விலை என ஏற்றுக்கொள்ள வேண்டும் என்று பெரும்பாலான இந்தியர்கள் கூறுகிறார்கள். இந்திய ரிசர்வ் வங்கியின் முன்னாள் கவர்னர் பிமல் ஜலான், தன் 'இந்தியாவின் அரசியல்' என்ற நூலில் குறிப்பிடுவதுபோல, அரசாங்கத்தின் வடிவம் என்பது, ஒரு நாட்டின் பொருளாதார முன்னேற்றத்தில் தாக்கம் ஏற்படுத்தும் பலவிதமான காரணிகளில் ஒன்று; பார்க்கப்போனால், அனைத்து முன்னேறிய நாடுகளும் மக்களாட்சி முறையைப் பின்பற்றுபவைதான்.

மிக எளிமையாகக் கூறப்போனால், ஆற்றலின்மை, ஆர்வமின்மை, திறமைக் குறைவு, அக்கறையின்மை, தனி மனித விருப்பு வெறுப்புகள் போன்றவற்றை நியாயப்படுத்துவதற்கு ஒரு சாக்காகத்தான், மக்களாட்சி நடைபெறும் நாட்டில் முன்னேற்றம் தாமதப்படும் என்ற நம்பிக்கை பயன்படுகிறது. 'வாழ்க்கை ஒரு சீட்டாட்டமே; தீர்மானிக்கப்பட்ட உறுதியான மனநிலைதான் உங்களைச் செயல்படச் செய்கிறது. ஆனால், எப்படி விளையாடுவது என்பது உங்களது சுயவிருப்பம்' என்று கூறிய ஜவாஹர்லால் நேருவின் சொற்களில் எனக்கு நம்பிக்கை இருக்கிறது. அசாதாரணமான செயல்களை நாம் சாதிப்பதற்கு உதவியாக, எதைத் தேர்ந்தெடுப்பது என்பதில் இருக்கும் சுயவிருப்பத்தை, சுதந்தரத்தை, மக்களாட்சி முறை நமக்கு அன்போடு வழங்கியிருக்கிறது.

அறிவுள்ள எந்த அரசியல் கட்சியாவது வேலைகள் உருவாக்கப்படுவதை எதிர்க்குமா? அல்லது, அதிக அளவிலான வரி வசூலை, அதன் மூலம் கிடைக்கும் நிதியை, இந்நாட்டின் பெரும்பான்மையான ஏழை மக்களுக்கு, கல்வி வசதிகளை உயர்த்த, சுகாதார வசதிகளைப்

பெருக்குவதற்கு, சத்துணவு அளிப்பதற்கு, குடியிருப்பு வசதிகளைச் செய்து தருவதற்குப் பயன்படுத்துவதை வேண்டாம் என்று சொல்லுமா? மக்களாட்சி முறையைப் பின்பற்றும் இந்தியாவில், எந்தக் கொள்கை மாற்றத்தையும் உடனடியாகச் செய்ய இயலாது; நீண்ட விவாதங் களுக்குப் பிறகே நடைமுறைப்படுத்த முடியும் என்று நீண்ட நாள்களாக இருந்த நம்பிக்கையை, 1991-ன் சீர்திருத்தங்கள் தகர்த்தன. பெரும் பாலான அரசு அதிகாரிகள், பல காலமாகக் கொண்டிருந்த பல்வேறு தவறான நம்பிக்கைகளையும் இவை தகர்த்தெறிந்தன.

எடுத்துக்காட்டாக, ஆட்சித்துறைப் பணியில் இருக்கும் என் நண்பர்கள் பலர், இந்தியா போன்ற பெரிய வளரும் நாடுகளுக்கு கிளாசிகல் பொருளாதாரக் கொள்கைகள் ஒத்து வராது என்ற நம்பிக்கையைக் கொண்டிருந்தனர். அந்நியச் செலாவணியை வெளியில் கொண்டு செல்வதற்கு இருக்கும் கட்டுப்பாடுகள் தளர்த்தப்படுவது மூலதன வெளியேற்றத்துக்கு வழிவகுக்கும் என நம்பினர். மிகச் சிறிய கிழக் காசிய நாடுகளுக்கு நல்லவிதமான பயன்களைத் தந்த பொருளாதாரக் கொள்கைகள், இந்தியாவுக்கு ஏற்புடையதாக இருக்காது என்றும் அவர்கள் நம்பினர். ஆனால், 1991 முதல் சீர்திருத்தங்களால் இந்தியா பெற்றிருக்கும் பொருளாதார வளர்ச்சி, அவர்களது எண்ணங்கள் தவறானவை என்பதை நிரூபித்திருக்கிறது.

இங்கு நான், 1991 சீர்திருத்தங்கள் கொண்டு வந்த மூன்று முக்கியமான கொள்கை மாற்றங்களைப்பற்றி மட்டும் விளக்குகிறேன். இந்தக் கொள்கை மாற்றங்கள், உண்மையில், இந்திய வர்த்தக உலகில் மாபெரும் தாக்கத்தை ஏற்படுத்தின. இந்தக் கொள்கை மாற்றங்களால் நீங்கிய தடைகளைப் பற்றி விவரிப்பதற்கு நான் இங்கு குறிப்பிடும் நிகழ்வுகள் உதவும். இதற்குமுன் நடைமுறையில் இருந்த, முன்னேற்றத்துக்குத் தடையான, காலத்துக்கு ஒவ்வாத, எதிர்மறையான, ஆபத்தான, சந்தேக மனநிலை கொண்ட, கட்டுப்பாடான பொருளா தாரத்தின் நிலையை அவை உங்களுக்கு மிகத் தெளிவாக விளங்க வைக்கும்.

இந்தக் கொள்கை மாற்றங்கள் அவ்வளவு சுலபமாகச் செயல்படுத்த முடிந்தவை அல்ல; ஏனெனில், ஏழைமை பிறப்பால் வருவது; வர்த்தகர்கள் என்றாலே ஏமாற்றுப் பேர்வழிகள்; லாபம் ஈட்டுவது பாவச் செயல்; அனைத்துப் பிரச்னைகளுக்கும் அரசாங்கம்தான் ஓரே தீர்வு என்ற நம்பிக்கை யோடு வளர்ந்த இந்திய அரசியல்வாதிகள் மிகவும் வெறுத்த மாற்றங்கள் இவை. அரசு அதிகாரிகளிடம் இருந்து பெரும்பான்மையான அதிகாரங் களையும், கப்பம் வாங்கும் வாய்ப்பையும் இந்தக் கொள்கை மாற்றங்கள் பறித்துவிட்டன.

1991-க்குமுன் இந்தியாவில் காணப்பட்ட வர்த்தகத்துக்கு ஆதரவற்ற நிலையை இந்த எடுத்துக்காட்டுகள் உங்களுக்கு விளக்கும். வெளிநாட்ட வரை விட்டுத்தள்ளுங்கள், இருபது வயது இந்திய இளைஞர்களிடம், 1991-ல் நாங்கள் சந்தித்த அரசுத்துறைகளின் சிவப்புநாடாக் கொடுமை களைப் பற்றி விவரித்தால், அவர்கள் அவற்றை நம்ப மறுக்கிறார்கள்.

நான் இங்கே கூறப்போகும் நிகழ்வுகளை நீங்கள் சரியாக விளங்கிக் கொள்ள, இன்ஃபோசிஸில் நாங்கள் செய்யும் வேலைகளின் பின்புலத்தை உங்களுக்குக் கூறுகிறேன். முன்னேறிய நாடுகளில் இருக்கும் வாடிக்கையாளர்களுக்கு, அவர்களது விருப்பத்துக்கு உகந்த மென்பொருள்களை உருவாக்கித்தரும் வல்லமையை அளிப்பதை நோக்கமாகக் கொண்டு, 1981-ல் இன்ஃபோசிஸ் தொடங்கப்பட்டது. இதைச் செய்வதற்கு, இருப்பதிலேயே மிகச் சிறந்த கணினிகளையும் மென்பொருள்களையும் வெளிநாடுகளில் இருந்து நாங்கள் இறக்குமதி செய்ய வேண்டியிருந்தது; வெளிநாட்டு வாடிக்கையாளர் இருக்கும் இடங்களுக்கு எங்கள் ஊழியர்கள் தங்கு தடையின்றிச் செல்ல வேண்டி இருந்தது; அயல்நாடுகளில் விற்பனை அலுவலகங்களைத் திறப்பதும், தகவல் பரிமாற்றத்துக்காகச் சிறப்பான தகவல் தொடர்பு உள்கட்டமைப்பும் தேவையாக இருந்தது.

இந்தியாவில், தொழில்நுட்பத் திறன் அடிப்படையில், உயர் வருமானம் தரும், நல்ல வேலைகள் பெருமளவில் குவிந்திருக்கும் துறையாக இது இருக்கிறது. ஆயினும், இறைவன் தானாகவே அனுப்பிய நல்லதொரு வாய்ப்பு என்று அரசாங்கத்தில் இருப்பவர்களுக்கு நம்பிக்கை ஏற்படுத்த எங்களால் முடியவில்லை. 1991-க்குமுன், கணினிகளை இறக்குமதி செய்ய லைசன்ஸ் வேண்டும். அந்த லைசன்ஸ் பெறும் வழிமுறை நீண்டது, செலவு மிக்கது, ஊழல் நிறைந்தது. பொதுவாக, ஒரு லைசன்ஸ் பெறுவதற்கு ஏறக்குறைய மூன்று ஆண்டுகள் ஆகும். ஐம்பது முறை தில்லிக்குப் பயணம் செய்ய வேண்டியிருக்கும். ஒருமுறை சென்று வர ஆகும் செலவு $1,000 என்றால், கணினியை அனுப்பச் சொல்லி ஆர்டர் செய்வதற்கு முன்னதாகவே, இறக்குமதி செய்யப்போகும் கணினியின் விலையில் (சுமார் $1,00,000) குறைந்தபட்சம் 50 சதவிகிதத்தை அந்த இறக்குமதி யாளர் முன்னதாகவே செலவு செய்திருப்பார்!

இது மட்டுமன்றி, அந்த லைசன்ஸைப் பெற மூன்று ஆண்டுகள் ஆவதால், கணினிக்காகக் காத்திருக்கும்போது, நாம் இறக்குமதி செய்ய நினைத்திருக்கும் கணினியின் சில பாகங்களில் அடுத்த 5 அல்லது 10 புதிய மாதிரிகள் அமெரிக்கச் சந்தையில் வெளி வந்திருக்கும். வாங்குவதைப் புதியதாகவே வாங்கிவிடலாமே என்று லைசன்ஸ் பெற உத்தேசத்திருக்கும் கணினியின் ஒரு பாகத்தை

மாற்றிக்கொள்ள வேண்டினால், அதற்கு கூடுதலாக ஒன்பது முதல் பத்து மாதங்கள் ஆகும். இப்படியாக இந்தியாவில் கணினியைப் பயன்படுத்துவோர், அது எந்தத் தொழில்நுட்பமாக இருந்தாலும் இரண்டு தலைமுறைக்கு முந்தையதைத்தான் பயன்படுத்தவேண்டும் என்ற நிலைக்குத் தள்ளப்பட்டனர். இதற்கு அரசுத்துறை அதிகாரிகள் தான் காரணம்.

தடையாக இருந்த இரண்டாவது முக்கிய காரணி, வங்கித் துறையில் நிலவிய சூழல். நிறுவனங்கள் தங்கள் ஊழியர்களை வெளி நாடுகளுக்கு அனுப்பும்போதும், அயல்நாடுகளில் அலுவலகங்கள் திறக்கும்போதும், அயல்நாட்டிலிருந்து ஆலோசகர்களை வரவழைக்கும் போதும் அவசியமாகத் தேவைப்படும் அந்நியச் செலாவணி இந்திய நிறுவனங்களுக்கு கிடைக்காத சூழல். அந்தச் சூழ்நிலை எவ்வளவு மோசமானதாக இருந்தது என்பதை விளக்குவதற்கு நிகழ்ச்சி ஒன்றைக் கூறுகிறேன்.

வெளிநாட்டுக்கு ஒரே ஒரு நாள் பயணம் மேற்கொள்வதாக இருந்தாலும், இந்திய ரிசர்வ் வங்கியிடம் விண்ணப்பம் செய்து காத்திருக்கவேண்டும். அனுமதி கிடைக்க, பத்து, பன்னிரண்டு நாள்கள் ஆகும். மேலும் நமக்குச் சாதகமான பதில்தான் வரும் என்பதும் நிச்சய மான ஒன்று அல்ல. அது மட்டுமின்றி, பயணம் முடித்துத் திரும்பிய பிறகு, அதனைப் பற்றிய அறிக்கை ஒன்றையும் நான் அவர்களுக்கு அளிக்க வேண்டும்.

என் நண்பர் ஒருவர், தன் வர்த்தக வாய்ப்புகளையொட்டிச் சிலரைச் சந்திப்பதற்காக வெளிநாடு செல்லவேண்டியிருந்தது. பாரிஸில் இரு சந்திப்புகள், ஃப்ராங்க்பர்ட்டில் ஒன்று. இரண்டு நாள் பாரிஸிலும் ஒருநாள் ஃப்ராங்க்பர்ட்டிலும் தங்குவதற்கு ரிசர்வ் வங்கியிடம் அனுமதி பெற்றுவிட்டார். பாரிஸுக்குச் சென்றபின், அங்கு அவர் சந்திப்பதாக இருந்த இரண்டாவது நபர், அவரை ஃப்ராங்க்பர்ட்டில் சந்திக்கும்படிக் கூறிவிட்டதால், நண்பரது பயணம் இரண்டு நாள் ப்ராங்க்பர்ட், ஒரு நாள் பாரிஸ் என்று மாறிவிட்டது. ஆனால், அவருக்குக் கிடைத்த அனுமதியோ அதற்கு எதிர்மாறானது. இந்தியாவுக்குத் திரும்பியபின், தன் பயண அறிக்கையை அவர் கொடுத்ததும், அந்நியச் செலாவணி கட்டுப்பாட்டு விதிகளின்படி அவர் ஏன் தண்டிக்கப்படக்கூடாது எனக் காரணம் கேட்டு, ரிசர்வ் வங்கி அவருக்குக் கடிதம் அனுப்பியது!

அத்தகைய மோசமான காலத்தில் இருந்து மாறிவிட்டோம்; வெளி நாடுகளில் வியாபாரம் செய்வது இந்திய நிறுவனங்களுக்கு மிகச் சுலபமாகிவிட்ட சூழலுக்கு நகர்ந்துவிட்டோம் என்பதே கற்பனை

செய்து பார்க்க முடியாததாக இருக்கிறது. கட்டுப்பாடுகள் தளர்த்தப் பட்ட சந்தைக்கு ஆதரவாளர்களான, ரிசர்வ் வங்கியின் முன்னாள் கவர்னர்கள் பிமல் ஜலான், ஒய் வி ரெட்டி ஆகியோருக்குத்தான் நாம் நன்றி சொல்லவேண்டும்.

தடைக்கான மூன்றாவது முக்கிய காரணி. ஒரு நிறுவனத்தின் பங்குகளின் முதல் வெளியீட்டு விலையை (IPO), அந்த நிறுவனத்தின் சந்தை மதிப்பின் அடிப்படையில் நிர்ணயம் செய்வதற்கான வசதி இல்லாமை. உலகம் முழுவதும், தொழில்முனைவோர்களுக்கு ஊக்கம் தரும் செயல், தங்களுக்கும் தங்கள் முதலீட்டாளர்களுக்கும் லிக்விடிட்டியை உருவாக்குவதுதான். உயர் தொழில் நுட்பத் துறையில் அமெரிக்கா வெற்றி பெற முக்கியக் காரணங்களின் ஒன்றாக, அங்கு செயல்பட்டுவரும் IPO முறை இருக்கிறது.

இந்தியாவில் 1991-க்குமுன், பங்கு வெளியீட்டுக் கட்டுப்பாட்டு அதிகாரி (Controller of Capital Issues) என்று ஒருவர் தில்லியில் இருப்பார். நிறுவனங்களின் IPO விலையை அவர்தான் நிர்ணயம் செய்வார். தில்லியில் இருக்கும் இவருக்கு முதலீட்டுச் சந்தை செயல்படும் முறை பற்றிய விவரங்கள் ஏதும் தெரியாது; அந்தச் சந்தை இயங்குவது மும்பையில். அவர் மும்பிக்குச் செல்வதும் கிடையாது; இந்தச் சந்தையின் செயல்முறைகள் பற்றி அறிந்து கொள்வதில் இவருக்கு ஆர்வமும் கிடையாது. தொடர்புடைய நிறுவனத்தின் கடந்த காலச் செயல்பாட்டை அளவுகோலாகக் கொண்டு, கொஞ்சம் அதிகமாக விலை நிர்ணயம் செய்துகொள்ள அனுமதி அளிப்பார்.

நிறுவனங்களின் IPO விலையை நிர்ணயிக்க அரசு பின்பற்றும் இந்தக் கொள்கை, சிறிய அளவு நிதி திரட்டுவதற்கே, அதிக எண்ணிக்கைப் பங்குகளை பங்குச் சந்தையில் விற்கவேண்டிய நிலையை தொழில் முனைவோர்க்கு உண்டாக்கும். அது அவர்களுக்கு விருப்பமான செயல் அல்ல. பங்குச் சந்தை, எப்போதும் ஒரு நிறுவனத்தின் எதிர்காலச் செயல்பாட்டைப் பொருத்ததே தவிர, கடந்த காலச் செயல் பாட்டைப் பொருத்தது அல்ல.

நரசிம்ம ராவ் தலைமையில், அந்த நான்கு சீர்திருத்தவாதிகளும் மந்திரக்கோல்களை அசைத்தவுடன், கண்ணிமைக்கும் நேரத்தில் இவை எல்லாம் மாறிவிட்டன. ஒரு சில வாரங்களிலேயே, மேலே குறிப்பிட்ட மூன்று முக்கிய சக்திகளின் தடைகள் இல்லாத, புதிய தொரு சுற்றுப்பாதையில் நாம் நகர ஆரம்பித்துவிட்டோம். பெரும் பாலான துறைகளில், லைசன்ஸ் முறையை அரசாங்கம் நீக்கியது.

1991-க்குப்பின், எந்த ஒரு லைசன்ஸ் வாங்குவதற்கும், ஒருமுறைகூட தில்லிக்கு நான் செல்லவில்லை. முழுமையான அந்நியச் செலாவணி

மாற்றத்தை இந்தச் சீர்திருத்தங்கள் அனுமதித்தன. உண்மையில், இப்போது நடப்புக் கணக்கு மாற்றத்தில் எவ்விதக் கட்டுப்பாடுகளும் இல்லை என்றே கூறலாம். மூலதனக் கணக்கு மாற்றத்தில்கூட, நிறுவனங்களுக்குப் பெருமளவு கட்டுப்பாடு இல்லை என்றுதான் சொல்லவேண்டும். இந்திய வரலாற்றில் இதுவரை நடந்திராத அளவுக்கு, இந்திய நிறுவனங்கள், அயல் நாடுகளில் பல நிறுவனங்களை வாங்கிக்கொண்டிருக்கின்றன.

பங்குகளின் விலை நிர்ணயிப்புக் கட்டுப்பாடுகளால் ஏற்படும் விரயத்தை உணர்ந்து தில்லியில் செயல்பட்டுக்கொண்டிருந்த பங்கு வெளியீட்டுக் கட்டுப்பாட்டு அலுவலகத்தை அரசாங்கம் மூடிவிட்டது. இந்திய நிறுவனங்கள், தங்கள் முதலீட்டு வங்கிகளின் ஆலோசனைப் படி பங்குகளின் விலையை நிர்ணயம் செய்துகொள்ளலாம். இதன் விளைவால் சந்தை மதிப்பின் அடிப்படையில் விலையை நிர்ணயிக்கும் கொள்கை உருவானது. தொழில்முனைவோர் மத்தியில் ஊக்கமும் உற்சாகமும் உண்டானது.

இந்த மூன்று முக்கிய சீர்திருத்தங்களும், அவற்றைத் தொடர்ந்த வேறு சிலவும் இந்திய வர்த்தகத்தில் பெரும் தாக்கத்தைப் பலவழிகளில் ஏற்படுத்தின. முதலாவதாக, தில்லி அரசு அலுவலக வராந்தாக்களில், தங்கள் தொழில்களுக்காக ஆதரவு திரட்டுவதில் நேரத்தைச் செலவழித்த நிறுவனத் தலைவர்கள், சந்தை மீதும், புது முயற்சிகள்மீதும், ஊழியர்கள்மீதும் கவனம் செலுத்துவதில் அதிகமான நேரத்தைப் பயன்படுத்தினர்.

இரண்டாவதாக, அரசுத் துறையின் தாமதப்போக்கினாலும் தன்னிச்சையான முடிவுகளாலும் ஏற்பட்டு வந்திருந்த நிலையற்ற தன்மை நீங்கியது. வேறு வழியில் சொல்லப்போனால், சீர்திருத்தங் களுக்குப்பின் முன்னெப்போதையும் விட, தங்கள் நோக்கத்தை அடை வதற்கான செயலில் வியாபார நிறுவனங்கள் அதிகக் கட்டுப்பாட்டுடன் செயல்பட்டன. கையறு நிலையில் இருந்த கம்பெனிகள் புத்துணர்ச்சி பெற்றன. சந்தைதான் நிறுவனங்களின் வெற்றியை நிர்ணயிக்கும் முக்கியமான காரணியாக ஆனது.

மூன்றாவதாக, இந்தச் சீர்திருத்தங்கள், ஊழலையும் லஞ்சத்தையும் பெருமளவு குறைத்தன. நான்காவதாக, உலகத்தரம் வாய்ந்த பன்னாட்டு நிறுவனங்கள் இந்தியாவில் நுழைவதை இந்தக் கொள்கை மாற்றங்கள் எளிதாக்கின. அந்த நாள்களில், உலகச் சந்தையைக் குறிவைத்து இன்ஃபோசிஸ் செயல்பட்டு வந்ததன் காரணமாக, வாடிக்கையாளர் களைப் பெறுவதில் பன்னாட்டு நிறுவனங்களின் வரவு, அதற்கு எந்தத் தாக்கத்தையும் ஏற்படுத்தவில்லை. இருந்தபோதும் திறமையான ஊழியர்களை அமர்த்திக் கொள்வதில் போட்டி சூடு பிடித்தது. ஆகவே,

திறமை உள்ளவர்களை ஈர்ப்பதிலும், தக்கவைத்துக் கொள்வதிலும் கவனம் செலுத்த வேண்டியதாயிற்று. வெளிப்படையாகச் சொன்னால், ஊழியர்களை ஈர்ப்பதிலும் அவர்களைத் தக்கவைத்துக்கொள்வதிலும் நாங்கள் கொண்டு இருக்கும் கவனம், என் நிறுவனத்துக்கு அரசின் சீர்திருத்தங்கள் மூலம் கிடைத்த பரிசு என்றே சொல்லலாம்.

சீர்திருத்தங்களால் இன்ஃபோசிஸ் பெற்ற நன்மைகளை விளக்க மேலும் சில தகவல்களைக் கூறுகிறேன். 1982-ல் இருந்து 1992-க்குள் இன்ஃபோசிஸின் வருமானம், மிகச் சொற்பமான $130,000 என்பதிலிருந்து, $1.5 மில்லியனாக உயர்ந்தது. பத்து ஆண்டில் இந்த வளர்ச்சி 12 மடங்கு மட்டுமே. ஆனால், சீர்திருத்தங்களுக்குப் பின், 1992-ல் $1.5 மில்லியனாக இருந்த வருமானம், 2008-ல் ஏறக்குறைய $4.1 பில்லியனாக உயர்ந்தது. இந்தப் பதினாறு ஆண்டுகளில் இது 2,700 மடங்கு உயர்வு! இன்று எங்கள் நிறுவனம் NASDAQ-ல் பதிவு செய்யப்பட்டுள்ளது. 70 நாடுகளில் இயங்கிவரும் எங்கள் நிறுவனத்தில், 80 தேசிய இனங்களைச் சார்ந்த 88,000 ஊழியர்கள் வேலை செய்கிறார்கள்.

எங்களது ஊழியர்களுக்கான ஸ்டாக் ஆப்ஷன் திட்டத்தின் மூலம், 2,000-க்கும் மேற்பட்ட டாலர் மில்லியனர்களும், ஏறக்குறைய 20,000 ரூபாய் மில்லியனர்களும் உருவாகியுள்ளனர். இந்தியாவில் இருக்கும் மற்ற பன்னாட்டு நிறுவனங்களைப் பின்னுக்குத் தள்ளி, சிறந்த முதலாளி, மேலாண்மையில் சிறந்த நிறுவனம், சிறப்பாக நிர்வகிக்கப் படும் நிறுவனம், முதலீட்டாளர்மீது அக்கறையுடைய நிறுவனம் ஆகிய விருதுகளுக்குத் தேர்ந்தெடுக்கப்பட்டோம். 1991-ன் சீர்திருத்தங்கள் கொண்டுவந்த நல்லவற்றுக்கான ஒளிரும் எடுத்துக்காட்டாக நாங்கள் இருப்பதில் பெருமை கொள்கிறோம்.

1992-ல் மிகச் சாதாரணமான $100 மில்லியன் வருவாய் கொண்டிருந்த தகவல் தொழில்நுட்பத்துறை, 2007-ல் $40 பில்லியனைத் தாண்டும் அளவுக்கு வளர்ந்திருக்கிறது. சீர்திருத்தங்களுக்கு முன்னதாக, பதினைந்து நாள் தேவைக்கான அத்தியாவசியப் பொருள்களின் இறக்குமதிக்குப் போதுமானதாக மட்டுமே இருந்த நம் அந்நியச் செலாவணிக் கையிருப்பு, கட்டுப்பாடுகள் தளர்ந்தபின் விரிந்து இன்று $280 பில்லியனாகப் பெருகி இருக்கிறது.

கட்டுப்பாடுகள் தளர்த்தப்பட்டால், சட்டத்துக்குப் புறம்பாக நடைபெறும் மூலதன வெளியேற்றம் காரணமாகச் அந்நியச் செலாவணி இருப்பு குறைந்துவிடும் என்பது பொதுவான கருத்து. ஆனால், மாறாக, இந்திய நிறுவனங்கள் அதிகமான அளவில் வெளிநாட்டு நிதி ஆதாரங் களை நம் நாட்டுக்குள் கொண்டுவந்து குவிக்கின்றன. இதனால்,

ரூபாயின் மதிப்பு உயர்ந்ததில் எந்த வியப்பும் இல்லை. நம் வர்த்தகங்களில் நிறுவன மேலாண்மைத் தரம் உயர்ந்துள்ளது. இதற்கு, இந்திய நிறுவனங்கள்மீது சர்வதேச முதலீட்டாளர்களுக்கு ஏற்பட்ட அக்கறைக்கு நன்றி கூறுவோம். பன்னாட்டு நிறுவனங்களின் வரவு அறிமுகப்படுத்திய போட்டிக்கும் நன்றி சொல்வோம். இந்திய வர்த்தக நிறுவனங்கள் செயலில் இறங்கின; வாடிக்கையாளர் மீதான கவனத்தில், ஊழியர் நலனில், முதலீட்டாளர் மீதான அக்கறையில் யாருக்கும் நாங்கள் சளைத்தவர்கள் அல்ல என்பதைச் சாதித்துக் காட்டின.

நமக்கும், இந்திய வர்த்தக நிறுவனங்களுக்கும் இந்தச் சீர்திருத்தங்கள் மூலம் கிடைத்த பாடங்கள் எவை? கற்றவை பல. சட்டத்துக்கு உட்பட்டு, நெறி பிறழாமல் இந்தியாவில் வர்த்தக நிறுவனங்களை நடத்த இயலும்; பன்னாட்டு நிறுவனங்களோடு போட்டியிட்டு வெல்ல முடியும்; உலகத் தரம் வாய்ந்த வர்த்தகச் செயல்பாடுகளுக்கு இணையாக நம்மாலும் இயங்க முடியும்; அவற்றைச் செழுமைப்படுத்தி அடுத்த நிலைக்கான உயர்வான நடைமுறைகளை உருவாக்க முடியும்; நிறுவன மேலாண்மையின் சிறப்பான செயல்பாடுகளே சர்வதேச முதலீட்டாளர் களை ஈர்க்கும்; சந்தையில் நிறுவனத்தின் மதிப்பு உயரும். இவை அனைத்தையும் சீர்திருத்தங்கள் எடுத்துக் காட்டியிருக்கின்றன.

நம் அரசியல்வாதிகளும் அதிகாரிகளும் இந்தச் சீர்திருத்தங்களின் மூலம் கற்றுக்கொள்ளவேண்டிய முக்கிய பாடங்கள் எவை?

முதலாவது: ஒரு தலைவனுக்குரிய முதல் தகுதி துணிவு. 'நிச்சயம் நம்மால் முடியும் என்பதைவிட, இது சாத்தியமில்லை என்று தோன்று வதை முயற்சி செய்வது மேலானது' என்ற எண்ணம் கொண்ட தலைவர்களால் அசாதாரணமான வெற்றிகளை அடையமுடியும் என்பதை இவை காட்டின.

இரண்டாவது: இந்தியாவைப் போன்ற விவாதங்கள் நிறைந்த மக்களாட்சி முறையிலும், தயக்கத்துடன் தாமதமாக முடிவெடுக்கும் தலைமையைவிட, விரைவாக உறுதியான முடிவுகள் எடுக்கக்கூடிய தலைமையைத்தான் மக்கள் விரும்புகிறார்கள் என்பதை இந்தச் சீர்திருத்தங்கள் வெளிப்படுத்தின.

மூன்றாவது: கட்டுப்பாடுகள் நிறைந்த பொருளாதார முறைக்கு நம்மை இழுத்துச் சென்ற அந்த அச்சங்களும் முன் அனுமானங்களும் தவறு என்பதை இந்தச் சீர்திருத்தங்கள் நிரூபித்தன.

இறுதியாக: முன்னேறிய நாடுகள் பின்பற்றும் விவேகம் நிறைந்த பொருளாதாரக் கொள்கைகள், இந்தியா போன்ற வளரும் நாடுகளுக்கும் பொருத்தமானவை என்பதை மறு உறுதி செய்தன.

முதலில் அறிவிக்கப்பட்ட சீர்திருத்தங்கள், நடுத்தர, உயர் நடுத்தர மக்களின் வாழ்க்கைத் தரத்தை உயர்த்துவதில் இந்தத் தேசத்துக்கு உதவின. ஆனால், ஏழைகள்மீது குறிப்பிடும்படியான தாக்கத்தை அவை ஏற்படுத்தவில்லை. உலகம் முழுவதும் உள்ள படிப்பறிவு அற்றவர்களில் அதிகமானோர் இந்தியாவில்தான் உள்ளனர். 1991-க்கு முன் 3.2 சதவிகிதமாக இருந்த வேளாண்மைத் துறை வளர்ச்சி இப்போது 1.9 சதவிகிதமாக வீழ்ந்துவிட்டது. இந்தச் சீர்திருத்தங் களாலும் உலகமயமாதலாலும் நம் கிராமங்கள் எந்தவிதப் பலனும் பெறவில்லை. இந்த இடைவெளி ஒவ்வொரு நாளும் அதிகரித்துக் கொண்டேதான் செல்கிறது.

பில்லியனர்கள் எண்ணிக்கை இந்தியாவில் வேகமாக அதிகரிக்கும் போது, ஏழைகள் மேலும் ஏழைமை நிலைக்கே செல்கிறார்கள். இன்றைய தாரக மந்திரம், ஒருங்கிணைந்த முன்னேற்றம் என்பதே. ஒருங்கிணைந்த முன்னேற்றம் என்பது சீர்திருத்தங்கள் மூலம் கிடைக்கும் பலன்களை ஏழைமை நிலையில் வாழும் பெரும்பான்மை இந்தியர்களுக்கும் கிடைக்கச் செய்வதே. பிரதமர் மன்மோகன் சிங், அத்தகைய வளர்ச்சியில் உறுதியான நம்பிக்கை கொண்ட மனிதர்.

ஏழைகளுக்கு என்ன தேவை என்பதைப் புரிந்துகொண்டால், 1991-ன் சீர்திருத்தங்கள்மூலம் நாம் கற்ற பாடத்தை, ஒருங்கிணைந்த வளர்ச்சியைச் சமூகத்துக்குக் கொண்டுவரப் பயன்படுத்த முடியும் என நம்புகிறேன். நடுத்தர அல்லது மேல்தட்டு மக்கள் வாழ்க்கை முறைக்கும், ஏழைகளின் வாழ்க்கை முறைக்கும் இடையே இருக்கும் வேறுபாட்டை ஆராய்வது அறிவார்ந்த செயலாக இருக்கும். இதில் வெளிப்படையாகத் தெரியும் ஒன்று: நடுத்தர அல்லது மேல்தட்டு வர்க்கம் அரசாங்கத்துடன் வைத்துக்கொள்ளும் மிகக் குறைவான தொடர்புகள். பள்ளிக்கூடம், கல்லூரி, மருத்துவமனை, வங்கி, கடை என எதுவாக இருந்தாலும், அவர்கள் பெரும்பாலும் தனியார் சேவை களையும் வசதிகளையும் பயன்படுத்துகிறார்கள். மாறாக, ஏழைகள் அனைத்து சேவைகளுக்கும் அரசாங்கத்தையே நம்பி இருக்கின்றனர்.

செல்வந்தர்களும், அதிகார வர்க்கத்தைச் சேர்ந்த இந்தியர்களும், வேறு மாற்று வழி இல்லை என்றால் ஒழிய, அரசுச் சேவைகளைப் பயன்படுத்துவது இல்லை. எனவே, இந்தச் சேவைகள் திறன் குறைந் தவையாக, பொறுப்பற்றவையாகச் செயல்படுகின்றன. எனவே, பின்வரும் இரண்டில் ஏதாவது ஒன்றைச் செய்தால்தான் ஒருங்கிணைந்த வளர்ச்சி உண்டாகும். அரசாங்கச் சேவைகளை ஏழைகளிடமிருந்தும் தள்ளிவைக்க வேண்டும். அல்லது, திறமையை, வெளிப்படையான செயல்பாட்டை, பொறுப்புணர்வை இந்தச் சேவைகளிலும் கொண்டு வர வேண்டும்.

கடந்த அறுபது ஆண்டுகளில் நாம் எடுத்திருக்கும் சமூகப் பொருளாதார முடிவுகளின் அடிப்படையில் பார்க்கும்போது, இதை நான் எளிதான செயலாக நினைக்கவில்லை. ஆகவே, இந்தச் சேவைகளில் சிலவற்றைத் தனியார்வசம் ஒப்படைக்க, உயர்நிலை அமைப்பு ஒன்றை நாம் உருவாக்கவேண்டும். அதே நேரத்தில், தனியார்வசம் கொடுக்க முடியாத சேவைகளில், திறமை, வெளிப் படைத்தன்மை, பொறுப்புணர்வுத் தன்மை ஆகியவற்றை அதிகரிக்க வேண்டும். இதைவிடக் குறைந்த எதனாலும் ஒருங்கிணைந்த வளர்ச்சியைக் கொணர முடியாது.

ஒருங்கிணைந்த வளர்ச்சியைச் சாதிப்பதற்கு இரண்டாவது கொள்கையாக, கொடுக்கப்படும் மான்யம் எதுவாக இருப்பினும், அது ஏழைகளை நேரடியாகச் சென்று அடைய வேண்டும் என்பதை மனத்தில் கொள்வது. இடைத்தரகர்கள் ஒழிக்கப்பட வேண்டும். அரசுத் துறைகளில் தங்களுக்கு வலிமையான ஆதரவைத் திரட்டுவதற்குத் திறமை இருக்கக்கூடிய செல்வந்தர்களுக்குத்தான் மான்யங்கள் உதவியாக இருக்கின்றன. எடுத்துக்காட்டாக, வேளாண் விளைபொருள் களுக்கான வரிவிலக்கு, உர மான்யம் போன்றவை, இந்தச் சலுகைகள் தேவையற்ற பெருவிவசாயிகளுக்கே போய்ச்சேருகின்றன.

மில்டன் ப்ரீட்மேன் கூறிய வவுச்சர் முறையை பெரிதும் மெச்சுபவன் நான். ஆனால், அதைப் போன்றதொரு முறையை இந்தியாவில் செயல் படுத்துவது கடினம். ஆகவே, குறிப்பிட்ட அளவு வருமானத்துக்குக் குறைவாக உள்ள குடும்பத்தைச் சார்ந்த பெண்களுக்கு வங்கிக் கணக்கின்மூலம் நேரடியாக நிதி உதவி அளிப்பதைப் பற்றிச் சிந்திக்கலாம். நேரடியான உதவியால் கிடைக்கும் பணத்தை, அந்தக் குடும்பத்தினர் தங்களின் மிக முக்கியத் தேவைகளுக்குப் பயன்படுத்திக் கொள்ள முடியும். அதேபோல், தனியார் துறையினர், அடிப்படைச் சேவைகளை ஓரளவு லாபத்துடன் ஏழைகளுக்கு வழங்க வழி செய்யும் ஒரு திட்டத்தையும் இதற்கு இணையாக நாம் உருவாக்கவேண்டும். இந்த வழியில், ஏழைகள் தங்களுக்கு மிக அவசியமான மான்யத்தைப் பெறமுடியும்; சிறப்பான வழியில் செலவிடத் திட்டமிட முடியும்; செலவிடும் தொகைக்கு உரிய சிறந்த மதிப்பையும் அவர்களால் பெற முடியும்.

அடுத்து வரக்கூடிய சீர்திருத்தங்கள், நெகிழ்வான தொழிலாளர் கொள்கை, வேளாண்மையில் உற்பத்தித்திறன் பெருக்கம், அடிப் படைக் கட்டமைப்பை மேம்படுத்துதல், ஆரம்பக் கல்வி மற்றும் உயர் கல்வி, சுகாதாரம், சத்துணவு, வசிப்பிடங்களின் தரத்தை உயர்த்துதல் ஆகிய துறைகளில் கவனம் செலுத்தவேண்டும். இவற்றைப் பற்றித்

தேவையான அளவு எழுதியாகிவிட்டது. ஆகவே மேலும் விவரமாக நான் இங்கு கூறப்போவதில்லை.

சமூகத்தில் மக்களது மனநிலை எந்த அளவுக்கு நல்ல நிலையில் இருக்கிறதோ, அதே அளவுக்கு அந்தச் சமூகத்தின் வளர்ச்சியும் நல்லவிதமாக அமையும். மேக்ஸ் வெபரின் கொள்கைகளில் நம்பிக்கை கொண்டவன் என்பதால் நல்ல வேலைநெறி, நேர்மை, தன்னடக்கம், நோக்கத்துடன் செயல்படுதல், உயர்வான தலைமைப் பண்பு, மக்களின் நலனில் சமூகத்துக்கு இருக்கும் உறுதிப்பாடு ஆகியவை பொருளாதார முன்னேற்றத்தை அடைவதற்கு உதவும் முக்கிய முன்தேவைகள். இவற்றைப் பின்பற்றுவது கடினம்தான். ஆனால், ஜான் எஃப் கென்னடி கூறிய, 'நமது பிரச்னைகள் அனைத்தும் மனிதனால் உண்டாக்கப் பட்டவை; ஆகவே, இவற்றை மனிதனால் தீர்க்க முடியும்; மனித வாழ்வில் ஏற்படும் எந்தப் பிரச்னையும் மனிதனால் தீர்க்க முடியாதது அல்ல' என்ற கூற்றில் நம்பிக்கை உள்ளவன் நான்.

மக்கள் தொகையும் இந்தியாவின் பொருளாதார முன்னேற்றமும்

இந்தியாவின் மலிவான, திறமையான உழைக்கும் மக்கள் கூட்டம், அதன் பொருளாதார முன்னேற்றத்தின் முக்கியமான உந்து சக்தியாக இருக்கிறது. மக்கள்தொகையில் உலகில் இரண்டாவது பெரிய நாடாக இந்தியா இருக்கிறது. 1960-ல் இந்தியாவின் மக்கள் தொகை 55 கோடி; அதன் பெருக்க விகிதம் 2.2 சதவிகிதம். 1970-ல் பெருக்க விகிதம் 2.22 சதவிகிதமாக உயர்ந்தது. குடும்பநலத் திட்டம் அறிமுகப்படுத்தப் பட்டபின், 1980-களில் மக்கள்தொகை பெருக்க விகிதம் குறைய ஆரம் பித்து 1990-ல் அது 1.8 சதவிகிதமானது. அது மேலும் குறைந்து 2000 ஆண்டு முதல் 1.5 சதவிகிதமாக ஆகியுள்ளது.

இருப்பினும், ஒவ்வோர் ஆண்டும் இந்தியாவின் மக்கள் தொகைப் பெருக்கம், சீனாவைவிட இரண்டு மடங்கு அதிகமாக உள்ளது. உலக அளவில் ஆண்டுதோறும் பெருகும் மக்கள் தொகையில் இந்தியாவின் பங்கு 21 சதவிகிதம். இப்போது அதன் மக்கள் தொகை 100 கோடிக்கும் மேலாக இருந்து வருகிறது.

'இந்தியாவின் அதிகமான மக்கள் தொகை ஒரு முக்கியமான சொத்து; பொருளாதார வளம் நிரம்பிய எதிர்கால இந்தியாவுக்கான திறவுகோல் அது' என்று ஜவாஹர்லால் நேரு கருதினார். வளர்ச்சிக்கான மாதிரித் திட்டங்கள் அனைத்தும், மக்கள் வளத்தை பொருளாதார முன்னேற்றத் தோடுதான் இணைக்கின்றன. ஏ.ஜே. கோலே, ஈ.எம். ஹூவர் ஆகியோரால் முதன் முதலாக அறிமுகப்படுத்தப்பட்ட மேக்ரோ எகனாமிக்ஸ் வளர்ச்சிக்கான மாதிரித் திட்டங்கள், வளர்ந்துவரும் நாட்டின் பொருளாதார முன்னேற்றம், இரண்டு அடிப்படைக் காரணி களைப் பொருத்தது என்று சுட்டிக்காட்டுகின்றன: ஒன்று, உழைக்கும்

ஏ.டி.ஷெராப் நினைவு நாள் பேருரை, மும்பை, ஏப்ரல் 8, 2004.

மக்கள் எண்ணிக்கையில் ஏற்படும் வளர்ச்சி; மற்றொன்று உழைப்பாளிகள் பயன்படுத்தக் கிடைக்கும் முதலீட்டின் அளவு.

இன்றைய இந்தியாவின் 100 கோடி மக்கள் தொகையில் 36 சதவிகிதத்தினர், 15 வயதுக்கும் குறைவானவர்கள். அதாவது, 2020-ல், இந்தியாவில் 32.5 கோடி மக்கள் உழைக்கும் வயதை அடைந்தவர்களாக இருப்பார்கள். உலகத்திலேயே அதிகமான உழைக்கும் மக்களை இந்தியா பெற்றிருக்கும். வளர்ந்த நாடுகள் அதிக அளவில் முதியவர் களைச் சந்தித்துக்கொண்டிருக்கும் சூழலில், இந்தியாவில் உழைக்கும் மக்களின் உயர்வு நிகழப்போகிறது. எடுத்துக்காட்டாக, ஐரோப்பாவில், உழைக்கும் மக்களுக்கும் ஓய்வு பெறுபவர்களுக்குமான விகிதம் 0.9 என்று இருக்கும். ஆனால் இந்தியாவில் அது 6.9 என்று இருக்கும்!

2020-ல், அமெரிக்காவில் உழைக்கும் வயதினர் பற்றாக்குறை 1.7 கோடியாகவும், சீனாவில் 1 கோடியாகவும், ஜப்பானில் 90 லட்சமாகவும், ரஷ்யாவில் 60 லட்சமாகவும் இருக்கும் என்று எதிர் பார்க்கப்படுகிறது. இந்த எதிர்காலக் காட்சித் தொகுப்பில், உழைக்கும் வயதைக் கொண்ட 4.7 கோடி மக்கள் இந்தியாவில் உபரியாக இருப்பார்கள்.

விரைவான பொருளாதார வளர்ச்சிக்கு உதவும் எரிபொருளாக, உழைக்கும் மக்களின் அதிகமான பெருக்க விகிதம் இருக்கும் நேரத்தில், இந்தியாவுக்குக் கிடைத்திருக்கும் இத்தகைய மக்கள் பரவல் தொகுப்பு, தேசத்துக்குக் கிடைத்த பெரும் வரப்பிரசாதம். 1950 முதல் 1990 வரையிலான காலகட்டத்தில், கிழக்காசிய நாடுகளின் பொருளாதார வளர்ச்சியில் மூன்றில் ஒரு பங்கு, இத்தகைய மக்கள் பெருக்கம் மூலமாகத்தான் ஏற்பட்டிருக்கிறது.

பிரேசில், ரஷ்யா, இந்தியா, சீனா ஆகிய, வளர்ந்து வரும் நான்கு பெரிய பொருளாதாரங்களில், இந்தியாவிடம் மட்டுமே பெரிய அளவிலான, விறுவிறுப்பான உழைப்பாளர் திரட்சியின் சாதகம் இருப்பதால், 2050 வரை, இந்தியா மட்டுமே ஆண்டுக்கு 5 சதவிகிதம் என்ற விகிதத்தில் வளரும் என்று கோல்ட்மேன் சாக்ஸின் அறிக்கை ஒன்று அனுமானிக்கிறது.

இருப்பினும், பொருளாதார வளர்ச்சிக்கும் செழிப்புக்கும், பெருகிக் கொண்டே இருக்கும் மக்கள் தொகை மட்டும் போதுமானதல்ல; பொருளாதார வல்லுநர்கள் கூறும் 'நல்ல மனித மூலதனம்' தேவை. அதாவது, திறமையும் நாட்டின் பொருளாதார இயக்கத்தில் ஈடுபடு வதற்கான வள ஆதாரங்களும் கொண்ட மக்கள். நல்ல மனித மூலதனம், உயர்தரமான உழைப்புச் செயல்திறனையும் தொழில் முனைவையும் தரும்; இதன் பலனாக, பொருளாதாரத்தின் வளர்ச்சி

உந்தப்படும். சரியான கொள்கைகள் நிறைந்த சூழலின் ஆதரவோடு உருவாகும் மனிதவள வளர்ச்சிதான், நல்ல மனித மூலதன உருவாக்கத்துக்கான திறவுகோல். அப்படிக் கவனம் செலுத்தவேண்டிய துறைகளாகக் கல்வி, பொது சுகாதாரம், குடும்பக் கட்டுப்பாடு, தொழிலாளர் சந்தையின் நெகிழ்வுத் தன்மை போன்ற பொருளாதாரக் கொள்கைகளைக் கூறலாம்.

இருப்பினும், மனிதவள முன்னேற்ற முயற்சிகளில் இந்தியா எந்த அளவு பின்தங்கிய நிலையில் இருக்கிறது என்பதை முக்கியக் குறியீடுகள் சுட்டிக் காட்டுகின்றன. 177 நாடுகளைக் கொண்ட மனித வளர்ச்சிக் குறியீட்டெண் பட்டியலில் நாம் 127-வது இடத்தில் இருக்கிறோம். சீனாவின் 9 சதவிகிதத்தை ஒப்பிடும்போது, இந்தியாவில் படிப்பறிவற்ற வயதுவந்தோர் 39 சதவிகிதம். மிகச் சரியாகச் சொன்னால், இந்தியாவில் 30 கோடிக்கும் அதிகமானவர்கள் படிப்பறிவு அற்றவர்களாக இருக்கிறார்கள்.

அமர்த்தியா சென் குறிப்பிடுவது போல், இந்தியா 'உலகின், மிகப் பெரிய படிப்பறிவற்ற பகுதிகளில் ஒன்றாக மாறிவிடும் அபாயம்' உள்ளது. 2.5 கோடி இந்தியக் குழந்தைகள் பள்ளிக்கு செல்ல இயலாமல் வெளியில் இருக்கிறார்கள். உலக அளவில், இப்படி இருக்கும் 10.4 கோடி குழந்தைகளில், இது நான்கில் ஒரு பங்கு. சத்துணவுக் குறைபாடு, இந்தியக் குழந்தைகளில் 64 சதவிகிதம் பேரைத் தாக்குகிறது.

சீனா, ஆண்டுதோறும் தன் மக்கள்தொகையில் ஒரு சதவிகிதத்தை, வேளாண் துறையில் இருந்து மாற்றி, கட்டுமானத் துறையிலும் உற்பத்தித் துறையிலும் அவர்களை ஈடுபடுத்துகிறது. இதைப் போன்ற பெரிய அளவிலான வேலை உருவாக்கம் இந்தியாவில் நிகழாமல் போனதற்கு, தொழிலாளர் சந்தையின் நெகிழ்வில்லாத் தன்மையும் முதலீடுகள் மீதான தடையும்தான் காரணம். சீனாவின் 11 சதவிகிதத்தை ஒப்பிடும்போது, ஏழைமை அளவு இந்தியாவில் 26 சதவிகிதமாக இருக்கிறது. சரியாகச் சொல்லப்போனால், இந்தியாவின் வறியவர்களின் எண்ணிக்கை 26 கோடி (கிராமப்புறத்தில் 19.3 கோடி, நகர்ப்புறத்தில் 6.7 கோடி).

மனிதவள வளர்ச்சியில் குறைவான முன்னேற்றம் மட்டுமே சாத்தியப்பட்டிருக்கும் இந்தியாவில், மிகப் பெரிய மக்கள் தொகை, சாதகமாக இருப்பதற்குப் பதில் பாதகமாகவே இருக்கும். இந்தியாவின் இப்போதைய மக்கள் தொகைப் பெருக்கம் ஆண்டுக்கு 1.6 கோடி. அந்தப் பெருக்கம் 1.8 கோடியாக 2016-ல் மாறக்கூடும். 2035-ல், சீனாவின் மக்கள் தொகையை இந்தியா தாண்டும்போது, இரண்டு தேசங்களின் மக்கள் தொகையும் ஏறத்தாழ 150 கோடியாக இருக்கும்.

மக்கள் தொகையை நிலைநிறுத்துவதில் இந்தியாவின் தோல்வி, அதன் எதிர்காலப் பொருளாதாரத்தில் குறிப்பிடத்தக்க தாக்கத்தை ஏற்படுத்தும். இந்தியா, சீனா இரண்டின் தேசிய உற்பத்தியையும் அந்த மக்களின் வாங்கும் சக்தியையும் ஒப்பிட்டுப் பார்க்கும்போது, தனிநபர் வருமானத்தில் மக்கள் தொகைப் பெருக்கத்தின் தாக்கத்தை அறிய முடியும். தனிநபர் வாங்கும் சக்தி அடிப்படையில், 1980-ன் இறுதியில் இந்தியாவும் சீனாவும் ஒரே அளவில்தான் இருந்தன. 1990-களில் இரு நாடுகளும் தங்கள் வளர்ச்சியில் திடீர் உயர்வைச் சந்தித்தன.

எக்கானமிஸ்ட் இதழ் குறிப்பிடுவதுபோல், இந்தியாவின் உண்மையான தேசிய உற்பத்தி, ஆண்டுக்கு 5.8 சதவிகிதமாக 1991 முதல் 2003 வரை வளர்ந்தது. சீனாவுடையது 9.7 சதவிகிதமாக வளர்ந்தது. இருப்பினும் பொருளாதார வளர்ச்சியைக் காட்டிலும், தனிநபர் தேசிய உற்பத்தியில் ஏற்பட்டிருக்கும் வேறுபாட்டில் விரைவான உயர்வு ஏற்பட்டது. சீனாவின் தனிநபர் தேசிய உற்பத்தி 1990 முதல் 2003 வரை சராசரியாக 8.5 சதவிகிதம் வளர்ந்தபோது, இந்தியாவின் வளர்ச்சி 4 சதவிகிதமே. இதன் விளைவாக, தனிநபர் தேசிய உற்பத்தி அடிப்படையில் ஒப்பிட்டால், 1990-க்கும் 2003-க்கும் இடைப்பட்ட காலத்தில், இந்தியாவைவிட 70 மடங்கு அதிகச் செழிப்பை சீனாவால் பெற முடிந்தது. தனிநபர் தேசிய வருமானம் இந்தியாவில் $530 ஆக இருந்தபோது, சீனாவில் $1,100 ஆக இருந்தது. 10 ஆண்டுகளுக்குள் சாதிக்கப்பட்ட குறிப்பிடும்படியான இடைவெளி இது. தற்போதைய மக்கள் தொகை பெருக்கத்தின் அடிப்படையில் பார்த்தால், இந்தியாவின் தேசிய உற்பத்தி வளர்ச்சி, 2016 வரை, ஆண்டுக்கு 9 சதவிகிதம் இருந்தால்தான், 2004-ல் இந்தோனேசியாவின் தனிநபர் வருமான அளவான 980 டாலரை இந்தியாவால் அடைய முடியும்.

இன்றைக்கு நகரப் பகுதிகளில் ஏற்பட்டிருக்கும் மக்கள் அடர்த்தி, சேவை அமைப்புள்மீதும் உள்கட்டமைப்புகள்மீதும் அளவுக்கு அதிகமான சுமையைக் கொண்டுவந்து சேர்க்கிறது. நகர மக்கள் தொகையில் 25 சதவிகிதம், சுகாதார வசதி இல்லாமல் வாழ்கிறார்கள்; குடிநீர்க் குழாய் வசதி இல்லாமல் 24 சதவிகிதத்தினர் இருக்கிறார்கள். இந்தியாவின் முக்கிய நகரங்களின் மக்கள் தொகை, 2015-ல் சராசரியாக 25 சதவிகிதம் அதிகரிக்கும் என எதிர்பார்க்கப்படுகிறது. உலகத்தின் மிக அதிகமான மக்கள் தொகை கொண்ட நகரங்களில் ஒன்றான மும்பையின் மக்கள் தொகை, 2015-ல் இப்போது இருக்கும் 1.8 கோடியிலிருந்து 2.6 கோடியாக உயரும் என எதிர்பார்க்கப்படுகிறது.

இந்திய மக்கள் தொகையில் 72 சதவிகிதத்தினர், 2030-ல் நகரங்களில் வசிப்பார்கள். மக்கள் தொகைப் பெருக்கத்தால் அதிகரிக்கும் குடியிருப்புகளின் தேவையை நிறைவேற்ற, நகரங்களில் ஆண்டுக்கு 36

லட்சம் வீடுகள் கட்ட வேண்டியிருக்கும். இந்திய மக்கள் தொகையில் ஏற்படும் பெருக்கம் காரணமாக மட்டும், ஆண்டுதோறும் புதிதாக 66,000 ஆரம்பப்பள்ளிகளும், 3,000 சுகாதார மையங்களும் திறக்கப்பட வேண்டியிருக்கும். பெருகும் மக்கள் தொகையின் உணவுத்தேவைகளை நிறைவேற்றுவதற்கு, இந்தியா தன் உணவுப்பொருள் உற்பத்தியை ஆண்டுதோறும் 3 சதவிகிதம் தொடர்ச்சியாக அதிகரிக்க வேண்டும்.

இந்தியாவின் எதிர்கால மக்கள் பரவலில், மக்கள் தொகைப் பெருக்கம் முக்கிய தாக்கத்தை ஏற்படுத்தும். 2003-ல், 60 வயதுக்கும் மேற் பட்டவர்கள் 8 சதவிகிதத்துக்கும் குறைவாக இருந்தார்கள். இருப்பினும், 2050-ல், 26 சதவிகிதத்துக்கும் மேலானவர்கள் ஓய்வு பெறும் வயதை எட்டியவர்களாக இருப்பார்கள். வேலை செய்பவர்களுக்கும் அவர்களை நம்பி இருப்பவர்களுக்குமான விகிதம் 0.9-க்கு வீழ்ந்து விடும். இதன் விளைவாக, முதியவர்கள் எண்ணிக்கையால், பொருளா தாரத்துக்கு ஏற்படும் சுமை குறிப்பிடத் தகுந்த அளவுக்கு உயரும்.

மக்கள் தொகைப் பெருக்கத்தால், இந்தியாவின் வள ஆதாரங்களில் ஏற்பட்டிருக்கும் தாக்கம் மிகத் தீவிரமானது. உலக வங்கிக் குறிப்பின் படி, வள ஆதாரங்களின் தரமிழப்பு காரணமாக, இந்தியப் பொருளா தாரத்துக்கு அதன் தேசிய உற்பத்தியில் 4.5 சதவிகித இழப்பு உண்டாகிறது. ஆக்கிரமிப்பினாலும் விளைச்சலை அளவுக்கு அதிகமாகப் பயன்படுத்துவதன் காரணமாகவும் புல்வெளிகள் போன்ற பொது நிலங்களின் அளவு 25 சதவிகிதம் குறைந்துவிட்டது. இந்தியாவின் நீர்மட்டம், ஆண்டுதோறும் சராசரியாக 6 அடி குறைந்து வருகிறது. 2025 வாக்கில் தண்ணீர்ப் பற்றாக்குறையின் எல்லைக்குள் இந்தியா வந்துவிடும் என்று கணித்திருக்கிறார்கள்.

இந்தியாவின் 33 கோடி ஹெக்டேர் நிலத்தில் பாதி அளவு தரம் இழந்திருப்பதாக மதிப்பிட்டுள்ளனர். ஆண்டுதோறும் ஏற்படும் இந்த இழப்பு, இதே அளவில் தொடர்ந்தால், உற்பத்திக்குப் பயன்படும் இந்தியாவின் நிலங்கள் அனைத்தும், 200 ஆண்டுகளில் பாலை நிலங்களாக மாறிவிடக் கூடும். இந்தியாவின் வள ஆதாரங்களின் எதிர்காலப் பயன்பாட்டின் மீதும் குறிப்பிடத்தக்க அளவில் தாக்கம் ஏற்படும். இந்தியாவில், இன்றைய தனிநபர் பயன்பாட்டு அளவு, ஐரோப்பாவின் பயன்பாட்டு அளவில் இருபதில் ஒரு பங்காக இருக்கிறது. இருப்பினும், இந்தியாவின் பொருளாதார வளர்ச்சி காரணமாக, ஆண்டுக்கு 3 கோடி மக்கள் மத்தியதர வர்க்கத் தொகுப்பில் சேர்ந்துகொண்டிருக்கிறார்கள்.

பொருளாதார வல்லுநர் ஸ்டூவர்ட் ஹார்ட் குறிப்பிடுவதுபோல், ‘நிலைத்திருக்கும் பொருளாதார நிலையில்’ இருந்து ‘பயன்பாட்டுப்

பொருளாதார நிலைக்கு' மாறிச் செல்லும் கட்டத்தில் இந்தியா இருக்கிறது. இதன் விளைவாக, வள ஆதாரங்களுக்கான தேவை அதிகமாக உயரும். சீனாவில் 2003-ல் தினந்தோறும் 11,000 புதிய கார்கள் சாலைகளில் ஓட ஆரம்பித்தன. 2004-ல், உலக அலுமினியப் பயன் பாட்டில் 20 சதவிகிதம் சீனாவுக்குத் தேவைப்பட்டது. இரும்பு, நிலக்கரி ஆகியவற்றின் பயன்பாட்டில், சீனாவின் தேவை உலக அளவில் 33 சதவிகிதமாக இருக்கிறது. உலகத்தில் வாங்கப்பட்ட சிமெண்டில் 45 சதவிகிதம் சீனாவால் வாங்கப்படுகிறது. உண்மையில், சீனாவின் பயன் பாட்டுத் தேவைதான், கடந்த 3 ஆண்டுகளில் எக்கானமிஸ்ட் இதழின் பொருள்-விலை குறியீட்டெண்ணில் ஏற்பட்ட 50 சதவிகித உயர்வுக்குக் காரணம்.

இந்தியா, சீனா ஆகியோரின் எதிர்கால எரிபொருள் தேவை உயர்வு, உலகத்தின் வள ஆதாரங்களில் குறிப்பிடும்படியான நிர்பந்தங்களை ஏற்படுத்தும். இன்றைய நிலையில், சீனாவின் ஒரு நாளைய தேவையான 10 லட்சம் பேரல் எரிபொருள், 2004-ன் எரிபொருள் விலை ஏற்றத்துக்கு முக்கியக் காரணியாக இருந்தது என மதிப்பிடுகிறார்கள். அடுத்த 15 ஆண்டுகளில், உலகப் பயன்பாட்டுத் தேவையில் இந்தியாவின் அளவு, சீனாவைத் தாண்டிச் சென்றுவிடும் என கோல்ட்மன் சாக்ஸ் கணிக்கிறது. அதன் காரணமாக ஏற்படப்போகும் சுற்றுபுறச் சூழல் தாக்கம் எதிர்பார்க்க முடியாதது. சர்வதேச எரிபொருள் முகமையின் கணிப்பின்படி, 2010-ல், இந்தியாவும் சீனாவும் வெளியேற்றும் கரியமில வாயுவின் அளவு, உலகின் மொத்த வெளியேற்றத்தில் நான்கில் ஒரு பங்காக இருக்கும்.

சீனாவின் பொருளாதார வளர்ச்சியில் சுற்றுப்புறச் சூழலின் தாக்கம் ஏற்கெனவே குறிப்பிடும்படியாக உள்ளது. சுற்றுப்புறச் சூழலும் வள ஆதாரங்களும் தரம் இழந்துபோவதன் காரணமாக, சீனாவின் தேசிய உற்பத்தியில் ஆண்டுதோறும் 12 சதவிகித இழப்பு ஏற்படுகிறது என உலக வங்கி மதிப்பிடுகிறது. 7 கோடி சுற்றுப்புறச் சூழல் அகதிகள் - மண் வளமிழப்பினாலும் வறட்சியினாலும் வேலையிழந்து கிராமங்களில் இருந்து துரத்தப்பட்டவர்கள் - வேலை தேடி சீனாவின் தெருக்களில் அலைகிறார்கள். 2003-ல் தண்ணீர்ப் பற்றாக்குறை காரணமாக சீனாவின் தொழிற்சாலை உற்பத்தியில் $28 பில்லியன் இழப்பு ஏற்பட்டுள்ளது. நிலங்கள், வறட்சியால் பாலைவனமானதால் $13 பில்லியன் இழப்பு ஏற்பட்டுள்ளது.

சுற்றுப்புறச் சூழல் சீர்குலைந்துகொண்டே போவதாலும், வள ஆதாரங்களின் இருப்பு குறைந்து வருவதாலும், வளரும் நாடுகள் தங்கள் வேகமான வளர்ச்சியை தொடர்ந்து காணமுடியாது. ஐரோப்பிய, அமெரிக்கப் பொருளாதாரங்களில் பின்பற்றப்படும் பயன்பாட்டு

முறைகளை இந்தியாவும் சீனாவும் பின்பற்றினால், வள ஆதாரங்களிலும் சுற்றுப்புறச் சூழலிலும் மீளமுடியாத தாக்கத்தை அவை ஏற்படுத்தும். இதன் விளைவாக, இன்று இந்தியா சந்திக்கும் சவால், மக்கள் தொகைப் பெருக்கத்தைக் கட்டுப்படுத்துவது எப்படி; பொருளாதார வளர்ச்சியை 'நீடித்திருக்கும் பொருளாதாரத்தோடு' இணைத்துச் செல்வது எப்படி என இருமுனைத் தாக்குதல் கொண்டதாக இருக்கிறது.

இந்தியாவின் மக்கள் தொகையை, 2045-ல் 170 கோடியாக நிலை நிறுத்துவதற்கு, மக்கள் தொகைப் பெருக்க விகிதத்தில் மாற்றம் கொண்டுவர வேண்டும்: தற்போது 3.3 சதவிகிதமாக இருக்கும் கருவுறும் விகிதத்தை 2010-ல் 2.1 சதவிகிதமாகக் குறைக்க வேண்டும். இதை நம்மால் செய்ய இயலும் என நம்புகிறேன். மார்ட்டின் லூதர் கிங் ஜூனியர் கூறியதுபோல, 'அதிகப்படியான மக்கள் தொகையால் வரும் தீங்குகளை, நாம் கண்டுபிடித்திருக்கும் உத்திகளால், நம்மிடம் ஏற்கெனவே உள்ள வள ஆதாரங்களால் தீர்க்க முடியும்.'

இந்தியாவின் மக்கள் தொகை வளர்ச்சி விகிதத்தைக் குறைக்கும் முயற்சியில், குறுகிய காலத் திட்டங்களையும் நீண்டகாலத் திட்டங்களையும் ஒருங்கிணைத்துச் செயல்படுத்த வேண்டும். குறுகிய காலத் திட்டத்தின்மூலம் பிறப்பு விகிதத்தை விரைவாகக் குறைக்கவும், நீண்ட காலத் திட்டத்தின்மூலம் கருவுறும் விகிதத்தைக் குறைக்கவும் நடவடிக்கை எடுக்கவேண்டும். பிறப்பு விகிதத்தைக் கட்டுப்படுத்துவதில் இந்தியாவின் குடும்பக் கட்டுப்பாடுத் திட்டங்கள் ஓரளவே வெற்றி பெற்றிருக்கின்றன.

குடும்பநலத் திட்டங்களை நடைமுறைப்படுத்துவதில் மாநில அளவில் தோல்வியே அதிகம் ஏற்பட்டுள்ளது. எடுத்துக்காட்டாக உத்தரப்பிரதேச மாநிலத்தில் கருத்தடைச் சாதனங்களைப் புறக்கணித்தவர்கள் சுமார் 20 சதவிகிதத்தினர் உள்ளனர். இந்தியாவின் குடும்பநலத் திட்டங்களின் செயல்திறன் குறித்து குறைந்த அளவிலான ஆய்வுகளே நடத்தப்பட்டுள்ளன. மற்றொரு எடுத்துக்காட்டு, ஹரியானா மாநிலம். அங்கு குடும்பக் கட்டுப்பாட்டைச் செயல்படுத்துவோருக்கு ஊக்கத்தொகை அளிக்கும் திட்டங்கள் இருந்தாலும், அந்த மாநிலத்தின் கருவுறும் சதவிகிதம் தேசியச் சராசரியைவிட அதிகமாகவே இருக்கிறது.

குடும்ப நலத் திட்டங்களை நல்லமுறையில் நடைமுறைப்படுத்தவும் மேலும் சிறப்பான திட்டங்களைத் தீட்டவும், மாநில அரசு அமைப்புகளையும் தன்னார்வ அமைப்புகளையும் கலந்து ஆலோசிப்பது நல்லது. உள்ளூர் நிலைக்கு ஏற்ற குடும்ப நலத் திட்டங்கள்

உருவாக்கிச் செயல்படுத்துவது, அந்தந்தப் பகுதியில் இருக்கும் மக்களின் குறிப்பிடத்தக்க தேவைகளை அறிந்து அவற்றை நிறை வேற்றவது போன்றவை அதிக அளவில் பொறுப்புணர்வை உருவாக்க உதவும்.

பல்வேறு கருத்தடை முறைகள் குறித்துக் குடும்பத்தில் உள்ளவர் களுக்குக் கல்வி புகட்ட, கணினி உதவியுடன் அந்தத் தகவல்கள் முழுவதையும் திரட்டி அளிக்கவேண்டும்; கல்வி புகட்டுமாறு நிகழ்ச்சி களையும் திட்டங்களையும் உருவாக்குவதில் அரசு கவனம் செலுத்த வேண்டும். கருத்தடைச் சாதனங்களின் பயன்பாட்டை அதிகப்படுத்த, பெண்களை குடும்ப நலத் திட்டங்களில் அதிகமாக ஈடுபடுத்துவதும், அவர்களுக்குக் கல்வி புகட்டுவதும் முக்கியமானது. உண்மையான முன்னேற்றதைக் கணிப்பதற்கு, குறுகிய கால, மாநில அளவிலான குறிக்கோள்களை நிர்ணயித்துச் செயல்படுவது அவசியம்.

நீண்டகால நோக்கங்களையும் கவனத்தில் கொண்டதாகக் குடும்ப நலத் திட்டங்கள் இருக்கவேண்டும். நீண்டகாலத் திட்டத்தில், கல்வி அறிவு பெற்றவர்களின் சதவிகிதத்தை உயர்த்துதல், பெண்கள் மற்றும் குழந்தைகள் நலனில் அக்கறை காட்டுதல் போன்ற மனிதவள வளர்ச்சியில் கவனம் செலுத்துவதன் மூலம் கருவுறும் சதவிகிதத்தையும் மக்கள்தொகை பெருக்கத்தையும் வெகுவாகக் குறைக்க முடியும். இந்தியாவின் ஏழைமை நிறைந்த, படிப்பறிவற்றோர் மிகுந்த மாநிலங் களான உத்தரப் பிரதேசம், பீகார், ராஜஸ்தான், மத்தியப்பிரதேசம் ஆகியவற்றில்தான் மிக அதிகமாக 4.3 சதவிகிதம் கருவுறும் விகிதம் இருக்கிறது.

தென் மாநிலங்களான ஆந்திரப் பிரதேசம், தமிழ்நாடு, கர்நாடகா, கேரளா ஆகியவற்றில் மக்கள் தொகை வளர்ச்சி குறைந்துள்ளது. தற்போது இந்த மாநிலங்களில், மக்கள் தொகை மாறா நிலை விகிதமான 2.1-க்கு இணையாக அல்லது அதற்குச் சற்று அதிகமாக கருவுறும் விகிதம் இருக்கிறது. இந்த மாநில அரசுகள், மனிதவள வளர்ச்சியில் கவனம் செலுத்தியதோடு, மாநிலத்தில் பொருளாதார வாய்ப்புகளையும் ஏற்படுத்தித் தந்தன; உயர்வான சமூக சேவைத் திட்டங்களை வட மாநிலங்களைவிட வேகமாக, இந்த மாநிலங்கள் அறிமுகப்படுத்தின.

குடும்பநலத் திட்டங்கள், இந்த மாநிலங்களில் வெற்றி பெற்றதற்கு, பெண்களின் கல்வியில் ஏற்பட்ட உயர்வும் முக்கியக் காரணம். பெண்களின் கல்வி அறிவின்மையில் ஏற்படும் வீழ்ச்சிக்கும் பெண்களின் கருவுறும் விகித வீழ்ச்சிக்கும் இருக்கும் தொடர்பு உலக அளவில் ஒரே மாதிரியாக இருக்கிறது என்று பொருளியல் நிபுணர்

பென் வாட்டன்பெர்க் குறிப்பிடுகிறார். பெண்கள் மற்றும் குழந்தைகளின் நலனில் கவனம் செலுத்துவது மக்கள் தொகை கட்டுப்பாட்டுக்கு உதவுகிறது. தாய் மற்றும் குழந்தைகளின் இறப்பு விகிதத்தில் ஏற்படும் வீழ்ச்சி, கருவுறும் விகிதத்தின் வீழ்ச்சிக்கு இட்டுச் செல்லும். தற்போது கேரளாவில் 1,000 பேருக்கு 30 ஆக இருக்கும் தாய்மார்களின் இறப்பு விகிதம், மத்தியப்பிரதேசத்தில் 200 ஆக இருக்கிறது. தெளிவாகச் சொன்னால், மனிதவளத்தில் ஏற்படும் முன்னேற்றமும் குறைவான மக்கள் தொகைப் பெருக்கமும் ஒன்றுக் கொன்று தொடர்புடையவை.

மனிதவள மூலதனத்தை அதிகப்படுத்த வேண்டுமானால், அவர்களுக்குத் தேவையான முக்கிய வள ஆதாரங்களை அடைவதற்கு வாய்ப்புடையவர்களாக மக்களை மாற்றவேண்டும். 'வளர்ச்சிக்கான மிக வலிமையான கொள்கை, மனிதர்களின் தெரிவில்தான் இருக்கிறது' என்கிறார் ஜார்ஜ் எலியட். வேலைகளைத் தேர்ந்தெடுக்கும் வாய்ப்பைப் பெற, மக்களுக்கு திறமையையும் வள ஆதாரங்களையும் அளிக்கவேண்டும். அதாவது, சுகாதாரத்தையும் கல்வியையும் பெறுவதற்குரிய வசதிகளை உருவாக்குதல்; உள்கட்டமைப்பு வசதிகளைப் பயன்படுத்திக் கொள்வதற்கான சிறந்த வாய்ப்புகளை அளித்தல்; அதிகமான வேலைகளை உருவாக்குதல்.

நிலையற்ற பொருளாதார வளர்ச்சியாலும் மக்கள் தொகைப் பெருக்கத்தின் தாக்கத்தாலும் ஏற்படும் விளைவுகளை இந்தியா அலட்சியப் படுத்தக் கூடாது. விரைவான மாற்றத்துக்கான மனநிலையை விதைக்கக்கூடிய உறுதியும் திறமையும் கொண்ட தலைவர்கள் இன்றைய இந்தியாவுக்குத் தேவை. மாற்றத்துக்கு இட்டுச் செல்லும் முதல்படி விழிப்புணர்வுதான். இந்தியாவின் மக்கள் தொகைப் பெருக்கம் காரணமாக ஏற்படும் விளைவுகள், மக்கள் தொகை சார்ந்த கொள்கைகளின் வெற்றி தோல்விகள், நீடித்திருக்கும் செயல்பாட்டின் தேவை ஆகியவை குறித்த பொது விவாதங்களை நம் தலைவர்கள் ஊக்குவிக்க வேண்டும்.

மக்கள் தொகைப் பெருக்கத்தைக் கட்டுப்படுத்துதல், நீடித்த பொருளாதார நிலையை அடைதல் போன்ற பிரச்னைகளுக்கான தீர்வுகளைக் கண்டறிவதற்கான ஆய்வுகளை நம் தலைவர்களும், கொள்கை வகுப்பாளர்களும் ஊக்குவிக்க வேண்டும். இந்தியாவின் கவனம், மாசுக் கட்டுப்பாட்டைக் குறிவைத்து அவ்வப்போது சிறு திட்டங்கள் தீட்டுவது என்பதில் இருந்து மாறவேண்டும். மாசு ஏற்படுவதைத் தவிர்த்தல், வள ஆதாரங்களைப் பாதுகாத்தல், சுத்தமான சூழல் உருவாக்கத்துக்கான தொழில்நுட்பத்தைக் கண்டறிதல் போன்றவற்றில்

நீண்ட காலத்துக்குப் பயன்தரக் கூடிய தீர்வுகளில் பரவலான கவனத்தைச் செலுத்த வேண்டும்.

மக்களின் பயன்பாட்டு அளவு, மக்கள் தொகையின் அளவு, தொழில் நுட்பம் ஆகிய மூன்று காரணிகளின் செயலாலும், சுற்றுப்புறச் சூழல், வள ஆதாரங்கள் போன்றவற்றின் பற்றாக்குறையாலும் மக்களுக்குச் சுமை அதிகமாகிறது என்று மக்கள்தொகை நிபுணர்கள் பால் எல்ரிச், பேரி காமனர் ஆகியோர் குறிப்பிடுகின்றனர். இதனால், மக்கள் தொகையின் அளவும் பயன்பாடும் அதிக அளவில் இருக்கும்போது, வள ஆதாரங்களின் தேவையில் ஏற்படும் உயர்வைச் சமாளிப்பதற்கு அவசியமான நீடித்த வளர்ச்சியைச் சாத்தியப்படுத்த ஒரே வழி, தொழில்நுட்பத்தில் புதுமைகளைக் கொணர்வது மட்டுமே. பழமையான, திறமையற்ற தொழில்நுட்பத்தைத் தாவிக் கடந்து செல்லும் வாய்ப்பு இந்தியாவுக்கு இருக்கிறது. புதிய, நிலையான தீர்வுகளான மேலும் திறன்மிக்க போக்குவரத்து; திறன்மிக்க சுகாதார அமைப்பு முறைகள்; மாசுபடுத்தா எரிபொருள் கொண்ட வாகனங்கள்; உற்பத்தித் துறையில் மேன்மையான பொருள் மற்றும் தயாரிப்புத் தொழில்நுட்பங்கள்; ரசாயன உரங்களைப் பயன்படுத்தாமல் உயிரி நுட்பவியல் முறையில் பயிர் செய்தல் ஆகியவற்றில் கவனம் செலுத்தும் வாய்ப்பு அதற்கு இருக்கிறது.

அரசாங்கமும் வள ஆதாரங்களைப் பாதுகாக்கும் கொள்கைகளை வகுப்பதில் கவனம் செலுத்த வேண்டும். மரபு சார்ந்த எரிபொருள் களுக்கு மான்யம் வழங்குவதால், மரபு சாரா எரிபொருள் உற்பத்தி யாளர்களுக்குப் போட்டி கடினமாக இருக்கிறது; ஆகவே, குறைந்த பட்சம் செல்வந்தர்களுக்கும் மத்திய வர்க்கத்தினருக்கும் இந்த மான்யம் நிறுத்தப்படலாம். நிலத்தடி நீரைத் தேவைக்கு அதிகமாகப் பயன்படுத்த வழிவகுக்கும் ஒரே அளவிலான மின்சாரக் கட்டண நிர்ணயம் நீக்கப்பட வேண்டும். சுற்றுப்புறச் சூழல் மாசுபடாமல் இருப்பதற்குப் பொறுப்பானவர்களாக இந்திய தொழில்துறையினரை இயங்க வைக்க வேண்டும்; அதனை நெறிப்படுத்தும் முக்கிய பணி, இந்திய அரசாங்கத்தின் கையில் இருக்கிறது.

தேசம் என்ற அளவில், பல்வேறு முக்கிய, சமூக, பொருளாதாரச் சவால்கள் நம் முன்னால் காத்திருக்கின்றன. புதிய, புதுமையான தீர்வுகள் தேவைப்படும் தனித்தன்மை கொண்ட பிரச்னைகளை நாம் சந்திக்கிறோம். அற்புதமான திறமைகள் கொண்ட தேசம் நம்முடையது. இந்தச் சவால்களைச் சந்திக்கும் திறன் கொண்டவர்கள் நாம். இந்த தேசத்தை மாற்றிக் காட்டும் செயலில் இறங்குவதற்கான வாய்ப்பு நமக்குக் கிடைத்திருக்கிறது என்று கருதுகிறேன்.

நவீன இந்தியாவின் நகர்ப்புற வளர்ச்சிக்கான வழிமுறைகள்

விடுதலை பெற்ற இந்தியாவின் முக்கியமான கொள்கை வகுப்பாளர்களில் ஒருவரான பி.என். ஹக்ஸர், 'வறுமையை ஒழிப்போம்' என்ற சக்தி வாய்ந்த முழக்கத்தைப் பயன்படுத்தி 1971-ல் இந்திரா காந்தியின் அரசியல் பிரசாரத்தைத் திட்டமிட்டவர்; 30 கோடி ஏழை இந்தியர்களின் சார்பாக, வறுமைக்கு எதிராக எழும்பிய போர் முழக்கமாக அது இருந்தது. 'வறுமையை ஒழிப்போம்' என்பதை உண்மையாகச் செயல்படுத்துவதற்கு ஒரே வழி, நம் நகரங்களை மேம்படுத்துவதுதான். ஏனெனில், நகரங்கள்தான் பொருளாதார வளர்ச்சியின் முக்கியமான தாக்கங்களைத் தாங்கிக் கொள்பவை.

வறுமையற்ற இந்தியா. இருபத்தி ஐந்து ஆண்டுகளில் (1981-க்குள்) அனைவருக்கும் வேலை. இந்திய அரசு 1956-ல் வெளியிட்ட இந்தத் தொலைநோக்குத் திட்டம், அடைய முடியாததாக, இன்றுவரை நம்மிட மிருந்து நழுவிக் கொண்டிருக்கிறது. இன்று, 26 கோடிக்கும் மேற்பட்ட இந்தியர்கள் வறுமைக்கோட்டுக்குக் கீழே வாழ்கிறார்கள். இந்த தேசத்தின் 39 கோடிக்கு மேற்பட்ட மக்கள் படிப்பறிவற்றவர்களாக இருக்கிறார்கள். இது உலகின் மிகப் பெரிய படிப்பறிவற்ற கூட்டம். இந்தியாவில் வேலையற்றோர் எண்ணிக்கை, 10 சதவிகிதத்துக்கும் மேல் என்று கணக்கிட்டுள்ளனர். இப்போதைய வேலையற்றோர் சதவிகி தத்தை நிலையானதாகச் செய்வதற்கே, அடுத்த ஐந்து ஆண்டுகளுக்கு, ஆண்டுக்கு 1 கோடி என்ற கணக்கில் இந்தியா வேலைகளை உருவாக்க வேண்டும் என்று வல்லுநர்கள் கருதுகின்றனர்.

ஆனால், ஆண்டுக்கு 10 லட்சம் வேலைகளைத்தான் நாம் உருவாக்கு கிறோம். நீடித்த வகையில் வேலைகளை உருவாக்குவதற்கும்

பி.என்.ஹக்ஸர் நினைவு நாள் பேருரை, புது தில்லி, பிப்ரவரி 18, 2006.

பரவலான, சமஅளவிலான முன்னேற்றத்தை அடைவதற்கும் போதுமான ஆற்றல் கொண்டதாக நம் பொருளாதார வளர்ச்சி இல்லை. இந்தியாவின் பரந்து விரிந்த பொருளியல் ஆற்றலைத் திறக்கவும், அதன் மூலம் விரைவான நீடித்த பொருளாதார வளர்ச்சியை உருவாக்கவும் உதவும் திறவுகோல் நகரங்களில் இருப்பதாக நம்புகிறேன். ஆதலால், நகரமயமாதலும் நகரமைப்புத் திட்டங்களும் நவீன இந்தியாவுக்குத் தலையாய முக்கியத்துவம் பெறுகின்றன.

வளர்ந்து வரும் நாடுகளிலும் வளர்ச்சியடைந்த நாடுகளிலும் விரைவான நகரமயமாதலை இன்று நாம் பார்க்கிறோம். உலக அளவில், ஒவ்வோர் ஆண்டும் ஏறத்தாழ 7 கோடி மக்கள், நகரங்களை நோக்கிக் குடிபெயர்கிறார்கள். இந்தியா, சீனா போன்ற விரைவாக வளரும் நாடுகளில், நகரமயமாதலின் சதவிகிதம் குறிப்பிடும்படியாகவே இருக்கும். ஆர்வமூட்டும் ஒரு தகவல்! 1950-களில், அமெரிக்காவின் நகரங்களில் வாழ்வோர் எண்ணிக்கை, சீனா அல்லது இந்தியாவில் நகரத்தில் வாழ்வோரைவிட அதிகமாக இருந்தது. ஆனால், 2000-ல், சீன நகரங்களில் வசிப்போர் எண்ணிக்கை அமெரிக்காவைவிட இரு மடங்கு அதிகம்; இந்தியாவில், அமெரிக்காவைவிட 25 சதவிகிதம் அதிகம்.

1991-ன் சீர்திருத்தங்களுக்குப் பின், இந்தியாவின் பொருளாதாரம் ஆண்டுக்கு 6 சதவிகிதம் என்ற அளவில் வளர்ந்தது. கிராமப்புறப் பொருளாதாரம் என்ற நிலையில் இருந்து சிறுநகரப் பொருளாதார நிலைக்கு மாறுகிற, விரைவான இயக்கத்தில் இப்போது இருக்கிறது. இப்போதைய மக்கள் தொகையில் 30 சதவிகிதத்துக்கும் மேற்பட்டவர்கள் நகரத்தில் வாழ்கிறார்கள். 2001-ல் 30 கோடிக்கும் மேற்பட்ட இந்தியர்கள், நாட்டில் உள்ள 3,700 சிறுநகரங்களிலும் மாநகரங்களிலும் வாழ்ந்தனர். 1991-2003 ஆண்டுகளுக்கு இடைப்பட்ட காலத்தில், 10 லட்சம் மக்களுக்கு மேல் வாழும் இந்திய நகரங்களின் எண்ணிக்கை, இருபத்துமூன்றில் இருந்து முப்பத்தைந்தாக உயர்ந்துவிட்டது. மக்களின் இடைவிடாத குடிப்பெயர்ச்சியாலும் உள்முக வளர்ச்சியாலும், இந்தியாவின் சிறுநகரங்களும் மாநகரங்களும், ஆண்டுக்கு சராசரியாக 4-5 சதவிகிதம் மக்கள் தொகைப் பெருக்க விகிதத்தைக் கொண்டுள்ளன. எனவே, இந்திய நகரங்களின் மக்கள் தொகை, 14 முதல் 18 ஆண்டுகளுக்கு ஒருமுறை இரட்டிப்பாகிறது.

நகரமயமாதல் என்பது, 'பொருளாதார வளர்ச்சியால் ஏற்படும் இயல்பான விளைவு' என்று பொருளியல் நிபுணர்கள் ஸ்டான்லி டி. ப்ரூன், ஜேக் ஃப்ரான்சிஸ் வில்லியம்ஸ் ஆகியோர் விவரிக்கிறார்கள். ஒரு நாட்டின் பொருளாதார முன்னேற்றத்தின் முன்வரிசையில் அதன் நகரங்களே இருக்கும் என்றும் அவர்கள் குறிப்பிடுகிறார்கள். மக்கள்

திரட்சி, பெருமளவு உற்பத்தி ஆகிய காரணங்களாலும், நிலம், உழைப்பாளர்கள், மூலதனம் ஆகியவை மூலமாக, நகரங்கள் உயர்ந்து கொண்டே போகின்றன.

நகரங்களில் நிலைபெற்றிருக்கும் வியாபார நிறுவனங்களும், தனிநபர்களும், உயர்வான திறமைகளையும் உற்பத்தித் திறன்களையும் பயன்படுத்துவதால், நகரங்கள், மூலதனத்தையும் தொழிலாளர்களையும் ஈர்க்கும் துருவங்களாக மாறிவிட்டன. இப்படியாக, சேமிப்பும் முதலீடும், இவற்றின் மூலம் உருவாக்கப்படும் செல்வமும் நகரங்களி லேயே குவிகின்றன. தெளிவாகச் சொன்னால், நகரங்கள்தான் தேசத்தின் பொருளாதார நடவடிக்கைகள் 'குவிந்திருக்கும் அரங்கம்'. ஒரு நாட்டின் பொருளாதாரத்தில், அதன் ஒட்டு மொத்தத் தனிநபர் தேசிய உற்பத்தியைவிட, நகரங்களின் தனிமனிதர் உற்பத்தி சராசரி பத்து சதவிகிதம் அதிகமாக உள்ளது என ஐ.நா சபை கணிக்கிறது. இந்தியா போன்ற நாடுகளில் இவ்விகிதம் சற்று அதிகமாகவே இருக்கும்.

ஒட்டுமொத்தப் பொருளாதார வளர்ச்சியில் நகரப் பொருளாதாரத்தின் பங்களிப்பு குறிப்பிடத்தக்கது. தேசிய உற்பத்தியில், 1960-ல் 30 சதவிகிதமாக இருந்த நகரங்களின் பங்களிப்பு, 2003-ல் 70 சதவிகிதமாக உயர்ந்துவிட்டது. தெளிவாகக் கூறப்போனால், ஒரு தேசத்தின் பொருளாதார வலிமை அதன் நகரங்களில்தான் இருக்கிறது என்பது தெளிவு. 'ஒரு நகரத்தின் செயல்திறனைப் பாதிக்கும் எந்தவொரு விஷயமும் தேசியப் பொருளாதாரத்தின் செயல்திறனுக்கு ஊறு விளை விக்கும்' என்கிறார் பொருளியல் நிபுணர் டேவிட் மெக்கி. ஆகவே, நீடித்த பொருளாதார வளர்ச்சிக்கும், நகரமயமாதலின் வேகத்தைச் சமாளிக்கவும், இடவசதி, குடியிருக்கும் இடம், வேலை வாய்ப்பு ஆகியவற்றைத் திறமையாக உருவாக்கவும், திறன்மிக்க நகர் சார் திட்டம் மிகவும் அவசியம்.

ஆனால், நகரமைப்புத் திட்டங்களுக்கு இந்தியாவில் போதுமான முன்னுரிமை அளிக்கப்படுவதில்லை என்பது துரதிர்ஷ்டவசமானது. இந்தியாவின் மாநகரங்களும் நகரங்களும் எவ்விதமான திட்டங்களும் இல்லாமல், தாறுமாறான நிலையில் விரிவாக்கப்பட்டவை. இதன் விளைவாக, தினந்தோறும் உயர்ந்துகொண்டே இருக்கும் வள ஆதாரங்களுக்கும் சேவைகளுக்குமான தேவையைச் சமாளிக்க முடியாமல் இந்திய நகரங்கள் திணறுகின்றன. சுத்தமான குடிநீரின் தேவை, சராசரியாக முப்பது சதவிகிதம் அதிகரித்து இருக்கிறது. நீரின் தரம் குறைந்து விட்டதால், சுகாதார மேம்பாட்டுக்கான செலவும் அதிகரித்திருக்கிறது.

அதிகச் சுமையால், நகரங்களின் கழிவு மேலாண்மை அமைப்புகள் அவதிப்படுகின்றன. பொதுச் சுகாதாரத்தில் இது தாக்கத்தை ஏற்படுத்தியுள்ளது. நகரங்களின் வெளியே கொட்டப்படும் திடக்கழிவில் 40 சதவிகிதம் சேகரிக்கப்படாமல் விடப்படுகிறது. இந்திய மாநகரங்களிலும் நகரங்களிலும் குடியிருப்புப் பற்றாக்குறை ஏறத்தாழ 2.2 கோடி. இந்திய நகரங்களில், அதன் மக்கள் தொகையில் 22 சதவிகிதம் நகரச் சேரிகளில் வாழ்கிறது. நகரங்களின் மக்கள் தொகையில் 25 சதவிகிதம் பேர் வறுமைக்கோட்டுக்குக் கீழே வாழ்கிறார்கள். நகரச் சாலைகளில் ஏற்படும் போக்குவரத்து நெரிசல்கள் மோசமான நிலையை எட்டியிருக்கின்றன. இந்தியாவில் 1960-ல், 3 லட்சமாக இருந்த வாகன எண்ணிக்கை 100 மடங்கு பெருகி, 2004-ல் 3 கோடியாக ஆகிவிட்டது; ஆனால், அதே கால கட்டத்தில் சாலைகளின் வசதி 8 மடங்கு மட்டுமே, 4 லட்சம் கிலோமீட்டரிலிருந்து 33 லட்சம் கிலோமீட்டராக உயர்ந்திருக்கிறது.

வேலைகளை உருவாக்கும் தொழிற்சாலைகளையும் முதலீடுகளையும் கிராமப்புறங்களுக்குத் திருப்பும் அரசின் முயற்சிகள், அந்தப் பகுதிகளில் குறைந்தபட்ச உள்கட்டமைப்பு வசதிகள்கூட இல்லாத காரணத்தால் தோல்வி அடைந்து, பிரச்னைகள் மேலும் மோசமாகி உள்ளன. எடுத்துக்காட்டாக, 40 சதவிகித கிராமப்பகுதிகள், அனைத்துப் பருவ காலங்களிலும் சாலைகள் மூலம் அடைய முடியாதவை; இந்தியாவின் 28 சதவிகிதக் கிராமங்களில் ஆரம்பப் பள்ளிகள் கிடையாது; 54 சதவிகித கிராமங்கள், சுகாதார நிலையத்தில் இருந்து 5 கிலோமீட்டருக்கும் அதிகமான தூரத்தில் இருக்கின்றன. இதனால், கடந்த பத்தாண்டுகளில் இந்தியாவின் நகரப் பொருளாதாரம், சராசரியாக, ஆண்டுக்கு 7.3 சதவிகிதம் வளர்ச்சியும், கிராமப் பொருளாதாரம் வெறும் 1.9 சதவிகிதம் வளர்ச்சியும் அடைந்துள்ளன. எனவே, தேசிய உற்பத்தியில், நகர்ப்புறத் தொழிலாளர்களைவிட, கிராமப்புறத் தொழிலாளர்களின் பங்களிப்பு 20 சதவிகிதம் குறைவாக இருக்கிறது. இந்திய நகரங்களின் சராசரி வருமானம், கிராமப்புறங்களின் வருமானத்தைவிட இருமடங்கு அதிகம்.

தெளிவாகச் சொன்னால், நகர மேலாண்மையிலும் அவற்றுக்கான திட்டங்களிலும் புதுமையான, உடனடியான சீர்திருத்தங்கள் நமக்குத் தேவை. ஏனெனில், நகரங்களுக்கான திறன் மிக்க திட்டங்கள்தாம், உலக வங்கி விவரிப்பதுபோல், 'திறமை மிக்க, நல்ல முறையில் நிர்வகிக்கப் படுகிற நகரச் சூழலை உண்டாக்கும்.' தரமான நல்ல வாழ்க்கையையும் அனைவருக்கும் சமமான வாய்ப்புகளையும் உறுதிப்படுத்தும், வாழத் தகுதி மிகுந்த இடங்களாக நகரங்களை மாற்றும். அப்படிப்பட்ட நகரங்களையும் மாநகரங்களையும் திட்டமிடும்போது, தங்கள் முன்னிருக்கும் பிரச்னையின் பரிமாணத்தை திட்டம் தீட்டுவோர்

அறிந்துகொள்ள வேண்டும். நகர் சார் திட்டங்களில், இருமுனை அணுகு முறைதான் இன்றைக்கு இந்தியாவின் உடனடித் தேவை.

முதலில், நகர உள்கட்டமைப்பில் தற்போது காணப்படும், நீண்ட காலமாக இருக்கும் பற்றாக்குறைகள் கவனத்தில் கொள்ளப்பட வேண்டும். வீடுகள், பள்ளிக்கூடங்கள், மருத்துவமனைகள், வர்த்தகச் செயல்களுக்கான பகுதிகள், போக்குவரத்து வசதி போன்ற குறைந்த பட்சத் தேவைகளான உள்கட்டமைப்பு வசதிகளை அனைவரும் பெறக்கூடிய வகையில் நகர மக்களுக்கு வழங்கவேண்டும். இது மட்டுமன்றி, அதிக இடவசதி கொண்ட கட்டடங்களைக் கட்டுவதற்கு, திறன் மிக்க மாதிரி வடிவத்தை அந்தத் திட்டம் கொண்டிருக்க வேண்டும்; நகரத்தின் வளர்ச்சிக்கு இணையாக, உள் கட்டமைப்பு களையும் சேவைகளையும் விரிவாக்கி, ஒன்றிணைத்துச் செல்லும் வகையில் அந்தத் திட்டம் இருக்கவேண்டும்.

வாழ்வதற்கு உரியதாக நகரச் சூழலைக் கட்டமைப்பதற்கு, நகரப்பகுதியில் இருக்கும் இடங்களைத் திறம்படப் பயன்படுத்துவதும் கட்டடங்களின் இடவசதியை முழுமையாகப் பயன்படுத்துவதும் அவசியம். இந்தியாவின், மிகப் பழமையான, நில உரிமைச் சட்டங்கள், சொத்து வரிவிதிப்பு முறைகள் ஆகியவை மாற்றப்படவேண்டும். இந்திய நகரங்களில் இருக்கும் நில உச்சவரம்புச் சட்டமும் தளப் பயனளவுக் குறியீடு (Floor space index) மீதான கட்டுப்பாடுகளும், நகரங்களில் இட வசதிகளை மேம்படுத்துவதில் பெரும் மாற்றத்தை இதுவரை கொண்டுவரவில்லை.

அது மட்டுமின்றி வாடகைக் கட்டுப்பாடு, சிக்கலான சொத்துரிமை நெறிமுறைகள் போன்றவை இட-மறுசுழற்சியையும் மறு மேம் பாட்டையும் தடுக்கின்றன. இதன் விளைவாக, தளப் பயனளவுக் குறியீடு, மற்ற ஆசிய நாடுகளின் சராசரியான 5 முதல் 15 என்பதுடன் ஒப்பிடும்போது, இந்தியாவில் 1.6-க்கும் கீழே உள்ளது. இப்படியான குறைந்த தளப் பயனளவுக் குறியீடு, போக்குவரத்தில் அதிகமான சக்தி விரயத்தையும், அதிக அளவிலான சுற்றுச்சூழல் மாசுபாட்டையும் ஏற்படுத்தும். இருக்கும் இடத்தைச் சரியாகப் பயன்படுத்தாததால், செயற்கையான நிலப் பற்றாக்குறை ஏற்பட்டு, அலுவலகத்துக்கான இடங்கள், வீடுகள் ஆகியவற்றின் மதிப்பு குறிப்பிடத்தக்க அளவில் உயர்ந்துள்ளது. சராசரி சொத்தின் மதிப்புக்கு இணையான சராசரி நகர வருமானம், ஆசியாவிலேயே இந்தியாவில்தான் அதிகமானது என்கிறது மெக்கின்ஸி நிறுவனம்.

சமாளிக்க முடியாத அளவுக்கு வீட்டு வாடகையும் வீடுகளின் மதிப்பும் உயர்ந்த காரணத்தால், நகரச் சேரிகள் அதிக அளவில் பெருகிவிட்டன.

இந்தியாவின் நகரச் சேரிகளின் மக்கள் தொகை ஆண்டுக்கு 9-10 சதவிகிதம் உயர்கிறது. இப்போதைய குடிப் பெயர்ச்சியின் விகிதத்தையும் வீட்டு வசதிப் பெருக்கத்தையும் வைத்துப் பார்க்கும்போது, வரும் 2030-ல், இந்தியாவின் 35 சதவிகித மக்கள், நகரச் சேரிகளில் வாழவேண்டிய கட்டாயம் ஏற்படும். பொருளியல் அறிஞர் மைக்கேல் லீஃப் குறிப்பிடுவது போல், நமது நகரமைப்புக் கொள்கைகள், 'பன்முகத்தன்மையும் வறுமையும் நிறைந்த பெருங்கடலில், ஒத்திசைவும் செல்வமும் கொண்ட மக்களின் தீவுகளை' உருவாக்கியுள்ளன.

நீடித்த, சம அளவிலான நகர மேம்பாட்டுக்கு, அதிக அடர்த்தியான, மிக உயர்ந்த கட்டடங்கள் கொண்ட நகரங்களை ஊக்குவிக்க வேண்டும். நகரங்களில் தளப் பயனளவுக் குறியீட்டுக் கட்டுப்பாடுகள் தளர்த்தப்படவேண்டும். மத்திய வர்த்தக மாவட்டங்களில் தளப் பயனளவு குறியீடு அதிகரிக்கப்பட வேண்டும்; இதன் மூலம், குறைந்த செலவாகும் அலுவலக இட வசதிகள் உருவாக்கப்படும்; சிறிய மற்றும் நடுத்தர அளவிலான வர்த்தகம் செய்வோர், இந்த இடவசதி களைப் பயன்படுத்தும் வாய்ப்பு பெருகும். நிலச் சந்தையை, காவல் துறையினர்போல் கண்காணிப்பதில் இருந்து மாறுபட்டு, மேம்படுத்தும் அணுகுமுறையைக் கைக்கொள்ள வேண்டும். நில, வீட்டுச் சந்தைகள், கட்டுப்பாடுகளில் இருந்து விடுவிக்கப்பட வேண்டும். வாடகை அடிப்படையில் அன்றி, நிலத்தின் மதிப்பின் அடிப்படையில் சொத்து வரி விதிப்பதால், வரி வசூல் அதிகரிக்கும். சொத்து குறித்த தகராறுகளை விரைவாகத் தீர்ப்பதற்கு, உயர்மட்ட நீதித்துறை அமைப்பு ஒன்றை ஏற்படுத்தவேண்டும்.

இந்திய நகரங்களில், மலிவு விலை வீட்டு வசதிகளுக்கு இருக்கும் பற்றாக்குறையை முடிந்த அளவு தீர்க்கும் வகையில் திட்டங்கள் தீட்டப்படவேண்டும். உயர்ந்துகொண்டிருக்கும் வீட்டு வசதித் தேவையைச் சமாளிக்க, நகரங்களில் ஆண்டுதோறும் 36 லட்சம் வீடுகளை இந்தியா கட்டவேண்டியிருக்கும் என்று மதிப்பிடுகின்றனர். தனியார் நிறுவனங்களோடு இணைந்து, 1964-1974 காலகட்டத்தில், ஸ்வீடன் அரசு உருவாக்கிய 'மில்லியன் திட்டம்', மலிவு விலை வீட்டு வசதித் திட்டத்தின் வெற்றிக்குச் சிறந்த எடுத்துக்காட்டு. பத்து ஆண்டுக்குள், ஏழைகளுக்காக மலிவு விலையில் பத்து லட்சம் வீடுகள் கட்டப்பட்டன. அந்த வீடுகள் அமைக்கப்பட்டிருக்கும் பகுதி, குறைந்த செலவில் சென்றுவரும் வகையில், ட்ராம் போக்குவரத்தால், நகரத்தோடு நல்ல முறையில் இணைக்கப்பட்டது; சிறப்பான முறையில், பள்ளிகள், மருத்துவமனைகள், பொழுதுபோக்கு வசதிகள் போன்ற உள்கட்டமைப்பு வசதிகள் அமைக்கப்பட்டன.

தங்களது திட்டங்களில், மலிவு விலை வீடுகளை உள்ளடக்கும் தனியார் துறை சார்ந்த வீடு கட்டித் தரும் மேம்பாட்டாளர்களை ஊக்குவிக்க வரித்தள்ளுபடி போன்றவற்றை அளிக்கலாம். பொது நிலங்களை மறு-பயன்பாட்டுக்கு உட்படுத்துவது, பயன்படுத்தாமல் கேட்பாரற்றுக் கிடக்கும் நிலங்களை சமூக வீட்டு வசதித் திட்டங்களுக்கு பயன் படுத்துவது போன்றவற்றால் மேற்குறிப்பிட்ட குறைந்த விலை வீடுகளுக்கான இடங்களை நாம் பெறலாம். வேறெங்கும் நடைபெறாத ஒன்றல்ல இது; நியூ யார்க், கராகஸ் போன்ற நகரங்களில், பயன் படுத்தாமல் கேட்பாரற்றுக் கிடக்கும் இடங்கள் மேம்படுத்தப்பட்டு, குறைந்த வருமானம் கொண்ட குடும்பங்களுக்கு வீடுகள் கட்டிக் கொடுக்கப்பட்டன.

இந்தியாவின் நகரமைப்புக் கொள்கையின் முக்கியமான பின்னடைவு, நகரத்தை அதன் பயன்பாட்டு அடிப்படையில் வகைப்படுத்தும் நெறிமுறைகளில் இருக்கிறது. இவை, நகரத்தை வர்த்தகப் பகுதி என்றும் குடியிருப்புப் பகுதி என்றும் பிரிக்கின்றன. இப்படி வகைப் படுத்தும் நெறிமுறைச் சட்டங்கள், 1950-க்கு முன்னிருந்த ஆங்கிலேய நகரமைப்புத் திட்ட மாதிரியிலிருந்து உருவாக்கப்பட்டவை; குடியிருப்புப் பகுதிகளில் இருந்து சுற்றுப்புறச் சூழலை மாசுபடுத்தும் தொழிற்சாலைகள் நிறைந்த பகுதியைப் பிரிப்பதற்காக இம்முறை பயன்பட்டது. ஆனால், சூழல் மாசுபாட்டை ஏற்படுத்தாமல், பொருளா தார வாய்ப்புகளை அதிகப்படுத்த உதவும், நகர வாழ்வின் தரத்தை உயர்த்தக்கூடிய வர்த்தகச் செயல்பாடுகளுக்கு இந்த இடங்களைப் பயன்படுத்தத் தடையாக இந்த நெறிமுறைகள் இன்றைக்கு இருக்கின்றன.

நவீன நகரமைப்புத் திட்ட மாதிரிகள், ‘ கலவையான நிலப் பயன் பாட்டு’ முறையை முன்வைக்கின்றன. வேலைவாய்ப்பு இருக்கும் நகரப்பகுதிகளில், வர்த்தகத்துக்கும் குடியிருப்புகளுக்குமான திட்ட மிட்ட கட்டுமானங்களை இந்தத் திட்டம் அனுமதிக்கிறது. இத்தகைய கட்டுமானங்கள் உருவாகும்போதே, ஆதார உள்கட்டமைப்பில் மேம்பாட்டையும் பள்ளிகள், மருத்துவமனைகளைப் பெருக்கு வதையும் இணைந்து செயல்படுத்த வேண்டும். இப்படி, வீட்டு வசதி, போக்குவரத்து, ஆதார உள்கட்டமைப்பு, வர்த்தகச் செயல்களுக்கான வசதிகள் ஆகியவை ஒருங்கிணைந்த, முழுமையான முறையில் உருவாக்கப்படுகின்றன.

நகரச் சாலைகளில் போக்குவரத்து நெரிசல், இன்று முக்கியப் பிரச்னையாக உருவாகி உள்ளது. நகரப் பகுதிகளின் இந்தப் போக்கு வரத்து நெரிசல், சாலைப் போக்குவரத்துத் திறனை 50 சதவிகிதம் குறைக்கிறது. நகர மக்கள் போக்குவரத்து முறையில் குறைவான

முன்னேற்றமே இந்தியாவில் ஏற்பட்டுள்ளது. பத்து லட்சத்துக்கும் அதிகமானோர் வசிக்கும் முப்பத்தைந்து இந்திய மாநகரங்களில், நான்கில் மட்டுமே புறநகர் ரயில் போக்குவரத்து முறை செயல் படுகிறது. முழுமையான பேருந்து போக்குவரத்து வசதிகள் பதினேழு மாநகரங்களில் மட்டுமே இருக்கின்றன.

நகரங்களின் பொருளாதார வளர்ச்சியின் முதுகெலும்பாக, திறமையான போக்குவரத்து உள்கட்டமைப்பு இருக்கிறது. பொருளாதார நிபுணர் பால் க்ருக்மன் குறிப்பிடுவதுபோல், திறமையற்ற போக்குவரத்து வசதிகள், 'நகர மக்கள் திரட்சியைக் கட்டுப்படுத்தும்; தொழிலாளர் களின் இடப் பெயர்ச்சியையும் பெருமளவு உற்பத்தியால் கிடைக்கும் பலனையும் குறைக்கும்' என்பதால், பொருளாதார வளர்ச்சி தடைபடும். துரதிர்ஷ்டவசமாக, இந்தியாவில், திறமையான மாநகரப் போக்கு வரத்தைக் கட்டமைப்பதில் போதுமான கவனம் செலுத்தப்படவில்லை.

நகரப் பகுதிகளை இணைத்தல், அணுகும் வசதி மற்றும் திறன், பாதுகாப்பு, நகரின் அழகு, பொருளாதார வசதி போன்ற முக்கிய விஷயங்களை மாநகரப் போக்குவரத்து அமைப்பு கவனத்தில் கொள்ள வேண்டும். சாலையின் கொள்ளளவு விரிவுபடுத்தப்பட வேண்டும். மெட்ரோ ரயில், மோனோ ரயில், பேருந்து சேவைகள் ஆகியவற்றைப் பயன்படுத்தி, மக்கள் போக்குவரத்து அமைப்பில், விரைவான முன்னேற்றத்தைக் கொண்டுவர வேண்டும்.

பேருந்துகள், வாடகைக் கார்கள் ஆகியவற்றுக்கு என்று தனிப் பாதைகளை அமைக்கலாம். இத்துடன், பொதுப் போக்குவரத்து முறையில், ஒரே பயணச்சீட்டில் பேருந்து, ரயில், விமானம் ஆகிய வற்றில் தேவைக்கேற்பப் பயணம் செய்யும் வசதியைச் செயல் படுத்தலாம். ஹாங்காங், டோக்கியோ போன்ற நகரங்களில் நடை முறையில் இருக்கும் இந்த ஒருங்கிணைந்த அணுகுமுறை, போக்கு வரத்து வசதிகளுக்கு இடையே இணைப்பை அதிகப்படுத்தும். பயணம் செய்வதை எளிமையாக்கும்; வர்த்தகச் செயல்பாடுகளின் திறனை அதிகரிக்கும்.

நம் நகரங்களில், வாழ்வின் தரத்தை உயர்த்தவேண்டுமானால், உள்கட்டமைப்பு மேம்பாட்டில், செயல்படுத்த முடிந்த, துல்லியமான தர நிர்ணயம் கொண்ட திட்டமிடல் தேவை. துரதிர்ஷ்டவசமாக, கட்டடங்கள் கட்டுவதில், நடைபாதைகள் அல்லது சாலைகள் அமைப்பதில், ஆதார உள்கட்டமைப்பு வசதிகளை உருவாக்குவதில், குடிநீர் மற்றும் சுகாதார அமைப்புகளை நிறுவுவதில், தகுதியான வடிவமைப்பையோ, செயல்படுத்துவதில் தரநிலைகளையோ நாம் பார்க்க முடிவதில்லை.

கட்டுமானங்களின் தர நிலை நிர்ணயம், நடைமுறை சாத்தியமானதாக, விரிவாகச் செயல்படுத்த முடிந்த வழிகாட்டுதல்களோடு, குறைந்த பட்சத் தேவைகளுக்கு அப்பாலும் சில வசதிகளைச் செய்யும் நபர்களுக்கு ஊக்கம் தரக்கூடியதாக இருக்கவேண்டும். கட்டட வடிவமைப்பில் கவனம் செலுத்தி, தேவைக்கும் அதிகமான தரத்தோடு கட்டடங்கள் கட்டுவோருக்கு, அவருக்கு அனுமதிக்கப் பட்ட தளப் பயனளவுக் குறியீட்டைவிட, அதிகமான குறியீட்டை போனஸாகத் தரலாம். நியூ யார்க் நகரத்தில், பொதுமக்கள் பயன்படுத்தும் இடவசதியை அதிகமாகக் கொண்ட கட்டடங்களுக்கு இந்தத் திட்டம் நடைமுறையில் உள்ளது.

கட்டடங்கள் தர நிர்ணயிப்பில், வர்த்தக நிறுவனங்களும் குடியிருப் போரும் வாகனங்கள் நிறுத்தப் போதுமான வசதிகள் இருப்பதைக் கட்டாயமாக்க வேண்டும். இந்த வசதியின்மை, வாகனங்கள் குவிப்பிலும், சாலைகளை ஆக்கிரமிப்பதிலும், நடைபாதைகளில் வாகனங்களை நிறுத்துவதிலும் போய் முடிகிறது. வெற்றிடங்கள், பூங்காக்கள், விளையாட்டு மைதானங்கள் ஆகியவற்றைச் சுலபமாக அணுகக்கூடிய நடைபாதை இணைப்புகளோடு, பயன்படுத்து வோருக்கு வசதியாகச் சாலைகள் அமைக்குமாறு வழிகாட்டுதல்கள் இருக்க வேண்டும்.

தரமான சாலை விளக்குகள், போக்குவரத்து சிக்னல்கள் ஆகியவை சரியாக நிறுவப்படுவதை சாலை அமைப்புத் திட்டங்கள் உறுதி செய்யவேண்டும். கேபிள், மின்சாரக் கம்பிகளுக்கான தரையடிப் பாதைகள், கழிவுநீர்க் குழாய்கள் ஆகியவை தனித்தனியே அமைக் கப்படவேண்டும். இந்தியாவின் அனைத்து நகரங்களிலும் தவறாமல் நாம் பார்க்கக் கூடிய காட்சியான, சாலைகளும் நடைபாதைகளும் அடிக்கடி தோண்டப்படும் நிலை ஏற்படாதவகையில் இவை அமைக்கப்பட வேண்டும்.

நகர உள்கட்டமைப்பும் சேவைகளின் செயல்பாடும் சிறப்பாக இருப்பதற்கு, இந்தச் சேவைகளைப் பராமரிப்பதை ஒப்பந்த அடிப் படையில் தனியார்வசம் தந்துவிடலாம். மக்களுக்குப் பயன்படும் உள்கட்டமைப்பையும் சேவைகளையும் அளிப்பதில் போட்டி மிகுந்த சூழல் நிலவுவது, சேவைகள் விரைவாகவும் திறன் மிக்கதாகவும் கிடைக்க வழிசெய்யும். நகர மேம்பாட்டுக்கும் விலை குறைவுக்கும் அது உதவும். தாய்லாந்து, மலேசியா போன்ற நாடுகளில், சுகாதாரச் சேவை போன்ற பொதுச் சேவைகள் தனியார் நிறுவனங்களால் நிர்வகிக்கப்பட்டு வெற்றிகரமாக இயங்குகின்றன. அரசின் பாத்திரம், நெறிப்படுத்துதலுடனும் மேற்பார்வையுடனும் நின்றுவிடுகிறது.

மாநகரங்களில் ஆங்காங்கே ஏற்படும் சிதைவுகளைச் சரிசெய்ய, புதுப்பிக்கும் செயல்களை உள்ளடக்கியதாக நகரமைப்புத் திட்டங்கள் உருவாக்கப்படவேண்டும். இதன்மூலம் வளர்ச்சியற்ற இடங்களில் வணிக வளாகங்களை, குடியிருப்புகளை புதிதாக உருவாக்க இயலும். அதிகமாக மக்கள் வசிக்கும் பகுதிகளில் பசுமைப்பகுதிகளும் திறந்த வெளிகளும் அமைக்க முடியும். தேவைக்கு அதிகமாக இருக்கும் தளப் பயனளவுக் குறியீட்டை இப்போது இருக்கும், அனுமதிக்கப்பட்ட மதிப்பைவிட அதிக விலைக்கு கட்டட நிறுவனங்களுக்கு அரசாங்கம் விற்கலாம். அப்படிக் கிடைக்கும் நிதியை 'உள்கட்டமைப்பு நிதி'யாக, நகரத்தைப் புதுப்பிக்கும் பணிகளுக்குப் பயன்படுத்தலாம்.

குறிக்கோளை அடைவதில் அனைவருக்கும் பங்கிருக்கிறது என்ற பார்வையுடன் நகரமைப்புத் திட்டமிடல் விவாதங்களில், தொழில் துறை, சமூக நிறுவனங்கள், மக்கள் நலக் குழுக்கள் போன்ற பங்கு தாரர்களையும் பிராந்திய நிர்வாக அமைப்புகளையும் உண்மையாகப் பங்குபெற வைக்கவேண்டும். எடுத்துக்காட்டாக, பிரேசில் நாட்டு நகராட்சிகளில் மக்கள் பிரதிநிதிகள் பங்கேற்கும் வரவு செலவுத் திட்ட உருவாக்க முறை நடைமுறையில் இருக்கிறது. நகராட்சி வரவு செலவுத் திட்டத்தில் முன்னுரிமை கொடுக்கப்படவேண்டியவை குறித்தும் செல வினங்கள் குறித்தும் மக்கள் பிரதிநிதிகளும், தேர்ந்தெடுக்கப்பட்ட அதிகாரிகளும் ஒன்றாக அமர்ந்து விவாதித்து முடிவு செய்கிறார்கள். வடிவமைப்பிலும் செயல்படுத்துதலிலும் தரநிலையைப் புகுத்துவதில் மேம்பாட்டைக் கொண்டுவர, நகரத்தின் உள்கட்டமைப்பு விஷயங் களில் பொதுத்துறையும் தனியாரும் ஒருங்கிணைந்து பணியாற்றும் அணுகுமுறை உதவியாக இருக்கும்.

திறன் மிக்க நிர்வாக அமைப்பு இல்லை என்றால் நகரமைப்புத் திட்டச் செயல்பாடுகள் திறன் மிக்கவையாக இருக்காது. பொருளியல் நிபுணர் பார்பரா பாய்ல் டோரி குறிப்பிடுவது போல், வள ஆதாரங்கள் பெரும்பாலும் குறைவான அளவுதான் கிடைக்கும் என்பதால், நகர நிர்வாகம் அதிக முக்கியத்துவம் பெறுகிறது. சிக்கலான நிர்வாக முறைகளாலும் சிதறுண்டு கிடக்கும் பொறுப்புகளாலும், நகர நிர்வாகம் இந்தியாவில் திறனற்றதாகவே இருக்கிறது. முடிவுகள் எடுப்பது, நிதி ஆதாரம், செயல்படுத்தும் பொறுப்புகள் ஆகியவை, மாநில அரசுக்கும் மாநகர நிர்வாகத்துக்கும் இடையே பிரிந்து கிடக்கின்றன.

தற்போதைய நகர நிர்வாக முறையில், மக்கள் நலச் சேவைகளுக்கு நகராட்சி போன்ற உள்ளூர் நிர்வாக அமைப்புகள்தான் பொறுப்பாக உள்ளன. இருந்தும், செலவைச் சந்திப்பதற்குத் தேவையான நிதி

ஆதாரங்களை உருவாக்குவதில், நிதிப் பகிர்வு முடிவுகள் எடுப்பதில் தேவையான அதிகாரம் இல்லாமல் அவை இயங்குகின்றன. இந்தியாவின் மாநில, மத்திய அரசுகளுக்குக் கிடைக்கும் நிதி வருவாயில், 50 சதவிகிதம் நகராட்சிகளில் இருந்தே கிடைக்கிறது. ஆனால், இந்த நிதியிலிருந்து 2 சதவிகிதம் மட்டுமே நேரடியாக இந்த நகராட்சிகளுக்குக் கிடைக்கிறது. மாநிலங்கள் நிதியை வசூல் செய்து பகிர்ந்தளிக்கின்றன. நகராட்சியின் முக்கியமான முடிவுகளை, குறிப்பாக நகராட்சிச் சேவைகளுக்கான கட்டணத்தையும் சொத்துவரி விதிக்கும் அளவையும் மாநில அரசுகள்தான் முடிவு செய்கின்றன. மாநகராட்சிகள், தங்கள் குடிமக்களுக்குத் திறமையான சேவைகளைத் தருவதை இவை தடை செய்கின்றன.

இந்தியாவில், மாநகர கவுன்சிலர்களால் தேர்ந்தெடுக்கப்படும் மேயருக்கு, செயல்படுத்தும் அதிகாரம் கிடையாது. அவரது பாத்திரம் வெறும் அலங்காரமானது மட்டுமின்றி, அவருக்கு நகர நிர்வாகப் பிரச்னைகளில் உண்மையான பொறுப்பு ஏதும் இல்லை. நகர மக்களின் உண்மையான பிரதிநிதியாக மாநகர கவுன்சிலும் இருப்பதில்லை. கிராம நிர்வாக அமைப்புகளின் 3,000 பேருக்கு ஒரு பிரதிநிதி என்ற விகிதத்துடன் ஒப்பிடும்போது, இந்தியாவின் நகர்ப்புறங்களில் சராசரியாக 4,000 பேருக்கு மேற்பட்டோருக்கு ஒரு பிரதிநிதி என்று உள்ளது.

திறன் மிக்க நிர்வாகத்தை உறுதிப்படுத்த, மக்களால் நேரடியாகத் தேர்ந்தெடுக்கப்பட்டு, ஐந்து ஆண்டு காலத்துக்குப் பணி புரியும் மேயர்கள், மாநகரங்களுக்குக் கட்டாயம் வேண்டும். நகர வார்டுகளில் இருந்து நேரடியாகத் தேர்ந்தெடுக்கப்படும் கவுன்சிலர்களைக் கொண்ட, நகர மன்ற ஆட்சிக்குழு மேயருக்கு நிர்வாகத்தில் உதவ வேண்டும். வார்டு தொகுதிகள், முறையாகப் பிரிக்கப்பட வேண்டும்; மக்கள் பிரதிநிதித்துவ விகிதம் 1000:1 அல்லது அதற்குக் குறைவாக இருக்கவேண்டும். இதன் மூலம் உள்ளூர் நிர்வாகப் பிரச்னைகள் ஆட்சிமன்றத்தில் சரியாக எடுத்துச் சொல்லப்படும்.

மேயரின் தலைமையில் செயல்படும் ஆட்சிமன்றக் குழு, நிதி அளித்தல், திட்டமிடல், செயல்படுத்துதல், பராமரித்தல் போன்ற நகரின் அனைத்துச் செயல்பாடுகளிலும் பரந்துபட்ட, திறன் மிக்க அதிகாரமும் பொறுப்பும் கொண்டதாக இருக்கவேண்டும். வரி வசூல் செய்யும் அதிகாரத்தையும் நிதி ஒதுக்கீடுகளை நேரடியாகப் பெறும் அதிகாரத்தையும் நகராட்சி அமைப்புகளுக்கு வழங்கவேண்டும். இதனை விரைவாகச் செயல்படுத்த வேண்டும்.

வார்டுகள் மேம்பாட்டுக்காகச் செய்யப்படும் உள்கட்டமைப்பு முதலீட்டை, அந்த வார்டு மக்கள் அளிக்கும் சேவைக் கட்டணங்கள்,

வரிகள் ஆகியவற்றோடு தொடர்புபடுத்த வேண்டும். உலக வங்கி குறிப்பிடுவதுபோல், இப்படி 'சமூகத் திட்டங்களைச் சிறு வட்டங் களாகப் பிரித்துச் செயல்படுத்துவது' நகர நிர்வாகத்தில் பொறுப் புணர்வைத் திரும்பக் கொண்டு வரும். வரி வசூல் செய்வதைப் பகிர்ந்து அளிப்பதன் மூலம் வார்டுகளை நிதி ஆதாரம் படைத்தவையாக ஆக்க வேண்டும்; அதுமட்டுமின்றி, சேவைகளுக்குக் கட்டணங்கள் நிர்ணயித்தல், அவற்றை வசூலிக்கும் அதிகாரம் ஆகியவற்றையும் வார்டுகளுக்கு நேரடியாக வழங்கலாம். மின்சாரம், குடிநீர், கழிவுநீர், சாலைப் பராமரிப்பு போன்ற சேவைகளின் நிர்வாகம் ஒருங்கிணைந்த முறையில் வார்டு அளவிலேயே கையாளப்பட வேண்டும்.

பரந்து விரிந்திருக்கும் மாநகரங்களுக்கான நகரமைப்புத் திட்டம் தீட்டுதலையும் அதன் நிர்வாகத்தையும், நகர நிர்வாக அமைப்புதான் கையாள வேண்டும். புறநகர் விரிவாக்கம், நகரங்களுக்கு இடையேயான உள்கட்டமைப்பு ஆகியவை பெரிய நகரங்களுக்கே உரிய பிரச்னைகளாக இருக்கின்றன. இதற்கான நடவடிக்கை களுக்குப் பொறுப்பானவர்களான, இந்நகரங்களின் தேர்ந்தெடுக்கப் பட்ட மேயர்களைக் கொண்ட குழு மூலம், இவை குறித்துத் திட்டமிடவும், விரிவாக்கம் பற்றி முடிவு செய்யவும் முடியும். இது மட்டுமின்றி, முக்கியமான மனிதர்கள், நகரமைப்பு திட்டமிடுவோர் ஆகியோர் கொண்ட ஆலோசனைக் குழு, நகரத் திட்டங்களின் முன்னேற்றத்தையும் ஒட்டுமொத்த நிதிச் செலவுகளையும் மேற் பார்வை செய்யும். பெரிய அளவிலான திட்டச் செயல்பாட்டுக்கு முன்னதாக, இவர்களைக் கலந்து ஆலோசிக்கவேண்டும். மக்களின் திருப்தி நிலையை அறிந்து கொள்ள, குறிப்பிட்ட கால இடைவெளியில் மதிப்பீட்டு ஆய்வுகள் நடத்தப்பட வேண்டும்.

மக்கள் சேவைகளுக்கான நிதி ஆதாரம் நகராட்சிகளுக்கு மிக முக்கிய மானது. இந்தியாவின் நகரங்களில் அளிக்கப்படும் சேவைகளின் மதிப்பில், 12-15 சதவிகிதம் மட்டுமே அவற்றுக்கான கட்டணமாக வசூலிக்கப்படுகிறது. நீடித்த செயல்பாட்டுக்கு இது உகந்ததல்ல. குடிநீர், மின்சாரம், போக்குவரத்து ஆகிய சேவைகளின் உண்மையான மதிப்புக்கு இணையான வருமானமாவது திரும்பப் பெறப்பட வேண்டும். குறைந்த வருமானம் உள்ளவர்களுக்கு, மில்டன் ஃப்ரீட்மேன் குறிப்பிடுவது போன்ற வவுச்சர் முறையைக் கொண்டுவரலாம்.

ஒரு கட்டடம் கட்டுவதற்கான அனுமதி பெற அல்லது வர்த்தக லைசன்ஸ் பெற, அதன் மொத்த மதிப்பில் 40 சதவிகிதம் பரிவர்த்தனைக் கட்டணமாக வசூல் செய்யப்படுகிறது. இது போன்ற அம்சங்கள், மாநகர மேம்பாட்டுச் செயல்பாடுகளில், செலவை எக்கச்சக்கமாக அதிகரிக்கின்றன. இதனைச் சரிசெய்ய வேண்டும்.

நகர நிர்வாகத்தில் திறமையையும் பொறுப்புணர்வையும் கொண்டுவர, வலுவான முறைகள் வேண்டும். முதலீட்டுச் சந்தைகளை அணுகி நகர மேம்பாட்டுத் திட்டங்களுக்கான நிதி ஆதாரங்களைத் திரட்டுதல்; நகராட்சிகளின் நிதித் தகுதி பெறு மானத்தின் தரவரிசைப் பட்டியல் வெளியிடுதல்; நகர அதிகாரிகளை அவர்களின் செயல்திறன் அடிப்படையில் தரப்படுத்துதல் ஆகிய வற்றின் மூலமாக நகர நிர்வாகத்தில் பொறுப்புணர்வை உயர்த்த முடியும். மேலாண்மைத் தகவல் முறை (MIS) போன்ற தகவல் தொழில் நுட்ப உத்திகளைப் பயன்படுத்துவதன் மூலம், செயல்திறனை உயர்த்த முடியும். சிறப்பான பொதுமக்கள் சேவை வழங்குவதை உறுதி செய்யவும் முடியும்.

பொருளியல் செயல்முறைகள் நகரமயமாகிக் கொண்டிருப்பதைப் பரந்துபட்ட முன்னேற்றத்துக்கான இயக்கமாகப் பார்க்க வேண்டும். தேசத்தின் பொருளாதாரக் குறிக்கோள்களை அடைவதற்கான பங்களிப்பை, மாநகரங்களும் நகரங்களும்தான் தருகின்றன என்ற சிந்தனை அடிப்படையில் நகரமைப்புத் திட்டங்கள் உருவாக்கப்பட வேண்டும். விரிந்து பரவும் நகரத்தின் வெளிவட்டங்களிலும் ஒருங்கிணைந்த பொருளாதார வளர்ச்சியை ஏற்படுத்த, அந்தப் புறநகர்ப் பகுதிகளிலும் உள்கட்டமைப்பு, அடிப்படைச் சேவைகள் ஆகியவற்றை விரிவாக்கவேண்டும். சீனாவின் செங்டாங் மாவட்டத்தின் வளர்ச்சித் திட்டங்களில் நாம் இவற்றை பார்க்க முடியும். சீனாவின் உள்பகுதியில் இருக்கும் ஒரு பின்தங்கிய மாவட்டம் இது. வணிகச் செயல்பாட்டுக்குத் தேவையான அற்புத மான உள்கட்டமைப்பு, குடியிருப்பு வளாகங்கள், பல்கலைக் கழகங்கள், உயர்தொழில் நுட்ப, தொழில்துறை செயல்பாடுகளுக் கான கட்டடங்கள், ஆதார உள்கட்டமைப்பு வசதிகள் ஆகியவற்றுடன் நகரமயமாதலை ஊக்குவிக்கும்வகையில் மேம்படுத்தப்பட்டுள்ளது.

தற்போதைய நகரங்களின் வெளிப்புறத்தில் இருக்கும் பகுதிகளின் பொருளாதாரச் செயல்திறனை வளர்ப்பதற்கு, வட்டார அளவில், முறையான திட்டங்களை மாநில அரசுகள் தீட்டவேண்டும். துணை நகரங்கள் வளர்வதை ஊக்குவிக்கவேண்டும்; இவற்றுக்கான ஆதார உள்கட்டமைப்பு வலைப்பின்னல்கள், விரைவான போக்குவரத்து வசதிகள் போன்றவை திறம்பட அமைக்கப்படவேண்டும்.

பொருளாதார வளர்ச்சிக்கான வழிகளை ஆராயும் மேக்ரோ எகானமி விவாதத்தின் ஒரு பகுதியாக, நகரங்களின் மேம்பாடு இருக்க வேண்டும். தேசத்தின் பலவீனமான பொருளாதாரக் கொள்கைகள், வர்த்தகச் செலவுகளையும் குடும்ப நிர்வாகச் செலவுகளையும் அதிகரிக்கச் செய்யும். நகரங்களின் செல்வச்செழிப்புக்கு ஆதாரமாக

இருக்கும் தனியார் முதலீட்டை இது சிதறச் செய்து அதன் அளவைக் கட்டுப்படுத்தும்.

விரைவான நகரமயமாதல் என்ற காலகட்டத்தில் இன்று நாம் இருக்கிறோம். எதிர்கால இந்தியாவின் முகத்தை, இந்திய நகரங்களின் முகங்கள் பிரதிநிதித்துவம் செய்கின்றன. நம் நகரங்களை, மாநகரங் களை நாம் நிர்வகிக்கும் முறைதான், வரும் பத்தாண்டுகளில் நம் தேசத்தின் வெற்றியை வடிவமைக்கப் போகிறது. 'நகரங்கள், சிறப்பான குணாதிசயங்கள் கொண்டிருப்பவை; கவர்ச்சிகரமான, எப்போதும் மாறிக் கொண்டிருக்கும் ஆளுமை நிறைந்தவை' என்ற புவியியல் அறிஞர் டேவிட் ஹார்வியின் சொற்களை இங்கு நினைவு கூர்வது சிறப்பானது. சுறுசுறுப்பான, விரைவான மாற்றங்களைச் சந்தித்துக்கொண்டிருக்கும் நகரங்களை, நீடித்த வளர்ச்சிக்கு இட்டுச் செல்லும் உண்மையான இயந்திரங்களாக மாற்றுவதற்கு, நகர மேம்பாட்டையும் நிர்வாகத்தையும் உயர்த்த உதவக்கூடிய, புத்திசாலித் தனமான, நடைமுறை சாத்தியமான, திறமையான திட்டங்களை ஏற்றுக் கொள்வதுதான் இந்தத் தருணத்தின் தேவை.

இந்தியாவை மாற்றிய எட்டு புரட்சிகள்

ஆகஸ்ட் 15, 2007 அன்று, விடுதலை பெற்ற இந்தியா தன் அறுபது ஆண்டுகளை நிறைவு செய்கிறது. இந்து சாஸ்திரங்களின்படி, ஒரு மனிதன் தன் வாழ்வில் அறுபது வயதை நிறைவு செய்வது, ஒரு முக்கிய மான நிகழ்வாகும். விவேகம், முதிர்ச்சி, வாழ்வில் அனைத்தும் பெற்ற நிறைவு ஆகியவற்றுடன் வானப்பிரஸ்தத்துக்கு (வன வாழ்க்கைக்கு) அவன் தயாராக இருக்கிறான் என்பதைக் கொண்டாடுவதாக இந்த நிகழ்வு அமைகிறது. ஆனால், ஒரு தேசத்தின் வாழ்வில், அறுபது ஆண்டு கள் என்பது மிகக் குறைவான காலமே. ஒரு குழந்தை எடுத்துவைக்கும் முதல் காலடியைப் போலத்தான் இதனைக் கூற முடியும். ஆகவே, இந்தியாவைப் பற்றி இந்தக் காலகட்டத்தில் செய்யப்படும் எந்த மதிப்பீடும், பெருந்தன்மையுடனும், நம்பிக்கை தருவதாகவும் இருக்க வேண்டும்.

கடந்த அறுபது ஆண்டுகளில், நல்ல முன்னேற்றங்களைப் பல துறைகளில் அடைந்திருக்கிறோம். உலகத் தரம் வாய்ந்த அறிவியல் அறிஞர்களை, பொறியியல் நிபுணர்களை, செய்தியாளர்களை, படை வீரர்களை, அரசு அதிகாரிகளை, அரசியல்வாதிகளை, மருத்துவர்களை இந்தியா உருவாக்கி இருக்கிறது. சிக்கலான பல பாலங்களையும் அணைகளையும் கட்டி இருக்கிறோம். செயற்கைக் கோள்களை, ஏவுகணைகளை விண்ணில் செலுத்தி இருக்கிறோம். மருத்துவர்களின் எண்ணிக்கை பத்து மடங்கு உயர்ந்திருக்கிறது. முப்பத்திரண்டு ஆண்டுகளாக இருந்த மனித ஆயுளை, அறுபத்தி ஐந்தாக உயர்த்தி இருக்கிறோம். 20 லட்சம் கிலோமீட்டர்களுக்குப் புதிய சாலைகள் அமைத்திருக்கிறோம். நம் நாட்டின் இரும்பு உற்பத்தி 40 மடங்கு பெருகி இருக்கிறது. சிமெண்ட் உற்பத்தியை ஏறக்குறைய இருபது

தி ஹிந்து, ஆகஸ்ட் 15, 2007, இதழில் வெளியானது

மடங்கு அதிகரித்திருக்கிறோம். விடுதலை பெறும் நேரத்தில், சில மில்லியன் டாலர்களாக இருந்த நம் ஏற்றுமதியை, இன்று $125 பில்லியனாக உயர்த்தி இருக்கிறோம்.

இதேபோல், நாம் செல்ல வேண்டிய தூரமும் அதிகம் எனக் கூறும் தகவல்களும் உள்ளன. மிக அதிக எண்ணிக்கையான, 35 கோடி இந்தியர்கள் படிப்பறிவு அற்றவர்களாக இருக்கிறார்கள்; இன்றும் 26 கோடி மக்கள் வறுமைக்கோட்டுக்குக் கீழ்தான் வாழ்கிறார்கள்; குடிநீர் வசதியின்மையால் 15 கோடி மக்கள் அவதியுறுகிறார்கள்; குறைந்தபட்ச சுகாதார வசதிகூட இல்லாமல், 65 கோடி இந்தியர்கள் வாழ்கிறார்கள்; போதுமான சத்துணவு இன்றி, 50 சதவிகித இந்தியக் குழந்தைகள் வாடுகிறார்கள். இந்தியாவின் 75 சதவிகிதக் கிராமங்களில், அடிப்படை மருத்துவ வசதிகள்கூட இல்லாத நிலைதான்.

இவை இப்படி இருந்தாலும், விடுதலைக்குப் பிறகான இந்தியாவில் ஏற்பட்டுள்ள முக்கியமான, நாம் கற்பனையே செய்திராத அளவுக்குத் தாக்கத்தை ஏற்படுத்தி, இந்திய மக்களின் வாழ்க்கை நிலையை மாற்றியமைத்த சாதனைகள் சிலவற்றைப் பற்றிக் குறிப்பிட விரும்புகிறேன்.

பசுமைப் புரட்சி

டாக்டர் எம்.எஸ். சுவாமிநாதன் கொண்டுவந்த பசுமைப் புரட்சி, வேறு எந்த முயற்சியும் ஏற்படுத்தாத அளவில், தேசத்தின் தன்னம்பிக்கையை உயர்த்தியது. 1965-ல் ஆரம்பித்த இந்தப் புரட்சி, உணவுப் பற்றாக்குறை நிறைந்த இந்தியாவை, உணவுப்பொருள் மிகுந்திருக்கும் பொருளாதார மாக மாற்றியதோடு, கிராமப்புற, சிறு-விவசாய பண்ணைப் பொருளா தார விரிவாக்கத்தைத் தூண்டிவிட்டது. இந்த முயற்சி காரணமாக, குறைந்தபட்சம் 40 முதல் 50 கோடி இந்தியர்களின் வாழ்க்கைத்தரம் உயர்ந்தது. உணவு தானியங்களைத் தொடர்ந்து இறக்குமதி செய்து கொண்டிருந்த இந்தியா, 10 ஆண்டுகளுக்கு முன்னிருந்து, உணவு தானியங்களை ஏற்றுமதி செய்யும் தேசமாக மாறிவிட்டது.

வெண்மைப் புரட்சி

பால் பற்றாக்குறையை அனுபவித்த தலைமுறையில் இருந்து வந்தவன் நான்; உலகின் மிக அதிகமான பால் உற்பத்தி செய்யும் தேசமாக நாம் இன்று மாறி இருப்பது, கற்பனை செய்து பார்க்க முடியாத ஒன்றாகவே எனக்குத் தோன்றுகிறது. அசாதாரணத் தொலைநோக்குப் பார்வை கொண்ட டாக்டர் வர்கீஸ் குரியன், அவரைத் திறமையாகத் தொடர்ந்த அம்ரிதா படேல் ஆகியோரால்தான் இது சாத்தியமானது. சத்துணவுப் பற்றாக்குறையால் வாடும் லட்சக்கணக்கான குழந்தைகள் இருக்கும்

இந்த தேசத்தில், அளவுக்கதிகமான பால் உற்பத்தி, சத்துணவுக் குறைவை எதிர்த்துப் போராட நமக்கு ஒரு வாய்ப்பு தந்தது எனலாம்.

1991-ன் பொருளாதாரச் சீர்திருத்தங்கள்

காலம்சென்ற பி.வி.நரசிம்ம ராவ், மன்மோகன் சிங், பி. சிதம்பரம், மாண்டேக் சிங் அலுவாலியா ஆகியோரால் 1991-ல் ஆரம்பிக்கப்பட்ட பொருளாதாரச் சீர்திருத்தங்கள், இந்திய நிறுவனத் தலைவர்கள் உலகச் சந்தைகளின் வலிமையை அறிந்துகொள்ள உதவின. உள்நாட்டிலும் வெளிநாட்டிலும் போட்டியை ஏற்றுக்கொள்ளும் பக்குவத்தைப் பெற உதவின. நுகர்வோர்களின் தன்னம்பிக்கையை உயர்த்தின. 1991-ல், அற்ப அளவான $1.5 பில்லியனாக இருந்த நம் அந்நியச் செலாவணிக் கையிருப்பு, $220 பில்லியனாக இன்றைக்கு உயர்ந்துள்ளது. சீர்திருத்தங்கள், தொழில்முனைவு முயற்சிகளை ஊக்குவித்தன; பெரும் கனவுகள் காண, வேலைகளை உருவாக்க, ஏற்றுமதியைப் பெருக்க, வெளிநாடுகளில் புதிய நிறுவனங்களை வாங்க, நிறுவன நிர்வாகத்தின் சிறப்பான கொள்கைகளைப் பின்பற்றி நடக்கத் தேவையான தன்னம்பிக்கையை வர்த்தகர்களுக்கும் தொழில் முனைவோருக்கும் இவை அளித்தன.

சுதந்தரமான ஊடகங்கள், துணிவுகொண்ட செய்தியாளர்கள்

மக்களாட்சி முறையின் வெற்றி என்பது, நேர்மை, நியாயம், வெளிப்படைத்தன்மை, பொறுப்புணர்வு போன்ற சில முக்கியமான குணங்களைப் பொறுத்தது; ஊடகங்களை, குறிப்பாகத் தொலைக்காட்சி நிறுவனங்களை, சுதந்தரமாகச் செயல்பட அனுமதித்ததன் மூலமாக, நம் அரசாங்கத்தில் இத்தகைய பண்புகள் அதிகரிப்பதற்கான அடிப்படை நிறுவப்பட்டது. உண்மையைத் தேடுவதில் கொள்கைப் பிடிப்போடு இயங்கிய நூற்றுக்கணக்கான செய்தியாளர்களும் செய்தி ஆசிரியர்களும் வெளிக்காட்டிய துணிவும், உற்சாகமும், முனைப்பும் இந்த தேசத்தின் எதிர்காலம் பாதுகாப்பாக இருக்கிறது என்ற நம்பிக்கையை நமக்குத் தருகின்றன. ஆங்கிலச் ஊடகங்களின் என் ராம், அருண் ஷோரி, சேகர் குப்தா, சுசேதா தலால், பர்கா தத், ராஜ்தீப் சர்தேசாய் (சிலரது பெயர்களை மட்டுமே இங்கு குறிப்பிடுகிறேன்) மற்றும் ஏனைய மாநில மொழிகளின் அற்புதமான செய்தியாளர்களும் ஊடகங்களைச் சார்ந்தவர்களும் இதில் அடங்குவர்.

தொலைத்தொடர்பு புரட்சி

சாம் பிட்ரோடா தலைமையில் இயங்கிய தொலைத்தொடர்பியல் சாதன மேம்பாட்டு மையம் (CDOT) உருவாக்கி நிறுவிய, 500-இணைப்புகள் கொண்ட EPABX இணைப்பகம், இந்தியாவின் நகர்ப்புறத்தையும்

கிராமப்புறத்தையும் ஒன்றிணைத்தது போல், வேறு எந்தத் தொழில் நுட்பமும் செய்யவில்லை. இந்தப் புரட்சி காரணமாக, மக்கள் தங்களது அன்புக்குரியவர்களுடன், ஊழியர்களுடன், மருத்துவர்களுடன் தேவை ஏற்படும்போது உடனடியாகத் தொடர்புகொள்ள முடிந்தது. தாங்கள் தனிமைப்பட்டு வாழ்கிறோம் என்று அதன்பிறகு மக்கள் உணரவேயில்லை.

விண்வெளி தொழில்நுட்பம், செயற்கைக்கோள் தொலைக்காட்சி

பேராசிரியர் யஷ் பாலின் செயற்கைக்கோள் வழிக் கல்விக்கான தொலைக்காட்சிச் சோதனை (SITE) முழுமையானதொரு தொலைக் காட்சி வசதியாக மலர்ந்து, லட்சக்கணக்கான இந்திய கிராமங்களை இணைக்கும் சாதனையைச் செய்தது. தங்களது சாதனைகளையும் செயலற்ற தன்மைகளையும், தாங்கள் மறந்து போன அஸ்ஸாமின் கிராமங்களிலும், சுறுசுறுப்பாக இயங்கும் கேரளாவின் கிராமங் களிலும் வாழும் இந்தியர்கள் பார்க்க முடியும்; தங்களை எடைபோட முடியும் என்பதை நம் அரசியல் எஜமானர்களுக்கு இந்தத் தொலைக் காட்சி ஊடகம் உணரவைத்தது. ஏழை-செல்வந்தன், படித்தவன்-படிக்காதவன், அதிகாரம் படைத்தவன்-ஒதுக்கப்பட்டவன் என கோடிக்கணக்கான இந்தியர்களின் கருத்துகளுக்கு இந்தத் தொழில் நுட்பம் குரல் கொடுத்தது.

அணுசக்தி

இந்திய அணுசக்தி திட்டத்துக்கு உரு கொடுத்தவர் டாக்டர் ஹோமி பாபா. இந்தியாவில் அணுசக்தி அறிவியல் ஆய்வுகளை முடுக்கி விட்டவரும் அவரே. அவரது திட்டத்தின் காரணமாக, பாதுகாப்பு, மின் உற்பத்தி, மருத்துவம் மற்றும் அதன் இணையான துறைகளில், அணுசக்தியை வெற்றிகரமாக நாம் பயன்படுத்திக்கொள்ள முடிந்தது. அமைதி வழிகளுக்கு மட்டுமே இந்தச் சக்தியைப் பயன்படுத்தும் செயல்பாட்டின் காரணமாக, முதிர்ச்சியும் பொறுப்பும் மிக்க தேசம் என நம் நாட்டின் மதிப்பு உலக அளவில் உயர்ந்துள்ளது.

மென்பொருள் புரட்சி

என். விட்டலின் மென்பொருள் தொழில்நுட்பப் பூங்காக்கள் திட்டமும், அதோடு இணைந்த 1991-ன் பொருளாதாரச் சீர்திருத்தங் களும், இந்தத் துறையின் அற்புதமான வளர்ச்சிக்கு அடிப்படையாக அமைந்தன. 1991-92-ல் $150 மில்லியனாக இருந்த இந்தியாவின் தகவல் தொழில்நுட்ப ஏற்றுமதி, 2006-07-ல் $31.4 பில்லியனாக உயர்ந்தது; 2010-ல் அது $60 பில்லியனை எட்டும் என எதிர்பார்க்கப்படுகிறது. தகவல் தொழில்நுட்பத்துறை பலவழிகளில்

தனித்தன்மை பெற்றிருக்கிறது. ஏற்றுமதியில் கவனம் செலுத்தியது; தரத்தில், உலகத்தின் சிறந்த நிறுவனங்களுக்கு இணையாக வளர்ந்தது; நிறுவன நிர்வாகத்தில் மிகச் சிறந்த கொள்கைகளைப் பின்பற்றியது; அமைப்புரீதியாக உருவான துறைகளில், மிக அதிக அளவில் வேலைகள் இந்தத் துறையில்தான் உருவாகின; போட்டிகள் மிகுந்த உலகச் சந்தையில் இந்திய நிறுவனங்களும் வெற்றியடைய முடியும் என்பதை இது எடுத்துக்காட்டியது.

முடிவுரை

இந்த எட்டு புரட்சிகளும் பொதுவானதாக எதைக் கொண்டிருக்கின்றன? இவை அனைத்தும் தொலைநோக்குப் பார்வை கொண்டவர்களால் வழிநடத்தப்பட்டன. உலகத் தரத்தை இவர்கள் ஏற்றுக்கொண்டனர்; பலவித இடர்பாடுகளுக்கு இடையிலும், இந்தத் தரத்துக்குக் குறைவானது போதும் என அவர்கள் ஒருபோதும் இருக்கவில்லை. இந்த முயற்சிகள் ஒவ்வொன்றின் பின்னும், மத்திய அரசு முக்கியமான, நேர்மையான கிரியா ஊக்கியாக இருந்து செயல்பட்டிருக்கிறது; அசாதாரணமான சில அரசியல்வாதிகளும் அரசு அதிகாரிகளும் இம்முயற்சிகளை ஆதரித்தனர். மக்களும் அரசும் இணைந்து வேலை செய்தால், முடியாது என்று முதலில் தோன்றுவதைக்கூட சாதிக்க முடியும் என்பதை இந்த எடுத்துக்காட்டுகள் தெளிவாகக் காட்டுகின்றன.

மேலும் ஓர் அறுபது ஆண்டுகளுக்குப் பிறகு, 2067-ல், இந்தியாவிட மிருந்து நான் என்ன எதிர்பார்க்கிறேன்? குழந்தைகள் அனைவருக்கும் நல்ல கல்வி, சுகாதார வசதிகள், சத்துணவு, வசிப்பிடம் ஆகியவை கிடைக்கும் இந்தியாவாக இருக்க வேண்டும் என்று விரும்புகிறேன். மொழி, இன, மத வேறுபாடு இன்றி, எந்தக் குழந்தையாக இருந்தாலும், நேர்மையும் கடின உழைப்பும் இருந்தால், ஒளிமயமான எதிர்காலம் உண்டு என்ற தன்னம்பிக்கையோடு இயங்கும் இந்தியாவைக் காண விழைகிறேன்.

உலக அமைப்புகள் அனைத்தும் மதிக்கும் இந்தியாவைக் காண விரும்புகிறேன். உயர்வான செயல்பாடு கொண்டவர்களாக நாம் இருப்போம்; அமைதியை விரும்புகிறவர்கள் நாம்; அன்பு மிகுந்த உபசரிப்பாளர்களாக இருப்போம்; நேர்மையானவர்களாக இருப்போம்; பன்முகத்தன்மை கொண்ட நாடாக, அனைத்து மதநம்பிக்கைகளும் மதிக்கப்படும் நாடாக, உலக மக்களின் நம்பிக்கைக்குப் பாத்திர மானவர்களாக இருப்போம்.

மென்பொருள் நிறுவனங்கள்: புதிய இந்தியாவின் கோயில்கள்

நேரு போன்ற மாபெரும் மனிதரைப் பற்றிப் பேசுவது அவ்வளவு எளிதல்ல. விடுதலை பெற்ற பிறகு இந்த ஐம்பது ஆண்டுகளில் நடந்திருக்கும், தனித்துச் சுட்டிக்காட்ட முடிந்த, மேம்பாட்டுக்கான அனைத்துச் சிந்தனைகளிலும், அவரது ஆளுமை ஊடாடியிருக்கிறது என்று சொல்லலாம். சந்தேகமின்றி, அவரது உள்ளார்ந்த சிந்தனைத் திறனாலும் செயல்பாடுகளாலும் வருங்காலச் சந்ததியினரும் நிச்சயமாகப் பயன் பெறுவார்கள். வறுமையை ஒழிக்க நேரு ஆரம்பித்த எண்ணற்ற முயற்சிகள், விடுதலை பெற்ற இந்தியாவின் வரலாற்றுப் பக்கங்களில் பொதிந்து கிடக்கின்றன.

நேரு, பல்கலைக்கழகங்கள், அணைகள், தொழிற்சாலைகள் ஆகியவற்றை நவீன இந்தியாவின் கோவில்கள் என்றார். அவற்றை உருவாக்குவதே, அவருக்கு மிகவும் பிடித்த கொள்கை. தொழில்துறை உள்கட்டமைப்பின் அடித்தளக் கூறுகளாக அவை அமைந்தன. வளர்ச்சி பெறத் துடிக்கும் தேசத்துக்குத் தேவையான, அறிவுச் சேமிப்பகத்தை இவை தந்தன. ஏழைகளின் கண்ணீரைத் துடைத்தெறிய வேண்டும் என்ற மகாத்மா காந்தியின் கனவை நிறைவேற்ற ஒரே வழி இதுதான் என்பதை அவர் தெரிந்திருந்தார்.

விடுதலை நாள் அன்று இரவு அவர் ஆற்றிய, 'விதியோடு ஒரு சந்திப்பு' என்ற அவருடைய புகழ்பெற்ற உரையிலிருந்து சில வரிகளை இங்கு குறிப்பிட விரும்புகிறேன். 'பழமையிலிருந்து புதுமையில் நாம் காலடி வைக்கும் இந்த நேரத்தில், ஒரு காலகட்டம் முடியும் நேரத்தில், வரலாற்றில் அரிதாக நிகழும் இந்தத் தருணத்தில், நீண்ட காலம் அடிமைப்பட்டுக் கிடந்த ஒரு தேசத்தின் ஆத்மாவுக்கு, பேசுவதற்கான

இருபத்து நான்காவது ஜவாஹர்லால் நேரு நினைவு நாள் பேருரை, லண்டன், டிசம்பர் 4, 2000.

சொற்கள் கிடைத்திருக்கின்றன' என்றார். என்ன ஒரு அற்புதமான சொற்றொடர்! அன்றைக்கு மட்டுமல்ல, உயர் தொழில்நுட்பத்துறையில் உலகத்தின் முக்கியமான தேசமாக இந்தியா உருவாகிவரும் இன்றைய சூழலுக்கும் பொருத்தமான, உண்மையான சொற்கள் இவை. என்னைப் பொருத்தவரை, மிக வேகமாக வளர்ந்து வரும் உயர் தொழில்நுட்ப நிறுவனங்கள்தான் புதிய இந்தியாவின் கோவில்கள். இந்தக் கருத்தின் முக்கியத்துவம் குறித்தும், இந்த இயக்கத்தைத் தொடர்ந்து முன்னெடுத்துச் செல்வதற்கு இந்தியா செய்யவேண்டியது என்ன என்பது பற்றியும் குறிப்பிடுகிறேன்.

அரசியல்வாதி, தேசத்தின் தலைவன், தலை சிறந்த நிர்வாகி என்ற வகையில் நேருவைப் பற்றி ஏராளமானவை எழுதப்பட்டு உள்ளன. இந்திய மக்களுக்கான விடுதலையைப் பெற்றுத் தருவதில், அறிவுச் செல்வமும் மாணவர்களுக்கான உதவித் தொகையும் முக்கியப் பங்காற்றும் என்பதில் அவர் கொண்டிருந்த நம்பிக்கை பற்றி மிகக் குறைவாகவே எழுதப்பட்டுள்ளது. இந்நாட்டின் பிரதமராக அவர் எடுத்த மூன்று முக்கியக் கொள்கை முடிவுகள் பற்றி மேலோட்டமாக இங்கு சொல்கிறேன்.

முதலாவது: இந்தியத் தொழில்நுட்ப நிறுவனம் (ஐ.ஐ.டி), இந்திய மேலாண்மை நிறுவனம், பாபா அணுசக்தி ஆய்வு மையம், அகில இந்திய மருத்துவ அறிவியல் நிறுவனம் ஆகியவற்றை உள்ளடக்கிய உயர்கல்வி நிறுவனங்கள் பலவற்றை அவர்தான் ஆரம்பித்தார். இன்றைக்கு, சிலிக்கான் பள்ளத்தாக்கின் தொழில்முனைவுகளில், உலகம் முழுவதும் இருக்கும் பலமுன்னணி கல்வி நிறுவனங்களில், அமெரிக்காவில் குவிந்திருக்கும் நிறுவனத் திறன்களில் இந்தியாவின் பங்களிப்பில் பெரும்பான்மை ஐ.ஐ.டிகளில் இருந்து வந்தவை. இந்தியப் பொறியியல் மற்றும் மேலாண்மைத் திறனின் முதுகெலும்பு இந்த அறிவுக்கடலில் இருந்துதான் வந்தது. நேருவின் தொலை நோக்குப் பார்வை இல்லாதிருந்தால், இந்தியாவை உலக மென்பொருள் தொழிலின் முக்கியமான பங்களிப்பாளராக உருவாக்க வேண்டும் என்ற கனவு சாத்தியமாகியிருக்காது.

இரண்டாவது: சுங்க வரிகளை அதிகமாக விதித்தல், இந்தியத் தொழில் களைப் பாதுகாத்தல் என்ற மனநிலை நிலவிய அந்த நேரத்திலும், நூல்கள், இதழ்கள் மற்றும் அறிவு மேம்பாட்டுக்கு உதவும் கருவிகளுக்கு இறக்குமதி வரி விதிக்கக்கூடாது என்று நேரு வலியுறுத்தினார்.

மூன்றாவது: *1950-கள், 1960-களில்* அந்நியச் செலாவணி அரிதாக இருந்த காலத்திலும், கல்விக்காக வெளிநாடு சென்ற மாணவர்களுக்குத் தேவையான அந்நியச் செலாவணியை உறுதி செய்தார்.

காலனியாதிக்க அடிமைத்தளையில் இருந்து அப்போதுதான் விடுதலை பெற்றிருந்த இந்தியாவில், எதற்கெடுத்தாலும் எதிர்ப்பு தெரிவிக்கும், எதிலும் மகிழாத, ஊக்கம் தந்திராத ஒரு கூட்டத்திடமிருந்து அவர் எத்தகைய எதிர்ப்பைச் சந்தித்திருப்பார் என்று கற்பனை செய்து பார்க்கிறேன்! உலகின் மிகச் சிறந்த அறிவு வளத்திலிருந்து மடை திறந்ததுபோல் வெளிப்படும் சிந்தனைகளில் உறுதியான நம்பிக்கை கொண்டிருந்த மனிதரின் செயல்கள் இவை. ஆண்ட்ரூ ஜாக்சனின் சொற்களில், 'உறுதி மிக்க ஒரு மனிதன், ஓராயிரம் மனிதர்களை உருவாக்குகிறான்' என்பதற்கான எடுத்துக்காட்டாக நேரு இருந்தார்.

இந்தியாவின் தலைவிதியை நிர்ணயிப்பதில், உயர் தொழில்நுட்ப நிறுவனங்களின் பங்கைப் பற்றி, அவ்வப்போது பல்வேறுவிதமான கருத்துகளைக் கேட்கிறோம். பன்முகத்தன்மை கொண்ட சமூகத்தில் நாம் வசிப்பதால், கல்வி முறையில் மிகப் பெரிய வேறுபாடுகள் இருப்பதால், சாதாரண மக்களின் வாழ்க்கைத் தரத்தில், உயர் தொழில் நுட்பப் பலன்களின் தாக்கம் ஏற்படுவதற்கு அதிக காலம் பிடிக்கும் என்பதால், இந்தத் தலைப்புக்கு எதிரான கருத்துகள் எழுவது இயற்கையானதே. ஆகவே, மேன்மையான இந்தியாவை உருவாக்க, தொழில்நுட்பத்தைத் தழுவிக்கொள்ள வேண்டியதன் அவசியம் குறித்து மட்டுமே இங்கு குறிப்பிட விரும்புகிறேன்.

மனிதர்களின் வாழ்க்கையை வசதியானதாகவும் செயல்திறன் கொண்டதாகவும் மாற்றுவதற்காக, இயற்கை ரகசியங்களையும் தொழில்நுட்பப் புதிர்களையும் அவிழ்ப்பதே அறிவியலின் நோக்கம். சந்தையில் ஒரு பொருள் வெற்றியடைய வேண்டும் என்றால், பின்வரும் ஏதேனும் ஒரு தன்மையை அது கொண்டிருக்க வேண்டும்; நம் செலவைக் குறைத்தல், நம் உற்பத்தியை அதிகப்படுத்தல், நம் நேரத்தை மிச்சப்படுத்துதல் அல்லது நம் வசதியை மேம்படுத்துதல். தகவல் தொழில்நுட்பம் சார்ந்த பொருள்கள், இந்தத் தேவைகளை நிறைவேற்றுபவையாக இருக்கின்றன என்பதில் எந்த மாற்றுக் கருத்தும் இல்லை. குறைந்த வருவாயில், சாதாரண அடிப்படை வசதிகளைக்கூடப் பூர்த்தி செய்துகொள்ள முடியாமல் வாழும் ஏழை இந்தியனைத் தவிர்த்து வேறு யாருக்கு இவை தேவை? தகவல் தொழில்நுட்பத்தின் வலிமை சாதாரண மனிதனுக்கு எவ்வாறு உதவிகரமாக இருக்கிறது என்பதற்குச் சில எடுத்துக் காட்டுகளைக் கூறுகிறேன்.

கடலில் அலைகள் எவ்வாறு வீசுகின்றன என்பதுபற்றி அமெரிக்கக் கடற்படை ஒலிபரப்பும் தகவல்களைக் கேட்டறிந்து செயல்படும் பாண்டிச்சேரி மீனவர்களால், 40 சதவிகிதம் அதிகமான மீன்களைப் பிடிக்க முடிகிறது. இணையத்தள வீடியோ கான்ப்ரென்ஸ் மூலம், மும்பையில் இருக்கும் வாடகை கார் ஓட்டுநர், உத்திரப்பிரதேசத்தின்

மூலையில் உள்ள கிராமத்தில் வசிக்கும் தன் குடும்பத்தோடு பேச முடிகிறது. தொழில்நுட்பம் ஒரு மிகப் பெரிய சமதர்மவாதி. ஏழைக்கும் செல்வந்தனுக்கும் இடையே அது வேறுபாடு பார்ப்பதில்லை. எடுத்துக்காட்டாக, இன்ஃபோசிஸில் காவலராக வேலைபார்க்கும், என் இளம் சகாவுக்கு தானியங்கி பண இயந்திரத்தை (ஏ.டி.எம்) பயன் படுத்துவதில் மிக்க மகிழ்ச்சி. ஏனெனில், வங்கியில் வேலை செய்யும் எழுத்தரைப்போல் இது பாகுபாடு பார்ப்பதில்லை.

தொழில்நுட்பத்தின் உதவியால் சேவைகளை மலிவாகத் தரமுடிகிறது. வங்கியில், நம் பண இருப்பை அறிந்துகொள்ள, ஒரு பரிவர்த்தனைக் கான செலவு ரூ. 40. ஏ.டி.எம்மைப் பயன்படுத்தும் போது அதன் செலவு ரூ. 8. இணையத்தளச் சேவையில், இந்தச் செலவு ரூ. 2 ஆகக் குறைந்து விடுகிறது. ஏழைகளைவிட வேறு யாருக்கு இந்தச் சேவைகள் தேவை? அதிகச் செலவற்ற, திறமையான, விரைவான, ஊழலற்ற பொதுநலச் சேவை விரிவாக்கத்துக்கு மின்-நிர்வாக முறைகளைப் பயன்படுத்துவது மற்றுமொரு வசதி. முடிவுகள் எடுப்பதில் வெளிப்படைத் தன்மையைக் கொண்டுவருவதற்குத் தகவல் தொழில்நுட்பம் உதவுகிறது. அரசாங் கத்தின்மீது பொதுமக்களுக்கு இருக்கும் நம்பிக்கையை இதன்மூலம் உயர்த்த முடியும். தொழில்நுட்பத்தைப் பயன்படுத்தி நம் தேசத்து ஏழைகளின் வாழ்க்கைத்தரத்தை உயர்த்தமுடியும் என்பதைப் பிரசாரம் செய்வதே இன்றைக்கு நம் தலைவர்கள் செய்ய வேண்டிய செயல்.

உலக அளவில் உருவாகிக் கொண்டிருக்கும், மென்பொருள் தேவை வாய்ப்புகளை, நாம் முழுமனத்தோடு ஏன் ஏற்றுக்கொள்ள வேண்டும் என்பதைப் பற்றி இப்போது கூறுகிறேன். கிராமமாகிவிட்ட ஓர் உலகத்தில் இன்று நாம் வசிக்கிறோம். எந்த நாடும் உலகச் சந்தையில் இருந்து விலகி, தனித்து இயங்க விரும்புவதில்லை. சில பத்தாண்டு களுக்கு அப்படி இருந்த நாடுகள்கூட, தங்கள் தவறுகளை உணர்ந்து உலகச் சந்தைக்குச் சென்றதன்மூலம், தங்கள் தேசிய வருமானத்தில் ஏற்றுமதியின் பங்கை உயர்த்தியுள்ளன. மென்பொருள் ஏற்றுமதி என்பது இந்தியாவுக்கு அதிக வருமானத்தை ஈட்டித்தரும் ஒரு துறை. பின்வரும் காரணங்களால் ஏற்றுமதியில் நாம் அதிகக் கவனம் செலுத்தவேண்டியுள்ளது.

1. அனைத்து நாடுகளும் தங்களிடம் இருக்கும் தனிப்பட்ட திறமையைப் பயன்படுத்தித் தங்களது பொருள்களையும் சேவை களையும் உலகச் சந்தைக்குக் கொண்டுவருகின்றன. வேலைகளை உருவாக்குவதற்கு இந்தியாவுக்கு இது ஒரு முக்கியமான வாய்ப்பு.

2. உங்களது தனித்த திறமையைப் பயன்படுத்தி அந்நியச் செலாவணி ஈட்டுவதும், சிறந்த பொருள்களையும் சேவைகளையும் மற்ற

நாடுகளில் இருந்து நல்ல விலைக்கு இறக்குமதி செய்வதையும் சுயச் சார்பு என்று நாம் சொல்ல முடியும். இந்த வரையறை, மேலிருந்து கீழான ஒருமைப்பாட்டையும் இறக்குமதிக்கான மாற்றையும் வலியுறுத்தும் வழக்கமான இந்திய மனநிலையில் இருந்து மாறுபட்டது. விடுதலை பெற்று நாற்பது ஆண்டு களுக்குப் பின்னரும் இந்திய அரசியல்வாதிகளும் அரசு அதிகாரிகளும் இந்த மனநிலை கொண்டவர்களாகவே இருந்தனர் என்பது துரதிர்ஷ்டவசமானது.

3. சமநிலையான பொருளாதார வளர்ச்சியை உறுதிப்படுத்த, ஏற்றுமதியிலும் உள்நாட்டுப் பயன்பாட்டு அளவிலும் ஒரு ஆரோக்கியமான விகிதத்தை தொடர்ந்து தக்கவைத்துக்கொள்ள வேண்டும். இந்தியாவின் தேசிய வருமானத்தில், ஏற்றுமதியின் பங்கு ஏறத்தாழ 9 சதவிகிதம். சீனா (25 சதவிகிதம்), பிரேசில் (20 சதவிகிதம்) போன்ற நாடுகளுடன் ஒப்பிடும்போது இது குறைவானதே. எரிபொருள் போன்ற அத்தியாவசியப் பொருள்களின் விலையை முன்கூட்டியே முடிவு செய்ய முடியாது; தொழில்நுட்பங்கள் சிலவற்றை நாம் இறக்குமதி செய்யவேண்டியிருக்கும்; போதுமான அந்நியச் செலாவணி இருப்பு கைவசம் இருக்க வேண்டியது அவசியம்; இந்த சூழலில், தேசிய வருமானத்தில் ஏற்றுமதியின் பங்களிப்பை உயர்த்துவது முக்கியம்.

4. ஏற்றுமதிக்கு அதிக முக்கியத்துவம் கொடுப்பதன்மூலம், இந்திய நிறுவனங்கள், தங்கள் பொருள்களையும் சேவைகளையும் உலக அளவில் தரப்படுத்த முடியும். போட்டிகள் நிறைந்த உலகச் சந்தையில் உங்களால் வெற்றி பெற முடிந்தால், தரம் மிகுந்த பொருள்களை நல்ல விலையில் உள்நாட்டுச் சந்தையிலும் உங்களால் விற்க முடியும். நீண்ட நாள்களாக இந்தியாவின் நுகர்வோர், மோசமான பொருள்களை வாங்கக் கட்டாயப்படுத்தப் பட்டனர். ஏற்றுமதியில் கவனம் செலுத்துவதன்மூலம், நாம் இதனைச் சரி செய்யலாம்.

ஆர்யபட்டர், வராகமிகிரர், பிரம்மகுப்தர், சுஸ்ருதர் போன்ற அறிஞர்களின் முக்கியமான பங்களிப்பால், முதல் ஆயிரம் ஆண்டு களில் கணிதம், வானவியல், அறுவை சிகிச்சை போன்ற பல்வேறு துறைகளில் இந்தியா உச்சநிலையை எட்டியிருந்தது. இரண்டாவது ஆயிரம் ஆண்டுள், இறுதி ஐம்பது ஆண்டுகளைத் தவிர்த்துப் பார்த்தால், இந்தியாவுக்குப் பேரழிவைத்தான் தந்தன எனலாம். இந்தக் காலம் முழுவதும் இந்தியாவை அந்நியர்கள் ஆண்டனர். முதலில் வந்த ஆக்கிரமிப்பாளர்கள் கலை, பொழுது போக்கு போன்ற

அம்சங்களில்தான் கவனம் செலுத்தினார்கள்; இந்த தேசத்தில், அறிவியல், தொழில்நுட்ப வளர்ச்சியை அவர்கள் ஊக்குவிக்க வில்லை என்பது துரதிர்ஷ்டவசமானது.

இந்தியர்களின் ஆர்வமும், தொழில்முனைப்பும், தொழில்நுட்பச் சார்பும், எப்போதும் இல்லாத அளவில், கீழான நிலையில் இருந்த காலத்தில், ஆங்கிலேயர்கள் தங்கள் ஆட்சியை ஆரம்பித்தார்கள். தொழில்புரட்சியின் பலனை இந்தியா பெற முடியாமல் போயிற்று. இந்திய அறிவுஜீவிகள், எழுதுகோலையும் காகிதத்தையும் பயன்படுத்தி, தங்களது சிந்தனை வலிமையால் கணிதம், அல்காரிதம், கருத்து சார்ந்த அறிவியல் ஆகியவற்றில் பங்களிப்பை அளித்தனர்.

மென்பொருள் தொழில்நுட்பம் கண்டுபிடிக்கப்படும்வரை, உலகம் முழுவதும், உற்பத்தி முறையில்தான் புதிய கண்டுபிடிப்புகளுக்கு அழுத்தம் கொடுக்கப்பட்டது; அதிர்ஷ்டவசமாக, மென்பொருள் உருவாக்கம் என்பது அடிப்படையாக அல்காரிதம், கருத்துருவாக்கம் ஆகியவை சார்ந்து இருந்ததால், கடந்த இருபது ஆண்டுகளில் மிக அதிக அளவிலான வாய்ப்புகளை இந்தியாவால் பெற முடிந்தது. உலகச் சந்தையில் இந்தியா வுக்கு அதிகமான தடைகள் இருந்த நிலையிலும், தனது திறமையை வெளிப்படுத்த இந்திய அறிவுஜீவிகளுக்கு ஒரு களம் கிடைத்தது.

மென்பொருள் துறையில் இந்தியாவுக்குப் பலவிதத் தனித் தன்மைகள் இருக்கின்றன.

1. ஆங்கிலம் பேசும், மென்பொருள் திறமையாளர்களின் பெருங்கூட்டம்.
2. மிகப் பெரிய மென்பொருள் உருவாக்கத் திட்டங்களைக்கூட, குறிப்பிட்ட காலத்தில், ஒதுக்கப்பட்ட நிதியளவில், தேவையான தரம் மற்றும் உற்பத்தித்திறனோடு செய்து முடிப்பதில் இந்தியருக்கு இருக்கும் திட்ட மேலாண்மைத் திறன்.
3. தொடர்ந்து வந்த அரசுகள் பின்பற்றிய மென்பொருள் தொழிலுக்கு ஆதரவான கொள்கைகள்.
4. மலிவாகக் கிடைக்கும் தொழில் திறமை.
5. இந்தியாவுக்கும் மற்ற G7 நாடுகளுக்கும் இடையே இருக்கும் நேர வேறுபாட்டின் காரணமாக, இந்தியாவுக்குக் கிடைக்கும் நீண்ட வேலை நாள்.

இந்திய மென்பொருள் நிறுவனங்கள், பொருள் உற்பத்தியில் அக்கறை செலுத்தாமல், மென்பொருள் சேவைத்தளங்களில் தான் கவனம்

செலுத்தினார்கள். அந்தந்த வாடிக்கையாளரின் தேவைக்கு ஏற்றவகையில் மென்பொருள் வடிவமைப்பில், உருவாக்கத்தில், பராமரிப்பில் அவர்கள் சிறந்து விளங்கினர். இந்தியாவின் வலிமை, அப்போது, தேவைக்கேற்ற மென்பொருள்களைத் தயாரித்து அளிப்பதில் தான் இருந்ததே தவிர, பெருமளவிலான விற்பனை அல்லது பிராண்ட் உருவாக்கத்தில் இல்லை. பொருள் உற்பத்திக்குத் தேவையானவை: வாடிக்கையாளருக்கு அருகில் இருத்தல்; புதுமைகளைப் போற்றும் சூழல்; அப்பொருள் பற்றிய அறிவு ஆகியவை. அந்தத் தருணத்தில், இந்தியாவில் நாம் இந்தக் காரணிகளைப் பெற்றிருக்கவில்லை. ஆகவே, இந்திய நிறுவனங்கள் சேவைத் தளங்களில் மட்டும் மிகச் சரியாகக் கவனம் செலுத்தினர்.

இந்த அணுகுமுறையை விமர்சிப்பது, இந்தியாவின் நாற்காலிப் பண்டிதர்களின் வழக்கமாக இருக்கிறது. சேவைத் தளங்களில் அல்லாமல், பொருள்களில்தான் இந்தியா கவனம் செலுத்த வேண்டும் என்று அவர்கள் கூறுகிறார்கள். இந்திய அறிவுஜீவிகளிடம் இருக்கும் அழுத்தமான பிராமண மனநிலை, தலையில் கூடையுடன் தெருத் தெருவாகச் சென்று பொருள்களைக் கூவிக் கூவி விற்பவர்களைக் கீழானவர்களாகப் பார்க்கும் ஆங்கிலேயர் காலத்திய அரசு ஊழியர் மனநிலை ஆகியவற்றால் இந்திய அறிவுஜீவிகளின் மத்தியில் வர்த்தகம், வர்த்தகர்கள் ஆகியோர்மீது பெருமளவுக்கு வெறுப்பு பரவி இருக்கிறது.

இந்த பிராமண மனநிலையைச் சற்று விளக்குகிறேன். பழங்கால இந்தியாவில் சாதிமுறை ஊக்குவிக்கப்பட்டதற்கு உண்மையான காரணம், அந்தக் குடும்பத்தைச் சேர்ந்தவர்களும் அவரது சந்ததியினரும் ஒரு குறிப்பிட்ட தொழிலில், வர்த்தகத்தில், செயல்பாடுகளில் சிறந்து விளங்கவேண்டும் என்பதற்காகத்தான். அந்தக் காலத்தில் அது சிறந்த சிந்தனையாகப்பட்டது. இதன் அடிப்படையில், சூத்திரர்கள் நிலத்தில் பாடுபட்டனர்; வைஸ்யர்கள் வியாபாரம் செய்தனர்; சத்திரியர்கள் வீரர்களாயினர்; பிராமணர்கள் இவர்கள் அனைவரையும் கடவுளுடன் இணைப்பவர்களாக, அறிவுசார்ந்த விஷயங்களுக்குப் பொறுப்பானவர் களாக இருந்தனர். பிராமணரது முக்கியப் பொறுப்பாக, இறப்புக்குப் பின்னுள்ள வாழ்க்கையைப் பற்றிச் சிந்திப்பதும், உயர் சக்தி கொண்டவையோடு தொடர்பு கொள்வதுமாக இருந்தது. எனவே, நடைமுறை உலகைப்பற்றிச் சிறிதளவுகூட அக்கறை இல்லாதவர் களாக, உடலுழைப்பு எதிலும் ஈடுபடாதவர்களாக அவர்கள் வாழ்ந்தனர். தெரிந்துகொள்வதற்காகக் கற்பதே அவர்களது நோக்கமாக இருந்தது. அந்த அறிவைச் சமுதாயத்தில் ஏதாவது மாற்றத்தை உண்டாக்க

அவர்கள் பயன்படுத்தவில்லை. இரு காரணங்களுக்காக அது ஆபத்தானதாகக் கருதப்பட்டது. முதலாவதாக, அது பொருத்தமான ஒரு செயலாக இருக்காது; இரண்டாவதாக, அச்செயல்களுக்கு அவரே பொறுப்புள்ளவராக ஆக்கப்படுவார்!

இந்த மனநிலை இன்றைக்கும் இந்தியாவில் வலிமையாக இருக்கிறது. எடுத்துக்காட்டாக, நான் என் நிறுவனத்துக்கு ஊழியர்களை நேர்முகத் தேர்வு செய்யும்போது, தற்கால இந்தியா சந்தித்துக் கொண்டிருக்கும் பிரச்னைகளைத் தீர்ப்பதற்கு எந்தவிதத்திலும் உதவாத உயர் கம்ப்யூட்டர் தளங்களில் வேலை செய்வதில்தான் அதிக விருப்பம் இருப்பதாக அவர்கள் தெரிவிப்பார்கள். அவர்களின் முதல் தேர்வு, ஒரே மாதிரியானதாக, செயற்கை அறிவு பற்றியதாக இருக்கும்! அந்தத் தளத்தில் வேலை செய்ய அவர்கள் விரும்புவதன் காரணத்தைக் கேட்பேன். அந்தக் களம் சவால் நிறைந்ததாக, ஆர்வ மூட்டக் கூடியதாக இருக்கிறது என்பதாகத்தான் அவர்களது பொதுவான பதில் இருக்கும். இந்தியாவின் இன்றைய தேவைகளுக்கு உதவும் வடிவமைப்புகளில் அவர்களுக்கு ஆர்வம் இல்லை.

இதைப்போன்ற அணுகுமுறைதான், இந்திய நிறுவனங்கள் பொருள்கள் உற்பத்தியில் கவனம் செலுத்தவில்லை என்று விமர்சனம் செய்யும் அறிவுஜீவிகளிடமும் இருக்கிறது. இந்திய நிறுவனங்கள், மேலும் உலகம் தழுவியதாக மாறியபிறகு, அதிகநிதி ஆதாரம் கொண்டவையாக மாறியபிறகுதான் பொருள்கள் உற்பத்திக்கான திறமைகளைப் பெறமுடியும்; அந்தத் திறமைகளைப் பயன்படுத்தி பொருள்களை உற்பத்தி செய்ய முடியும் என அவர்களுக்குக் கூற விரும்புகிறேன்.

இந்திய இளைஞர்களுக்குத் தேவையான, அதிக வருமானம் தரக்கூடிய வேலைகளை அதிக எண்ணிக்கையில் உருவாக்குவதுதான் இன்றைய தேவை. நம் சமூகத்தில் இருக்கும் பிரச்னைகளைத் தீர்ப்பதற்கு உதவும் வர்த்தக நிறுவனங்களை நாம் நடத்தும்வரை, நேர்மையான ஒழுக்கமான வழியில் செல்வத்தைச் சேர்க்கும் வரை, சவால் நிறைந்த, அதிகச் சம்பளம் தரும் வேலைகளை உருவாக்கும்வரை, இப்போது நாம் ஏவுகணை அறிவியலில் இருக்கிறோமா அல்லது தேனீக்களை வளர்க்கிறோமா என்பது ஒரு பொருட்டேயல்ல.

இந்திய நிறுவனங்கள் உயர்மதிப்புள்ள வேலைத் திட்டங்களை எடுத்துச் செய்வதில்லை என்ற கருத்தும் நிலவுகிறது. என்னைப் பொருத்தவரை இந்த விமர்சனங்கள் தவறான நோக்கில் கூறப் படுபவை. உலகத்தில் இன்று பயன்பாட்டில் இருக்கும் பெரும் பாலான முன்னணி மென்பொருள் வடிவமைப்பின் பின்புலத்தில்,

இந்திய மென்பொருள் நிறுவனம் ஒன்றின் பங்களிப்பை நிச்சயம் பார்க்க முடியும்; பங்கு வர்த்தகத்தில் பயன்படும் அடுத்த தலைமுறை வடிவமைப்பாக அது இருக்கட்டும். அல்லது சில்லறை வியாபாரி ஒருவர் பயன்படுத்தும் இயந்திரமாக இருக்கட்டும். அல்லது அகண்ட அலைவரிசைக்கான வயர்லெஸ் ஸ்விட்ச்சாக இருக்கட்டும், இந்திய நிறுவனம் ஒன்றின் பங்கு நிச்சயமாக அதில் இருக்கும். தொழில் வாய்ப்புகளுக்காகக் காத்திருக்கும் இந்திய நிறுவனங்கள் பதில் பெறவேண்டிய கேள்விகள் இவைதான்: சந்தைப்படுத்துவதற்கான வாய்ப்பு இருக்கிறதா? இந்த வாய்ப்பு லாபகரமானதா? சந்தையில் இந்தப் பொருள்களுக்கான சேவையைத் திறம்படச் செய்யும் திறன் நம்மிடம் இருக்கிறதா? இல்லை என்றால் அந்தத் திறனைப் பெற என்ன செய்யவேண்டும்? இந்த விஷயத்தில் அரசு மற்றும் கல்வி நிறுவனங்களின் பங்கு என்ன?

மெக்கின்ஸி நிறுவனத்தின் கணிப்பின்படி, மென்பொருள் சேவைகளுக்கான சந்தை வாய்ப்புகள் 1998-ல் $270 பில்லியன். இதில், $27 பில்லியன் வாய்ப்புகள், தொலைதூரத்தில் இருக்கும் இந்தியா போன்ற நாடுகளுக்கு அவுட்சோர்சிங் அடிப்படையில் அனுப்பப் பட்டன. இதில் இந்தியாவுக்கு 1999-2000-ல் கிடைத்த பங்கு, $4 பில்லியன் (15 சதவிகிதம்). தகவல் தொழில்நுட்பத் துறையில் புதுமைகள் வந்துகொண்டிருக்கும்வரை, இந்தக் கண்டுபிடிப்புகளின் வலிமையைப் பயன்படுத்தி, சந்தையில் தங்களுக்குப் புதிய பலன்களை உருவாக்கிக்கொள்ள விரும்பும், மென்பொருள் பயன்பாட்டு நிறுவனங்கள் இருக்கும்வரை, இந்திய மென்பொருள் நிறுவனங் களுக்கு முக்கியப் பங்காற்றும் வாய்ப்பு இருப்பதாகக் கருதுகிறேன். இந்த நேரத்தில், சந்தைப்படுத்தும் வாய்ப்புகள் ஒரு முக்கிய விஷயமாகத் தெரியவில்லை.

இந்திய வரலாற்றிலேயே முதன் முறையாக, உலக நாடுகளின் பாராட்டுதலைப் பெற்றிருக்கிறோம். இப்பாராட்டு ஒரு துறையில் - மென்பொருள் ஏற்றுமதியில் - மட்டுமே கிடைத்துள்ளது. நாம் சாதித்தவை போற்றுதலுக்கு உரியவை என்றாலும், இந்த மாரத்தான் ஓட்டத்தின் ஆரம்பத்தில்தான் இருக்கிறோம். நமக்கு உரிய இலக்கை அடையவேண்டுமானால் இந்த தேசம் - அதாவது அரசியல் தலைவர்கள், அரசு அதிகாரிகள், கல்வி நிறுவனங்கள் மற்றும் நிறுவனத் தலைவர்கள் - உடனடியாக எடுக்க வேண்டிய முன்முயற்சிகள் பல இருக்கின்றன. அவற்றில் சிலவற்றைப் பார்ப்போம்.

தகவல் தொழில்நுட்பப் பலன்களை, இந்த தேசத்தின் பரந்து நிறைந்திருக்கும் மக்கள் கூட்டத்துக்குக் கொண்டுசேர்க்க வேண்டு மானால், விரைவாக முடிவெடுத்து, கூரிய நோக்கோடு கொள்கை

களைச் செயல்படுத்தும் திறன் நமக்குத் தேவை. இதனை நிறைவேற்ற, தகவல் தொழில்நுட்பத்தால் சாதாரண மனிதனும் உண்மையில் பயன் பெறுகிறான் என்பதில் அரசியல்வாதிகள் மத்தியில் ஒருமித்த கருத்து உருவாகவேண்டும். தகவல் தொழில்நுட்பம் நன்மை தருவதா, தீங்கு தரக்கூடியதா என்ற விவாதத்தை நாம் தொடர்ந்து நடத்திக் கொண்டிருக்க முடியாது. உண்மையில், நம் அரசியல் தலைவர்கள், தொழில்நுட்பத்துக்கான, குறிப்பாகத் தகவல் தொழில்நுட்பத்துக் கான, பிரசாரகர்களாக மாறவேண்டும். தகவல் தொழில்நுட்பத்தைப் பயன்படுத்துவதில் முன்மாதிரியாக இருந்து, அதனைப் பயன்படுத்து வதால் அதிகச் செயல்திறன் மிக்கவர்களாக மாறிவிட்டோம் என்பதை அவர்கள் எடுத்துக்காட்டவேண்டும்.

என் நண்பர் ராகுல் பஜாஜ், 'போட்டிதான் மிகப் பெரிய மேலாண்மை குரு' என்று சொல்வார். வாடிக்கையாளர் சேவையின் முக்கியத்து வத்தை இந்திய நிறுவனங்கள் உணரவில்லை என்றால், தகவல் தொழில்நுட்பப் பயன்பாடு, நிறுவன உலகமெங்கும் வியாபித்திருக்கும் ஒன்றாக மாற இயலாது. அரசுத் துறைக்கும் பொதுத்துறைக்கும் நிச்சயம் இது அதிகமாகப் பொருந்தும். மின்-நிர்வாகம், மின்-வர்த்தகம் ஆகியவற்றைப் பயன்படுத்தி, விரைவான, சிறந்த, மலிவான சேவையைத் தங்களது நுகர்வோர்களுக்கு இந்த நிறுவனங்கள் கொடுக்க வேண்டும் என்றால், தகவல் தொழில்நுட்பத்தில் மிக அதிக அளவிலான முதலீடு தேவை. தொலைத்தொடர்பு, காப்பீடு, விமானப் போக்குவரத்து ஆகியவற்றில் ஏகபோகத்தை நீக்கினால்தான் போட்டியின் மூலம் நாம் பலன் பெற முடியும்.

போட்டியும் விறுவிறுப்பும் நிறைந்த இன்றைய வர்த்தகச் சூழல், விரைவான முடிவுகளை, புது தில்லியில் இருந்து கிடைக்கும் ஒப்புதலுக்குப் பின் என்றில்லாமல், இயக்குனர் குழுவின் கூட்ட அறைகளில் எடுக்கப்படுவதையே விரும்புகிறது. இந்தியா போன்ற நாடுகளில், ஒரு நிறுவனத்தின் தலைவிதியை நிர்ணயிப்பதில் அரசாங் கத்தின் பங்கு முக்கியமானது. இந்திய நிறுவனங்கள் அதிக அளவில் உலகமயமாதலை நோக்கி நகர்ந்து கொண்டிருக்கும் சூழலில், போட்டிகளுக்கான புதிய விதிமுறைகளைத் தழுவ வேண்டியிருக்கும். அத்தகைய புதுவிதிகளை உருவாக்குவதில் நம் அரசும் முக்கியப் பங்காற்ற வேண்டும்.

இதற்கு, புது தில்லியிலிருந்து என்றில்லாமல், பரவலாக்கப்பட்ட அடிப்படையில், மாநிலத் தலைநகர்கள் அல்லது அருகில் இருக்கும் அரசு அலுவலகங்களில் இருந்து விரைவாக அனுமதிகள் வழங்கப்பட வேண்டும். கட்டுப்படுத்தும் அதிகார மையமாக இல்லாமல், கிரியா

ஊக்கியாக அரசாங்கம் செயல்பட வேண்டும். நிறுவன உலகத்தின் தேவைகளை நிறைவேற்றுவதில் அரசாங்கம் இப்போது முன்னெப் போதையும் விடப் பொறுப்புடன் நடந்துகொள்வதாக எனக்குத் தெரிகிறது. சில இடங்களில் மட்டும் சரிசெய்ய வேண்டியிருக்கிறது.

கடந்த ஐந்து ஆண்டுகளில், மென்பொருள் தொழில் உலகம், 40 சதவிகிதத்துக்கும் மேலான ஒட்டுமொத்த ஆண்டு வளர்ச்சி விகிதத்தைக் காட்டியிருக்கிறது. இந்தியாவின் உள்நாட்டு தகவல் தொழில்நுட்பத் துறை வளர்ச்சி, இதே ஆண்டுகளில் 25 சதவிகிதத் துக்கும் மேற்பட்ட ஒட்டுமொத்த ஆண்டு வளர்ச்சி விகிதத்தை அடைந்துள்ளது. தகவல் தொழில்நுட்பத் தேவை, இன்றைக்கு இருப்பதைவிட, அடுத்த ஐந்து அல்லது பத்து ஆண்டுகளில் மேலும் அதிகமாகும். வழங்குதலில் இப்போது இருக்கும் நிலையை மேம்படுத்துவதே இன்றைய தேவை.

புதிதாகப் படித்துவிட்டு வரும் ஏராளமான பொறியியல் மற்றும் அறிவியல் பட்டதாரிகளை, தகவல் தொழில்நுட்ப உலகம் தனக்குள் சேர்த்துக் கொண்டிருக்கிறது. அது மட்டும் அல்லாமல், மின்சாரம், கட்டுமானம், ஆட்டோமொபைல், இரும்பு-எஃகுத் துறை ஆகியவற்றில் சிறந்து விளங்கும் நிபுணர்களையும் அது ஈர்த்துக் கொண்டிருக்கிறது. பல நாடுகள், இந்திய மென்பொருள் நிபுணர்களை ஈர்ப்பதற்கான பலவிதமான முயற்சிகளை ஆரம்பித்திருக்கின்றன. ஆகவே, தகவல் தொழில்நுட்ப நிபுணர்களை உருவாக்க, புதிய கல்லூரிகளைத் திறப்பதற்கான விரைவான முடிவுகளை நாம் எடுக்கவேண்டும்; கல்லூரிகளில் மாணவர்களின் சேர்க்கை எண்ணிக்கையை அதிகரிக்க வேண்டும்; அப்போதுதான் 2008-ன் இலக்கான $50 பில்லியனை எட்டுவதற்கு தேவையான வேகத்தில் தகவல் தொழில்நுட்பத் துறை வளர முடியும்.

கல்வியின் தரமும் தேவையான அளவு உயர்த்தப்படவேண்டும். தனியார் நிறுவனங்களை அனுமதிப்பது, புகழ்பெற்ற வெளிநாட்டுக் கல்வி நிறுவனங்களின் கிளைகளை இங்கு திறக்கச் செய்து போட்டிச் சூழலை உருவாக்குவது ஆகியவற்றின் மூலம் இதனைச் செய்ய முடியும். இந்தத் திசைவழி நோக்கித் திறக்கப்பட்ட இந்திய வர்த்தகக் கல்லூரி (Indian School of Business), உலக அறிவியல் தொழில்நுட்பக் கழகம் (Global Institute of Science and Technology) போன்றவை நல்ல முயற்சிகளாகும். மென்பொருள் பயன்பாடு, மென்பொருள் பொறியியல் செயல்முறைகள் ஆகியவை குறித்து விவாதிக்க, இந்திய தொழில்துறைக்கும் கல்வியாளர்களுக்கும் இடையே அதிகமான பரிமாற்றங்கள் ஏற்பட வேண்டியது மிகவும் அவசியம்.

அடிப்படை வசதிகளான விமான நிலையங்கள், சாலை வசதிகள், விடுதிகள், மின்சாரம், தொலைத்தொடர்பு போன்றவற்றில் மேம்பாடு ஏற்படாமல், தகவல் தொழில்நுட்பமும் மென்பொருள் தொழிலும் மட்டும் வளர்ந்துகொண்டே இருக்க வேண்டும் என எதிர்பார்ப்பது நடைமுறைச் சாத்தியமன்று. பொதுவாக, ஒரு தேசத்தின் வளர்ச்சி, இயற்கையானதாக, பரந்துபட்டதாக இருக்கவேண்டும். இப்போது இருக்கும் மனிதவளம், தொழில்நுட்ப உள்கட்டமைப்பு ஆகியவற்றைக் கொண்டு மென்பொருள் ஏற்றுமதியில் $50 பில்லியன் இலக்கை நாம் எப்படி எட்டப்போகிறோம் என்று எனக்குத் தெரியவில்லை.

இணையத்தளம் எல்லோரும் பயன்படுத்துவதாகவும் சாதாரண மனிதனுக்கும் பலன் தருவதாகவும் இருக்கவேண்டும் என்றால், தொலைபேசி அடர்த்தி, இப்போது இருக்கும் ஆயிரம் பேருக்கு மூன்று என்பதிலிருந்து பலமடங்கு உயரவேண்டும். மிகக் குறைந்த கட்டணம் கொண்டதாகவும் இருக்கவேண்டும். பொருளியலின் அடிப்படைக் கோட்பாட்டை மறுப்பதுபோல், தொலைபேசியை அதிகமாகப் பயன்படுத்துவோருக்கு உயர்வான கட்டணம், இங்கு, இந்தியாவில் மட்டும்தான் விதிக்கப்படுகிறது! இந்தியா போன்ற வளரும் நாடுகளில், இதைப் போன்ற சேவைகளுக்கான கட்டணம், சர்வதேசக் கட்டணங்களுடன் ஒப்பிடும் வகையில் இல்லாமல், பலதரப்பு இந்தியர்களின் வருமானத்தையும் ஒட்டி இருக்க வேண்டும்.

கட்டுப்பாடுகளைத் தளர்த்தும் முயற்சிகளில், அரசாங்கம் அடைந்திருக்கும் குறிப்பிடும்படியான முன்னேற்றத்தைக் கணக்கில் கொண்டு பார்க்கும்போது, பெரிய ஒப்பந்தங்களை அளிப்பதிலும் கொள்கை உருவாக்கத்திலும் வெளிப்படைத் தன்மை தேவை என்பது தெரிகிறது. தேசக் கட்டுமானப் பணியில், உலகத்தரம் வாய்ந்த நிறுவனங்களின் பங்களிப்பால் நாம் பலன் பெறவேண்டுமானால், உலகப் போட்டியைச் சந்திக்கும் வலிமையை நம் தகவல் தொழில்நுட்பத் துறை பெற வேண்டுமானால் இது மிகவும் அவசியம். அதுமட்டுமின்றி மின்-நிர்வாக முறையைக் கொண்டுவருவது வெளிப்படைத் தன்மையை வளர்க்கும்; ஊழலைக் குறைக்கும்; நுகர்வோருக்கான வசதிகளைப் பெருக்கும்.

நாட்டுக்குத் தேவையான தொழில் மூலதனத்தை ஈர்ப்பதற்கு அவசியமான விதிகளை உருவாக்கியது இந்தியா செய்த ஒரு நல்ல முயற்சி. இதன் பலன்கள் கண்ணுக்குத் தெரிய ஆரம்பித்துவிட்டன. ஊழியர் ஸ்டாக் ஆப்ஷன்ஸ் குறித்த திட்டங்களில் இந்தியா பின்பற்றும் விதிகள்தான், நிச்சயமாக, உலகத்திலேயே சிறந்தவையாக இருக்கின்றன. ஆனாலும் இதைப் போன்ற, வளர்ச்சிக்குச் சாதகமான

நடவடிக்கைகளின் பலனை நாம் முழுமையாகப் பெறவேண்டு மானால், சில துறைகளில் பின்பற்றப்படும், எண்ணற்ற மாநில, மத்திய அரசு அலுவலங்களில் நடைமுறையில் இருக்கும், சிக்கலான விதிமுறைகளால் ஏற்படும் தாமதத்தைக் களையவேண்டும்.

இந்தியப் பொருளாதாரத்தின் வளர்ச்சிக்கு, இணையப் பயன்பாடு முக்கியமான வாகனமாகும். இணையம் மூலமாகப் பேசுவதற்கும் (voice-over-IP), குரல் மற்றும் தகவல் பரிமாற்றத்தில் அரசுத் துறைக்கும் தனியார் அமைப்புகளுக்கும் இடையிலான தொடர்புக்கும் இருக்கும் கட்டுப்பாடுகள் நீக்கப்பட வேண்டும். பேச்சுப் பரிமாற்றம், அகண்ட அலைவரிசை சேவைகள் ஆகியவற்றுக்கான கட்டணங்கள் உலகச் சந்தைக்கு இணையாகக் குறைக்கப்பட வேண்டும். இதனைச் செய்யாவிட்டால், இணையத்தின் பலன்களை இந்தியாவின் பெரும் பான்மை மக்களால் அனுபவிக்க முடியாது.

உலகத்தரம் வாய்ந்த தொலைத்தொடர்புக் கட்டமைப்புதான் மென்பொருள் ஏற்றுமதிக்கான முக்கியமான ஆதாரமாக இருப்பதால், இத்தகைய தடைகள் இந்தத் துறையின் நீண்ட கால வளர்ச்சி வாய்ப்புகளைப் பாதிக்கும். நமது ஹார்ட்வேர் துறை மிகப் பெரிய அளவில் வளர்ந்தாலொழிய, சாதாரண மக்களுக்குத் தகவல் தொழில் நுட்பப் பலன்களைக் கொண்டு சேர்க்க முடியாது. ஆகவே, இதன் காரணத்தால், கம்ப்யூட்டர் பாகங்களின் விலைகள் குறைக்கப்பட வேண்டும். உற்பத்திப் பெருக்கத்தால் மட்டுமே இது சாத்தியம்; உற்பத்தி முறை மூலம், மதிப்பு கூட்டப்படுவதை ஆதரிக்கும் நடுநிலையான வரிவிதிப்பு முறையும் தேவை.

சர்வதேச அளவில் வாடிக்கையாளர்களையும் முதலீட்டாளர்களையும் ஈர்ப்பதற்கு, அவர்களுக்கு வசதியான சூழலை உருவாக்க வேண்டும். நிறுவன நிர்வாகத்தில் உலகத்தரத்தைப் புகுத்துவதன் மூலமே இது சாத்தியமாகும். வெளிநாட்டவர்கள் தங்களது வர்த்தக அலுவலகங் களை இந்தியாவில் திறப்பதற்கு இருக்கும் கட்டுப்பாடுகள் குறைக்கப்பட வேண்டும். சர்வதேச முதலீட்டாளர்களுக்கு இந்தியா சாதகம் செய்கிறது என்கிற மனநிலையில் இருந்து நாம் மாறவேண்டும். அவர்கள் இந்தியாவுக்குத் தேவை என்கிற மனநிலை நமக்கு வேண்டும். அரசும் தொழில்துறையும் இந்த விஷயத்தில் இணைந்து செயலாற்றவேண்டும்.

மென்பொருள் இறக்குமதிக்குத் தண்டனை அளிப்பது போன்று ஒரு காலத்தில் விதிக்கப்பட்ட 150 சதவிகித வரியை முற்றிலுமாக நீக்கியதன் மூலம் அரசாங்கம் உன்னதமானதொரு செயலைச் செய்திருக்கிறது. தேசம் முழுவதும் கணினியின் பயன்பாடு அதிகரிப்பதற்கு, கம்ப்யூட்டர்

பாகங்கள்மீதான இறக்குமதி வரிகள் குறைக்கப்பட வேண்டும். இந்தியாவில் இருக்கும் பரந்த சந்தை வாய்ப்பைக் கருத்தில் கொண்டு, விற்பனையாளர்கள் தங்கள் உற்பத்தியாளர்களிடம் பேசி, சிறப்பு விலை முறைகளைக் கொண்டுவர வேண்டும்.

ஓரளவுக்கு, இந்திய கம்ப்யூட்டர் பாக நிறுவனங்கள், தங்கள் செயல் பாடுகளில் முன்னேற்றத்தைக் கொண்டு வந்துவிட்டன. ஆனால், இந்த விஷயத்தில் இந்திய மென்பொருள் நிறுவனங்களை அப்படிச் சொல்ல முடியாது. உண்மையில், வெளிநாட்டு வாடிக்கையாளர் களின் பொதுவான புகார், இந்த உலகத்தில் இருக்கும் அனைத்துத் துறைகளிலும் தாங்கள் வல்லுநர்கள் என்று இந்திய மென்பொருள் நிறுவனங்கள் சொல்லிக்கொள்கின்றன என்பதே! இதற்குப் பல காரணங்கள் இருக்கலாம். ஆனால், இத்தகைய அரைகுறைச் செயல் பாடு, நம்பிக்கை இழப்புக்கும் வாடிக்கையாளருக்கு இரண்டாம் தரச் சேவை அளித்தலுக்கும் இட்டுச் செல்லும். அதற்கு மாறாக, தனித் தன்மையில் முழுக்கவனம் செலுத்தவேண்டும். அதுதான், மென் பொருள் நிறுவனங்கள் குறிப்பிட்ட சில துறைகளில் முழுமையான, ஆழமான அறிவு பெறுவதற்கும் அதன் மூலம் மதிப்பீட்டு வரிசையில் உயரத்துக்குச் செல்வதற்கும் உதவும்.

தகவல் தொழில்நுட்பத் திட்டங்கள் இந்தியாவில் தோல்வி அடைந்ததற்கு முக்கியமான காரணம், அவற்றைப் பயன்படுத்து வோர், தங்கள் பணியிடத்துக்கு இந்தத் தகவல் தொழில்நுட்பம் கொண்டுவரும் பலன்களை அறிந்து, மதிக்கத் தெரியாததுதான் என உலக அளவில் அனைவரும் ஒப்புக்கொள்கின்றனர். இதற்கு உதாரணமாக, மென்பொருளைப் பயன்படுத்துவோர், அதற்கு உரிய நியாயமான விலையைக் கொடுக்க விரும்பாததைக் கூறலாம். இதை நாம் அனைவருமே அறிவோம்.

மென்பொருளைக் கணினியில் நிறுவ வருவோர் கூறுவதைக் கேட்பதற்கும் அவர்களுக்கென தரமான நேரத்தை ஒதுக்குவதற்கும், பயனாளர்கள் போதுமான அக்கறையைக் காட்டுவதில்லை. இதன் காரணமாக, தேவையற்ற காலதாமதமும் திட்ட மதிப்பு உயர்வும் ஏற்படுகிறது. இந்தியாவில் ஒரு திட்டத்தை எடுத்துச் செய்யும்போது, அதைச் செயல்படுத்துவதற்கான செலவு அதிகமாகிறது என்ற காரணத்தால், பெரும்பாலான இந்திய மென்பொருள் நிறுவனங்கள் உள்நாட்டுத் திட்டங்கள் எதையும் எடுத்துக்கொள்ள மனமில்லாமல் இருப்பது நமக்குப் புரிய வருகிறது.

அதிகமான வளர்ச்சிக்கும் அதிகமான தனிநபர் வருவாய் ஈட்டும் செயல்திறனுக்கும், சந்தையில் இருக்கும் சிறந்த வாடிக்கை

யாளர்களை ஈர்ப்பதும், உள்ளூரில் கிடைக்கும் திறமையாளர் கூட்டத்தில் இருந்து சிறந்த ஊழியரை ஈர்ப்பதும் அவசியமாகிறது. உலக அளவில் வலுவான வர்த்தகப் பெயர் ஒன்றை நிறுவுவதன் மூலம் இதைச் செய்ய முடியும். இந்தியா, இதுவரை தனிப்பட்ட வர்த்தக பிராண்ட் ஒன்றைக்கூட உருவாக்கவில்லை. இந்த இடை வெளியை உடைப்பதற்கு மென்பொருள் தொழில் ஒரு வாய்ப்பைத் தருகிறது. ஆனால், இதனை நிறைவேற்ற, தொலைநோக்குச் சிந்தனை, போதுமான நிதிச் செலவு, நேர்த்தியான செயலாக்கம் ஆகியவை தேவை.

கல்வி நிலையங்களின் திறமையைப் பயன்படுத்திக்கொண்டால்தான், இந்தத் தகவல் தொழில்நுட்பத் துறையில் மதிப்புடையவர்களாக நாம் உயர முடியும்; புதுமை செய்பவர்களாக மாற முடியும். கல்வி நிலையங்களில் இருக்கும் நமது சகோதரர்களும், ஆய்வுக்காக ஆய்வு என்கிற தொன்மையான இந்திய மனநிலையில் இருந்து வெளிவந்து, பிரச்னையின் தீர்வுக்கான தளங்களில் அதிகம் ஈடுபாடு கொள்வது நன்று.

கடந்த பத்தாண்டுகளில் ஏற்பட்டிருக்கும் முன்னேற்றங்களை எண்ணிப் பார்க்கும்போது பல விஷயங்கள் நமக்குப் புரியவரும். சர்வதேசச் சந்தையில் நடைபெறும் போட்டியில் நாம் நன்கு வெற்றிபெற முடிந்திருக்கிறது. உலகமயமாதலைச் சிறப்பாக ஏற்றுக் கொண்டிருக்கிறோம். வர்த்தகத்தில் இருந்துவந்துள்ள உராய்வைக் குறைத்திருக்கிறோம். உலகத்தின் சிறந்த நடைமுறைகளுக்கு இணையான தரத்தைக் கைக்கொண்டிருக்கிறோம். வெளி நாட்டவரிட மிருந்து வரும் போட்டியைச் சமாளித்திருக்கிறோம். இவற்றை யெல்லாம் செய்து இந்த தேசம் அடைந்திருக்கும் வளர்ச்சியைப் பார்த்து மகிழ்ச்சி அடைகிறேன்.

ஆனால், இந்த மாரத்தான் போட்டியின் முதல் சில அடிகளே இவை. இந்தியாவில் அறிவுத் தொழிற்சாலைகளுக்கு ஜவாஹர்லால் நேரு அடிக்கல் நாட்டினார். நமது முதல் பிரதமரின் கனவை நனவாக்க, இன்றைய அரசியல் தலைவர்கள், அதிகார வர்க்கம், நிறுவனத் தலைவர்கள், கல்வியாளர்கள் ஆகியோர் மேலும் அதிகமான உற்சாகத்துடன் முன்னேறுவார்கள் என்பதில் அதிகமான நம்பிக்கையோடு இருக்கிறேன்.

பகுதி 4

கல்வி

நான் ஒரு பள்ளியின் முதல்வரானால்...

ஒரு பள்ளியின் முதல்வர் பெருமைப்பட்டுக் கொள்வதற்கு நிறைய விஷயங்கள் உள்ளன. மாணவர்களுக்கு, அவர்கள் வளரும் பிராயத்தின் பெரும்பாலான காலங்களில் வழிகாட்டுகிறார்; தேசிய அளவில் அங்கீகாரம் பெற்ற உயர்கல்வி நிலையங்களுக்கு அவர்களை அனுப்புகிறார். பள்ளி முதல்வர்களின் பணி மிக முக்கியமானது. ஏனெனில், வருங்கால அரசியல்வாதிகளை, விஞ்ஞானிகளை, பொறியியல் நிபுணர்களை, மருத்துவர்களை, வழக்குரைஞர்களை, படைத் தளபதிகளை, நிறுவனத் தலைவர்களை, நிர்வாகிகளை, நீதிபதிகளை, இதழாசிரியர்களை அவர்கள் உருவாக்குகிறார்கள். ஒரு நாட்டின் வளர்ச்சிக்கு முக்கியமான கருவிகளாக இவர்கள்தான் இருக்கிறார்கள்.

கல்வியின் முக்கியமான நோக்கம், நல்ல, திறமையான குடிமக்களை உருவாக்குவதுதான். ‘நல்ல மனிதர்கள், நல்ல குடிமக்களாக எங்கு உருவாக முடிகிறதோ அதுதான் நாகரிகமடைந்த சமூகம்’ என்றார் அரிஸ்டாட்டில். ஒரு நாகரிகமடைந்த சமூகத்தில் தற்போது வாழ்ந்து வரும் தலைமுறையினர் ஒவ்வொருவரும், அடுத்து வரும் தலைமுறையினருக்காக, இந்தச் சமுதாயத்தை மேன்மையானதாக மாற்றுவதற்குப் பாடுபட வேண்டும் என அனைவரும் எதிர்பார்க்கிறார்கள். கற்றவர்களே அத்தகைய நாகரிகமடைந்த சமுதாயத்தை அமைக்க முடியும். ஆகவே, பள்ளிகளுக்கு சமுதாயம் சார்ந்த பொறுப்புணர்ச்சி மிக அதிகமாக உள்ளது.

ஆகவே, ஒரு பள்ளியின் முதல்வராக நான் இருந்திருந்தால் என்ன செய்திருக்கக்கூடும் என்பதைப் பற்றி அசைபோடலாம் என எண்ணினேன்.

பிஷப் காட்டன் குழு பள்ளிகளின் முதல்வர்கள் மாநாட்டில் அளிக்கப்பட்ட உரை, பெங்களூரு, ஜனவரி 5, 2001.

சிறந்த அறிவாற்றல் கொண்டவையாக இருக்கவேண்டும் என்ற நோக்கில், ICSE, ISC பாடத்திட்டங்கள் தொடர்ந்து மாற்றி அமைக்கப் படுகின்றன என்பதை அறிந்து மகிழ்ச்சி அடைகிறேன். இருந்தபோதும் பாடங்கள் அனைத்திலும் பிரச்னைகளைத் தீர்ப்பதற்குக் கொடுக்கப்படும் முக்கியத்துவத்தை அதிகப்படுத்துவேன். நமது வாழ்க்கையில் ஏற்படும் பிரச்னைகளின் தீர்வுக்குப் பயன்படும்வகையில் இந்தப் பாடங்கள் அமைவதற்கு முன்முயற்சி எடுப்பேன். குறிப்பாக, பொருளியல், இயல்பியல், கணிதம், வேதியியல் போன்ற பாடங்களுக்கு இது பொருந்தும். வகுப்பில் கோட்பாடுகள் பற்றிய பாடங்கள் நடத்தப்படும் போது, மாதிரிகளை அதிகமான அளவில் பயன்படுத்துவேன். இதன் பயனாக, மாணவர்கள் பள்ளிக்கு வெளியில் தாங்கள் சந்திக்கும் நடைமுறைப் பிரச்னைகளை எதிர்கொள்வதில் அதிக தன்னம்பிக்கை பெறுவார்கள்.

இன்றைய மாணவர்கள், தாங்கள் தேர்ந்தெடுக்கும் வாழ்க்கைக் களத்தில் தலைவர்களாக நாளைக்கு உருவாகலாம். சரியான ஆங்கிலத்தை, தவறின்றி எழுதவும், தெளிவான சொற்களில், சரியான உச்சரிப்பில் பேசுவதற்கும் அவர்களுக்குக் கற்றுக் கொடுக்கவேண்டும். இல்லையென்றால், வகுப்பறையில் கற்றுக்கொண்ட நல்லவற்றைப் பயன்படுத்தி, மற்றவர்கள்மீது அவர்களால் செல்வாக்கு செலுத்த இயலாது. ஐந்தாவது வகுப்பில் இருந்தே, ஆங்கிலம் எழுதுவதைக் கட்டாயப் பாடமாகக் கொண்டு வருவேன்.

வகுப்புகள் விவாதங்கள் நிறைந்ததாக இருக்கவேண்டும்; மாணவர் களிடமிருந்து அதிகமான கேள்விகளை ஊக்குவிக்க வேண்டும். அப்போதுதான் கேட்பதற்கும், சோதித்துப் பார்ப்பதற்கும், முக்கியமான கருத்துகளை உள்வாங்கிக் கொள்வதற்கும் மாணவர்களிடம் இருக்கும் அசாதாரணமான ஆர்வத்தை நம்மால் வெளிக்கொணர முடியும். சுயமாகச் சிந்திப்பதைப் கற்றுக்கொள்ளுமாறு குழந்தைகளை ஊக்குவிப்பேன். புதிய சிந்தனைகளை, புதிய கலாசாரத்தை திறந்த மனத்தோடு வரவேற்கும் போக்கை, குழந்தைகளிடம் பள்ளிகள் வளர்க்கவேண்டும். எடுத்துக்காட்டாக, பல்வேறு மதச் சிந்தனைகள் பற்றிய ஒரு பாடம் இருப்பது அற்புதமான ஒரு யோசனை. இதனால், குழந்தைகள் நமது மதங்கள் ஒவ்வொன்றிலும் இருக்கும் நல்ல விஷயங்களைக் கற்றுக்கொள்வார்கள். பரந்த மனம் கொண்டவர்களாக, அனைத்து மதங்களையும் மதிப்பவர்களாக வளர்வார்கள்.

ஒவ்வொரு மாணவனிடமும் தனிப்பட்ட கவனம் செலுத்துவதற்கு ஏதுவாக, வகுப்பின் அளவைச் சிறிதாக்குவேன். குறிப்புகளை எழுதிக்கொள்ளுங்கள் என்று சொல்லிவிட்டு நூல்களில் இருந்து

படிப்பதை விடுத்து, கருத்துகளைக் கற்பிப்பதில் எனது நேரத்தைச் செலவிடுவேன். அறிவியல், கணிதம், பொருளியல் போன்ற பாடங்களில், செயல்முறைக் கல்விக்கான தொழில்நுட்பக் கருவிகளைப் பயன்படுத்துவேன். நான்காவது வகுப்பில் இருந்தே, அல்காரிதம் பற்றிய சிந்தனையை ஒரு பாடமாக அறிமுகம் செய்வேன். இன்று பல பள்ளிகளில் கணினி குறித்த பாடங்கள் சொல்லித்தரப்படுகின்றன. ஆனால், எத்தனை மாணவர்களுக்கு ஒரு கணினி என்ற விகிதம் உயர்த்தப்பட வேண்டிய தேவை உள்ளது. இந்தப் பாடங்களில், இணையம் பற்றிய படிப்பை ஒரு பகுதியாகச் சேர்க்கவேண்டும். அப்போதுதான் இணையம் என்கிற அற்புதமான, புதிய வடிவத்தின் மூலம் கிடைக்கும் புதுமையான அனுபவத்தை மாணவர்கள் பெற முடியும். மற்றொரு யோசனை, ஒரு நகரத்தில் இருக்கும் சில பள்ளிகளை, வீடியோ கான்ஃப்ரன்ஸ் மூலமாக இணைப்பது; மிக அரிதாக இருக்கும் தரமான முறையில் கல்வி கற்பிக்கும் ஆசிரியர் களின் சேவையை இம்முறையின் வாயிலாக பல பள்ளிகளும் பகிர்ந்துகொள்ளலாம்.

ஆசிரியர்களின் தரம் வேகமாகக் கீழ்நோக்கிச் சென்று கொண்டிருக்கிறது. நல்ல திறமையான ஆசிரியர்களை நாம் பணிக்கு அமர்த்திக் கொள்ளா விட்டால், நல்ல கல்வியை மாணவர்களுக்குக் கொடுக்க முடியாது. தரமான ஆசிரியர்களின் ஊதியத்தை இரண்டு அல்லது மூன்று மடங்கு உயர்த்துவது, இதனைச் செயல்படுத்துவதற்கான ஒரு வழி. ஆசிரியர்களின் தரம் உயரும் என்றால், பெற்றோர்கள் அதிகக் கட்டணம் செலுத்துவதற்குத் தயாராக இருப்பார்கள். சம்பாதிக்க ஆரம்பித்துவிட்ட முன்னாள் மாணவர்களிடம் நன்கொடை வசூலிப்பதற்காக, நிதி திரட்டும் குழு ஒன்றை அமைக்கலாம்.

குழந்தைகள் எதையும் ஊன்றிக் கவனிப்பவர்கள். தங்கள் முதல்வரும், ஆசிரியர்களும் உலகத்தில் இருக்கும் நல்லவை அனைத்தும் கொண்டவர்களாக இருக்கவேண்டும் என விரும்புவார்கள். தங்கள் ஆசிரியர்கள், பேசுவதுபோல் நடந்துகொள்ளவில்லை என்றால், அவர்கள் நம்பிக்கையை இழந்துவிடுவார்கள். ஆகவே, ஆசிரியர்கள் நல்ல விழுமியங்களை, தகுதிகளை, நேர்மையை, கடின உழைப்பைத் தழுவிக்கொண்டவர்களாக, நடுநிலை பிறழாதவர்களாக இருக்கவேண்டும்.

இந்தக் கருத்துகளில் பெரும்பான்மை, குழந்தைகள் படிக்கச் செல்லும் பள்ளிக்கூடங்கள் பற்றிப் பெற்றோர்களிடம் கேட்டபோது அவர்கள் கூறியவை. நமது கல்விமுறையை மேம்படுத்துவதன் மூலமாகத்தான், நல்ல எதிர்காலத் தலைவர்களை நாம் உருவாக்க முடியும்.

இந்தியாவில் உயர் கல்விச் சீர்திருத்தங்கள்

என் தந்தை ஒரு ஆசிரியர். ஒரு தேசத்தின் தரம், அது உருவாக்கும் அறிவுஜீவிகளின் தரத்துக்கு ஏற்ப இருக்கும் என அவர் நம்பினார். அந்தக் கருத்தை நானும் ஏற்கிறேன். சிந்திப்பதற்கும், சிந்தனையில் உதித்ததை எடுத்துச் சொல்லி, விவாதம் செய்து, கலந்துரையாடி, அதன் பின் எண்ணங்களைச் செயல்முறைப்படுத்த வாய்ப்பு இருக்க வேண்டும். அந்தப் பன்முகத்தன்மை மதிக்கப்படும் சூழலில் இருந்தே வளர்ச்சி உருவாகிறது. பல்கலைக்கழகம் என்பது, வெளிச்சத்துக்கான இடமாக, விடுதலைக்கான இடமாக, கற்றுக்கொள்வதற்கான இடமாக இருக்க வேண்டும் என்ற பெஞ்சமின் டிஸ்ரேலியின் சொற்களை நினைவில் கொள்வோம்.

நீடித்திருக்கக்கூடிய முன்னேற்றமும் அதன் மூலம் பெறும் ஒட்டு மொத்தப் பொருளாதார வளர்ச்சியும்தான் ஒரு தேசத்தின் உயர்நிலைக் கல்வியின் நோக்கம். ஒரு தேசத்தின் பொருளாதார, சமுதாய முன்னேற்றத்துக்கு ஆதாரமாக இருக்கும் அறிவை உருவாக்குதல், பரிமாறிக்கொள்ளுதல், எங்கும் பரப்புதல் ஆகியவை மூலமாகக் கல்வி இதனைச் சாத்தியமாக்குகிறது. அதன்மூலம், எதிர்கால வளர்ச்சிக்கான திசையையும் அது அளிக்கிறது. சராசரியாகப் பார்க்கும்போது, எழுத்தறிவு பெற்றவர்கள் எண்ணிக்கை அதிகமாக இருக்கும் நாடுகளும் உழைக்கும் மக்களின் கல்வித்தரத்தை உயர்த்துவதில் தொடர்ச்சியாக முதலீடு செய்த நாடுகளுமே உயர்வான பொருளாதார வளர்ச்சியை அடைந்திருக்கின்றன என்று ஆய்வுகள் கூறுகின்றன.

அறிவியலின் நோக்கம், இயற்கை ரகசியங்களை அவிழ்ப்பதும், மனித வாழ்வை மேம்பட்டதாக ஆக்குவதற்கான தொழில்நுட்ப

கே.சி.பாசு, மூன்றாவது நினைவு நாள் பேருரை, கொல்கத்தா, ஆகஸ்ட் 3, 2006.

அடித்தளத்தை உருவாக்குவதும்தான். ஒரு தேசத்தின் கல்லூரிக் கல்வியின் தரம் உயர உயர, அந்தத் தேசத்து மக்களின் செழிப்பும் திறமையும் உயரும். வளர்ச்சி ஏணியில் தேசங்கள் உயரே செல்லச் செல்ல, அந்த தேசத்தின் தேசிய உற்பத்தியில், உயர் தொழில்நுட்ப உற்பத்தியும் மதிப்பு-மிகு சேவைகளின் பங்களிப்பும் அதிகரித்துக் கொண்டே போகும். ஒரு தேசத்துக்கு, மற்ற தேசங்களைவிட அதிகமாகக் கிடைக்கப்பெறும் நன்மைகள், அத்தேசம் தன் மக்களின் அறிவையும் புதுமைகளையும் எந்த அளவுக்குத் திறமையுடன் பயன்படுத்துகிறது என்பதைப் பொருத்தே அமைகின்றன. வலுவான உயர்கல்விக் கட்டமைப்பு இருந்தால்தான், அறிவையும் புதுமை களையும் பயன்படுத்துவதில் வெற்றி அடைய முடியும். ‘உலக அளவில் பார்க்கும்போது, செல்வமும், செழிப்பும் மக்களது அறிவாற்றலைப் பொருத்துதான் இருக்கிறதே தவிர, இயற்கை வள ஆதாரங்களைப் பொருத்தல்ல’ என்று எழுத்தாளர் க்ளார்க் கெர் கூறுகிறார். ஆகவே, ஒரு தேசத்தின் முன்னேற்றத்துக்கும் செயல் திறமைக்கும் ஆதாரமாகக் கல்வியே இருக்கிறது எனலாம்.

உலகிலேயே இரண்டாவது பெரிய கல்வி அமைப்பை உருவாக்கி யுள்ளதன்மூலம், இந்தக் கருத்தியலுக்குச் சிறந்த எடுத்துக்காட்டாக அமெரிக்காவை நாம் பார்க்க முடியும். உலகின் சிறந்த இருபது பல்கலைக்கழகங்களில் பதினேழு அமெரிக்காவில் இருக்கின்றன. அமெரிக்கப் பல்கலைக்கழகங்கள், பொருளாதார வளர்ச்சியை முன் னெடுத்துச் செல்லும் தொழிலாளர்களை உருவாக்குகின்றன. அது மட்டுமின்றி, புதுமைகளைப் போற்றிப் பாதுகாக்கும் கருவூலங் களாகவும் அறிவை உற்பத்தி செய்யும் இடங்களாகவும் அவை விளங்குகின்றன. உலக அளவில் நோபல் பரிசு பெற்றவர்களில் 70 சதவிகிதம் பேரை அமெரிக்கப் பல்கலைக்கழகங்கள் பணிக்கு அமர்த்தியுள்ளன. உலகில் உற்பத்தி செய்யப்படும் அறிவியல் மற்றும் பொறியியல் சார்ந்த பொருள்களில் ஏறத்தாழ 30 சதவிகிதத்தை அமெரிக்கா உற்பத்தி செய்கிறது. அடிக்கடி நம் பார்வையில் படும் பெரும்பான்மையான பொருள்களில் 44 சதவிகிதத்தை அவர்கள்தான் உற்பத்தி செய்கிறார்கள்.

அமெரிக்கப் பல்கலைக்கழகங்களைச் சேர்ந்த ஆராய்ச்சியாளர்களின் ஆரம்பகாலக் கண்டுபிடிப்புகளான செமிகண்டக்டர், தகவல் தொழில் நுட்பம், உயிரித் தொழில்நுட்பம், மருந்து உற்பத்தி போன்றவை வளர்ச்சி பெறுவதற்குரிய விதையாக அமெரிக்கக் கல்விமுறை இருந்துள்ளது. உண்மையில், சிலிக்கான் பள்ளத்தாக்கின் ஆரம்பகால வளர்ச்சி என்பதே, ஸ்டான்ஃபோர்ட் பல்கலைக்கழகத்தின் தொழில் நுட்ப நிபுணத்துவத்தையும் திறமையையும் பயன்படுத்தி, அந்தப்

பல்கலைக்கழகத்தைச் சுற்றி வளர்ந்த எலக்ட்ரானிக்ஸ் நிறுவனங்களால் உந்தப்பட்டது என்று கூறலாம். மசாசூசெட்ஸ் இன்ஸ்டிட்யூட் ஆஃப் டெக்னாலஜி (MIT) மட்டும், ஆண்டுக்கு 200-க்கும் மேற்பட்ட நிறுவனங்களுக்கு உதவி செய்கிறது. இதன் விளைவாக, அமெரிக்கப் பொருளாதாரம் ஆண்டுக்கு ஆண்டு அதிகத் திறனோடு செழித்து வளர்கிறது.

இதைப்போல், தென்கிழக்கு மற்றும் கிழக்கு ஆசிய நாடுகள், உயர் பயிற்சி பெற்ற மனிதவளக் குவியல் ஒன்றை உருவாக்குவதற்கு 1960-லிருந்து முயன்றன. அறிவு முனைப்பு தேவைப்படும் முதலீடுகளை ஈர்ப்பதன்மூலம் தங்கள் பொருளாதார வளர்ச்சியை உயர்த்த எண்ணின. இந்த முயற்சியால் பயன் பெற்ற பொருளாதாரத்துக்கு தென் கொரியக் குடியரசை எடுத்துக்காட்டாகக் கூறலாம். 1980-ன் ஆரம்பத்தில் அடிப்படைக் கல்வி கற்கப் பதிவுசெய்தோர் 96 சதவிகிதமாகவும், கல்லூரி அளவிலான பதிவுக்கு வந்தவர் எண்ணிக்கை 40 சதவிகிதமாகவும் இருந்தது. தொழில்மயமான தேசங்களுக்கு இணையாக இந்த எண்ணிக்கை இருந்தது. தென் கொரியாவின் விரைவான ஏற்றுமதி சார்ந்த வளர்ச்சிக்கும், 1980 முதல் அந்த தேசம் கண்டு வரும் நீடித்த பொருளாதார முன்னேற்றத்துக்கும், அதன் மக்களின் வளமான வாழ்வுக்கும், அதன் கல்விக் கொள்கை குறிப்பிடும்படியான பங்களிப்பைச் செய்துள்ளது.

இந்தியாவில், உயர்கல்வியின் முக்கியத்துவத்தை நம் முதல் தலைமுறைத் தலைவர்கள் உணர்ந்திருந்தனர். இந்தியாவின் முதல் பிரதமரான பண்டிட் ஜவாஹர்லால் நேரு, இந்தியாவின் முன்னேற்றத்துக்கு உயர் கல்வி நிலையங்கள் தேவை என்பதை உணர்ந்திருந்தார். இவரது இந்தத் தொலைநோக்குப் பார்வைதான் IIT, IIM, AIIMS, தேசிய அளவிலான சோதனைச் சாலைகள் ஆகியவற்றை நிறுவுவதற்கு அடிப்படையாக இருந்தது. இவற்றின் தொடர்ச்சியாக ஹோமி பாபாவின் அணுசக்தித் திட்டமும் விக்ரம் சாராபாயின் விண்வெளி ஆராய்ச்சி திட்டமும் எழுந்தன.

நேரு, இந்திரா காந்தி இருவருக்கும் உயர் கல்விமீது ஆழமான நம்பிக்கை இருந்தது. ஆகவே, அவர்கள் அயல்நாட்டுக்குப் படிக்கச் செல்லும் மாணவர்களுக்கு அந்நியச் செலாவணிக் கட்டுப்பாடுகளைத் தளர்த்தினர். மிகக் கடுமையான இறக்குமதி வரி விதிக்கப்பட்ட அந்தக் காலத்திலேயே, நூல்கள், இதழ்கள் ஆகியவற்றை இறக்குமதி செய்ய வரிவிலக்கு அளித்தனர். இந்தியாவின் பொருளாதார வளர்ச்சியை உந்துவதற்கான திட்டங்களில் பங்கேற்க, புகழ்பெற்ற அறிவாளிகளை வரவேற்றனர். எம்.எஸ். சுவாமிநாதனின் பசுமைப் புரட்சி, சாம் பிட்ரோடாவின் தொலைத்தொடர்புப் புரட்சி, யஷ்

பாலின் செயற்கைக்கோள் வழித் தொலைக்காட்சிக் கல்வி முறை ஆகியவை, இந்தத் தேசத்துச் சாதாரண மனிதர்களின் முன்னேற்றத்துக்குத் தொழில்நுட்பத்தைப் பயன்படுத்தியதால் கிடைத்த வெற்றிகளுக்கு எடுத்துக்காட்டுகள். கடந்த இருபதாண்டுகளில், தன் கல்வித்துறை உள்கட்டமைப்புகளைப் பயன்படுத்தி வலுவான பொருளாதாரப் பலன்களை இந்தியா அடைந்திருக்கிறது. இந்தியாவில் இருக்கும் மலிவான, கல்வி அறிவு கொண்ட தொழிலாளர்கள், தேசத்தின் செழித்து வளரும் மென்பொருள் துறை, உயிரித் தொழில்நுட்பம், மருந்து தயாரிப்புத் தொழில் ஆகியவற்றை நிலைநிறுத்துவதற்கு உதவினார்கள்.

சீர்திருத்தங்களுக்கு பிந்தைய ஆண்டுகளில், தேசிய உற்பத்தியின் வளர்ச்சிக்கு, இந்திய உயர்கல்வியின் பங்கு 27-லிருந்து 30 சதவிகிதத்துக்குள் இருக்கும் என்று பொருளியல் அறிஞர் ஜந்த்யாலா பி.ஜி. திலக் மதிப்பிட்டார். புதுமை விரும்பும், படிப்பறிவு மிக்க தொழில் முனைவோரால் ஆரம்பிக்கப்பட்ட பல நிறுவனங்களில் ஒரு சிலவான தேஜஸ் நெட்வொர்க்ஸ், பார்தி டெல்காம், இன்ஃபோசிஸ், ரிலையன்ஸ், டி.சி.எஸ், ரான்பாக்ஸி, பயோகான் போன்றவற்றின் வளர்ச்சிக்கு நல்ல கல்வியறிவு மிக்க உழைப்பாளர் சக்தி முக்கியப் பங்காற்றியது. நேரு, இந்திரா ஆகியோரின் தொலைநோக்குப் பார்வை உற்பத்தி செய்த, மாபெரும் பொருளியல் அறிஞர்கள், விஞ்ஞானிகள், மேலாண்மை நிபுணர்கள் மற்றும் நிறுவனத் தலைவர்கள் நிரம்பிய நட்சத்திர வெளியில் பிரகாசிப்பவர்களாக அமர்த்தியா சென், கௌசிக் பாசு, பி. பல்ராம், சி.என்.ஆர். ராவ், ஸ்ரீனிவாஸ் குல்கர்னி, சி.கே. பிரகலாத், ரஜத் குப்தா, எம்.எஸ்.பங்கா என நான் இங்கு பலரைக் குறிப்பிடலாம். வெளிநாடு வாழ் இந்தியர்களான தேஷ் தேஷ்பாண்டே, பி.வி. சந்திரசேகர், கன்வல் ரேக்கி, வினோத் கோஸ்லா ஆகியோரின் போற்றுதலுக்குரிய செயல்பாடுகள், இந்திய உயர்கல்வி நிலையங்களின் வெற்றிக்கு மேலும் சில எடுத்துக்காட்டுகள்.

2004-ல், உலகின் பெரிய உயர் கல்வி அமைப்பு கொண்ட நாடுகளில், சீனாவுக்கும் அமெரிக்காவுக்கும் அடுத்து இந்தியா மூன்றாவது இடத்தில் இருக்கிறது. இந்தியாவில் 311 பல்கலைக்கழகங்களும் 15,600 கல்லூரிகளும் உள்ளன. 1990-க்கும் 2004-க்கும் இடைப்பட்ட ஆண்டுகளில், இந்தியப் பல்கலைக்கழகங்கள் வழங்கிய பட்டங்கள் 70 சதவிகிதம் உயர்ந்தன. பொறியியல் பட்டங்கள், 90 சதவிகிதம் உயர்ந்தன. இந்தியப் பல்கலைக்கழகங்களில் பதிவு செய்திருந்த 1 கோடி மாணவர்களில், 89 சதவிகித மாணவர்கள் இளநிலை படிப்புக்கும் 9 சதவிகிதம் பேர், முதுகலைப் படிப்புக்கும் பதிவு செய்திருந்தனர்.

ஒவ்வோர் ஆண்டும், 25 லட்சம் பட்டதாரிகளையும் 3.5 லட்சம் பொறியாளர்களையும் இந்தியா உருவாக்குகிறது. பல்கலைக் கழகங்களில் படிக்கும் மாணவர் கூட்டம் சீனாவைவிட 1.5 மடங்கும் அமெரிக்காவைவிட 2 மடங்கும் அதிகம். அமெரிக்காவைவிட, 5 முதல் 6 மடங்கு அதிக எண்ணிக்கையில் பொறியாளர்களை இந்தியா உருவாக்குகிறது. ஆனால், உலக அளவில் அதிகமான பட்டதாரிகளை இந்தியா உருவாக்கினாலும், இந்தியாவின் கல்வித் தரம் திருப்தி தருவதாக இல்லை. சொல்லிக் கொள்ளும்படியான கண்டுபிடிப்புகள் எதனையும் சமீப காலத்தில் இந்தியா உருவாக்கவில்லை. ஏறக்குறைய, நாம் பயன்படுத்தும் அனைத்துத் தொழில்நுட்பங்களும் வெளிநாடு களில் இருந்து வந்தவையே.

முனைவர் படிப்புக்கான நம் கல்வித்திட்டங்கள் குறைந்த அளவில், குறைந்த தரத்தோடு இருப்பதும், பாடங்களை மனப்பாடம் செய் வதையே தொடர்ந்து வலியுறுத்துவதும்தான் இதற்குக் காரணம். இன்றைக்கு இந்தியாவில் இருக்கும் பிஎச்.டி பட்டம் பெற்றவர்களின் எண்ணிக்கை, அமெரிக்காவின் எண்ணிக்கையில் பத்தில் ஒரு பங்குதான். இந்தியாவில் இருக்கும் பொறியியல் கல்லூரிகள், மருத்துவக் கல்லூரிகள், மேலாண்மைக் கல்லூரிகள், பல்கலைக் கழகங்கள் ஆகியவற்றில் தரமான கல்வியாளர்களின் பற்றாக்குறை அனைத்துத் துறைகளிலும் சராசரியாக 20 சதவிகிதத்துக்கு மேல் என்ற அளவில் இருக்கிறது. கணினியிலில், ஆண்டுக்கு 25 பேர் இந்தியாவில் பிஎச்.டி பட்டம் பெறுகிறார்கள் என்றால், அமெரிக்காவில் 800-க்கும் மேற்பட்டோர் பெறுகிறார்கள். இதே துறையில், சீனாவில் ஆண்டுக்கு 2,500 பேர் பிஎச்.டி பட்டம் பெறுகிறார்கள்.

நிறைய பல்கலைக்கழகங்களும் கல்லூரிகளும் இருந்தாலும், உலகத்தரம் வாய்ந்த உயர் கல்வி முறையை இந்தியா உருவாக்கத் தவறிவிட்டது. 2005-ல், உலகத்தரம் வாய்ந்த பல்கலைக்கழகங்களின் பட்டியலில், இந்தியாவின் இரண்டு பல்கலைக்கழகங்கள்தான் முதல் 500-க்குள் இருந்தன. ஆனால் அந்தப் பட்டியலில், ஜப்பானின் 34, சீனாவின் 18, தென் கொரியாவின் 7, பிரேசிலின் 4 பல்கலைக்கழகங்கள் இருந்தன. இந்திய மாணவர்களில் கலை, மானுடவியல் பட்டம் பெறுவோரில் 10 சதவிகிதமும், பொறியியல் பட்டம் பெறுவோரில் 25 சதவிகிதமும்தான் உலகத்தரத்தில் உள்ளனர் என்று மெக்கின்சி அறிக்கை ஒன்று கூறுகிறது.

தேசத்தின் 4.1 கோடி வேலையற்றோரில் 12 சதவிகிதம் பேர், பட்டதாரி களாகவோ முதுநிலைப் பட்டதாரிகளாகவோ இருக்கிறார்கள். உயர் கல்வித்துறையில் தேசத்தின் தோல்வியைத்தான் இது காட்டுகிறது.

வெளியில் நாம் பார்க்கும் சில திறமையாளர்களைத் தவிர்த்து, நீடித்த வளர்ச்சிக்கு நமக்குத் தேவையாக இருக்கும், ஆக்கபூர்வமான, புத்திசாலித்தனம் நிறைந்த தலைவர்களைத் தருவதற்கு நம் உயர்கல்வி முறை தவறிவிட்டது. நேர்த்தி குறைவான ஆய்வுகள், நம் அறிவியல் தொழில்நுட்ப வெளிப்பாடுகளை மிக மோசமாகப் பாதித்துள்ளன. 149 நாடுகள் கொண்ட சாதனைப் பட்டியலில், தரவரிசையின் கீழ்மட்டத்தில் 119-வது இடத்தில்தான் இந்தியா இருக்கிறது. ஆண்டு ஒன்றுக்கு 3-6 காப்புரிமைகள்தான் ஐ.ஐ.டிக்குக் கிடைக்கிறது. ஆனால், ஸ்டான்ஃபோர்ட் பல்கலைக்கழகம் 64 காப்புரிமைகளையும், எம்.ஐ.டி. 102 காப்புரிமைகளையும் பெறுகிறது என்று மெக்கின்சி அறிக்கை ஒன்று கூறுகிறது. ஐந்து ஆண்டுக் காலத்தில், ஒவ்வொரு துறையிலும் வழங்கப்பட்டிருக்கும் காப்புரிமைகள், ஐ.ஐ.டிக்கு இரண்டு அல்லது மூன்றுதான். ஆனால், எம்.ஐ.டிக்கு 45-ம், ஸ்டான்ஃபோர்டுக்கு 52-ம் வழங்கப்பட்டுள்ளன.

2004-ல், இந்தியா 363 காப்புரிமைகளுக்கு விண்ணப்பித்தபோது, அமெரிக்கா 84,271-க்கும், ஜப்பான் 35,350-க்கும், தைவான் 5,938-க்கும் விண்ணப்பித்திருந்தன. 1970-களிலும் 1980களிலும் எம்.எஸ். சுவாமிநாதன், விக்ரம் சாராபாய், சாம் பிட்ரோடா ஆகியோரின் பங்களிப்புக்குப்பின், முக்கியமான, அறிவியல் தொழில்நுட்பம் சார்ந்த பெரிய செயல்பாடுகள் எதையும் இந்த தேசம் சாதிக்கவில்லை. கடந்த 50 ஆண்டுகளில், பெரிய கண்டுபிடிப்பு என்று சொல்லக்கூடிய அளவுக்கு இந்தியாவில் இருந்து ஒன்றுகூட வெளிவரவில்லை.

வலிமையான உயர்கல்வி உள்கட்டமைப்பை உருவாக்குவதில் ஜவாஹர்லால் நேருவும் இந்திரா காந்தியும் அதிக அக்கறையைக் காட்டினர்; ஆனால், அடுத்து வந்த பிரதமர்கள், அதே அளவு உற்சாகத்தைக் காட்டவில்லை. உலகத்தரம் வாய்ந்த கல்வி நிலையங்களை உருவாக்கவேண்டும் என்ற ஆர்வம் ஏறத்தாழ மறைந்துவிட்டது. எடுத்துக்காட்டாக, நேரு காலத்தில்தான் ஐந்து ஐ.ஐ.டிகள் இந்தியாவில் தோற்றுவிக்கப்பட்டன. ஆனால், ரூர்க்கி, பனாரஸ் ஹிந்து பல்கலைக்கழகம் ஆகிய, அடுத்து ஐ.ஐ.டிகள் ஆகப்போகும் அமைப்புகளை விட்டுவிட்டுப் பார்த்தால், கடந்த 40 ஆண்டுகளில், புதிய ஐ.ஐ.டி ஒன்றை மட்டும்தான் பார்க்க முடிந்திருக்கிறது.

அதேபோல், 100 ஆண்டுகள் வெற்றிகரமாக செயல்பட்ட இந்திய அறிவியல் கழகத்துக்கு (ஐ.ஐ.எஸ்.சி) பிறகு, அதே போல் வேறு சில அறிவியல் கழகங்களைத் தோற்றுவிப்பதற்கான முயற்சிகள் இப்போதுதான் மேற்கொள்ளப்படுகின்றன. இதற்கு சி.என்.ஆர். ராவின் தொலைநோக்குச் சிந்தனைக்குத்தான் நன்றி சொல்ல

வேண்டும். மேற்சொன்ன கதைதான் பொருளியல், மருந்து, வேளாண்மை ஆகிய துறைகளிலும்.

தேசிய உற்பத்தி $500 பில்லியனுக்கும் அதிகமாக இருக்கும் நாடுகளில், இந்தியா மட்டும்தான், மிகவும் குறைவாக, தேசிய உற்பத்தியில் 1.9 சதவிதத்தை மட்டும் உயர் கல்வியில் செலவிடுகிறது. நம் தகவல் தொழில்நுட்பத் திறனை அதிகரிக்க உயர் கல்வியில் செய்ய வேண்டிய பல்வேறு மாற்றங்கள் குறித்து அளிக்கப்பட்ட ஆலோசனைகள் கவனிப்பாரற்று, 8 ஆண்டுகளாகத் தூசி படிந்து கிடக்கின்றன. தேசிய உற்பத்தியில் 6 சதவிகிதத்தை கல்விக்குச் செலவிடவேண்டும் என ஆலோசனை தந்த கோத்தாரி கமிஷன் அறிக்கை, 38 ஆண்டுகள் முடிந்தபின்னும், நடவடிக்கை ஏதும் எடுக்கப்படாமல் இருக்கிறது. 2005-ன் பட்ஜெட் உரையில், இந்திய அறிவியல் கழகத்துக்கு அளிப்பதாக பிரதமர் கூறிய ரூ. 100 கோடியைத் தருவதற்கு, மத்திய அரசாங்கத்துக்கு ஓராண்டு ஆயிற்று.

இப்படிச் சொல்லிக்கொண்டே போகலாம். ஆனால் செய்தி என்னவோ ஒன்றுதான். இந்த தேசத்தின் தலைவர்களுக்கு, நேர்த்தி மிகுந்த உயர் கல்வியில் அக்கறை இல்லை. கடந்த 30 ஆண்டுகளில், எதற்கும் முட்டுக்கட்டை போடும் அரசு அதிகாரிகளும், வலிந்து திணிக்கப் பட்ட தேவையற்ற கட்டுப்பாடுகளும், உயர் கல்விக் கழகங்களின் வளர்ச்சியைத் தடுத்துவிட்டன. இங்கு சில எடுத்துக்காட்டுகளைக் கூறுகிறேன்.

அறிவியல் தொழில்நுட்பக் கழகங்களின் வரலாற்றை எழுதுவதில் புகழ்பெற்ற அமெரிக்கப் பேராசிரியர் ஒருவர் இந்திய தொழில்நுட்பக் கழகத்தின் வரலாறை எழுத விரும்பி, தன் இந்தியப் பயணத்துக்கான விசா கேட்டு விண்ணப்பம் செய்தார். முதலில் அவரது விசா மறுக்கப்பட்டு, பின் அரசாங்கத்தில் இருந்த நல்லெண்ணம் கொண்ட சிலரின் உதவியால், 18 மாதத் தாமதத்துக்குப் பிறகு வழங்கப்பட்டது!

தென் மாநிலங்கள் ஒன்றில் இயங்கும் சிறந்த தனியார் மருத்துவக் கல்லூரிகளில் ஒன்று, முதுநிலைப் படிப்பை ஆரம்பிக்க அனுமதி கேட்டது. 18 ஆண்டுகளாகத் தொடர்ந்து அந்தக் கல்லூரிக்கு அனுமதி மறுக்கப்பட்டது. ஆனால், அதே மாநிலத்தைச் சேர்ந்த தரமற்ற பல கல்லூரிகளுக்கு அந்தப் படிப்பை ஆரம்பிக்க அனுமதி அளிக்கப்பட்டது!

பலரும் அறிந்த சீனப் பல்கலைக்கழகம் ஒன்றின் தலைவரது அழைப்பின் பேரில், நமது ஐ.ஐ.எம் இயக்குனர் ஒருவர், அந்தத் தேசத்தில் நடைபெற்ற மாநாடு ஒன்றுக்குச் சென்றிருந்தார். அந்த நிறுவனத்தின் தலைவரை மரியாதை நிமித்த அடிப்படையில், தமது

ஐ.ஐ.எம்முக்கு வருமாறு அழைத்துவிட்டார். ஆனால், அரசாங்கம் அந்தத் தலைவரின் வருகைக்கு அனுமதி அளிக்க மறுத்துவிட்டது!

அமெரிக்காவில் வாழ்ந்த, எல்லோராலும் நன்கு அறியப்பட்ட ஐந்து இந்தியர்கள், 1990-களின் தொடக்கத்தில், ரூ. 5,000 கோடி மதிப்பு கொண்ட தங்கள் பங்குகளைக் கொண்டு இந்தியாவில் ஒரு கல்வி நிதியை நிறுவி, நான்கு உயிரித் தொழில்நுட்ப, தகவல் தொழில்நுட்பக் கல்லூரிகளைத் தொடங்க எண்ணினர். உலகின் மிகச் சிறந்த கல்வி நிறுவனங்களில் ஒன்றான பெர்க்லியின் கலிஃபோர்னியா பல்கலைக் கழகத்தை அணுகி அவர்களது ஒத்துழைப்பையும் இரண்டே மாதங்களில் பெற்றுவிட்டனர். அதன்பின் அவர்கள் இந்திய அரசாங்கத்திடம் விண்ணப்பித்தனர். ஒப்புதல் வழங்குவதை விரைவுபடுத்துவதற்கு நாங்கள் சிலர் கேட்டுக்கொண்டபிறகும், இன்றுவரை அந்த விண்ணப்பத்துக்கு எந்தப் பதிலும் இல்லை.

இதற்கிடையில், அன்றைக்கு 1996-ல் $300 ஆக இருந்த அந்தப் பங்குகளின் மதிப்பு, அதல பாதாளத்தில் வீழ்ந்துவிட்டது. அந்த வெளிநாடு வாழ் இந்தியர்களும், இந்த முயற்சியைத் தொடரும் நிலையில் இன்றைக்கு இல்லை. இந்த தேசம் ஓர் அற்புதமான வாய்ப்பை இழந்துவிட்டது.

நேர்த்தியான கல்வி தருவதற்காக இந்த நிறுவனங்கள் இருக்கின்றன என நாம் சொல்வதற்கு மாறாகவே, நம் ஐ.ஐ.டிகளின் விடுதிகளின் நிலை இருக்கிறது. நல்ல நிலையில் இருக்கும், இரக்க மனம் கொண்ட முன்னாள் மாணவர் ஒருவர், தான் படித்த புகழ் பெற்ற ஐ.ஐ.டியில், தன் சொந்த நிதியைப் பயன்படுத்தி, அனைத்து நவீன வசதிகளோடும் கூடிய விடுதி ஒன்றைக் கட்டினார். அப்போது அமைச்சராக இருந்தவரும் அவரது அதிகாரிகளும், இந்த விடுதியைக் கட்டுவதற்கு எப்படி அனுமதி அளிக்கப்பட்டது என அந்த ஐ.ஐ.டியின் இயக்குனரைக் கணக்கற்ற கேள்விகளால் துளைத்தெடுத்துவிட்டனர்.

இத்தகைய சூழல் நிலவும் இந்தியாவின் மக்கள் தொகையில், கல்லூரியில் படித்த திறமையாளர்கள் சதவிகிதம், ஒப்பீட்டுப் பார்வையில் எப்படி உள்ளது? சீனாவில் 15 சதவிகிதம், தாய்லாந்தில் 19 சதவிகிதம், பிலிப்பைன்ஸில் 28 சதவிகிதம். ஆனால் இந்தியாவில் மிகவும் குறைவாக 9 சதவிகிதம்தான். முன்னேறிய நாடுகளோடு ஒப்புமைப்படுத்திப் பார்ப்பதை நாம் மறந்துவிடலாம்!

நம் நாட்டின் ஆரம்ப, மேல்நிலைக் கல்வியின் நிலை எப்படி இருக்கிறது என்பதைப் பார்க்கவேண்டியது அவசியம். ஏனெனில், உயர் கல்விக்கான மாணவர்களைத் தரும் நாற்றங்காலாக மேல்நிலைக் கல்விதான் இருக்கிறது. துடிப்பும் ஊக்கமும் நிரம்பிய, ஆரம்ப,

மேல்நிலைக் கல்வி முறை இல்லை என்றால், வலிமையான கல்லூரிக் கல்வி முறை என்பது இல்லை. அடிப்படைக் கல்வியின் அனைத்து நிலையிலும் நம் இலக்கை எட்டத் தவறிவிட்டோம். ஆகவே, இன்றைக்கு உலகத்திலேயே அதிகமான, ஏறத்தாழ 39 கோடி எழுத்தறி வற்றவர்கள் வாழும் இடமாக இந்தியா ஆகிவிட்டது. உலக அளவில், பள்ளிக்குச் செல்ல இயலாமல் இருக்கும் குழந்தைகளின் எண்ணிக்கையில் 20 சதவிகிதம் பேர் இந்தியாவில்தான் உள்ளனர். அதாவது 2.5 கோடி பேர். தன் தேசிய உற்பத்தியில் மிகக் குறைவான 2.1 சதவிகிதத்தைத் தான் ஆரம்பக் கல்விக்காக இந்தியா செலவிடுகிறது.

ஆரம்பக் கல்வியை அலட்சியம் செய்ததால் ஏற்பட்டுள்ள தாக்கத்தைப் பின்வரும் எடுத்துக்காட்டால் உணரலாம். மிக அதிக அளவில், 65 கோடி மக்கள், நம் தேசிய உற்பத்தியில் 25 சதவிகிதப் பங்களிப்பை மட்டுமே தரும் வேளாண்மைத் துறையை நம்பி இருக்கிறார்கள். ஆகவே, ஏற்கெனவே குறைவாக உள்ள சராசரி தனி நபர் தேசிய உற்பத்தியைவிடக் குறைவான ரூ. 12,000-தான் இந்தத் துறையில் உழைப்பவருக்கு ஆண்டு வருமானமாகக் கிடைக்கிறது. இந்த மக்கள் வாழ்க்கை நடத்துவது மிகவும் கடினம். இவர்களுக்கான ஒரே நம்பிக்கை, உற்பத்தித் துறையில் மாற்று வேலை பெறுவதுதான். ஆனால், என்ன செய்வது? இவர்களில் பெரும்பாலானோர் படிக்காத வர்கள். வேளாண்மைத் துறையில் இருந்து வேறு துறைக்கு மாறுவதற்கு என்ன தேவையோ அதைவிடக் குறைந்த தகுதி உடையவர்கள். ஆனால், இதற்கு மாறாக சீனாவில் எழுத்தறிவு பெற்றோர் 93 சதவிகிதம் என்பதால், ஆண்டுதோறும் ஒரு சதவிகிதம் மக்களை வேளாண்மையில் இருந்து விடுவித்து, கட்டுமானம், உற்பத்தித் தொழில் ஆகியவற்றில் மாற்று வேலை கொடுப்பதற்கு அந்தத் தேசத்தால் முடிகிறது.

'தாங்கள் பெரிதாக மதிக்கும் வாழ்க்கையை நடத்துவதற்கு, மக்களுக்குத் தேவையான திறமையின் ஒரு பகுதியாக விளங்கும் அடிப்படைக் கல்வியைப் பெறுவது மனித உரிமை' என்று அமர்த்தியா சென் கருதுகிறார். 1992-ல் இந்தியா 'அனைவருக்கும் ஆரம்பக்கல்வி' என்ற திட்ட அடிப்படையிலான இலக்கை அறிவித்தது. இந்த இலக்கு மூன்றாகப் பிரிக்கப்பட்டது - அடைதல், தக்கவைத்தல், சாதித்தல். குழந்தைகளுக்கு கல்வி கற்கும் வசதியைத் தருதல்; பள்ளிக்கு அவர்கள் தொடர்ச்சியாகச் சென்று பயில்வதை உறுதி செய்தல்; இறுதியாக, தங்களது இலக்கை அவர்கள் அடைகிறார்களா எனப் பார்த்தல்.

2003-ன் இறுதியில், தங்கள் வீட்டிலிருந்து ஒரு கிலோமீட்டர் தூரத்தில், ஆரம்பப் பள்ளி வசதியை இந்தியாவின் 90 சதவிகித கிராமப்புற மக்கள் பெற்றனர். 84 சதவிகிதம் பேர் நடுநிலைப்பள்ளிகளை 3 கிலோமீட்டர்

தூரத்துக்குள் பெற்றனர். 1991-க்கும் 2003-க்கும் இடையில், ஆரம்பப் பள்ளிகளில் சேர்ந்தோர் எண்ணிக்கை 82 சதவிகிதத்தில் இருந்து 95 ஆக உயர்ந்தது; நடுநிலைப்பள்ளிகளில் சேர்ந்தோர் எண்ணிக்கை 54 சதவிகிதத்தில் இருந்து 61 ஆக உயர்ந்தது. இவை நல்ல தகவல்கள்.

இருந்தபோதும், திட்டங்களைச் சரியாக நடைமுறைப்படுத்துவதிலும் அவற்றின் விளைவுகள் குறித்து ஆய்வதிலும் பொறுப்புணர்வை ஏற்படுத்த இந்தக் கல்வித் திட்டங்கள் தவறிவிட்டன. உண்மையில், ஆரம்பக் கல்விக்காக அரசு செலவிடும் நிதியில் 90 சதவிகிதத்துக்குமேல், அந்தப் பள்ளிகளில் பணி புரியும் ஆசிரியர்களின் ஊதியத்துக்கே செல்கிறது. பள்ளிக்கூடங்களில் அதிக மாணவர்களைச் சேர்ப்பதற்குத்தான் இந்தத் திட்டங்கள் ஆர்வம் செலுத்தின. மாணவர்களைத் தொடர்ந்து பள்ளிக்கு வருமாறு செய்வதிலும் பள்ளி இறுதி வகுப்புவரை அவர்கள் படிப்பதை உறுதி செய்வதிலும் குறைந்த அக்கறையே செலுத்தப்பட்டது. இந்தப் பொறுப்புணர்வின்மை காரணமாக, கல்வியாளர் ஒருவர், 'அனைவருக்கும் தரக்குறைவான கல்வி' என்று இந்தத் திட்டத்தை விமர்சிக்கும் நிலை உருவானது.

அடிப்படை உள்கட்டமைப்பும் ஏனைய வசதிகளும் இல்லாத சூழல்தான், அரசுப் பள்ளிகளில் பொதுவாக நிலவுகிறது. இந்தியாவின் அரசு ஆரம்பப் பள்ளிகளில், சராசரியாக 14 சதவிகிதப் பள்ளிகள், ஒரு வகுப்பறைப் பள்ளிகளாக அல்லது ஓராசிரியர் பள்ளிகளாகத்தான் இயங்குகின்றன. அஸ்ஸாமிலும் அருணாச்சலப் பிரதேசத்திலும் இது 40 சதவிகிதமாக உயர்கிறது. செப்டம்பர் 2005-ல், இந்தியாவில் 9,98,000 வகுப்பறைகள் பற்றாக்குறை உள்ளது எனத் தேசிய அளவில் நடத்தப்பட்ட ஓர் ஆய்வு கூறுகிறது.

தரமான கல்வியில் கவனம் செலுத்தாதது, பள்ளிகளில் கற்பிக்கும் முறையின் தரத்தில் தீவிரமான தாக்கத்தை ஏற்படுத்தி இருக்கிறது. 2003-ல் உலக வங்கி ஆய்வாளர்கள், 200 ஆரம்பப் பள்ளிகளைப் பார்வையிட்டனர். பாதியளவு பள்ளிகளில் கற்பிப்பதே நடைபெறவில்லை. அரசு ஆரம்பப்பள்ளி ஆசிரியர்களில் நான்கில் ஒருவர், பள்ளிக்கு வராமலேயே இருந்துவிடுவார் என்று ஹார்வார்ட் பல்கலைக்கழகத்தின் மைக்கேல் க்ரெமெர் நடத்திய ஆய்வு கூறுகிறது. பள்ளியாண்டின் ஏறத்தாழ மூன்றில் ஒரு பகுதி நாள்களுக்கு, ஆசிரியர்கள் பள்ளிக்கு வருவதில்லை. குறைவான கல்வித் தரம், மாணவர்களின் தேர்ச்சி விகிதத்தில் மோசமான விளைவை ஏற்படுத்துகிறது. சமீபத்தில் தேசிய அளவில் நடத்தப்பட்ட ஆய்வில், 7-14 வயது நிலையில் இருக்கும் குழந்தைகளில் 35 சதவிகிதத்தினர், எளிமையான சில வரிகளைக்கூடப் படிக்க முடியாதவர்களாக

இருந்துள்ளனர்; 60 சதவிகிதக் குழந்தைகளால் ஒரு எளிமையான கதையைக்கூடப் படிக்க இயலவில்லை; நான்காவது வகுப்பு படிக்கும் குழந்தைகளில் சுமார் பாதிப்பேருக்குக் கணிதத்தில் முதல் நிலையைக்கூடச் செய்ய முடியவில்லை என்று தெரிய வந்துள்ளது.

தரத்தில் அக்கறை காட்டாததால், மாணவர்கள் அதிக அளவில் பள்ளியை விட்டு நின்றுவிடுகிறார்கள். தேர்ச்சி பெறாமல் போய் விடுகிறார்கள். பள்ளியை விட்டு நின்றுவிடுவோர் எண்ணிக்கை, அரசுப் பள்ளிகளில் சராசரியாக 53 சதவிகிதம். மேற்கு வங்கத்தில், ஆரம்பப்பள்ளியில் சேரும் 100 பேரில் 17 பேர்தான் பத்தாம் வகுப்பை முடித்து வெளியே வருகின்றனர். தேசிய அளவில், ஆரம்பப்பள்ளியில் சேருபவர்களில் 28 சதவிகிதம் பேர்தான் ஐந்தாம் வகுப்பில் தேர்ச்சி பெறுகிறார்கள். பள்ளிக்கு வராமல் நின்று விடும் மாணவர்களில் 61 சதவிகிதம் பேர், இந்தியாவின் 40 சதவிகித ஏழைக் குடும்பங்களில் இருந்து வந்தவர்கள்.

தனியார் பள்ளிகள், நாடு முழுவதும் பரவுவதற்கு, தரம் குறைந்த அரசுப் பள்ளிகள்தான் காரணமாக இருக்கின்றன. அரசுப் பள்ளிகளில் இலவசக் கல்வி முறை இருந்தாலும், கிராமப்புறக் குழந்தைகளில் 16 சதவிகிதத்தினர், மாதம் ஒன்றுக்குச் சராசரியாக ரூ. 90 கட்டணம் வசூலிக்கும் தனியார் பள்ளிகளில்தான் படிக்கிறார்கள் என்று சமீபத்திய ஆய்வு ஒன்று கூறுகிறது.

இந்தியாவின் ஆரம்பப் பள்ளிகளின் எண்ணிக்கையில் தனியார் பள்ளிகளின் எண்ணிக்கை பத்து சதவிகிதமே என்றாலும், மொத்த மாணவர்களில் 27 சதவிகிதம் பேர் அங்கு பயில்கின்றனர். அரசுப் பள்ளிகளைவிட தனியார் பள்ளிகள் நன்கு செயல்படுகின்றன. அரசுப்பள்ளியில் ஒரு குழந்தைக்குக் கல்வி தர ஆகும் செலவைவிடக் குறைந்த தொகையில் தனியார் பள்ளிகள் திறமையோடு செயல்படு வதாகப் பொருளியல் அறிஞர் கீதா கிங்டனின் ஆய்வு கூறுகிறது. தனியார் பள்ளி மாணவர்கள், எழுதுவதிலும், கணிதத் தேர்விலும் அரசுப்பள்ளிகளில் படிக்கும் மாணவர்களை விடப் பத்து சதவிகிதம் அதிக மதிப்பெண்களைப் பெற்றனர்.

மறுபடியும் உயர் கல்வி முறைக்கு வருகிறேன். 1960-களின் மத்தியில், பிஎச்.டி படிப்புக்காக அயல்நாடுகளில் இருந்து ஐ.ஐ.டி கான்பூருக்கு மட்டும் 350-க்கும் மேற்பட்டோரை வரவழைத்தது இந்தக் கல்விமுறை; ஆனால், இன்றைக்கு ஒரு சிலரைக் கூட அந்தக் கல்லூரியால் ஈர்க்க முடியவில்லை. ஏன்? 1960-களில், ஐ.ஐ.டி கான்பூரின் ஒரு துறையில் மட்டுமே 50 பிஎச்.டி பட்டதாரிகளைத் தரமுடிந்த இந்த அமைப்பால், ஆண்டுக்கு இருவரைக்கூடத் தர இயலவில்லை என்பது எதனால்?

அந்த 1960-களில், உலகின் சிறந்த பல்கலைக்கழகங்களில் பணிபுரியும், குறைந்தபட்சம் ஐந்தில் இருந்து பத்து புகழ்பெற்ற பேராசிரியர்களை ஈர்த்த, நமது சிறப்பு மிக்க பெரும்பான்மையான பல்கலைகழகங்களால் இன்றைக்கு ஒருவரைக்கூட ஈர்க்க முடிய வில்லை என்பது எதனால்? ஒரு நிறுவனத்திலிருந்து, ஒரு துறைக்கு மட்டும் உலகத்தரம் கொண்ட நாற்பதுக்கும் மேற்பட்ட ஆய்வுக் கட்டுரைகளை அளிக்க முடிந்த அமைப்பால், இன்றைக்கு அதே நிறுவனத்தில் இருந்து ஆண்டுக்கு இரண்டு ஆய்வேடுகளைக்கூடத் தரமுடியவில்லை என்பது எதனால்?

முக்கியமான இந்தக் கேள்விகளுக்குப் பதில்கள் தேவை! நம் குழந்தைகளுக்கு மேன்மையானதொரு கல்விமுறையை உருவாக்கித் தர வேண்டுமென்றால், எவ்வளவு கசப்பானதாக இருந்தாலும், நாம் உண்மையைச் சந்தித்துதான் ஆகவேண்டும். நாகரிகமடைந்த ஒரு சமூகம் செய்யவேண்டியதும் இதுதான். ஒரு சிலருக்குப் பிடிக்க வில்லை என்றாலும், அவை சமுதாயத்துக்கு நன்மை தரக்கூடு மென்றால், உறுதியான நடவடிக்கைகளை நாம் எடுத்துத்தான் ஆகவேண்டும்.

கல்வி நிலையங்களின் தரம் உயரவேண்டுமானால், நிறுவனங்களுக்கு முழுச் சுதந்தரம் அளிக்கப்பட வேண்டும். சுதந்தரம் என்று நான் சொல்வதற்கு என்ன பொருள்? கல்வி நிலையங்களுக்கு, மாணவர் களையும் ஆசிரியர்களையும் தேர்ந்தெடுக்கும் உரிமை இருக்க வேண்டும்; எவ்வளவு பேரை எடுத்துக்கொள்வது என்பதைத் தீர்மானிக்கும் உரிமை இருக்கவேண்டும்; மாணவர்களுக்கான கட்டணம், உதவித்தொகை, ஆசிரியர்களுக்கான சம்பளம் ஆகிய வற்றைத் தீர்மானிக்கும் உரிமை இருக்க வேண்டும்; உலகின் பல இடங்களைச் சேர்ந்த அறிஞர்களுடனும் தலைவர்களுடனும் கலந்துரையாட வசதி இருக்கவேண்டும்; மாறுகிற சூழ்நிலைக்கு ஏற்ப, வளர்ச்சிக்கான திட்டங்களில் தங்களை ஈடுபடுத்திக் கொள்வதற்கான சுதந்தரம் இருக்க வேண்டும்.

நமது உயர் கல்வி நிறுவனங்கள் அனைத்துக்கும், மேலே குறிப்பிட்ட செயல்பாடுகளில் சுதந்தரம் குறைவாகவே இருக்கிறது என்பது தெளிவு. உண்மையில், இருக்கும் சுதந்தரத்தையும் அவை இழந்து கொண்டிருக்கின்றன. கல்வி நிறுவனங்களில் சுதந்தரம் குறைந்து கொண்டிருக்கிறது என்பதற்கு சமீபத்திய நிகழ்ச்சி ஒன்றைக் கூறுகிறேன். வெளிநாட்டுப் பார்வையாளர் குழுவை அழைப் பதற்கோ வெளிநாட்டிலிருந்து வரும் அழைப்பை ஏற்றுக்கொள் வதற்கோ அமைச்சகத்தின் முன் அனுமதி பெறவேண்டும் என அனைத்து நிறுவனங்களுக்கும் சுற்றறிக்கை ஒன்றை அயல்துறை

அமைச்சகம் அனுப்பி இருப்பதாக இரண்டு வாரத்துக்கு முன்புதான் தெரிய வந்தது. வர்த்தக நிறுவனங்கள் அல்லது கல்வி நிலையங்கள் மீது திணிக்கப்படும் இத்தகைய கட்டுப்பாடுகள், நம் செயல் திறனைத்தான் பாதிக்கும்.

நம் கல்வி நிலையங்களின் விழைவுகளை, தன்னம்பிக்கையை, வலிமையை, உற்சாகத்தை உயர்த்துவதே முதல் தேவை. போட்டி மூலமே, நிறுவனங்களின் வளர்ச்சியைக் கொண்டுவர முடியும்; வெளிப்படைத்தன்மை, பொறுப்புணர்வு ஆகியவை மூலமே போட்டியை உருவாக்க முடியும். உலகின் சிறந்த நடைமுறைகளை அடிப்படையாகக்கொண்டு, மேலே குறிப்பிட்ட துறைகளில் தெளிவான, புதிய விதிகளை நாம் உருவாக்க வேண்டும். இதைச் செய்வதற்கு, கற்கும் துறைகள்தோறும் ஒழுங்குமுறைக்குழுக்களை உருவாக்க வேண்டும். உயர் கல்வி முறையில், தர வரிசையில் முதல் ஐந்து இடங்களில் இருக்கும் நாடுகளைச் சேர்ந்த, புகழ் பெற்ற கல்வி யாளர்களை உள்ளடக்கியதாக அந்தக் குழு இருக்கவேண்டும். ஆண்டுக்கு இருமுறை கூடும் இந்தக் குழு, அனைத்து நிர்வாகப் பகுதிகளுக்கான தரநிலைகளையும் முடிவு செய்யும்; நமது உயர்கல்வி முறையில் ஏற்பட்டிருக்கும் மேம்பாட்டை ஆய்வு செய்யும்.

இந்தத் தரநிலைகள், செய்தித்தாள்களிலும் இணையதளங்களிலும் பரவலாக விளம்பரப்படுத்தப்பட வேண்டும். அப்போதுதான், பெற்றோர்களும் மாணவர்களும் இந்த நிறுவனங்களில் இருந்து தங்களுக்கு எத்தகைய தரமான கல்வி கிடைக்கும் என்பதை அறிந்து கொள்ள முடியும். இந்த ஒழுங்குமுறைக்குழு கூறும் தரநிலையை ஒட்டி, நிறுவனங்களின் செயல்பாட்டின் அடிப்படையில் அவற்றுக் கான தரவரிசையைக் கல்விச்சந்தை உருவாக்கிக்கொள்ளும். நாட்டின் பல்வேறு பகுதிகளைச் சேர்ந்த கல்விநிலையங்களில் சிறந்த ஐம்பது நிறுவனங்களை தேசிய நாளேடுகள் தரப்படுத்தட்டும். மாநிலங்கள் அளவில், ஐம்பது கல்லூரிகளை, அந்த மாநிலத்தைச் சேர்ந்த நாளேடுகள் அளிக்கட்டும். அமெரிக்காவிலும் பிற நாடுகளிலும் இதைப் போன்ற முறை செயல்பாட்டில் உள்ளது.

நான் மேலே குறிப்பிட்ட செயல்முறையின் அடிப்படையில், அனைத்துத் தனியார் நிறுவனங்களையும் தீவிரமாகச் செயல்பட வைக்க வேண்டும். அரசாங்க நிதி உதவி பெறும் அனைத்துப் பல்கலைக்கழகங்களும் ஒரே மாதிரியான செயல்திறன் அளவை, ஒரே நேரத்தில் எட்டுவது நிச்சயம் இயலாது. நம் அரசுப் பல்கலைக் கழகங்களை அவர்களது தற்போதைய செயல்பாட்டின் அடிப் படையில், அ, ஆ, இ என மூன்று வகைகளாகப் பிரிக்கலாம். இந்தப் பல்கலைக்கழகங்களின் தரநிலைகள் எப்படி இருக்க வேண்டும் என

இந்த ஒழுங்குமுறைக் குழு முடிவு செய்யட்டும். சுதந்தரமாக இயங்குவதற்கான தளங்கள், விரிவாக்கம், நிதி உதவி ஆகியவை பற்றி அக்குழு முடிவு செய்யட்டும்.

இவற்றுக்கான மானியத்தைப் புதுப்பிப்பதற்கோ அல்லது உயர்த்து வதற்கோ முன்பாக, இந்த நிறுவனங்கள் சாதித்துக் காட்டவேண்டிய தர அளவை இந்தக் கட்டுப்பாட்டுக்குழு முடிவு செய்யட்டும். சிறப்பாகச் செயல்படும் ஒவ்வொரு பல்கலைக்கழகத்துக்கும் ஊக்க உதவி அளிப்பது முக்கியம். செயல்பாடு குறைவாக இருக்கும் நிறுவனங்களுக்கும், தேர்ந்தெடுத்தல், பதவி உயர்வுக் கொள்கைகள் ஆகியவற்றில் அதிக அளவு சுதந்தரம் கொடுப்பது அவர்கள் மேம்பாடு அடைய உதவும்.

இந்த நிலை, பல்கலைக்கழகங்களின் செயல்திறன் சிறப்பாக இருக்கவேண்டிய மற்றொரு துறையான மாணவர்களின் தரம் என்பதை நோக்கி என்னை இட்டுச் செல்கிறது. நம் வாழ்க்கையின் பெரும்பான்மையான விஷயங்களில் இருப்பது போலவே, மாணவர் களின் தரமும் உள்ளது என்பதை நாம் ஒப்புக்கொள்ள வேண்டும். அதாவது, மிகச் சிறப்பாகப் படிக்கும் மாணவர்கள் குறைந்த சதவிகிதம்; சராசரியான மாணவர்கள் பெரும்பான்மை; சராசரிக்கும் கீழுள்ள மாணவர்கள் குறைந்த சதவிகிதம். அனைத்துக் குழந்தை களுக்கும், அவர்கள் சிறப்பாகத் தேர்ச்சி பெற்று வருவதற்கான வாய்ப் பை அளிப்பது மிக முக்கியமான ஒன்று. அதே நேரத்தில், அவர்கள் அனைவராலுமே அப்படிச் செய்ய இயலாது என்பதையும் நாம் ஒப்புக்கொள்ளவேண்டும்.

ஒரே பெற்றோரின் இரு குழந்தைகள் இடையேகூட அவர்களது செயல்பாட்டில் குறிப்பிடும்படியான வேறுபாடுகள் இருப்பதைப் பார்க்கிறோம். துரதிர்ஷ்டவசமாக, மிக மோசமான செயல்திறன் கொண்டவர்களை அடிப்படையாகக் கொண்டுதான், இந்தியாவில் தரநிலையை நிர்ணயம் செய்கிறோம். சிறப்பாகச் செயலாற்றும் மாணவர்களை ஊக்கம் இழக்கச் செய்துவிடுகிறோம். இடைநிலைப் பள்ளி அளவில் முஸ்லிம் மாணவர்கள் கணிதத்திலும் ஆங்கிலத்திலும் தேர்ச்சி அடைய வேண்டும் என்ற கட்டாயமில்லை என்ற ஓர் ஆலோசனை அத்தகைய வருத்தம் தரும் செயல்களில் ஒன்று. இது முஸ்லிம் குழந்தைகளை, மேலும் செயல்திறன் அற்றவர்களாகவே மாற்றும்.

தற்போது நடைபெற்று வரும் விவாதமான, குறைவான செயல்திறன் கொண்டவர்களுக்கான இட ஒதுக்கீட்டு முறையும் இத்தகைய விளைவுகளையே உண்டாக்கும். ஏழைமைச் சூழலில் இருந்து வரும்

2,000 மாணவர்களுக்கு ஐ.ஐ.எம்மிலும் ஐ.ஐ.டியிலும் சேர்ந்து படிப்பதற்கான வாய்ப்பு இந்தத் தீர்வின் மூலம் கிடைத்தாலும், அதே போன்ற நலிவுற்ற நிலையில் வளரும் 15 கோடி குழந்தைகளுக்கான ஒட்டுமொத்தத் தீர்வாக இது இருக்க முடியாது. ஆரம்பக்கல்வி நிலையிலிருந்தே இதைப் போக்குவதற்குக் கவனம் செலுத்துவதே, இதற்கான தீர்வாக இருக்க முடியும்; செயல்திறன் குறைவாக இருக்கும் மாணவர்களை அடையாளம் கண்டு, அவர்களது திறனை உயர்த்திக் கொள்ளத் தேவையான வசதிகளை ஏற்படுத்தித் தருவதுதான் வழி; இதனால், உயர் கல்வியின் தரம் நீர்த்துப்போகாமல் பார்த்துக்கொள்ள முடியும். இதைப் போன்ற நலிவடைந்த சமுதாயச் சூழலில் இருந்து வரும் திறன் குறைந்த மாணவர்களுக்கு, அவர்கள் தங்கள் தகுதிகளை மேம்படுத்திக்கொள்ள உதவும் பயிற்சி மையங்களை உருவாக்க வேண்டும்; அங்கு அவர்களுக்கு, தனிப்பட்ட பயிற்சி, சத்தான உணவு ஆகியவற்றோடு தேவைப்படும் நிதி உதவியையும் அளிப்பது, அவர்கள் போட்டிச் சூழலை எதிர்கொள்ள உதவும்.

ஓர் உயர் கல்வி அமைப்பின் தரம், அந்த நிறுவனம் ஈர்க்கும் மாணவர்களின் தரம், அங்கு இருக்கும் ஆசிரியர்களின் தரம் மற்றும், இறுதியாக அந்த நிறுவனம் உருவாக்கும் ஆய்வேடுகளின் தரம் ஆகியவற்றின் அடிப்படையில்தான் நிர்ணயிக்கப்படுகிறது. இதுதான் உலக அளவில் ஏற்றுக்கொள்ளப்பட்ட ஒன்று. அந்தக் கல்வி நிறுவனத்தின் முன்னாள் மாணவர்களின் தரம், இப்போது படித்துக் கொண்டிருக்கும் மாணவர்களின் தரம் மற்றும் ஆசிரியர்களின் தரம் ஆகியவற்றின் அடிப்படையில்தான், மாணவர்கள் ஒரு நிறுவனத்தில் சேர்கிறார்கள். குறிப்பிடும்படியான பொருளாதார ஊக்கம் இல்லை என்றால், அந்த நிறுவனத்தில் படிக்கும், பணிபுரியும் சகாக்களின் தரத்தை அடிப்படையாகக் கொண்டுதான், மாணவர்களும் ஆசிரியர்களும் ஒரு நிறுவனத்தில் சேர்கிறார்கள். உலகின் சிறந்த பல்கலைக்கழகங்கள் எல்லாம் இந்த வழிகாட்டும் நெறிமுறை களையே பின்பற்றுகின்றன.

தகுதி அடிப்படையில் வகைப்படுத்தப்பட்ட மாணவர்களிலும்கூட, மிக நன்றாகப் படிக்கும் மாணவர்களுக்கு என்று தனி வகுப்புகளை நாம் வடிவமைக்க வேண்டும். இதன் மூலம் தங்களுக்கு இணையான மாணவர்கள் நிறைந்த, போட்டி மிகுந்த சூழலில் அவர்கள் கற்றுக் கொள்ள முடியும். அமெரிக்காவில் இத்தகைய வகுப்புகள் 'ஹானர்ஸ் வகுப்புகள்' என்று அழைக்கப்படுகின்றன. பொதுவாக, சாதாரண வகுப்பில் பெரும்பாலான மாணவர்களும் ஹானர்ஸ் வகுப்பில் குறைவான மாணவர்களும் படிப்பார்கள். ஹானர்ஸ் வகுப்பில் அதே பாடங்கள் விரைவான முறையிலும், விரிவாகவும் ஆழமாகவும்

சொல்லித் தரப்படும். இதன் மூலம், மேல் நிலையில் இருக்கும் மாணவர்களின் தரம் கீழிறக்கப்படாமல், அனைத்து மாணவர் களுக்கும் அவரவருக்கு ஏற்ற தரமான கல்வி அளிக்கப்படுகிறது.

எதைச் செய்வது என்றாலும், சராசரிக்கும் கீழான தர அளவுகோலைப் பின்பற்றிச் செய்வது இந்தியாவில் இருக்கும் ஒரு வழக்கம். பல ஆண்டுகளுக்குமுன் ஐ.ஐ.டி ஒன்றைப் பார்வையிடச் சென்ற நாடாளு மன்ற உறுப்பினர்கள் குழு, பிஎச்.டி படிப்புக்கான திட்டங்களில் செயல்திறன் குறைந்த மாணவர்களுக்கும் வாய்ப்பளிக்கும் வகையில், ஆராய்ச்சித்துறைகளில், இந்தியா தனக்கென்று தரநிலை ஒன்றை அறிமுகப்படுத்தலாம் என்று ஆலோசனை கூறினார்களாம்!

பல்கலைக்கழகங்கள், மிகச் சிறந்த வழிகாட்டும் வகையிலான ஆராய்ச்சிப் பணிகளை மேற்கொள்வதால்தான் புகழ் பெறு கின்றனவே தவிர, அவற்றிடம் இருக்கும் கற்பிக்கும் வசதிகளால் அல்ல. ஆராய்ச்சி என்பது, வாழும் கலைகளின் தற்போதையை நிலையை மேம்படுத்துவதாகும். யாரும் நடந்து சென்றிராத பாதையில் நடைபயில்வது. புதிய கதவுகளைத் திறப்பது. அது கற்பனை வளம் மிக்கது. ஆராய்ச்சிகளைச் சிறப்புடன் செய்வதற்கு, விவாதங்களும், போட்டியும் விழைவும் கொண்ட திறமையானவர்களும் நிறைந்த சூழல் தேவை. ஆராய்ச்சியில், உயர் தரம் அல்லாதவற்றுக்கு இடமே இல்லை.

ஹார்வார்ட் பல்கலைக்கழகம், தன் துறைகளில் ஏற்படும் காலி யிடங்களை நிரப்புவதற்கு, உள்நாட்டைச் சேர்ந்த பல போட்டி யாளர்கள் இருந்தாலும், உலக அளவில் சிறந்த திறமைசாலிகள் கிடைப்பார்களா என்றுதான் தேடும். ஏறத்தாழ அனைத்து அமெரிக்கப் பல்கலைக்கழகங்களிலும், அவர்கள் உள்நாட்டு நிபுணர்களோ அல்லது வெளிநாட்டு நிபுணர்களோ, அவர்களது பணிக்காலத்தை முடிவு செய்ய, அவர்களது திறமை கடுமையான ஆய்வுகளுக்கு உட்படுத்தப்படுகிறது. பொருளாதார முன்னேற்றம் வரவேண்டும், ஏழை மக்களின் வாழ்க்கைத் தரத்தை உயர்த்தவேண்டும் என்று நாம் உண்மையிலேயே விரும்பினால், தரநிலை வரிசையில், குறைந்த பட்சம், மேல்நிலையில் இருக்கும் பத்து பல்கலைக்கழகங்களிலாவது, ஆசிரியர் தரத்திலும் மாணவர்கள் தேர்விலும் தகுதியை நீர்த்துப் போகும்படிச் செய்துவிடக்கூடாது. இல்லையென்றால், சமுதாய நீதியைப்பற்றி எவ்வளவு அற்புதமாகவும் பரிவுடனும் பேசினாலும், அந்தச் சொற்கள் வெற்றுச் சொற்களாகவே இருந்துவிடும். ஒன்றைத் தெளிவுபடுத்திக் கொள்வோம். ஒரு எம்.எஸ். சுவாமிநாதன், ஒரு சாம் பிட்ரோடா அல்லது ஒரு விக்ரம் சாராபாய் இல்லை என்றால், நம்மால் சமுதாய நீதியைச் செயல்படுத்தியிருக்க முடியாது. அத்தகைய

மனிதர்களும், தகுதியைப் புறந்தள்ளும் ஒரு சூழலில் உருவாகவும் முடியாது.

துரதிர்ஷ்டவசமாக, சிறந்தவை என்று நாம் சொல்லும் கல்வி நிலையங்களில்கூட, ஆசிரியர்களைத் தேர்ந்தெடுப்பது, ஊதிய நிர்ணயம் மற்றும் பதவி உயர்வுகளில் தகுதி முறைக்குக் கடுமையான எதிர்ப்புக் காணப்படுகிறது. மக்களாட்சி முறையில், சராசரி செயல்திறன் கொண்டவர்கள்தான் பெரும்பான்மையை உருவாக்கு கிறார்கள்; விதிகளை அவர்கள்தான் உருவாக்குகிறார்கள் என்பதை நாம் உணரவேண்டும். எடுத்துக்காட்டு ஒன்றைக் கூறுகிறேன். சில ஆண்டுகளுக்குமுன், இந்தியாவில் இருக்கும் புகழ்பெற்ற ஒரு கல்வி நிலையத்தின் கணினியியல் துறையினரிடம் பேசும்போது நானும் என் மனைவியும் இணைந்து நிதி ஒன்றை உருவாக்கி, அந்தப் பணத்தைக் கொண்டு, சர்வதேச அளவில் அறியப்பட்ட ஆராய்ச்சி இதழ்களில் ஆண்டுதோறும் வெளிவரும் ஆய்வேடுகளுக்கு, தலா ரூ. 2 லட்சம் பரிசு வழங்கலாம் என்று சொன்னேன். அந்தத் துறையின் பெரும்பான் மையினர் இந்த யோசனையை மிகக் கடுமையாக எதிர்த்ததைப் பார்த்துத் திகைப்படைந்தேன். எதிர்த்தவர்கள் சராசரியான திறன் படைத்தவர்கள் என்று பின்னர் தெரிந்துகொண்டேன்!

அவர்களது எதிர்ப்புக்குக் காரணம், ஆண்டுதோறும் இந்தப் பரிசு ஒரு சிலருக்கே திரும்பத் திரும்பக் கிடைக்கும் என்பதுதான். நல்ல ஆய்வேடு ஒன்றை எழுத அந்தப் பேராசிரியர்கள் கடுமையாக உழைக்க முடியும் என்ற என் கருத்துக்கு, உணர்ச்சியற்ற அமைதிதான் பதிலாகக் கிடைத்தது. திறமை கொண்டவர்களை விதிகளை உருவாக்கச் சொல்வதும், அவற்றை, நேர்மையாக, வெளிப்படையான முறையில் செயல்படுத்த முயல்வதும்தான் இதைப் போன்ற பிரச்னைகளுக்குத் தீர்வாக இருக்க முடியும். மகாத்மா காந்தி கூறியதுபோல், 'வளர்ந்து கொண்டிருக்கும் சமூகத்தில், அளவுகோல்கள் எப்போதும் மனிதர்களைவிட உயர்வாகவே இருக்கவேண்டும். ஏனென்றால், மனிதர்கள் என்பவர்கள் தங்களது தேவைகளைப் பூர்த்தி செய்துகொள் வதற்காகவே இயங்கும் முழுமையற்ற வெறும் கருவிகள்தானே.'

வளர்ச்சி என்பது சாதகமான ஆனால், உறுதியான மாற்றத்தைப் பெறுவது. அத்தகைய மாற்றத்துக்கு, நல்ல தலைவர்கள் தேவை. தலைமைப் பண்பு என்பது உயர்ந்த கனவுகளுக்கான மன உறுதியையும் மாபெரும் தொலைநோக்குப் பார்வையையும் உருவாக்குவதும், மக்கள் மனத்தில் நம்பிக்கை ஏற்படும்வகையில், முன்மாதிரியாக இருந்து வழிநடத்துவதும் ஆகும். கடினமாகவும் புத்திசாலித் தனமாகவும், உழைப்பதில் சொல்வதுபோல் செயல்படுவதும்,

சாதிக்க முடியாது என்று தோன்றுவதைச் சாதிப்பதற்கு தியாகங்கள் செய்வதும் ஆகும். ஒரு மாபெரும் தேசத்தை, ஒரு சிறந்த கல்வி நிலையத்தை அல்லது ஒரு திறன் மிகுந்த வர்த்தக நிறுவனத்தைக் காட்டுங்கள். அந்தச் சிறப்புக்குக் காரணமாக இருக்கும் தலைவனை நான் காட்டுவேன். இன்றைக்கு நம் முன் இருக்கும் சவால், நம் பல்கலைக்கழகங்களுக்கு துணைவேந்தர்களாக இருந்து செயல்படுவதற்குச் சிறந்த மனிதர்களைப் பெறுவதும் திறமையான, அறிவார்ந்த மனிதர்களை ஈர்க்கக் கூடிய நிர்வாக இயந்திரத்துடன் அவர்களுக்கு உதவியாக இருப்பதும்தான்.

துரதிர்ஷ்டவசமாக, இன்று, கல்வி நிலையங்கள், மத்திய, மாநில அரசுகளால் பலவீனப்படுத்தப்பட்டுள்ளன. பல்கலைக்கழகத் தலைமைப் பதவிகளை, சாதி அடிப்படையிலும் பிராந்திய அடிப்படையிலும் நிரப்புவதனால், 1950-களில் நாம் உருவாக்கிய வலிமையான தேர்வுமுறைகள் நீர்த்துப்போய்விட்டன. எடுத்துக்காட்டாக, 2002 வரை, ஐ.ஐ.எம்களின் இயக்குனர்கள், அந்த அமைப்புகளின் பேராசிரியர்களும் வெளியில் இருக்கும் நிபுணர்களும் தரும் தகவல்கள் அடிப்படையில், நிர்வாகக் குழுவால் தேர்ந்தெடுக்கப்பட்டனர். ஆனால், இப்போது இம்முறை மாறிவிட்டது. உலகின் மற்ற பல்கலைக்கழகங்கள் பின்பற்றும் முறையில் இருந்து வேறுபட்டதாக, பேராசிரியர்களுக்கும் நிர்வாகக் குழுவினருக்கும் எந்தப் பங்கும் இல்லை என்றாகிவிட்டது.

நான் முன்னரே கூறியதுபோல், வளர்ச்சிக்கான முக்கிய எரிபொருளாக விழைதல் இருக்கிறது. மேலும் மேலும் உயரவேண்டுமானால், உலக அளவில் சிறந்த தரநிலைக்கு இணையாகத்தான் நாம் எதையும் செய்யவேண்டும். உள்கட்டமைப்பில், வசதிகளில், ஆராய்ச்சிகளில், பொறியியல், மருத்துவம், அறிவியல், இலக்கியம், கலை, சட்டம் போன்ற பல்வேறு துறைகளில் தரமான பாடத்திட்டத்தைத் தருவதில், உலகின் சிறந்த பல்கலைக்கழகங்களுக்கு இணையான செயல்பாடுகள் கொண்டவையாக இந்தியப் பல்கலைக்கழகங்கள் இருக்கவேண்டும். உலகத் தரத்தோடு போட்டி போடக்கூடிய மனநிலை உருவாவதற்கு, உயர்கல்வி முறையில் நம்மைவிட மேம்பட்ட நிலையில் இருக்கும் நாடுகளுக்கு இணையாக, சர்வதேசத் தரவரிசையிலும் ஆய்வுகளிலும் நாமாகவே முன்வந்து கலந்துகொள்ள வேண்டும்.

தேசம் என்ற அளவில், அத்தகைய தரவரிசைப்படுத்துதலில் கலந்துகொள்வதை நாம் தவிர்த்திருக்கிறோம். இதற்கு ஓர் எடுத்துக்காட்டு, பள்ளி அளவில் அறிவியலிலும் கணிதத்திலும் மாணவர்களின் திறமையை மதிப்பிட்டு, அதன் அடிப்படையில் தேசங்களைத் தரவரிசைப்படுத்துவது. உலக அளவில் நம் அளவு தாழ்ந்திருப்பதை

அறிந்தவுடன், இது போன்ற தரவரிசைப்படுத்தலில் கலந்து கொள்வதைத் தவிர்க்கத் தொடங்கினோம். ஆனால், நம் பிரச்னைகளை அறிந்துகொள்ளவும், தீர்க்கவும், இந்த நடைமுறைகளில் கலந்து கொள்வது தேவையான ஒன்று.

வெளிப்படையான செயல்பாட்டுக்கான சூழலை, இந்தியப் பல்கலைக்கழகங்கள் வளர்க்கவேண்டும். கூட்டு ஆய்வு முயற்சிகள், ஆசிரியர்- மாணவர் பரிமாற்றத் திட்டங்கள் ஆகியவை மூலம் உலகின் சிறந்த பல்கலைக்கழகங்களோடு தொடர்பு ஏற்படுத்திக்கொள்ள வேண்டும். இணையத்தளத்தின் உதவியோடு தாய்லாந்து இதனைச் செய்திருக்கிறது. இந்தத் திட்டத்தின்மூலம் ஆர்வமுள்ள தாய்லாந்து, அமெரிக்கப் பல்கலைக்கழகங்கள் இணைந்து செயல்பட முடியும். ஆசிரியர்-மாணவர் பரிமாற்றத்துக்குச் சாதகமான வாய்ப்புகளைக் கண்டறியவும், கூட்டுப் பாடத்திட்டங்களை உருவாக்கவும், ஆர்வமுள்ள அமெரிக்கப் பல்கலைக்கழகங்களோடு இணைந்து ஆய்வுகளை மேற்கொள்ளவும், தாய்லாந்துப் பல்கலைக்கழகங்களுக்கு இந்தத் திட்டம் உதவுகிறது.

ஒரு பரிசோதனை முயற்சியை ஆலோசனையாகக் கூறுகிறேன். இந்தியாவில் ஒவ்வொரு துறையிலும் சிறந்து விளங்கும் முதல் ஐந்து பல்கலைக்கழகங்களில், உலகின் தலைசிறந்த ஐந்து பேராசிரியர்களை, அவரவரது பாடத்தைக் கற்பிக்க ஆண்டு முழுதும் வந்து இருக்குமாறு அழைக்கலாம். ஐம்பது துறைகளுக்கு நாம் அழைக்க இருக்கிறோம் என்று வைத்துக்கொண்டால், 1,250 பேராசிரியர்களை அழைக்க வேண்டியிருக்கும்; ஒருவருக்கு ஒரு செமஸ்டர் ஊதியம் $40,000 என்று வைத்துக்கொண்டால், $50 மில்லியன் அல்லது ரூ. 250 கோடி செலவாகும். அதேபோல், நமது மாணவர்களையும் ஆசிரியர்களையும், புகழ்பெற்ற ஆராய்ச்சியாளர்களோடு இணைந்து பணியாற்ற, சிறந்த வெளிநாட்டுப் பல்கலைக்கழகங்களுக்கு அனுப்பலாம். இதற்கு ஒரு மாணவருக்கு ஆண்டுக்கு $10,000 டாலருக்குமேல் செலவாகாது. பல்வேறு துறையைச் சேர்ந்த ஆயிரம் மாணவர்களை ஆண்டுதோறும் வெளிநாடுகளுக்கு அனுப்பிப் படிக்க வைப்பதற்கு $10 மில்லியன் அல்லது ரூ. 50 கோடிதான் செலவாகும்.

கூட்டுச் செயல்பாட்டின் அடிப்படையில் அல்லது அவர்கள் தாமாக வர விரும்பினாலும், வெளிநாட்டுப் பல்கலைக்கழகங்கள் இந்தியாவுக்குத் தடையின்றி வர அனுமதிக்கவேண்டும். சர்வதேசப் போட்டியை இந்தியாவுக்கு அது கொண்டு வரும். இந்திய மாணவர்கள், குறைந்த கட்டணத்தில் உலகப் பல்கலைக்கழகங்களில் படிக்க வாய்ப்பு கிடைக்கும். இன்றைக்கு, உயர் படிப்புக்காக ஏறத்தாழ ஒரு லட்சம் மாணவர்கள் வெளிநாடுகளுக்குச் செல்கிறார்கள்;

ஆண்டுக்கு $1பில்லியன் செலவிடுவதாகக் கணக்கிடப்பட்டுள்ளது. உலகத்தரம் வாய்ந்த இந்தப் பல்கலைக்கழகங்களை இந்தியாவில் செயல்பட அனுமதித்தால் இந்தச் செலவில் பெரும்பகுதியை நாம் மிச்சப்படுத்தலாம்.

இந்தியாவில், 1960-களிலும் 1970-களிலும் பிஎச்.டி பட்ட ஆய்வேட்டை வெளிநாட்டு ஆராய்ச்சியாளர் ஒருவர் மதிப்பீடு செய்யும் முறை வழக்கத்தில் இருந்தது. அந்த முறையை மீண்டும் கொண்டுவர வேண்டும். அதன் மூலம், நமது ஆய்வுகள் உலகத்தரம் கொண்டவையாக அமையும். அமெரிக்கப் பல்கலைக்கழகங்களில் இருப்பது போல, இளநிலை மாணவர்களுக்கும் ஆய்வுகளுக்கான வாய்ப்புகளை ஏற்படுத்தித் தருவதன் மூலம், இளம் வயதிலேயே ஆய்வுகளில் ஆர்வத்தைத் தூண்ட முடியும்; மேலும் அதிகமான மாணவர்களை ஆராய்ச்சி உலகத்துக்குள் ஈர்க்க முடியும்.

இந்தியாவில் நடைபெற்றுவரும் ஆராய்ச்சிகளை மேற்பார்வையிடும் அறிவியல் தொழில்நுட்பத் துறை சுதந்தரமாகச் செயல்படும் அமைப்பாக மாற்றப்பட வேண்டும். அமெரிக்காவின் தேசிய அறிவியல் அமைப்பு இயங்குவதைப்போல, வெளிப்படையாகவும், சக ஆராய்ச்சியாளர்களின் மதிப்பீட்டின் அடிப்படையிலும் ஆராய்ச்சிக்கான நிதியுதவி பெறும் முறையைப் பின்பற்ற வேண்டும். இத்தகைய செயல்கள், ஆராய்ச்சிப் பணிகளுக்கு மேலும் அதிகமான நிதியுதவியைக் கொண்டுவரும்.

அடுத்தது, உயர்கல்வி நிறுவனங்களுக்கான நிதி ஆதாரங்கள். இந்தியா போன்ற ஏழை நாடுகளில், நகரப்பகுதிகளில், உயர்கல்வியோடு, ஆரம்பக்கல்வி, நடுநிலைக் கல்வி ஆகியவற்றையும் தனியார் துறையிடம் அளிக்கவேண்டும் என எண்ணுகிறேன். அரசு தன்னிடம் இருக்கும் குறைவான ஆதார வளங்களைப் பயன்படுத்தித் திறமையான ஆரம்ப, நடுநிலைக் கல்விக்கான முழுமையான அடிப்படை அமைப்பை, கிராமப்புறங்களில் உருவாக்கக் கவனம் செலுத்த வேண்டும். நகரங்களில் ஆரம்பக்கல்விக்கும் நடுநிலைக்கல்விக்கும் வழங்கப்படும் மான்யம், ஏழைகளுக்கு மட்டுமே போவதாக இருக்க வேண்டும். பொருளியல் அறிஞர் மில்டன் ஃப்ரீட்மன் கூறிய 'வவுச்சர்' முறை அடிப்படையில், மான்யங்கள் அனைத்தும் பள்ளிகளுக்கு நேரிடையாக வழங்கப்பட வேண்டும்.

கல்லூரியில் படிக்கத் தகுதியுள்ள அனைத்துக் குழந்தைகளுக்கும், கல்லூரியில் இருந்து உதவித்தொகை அளிக்கப்பட வேண்டும். அல்லது ஏதேனும் நிதி நிறுவனத்திலிருந்து கல்விக்கடன் தரப்பட வேண்டும். படித்து முடித்து வேலைக்குச் சேர்ந்தவுடன், இந்தியாவில்

அல்லது வெளிநாட்டில் எங்கிருந்தாலும், வாங்கிய கடனை வட்டியுடன் அவர்கள் கட்டாயமாகத் திருப்பிச் செலுத்தும் வகையில், உறுதியான வசூல் முறையை அரசு நடைமுறைப்படுத்த வேண்டும். இந்த முறையின் காரணமாக, அரசாங்கம் நகரத்தில் படிப்போருக்கு அல்லது உயர்கல்வி படிப்போருக்கு மான்யம் வழங்குவதை நிறுத்திவிட முடியும். இதைப் போன்றதொரு திட்டத்தால், உயர்கல்வி நிலையங்கள் தங்கள் மாணவர்களிடம் உரிய கட்டணத்தை விதிக்கமுடியும்; அதன் மூலம், தங்கள் ஆசிரியர்களுக்கு நல்ல ஊதியம் வழங்கவும், நவீன உள் கட்டமைப்பு வசதிகளை உருவாக்கவும் முடியும்.

திறமையாகப் பணி புரியும் ஆசிரியர்களுக்கு ஊக்க உதவிகள் அளிக்கப் பட வேண்டும். போட்டிச் சூழலின் அடிப்படையில் கட்டணம் விதிக்கப்படுவதால், கல்விச் செலவும் குறையும். ஜப்பான், 1980-களில் உயர்கல்வித் துறையில் தனியாரை அனுமதித்தபோது, அரசுக் கல்லூரிகளைவிடத் தனியார் கல்லூரிகளில் கட்டணம் அதிகமாக இருந்தது. இருப்பினும், கல்விச்சந்தை, போட்டி மற்றும் மாணவர் களின் விருப்பம் ஆகியவற்றைக் கணக்கில்கொண்டு, கட்டணங்கள் உயர்வதைத் தனியார் அமைப்புகள் கட்டுப்படுத்தியதால், பத்தாண்டு களுக்குள் கட்டணங்களில் இருந்த வேறுபாடு நீங்கிவிட்டது.

இப்போது, மாணவர்கள் கல்லூரியில் சேர்வதற்குச் செலவிடும் தொகையைக் குறைப்பதைப் பற்றிக் கூறுகிறேன். இன்றைக்கு, மாணவர்கள் பல்வேறு நுழைவுத் தேர்வுகள் எழுதுவதன் மூலம், அதிகமான நேரத்தையும் பணத்தையும் செலவு செய்கின்றனர். அமெரிக்காவின் பள்ளி அனுமதித் தேர்வு (SAT) முறையைப் போன்று, இங்கும், நாடு முழுவதற்குமான பொதுத் தேர்வு முறையைக் கொண்டு வருவது இந்த நுழைவுத் தேர்வுகளை ஒழுங்குபடுத்த உதவும். கல்லூரிகள், தங்களுக்குத் தேவையான மாணவர்களைத் தேர்ந்தெடுப் பதற்கு, தேசியத் தேர்வில் எடுத்த மதிப்பெண்களோடு, பள்ளியில் எடுத்த மதிப்பெண்கள், கல்வி தொடர்புடைய சாதனைகள், தனிப் பட்ட சாதனைகள், நேர்முகத் தேர்வுகள், சிபாரிசுகள், தலைமைப் பண்பு மற்றும் போட்டியைச் சந்திக்கத் தேவையான திறமைகள் ஆகிய வற்றையும் கணக்கில் எடுத்துக்கொள்ளலாம். இருப்பினும், தங்களது மதிப்பிடும் முறையை கல்லூரிகள் வெளிப்படையாகச் செய்ய வேண்டும்; நுழைவுத் தேர்வின் சராசரி மதிப்பெண்களை வெளியிட வேண்டும்.

ஒரு பல்கலைக்கழகத்தோடு இணைந்திருப்பதாலேயே, அந்தப் பல்கலைக்கழகத்தின் மாணவர் சேர்க்கை முறைகளைப் பின் பற்றுவதற்குக் கல்லூரிகளுக்கு கட்டுப்பாடுகள் விதிக்கக் கூடாது.

எடுத்துக்காட்டாக, 150 பாடத்திட்ட முறைகளைக் கொண்டிருக்கும் கலிபோர்னியா பல்கலைக்கழகம், அமெரிக்காவின் புகழ்பெற்ற பல்கலைக்கழகங்களில் தலைசிறந்ததாக விளங்குகிறது. ஏனைய அரசு மற்றும் தனியார் பல்கலைக்கழகங்களைவிட, இந்தப் பல்கலைக் கழகத்தின் பெரும்பாலான கல்வித் திட்டமுறைகள், தேசிய அளவில் முதல் பத்து இடங்களை வகிக்கின்றன. எனினும் இந்தப் பல்கலைக் கழகத்தில் இணைந்திருக்கும் பத்து கல்லூரி வளாகங்களும், மாணவர் சேர்க்கையிலும் செயல்பாட்டிலும் சுதந்தரமாகவே இயங்குகின்றன.

மாறிக்கொண்டிருக்கும், பொருளாதார, தொழில்துறைத் தேவை களை, நம் கல்வி நிறுவனங்கள் திறம்பட நிறைவேற்றவேண்டுமானால், நமது கல்விக்கொள்கை மாறவேண்டும். தொழில்துறைக்கும் பல்கலைக்கழகங்களுக்கும் இடையே, பாடத்திட்டத்தில், பாடமுறை வடிவமைப்பில், தொழில்துறை ஆய்வுகளில் மேம்பட்ட கூட்டுச் செயல்பாட்டை ஊக்குவிக்கும்வகையில் இருக்கவேண்டும். தொழில் துறை-கல்வி நிறுவனங்கள் இடையிலான பல்வேறு கூட்டுச் செயல் பாடுகளை இந்தியாவில் நம்மால் பார்க்க முடிகிறது. பாட முறைகளை மேம்படுத்துவதிலும், வருகைப் பேராசிரியர்களை ஏற்பாடு செய்து தருவதிலும், ஐ.சி.ஐ.சி.ஐ வங்கி, பல்வேறு கல்லூரிகளின் முதல்வர்களுடனும் பேராசிரியர்களுடனும் நெருங்கி வேலை செய்து வருகிறது.

பாரதி டெலிவென்ச்சர்ஸ் நிறுவனம், ஐ.ஐ.டி தில்லியில் தொலைத் தொடர்பு பயிற்சி மையம் ஒன்றை நிறுவியுள்ளது. இந்தியாவில் இருக்கும் தொழில்நுட்பக் கல்லூரிகளில் கற்பிக்கும் தரத்தை உயர்த்த உதவும் கேம்பஸ் கனெக்ட் என்ற அமைப்பை இன்ஃபோசிஸ் நிறுவியுள்ளது. அது மட்டுமின்றி, பிஎச்.டி படிப்புக்கான இருபத்தியாறு உதவித்தொகைகளை, ஐ.ஐ.டி, ஐ.ஐ.எம், ஐ.ஐ.எஸ்சி, சில பொறியியல் கல்லூரிகள் ஆகிய இடங்களில் வழங்கி வருகிறது. குறைந்த வரிகள், ஆய்வுகள் செய்யக் கட்டுப்பாடற்ற சூழல் ஆகியவற்றை ஏற்படுத்தித் தருவதன்மூலம், தொழில்துறைக்கும் ஆராய்ச்சி நிறுவனங்கள் மற்றும் கல்லூரிகளுக்கும் இடையே அதிகமான கூட்டுச் செயல்பாடுகளை ஊக்குவிக்க முடியும்.

'நாம் இருபத்தியோராம் நூற்றாண்டில் காலடி எடுத்துவைக்கும் இந்த நேரத்தில், வளர்ச்சிப் பாதையில் எவ்வாறு விரைவாக முன்னே செல்வது என்பதும், அதேநேரத்தில், எழுச்சி பெற்று வரும் அறிவுசார் பொருளாதாரத்தோடும் உலகத் தகவல் தொடர்பு சமூகத்தோடும் எப்படி இணைந்துகொள்வது என்பதும் தான் வளரும் நாடுகள் சந்திக்கவேண்டிய சவால்' என்ற அறிவியல் அறிஞர் ஜே.ஜே. பர்னரின் சொற்களை நினைவில் கொள்வோம்.

நமது பல்கலைக்கழகங்களைச் சர்வதேச அளவில் போட்டியைச் சந்திக்கும் திறன் கொண்டவையாக உருவாக்குவதற்கு மன உறுதியும், நிச்சயமாகக் கொஞ்சம் பணமும் தேவை. எந்த முழுமையான மாற்றத்துக்கும் மன உறுதி அவசியம். எனவே, தேவையான மன உறுதியை, உயர்ந்த பெரிய கனவுகளைக் காண்பதில், சுயநலமிகளின் பழிச்சொற்களைச் சந்திப்பதில், நம் தலைவர்கள் தேடிக்கொள்வார்கள் என்று எண்ணுகிறேன். பணத்தேவை என்பதைப் பொருத்தவரை, நமக்கு அதிகப் பணம் தேவை இல்லை என்றே எண்ணுகிறேன். ஆனாலும், அப்படி அதிகமான நிதி ஆதாரங்கள் தேவை என்றால், ஹார்வார்டு பல்கலைக்கழகத்தின் முன்னாள் தலைவர், ராபர்ட் பாக்கின், ‘ கல்வி செலவு மிக்கது என நீ நினைத்தால், அறியாமையைத் தேடிக்கொள்’ என்ற சொற்களை நினைவில்கொள்வது, நாம் நன்றாகச் செயல்பட உதவும்.

ஜவாஹர்லால் நேரு, ‘வளர்ச்சி பெறுவதற்கு, நம் தேசத்துக்கு அறிவியல் உணர்வு தேவை... அறிவியல், கல்வி, அறிவுத் தேடல் ஆகியவை மட்டுமே, ஏழைமை, மூட நம்பிக்கை, வளங்கள் வீணாதல், வளமான நாட்டில் பட்டினிச் சாவுகள் போன்ற நம் பிரச்னைகளைத் தீர்க்க முடியும்’ என்று கூறினார். கல்வித்துறையைப் புதுப்பிப்பதன் மூலம், புத்துயிர் ஊட்டுவதன் மூலம், நமது தேசத்தை உண்மையான அறிவு வலிமை கொண்ட தேசமாக மாற்ற முடியும்; வளர்ச்சியும் செழிப்பும்கொண்ட எதிர்காலத்தைக் காண முடியும்.

முடிக்கப்படாமல் இருக்கும் செயல் திட்டங்கள்

உங்கள் முன்னால் நான் நின்றுகொண்டிருக்கும் நேரத்தில் என் மனம், 'எந்த மனிதனும் எத்தகைய படிப்பும் படிக்க ஏதுவான ஒரு நிறுவனத்தை ஆரம்பிக்கவேண்டும்' என்று எண்ணிய எஸ்ரா கார்னெல், ஆண்ட்ரூ ஒயிட் ஆகியோரின் தொலைநோக்குப்பார்வையை எண்ணி வியக்கிறது. அந்த நோக்கத்தை வலிமைப்படுத்த, அவர் களுக்குப் பின் வந்த தலைவர்களும் நீங்களும் செய்துவரும் தொடர்ந்த முயற்சிகளுக்கு எனது வந்தனங்களை உரித்தாக்குகிறேன்.

எத்தகையதொரு அற்புதமான கல்வி நிலையத்தை அவர்கள் உருவாக்கியிருக்கிறார்கள்! நோபல் பரிசு வென்ற நால்வர், டூரிங் பரிசு வென்ற இருவர், புலிட்சர் பரிசை வென்ற மூவர். உங்களது பெருமைக்குரிய ஆசிரியர்கள் வென்ற ஒரு சில பரிசுகளைத்தான் இங்கு குறிப்பிட்டேன். இந்த வளாகத்தில்தான் ஹான்ஸ் பெத்தே தன் ஆய்வுப்பணிக் காலத்தைச் செலவிட்டார் என்று நினைக்கும்போது செயலற்றுப் போகிறேன். உங்கள் முன்னாள் மாணவர்கள் பேர்ல் எஸ். பக், வில்லிஸ் காரியர், ருத் கின்ஸ்பர்க், ஷெல்டன் க்லாஷோ, நம்முடைய ஜெஃப்ரி லெஹ்மன் ஆகிய அறிவாளிகளின் பெயர்கள் மறக்க முடியாதவை.

மரபணுத் தொழில்நுட்பம், கணினியியல், நானோ தொழில்நுட்பம், வேளாண்மை, ஹோட்டல் நிர்வாகம் போன்ற பல துறைகளில் நீங்கள் முன்னணியில் இருக்கிறீர்கள். பரவலான உங்கள் ஆய்வுப்பணிகள், மைக்ரோஸ்கோப் முதல் டெலஸ்கோப் வரை, ஆசியா முதல் லத்தீன் அமெரிக்கா வரை, சமஸ்கிருதம் முதல் ஸ்வாஹிலி மொழிவரை என்று அனைத்துத் துறைகளையும் தொட்டிருக்கின்றன. ஆண்ட்ரூ ஒயிட்

ஜெஃப்ரி லெஹ்மன் கார்னெல் பல்கலைக்கழகத் தலைவராகப் பணியேற்ற ஆரம்ப நிகழ்வில் ஆற்றிய உரை. அக்டோபர் 16, 2003.

வளாகத் தொடக்க நிகழ்வின்போது உரையாற்றிய ஹார்வார்ட் பல்கலைக்கழகத்தின் லூயிஸ் அகாஸிஸின், 'இந்த இளம் பல்கலைக் கழகத்தில் மூலம், எல்லாப் பழமையான கல்லூரிகளும் புத்துயிர் பெறுவதைப் பார்க்கக்கூடிய காலம்வரை நான் வாழவேண்டும் என்று விரும்புகிறேன்' என்ற விருப்பத்தை உண்மையில் நீங்கள் நிறை வேற்றியிருக்கிறீர்கள்.

அறிவியல் மற்றும் தொழில்நுட்பத்தில், உலகம் முழுவதும் மாபெரும் வளர்ச்சி ஏற்பட்டிருக்கிறது. கார்னெல் பல்கலைக்கழகத்தின் பங்கு அதில் குறிப்பிடத்தக்கது. ஐக்கிய நாடுகளின் வளர்ச்சி அறிக்கை, 'கடந்த காலத்தில் பல தலைமுறைகளில் அடைந்த முன்னேற்றத்தை இன்று பத்தே ஆண்டுகளில் நாம் பெறக்கூடிய ஆற்றலைத் தொழில்நுட்பம் உருவாக்கி இருக்கிறது' என்று கூறுகிறது. சந்திரனுக்கு மனிதர்களை அனுப்பினோம்; எவரெஸ்ட் சிகரத்தின்மீது ஏறிவிட்டோம்; அண்டார்டி காவை ஆராய்ந்து பார்த்துவிட்டோம். டிஜிட்டல் தொழில்நுட்பத்தையும் செயற்கை கோளையும் பயன்படுத்தி நேரத்தையும் தூரத்தையும் வென்று விட்டோம். மனிதன் உயிர்வாழும் காலத்தை நீட்டித்திருக்கிறோம். வியாதிகளை வென்று சுகாதாரத்தை மேம்படுத்தியிருக்கிறோம். கடந்த ஐம்பது ஆண்டுகளில், உலகத்தின் மொத்த உற்பத்தியை ஆறு மடங்கு பெருக்கியிருக்கிறோம். பூவுலகின் இந்தச் சிறுபகுதியில், தொழில் நுட்பத்தைப் பயன்படுத்தி, முக்கியமான பொருளாதாரத் தலைநகரமாக உருவாக்கியிருக்கிறோம்.

இருப்பினும், நல்லெண்ணம், நிராதரவானவர்களின் பால் அக்கறை, நேர்மை, நியாயம் போன்ற சமூக மூலதனத்தை உயர்த்துவதில் குறிப்பிடும்படியான முன்னேற்றத்தை நாம் அடையவில்லை. ஏழை களுக்கும் செல்வந்தர்களுக்கும் இடையிலான வேறுபாடு அதிகரித் திருக்கிறது. உலக வங்கி அறிக்கை யின்படி, கடந்த நாற்பது ஆண்டுகளில், இந்த இடைவெளி இரண்டு மடங்காகப் பெருகியிருக்கிறது. பணக்கார இருபது நாடுகளின் சராசரி வருமானம், ஏழையான இருபது நாடுகளின் சராசரி வருமானத்தைவிட 35 மடங்கு அதிகம். டிஸ்னி நிறுவனத் தலைவர் மைக்கல் எய்ஸ்னர் ஒரு நாளில் சம்பாதிக்கும் பணத்தைத் தன் கண்ணால் காண்பதற்கு, வளரும் நாடுகளில் இருக்கும் ஓர் உழைப்பாளி, டிஸ்னி உடைகளையும் பொம்மைகளையும் 166 ஆண்டு கள் தயாரிக்கவேண்டியிருக்கும்.

உலகில் 120 கோடி மக்கள் ஒரு நாளைக்கு ஒரு டாலருக்கும் குறைவான வருமானத்தில் மோசமான வறுமையில் வாடுகிறார்கள். ஏறத்தாழ 100 கோடி மக்களுக்கு பாதுகாப்பான குடிநீர் இல்லை. இந்த நிலையில், இந்தியா, வங்கதேசம், நேபாளம் ஆகிய நாடுகளைச் சேர்ந்த 100 கோடி மக்களின் மொத்தச் செல்வத்தைவிட அதிகமாக செல்வம் சேர்த்து

வைத்திருக்கும் அமெரிக்காவின் 400 பணக்காரர்கள், ஒரு கிலோ கேவியர் டின்னின் விலை 28 சதவிகிதம் அதிகமாகி $1048 ஆக உயர்ந்து விட்டதால், செலவு அதிகமாகிச் சிரமப்படுகிறார்கள் என்று ஒரு சிலர் புலம்புவது துரதிருஷ்டமானதுதான்.

வறுமையைப் போக்கப் பாடுபடுகிறவர்கள் என்று சொல்லப்படு வோர், அடுத்த அறையில் உயர்வான, சுவையான உணவைச் சாப் பிடும்போது, பள்ளியில் மதிய உணவு வாங்கப் பணமின்றி ஓர் ஏழைக் குழந்தை வெட்கப்படக்கூடிய சூழலைத்தான் உருவாக்கியிருக்கிறோம். மூன்றாம் உலக நாடுகளைச் சேர்ந்த சர்வாதிகாரிகள், திருட்டுத்தனமாக ஸ்விஸ் வங்கிகளின் சேர்த்து வைத்திருக்கும் பணம் அந்த நாடுகளின் மொத்த உற்பத்தியை விட அதிகம்.

வளரும் நாடுகளின் 100 கோடி விவசாயிகளின் நலனைப் பறிகொடுத்து, முன்னேறிய நாடுகளைச் சார்ந்த 65 லட்சம் விவசாயிகளைப் பாதுகாக்க நடவடிக்கை எடுக்கப்படும் அபாயமும் எழுந்துள்ளது. ஒரு சிலரின் கைகளில் மட்டும் செல்வம் தொடர்ந்து குவிந்துவருவது, ஏழை நாடுகளில் மட்டுமல்ல, அமெரிக்கா போன்ற முன்னேறிய நாடுகளிலும் தொடர்ந்து நடக்கிறது. 'ஒரு சமுதாயத்தால், அதன் பெரும்பான்மை ஏழைகளுக்கு உதவி செய்ய இயலாவிட்டால், சிறுபான்மையாக இருக்கும் செல்வந்தர்களையும் அதனால் பாதுகாக்க முடியாது' என்ற ஜான் எப். கென்னடியின் சொற்களை நினைவில் கொள்வோம்.

அமெரிக்காவின் புகழ்பெற்ற ஒரு நிறுவனத்தின் மூவாயிரத்துக்கும் மேற்பட்ட ஊழியர்கள் தங்கள் சேமிப்புகளை இழந்து வீட்டுக்கு அனுப்பப்பட்டபோது, அதே நிறுவனத்தில் உயர் பதவிகளில் இருந்தவர்கள் லட்சக்கணக்கான டாலர்களை போனஸாகவும் பங்கு களாகவும் பெற்றனர். பங்குச்சந்தையின் மூத்த அலுவலர் ஒருவரின் தகவலின்படி, வேறொரு நிறுவனத்தில், அதன் அதிகாரிகள் அனை வரும் அந்த நிறுவனத்தைத் தங்களது வங்கியைப் போலவே கருதி, நூற்றுக்கணக்கான மில்லியன் டாலர்களை, முதல் போட்டவர்களுக்குக் கூடத் தெரியாமல், கடனாகவும் இழப்பீட்டுத் தொகையாகவும் எடுத்திருக்கின்றனர். மற்றொரு இடத்தில், முதன்மைச் செயல் அதிகாரி ஒருவர், தன் மனைவியின் நாற்பதாவது பிறந்த தினத்துக்காக ஆடம்பர விருந்தொன்று கொடுப்பதற்கு, நிறுவனத்தின் நிதியிலிருந்து மில்லியன் கணக்கான டாலர்களைச் செலவழித்தாராம்.

சிறப்பான எதிர்காலம் இருக்கிறது என்று சொல்லி, புதிய நிறுவனங் களை வாங்குவதற்கும், நிறுவன இணைப்புகளுக்கு ஆதரவாகவும், முதன்மைச் செயலதிகாரிகள் பலர் உற்சாகமாக வேலைகள் செய்வது இப்போது சர்வ சாதாரணமான ஒன்றாகிவிட்டது. அத்தகைய சிறப்பான

எதிர்காலத்தை, ஏதோ நிர்வாகத் திறனில் அவர்களுக்கிருக்கும் அறிவினால் அல்லாமல், சாதாரண வேலைகளை அதிக எண்ணிக் கையில் ஒழிப்பதன்மூலம் சாதிக்கின்றனர். இதில் மேலும் வியப்பைத் தருவது என்னவென்றால், அந்த இணைப்புக்காக ஆர்வத்தோடு வாதிட்ட இந்த முதன்மைச் செயல் அதிகாரிகளுக்கும் மூத்த மேலாளர் களுக்கும், இணைப்புக்குப் பிறகு அச்செயலுக்காக போனஸ் அளிக்க வேண்டும் என்பதுதான்.

ஒரு நிறுவனத்தில், அதன் முதன்மைச் செயல் அதிகாரியின் வேலைக் கான ஒப்பந்தத்தில், அவருடைய பணிகளுக்காக அந்த நிறுவனம் வாங்கவேண்டிய மெர்சிடிஸ் காரின் மாடலும் அவரது தாய்க்கு மாதந் தோறும் முதல் வகுப்பு விமான டிக்கெட் தரவேண்டும் என்பதும் உறுதி செய்யப்பட்டிருந்தது; இதைத் தவிர போனஸாக $10 மில்லியன் மற்றும் இதர பயன்களும் அவருக்குத் தரப்படும். அந்த நிறுவனம் ஏற்கெனவே திவால் அறிவிப்பு கொடுத்திருந்ததில் ஒன்றும் வியப்பில்லை.

ஓர் ஆய்வின்படி, உலகின் பார்ச்சூன் 500 நிறுவனங்களைச் சார்ந்த முதன்மைச் செயல் அதிகாரிகளின் சராசரிச் சம்பளம், கடந்த பத்து ஆண்டுகளில் 535 சதவிகிதம் உயர்ந்திருக்கிறது. ஆனால், அதே காலகட்டத்தில், சராசரி ஊழியரின் சம்பளம் 32 சதவிகித உயர்வை மட்டுமே அடைந்திருக்கிறது. முதன்மைச் செயல் அதிகாரிகளின் மத்தியில் பரவிவரும் இந்தப் பேராசை தொற்றுநோயைப் பற்றி ஆலன் க்ரீன்ஸ்பான் விமர்சனம் செய்து எழுதியதில் வியப்பேதுமில்லை. இதில் வருத்தம் தரும் விஷயம் என்னவென்றால், இந்தச் சலுகைகள், உண்மையான சொத்து உருவாக்கப்பட்டதற்காகத் தரப்படவில்லை.

ஒரு நாளைக்கு உலக அளவில் பாயும் மூலதன மதிப்பான $1.6 டிரில்லியனில் 3 சதவிகிதத்துக்கும் குறைவாகவே வர்த்தகச் செயல்பாடு இருக்கிறது. இதே போன்ற ஒரு பேராசையைத்தான் நீங்கள் சூதாட்ட வளாகங்களிலும் பார்க்கிறீர்கள். 'கேசினோக்களின் நடவடிக்கைகளால், ஒரு தேசத்தின் மூலதன வளர்ச்சி ஏற்படுகிறதென்றால், அந்தச் செயல் மோசமான விளைவையே ஏற்படுத்தும்' என்ற பொருளியல் வல்லுநர் ஜான் மேனார்ட் கீன்ஸின் கூற்று எனக்கு நினைவுக்கு வருகிறது. இது ஏதோ ஒரு தேசத்தோடு நின்று விடுகிற விஷயம் என்று ஆறுதல் அடைய முடியாமல் ஏறத்தாழ அனைத்து நாடுகளிலும் இந்தத் தன்மை ஊடுருவி இருக்கிறது.

நிறுவன நிர்வாகம் என்பது, ஒரு நிறுவனத்தில் இருக்கும் பங்கு தாரர்களின் மதிப்பை நீடித்தவகையில் பெருக்குவதற்கான ஒரு நிர்வாக முறை. அதேநேரத்தில் அனைத்து உரிமையாளர்களுக்கும் - அதாவது

வாடிக்கையாளர்கள், முதலீட்டாளர்கள், ஊழியர்கள், விற்பனைக் கூட்டாளிகள், அந்த தேசத்தின் அரசு மற்றும் சமுதாயம் முழுமைக்கும் - நியாயமானதை உறுதிசெய்யும் முறை. ஆனால், என்றைக்கும் இல்லாத வகையில், இன்று அது தாழ்ந்த நிலையில் இருக்கிறது. ஹென்றி டேவிட் தோரோ சொல்கிறார்: 'ஒரு நிறுவனத்துக்கு மனச்சாட்சி இல்லை என்று கூறுவது, உண்மையில் சரியான ஒன்றுதான்; ஆனால், மனச்சாட்சி உள்ள மனிதர்களைக் கொண்ட நிறுவனம், மனச்சாட்சி இருக்கும் நிறுவனமே.' இருப்பினும், நிறுவனத்தின் நலனை தனி மனிதர்களின் நலனுக்கு மேலாக எண்ணுவது அரிதாக இருக்கிறது.

ஒரு நாகரிகமடைந்த சமூகத்தில், அடுத்த தலைமுறை மனிதர்கள் மேன்மையாக வாழ்வதற்காக, இந்தத் தலைமுறையினர் கடுமையாக உழைக்கிறார்கள். ஆனால் இப்போது, விழைவுகள், விழுமியங்கள், தன்னம்பிக்கை ஆகியவை குறைந்து போய்விட்டன. இதனை, ப்ராங்க்லின் ரூஸ்வெல்ட் மிகவும் அழுத்தமாகக் குறிப்பிட்டார், ' நேர்மை, மதிப்பு, கடமைகளை நிறைவேற்றுவதில் இருக்கும் புனிதத் தன்மை, நம்பிக்கையான பாதுகாப்பு, சுயநலமற்ற செயல்பாடு ஆகியவற்றால்தான் தன்னம்பிக்கை உயிர்வாழ்கிறது; இவை இல்லாவிட்டால் இதனால் உயிர்வாழ இயலாது.'

இந்நாள்களில், விழைவுகளிலும் விழுமியங்களிலும் பெருமளவி லான வீழ்ச்சியை நாம் பார்க்க நேருவது ஏன்? தொன்மையான தலைமைப் பண்புகளை நாம் திரும்பக் கொண்டுவர வேண்டும் என்று எண்ணுகிறேன். இதன் மூலம் நான் என்ன சொல்ல வருகிறேன்? அனைத்துத் தேசங்களும், அனைத்து நிறுவனங்களும், அனைத்துச் சமூகங்களும் தொலைநோக்குப் பார்வை கொண்ட தலைவர்களால் வழிநடத்தப்பட்டதாலேயே, தாங்கள் பெற்ற மாற்றங்களை அடைய முடிந்தது. ஜார்ஜ் வாஷிங்டன், ஆப்ரஹாம் லிங்கன், மகாத்மா காந்தி, வின்ஸ்டன் சர்ச்சில், மார்ட்டின் லூதர் கிங், நெல்சன் மண்டேலா போன்ற ஒரு சில தலைவர்கள் உடனடியாக நினைவுக்கு வருகிறார்கள். நிறுவன உலகில் சோனியின் அகியோ மோரிடா, ஜெனரல் எலக்ட்ரிக்கின் ஜாக் வெல்ச் ஆகியோரைக் குறிப்பிடலாம்.

இவர்களிடம் காணப்படும் பொதுவான விஷயம் என்ன? இவர்கள் அனைவரும் சில சாதாரண மனிதர்களை ஒருங்கிணைத்து அசாதாரண ஆற்றல் மிக்கவர்களாக மாற்றி, தங்களது தேசத்துக்கும் நிறுவனத்துக்கும் மேன்மையான எதிர்காலத்தை அளித்தனர். அவர்களிடம் இருந்த ஒரே வள ஆதாரம், மனித மூளையின் ஆற்றல். மூளையின் ஆற்றலை உயரிய நோக்கம்தான் தூண்டுகிறது. இந்த மனிதர்களின் நோக்கங்கள் தூண்டப் பட்டு, சாத்தியமற்றவற்றை நிறைவேற்றுவதற்கு இவர்கள் ஊக்கப் படுத்தப்பட்டார்கள். சுறுசுறுப்பான கடினமான உழைப்பு இந்தக்

கனவுகளை நனவாக்கியது. தங்களால் முடியும் என்ற ஊக்கத்தை, தங்களைப் பின்பற்றுபவர் மனத்தில் அந்தத் தலைவர்கள் விதைத்தார்கள். அவர்களது கொள்கைகள், ரால்ப் வால்டோ எமர்சனின் கூற்றால் சிறப்பாக விவரிக்கப்படுகின்றன: 'நம்முன் என்ன இருக்கிறது, நமக்குப் பின் என்ன இருக்கிறது என்பன எல்லாம், நம்முள் இருக்கிற விஷயங் களோடு ஒப்பிட்டுப் பார்க்கும்போது மிகச் சிறியவை.'

இந்திய விடுதலைக்காக ஆயிரக்கணக்கானோர் தங்கள் உயிரைத் தியாகம் செய்வர் என்று யார் எண்ணி இருக்கக்கூடும்? பணி முடித்து, சோர்ந்து வீடு திரும்பிய ரோசா பார்க்ஸுக்கு பேருந்தின் இருக்கையை விட்டு எழ முடியாது என்று கூறும் அளவுக்கு மன உறுதி இருந்திருக்கும் என்று யார் நினைத்திருப்பார்? இத்தகைய செயல்கள், மகாத்மா காந்தி, மார்ட்டின் லூதர் கிங் போன்ற தலைவர்களால் உருவாக்கப்பட்ட உயரிய நோக்கங் களால் எழுந்தவை. நோக்கங்கள் நாகரிகங்களை உருவாக்குகின்றன. சிறந்த தேசத்துக்கும், சாதாரண தேசத்துக்கும் இடையில் இருக்கும் வேறுபாடு, அதன் தலைவர்கள்தான்.

இன்றைக்கு நாம் ஓர் அடிப்படையான கேள்வியைக் கேட்க வேண்டியுள்ளது. கார்னல் பல்கலைக்கழகத்தின் செயல் திட்டம், பொறியியல், அறிவியல் மற்றும் வாழும் கலைகளில் மிகப் பெரிய முன்னேற்றத்தைக் கொண்டுவர வேண்டும் என்பது மட்டும்தானா? அல்லது நமக்கு ஓர் உன்னதமான நோக்கம் இருக்கிறதா? இந்த உலகத்தை நம்மால் மேன்மையானதாக மாற்ற முடியாதா? நியாயத்துக் காக நம்மால் போராட முடியாதா? ஏழைகளுக்கும் ஏழைகளின் கண்ணீரைத் துடைப்பவர்களாக நம்மால் ஆக முடியாதா? தேர்ந் தெடுக்கப்பட்ட ஒரு சிலருக்கு மட்டுமின்றி, ஆப்பிரிக்காவின், யாரும் சென்றடைய முடியாத தொலைதூரக் கிராமங்களில் இருக்கும் குழந்தைகளுக்கும் நம்மால் மீட்சியைத் தர முடியாதா?

'கார்னல் பல்கலைக்கழகத்தின் மகத்தான பங்களிப்பு, அந்தக் கல்லூரி யில் படித்து வெளிவந்த ஆராய்ச்சியாளர்களின் குறிப்பிடத்தக்க அறிவாற்றலிலிருந்து மட்டும் பெறப்படவில்லை; மாறாக, உலகின் பல்வேறு பகுதிகளுக்கு, அந்த விழுமியங்களைக் கொண்டு சேர்க்கும் ஆண்களாலும் பெண்களாலும் ஏற்படுவது' என்றார் ஹண்டர் ராலிங்ஸ். இந்த விருப்பத்தை நாம் எப்படி நிறைவேற்றுவது? கார்னல்லின் மணியோசை இந்த வளாகத்துக்குள் இருக்கும் தேர்ந் தெடுத்த ஒரு சிலருக்கு மட்டுமின்றி, ஆப்பிரிக்காவின் தொலைதூரக் கிராமங்களின் குழந்தைகளுக்கும் மன ஆறுதலைத் தருமா? இந்த உன்னதமான தேசத்துக்கு வெளியே காணக்கிடக்கும் இத்தகைய பிரச்னைகளில் கவனம் செலுத்துவதற்காக நம்மை நீட்டித்துக்கொள்ள வேண்டிய நேரம் இது.

மனிதகுலத்தின் வளர்ச்சியை முடக்கும் எண்ணற்ற பிரச்னைகளை எப்படி நாம் தீர்ப்பது? கார்னலியன்களை உருவாக்குவதன் மூலம், இந்தப் பிரச்னைகளைத் தீர்ப்பதற்குக் குறிப்பிடும்படியான பங்களிப்பை நாம் செய்ய முடியும் என்று நம்புகிறேன். பெரிய விஷயங்களைச் சாதிக்க முடியும் என்கிற மன உறுதியும், எடுத்துக்கொண்ட காரியத்தை நிறைவேற்றுவதில் தொடர்ந்த செயல்பாடும் அவர்களுக்கு இருக்கிறது. நம்பிக்கையை உருவாக்கவும் நல்லெண்ணத்தை விதைக்கவும் அவர்களால் முடியும். இதற்கு அவர்கள் இந்தச் சமூகத்தின் விழுமியங்களை ஒட்டி இயங்கவேண்டியிருக்கும்.

விழுமியங்கள் என்பவை, தன்னம்பிக்கை, உறுதிப்பாடு மற்றும் உற்சாகத்தை உயர்த்தக்கூடிய, எல்லோராலும் ஒப்புக்கொள்ளப்பட்ட சில நடைமுறைகள். அந்தச் சமூகமும் மனிதர்களும் நீடித்த வளர்ச்சி பெற அது உதவும். உயரிய நோக்கமும், சுய மரியாதையும், எதிர்காலத்தின் மீது நம்பிக்கையும் கொண்ட, மிகக் கடினமான செயல்களையும் உற்சாகத்துடன் செய்ய முயலும் மனிதர்களால்தான் விழுமியங்களைப் பின்பற்ற இயலும். விழுமியங்களில் தங்களுக்கு இருக்கும் நம்பிக்கையை நடைமுறையில் காட்டக்கூடிய மனிதர்கள் நமக்குத் தேவை. மகாத்மா காந்தியின் சொற்களான, ‘உலகத்தில் நாம் காண விரும்பும் மாற்றமாக நாம் முதலில் மாறவேண்டும்’ என்பதை நினைவில் கொள்வோம்.

நம் செயல்திட்டம் இன்னும் முடிக்கப்படாமலே இருக்கிறது. உலக அளவில் தலைமைப் பண்பை மேம்படுத்துவதற்கு நம்மால் உதவ முடியாவிட்டால், இந்தச் செயல்திட்டம் நிறைவேறாத ஒன்றாகிவிடும். ராபர்ட் கென்னடி, தலைமைப் பண்பைச் சிறப்பாக இப்படிக் கூறுவார். ‘சில மனிதர்கள் தாங்கள் பார்க்கும் பொருள்களை அப்படியே எடுத்துக்கொண்டு இது எதனால் எனக் கேட்பார்கள்; நான் இதுநாள்வரை இருந்திடாத பொருள்களைப் பற்றிக் கனவு காண்கிறேன். ஏன் இயலாது எனக் கேட்கிறேன்.’ அத்தகைய தலைவர்களைப் பெருமளவில் உருவாக்கும் வளமான இடமாக, கார்னல் பல்கலைக்கழகத்தைப் பார்ப்பதற்கு விழைகிறேன். கல்லூரித் தலைவர் லெஹ்மன் மற்றும் அசாதாரணத் திறமை படைத்த பேராசிரியர்களைப் பற்றி நான் அறிந்திருப்பதால், இந்த உன்னதமான லட்சியத்தில் நீங்கள் வெற்றி பெறுவீர்கள் என்பதில் எனக்கு எந்த ஐயமும் இல்லை.

பகுதி 5

தலைவர்களுக்கான சவால்கள்

தலைமை:
இன்ஃபோசிஸ் பயணம் தந்த பாடங்கள்

இன்ஃபோசிஸ் பற்றி

இன்ஃபோசிஸ் 1981-ல் ஆரம்பிக்கப்பட்டது. சிறந்த திறமைகளும், ஒரே மாதிரியான பண்புநலன்களும் கொண்ட ஏழு மென்பொருள் நிபுணர்களால், மிகக் குறைந்த தொகையான 250 டாலர் மூலதனத்தில் தொடங்கப்பட்டது. எங்கள் நோக்கம், சர்வதேச வாடிக்கையாளர் தேவைக்கு ஏற்ற மென்பொருள் தயாரிப்பில் பெரிய அளவில் சிறந்து விளங்க வேண்டும் என்பதே. ஆரம்பிக்கும்போது, நாங்கள் ஏழே பேர்தான் இருந்தோம். பத்து அடி நீள அகலம் கொண்ட என் படுக்கை அறையில்தான் இன்ஃபோசிஸ் ஆரம்பிக்கப்பட்டது. கடின உழைப்பில், மன உறுதியில், சக்தியில், உற்சாகத்தில், தன்னம்பிக்கை யில் நாங்கள் வலிமையானவர்களாக இருந்தோம். ஆனால், தேவையான பணம் இல்லை. 1981 என்றாலும், 250 டாலர் உங்களை நீண்ட தூரம் அழைத்துச் செல்லாது.

ஆனால், நிறுவனத்தைச் சிறப்பாக நடத்தவேண்டும் என்ற உறுதி எல்லோரிடமும் இருந்ததை நான் பாராட்டவேண்டும். இன்றைக்கு, 2007-ல், வருமானத்தில் 3 பில்லியன் டாலர்களைத் தாண்டுவோம். அதிகம் மதிக்கப்படும் நிறுவனம், சிறந்த முதலாளி, சிறப்பாக நிர்வகிக்கப்பட்ட நிறுவனம், நிறுவன மேலாண்மையில் சிறந்த இந்திய நிறுவனம் ஆகிய விருதுகளை இன்ஃபோசிஸ் பெற்றுள்ளது. இந்தியப் பங்குச்சந்தைகளில் 1993-ல் பட்டியல் இடப்பட்ட இன்ஃபோசிஸ், 1999-ல் நாஸ்டாக்கில் பட்டியல் இடப்பட்டது. இப்போது, அதன் சந்தை மதிப்பு ஏறக்குறைய 27 பில்லியன் டாலர்.

புலோம்பெர்க் தலைவர்கள் மாநாட்டில் ஆற்றிய உரை, நியூ யார்க் பிப்ரவரி 26, 2007.

தலைமை என்றால் என்ன?

தலைவன் என்பவன் யார்? அவனது பண்புநலன்களும் பொறுப்புகளும் என்னென்ன? ஒரு சமூகம், நிறுவனம், சமுதாயம் அல்லது தேசத்தின் செழிப்பு என்பது, பொருளாதார வளர்ச்சி, நிரந்தரத்தன்மை, அமைதி, ஒன்றிணைந்து செயல்படுதல் ஆகியவை மூலமாகவே ஏற்படுகிறது. வளர்ச்சி என்பது நாம் விரும்பும் சாதகமான மாற்றம். தலைவன் என்பவன், மாற்றத்துக்கான தூண்டுகோல்; வளர்ச்சியே அவனது குறிக்கோள். தன் மக்களிடம் விழைவுகளை ஏற்படுத்தி, அதன் மூலம் அவர்களை மேலும் உறுதிகொண்டவர்களாக, சக்தியும், உற்சாகமும், நம்பிக்கையும் உள்ளவர்களாக, தங்களுக்காகவும் தங்களது சமுதாயத் துக்காகவும் மிகச் சிறந்த எதிர்காலத்தை உருவாக்குவதற்குத் தளராத எண்ணம் கொண்டவர்களாக அவர்களை மாற்றுவதே ஒரு தலைவனின் பொறுப்பு. தலைவர்கள், பொதுவாக, இதுவரை யாரும் பயணம் செய்யாத அல்லது குறைவானவர்கள் பயணம் செய்திருக்கும் பாதையில்தான் செல்ல வேண்டியிருக்கும்.

இடர்கள் அதிகமாகத்தான் இருக்கும். பெரும்பான்மையோர் கவனிக்கத் தவறியவற்றைப் பார்ப்பது, பெரும்பான்மையோர் வியந்து பார்த்து, செய்யமுடியாது என அஞ்சி ஒதுங்கும் ஒரு செயலை ஏற்றுக்கொண்டு, 'இந்தச் சவாலை ஏற்றுக்கொள்கிறேன்; ஏனெனில் இது செய்வதற்கு உரிய செயல்; என் உயரிய நோக்கங் களுக்கு ஏற்றது இந்தச் செயல், மதிப்புமிக்கது இந்தச் செயல்' என்று கூறுவதுதான் தலைவர்களுக்கு உரிய சவால்.

தொலைநோக்குப் பார்வை

தன் மனிதர்களை ஊக்கப்படுத்துவதில், ஒரு தலைவனின் முதல் பணி என்ன? ஒரு மாபெரும் தொலைநோக்குப் பார்வையை - உன்னதமான, பிரும்மாண்டமான, விழைவுகள் நிறைந்த ஒரு குறிக்கோளை உருவாக்குவது. சமுதாயத்திலும் நிறுவனத்திலும் இருக்கும் அனை வருக்கும் உணர்வு எழுச்சியையும் ஊக்கத்தையும் அளிக்கும் ஒரு கனவு அது. ஒரு தலைவன், தங்கள் அனைவருக்கும் மேன்மையான தோர் எதிர்காலம் இதில் இருக்கிறது என்று எண்ணக்கூடிய தொலை நோக்குப் பார்வையை உருவாக்க வேண்டும். அதனை அழகுற விளக்கவும் வேண்டும். மாலையில் அலுவலகத்தில் இருந்து சோர்ந்த மனத்தோடும் உடலோடும் வீடு செல்பவர்கள், மறு நாள் காலை அலுவலகம் வரும்போது, 'இந்த நிறுவனத்தைச் சேர்ந்தவன் என்று சொல்லிக் கொள்வதில் பெருமை அடைகிறேன்; இந்த நிறுவனத்தை மேன்மையுறச் செய்வதற்கு நான் கடினமாக உழைப்பேன்' என்று கூற வைக்கும் வகையில், வலிமையானதாக அந்தத் தொலைநோக்குப் பார்வை இருக்கவேண்டும்.

பம்பாய் நகரில், மே 1981-ல், என் வீட்டின் சிறு படுக்கை அறையில் நாங்கள் ஏழுபேரும் கூடியபோது, ஆரம்பிக்க இருக்கும் நிறுவனத்தின் கனவாக என்ன இருக்கவேண்டும் என்பதை முடிவு செய்ய நான்கு மணிநேரம் விவாதித்தோம். அதிக வருமானம் தரும் மென்பொருள் சேவை நிறுவனம் என்ற பார்வை முன்வைக்கப்பட்டது. நான் அதனை நிராகரித்தேன். இந்தியாவிலேயே அதிக வேலைகளை உருவாக்குவது என்பது அடுத்த யோசனை. அதனையும் நிராகரித்தேன். அடுத்ததாக, அதிகமான சந்தை மதிப்பைக் கொண்ட மென்பொருள் சேவை நிறுவனத்தை உருவாக்குவது என்ற திசை நோக்கி நகர்ந்தோம். அதனையும் நான் நிராகரித்தபோது, என் சகாக்கள் மத்தியில் ஓரளவு திகைப்பும் கவலையும் ஏற்பட்டது. சோர்ந்துபோன அவர்கள் இறுதியாக என்னைப் பார்த்து, 'சரி, நீ என்னதான் செய்ய விரும்பு கிறாய்?' எனக் கேட்டனர்.

'இந்த நிறுவனம் உலகிலேயே மிகவும் மதிக்கப்படும் மென்பொருள் சேவை நிறுவனமாக உருவாகவேண்டும் என விரும்புகிறேன்' என்றேன். 'மதிப்பை எதிர்பார்க்கும்போது, உங்கள் வாடிக்கையாளர் களை, இஷ்டத்துக்கு மாற்றிக்கொண்டிருக்க மாட்டீர்கள். நிறுவனத்தில், உங்கள் தோழர்களிடம் நேர்மையாக நடந்துகொள்வீர்கள். முதலீட்டாளர்களிடம் வெளிப்படையாக நடந்துகொள்வீர்கள். உங்களது விற்பனைக் கூட்டாளிகளை புரிதலோடும் எச்சரிக்கை யோடும் நடத்துவீர்கள். எந்த தேசத்தில் நீங்கள் இயங்கினாலும் அந்த தேசத்தின் சட்டங்களை மதித்து நடப்பீர்கள். அந்த தேசத்தின் மக்களோடு இசைந்து நடப்பீர்கள். இத்தகைய தேடல்தான், நமக்கு வருமானத்தைத் தரும், வேலைகளை உருவாக்கும், லாபத்தையும் சந்தை மதிப்பையும் தரும் என்று உறுதியாக நம்புகிறேன்' என்றேன்.

எனது யோசனையை சகாக்கள் அனைவரும் ஒப்புக்கொண்டதில் எனக்கு மகிழ்ச்சி. இந்த நோக்கத்தை, தங்கள் வாழ்க்கையை விடப் பெரிதான தாகத் தங்கள் மனத்தில் பதித்துக்கொண்டனர். லாபம், வருமானம், சந்தை மதிப்பை மீறி, இதனை நோக்கிச் செல்வதுதான் நம் குறிக்கோள் என்ற அளவுக்கு எழுச்சித் தரக்கூடியதாக இதனை அவர்கள் ஏற்றுக் கொண்டனர். மதிப்பைத் தேடிய இந்தக் கனவு காரணமாகவே வருமானம் வந்தது, வேலைகள் உருவாகின, லாபம் குவிந்தது, சந்தை மதிப்பை அடைந்தோம். இன்றைய தினம், என் சக தோழர்களான ஐம்பதினாயிரம் இன்ஃபோசியன்களிடம் காணப்படும் சக்தி, உற்சாகம், மகிழ்ச்சி, இன்பம், திருப்தி மற்றும் தன்னம்பிக்கை நிறைந்த சூழலால் தான் இவை அனைத்தும் சாத்தியமாயின. இதைப்போலவே நீங்கள் எந்தத் துறையில் பணிபுரிய நேரிட்டாலும், எவ்வகைச் செயல் பாட்டுக்குப் பொறுப்பானவர்களாக இருந்தாலும், தினசரி வாழ்வில்

சந்திக்கும் சவால்களை மீறி, சிறப்பான செயல்பாட்டை உங்கள் சகாக்களிடமிருந்து வெளிப்படுத்தும் உன்னதமான தொலைநோக்குப் பார்வையை வடித்துக்கொள்ளுங்கள்.

தொலைநோக்குப் பார்வையையும் விழுமியங்களையும் உணர்த்தும் விதம்

அனைவரையும் ஈர்க்கும் வலிமையான தொலைநோக்குப் பார்வையை வடிவமைத்தபின், அந்த நோக்கத்தின் வலிமையை நிறுவனத்தில் இருக்கும் பெரும்பான்மையோருக்கு நீங்கள் எடுத்து உரைக்க வேண்டும். உங்களோடு பணிபுரியும் அனைவரையும் நேரில் சந்திப்பது என்பது இயலாத காரியம். இன்றைக்கு, ஐம்பதாயிரம் பேர் பணிபுரியும் நிறுவனம் எங்களுடையது. முப்பத்தி எட்டு நாடுகளில் நாங்கள் இயங்குகிறோம். நாற்பத்தி ஐந்து தேசிய இனத்தவர் இன்ஃபோசிஸில் வேலை செய்கின்றனர். இவர்கள் ஒவ்வொரு வரிடம் நான் பேசுவது, எவ்வளவு கடினமாக முயற்சி செய்தாலும் இயலாத ஒன்று. ஆகவே, நிறுவனத்தின் பெரும்பான்மையான ஊழியர்களுக்கு, பலவித மாற்று வழிகள்மூலம் எங்கள் நோக்கத்தைத் தெரிவிக்கிறோம். எளிமையான, வலிமையான செய்திகள், பல அடுக்குகளில் அணித்தலைவர்கள், சிறு குழுக்களாக ஊழியர்களைச் சந்திப்பது; மற்றும், மிக முக்கியமானதாக, முன்மாதிரியாக இருந்து வழிநடத்துவது ஆகியவை இவ்வழிகளில் ஒருசில.

எளிமையான, நேரிடையான, வலிமையான சொற்றொடர்கள் அல்லது மேற்கோள்கள் மூலம் உங்கள் எண்ணத்தைத் தெரியப் படுத்தும்போது, அந்தத் தகவல் தொடர்பு முறை நல்ல தாக்கத்தை ஏற்படுத்தும்; சிறந்த செயல்பாட்டை வெளிக்கொணரும். இன்ஃபோசிஸ் நிறுவனத்தில் எங்களது குறிக்கோள், 'சிறந்த தொழில்நுட்பத்தையும் தலைசிறந்த மென்பொருள் நிபுணர்களையும் பணி அமர்த்துவதன் மூலம், தரமான, முழுமையான வர்த்தகத் தீர்வுகளை உருவாக்கக் கூடிய, உலகத்தின் மதிப்புமிக்க மென்பொருள் நிறுவனமாக' வளர்வது. இது ஒரு நல்ல நோக்கமே; ஆனால், எங்கள் ஊழியர்களின் மனத்துக்குள் எழுச்சியை, மகிழ்ச்சியை, உற்சாகத்தை, சக்தியை நாங்கள் கொண்டுவராதிருந்தால், இந்தக் குறிக்கோள், நனவாகாமல் தோல்வி அடைந்திருக்கலாம்.

ஆகவேதான், 'சாத்தியமற்றதைச் சாதிப்பதன் மூலம் வாடிக்கை யாளர்களைத் திருப்தி செய்வதுதான் தங்களது குறிக்கோள்' என்பதை அனைத்து இன்ஃபோசியன்களுக்கும் நினைவூட்டுவதற்கு, 'நிச்சயம் நம்மால் முடியும் என்பதைவிட, இது சாத்தியமில்லை என்று தோன்று வதை முயற்சிப்பது நல்லது' என்ற பிரபலமான பழமொழியை

நாங்கள் பயன்படுத்துகிறோம். வாடிக்கையாளரைத் திருப்தி செய்ய, தினசரி வாழ்வில் நிகழும் எளிமையான, சுலபமாக அடைந்து விடக்கூடிய குறிக்கோள்களை நோக்கிச் செல்வதைவிட, அனைத்துச் சூழ்நிலைகளிலும், சாத்தியமற்றதாகத் தோன்றுவதை அவர் முயற்சிப்பதையே நாங்கள் விரும்புகிறோம். ஏனெனில், அந்தக் குறிக்கோள் யாராலும் இயலாதது, எழுச்சி தரக்கூடியது. அதுமட்டுமின்றி அனைவரும் விரும்பக்கூடியதும் ஆகும்.

அதேபோல், எங்கள் மதிப்பீடுகளை, கடமைகளை, வேண்டு கோள்களை, நம்பிக்கைகளை, கனவுகளை, விழைவுகளைச் சுலபமாகவும் நேரிடையாகவும் தெரியப்படுத்த, வேறு சில சொற்றொடர்களையும் பயன்படுத்துகிறோம். எடுத்துக்காட்டாக, எங்களது விழுமியத்தை, 'மனச்சாட்சியின் உறுத்தல் இல்லாத தெளிவான நல்ல மனமே, அமைதியான உறக்கத்தை தர முடியும்' என்ற எளிமையான மொழியால் தெரியப்படுத்துவோம். வெளிப் படைத்தன்மையில் நாங்கள் உறுதியாக இருக்கிறோம் என்பதை, 'சந்தேகம் எழும் நேரத்தில், அதனை வெளிப்படுத்துங்கள்' என்ற மொழியால் கூறுவோம்.

நம்பிக்கை மிக முக்கியமானது.

உயர்ந்த குறிக்கோள் எதையாவது நீங்கள் அடைய விரும்பினால், அதற்கு மனவலிமை, கடின உழைப்பு, அணிச் செயல்பாடு, தியாகம் ஆகியவை தேவை. குறுகிய காலத்துக்கு நாம் தரும் கடின உழைப்பும் செய்யும் தியாகமும், நீண்ட கால அளவில் நன்மையைத் தரும் என்ற நம்பிக்கையோடு, தன் ஊழியர்களை அந்தக் கடின உழைப்பில் ஈடுபட வைப்பதை ஒரு தலைவனால் எப்படி உறுதி செய்ய முடியும்? தன்னவர்களிடமிருந்து அத்தகைய உறுதிப்பாட்டை ஒரு தலைவன் பெறவேண்டுமானால், நம்பிக்கைக்குரியவராக அவர் இருக்க வேண்டும்.

உங்கள் அணியினர் மத்தியிலோ அல்லது ஒரு நிகழ்ச்சியிலோ, உங்களது தொலைநோக்குப் பார்வையைப் பற்றி எடுத்துரைக்கும்போது, பொதுவாக அதனை எல்லோரும் ஒரு வெற்றுப் பேச்சாகத்தான் கருதுவார்கள்; அல்லது அதிகபட்சம், ஒரு பிரும்மாண்டமான நோக்கத்துக்கான அறிவிப்பு என்றுதான் எடுத்துக்கொள்வார்கள். ஏனெனில், நீங்கள் அதில் வெற்றி பெறுவீர்கள் என்பதை நிரூபிப் பதற்கு எந்த விவரங்களும் இல்லை. ஒரு சிலர் மட்டும் பயணம் செய்திருக்கும் அல்லது இதுவரை யாரும் பயணம் செய்திராத பாதையில் உங்கள் அணியினரை அழைத்துச் செல்லும்போது, இடர்களைச் சந்திப்பதற்கான வாய்ப்புகள் அதிகம் இருக்கும்.

மோசஸைப் பின்தொடர்ந்த சீடர்கள்போல, அனைவரும் உங்களைப் பின்தொடரவேண்டும் என நீங்கள் விரும்பினால், அவர்கள் உங்கள்மேல் நம்பிக்கை கொள்ளவேண்டும். ஒரு தலைவன் இத்தகைய நம்பிக்கையை எப்படி உருவாக்க முடியும்? இன்ஃபோசிஸில், நம்பிக்கை உருவாக் கத்துக்குப் பலவகையான முறைகளைப் பயன்படுத்திப் பார்த்தோம். தேவையான அளவு சிந்தனைக்கும் ஆய்வுகளுக்கும்பின், குறிக் கோள்கள், விழுமியங்கள் ஆகியவைமீது எங்களுக்கு இருக்கும் உறுதிப் பாட்டை, முன்மாதிரியாக இருந்து வழிநடத்திக்காட்டுவது அல்லது சொல்வதுபோல் செயல்படுதல் மூலம் வெளிப்படுத்துவதுதான், நம்பிக்கையை உருவாக்கச் சிறந்த ஆயுதம் என்பதை ஆரம்ப காலங் களிலேயே உணர்ந்தோம். உங்களோடு பணிபுரியும் ஆயிரக்கணக் கானவர்கள், போதித்த வழிமுறைகளை நீங்களே முறையாகப் பின்பற்று வதைப் பார்க்கும்போது, உங்கள் சொற்களையும், உங்களையும் நம்புவார்கள்.

மன உறுதி, மிகப் பெரிய தலைவனின் முதல் குணம்.

பார்ச்சூன் 10 நிறுவனங்கள் ஒன்றின் முதன்மைச் செயலதிகாரி ஒருவர், ‘மற்ற குணங்கள் இருக்கட்டும். தலைவனுக்குரிய முதல் குணமாக எது இருக்க வேண்டும்?’ என்று ஒருமுறை என்னிடம் கேட்டார். மன உறுதி என்று பதில் சொல்வதற்கு எனக்குப் பத்து விநாடிகள் ஆயிற்று. ‘மன உறுதிதான் தலைவனுக்குரிய முதல்குணம் என்று ஏன் சொல்கிறீர்கள்?’ என்று என்னைக் கேட்டார். ‘யாரும் பயணம் செய்திராத பாதையில் செல்ல விரும்பினால், பெரிய கனவுகள் காண விரும்பினால், உங்கள் நிறுவனம் இடர்களைச் சந்தித்து மீளவேண்டும் என்று விரும்பினால், உறுதிப்பாடு வேண்டும் என்று எண்ணினால், பழமையான சிந்தனையிலிருந்து விலகிச் செல்லவேண்டும் என்று விரும்பினால், கடினமான, பலரும் விரும்பாத முடிவுகளை எடுப்ப தற்கு விரும்பினால், நிச்சயம் நம்மால் முடியும் என்பதைவிட, சாத்தியமில்லை என்று தோன்றும் செயல்களை முயற்சிப்பது மேலானது என உங்கள் மனிதர்களிடம் நீங்கள் கூற விரும்பினால், உங்களுக்கு மன உறுதி வேண்டும்’ என்றேன். மன உறுதியை வெளிக் காட்டாத தலைவர் எவரையும், எந்த ஒரு தேசத்திலும் நிறுவனத்திலும் நான் இதுவரை பார்த்ததில்லை.

மதிப்பீடுகளில் உங்களுக்கிருக்கும் உறுதிப்பாட்டை வெளிப் படுத்துங்கள்

நம் அணியில் இருப்பவர்கள், எதிர்காலத்தை உற்சாகத்துடன் எதிர்நோக்குபவர்களாகவும் தியாகம் செய்யத் தயங்காதவர்களாகவும் இருக்கவேண்டும் என்று நீங்கள் விரும்பினால், மற்றவர் எவரும்

தன்னைத் தரக்குறைவாக நடத்தமாட்டார்கள் எனும் தன்னம் பிக்கையுடன் அணியில் உள்ள அனைவரும் இயங்கும் சூழலை நாம் உருவாக்கவேண்டும். என்னைப் பொருத்தவரை, விழுமிய முறை இதுதான் என்று நினைக்கிறேன்: தன் அணியில் இருக்கும் மற்றவர் களுடைய நல்லெண்ணம், தன்னம்பிக்கை, சக்தி, உற்சாகம், எதிர்பார்ப்பு போன்றவற்றை உயர்த்த, அனைவராலும் ஒப்புக்கொள்ளப்பட்ட சில நடைமுறைகளைப் பின்பற்றுவதுதான் விழுமிய முறை.

உங்கள் குழுவில் நான் ஓர் உறுப்பினன் என்றால், நீங்கள் ஒவ்வொரு வரும், 'நேற்றைய தினத்தைவிட, இன்று எனக்கு இந்த அணியின்மீது அதிக நம்பிக்கை எழுந்திருக்கிறது' என்று கூறும்வண்ணம் நான் நடந்துகொள்ளவேண்டும். அந்த இடத்தில்தான் விழுமிய முறை மிகவும் முக்கியத்துவம் பெறுகிறது. நிறுவனத்தைச் சார்ந்த அனை வரின் அணி உழைப்பையும் தியாகத்தையும் பொருத்து வளர்ச்சி அமையும். அனைவரும் தங்களது கடின உழைப்பைத் தருகிறார்கள், தேவையான தியாகத்தைச் செய்கிறார்கள் என்ற நம்பிக்கையை ஒவ்வொரு உறுப்பினரும் பெறும்போதுதான் வளர்ச்சி நிகழ்கிறது.

விழுமிய முறை வெறும் பேச்சோடு முடிந்து விடுவதல்ல. தலைவர் களால், அவ்வப்போது, செயல்படுத்திக் காட்டப்பட வேண்டிய ஒன்று. உங்களுக்கு ஒரு நிகழ்ச்சியைக் கூறுகிறேன். 1995-ல், பாஸ்டனில் அலுவலகம் ஒன்றைத் திறக்க, இந்திய அரசின் அனுமதிக் காகச் சில மாதங்கள் காத்திருக்க வேண்டியதாயிற்று. ஆகவே, அலுவலகம் திறக்க என்று வைத்திருந்த நிதியை பங்குச் சந்தையில் முதலீடு செய்தால், இடைப்பட்ட காலத்தில் லாபம் ஈட்டலாம் என எண்ணினோம். ஆனால், பங்குச் சந்தையில் பணத்தை வெற்றிகரமாக முதலீடு செய்வதில் போதிய நிபுணத்துவம் எங்களுக்கு இல்லாததால், நாங்கள் கொஞ்சம் நஷ்டத்தினைச் சந்திக்க வேண்டியதாயிற்று. அன்றைக்கு இந்தியாவின் ஏற்றுக்கொள்ளப்பட்ட கணக்கியல் கொள்கைப்படி (GAAP), முக்கியமற்ற வர்த்தகச் செயல்பாடுகளால் எழும் நஷ்டங்கள் பற்றிய விவரங்களை பங்குதாரர்களுடன் பகிர்ந்து கொள்ளவேண்டும் என்பது கட்டாயமில்லை.

ஆனால், எந்த மோசமான செய்தியையும் முன்னதாக, விரைவாக உங்களுக்குத் தெரிவிப்போம் என்ற உறுதிமொழியை நாங்கள் பங்குதாரர்களுக்கு அளித்திருந்தோம். ஆகவே, 'ஒரு புத்திசாலியான மனிதன் என்பதைவிட, நேர்மையானவன் என்று பங்குதாரர்கள் எண்ணுவதையே முதலில் விரும்புகிறேன்; ஆகவே, நாம் நஷ்டம் குறித்த விவரங்களை அவர்களிடம் கூறுவோம்' என்றேன். 'பங்குச் சந்தையில் முதலீடு செய்ததால் இவ்வளவு நஷ்டம் அடைந்திருக் கிறோம். இது தவறுதான். இதன் மூலம் நாங்கள் அனுபவம்

பெற்றுவிட்டோம். இந்தத் தவறு வருங்காலத்தில் நிகழாது' என்று பங்குதாரர்களிடம் சொன்னோம். இதனை அறிந்த இந்திய நிறுவன உலகில் இருக்கும் என் நண்பர்கள் பலர் வியப்படைந்தனர். ஆனால், பங்குதாரர்கள், வெளிப்படையான எங்கள் செயலைக் கண்டு மகிழ்ந்தனர்.

எங்கள் நிறுவனத்தில், அதன் விழுமிய முறைகளோடு இசைந்து செயல்படுவோரைப் பாராட்டுவதற்கு எனத் திட்டங்கள் பலவற்றை நாங்கள் செயல்படுத்தி வருகிறோம். எடுத்துக்காட்டாக, இன்ஃபோசிஸின் விழுமிய முறையைச் சிறந்த முறையில் வெளிப்படுத்திய ஊழியர், அங்கீகரிக்கப்பட்டு, அந்த ஆண்டின் 'விழுமிய சாம்பியன்' எனப் பாராட்டப்படுவார்.

வெளிப்படைத்தன்மை மற்றும் நேர்மை

தம்மைச் சார்ந்தவர்களின் நம்பிக்கையைப் பெறுவதற்குரிய வலிமையான ஆயுதங்கள், வெளிப்படைத்தன்மையும் நேர்மையும் ஆகும். இந்தியக் கலாசாரத்தில், குடும்பம் ஒரு வலிமையான அமைப்பாகச் செயல்படுகிறது; குடும்ப உறுப்பினர்களிடம் இருக்கும் தியாகம், இரக்கம், வெளிப்படைத்தன்மை, நேர்மை ஆகியவற்றை அது வெளியில் கொண்டுவருகிறது. ஆகவே, நான் என் சகாக்களிடம், 'உங்கள் சக தோழர்களின் பிரச்னைகளைக் கையாளும்போது, நீங்கள் ஒரு குடும்பத்தைச் சேர்ந்தவர்கள் என்று நினைவோடு செயல் படுங்கள்' என்று அடிக்கடிச் சொல்வதுண்டு.

இன்ஃபோசிஸ் நிறுவனத்தின் எல்லாக் கதவுகளும், எந்த நேரமும் திறந்தே இருக்கும்; எந்த ஊழியரும் யாருடைய அறைக்குள்ளும் நுழைந்து தன் பிரச்னைகள் குறித்து விவாதிக்க முடியும். வணிக நடவடிக்கை ஒன்றின் தகுதியை முடிவு செய்வதற்கும், அந்த நட வடிக்கையின் நேர்மையை உறுதி செய்வதற்கும் சிறந்த வழி, தகவல் களையும் விவரங்களையும் பயன்படுத்துவது. இப்படிச் செய்வதன் மூலம், அமைப்பின் வெளிப்படைத்தன்மை மீதும் நேர்மைமீதும் ஊழியருக்கு இருக்கும் நம்பிக்கையை உயர்த்த முடியும். ஒரு வணிக நடவடிக்கையில் தவறியவர்கள் அதனைப் பற்றிய சுயவிமர்சனப் பார்வையோடு, 'என் மேலதிகாரி என்னிடம் நேர்மையாக நடந்து கொண்டார். சிறந்த தகவல்களும் விவரங்களும் எனக்குக் கிடைத் தால், நிச்சயம், அடுத்தமுறை நான் மேலும் சிறப்பாகச் செயலாற்றி, வெற்றி அடைவேன்' என்று சொல்லக்கூடும். இந்த வழிமுறை பின்பற்றப்பட்டால்தான், ஒரு செயலில் தோற்றவர்களும், மேலும் புத்திசாலித்தனமாக, கடினமாக உழைக்கவேண்டும் என்பதில் நம்பிக்கை கொள்வார்கள். வெளிப்படைத்தன்மையிலும் நேர்மையிலும் எங்களுக்கு

இருக்கும் உறுதிப்பாட்டை, 'நாங்கள் கடவுளை நம்புகிறோம். மற்றவர்கள் விவரங்களோடு மேஜைக்கு வாருங்கள்' என்ற சொற்றொடர் எடுத்துக்காட்டுகிறது.

ஒருங்கிணைந்த சூழலை உருவாக்குங்கள்

மனிதர்களை ஊக்கப்படுத்துவதில் நாங்கள் கற்றுக்கொண்ட மற்றொரு பாடம், அனைவரையும் ஒருங்கிணைப்பதால் பெறும் வலிமை. மனித இனத்தின் மிகப் பெரிய ஊக்குவிப்பாளராக மனிதனின் சுயமரியாதை இருக்கிறது. தங்களைப் பாதிக்கும் விஷயங்கள்மீதான முடிவுகளில் அவர்களது பங்களிப்பும் இருக்கும் போது, மனிதர்களின் சுயமரியாதை உயர்வடைகிறது. வேறுவகையில் கூறினால், ஆள்பவர்கள், ஆளப்படுபவர்கள் என்று இருவேறு வர்க்கங் களை நீங்கள் உருவாக்கக் கூடாது. அனைவரையும் உள்ளடக்கிய ஒருங் கிணைந்த அமைப்புமுறைதான் நிறுவனத்தில் இருக்கும் அனைவரின் சுயமரியாதை, உற்சாகம், சக்தி, தன்னம்பிக்கை, எதிர்பார்ப்புகள் ஆகியவற்றை உயர்த்துகிறது. இத்தகைய அமைப்பு முறை, மனிதர்கள், தங்கள் சகாக்களை மரியாதையுடன், மதிப்புடனும், பாசத்துடனும் கையாளுவதற்கு உதவுகிறது.

சக ஊழியர்களிடம் இத்தகைய விநயத்தைக் காட்டுவதால் ஏற்படும் சக்தியை விளக்குவதற்கு 'நல்லவற்றை நான்கு பேர் மத்தியில் சொல், தவறுகளைத் தனியாகச் சொல்' என்ற சொற்றொடரை நாங்கள் பயன்படுத்துகிறோம். உங்களைச் சேர்ந்தவர்களைப் பொறுப்புடன் நடந்துகொள்ள வைப்பதற்கும் இது நிச்சயமானதொரு வழியாகும். அவர்களது செயல்பாட்டுக்காக, வெளிப்படையாக அவர்களைப் பாராட்டும்போதுதான், தனிப்பட்ட முறையில் அவர்களை விமர்சனம் செய்வதற்கும் நீங்கள் உரிமை பெறுகிறீர்கள். சகாக்களை இன்முகத்துடன் கையாள வேண்டியதன் அவசியத்தை வலியுறுத்த, 'உன்னை எனக்குப் பிடிக்காத சூழல் எழும்வரை, நீ என் கருத்துகளுடன் முரண்படலாம்' என்ற சொற்றொடரை நாங்கள் பயன்படுத்துகிறோம்.

மக்கள் இல்லையேல், தலைவன் இல்லை

தலைமை என்பது உங்களைப் பற்றியதல்ல. விழைவுகளை, தன்னம் பிக்கையை, மகிழ்ச்சியை, எதிர்பார்ப்புகளை, சக்தியை, உற்சாகத்தை உங்கள் மனிதர்களிடம் நீங்கள் எப்படிக் கொண்டு வருகிறீர்கள் என்பதைப் பற்றியது. இதனைச் செய்வதற்கு மனிதர்கள் தங்களுக்கான உதவி, ஆறுதல், வழிகாட்டுதல், நம்பிக்கை, மகிழ்ச்சி ஆகியவற்றைப் பகிர்ந்துகொள்வதற்காக உங்களைத் தேடி வந்து சூழ்ந்துகொள்ளும் வகையில் நீங்கள் நடந்துகொள்ள வேண்டும். தன்னருகில் இருக்கும் போது, ஒருபடி உயர்வாக உணரும் மனநிலையைக் குழுவினருக்கு

உண்டாக்குபவனே தலைவன். அவன் பெருந்தன்மையானவன். தன்னம்பிக்கையும் தெளிவான சிந்தனையும் கொண்டவன். உறுதியானவன், அதே நேரத்தில் விநயத்துடன் இருப்பவன்.

சூப்பர்மேனாகத் தன்னை மற்றவர்கள் நினைத்துக்கொள்ளும் சூழல் உருவாகாதவாறு, தன்னிடம் உள்ள குறைகளையும் வெளிப்படுத்து பவன். ஏனெனில், அவன் அவர்களுக்கு முன்மாதிரியாக இருப்பவன்; மற்றவர்கள், அவனைப் பின்பற்றி, அவன் இன்று இருக்கும் இடத்தை அடைய நினைப்பவர்களே. ஆகவே, உங்களுக்கும் உணர்வுகள் உண்டு; சிரிக்கவும் அழவும் செய்வீர்கள்; நீங்களும் சலிப்படைய நேரிடும், தோல்விகளைச் சந்திக்க நேரிடும் என்பதை வெளிப் படுத்துங்கள். எல்லாவற்றுக்கும் மேலாக எளிமையாக இருங்கள். நீங்கள் தீவிரமாக இருக்காதீர்கள்; மாறாக உங்கள் பணியைச் செய்வதில் தீவிரமாக இருங்கள். நீங்கள் ஒன்றும் தவிர்க்கவே முடியாதவரல்ல. மிகச் சிறந்த மனிதர்கள் சென்றபிறகும், இந்த உலகம் செழித்து வளர்ந்துகொண்டுதான் இருக்கிறது; உங்களிடம் இருக்கும் சிறந்தவை இல்லாமலே, இந்த உலகம் சிறப்பாக இயங்கும்.

கருத்தறிதலின் (feed back) வலிமை

நம் செயல்பாட்டின்மீது, தெரிந்தவர்களிடமிருந்தோ அல்லது சமயங் களில் முகம் தெரியாதவர்கள் இடமிருந்தோ கிடைக்கப்பெறும் கருத்துகள், ஒரு தலைவன் தன் தவறுகளைச் சரி செய்து கொள்ளவும், தன் செயல்பாட்டைத் துல்லியமாக மதிப்பிடவும் உதவும். சக்தி மிக்க தேசியத் தலைவர்களும் நிறுவனத் தலைவர்களும், இந்தக் கருத்து களை அலட்சியம் செய்ததால், மிக மோசமான தோல்விகளைச் சந்தித்ததை நான் அறிவேன்.

வெற்றிகரமான நிறுவனத்துக்குரிய நீடித்திருக்கும் குணநலன்கள்

ஒரு நிறுவனம் வெற்றி பெறுவதற்குரிய, மிக முக்கியமான, காலத்தாலும் சூழ்நிலையாலும் மாறாத குணநலன்கள் எவை? புதிய சிந்தனைகளை வரவேற்றல், செயல் திறமை, நியாயமான செயல் பாடு, வேகம், கற்பனை, செயல்படுத்துதலில் நேர்த்தி ஆகியவையே அவை. மனிதர்களது தன்னம்பிக்கையையு சுயமரியாதையையும் உயர்த்தி, அவைமூலம் அவர்களது சிறப்பான செயல்பாட்டை வெளியே கொண்டுவரவேண்டும். இதற்கு, புதிய சிந்தனைகளை வரவேற்பது மிகவும் அவசியம். புதுமைகளைப் பேணுவதற்கு இது ஒரு நிச்சயமான வழியும் கூட. சரியாகச் செயல்படும் நிறுவனம் எப்போதும், பதவிகளின் படிநிலையைப் பின்பற்றாமல், கருத்துகளின் படிநிலையைத்தான் பின்பற்றும். அத்தகைய நிறுவனம், நிறுவனப் படிநிலை அமைப்புகளில் இருக்கும் இறுகிய தன்மையை அலட்சியப்

படுத்தி, சிறந்த மனிதர்களையே பதவிகளில் அமர்த்தும்; வெளிப் படையான சூழலை உருவாக்கிச் சிறந்த கருத்துகளை அறுவடை செய்துகொள்ளும்.

கீழ்க்கண்ட கேள்விகளை நீங்கள் தொடர்ந்து கேட்டுக்கொள்ளுங்கள்: சென்ற ஆண்டைவிட, சென்ற காலாண்டைவிட, சென்ற மாதத்தை விட, நேற்றைவிட நாம் காரியங்களை விரைவாகச் செய்கிறோமா? சென்ற ஆண்டைவிட, சென்ற காலாண்டைவிட, சென்ற மாதத்தை விட, நேற்றைவிடச் சிறந்த கருத்துகளை விவாதத்துக்குக் கொண்டு வந்திருக்கிறோமா? அந்தக் கருத்துகளை, மேன்மையான தரத்தோடும் நேர்த்தியோடும், சென்ற ஆண்டைவிட, சென்ற காலாண்டைவிட, சென்ற மாதத்தைவிட, நேற்றைவிட இன்றைக்கு நம்மால் செயல் படுத்த முடியுமா? எனில், தொடர்ந்து கற்றுக் கொள்ளக்கூடிய நிறுவனம் ஒன்றை உங்களால் உருவாக்க முடியும். நீடித்த முறையில் உங்களால் வெற்றி பெறமுடியும். ஒரு நிறுவனத்தின் நீடித்த வெற்றிக்கு இந்தக் குணநலன்கள் மிக அவசியமானவை என நம்புகிறேன்.

இவை தவிர, தன் வெற்றிகளை அளவிடுவதற்கு, ஒவ்வொரு நிறுவனமும் நிதி சாராத பலவித அளவுகோல்களோடு, நிதி சார்ந்த இரு முக்கிய அளவுகோல்களைக் கணக்கில் கொள்ளவேண்டும் என்று எண்ணுகிறேன். முதலாவது. ஒவ்வொரு ஊழியரின் தனிநபர் வருவாய் உற்பத்தித் திறன்; இரண்டாவது, ஓராண்டுக்கு ஊழியர் சம்பாதிக்கும், வரிக்குப் பிறகான தனிநபர் நிகர வருமானம். இரண்டாவது அளவு கோல், நிறுவனத்தின் ஒரு பங்குக்கும் அதன் வருவாய்க்கும் இருக்கும் விகிதத்தின் மேல் நேரிடையான தாக்கத்தைக் கொண்டது, ஊழியர்களின் தன்னம்பிக்கையை உயர்த்தக் கூடியது. நீங்கள் அவர்களுக்கு உயர்ந்த ஊதியத்தைத் தருவதற்கு உதவக்கூடியது. இன்ஃபோசிஸில், குழுக்களின் வெற்றியை மதிப்பிடுவதற்கு இந்த இரண்டு முக்கிய நிதி சார்ந்த அளவுகோல்களைப் பயன்படுத்துகிறோம்.

முதன்மைச் செயல் அதிகாரியின் முக்கியப் பொறுப்புகள்

இன்ஃபோசிஸில், முதன்மைச் செயல் அதிகாரியின் முக்கியப் பொறுப்புகளை, PSPD என்கிற முதலெழுத்துச் சொல்லால் குறிப்பிடு வோம். முதல் P (Predictability of Revenues) வருமானத்தை முன்கூட்டியே ஊகிப்பதைக் குறிக்கும். உங்களது முன்னறியும் முறை எவ்வளவு சிறப்பாக இயங்குகிறது, அடுத்த மாதம், அல்லது அடுத்து வரும் காலாண்டு, அல்லது அந்த ஆண்டுக்கு உங்களது நிறுவனத்தின் வருமானம் எவ்வளவு என்று நீங்கள் கணித்திருக்கிறீர்கள் என்பதை இது விளக்கும். S (Sustainability) என்ற எழுத்து நீடித்திருக்கும் தன்மையைக் குறிக்கும். விற்பனை முன்னறிவிப்பின்படி, நீங்கள்

விற்பனையில் எந்த அளவை எட்டியிருக்கிறீர்கள், உங்களது புத்திசாலி விற்பனை பிரதிநிதிகள், விற்பனையைக் கூட்டுவதற்காக எந்த அளவு வேலை செய்திருக்கிறார்கள், வாடிக்கையாளர்களிடம் பேசியிருக் கிறார்கள், அவர்களை இணங்கவைத்து, விற்பனையை முடித்திருக் கிறார்கள் என்பதை இது கூறும். குறித்த நேரத்தில், ஒப்புக்கொண்ட பட்ஜெட்டில், தேவையான தரநிலையோடு உறுதிமொழிகளை நிறைவேற்றுவதில் எந்த அளவு திறமையுடன் நீங்கள் செயல் பட்டிருக்கிறீர்கள் என்பதை இது காட்டும். எந்த அளவுக்கு விற்பனை செய்துள்ளீர்கள், விற்பனைத் தொகையை, குறிப்பிட்ட நேரத்தில், வாடிக்கையாளர் மனம் கோணாதவாறு நீங்கள் எப்படி வசூல் செய்கிறீர்கள் என்பதை இது சுட்டிக்காட்டும்.

அடுத்த P (Profitability) லாபமீட்டும் திறனைச் சுட்டிக்காட்டுகிறது. லாபமீட்ட இயலவில்லை என்றால், நீங்கள் இந்த விளையாட்டில் இறங்கிப் பயனில்லை. மிகச் சிறந்த லாபமீட்டும் திறன் உங்களிடம் இல்லை என்றால், நீங்கள் புத்திசாலி இல்லை. நிச்சயமாக, அத்தகைய லாபத்தை நீங்கள் சட்டத்துக்கு உட்பட்டு, நெறிமுறைகள் பிறழாமல், உங்கள் சகதோழர்களும் ஊழியர்களும், மகிழ்ச்சியும் பெருமிதமும் அடையும் முறையில் ஈட்டவேண்டும். இறுதியாக, D (De-risking) என்ற எழுத்து, வரும் இடர் தவிர்ப்பதைக் குறிக்கிறது. வரும் இடர் தவிர்த்தல் என்பது, அமைப்புமுறைகள், செயல்முறைகள், தகவல் தொடர்புகள், செயல்படுத்துதல் போன்ற நிறுவனச் செயல்பாட்டின் அனைத்துக் கோணங்களில் இருந்தும் அதற்கு வரக்கூடிய இடர்களைக் குறைப்பதை உறுதி செய்வது.

இன்ஃபோசிஸில் வரும் இடர் தணிக்கும் குழு ஒன்றை (Risk Mitigation Council) நாங்கள் உருவாக்கியிருக்கிறோம். இதன் மூலம், எக்காலத்திலும் ஒரு வாடிக்கையாளர் அல்லது தொழில்நுட்பம், ஒரு நாடு, ஒரு துறை அல்லது ஒரு பகுதி அல்லது ஒரு முக்கியமான ஊழியரை நம்பி நிறுவனம் இருக்கக்கூடாது என்பதை உறுதிப் படுத்தியுள்ளோம். இதைப் போன்ற கடும் முயற்சிகளால்தான், நிறுவனத்தின் எதிர்காலத்தை நாங்கள் பாதுகாத்துள்ளோம்.

நல்ல நிறுவன நிர்வாகம் எல்லாவற்றுக்கும் அடிப்படை

இறுதியாக, முடிப்பதற்கு முன்னால், நம் சமூகத்தின் நம்பகத்தன்மை தாழ்வான நிலையில் இருக்கும் இந்த நேரத்தில், நிறுவன நிர்வா கத்தின் மிகச் சிறந்த கொள்கைகளின் வழியில் நடக்க வேண்டியதன் முக்கியத்துவத்தை உங்களுக்கு நினைவுபடுத்துகிறேன். நீண்டகால வெற்றிக்கான திறவுகோல் இது. இன்ஃபோசிஸுக்குக் கிடைத் திருக்கும் நன்மதிப்பு என்னும் இதயத்தின் கோட்பாடாக இதனை எண்ணுகிறேன்.

புத்தெழுச்சி பெற்ற இந்தியாவுக்கான தலைமைப்பண்பு

அசாதாரணமான ஒரு காலகட்டத்தில் நாம் வாழ்கிறோம். கடந்த முந்நூறு ஆண்டுகளில், இந்தியா இன்றைக்குப் பெறுவது போன்ற கவனத்தை என்றைக்கும் பெற்றிருந்ததில்லை. உலகின் பல இடங்களில், நான் கலந்துகொள்ளும் மாநாடுகள் அனைத்திலும், இந்தியாவின் வளர்ச்சி அங்கு பேசப்படுகிறது; சீனாவுக்கு இணையாக இந்தியாவும் குறிப்பிடப்படுகிறது. இந்தியாவைப் பற்றி ஏராளமான நூல்கள் எழுதப்பட்டிருக்கின்றன. மென்பொருள், பிபிஓ துறைகளில் இந்தியா பெற்றிருக்கும் வெற்றிக்கான ரகசியம் என்ன என்று எல்லோரும் என்னைக் கேட்கிறார்கள். நியூ யார்க், லண்டன், சா பாலோ போன்ற நகரங்களின் டாக்ஸி ஓட்டுநர்கள், இந்தியாவால் உலகின் கவனத்தை எப்படி ஈர்க்க முடிந்தது என்று என்னைக் கேட்கிறார்கள்.

இந்தக் கூர்மையான கவனிப்புகளை, புள்ளிவிவரங்கள் உறுதிப் படுத்துகின்றன. டிரில்லியன் டாலர் பொருளாதாரமாக நாம் மாறியிருக்கிறோம். நம் ஏற்றுமதி, கடந்த மூன்று ஆண்டுகளில் இரண்டு மடங்காகப் பெருகியிருக்கிறது. ரூபாயின் மதிப்பு ஒவ்வொரு நாளும் மேலும் வலுவடைகிறது. 2007 ஜூலையில், மேலும் 84 லட்சம் மொபைல் இணைப்புகளைத் தந்திருக்கிறோம். 2008-ல் நமது அந்நிய நேரடி முதலீடு $25 பில்லியன்; இரண்டு ஆண்டுகளுக்குமுன் இருந்ததைவிட இது 5 மடங்கு அதிகம். பெருநகரங்களில் புதிய விமான நிலையங்கள் கட்டப்பட்டுள்ளன. தில்லியின் எந்தப் பகுதிக்குச் சென்றாலும் மெட்ரோ ரயில் போக்குவரத்தின் விரிவாக்கத்துக்கான வேலைகளை நாம் பார்க்க முடியும். முகேஷ் அம்பானி

பிஸினஸ் டுடே, ஜனவரி 7, 2008-ல் வெளியான கட்டுரை.

என்ற இந்தியர், ஒரு வார காலத்துக்கு, உலகின் மிகப் பெரிய செல்வந்தராக இருந்தார்; உலகின் ஐந்து பெரும் செல்வந்தர்களில் ஒருவராகத் தொடர்ந்து இருந்து வருகிறார்.

இந்தப் பட்டியலுக்கு முடிவில்லை. இந்த வளர்ச்சியை ஒன்று சேர்த்து, மேலும் கடினமாகவும் சுறுசுறுப்பாகவும் உழைத்து ஒருங்கிணைந்த வளர்ச்சியைக் கொண்டுவருவதற்கான நேரம் இது. பொருளாதார முன்னேற்றத்தால் கிடைக்கும் பலன்களை அனைத்து இந்தியர்களின் வாழ்வும் மேன்மையுறும் வழிகளில் முதலீடு செய்யவேண்டும்; இதுவரை நிகழ்ந்ததுபோல், மேல்தட்டு வர்க்கத்துக்கு மட்டும் என்பதுபோல் இருக்கக்கூடாது.

உள்கட்டமைப்பு வசதிகளைப் பெருக்குவதன்மூலமும், வேளாண்மை உற்பத்திப் பெருக்கத்தின்மூலமும், வேளாண் துறையில் வேலை செய்பவர்களில் ஒரு பகுதியினரை, கிராமப் பகுதிகளிலும் நடுத்தர நகரங்களிலும் இயங்கிவரும் தொழில்நுட்பம் அதிகம் தேவைப் படாத உற்பத்தித்துறை தொழில்களுக்கு மாற்றுவதன் மூலமும் இதை நாம் செய்ய முடியும். இவற்றைச் செய்வதற்குப் பழமையான மனநிலையில் இருந்து நாம் விடுபடவேண்டும். இங்கு எந்தப் பிரச்னைகளும் இல்லை என்று சொல்வதை நிறுத்தவேண்டும். புதிய சிந்தனைகளை, வாய்ப்புகளை வரவேற்கவேண்டும். உயர்வான செயல்பாட்டுக் கலாசாரத்தை உருவாக்கவேண்டும்.

புதிய சிந்தனைகளை வரவேற்றல், சிறப்பாகச் செயலாற்றியவர் களிடம் இருந்து கற்றுக்கொள்ளும் தன்மை, பிரச்னைகள் இருப்பதைத் திறந்த மனத்தோடு ஏற்றுக்கொள்ளல், மேன்மை அடைவதற்கான வாய்ப்புகள் இருக்கின்றன என்ற நம்பிக்கையோடு இயங்குதல் ஆகியவையே திறன் மிகுந்த தலைவருக்குத் தேவையான முக்கிய குணங்கள். இந்தத் தேசத்தில், மேலிருந்து கீழ்வரை அனைவரது மனநிலையிலும் இத்தகைய மாற்றம் உருவாகிக்கொண்டிருப்பதை இங்கு விவரிக்க விரும்புகிறேன். புதிய சிந்தனைகளை வரவேற்றதன் மூலம், இந்தியாவின் மதிப்பு எப்படி உயர்ந்திருக்கிறது என்பதற்கான சில எடுத்துக்காட்டுகளைத் தருகிறேன். அதுபோலவே, அதிகாரவர்க் கத்தின் சில நிலைகளில் தொடரும் கடினப்போக்காலும் தொன்மை யான மனநிலையாலும், அந்த மதிப்புக்கு எப்படி பங்கம் ஏற்படுகிறது என்பதற்கும் சில எடுத்துக்காட்டுகளைக் கூறுகிறேன்.

பிரச்னைகள் இருப்பதை ஒப்புக்கொள்வது நமது வளர்ச்சிக்கு மிகவும் முக்கியம். மனநிலையில் ஏற்படும் இந்த மாற்றம்தான், பொருளா தாரத்தில், உள்கட்டமைப்பில் அல்லது நம் பங்குச் சந்தைகளில் ஏற்படும் வளர்ச்சியைவிட மிகவும் முக்கியமானது என நான்

எண்ணுகிறேன். தன்னம்பிக்கையில் இருந்துதான், இத்தகைய வெளிப்படைத்தன்மை முளைவிடும். நமது தலைவர்களுக்கு பழகிப்போன, எதையும் ஒப்புக்கொள்ள மறுக்கும் மனநிலையை விட, வெளிப்படையான செயல்பாடுதான், சவால்களை எதிர் கொண்டு அவற்றைத் தீர்ப்பதற்கு உதவும்.

நம் சமூகத்துக்குத் தேவையான கல்வி, சுகாதாரம், ஊட்டச்சத்து போன்ற அடிப்படைத் துறைகளில் பிரச்னைகள் இருக்கின்றன; வேறு பல தேசங்கள் இந்தப் பிரச்னைகளில் நல்ல தீர்வைக் கொண்டு வந்திருக்கின்றன; கடின உழைப்பாலும், புத்திசாலித்தனமான செயல் பாடுகளாலும் இப்பிரச்னைகளைத் தீர்க்கமுடியும் என்று ஒப்புக் கொள்ளும் தன்னம்பிக்கை மிக்க தலைவர்கள் சிலரை, கடந்த நாற்பது ஆண்டுகளில் இப்போதுதான் முதன் முறையாகப் பார்க்க முடிகிறது.

சமீபத்தில் நடந்து முடிந்த ஆசிய வர்த்தகக் கவுன்சில் (ABC) கூட்டத்துக்கு ஆசிய, ஐரோப்பிய நாடுகளிலிருந்தும் அமெரிக்கா விலிருந்தும் முதன்மைச் செயலதிகாரிகள் வந்திருந்தனர். அவர்கள் நம் பிரதமர் மன்மோகன் சிங், ராகுல் காந்தி, திட்டக் குழுவின் மாண்டேக் சிங் அலுவாலியா, அமைச்சர் கமல் நாத் ஆகியோரிடம் காணப்பட்ட வெளிப்படைத்தன்மையால் பெரிதும் கவரப் பட்டார்கள். இந்தக் கூட்டங்கள் அனைத்திலும் நம் தலைவர்கள், மிக இயல்பாக, இன்முகத்துடன், நம்பிக்கையோடு, தேவையான விவரங் களோடு தங்கள் கருத்துகளை முன்வைத்தனர். இந்தியாவின் வளர்ச்சியை விவரிக்க உயர்வு நவிற்சியாக எதையும் பேசவில்லை. இந்தத் தேசத்தில், வருமானத்தில் ஏற்றத்தாழ்வு இருக்கிறது; அடிப்படை உள்கட்டமைப்புகள் போதவில்லை; பெரும்பாலானோர்க்குத் தேவைப் படும் ஆரம்பக் கல்வி, சுகாதாரம், ஊட்டச்சத்து ஆகியவற்றை வழங்குவதில் இன்னும் நிறையச் செய்ய வேண்டியிருக்கிறது என்பதை ஒப்புக்கொண்டனர்.

மத்திய அமைச்சர்களுடனான என் உரையாடல்கள், இந்த மாற்றம் அனைத்துப் பகுதிகளிலும் ஊடுருவ ஆரம்பித்திருப்பதை எடுத்துக் காட்டுகின்றன. நம் தலைவர்களிடம் நாம் அடிக்கடிப் பார்த்துப் பழகிப்போயிருக்கும், எதற்கும் விவாதம் செய்யும் இந்தியனைக் காண முடியவில்லை. ஒரு மகத்தான பயணத்தின் ஆரம்பம் இது.

வெளிப்படையாகச் செயல்படும் மனநிலை தேசிய அளவில் வேரூன்ற ஆரம்பித்திருக்கிறது. ஆனால், அதே நேரத்தில், மாநில அளவில் இதனைச் செயல்படுத்துவது சவால் நிறைந்த ஒன்று. இருந்தபோதும், நல்ல எடுத்துக்காட்டுகள் என்று குறிப்பிடக்கூடிய அளவுக்கு, பல மாநில அமைச்சர்களிடம் வளர்ச்சிக்கான

வெளிப்படையான மனநிலையைப் பார்க்க முடிகிறது. ராஜஸ்தான், மத்திய பிரதேசம், மேற்கு வங்கம் போன்ற மாநிலங்களின் முதல்வர்களாக இருந்த அல்லது இருக்கும் விஜயராஜே சிந்தியா, உமா பாரதி, புத்ததேவ் பட்டாச்சார்யா ஆகியோரை இத்தகைய வெளிப்படையான செயல்பாட்டுக்கு எடுத்துக்காட்டுகளாகக் கூறலாம்.

கர்நாடக அமைச்சர்களில், டி.பி. இனாம்தார் என் நினைவுக்கு வருகிறார். பல ஆண்டுகளுக்கு முன், பெங்களூர், இந்தியத் தகவல் தொழில்நுட்பக்கழகத்தின் (IIITB) நிர்வாக இயக்குனர்கள், IIIT-க்காக நிரந்தரமான இடம் ஒன்றைத் தேடிக்கொண்டிருந்தனர். தகவல் தொழில்நுட்பத்துறை அமைச்சராக இருந்த இனாம்தார், தன் முன்முயற்சியால், சில புதிய திட்டங்களைப் பயன்படுத்தி, இந்த இடப் பிரச்னையைத் தீர்க்காது இருந்திருந்தால், அழகானதொரு கட்டடத்தை IIITB-க்கு நாம் பெற்றிருக்க முடியாது. அதுபோல, அமைச்சர் ஹெச்.டி. ரேவன்னாவின் முற்போக்குக் கொள்கைகளும், விரைவாக முடிவெடுக்கும் தன்மையும், எலெக்ட்ரானிக் நகரத்தின் மின்சாரப் பிரச்னைகளைத் தீர்ப்பதற்கு அவசியத் தேவையாக இருந்த துணை-மின்நிலையத்தைக் கொண்டுவந்தன.

என் நண்பர் ரகுநாத் மஷேல்கர் (முன்னாள் இயக்குனர் ஜெனரல், அறிவியல், தொழில்துறை ஆராய்ச்சி கவுன்சில்), ‘பிரச்னை தீர்க்கும் கருவியான நம் மூளைக்கும், கொள்கைகளும் கோட்பாடுகளும் படிந்து போயிருக்கும் நம் மனநிலைக்கும் இடையில் ஒரு போராட்டத்தை தொடர்ந்து நடத்திக்கொண்டு இருக்கிறோம்’ என்பார். தகவல்கள் மற்றும் விவரங்கள் அடிப்படையில், உறுதியான புதுமையான முடிவுகள் எடுக்கவிடாமல், நமது மனநிலை, நம் மூளையைத் தடை செய்கிறது என்பார். நம் மூளைக்குச் சாதகமாக இந்தப் போராட்டத்தை வெல்பவர்கள்தான் வளர்ச்சியைப் பெறமுடியும் என்கிறார் அவர். மூளையை, மனநிலைக்கு மேலானதாக வைப்பதில் மிக மெதுவான நகர்வை தலைவர்கள் மத்தியில் இன்று பார்க்கிறேன்.

நம் முதுநிலை அரசு அதிகாரிகளிடம் வெளிப்படையான செயல்பாட்டை நோக்கிய நகர்வில், அடிப்படையான மாற்றத்தைப் பார்க்கும் அதே நேரத்தில், இந்த மாற்றம் கீழிருக்கும் அதிகாரிகள்வரை செல்லவில்லை என்பதையும் பார்க்கிறேன். இதனை விளக்க இரண்டு எடுத்துக்காட்டுகளைக் கூறுகிறேன். முதல் நிகழ்ச்சி, தற்போதைய வெளியுறவுத் துறைச் செயலர் ஷிவ் சங்கர் மேனன் அவர்களோடு எனக்கு ஏற்பட்ட அனுபவத்தை ஒட்டியது. மேனன், நம் தேசத்தின் சிறந்த அதிகாரிகளில் ஒருவர். நல்ல மனிதரும், பண்பாளருமான அவர் எப்போதும் மற்றவர்களுக்கு உதவும் எண்ணம் கொண்டவர். தனது துறையின் திறமையை உயர்த்துவதற்குத் தொடர்ந்து முயற்சிகள் செய்பவர்.

இரண்டு ஆண்டுகளுக்குமுன், 64 பக்கம் கொண்ட பாஸ்போர்ட்டை அரசாங்கம் அறிமுகம் செய்தது. ஆனால், அதனை உடனடியாகத் திரும்பப் பெற்றுக்கொண்டு, எப்போதும் புழக்கத்தில் இருக்கும் 36 பக்க பாஸ்போர்ட்டையே தர ஆரம்பித்தது. மேனனைக் கடந்த ஆண்டு சந்தித்த நான், அடிக்கடி அயல்நாடு சென்றுவருவோருக்கு உதவியாக இருக்கும் வகையில் 240 பக்க பாஸ்போர்ட்டை அறிமுகப் படுத்துமாறு கேட்டுக்கொண்டேன்; இதனால், சில மாதங்களுக்கு ஒருமுறை புதிய பாஸ்போர்ட் வாங்கவேண்டிய அவசியம் இருக்காது என்று அவரிடம் கூறினேன்; அது மட்டுமன்றி, சிலநாடுகளில் வழக்கத்தில் இருப்பதுபோல், பாஸ்போர்ட் மாறினால், விசா புதிதாக வாங்க வேண்டும் என்கிற கட்டாயமும் தவிர்க்கப்படும்; பயணிகளின் விசா காலமும் நீட்டிக்கப்படும் என்றும் விவரித்துக் கூறினேன். இந்தக் கொள்கையைப் பின்பற்றும் நாடுகளில் நியூசிலாந்தும் ஒன்று. எங்களது தகவல் தொழில்நுட்பத்துறையினர், அடிக்கடி அயல்நாடு செல்ல வேண்டியதிருப்பதால், 64 பக்க பாஸ்போர்ட் வசதியாக இல்லை; 240 பக்க பாஸ்போர்ட்டுக்கு செலவாகும் தொகை அனைத்தையும் நாங்கள் மகிழ்ச்சியுடன் கொடுக்கத் தயார் என்றும் அவரிடம் கூறினேன்.

எதையும் மனம் திறந்து பேசும் அசாதாரணமான மனிதர் என்பதால், என் கோரிக்கையை உடனடியாக ஏற்றுக்கொண்டார். உங்களுக்கு அந்த பாஸ்போர்ட் கிடைக்கும் எனவும் உறுதியளித்தார். தன் துறையினர், இந்த விஷயத்தில் முறையாகச் செயல்படுவார்கள் என்றும், அவர் இயல்பாக எதிர்பார்த்தார். சில மாதங்களுக்குப் பிறகு, பெங்களூரில் நடைபெறவிருக்கும் ஒரு விழாவில் வெளியுறவுத் துறையின் துணை அமைச்சர் அந்தப் புதிய ஜம்போ பாஸ்போர்ட்டினை என்னிடம் வழங்கவிருக்கிறார் என்ற தகவல் எனக்குத் தரப்பட்டது.

நான் கிளர்ச்சியும் பரவசமும் அடைந்தேன். ஆனால் விழாவில் அந்த பாஸ்போர்ட்டைப் பெற்றபோது, அது பழைய 64 பக்க பாஸ் போர்ட்டே என அறிந்தேன். அந்த விழாவுக்கு வந்திருந்த அதிகாரிகள் எனக்குக் கூறிய விளக்கம் இதுதான்: அமைச்சகத்தின் அச்சகத்தில் 240 பக்கங்கள் தைப்பதற்கான இயந்திரம் இல்லை என்பதால் 240 பக்க பாஸ்போர்ட்டைத் தயாரிக்க முடியவில்லையாம்! சந்திரனுக்கு மனிதனை அனுப்ப இந்தியா திட்டமிடும் நேரத்தில் 240 பக்க பாஸ்போர்ட் புத்தகத்தைத் தைப்பதற்கான இயந்திரத்தை உருவாக்க முடியவில்லை என்றாலும், நம்மால் அதை இறக்குமதிகூடச் செய்ய முடியாமல் போனது வியப்பைத் தருவதாக இருந்தது. வெளியுறவுத் துறை அமைச்சகத்தின் கீழ்நிலை ஊழியர்களின் மனநிலையில் இந்தப் பிரச்னைக்கான காரணம் இருக்கிறது. அசாதாரணமான ஒரு

தலைவனின் முயற்சிகளை, அந்தத் தலைவனுக்குக் கீழ் வேலை செய்யும், காலத்துக்கு ஒவ்வாத மனநிலை கொண்ட ஒரு சிலரால் தடம்புரளச் செய்யமுடியும் என்பதற்கு இது ஒரு எடுத்துக்காட்டு. இந்த நிலை மாற வேண்டும்.

நம் மனநிலை தொன்மையானதாகவே இருக்கிறது என்பதற்கு மற்றுமொரு எடுத்துக்காட்டைக் கூறுகிறேன். தில்லியில் நடைபெற இருந்த ஆசிய வர்த்தகக் கவுன்சில் கூட்டத்தில் கலந்து கொள்ள விரும்பிய பார்ச்சூன் 500 நிறுவனம் ஒன்றின் புகழ்பெற்ற, சிறப்பான முதன்மைச் செயலதிகாரி இந்தியா வருவதற்கான விசாவுக்கு விண்ணப்பம் செய்தார். அவரது அலுவலகத்தினர், இந்திய தூதரகத்தைத் தொடர்பு கொண்டபோது, விசாவுக்காக அவரது பாஸ்போர்ட் இந்தியத் தூதரகத்தில் 30 நாள்கள் இருக்க வேண்டியிருக்கும் என்று அதிகாரிகள் கூறியிருக்கிறார்கள். ஆசிய வர்த்தகக் கவுன்சிலைத் தொடர்பு கொண்ட அவர், தான் அடிக்கடி அயல்நாடுகளுக்கு செல்ல வேண்டிய கட்டாயம் இருப்பதால், பாஸ்போர்ட்டை இந்திய தூதரகத்தில் 30 நாள்கள் விட்டு வைத்திருக்க முடியாது என்பதால், தில்லி மாநாட்டுக்கு வர இயலாது என்று கூறிவிட்டார்.

தில்லியில் இருக்கும் கேபினட் அமைச்சர் ஒருவரின் மூலமாக அமெரிக்காவில் இருக்கும் இந்தியத் தூதர் ரோனென் சென்னுக்கு இந்தத் தகவல் எட்டியிருக்கிறது. அவர் உடனே தொலைபேசியில் அந்த முதன்மைச் செயலதிகாரியிடம் மன்னிப்பு கேட்டுக் கொண்டதோடு, விரைவாக விசா வழங்கத் தன் ஊழியர்களிடம் கூறியிருக்கிறார். தேவையான பரிசோதனைகளை உடனடியாக நடத்தி முடித்து, ஐந்து ஆண்டுக்குச் செல்லுபடியாகும் பயண விசாவை அதே நாளில் வழங்கி இருக்கிறார்கள் அவரது ஊழியர்கள். அந்த முதன்மைச் செயலதிகாரி இந்தியாவை எண்ணற்றமுறை புகழ்ந்ததை எனக் காது குளிரக் கேட்டேன். ட்ரில்லியன் டாலர்கள் சந்தை மதிப்புள்ள நிறுவனங்களைச் சார்ந்த, ஆசிய வர்த்தகக் கவுன்சில் உறுப்பினர்கள் முன்னிலையில் அவரது புகழுரைகள் இந்தியாவின் மதிப்பை உயர்த்திக் காட்டின.

அரசு இயந்திரத்தில் புதிய மனநிலையைப் புகுத்துவதற்கு உயர்நிலை அரசு அதிகாரிகள் மகத்தான முயற்சிகளைச் செய்கிறார்கள்; இருந்தும், அந்தச் சூழலுக்குத் தக்கவாறு தங்களை மாற்றிக் கொள்ளாத சிலர் அரசுத்துறையில் இருக்கிறார்கள் என்பதற்கு இது ஒரு சிறந்த எடுத்துக்காட்டாகும். இவர்களால் நாட்டின் மதிப்பு குறைகிறது. நமது பிரதமர் அடிக்கடி குறிப்பிடுவது போல், இந்தியாவுக்கு அந்நிய நேரடி முதலீடு அதிகமாகத் தேவை எனும்போது, உலக வர்த்தகத் தலைவர்களின் இந்திய வருகை சுலபமானதாக, வசதியானதாக

இருக்கவேண்டும். காலாவதியாகிப்போன நடைமுறைகளை நியாயப் படுத்திக் கொண்டிருக்கக்கூடாது.

வெளிப்படையாகச் செயல்படுவதற்கான ஆர்வம் அரசுத் துறையின் அனைத்து நிலைகளிலும் இன்னும் ஊடுருவவில்லை என்பது கவலை தருவதே. ஆனால், நம்பிக்கை தரும் மாற்றங்களுக்கான எடுத்துக் காட்டுகளையும் பார்க்கிறேன். எலக்ட்ரானிக் முறை மூலமாக வருமான வரிப் படிவங்களை இன்ஃபோசிஸ் ஊழியர்கள் அளிக்கலாம் என்பதை ஒப்புக்கொண்ட பெங்களூர் வருமான வரித்துறையின் முன்முயற்சி; இந்திய தகவல் தொழில்நுட்பத்துறைக்குத் தூண்டு கோலாக இருந்துகொண்டிருக்கும் மென்பொருள் தொழில்நுட்பப் பூங்காவைச் சேர்ந்த ஊழியர்களின் அசாதாரணமான வேலைத்திறன்; பெங்களூர் சுங்கவரித் துறையின் திறமையான அதிகாரிகள்; மற்றும், 'குறைவான வாக்குறுதி, அதிகமான செயல்பாடு' என்ற அணுகு முறையைக் கொண்டிருக்கும் மகாராஷ்ட்ரா, ராஜஸ்தான், ஒரிஸ்ஸா மாநில அரசு அதிகாரிகள் ஆகியோர் மேன்மை பெற முடியும், மேன்மை பெற முயற்சிகள் செய்ய முடியும் என்பதை ஒப்புக்கொண்டு செயல்படும் திறந்த மனநிலைக்கான நல்ல எடுத்துக்காட்டுகள்.

ஒருவர் தவறு செய்யக்கூடும்; வேறு ஒருவருக்கு இதைவிட மேலான யோசனை இருக்கக்கூடும் என்பதை ஒப்புக்கொள்ளும் திறந்த மனநிலையை, நம் மக்கள் மனத்தில் நம்மால் எப்படி விதைக்க முடியும்? சிறந்த தீர்வுகளில் கவனம் செலுத்தவும் பிரச்னைகளுக்கு விரைவான தீர்வைப் பெறவும், சிறந்த வழியாக, அனைத்துச் செயல் முறைகளையும் பூஜ்யம் என்ற நிலையில் இருந்து ஆரம்பிப்பதுதான் நல்லது என்பதை இன்ஃபோசிஸின் ஆரம்பகாலத்திலேயே உணர்ந்து கொண்டோம். நடந்து முடிந்த செயலின் விளைவுகளால் எந்தப் பாதிப் பும் இல்லாமல், எங்கள் கருத்தை ஒட்டி விவாதிப்பதற்கு ஆதாரமாக, தகவல்களையும் விவரங்களையும் மட்டுமே பயன்படுத்துவது என்பதையும் பின்பற்றினோம். அத்தகைய அணுகுமுறைதான், செயல்திறமைமீது, எங்களது நேர்மைமீது, எல்லோரையும் ஒருங்கிணைத்துச் செல்வதில் எங்களுக்கு இருக்கும் ஆர்வத்தின்மீது, இளைஞர்கள் கொண்டிருக்கும் நம்பிக்கையை உயர்த்தக் கூடியது.

பகுதி 6

நிறுவன மற்றும் பொது நிர்வாகம்

நல்ல நிறுவன நிர்வாகம்: பட்டியல் சரிபார்ப்பா? அல்லது அது ஒரு மனநிலையா?

என் மனத்தோடு நெருங்கி இருக்கும் ஒரு தலைப்பு இது. உலகில் வர்த்தக நிறுவனங்கள் நிலைத்திருக்க அடிப்படையான விஷயங்கள் எவை எவை என்பது பற்றி என் கவனத்தைச் செலுத்தப் போகிறேன். நல்ல நிறுவன நிர்வாகம் என்ற தலைப்பு சமீப காலமாக, எழுச்சி பெற்று வரும் சந்தைகள் உட்பட உலகம் முழுவதும் உள்ளவர்களின் கவனத்தைப் பெற்றுள்ளது. கடந்த பத்தாண்டில் இந்தத் துறையில் பெருமளவு முன்னேற்றத்தை இந்தியாவில் நாம் அடைந்திருக்கிறோம்.

நிறுவன நிர்வாகத்தில் அமெரிக்காவில் ஏற்பட்டு இருக்கும் முன்னேற்றத்தின் மீதுதான் முதன்மையான கவனத்தைச் செலுத்தப் போகிறேன். அமெரிக்காதான் உலகத்தின் மிகவும் சுறுசுறுப்பான மூலதனச் சந்தை. உலகம் முழுவதும் உள்ள நிறுவனங்கள், தங்களுக் கான மூலதனத்தைத் திரட்ட உதவுவதில், அமெரிக்காவின் நிதிநிறு வனங்கள் தலைமைப் பங்கு வகிக்கின்றன. ஆகவே, அமெரிக்க மூலதனச் சந்தையால் எடுக்கப்படும் முன்முயற்சிகள், ஏனைய மூலதனச் சந்தைகளில் பின்பற்றப்படப்போவதை முன்கூட்டியே கணித்து அறிவிக்கும் கட்டியக்காரனின் செயலைப் போன்றவை எனலாம். 'அமெரிக்காவின் மூலதனச் சந்தை தும்மினால், மற்ற நாடுகளில் இருக்கும் மூலதனச் சந்தைகளுக்கு ஜலதோஷம் பிடிக்கும்' என்பதும் ஏற்றுக் கொள்ளப்பட வேண்டிய ஒன்றுதான். இதனால், அமெரிக்க மூலதனச் சந்தை குறித்த எத்தகைய ஆய்வுகளும் மற்ற சந்தைகளுக்கும் கட்டாயம் பொருத்தமானவையே.

அமெரிக்க நிறுவனங்களின் மத்தியில் நடந்திருக்கும் நிறுவன நிர்வாக அத்துமீறல்கள் பலவற்றை நான் எடுத்துக்காட்டுகளாகப் பயன்படுத்தி

ராபர்ட் பி.மேக்ஸன் பேருரை, ஜார்ஜ் வாஷிங்டன் பல்கலைக்கழகம், வாஷிங்டன் டி.சி. பிப்ரவரி 6, 2006.

இருப்பதற்குக் காரணம், அவை அனைத்தும் அதிக லாபம் ஈட்டிய பெரிய நிறுவனங்கள் என்பதால்தான். நிறுவனங்களில் மோசடி நிகழ்வுகள் என்பது எல்லா இடங்களிலும் ஒரேமாதிரிதான் என்று கருதுகிறேன்.

நிறுவன நிர்வாகம் என்பது என்னைப் பொருத்தவரை, சட்டத்தின் வழியில், நெறி பிறழாமல், பங்குதாரர்களின் மதிப்பை உயர்த்துவது; நீடித்திருக்கும் வகையில் அதனைச் செயல்படுத்தும் அதே நேரத்தில், நிறுவனத்தின் வாடிக்கையாளர்கள், ஊழியர்கள், முதலீட்டாளர்கள், விற்பனைக் கூட்டாளிகள், அந்த நாட்டின் அரசாங்கம், சமுதாயம் போன்ற ஏனைய உரிமை உடையோர்களிடமும் நேர்மையாக நடந்து கொள்ளுதல் ஆகியவையே. நிறுவன நிர்வாகம் என்பது, அந்த நிறுவனத்தின் கலாசாரத்தை, கொள்கைகளைப் பிரதிபலிப்பதாகும். உரிமை உடையோர்களிடம் அந்த நிறுவனம் எப்படி உறவு மேற்கொள்கிறது, விழுமியங்கள்மீது எவ்வளவு உறுதியுடன் இருக்கிறது ஆகியவற்றை வெளிப்படுத்துவதுமாகும்.

நல்ல நிறுவன நிர்வாகம் பல்வேறு முக்கிய நோக்கங்களுக்கு உதவுகிறது. முதலீடுகள் மீதான லாபத்தை அதிகரிக்கச் செய்யும் வகையில் மேலாளர்களை ஊக்குவிக்கும் சூழலை உருவாக்கி, நிறுவனத்தின் செயல்திறனை உயர்த்துகிறது. நிறுவனத்தின் இயங்கும் திறனை உயர்த்துகிறது. நீண்ட கால அளவுக்கு உற்பத்தித்திறன் வளர்ச்சியை உறுதிப்படுத்துகிறது. இதன் காரணமாக, உலக அளவில் சிறந்த திறனாளிகளை இத்தகைய நிறுவனங்கள் ஈர்க்கத் தொடங்கு கின்றன. ஊழியர்கள், நிர்வாகம், இயக்குனர் குழு போன்றோர் ஈடுபடும் வர்த்தக நடவடிக்கைகளில் நேர்மை, வெளிப்படைத்தன்மை, பொறுப்புணர்வு ஆகியவற்றை உருவாக்குவதன் மூலம், முதலீட்டாளர்கள், சமுதாயம் ஆகியோரின் விருப்பங்களுக்கு இசைவான முறையில் நிறுவனங்கள் செயல்படுவதையும் இது உறுதி செய்கிறது.

நீடித்திருத்தல் என்பதுதான் ஒரு நிறுவனத்தின் வெற்றியைக் காட்டும் சிறந்த குறியீட்டெண். நீடித்திருத்தலுக்கும் வளர்ச்சிக்கும், நல்ல நிறுவன நிர்வாகம் முக்கியமான தேவையாகும். நிறுவனத்தின் வளர்ச்சிக்கு முதலீடு தேவை. நல்ல நிறுவன நிர்வாகம், அந்த நிறுவனத்தின் மீதான நம்பிக்கையை மக்கள் மனத்தில் அதிகரிக்கச் செய்கிறது; இதன் காரணமாக, முதலீடு திரட்டுவதற்கு ஆகும் செலவு ஒருவிதத்தில் குறைகிறது எனலாம். அறுபது சதவிகிதத்துக்கும் மேற்பட்ட முதலீட்டாளர்கள், தங்களது முதலீட்டு முடிவுகளின் ஒரு முக்கிய காரணியாக நல்ல நிர்வாக நடைமுறைகளைச் சொல்கிறார்கள் என்று மெக்கின்ஸியின் கணிப்பு ஒன்று கூறுகிறது.

இன்றைக்கு, உலக மூலதனம், தேசிய எல்லைகளால் நிர்பந்திக்கப் படுவதில்லை; தடைப்படுவதுமில்லை. பாதுகாப்பான சூழல் நிலவும் இடத்தை நோக்கி அது பாய்கிறது. உயர்தரமான, அதிக வருமானம் தரும் வேலைகளை உருவாக்குவதற்கு உதவும் தொழில்களைத் தங்கள் நாடுகளில் ஆரம்பிக்க உலக அளவிலான தொழில்முனை வோர்களை ஈர்ப்பதில், நாடுகளிடையே, அவை வளர்ந்த நாடுகளோ வளரும் நாடுகளோ, கடும் போட்டி நிலவுகிறது. இந்தத் தொழில் முனைவோருக்கு மிகப் பெரும் அளவில் மூலதன வரவு தேவை; அத்தகைய முதலீடுகளை ஈர்ப்பதில், திறமையான நிர்வாகச் செயல் முறைகள் மிகப் பெரிய சாதகம் என்று இந்தத் தொழில்முனைவோர் அறிந்துள்ளனர்.

நிறுவன நிர்வாகத்தை மேம்படுத்துவதற்காக எடுக்கப்பட்ட முயற்சிகளின் வரலாற்றுத் தடங்களை உங்களுக்கு விளக்குகிறேன். எழுத்தாளர் ஜோயல் பேகன் குறிப்பிடுவதுபோல், அமெரிக்க தேசம் கண்ட 1930 ஆண்டின் மிகப் பெரிய பொருளாதார வீழ்ச்சிக்கு (Great Depression), நிறுவனங்களின் தவறான நிர்வாகப்போக்கும் ஊழியர்கள் மீது காட்டிய அக்கறையின்மையும் காரணங்களாக இருந்தன. அமெரிக்க உச்ச நீதிமன்றம், 1993-ல் வழங்கிய தீர்ப்பு ஒன்றில், 'தீங்கு விளைவிக்கும் திறன் படைத்த, ப்ராங்கன்ஸ்டைனின் அரக்கர்கள்' இவை என்று, நிறுவனங்களைக் கண்டிக்க வேண்டிய நிலைக்கு இந்த அத்துமீறல்கள் இட்டுச் சென்றன என்றும் ஜோயல் பேகன் குறிப்பிடுகிறார்.

பங்குச்சந்தைக் கட்டுப்பாட்டு அமைப்பு (Securities and Exchange commission - SEC) 1934-ல் ஏற்படுத்தப்பட, பொதுமக்களின் உணர்வுப் பெருக்கு வழிவகுத்தது. நிறுவனங்களை நெறிப்படுத்தும் சீர்திருத் தங்கள் கொண்டுவரப்பட்டன. இருப்பினும், 'அனுமதிக்கப்படக் கூடிய நடவடிக்கைகள்' எவை எவை என்பது பற்றியும், நிறுவனங்கள் வெளியிடவேண்டிய தகவல்கள் குறித்தும் தெளிவாகக் குறிப்பிட அந்தச் சட்ட முன்வரைவு தவறிவிட்டது.

1970-களில் வர்த்தக நிறுவனங்கள் மீது தொடர்ந்து கூறப்பட்ட ஊழல் குற்றச்சாட்டுகள், அமெரிக்க நிறுவனங்களில் அன்றைக்கு ஊடுரு வியிருந்த நெறியற்ற நடைமுறைகளை மறைவிலிருந்து வெளியே கொண்டுவர வழிவகுத்தன. பரவலாகக் காணப்பட்ட சட்டத்துக்குப் புறம்பான ஒப்பந்த நடைமுறைகள், நிறுவனத்தினுள் இருப்பவர் களின் ரகசிய வியாபாரங்கள், ஏமாற்றும் விளம்பரங்கள், சேமிப்பு-கடன் நிறுவனங்களில் ஏற்பட்ட கடுமையான நஷ்டம் போன்றவற்றை பங்குச்சந்தைக் கட்டுப்பாட்டு அமைப்பின் ஆய்வுகள் கண்டுபிடித்தன. பங்குகளைப் பொது விற்பனையில் வழங்கும் ஐநூறுக்கும் மேற்பட்ட

அமெரிக்க நிறுவனங்கள் (அவற்றில் 117, பார்ச்சூன் 500 நிறுவனங்களில் வருபவை) இந்த அமைப்பால் குற்றம் சாட்டப்பட்டன அல்லது அவை தங்களது தவறான செயல்பாடுகளைத் தாங்களே ஒப்புக் கொண்டன என்று வழக்குரைஞர்கள் ஆல்டன் ஹாரிஸ், ஆண்ட்ரியா க்ரெமெர் ஆகியோர் குறிப்பிட்டுள்ளனர்.

1970-களிலும் 1980-களிலும் நிகழ்ந்த நிர்வாகத் தோல்விகள், நிறுவன நிர்வாகத்தை மேம்படுத்தும் நடவடிக்கைகளில் ஈடுபட பொது மக்களையும் அதிகாரிகளையும் தயார்ப்படுத்தின. பங்குதாரர்கள் அனைவரிடமும் நிறுவனங்களுக்கு இருக்க வேண்டிய பொறுப் புணர்வை மேம்படுத்துவதற்கான சட்ட வரையறைகளை உருவாக்கு வதற்கு, சிறந்த அறிவாளிகள் அமர்த்தப்பட்டனர். அதன் விளைவாக, உலகம் முழுவதும் இருக்கும் பங்குச் சந்தை நிர்வாகங்கள், கட்டுப் பாட்டு அமைப்புகள், முதலீட்டாளர்களின் சங்கங்கள் ஆகியவை, மிதமிஞ்சிய அளவில் நல்ல நிர்வாகத்துக்கான நெறிமுறைகள் இவை என்று உருவாக்கி அவற்றை நிறுவனங்களுக்கு வழங்கின. அமெரிக்கா வின் ட்ரெட்வே அமைப்பு (The Treadway Commission), SEC நீல ரிப்பன் குழு (the SEC Blue Ribbon Committee), பிரிட்டனின் காட்பரி குழு (Cadbury Committee), ஃபிரான்ஸின் வீய்னாட் அறிக்கை (Vienot Report), நெதர்லாந்தின் பீட்டர்ஸ் அறிக்கை (Peters Report) ஆகியவை அளித்த வழிகாட்டுதல்கள், அதிகச் செயல்விளைவைத் தந்த முன்முயற்சிகளாக இருந்தன.

நல்ல நிர்வாகத்துக்கு, திறன்மிக்க இயக்குனர் குழுவின் செயல்பாடு தேவை என்பதுதான் இந்தக் குழுக்களின் பொதுவான கருத்து. நிறுவனத்தின் நடவடிக்கைகள் முழுவதையும் அறிந்த சுயேச்சையான இயக்குனர்கள், செயல் இயக்குனர்களின் துணைக்குழுக்கள், நிர்வாகச் செயல்பாடுகளுக்கு உதவியாக இருக்கும் இயக்குனர் குழுவின் வெளிப்படைத்தன்மை ஆகியவை மூலமாகவே இயக்குனர் குழு நன்கு செயல்பட இயலும் என்று இந்த அறிக்கைகள் கூறின. நிறுவனத்தின் நிதிநிலை, நிறுவனம் சந்திக்கும் பிரச்னைகள் ஆகியவை குறித்து பங்குதாரர்களுக்குத் தெரியப்படுத்தப்படும் தகவல்கள் அதிகரிக்கப்பட வேண்டும் என்று இவை கூறின.

அமெரிக்காவுக்கு வெளியில், பிரிட்டனின் காட்பரி குழுவின் அறிக்கை, உலக அளவில் நிறுவன நிர்வாகத்தின் அளவை உயர்த்துவதில் ஒரு முன்னோடியாக இருந்து செயல்பட்டது. இந்தக் குழு, எழுத்தாளர் பால் கூம்ப்ஸ் குறிப்பிடுவதுபோல், இயக்குனர் குழுவின் அமைப்பு, சுதந்தரமான செயல்பாடு, அதன் பொறுப்புகள் ஆகியவை குறித்து குறிப்பிடத்தக்க பரிந்துரைகளை அளித்தது. இவை மட்டுமின்றி, நிறுவனத்துக்கான நிதிக் கட்டுப்பாடுகள், இயக்குனர்களுக்கும்

அதிகாரிகளுக்குமான ஊதியம் ஆகியவை குறித்தும் இவை பரிந்துரைகளை அளித்தன. இந்த முயற்சி, பிரிட்டனில் இருக்கும் நிறுவனங்களின் இயக்குனர் குழுக்களின் திறன் உயர்வுக்குக் காரணமாக இருந்தது. பிரிட்டிஷ் காமன்வெல்த் நாடுகளில் இது போன்ற முன்முயற்சிகள் ஏற்படவும் காரணமாக இருந்தது.

அமெரிக்காவில், தணிக்கைச் சீர்திருத்தங்களுக்கான பரிந்துரைகள், SEC நீல ரிப்பன் அமைப்பால் முன்வைக்கப்பட்டன. இந்தப் பரிந்துரைகள், தணிக்கைக் குழுக்களின் சுயமான செயல்பாடு, அவற்றின் இயங்கும் தன்மை மற்றும் திறனை உயர்த்துவதை நோக்க மாகக் கொண்டு அளிக்கப்பட்டன. இந்தப் பரிந்துரைகள் பின்னர் சட்டமாகின.

காட்பரி குழு அளித்தது போன்ற அதிகத் திறன் வாய்ந்த நெறி முறைகள், 'ஏற்றுக்கொள்ளல் அல்லது விளக்கமளித்தல்' என்ற அடிப் படையில் இயங்கின என்கிறார் கூம்ப்ஸ். அதாவது, அந்த நெறி முறைகளின் ஏதேனும் ஓர் அம்சத்தை நிறுவனங்கள் ஏற்றுக் கொள்ளாமல் இருக்கலாம். அப்படி, ஏற்றுக்கொள்ளவில்லை என்றால் ஏன் ஏற்றுக்கொள்ளவில்லை என்பதற்கான காரணத்தை அந்த நிறுவனம் விளக்கவேண்டும்.

காட்பரி குழு மற்றும் SEC குழுவின் முயற்சிகள் கட்டுப்பாடான நிறுவனச் செயல்பாட்டையும் நல்ல நிர்வாகத்தையும் கொண்டு வந்து சேர்க்கும் என்று எதிர்பார்க்கப்பட்டது. துரதிர்ஷ்டவசமாக, அந்த நம்பிக்கை அற்பாயுளில் மடிந்தது. இந்தக் குழுக்களில் இருந்த விவேகம் நிரம்பியோர் அளித்த ஆலோசனைகளால் நிதித்துறையில் இருந்த தவறான நிர்வாகத்தைத் தடுக்க இயலவில்லை. 1990-களின் பிற்பாதியிலும் இந்த ஆயிரமாவது ஆண்டின் ஆரம்பத்திலும் அதிகரிக்கத் தொடங்கிய நிறுவனங்களின் மோசடிகளைத் தடைசெய்ய முடியாமல் தோல்வி அடைந்தன.

இதன் விளைவாக, 1990-களில், ஸ்டாக் ஆப்ஷன்கள் பெருத்தன. சூப்பர்மேனாகத் தெரிந்த முதன்மைச் செயலதிகாரிகளை வியந்து பாராட்டும் இயக்குனர் குழுவின் கண்களுக்கு, அவர்கள் எந்தத் தவறுகளும் செய்யாத, கடவுளின் அவதாரங்களாகத் தெரிந்தனர். அக்கறையின்றிச் செயலாற்றிய இயக்குனர் குழுக்களால், ஏறத்தாழ, எங்கும் நிறைந்தவர்களாக முதன்மைச் செயலதிகாரிகள் ஆயினர். இந்த இயக்குனர் குழுக்கள் முதன்மைச் செயலதிகாரிகளின் விருப்பங் களை நிறைவேற்றச் செயல்படும் நிறுவனக் கூட்டாளிகளாகவே இருந்தனர். இந்தச் சூழலில், நெறிமுறைகளால் எதையும் சாதிக்க இயலவில்லை.

The Smartest Guys in the Room என்ற நூலில் மெக்லீன், எல்கிண்ட் ஆகியோர் கூறுவதுபோல், நெறிமுறைகளை ஏற்றுக் கொள்வது என்பது, உண்மையைச் சொல்வது அல்ல; யாரும் கண்டுபிடிக்க முடியாத வகையில் பொய் சொல்வது என்று ஆகியது. கணக்கர்கள், விதிகளைத் தந்திரமாக மீறுவதற்கான வழிகளைக் கண்டுபிடித்தனர். கட்டாயமாகத் தெரியப்படுத்த வேண்டிய நிதிநிலை குறித்த விவரங்கள் நம்பக்கூடியவையாக இருக்கவேண்டும் என்பதற்காக, முதலீட்டு வங்கியாளர்கள் சிக்கலான நிதிநிலை அமைப்புகளைக் கண்டுபிடித்தனர். வெகுமதிக்காக ஆர்வமுடன் காத்திருக்கும் ஊழியர்கள், சட்ட விரோத உத்தரவுகளையும் முணுமுணுப்பின்றிப் பின்பற்றினர்.

இம்மாதிரியான சூழல், 2001-ல் நிகழ்ந்த, நம்மைப் பிரமிக்கவைத்த என்ரானின் வீழ்ச்சிக்கும், 2002-ல் நிகழ்ந்த வேர்ல்ட்காம் (Worldcom), க்யூ-வெஸ்ட் (Qwest), டைகோ (Tyco) ஆகிய நிறுவனங்களின் வீழ்ச்சிக்கும் காரணமாக இருந்ததில் வியப்பு ஏதுமில்லை. கணக்கியல் முறைகளில் குறிப்பிடும்படியான முறைகேடுகளான, பில்லியன் கணக்கில் லாபத்தை அதிகமாகக் காட்டுதல், சட்டவிரோதமான, கணக்குகளில் வராத கூட்டுச் செயல்பாடுகள், கடன்கள் ஆகியவை நடந்திருப்பது வெளியில் வந்தது. பங்குதாரர்களுக்குப் பெரும் இழப்புகளைத் தந்த பேராசை, திமிர்த்தனம், சட்டத்தை அலட்சியப் படுத்தும் போக்கு ஆகியவை ஆட்சி செய்த நிறுவனக் கலாசாரத்துக்கு இந்த நிறுவனங்கள் எடுத்துக்காட்டுகளாகத் திகழ்ந்தன. என்ரான், வேர்ல்ட்காம், க்யூ-வெஸ்ட், டைகோ ஆகிய நிறுவனங்களில் நடந்த ஊழல், முதலாளித்துவ வரலாற்றிலேயே மிகப் பெரிய இழப்பு என்று கருதப்படுகிறது. $ 7 டிரில்லியனுக்கும் மேற்பட்ட சந்தை முதலீட்டு இழப்புக்கு வழிவகுத்தது.

அதிகாரத்தைத் தவறாகப் பயன்படுத்தும் இத்தகைய போக்கு, இந்த நிறுவனங்களோடு நின்றுவிடவில்லை. மால்கம் எஸ். சால்டரின் கருத்துப்படி, முறையான நிறுவன நிர்வாகம் அற்ற தன்மை, 'கூட்டத்தை விட்டு விலகிய வாத்து அல்லது, ஐந்து கால் பசு போல, எங்கோ ஒன்று என்பதாக நடக்கவில்லை; மாறாக, தொழில் தர்மத்தைப் புறக்கணித்த இந்தத் தவறான நடத்தைகள், அதிகாரபூர்வ மான ஒன்றாக எங்கும் பரவி இருந்தன.'

உயர்நிலை மேலாண்மை நிர்வாகிகளுக்கு அளிக்கப்பட்ட மிக அதிகமான ஊதியத்தை, நிர்வாகத் தோல்வியை விளக்குவதற்கான வரைபடமாகக் கூறலாம். அமெரிக்காவில் முதன்மைச் செயல் அதிகாரிகளுக்கு கொடுக்கப்படும் சலுகைகளுக்கும் உற்பத்திப் பகுதியில் வேலை செய்யும் சாதாரண ஊழியர் ஒருவருக்குக்

கொடுக்கப்படும் ஊதியத்துக்கும் இடையிலான விகிதம், 2004-ல், 431:1 என்ற விகிதத்துக்கு தாவியது. 1990-ல் இந்த விகிதம் 107:1 என்றும், 1982-ல் 42:1 என்றும் இருந்தது. நிறுவனங்களின் ஒட்டுமொத்த வருமானத்தில் முதல் ஐந்து இடத்தில் இருக்கும் அதிகாரிகளின் ஒட்டுமொத்த வருமானம், 1993-97-ல் 6 சதவிகிதமாக இருந்து, 1998-2002-ல் 10 சதவிகிதமாக ஏறியது.

அனைவரது கவனத்தையும் அதிக அளவில் ஈர்த்த இந்த ஊழல்கள் காரணமாக, நிர்வாக நடைமுறைகள்மீது பங்குதாரர்களுக்கு அதிருப்தி உயர்ந்துகொண்டே போனது. நிறுவனங்கள் தெரிவிக்க வேண்டிய தகவல்கள், அனுசரிக்கவேண்டிய விதிமுறைகள் ஆகியவற்றின் 'குறைந்தபட்ச அளவை உயர்த்தவேண்டும்' என்ற கோரிக்கைகள் உருவாகின. 'நிறுவன நிர்வாகம் என்பது, மற்றவர்களுக்குப் புரியாத, புத்திசாலிகள் மட்டுமே நடத்தும் சட்ட விவாதத்துக்கான ஒரு தலைப்பு அல்ல. இன்றைக்கு, நிறுவன நடைமுறைகளின் தர நிலை குறித்த, புதியதான, பரவலான கவலை எழுந்திருக்கிறது' என்று, அன்றைக்குப் பங்குச்சந்தைக் கட்டுப்பாட்டு வாரியத்தின் தலைவராக இருந்த ஆர்தர் லெவிட் கூறினார். இந்தக் கவலைகள், 'ஏற்றுக்கொள்ளல் அல்லது விளக்கமளித்தல்' போன்ற 'மென்மையான சட்டங்க'ளிலிருந்து விலகிச் செல்வதை வற்புறுத்தின. நெறிமுறைகளைக் கட்டாயமாக ஏற்றுக்கொள்ளும் தேவைகள், நெறியாளரின் கண்டிப்பான மேற்பார்வையின்கீழ் வரும் நிர்வாக நடைமுறைகள் ஆகியவை கொண்ட 'கடுமையான சட்டங்கள்' உருவாக அழுத்தம் ஏற்பட்டது.

அமெரிக்க அரசு இயற்றிய சார்பேன்ஸ்-ஆக்ஸ்லி (Sarbanes-Oxely) சட்டம், நியூ யார்க் பங்குச் சந்தை, நாஸ்டாக் ஆகியவை வெளியிட்ட பங்குகளைப் பட்டியல் இடுவதற்கான புதிய விதிமுறைகள் ஆகியவை, நிதி நிலை விவரங்கள் வெளியிடுதல், குழுக்கள் அமைத்தல், இயக்குனர் குழுவுக்கான முன்மொழிவுகள், தணிக்கைக் கொள்கைகள் உருவாக்கம் ஆகியவற்றுக்கு உறுதியான தரநிலைகளை உருவாக்கின. அமெரிக்காவைப் பின்பற்றி, பிற நாடுகளும் கடுமையான நெறிமுறைகளை நடைமுறைப்படுத்துவதில் இறங்கின. எடுத்துக்காட்டாக, அலட்சியப்போக்குடன் செயல்படும் அல்லது கடமையிலிருந்து தவறும் இயக்குனர்கள்மீது, முதலீட்டாளர்கள் வழக்கு தொடர அனுமதிக்கும் சட்ட முன் வரைவு பிரிட்டனில் முன்மொழியப்பட்டது. ஐரோப்பாவில் 2009 முதல் நடைமுறைக்குக் கொண்டுவரப்பட்ட 'புதிய நிறுவன நிர்வாக வழிகாட்டுதல்' வெளிப் படைத்தன்மைக்கான சட்டங்களை மேம்படுத்தக்கூடும்; பங்குதாரர் களுக்கு அதிக அதிகாரம் அளிக்கக்கூடும் என்று ஐரோப்பியக் குழுமம் எதிர்பார்க்கிறது. ஆசியாவில், இந்தியா, ஹாங்காங், சிங்கப்பூர்

போன்ற நாடுகளில் கொண்டுவரப்பட்டுள்ள திருத்தப்பட்ட நெறிமுறைகள், நிறுவனங்கள் மேலும் அதிகமான, கண்டிப்பான தர நிலையை, நெறிமுறைகளைப் பின்பற்றுவதைக் கட்டாயமாக்கியுள்ளன.

சார்பேன்ஸ் - ஆக்ஸ்லி குறித்து நான் சில விவரங்களைக் கூற விரும்புகிறேன். இந்தச் சட்டம், தணிக்கை, கணக்குமுறைகள், தரக் கட்டுப்பாடு, நெறிகள், பொது நிறுவனங்களின் கணக்கு மேற்பார்வைக் குழு ஆகியவற்றின்மூலம் தரநிலைகளைச் செயல்படுத்த முற்படுகிறது.

நிர்வாகம் மற்றும் இயக்குனர் குழுவின் பொறுப்புணர்வைத் திரும்பக் கொண்டுவருவதில், பங்குதாரர்களின் எதிர்ப்பை உயர்த்துவதில், நல்ல நிர்வாகத்தை உறுதிப்படுத்துவதில் மேம்பாட்டை சார்பேன்ஸ் - ஆக்ஸ்லி பல வழிகளில் கொண்டுவருகிறது. எடுத்துக்காட்டாக, இயக்குனர் குழு உட்பட முக்கிய அதிகாரிகள் அனைவரும் நடத்தை மற்றும் நெறிகளுக்கான விதிகளை ஏற்று நடக்கவேண்டும் என்பதை சார்பேன்ஸ் - ஆக்ஸ்லி கட்டாயமாக்கியுள்ளது. நிறுவனத்தில் நடக்கும் தவறுகள் குறித்து எச்சரிக்கும் நபர்களின் பாதுகாப்புக்கு, நன்கு வரையறுக்கப்பட்ட செயல்திட்டத்தைக் கொண்டுவந்துள்ளது.

புதிய தணிக்கை விதிகள், தணிக்கைக் குழுக்களுக்கு அதிகமான சுதந்தரம் ஆகியவற்றை சார்பேன்ஸ் - ஆக்ஸ்லி கட்டாயம் ஆக்கியுள்ளது. நீண்ட காலப் பங்குதாரர் மதிப்பை உருவாக்கும் வகையில் நிறுவனங்கள் செயல்படுவதில் கவனம் திருப்பப்பட்டுள்ளது. அது மட்டுமின்றி, நிறுவன அளவில் இடர்களைக் கட்டுப்படுத்தும் பொறுப்பு செயல்படுவதால், தகவல் தொடர்பில் வெளிப்படைத்தன்மை உருவாகிறது.

சார்பேன்ஸ் - ஆக்ஸ்லி மூலம் ஏற்பட்ட திருப்புமுனையான முன்னேற்றம், அதன் 404-வது பிரிவின்படி, அந்த நிறுவனத்தின் முதன்மைச் செயலதிகாரியும் முதன்மை நிதியதிகாரியும் ஆண்டுதோறும் கட்டுப்பாட்டு நெறிகளை மதிப்பிடவேண்டும் என்பதே. நிறுவனத்தின் நிதிநிலை குறித்த அறிக்கைகள் வெளியிடுவதில் நெறிமுறைகளைப் பேணுவதில் தங்களது பொறுப்பை ஏற்றுக்கொள்ளும் வகையில் எழுத்துபூர்வமான அறிக்கைகளில் அவர்கள் கையெழுத்திட வேண்டும் என்பதை அது வலியுறுத்துகிறது. இதனை மீறினாலோ அல்லது தவறான தகவல்களைத் தெரிவித்தாலோ, சிறைவாசம், 20 மில்லியன் டாலர் வரை அபராதம் உட்படக் கடினமான தண்டனைகள் விதிக்கப்படும். டிசம்பர் 2005-ல், உலக அளவில் ஏறத்தாழ 12 சதவிகித நிறுவனங்கள் இந்த சார்பேன்ஸ் - ஆக்ஸ்லி சோதனையில் தோல்வியடைந்தன.

சார்பேன்ஸ் - ஆக்ஸ்லி நெறிமுறைகளிலும்கூட முன்னேற்றம் தேவைப்படும் பல பகுதிகள் இருக்கின்றன. அமைப்பில் கவனம் செலுத்துவதைவிட, உள்ளடக்கத்தில் அது அதிகக் கவனம் செலுத்த வேண்டும்; விதிகள் அடிப்படையிலான கணக்கியல் என்பதிலிருந்து, குறிக்கோள் அடிப்படையிலான கணக்கியல் என்பதை நோக்கி அது நகரவேண்டும். தற்போது நடைமுறையில் இருக்கும், நிறுவன தகவல் அறிக்கை கொடுப்பதற்கான சட்ட வரைமுறையில் உள்ள போதாமையை அது கருத்தில் கொள்ளவேண்டும். நிர்வாகத்தினருக்கும் முதலீட்டாளர்களுக்கும், வர்த்தக வாய்ப்புகள், இடர்கள், செயல் திட்டங்கள் பற்றிய பண்புரீதியான தகவல்கள் தேவையாக இருக்கின்றன.

அத்தகைய தகவல்கள், நிறுவனத்தின் நிதியோட்டம், ஈட்டும் திறன் ஆகியவற்றின் தரம், நீடித்த தன்மை, மாறுபடும் தன்மை ஆகியவை குறித்துத் தெளிவாக மதிப்பிட அனுமதிக்கின்றன. சார்பேன்ஸ் - ஆக்ஸ்லி சட்ட வரைமுறையில், தணிக்கைக் குழுவின் பாத்திரம் என்ன என்பதையும் கட்டாயம் தெளிவுபடுத்த வேண்டும்.

நிர்வாகத்தினருக்கு அளிக்கப்படும் ஊதியம் மற்றும் படிகள் குறித்த விவரங்களை முழுமையாக வெளியிடவேண்டும் என்பதைக் கட்டாயப்படுத்திய SECயின் சமீபத்திய செயல் வரவேற்கப்பட வேண்டிய ஒன்று. அதைப் போன்ற வெளிப்படுத்துதல் இல்லை என்றால், நோபல் பரிசு வென்ற பொருளியியல் அறிஞர் ஜோசப் ஸ்டிக்லிட்ஸ் சொன்னதுபோல், 'நிறுவனத்தின் லாபம், பங்குதாரர்கள், ஊழியர்கள் மற்றும் நிர்வாகத்தினரிடையே எப்படிப் பகிர்ந்து அளிக்கப்படுகிறது என்பதைப் பற்றித் திரித்துக் கூறப்பட்ட தகவல்களே நம்மிடம் இருக்கின்றன' என்பதை ஒப்புக்கொள்ள வேண்டியதுதான். நான் முன்னர் விவரித்ததுபோல, பல முதன்மைச் செயலதிகாரிகள், வெளியில் தெரியாத சலுகைகள் மற்றும் ஊக்கத்தொகை மூலம், நிறுவனத்துக்கு உள்ளேயே ஊதியத்தில் குறிப்பிடத்தக்கச் சமமற்ற நிலையை உருவாக்கியுள்ளனர். எடுத்துக்காட்டாக, ஒரு முதன்மைச் செயலதிகாரிக்குப் பதிமூன்று ஆண்டு காலத்துக்கு, ஸ்டாக் ஆப்ஷன்ஸ் உட்பட 800 மில்லியன் டாலர் வழங்கப்பட்டது. ஆனால், அந்தக் காலக் கட்டத்தில்தான் அவரது நிறுவனத்தின் லாபம் மிக மோசமாகக் கீழே இறங்கியிருந்தது. கருவூலப் பத்திரங்களைவிடக் குறைவான வரவையே அந்த நிறுவனப் பங்குகள் அளித்திருந்தன.

சார்பேன்ஸ் - ஆக்ஸ்லி, பிற முன்முயற்சிகள், மேம்பட்ட நிர்வாகத்துக்கான நல்ல சட்ட வடிவத்தை உருவாக்கித் தந்தன. இருப்பினும், நிறுவனத் தலைவர்களின் மத்தியில் நேர்மை, நாகரிகச் செயல்பாடு, நன்மதிப்பு போன்ற குணங்களுக்கான மனநிலையை உருவாக்காமல்,

விதிகள் அடிப்படையிலான இந்த நெறிமுறைகளைப் பின்பற்றவைப் பதில் நாம் வெற்றிஅடைய முடியாது என்று நினைக்கிறேன். பொது வாகப் பார்க்கும்போது, பெரும்பான்மையான வர்த்தகத் தலைவர்கள் இந்த விழுமியங்களைப் பின்பற்றுவதில் உறுதிகொண்டவர்களாக இருக்கிறார்கள் என்பது உண்மைதான். இருந்தபோதும், இவற்றை மதிக்காத சிறுபான்மையினர் ஊக்கம் பெறுவதைத் தடுக்கவேண்டும் என்பதில்தான் நம் கவனம் இருக்கவேண்டும்.

உறுதியான சட்டங்களை நோக்கித் தொடர்ச்சியான நகர்வு மற்றும் நிறுவன நிர்வாகத்தில் அதிகமான நெறிமுறைகள் புகுத்துவது போன்றவை, வால் ஸ்ட்ரீட் இதழ் குறிப்பிடுவது போல, 'துப்பாக்கி முனை நிர்வாகம்' என்பதில் போய் முடியும். நிறுவனங்களின் இயக்க நெகிழ்வுத் தன்மையில் மோசமான தாக்கத்தை ஏற்படுத்தாமல், ஆபத்தான சில முடிவுகள் எடுப்பதை உற்சாகப்படுத்தாமல், சமயங்களில், நேர்மையாக நடக்கும் நிறுவனங்களின் வளர்ச்சியைக் கட்டுப்படுத்தாமல், நிறுவனங்களின் அனைத்து நடைமுறைகளையும் நெறிப்படுத்துவது என்பது முடியாத ஒரு காரியம்.

அரசாங்க நெறிமுறைகள் என்பவை, வெளியிலிருந்து கட்டுப்பாடுகளை வலியுறுத்தும் ஒரு வகை ஒழுக்கநெறி அவ்வளவுதான். முன்னாள் அமெரிக்க அதிபர் பில் கிளிண்டன் அவர்கள், 'அளவுக்கதிகமான வியாபார நெறிமுறைகள் மற்றும் நடைமுறைப் பயன்பாடுகள் இல்லாத அதிகார வர்க்கச் செயல்பாடுகள் ஆகியவை நல்ல வியாபாரச் செயல்பாடுகளை எந்த அளவுக்குப் பாதிக்கின்றன என்பதைப்பற்றிச் சிந்திக்க வேண்டும்' என்று கூறியதை நினைவில் கொள்வது பயனுள்ளதாக இருக்கும். நெறிகளற்றுச் செயல்படும் ஒரு நிறுவனம், மிகக் கடுமையான நெறிமுறையைக்கூட வேறுவழியில் தாண்டிச் சென்றுவிடக்கூடும். நிர்வாக நடைமுறைகளைத் தன் நிறுவனத்தில் வெளிப்பார்வைக்குச் சேர்த்துக் கொள்ளும் நிறுவனங்கள், உள்ளடக்கத் தில் அவற்றில் ஒன்றைக்கூடப் பின்பற்றாமல் இருக்கலாம். இதன் விளைவாக, நல்ல நிறுவன நிர்வாகம் என்பதை, விதிகள் மற்றும் நெறிமுறைகளின் 'பட்டியல் சரிபார்ப்பு' முறையில் அமல்படுத்த முடியாது. ஒன்றை நினைவில் கொள்வோம். கடினமான சட்டவிதிகள் அதிகரித்துக் கொண்டே இருக்கும் சூழலிலும், நிர்வாகத்தின் வலிமையை மிகவும் வெளிப்படையாகக் காட்டும் அடையாளமான நிர்வாகத்தின் மேல்நிலையில் இருப்போர்க்கு அளிக்கப்படும் அளவுக்கு அதிகமான ஊதியம், எந்தவித வெட்டுகளும் இல்லாமல் கடந்த சில ஆண்டுகளிலும் தொடர்ந்து கொண்டுதான் இருக்கிறது.

S-P 500 குறியீட்டு எல்லையில் இருக்கும் நிறுவனங்கள், நடுநிலை முதன்மை அதிகாரிகளுக்கு அளித்த ஊதிய உயர்வு, 2003ம் ஆண்டில்

அளிக்கப்பட்ட 15 சதவிகிதத்தைவிட அதிகமாக, 2004ம் ஆண்டில் 30.2 சதவிகிதமான $6 மில்லியன் உயர்வு அளித்தன. தெளிவாகக் கூறினால், நிறுவனங்களின் அதிகாரத் துஷ்பிரயோகத்துக்கு அடிப்படைக் காரணம், நல்ல நிர்வாகத்தை நடத்துவதற்குத் தேவையான வலிமையான சூழல் நிறுவனத்துக்குள் இல்லை என்பதுதான். என்னைப் பொறுத்த வரை, ஒரு அமைப்பைப் பயன்படுத்தும் மனிதர்களைப் பொறுத்து தான் அதன் நன்மை இருக்க முடியும். ஆகவே, மதிப்பு மரியாதை முக்கியமாகக் கருதப்படக்கூடிய சூழலை உருவாக்குவதில் நாம் கவனம் செலுத்த வேண்டும்.

நிர்வாகத்துக்கும் இயக்குனர் குழுவினருக்கும் இடையே, அதிகாரப் பகிர்வின் அளவில் அதிகமான சமநிலையைக் கொண்டுவரவேண்டும். இதுதான் நாம் கவனம் செலுத்த வேண்டிய முதல் களம். இதுவரையில், பங்குதாரர்கள், நிர்வாகம் மற்றும் இயக்குனர் குழு ஆகியோரிடையே அதிகாரப் பகிர்வில் சரியான சமநிலையை உண்டாக்குவதற்கு நிர்வாகச் சீர்திருத்தம் தவறிவிட்டது. நிர்வாக மேற்பார்வை நடவடிக்கைகளில் போதிய அதிகாரம் இயக்குனர் களுக்கு இருப்பதில்லை. பங்குதாரர்களுக்கு பதில் சொல்வதில் குறைவான பொறுப்புணர்வே அவர்களுக்கு இருக்கிறது. இது போன்ற காரணங்களால், நிர்வாகத்தின் கட்டுப்பாடு இல்லாமல் இயக்குனர் குழு சுயமாக இயங்குவது தொடர்ந்து பாதிக்கப்பட்டு வருகிறது. அமெரிக்க நிறுவனங்களில் இருக்கும் இயக்குனர் குழு உறுப்பினர்களில், சராசரியாக, மூன்றில் ஒரு பங்கினருக்கு நிர்வாகம் கவனிக்கத் தவறியவற்றைச் சரி செய்வதில் திறமையான பங்களிப்பைத் தருவதற்குத் தேவையான துறை சார்ந்த அறிவோ அனுபவமோ இல்லை என்று கண்டறியப்பட்டிருக்கிறது. பெரும் பான்மையான மற்ற நாடுகளில், இந்தச் சதவிகிதம் மேலும் அதிகமாக இருக்கலாம் என்பது என்னுடைய ஊகம். நிறுவனங்களின் இயக்குனர் குழு கூட்டங்களில் முடிவுகள் எடுக்கும்போது, பெரும்பான்மையான பிரச்னைகளில் நிர்வாகத்துக்கு சாதகமாக முடிவெடுக்க இயலாத, ஒரு அசமத்துவ அதிகார நிலையை, இந்த நிபுணத்துவக் குறைவு உருவாக்கிவிடுகிறது.

ஆகவே, ஒருமைப்பாடு மற்றும் சுயசிந்தனை கொண்ட, துறை சார்ந்த தகவல் அறிந்த மனிதர்களை, இயக்குனர் குழுவின் பதவிகளுக்குத் தேர்ந்தெடுப்பது முதல் முயற்சியாக இருக்க வேண்டும். இயக்குனர் குழு நிர்வாகம் தொடர்பான விஷயங்களில், தேர்ச்சி சான்றிதழ்களும் ஆழ்ந்த பயிற்சியும் பெற்றவர்கள் மட்டுமே தேர்ந்தெடுக்கப்பட வேண்டும். பயிற்சித் திட்டத்தின் வர்த்தகம் சார்ந்த பகுதிகள் அந்த நிறுவனத்தின் அதிகாரிகள் மூலம் வழங்கப்படலாம்; இயக்குனர் குழு

தொடர்பான பயிற்சிகள் இதற்கென சிறப்புப் பயிற்சிகள் நடத்தும் அமைப்புகள் மூலம் தரப்படலாம்.

இரண்டாவது. ஒவ்வொரு ஆண்டும், இயக்குனர் குழுவின் ஒவ்வொரு உறுப்பினருக்கும் தகுதி ஆய்வு மேற்கொள்ளப்பட வேண்டும். இன்ஃபோசிஸ் நிறுவனத்தில், இந்தப் பணி, நியமனக் குழுவின் தலைவரால் செயல்படுத்தப்படுகிறது. இந்தத் தகுதி ஆய்வின் அளவு கோல்கள், இயக்குனர் குழுவின் நிர்வாக எல்லைக்கு உட்பட்டதாக இருக்கும். இயக்குனர் குழுவின் தலைவர், உறுப்பினர்கள் ஒவ்வொரு வரிடமும் தனியாக அமர்ந்து பேசுவார். அவருடைய தகுதி ஆய்வு பற்றி விவாதித்து, தேவையான தீர்வுகளும், செல்லும் பாதையில் சரிசெய்யப் பட வேண்டியவற்றுக்கும் ஆலோசனைகள் கூறுவார். இயக்குனர் குழுவின் தலைவரது செயல்பாட்டு ஆய்வு, மூத்த சுயேச்சை இயக்குனரால் நடத்தப்படும்.

சுயேச்சை இயக்குனர்கள், பங்குதாரர்களின் பக்கம் இல்லாமல், நிறுவனத்தின் அதிகாரிகளோடு கூட்டு சேர்ந்திருக்கும் நிறுவனங் களில், நிறுவன நிர்வாகம் சீர்குலையும். பங்குதாரர்கள் - இயக்குனர் குழுவின் உறவு திறன் மிக்கதாக உருவாவதற்கு, பங்குதாரர் கண்காணிப்பு நிலை சிறப்புடன் இருக்க வேண்டும். பங்குதாரர்கள், அந்த நிறுவனத்துக்கு உரிமையாளர்கள் என்ற முறையில், நிறுவனப் பிரச்னைகளில் இயக்குனர்களைக் கேள்வி கேட்பதில் ஊக்கத்துடன் இயங்கவேண்டும். பொதுவாகக் கூறினால், சுயேச்சை இயக்குனர் களும், அனைத்துக் குழுக்களின் தலைவர்களும், தாங்கள் வகிக்கும் பொறுப்புகளுக்கு ஏற்றவகையில் அதிக உற்சாகத்துடன் ஆண்டுப் பொதுக்குழுக்களில் கலந்து கொண்டு, பங்குதாரர்களின் கேள்விகளுக்கு பதிலளிக்க வேண்டும்.

ஊழல் கலாசாரத்தை ஊக்குவிக்கும் செயலான நிறுவனத்துக்குள் ஊக்க உதவிகள் அளிப்பது என்பதிலிருந்து, நிறுவனத்தின் அதிகாரத் துஷ்பிரயோகம் ஆரம்பிக்கிறது. எடுத்துக்காட்டாக, இப்போது அழிந்து போய்விட்ட ஒரு நிறுவனத்தின் முன்னாள் ஊழியர்கள், நிறுவனத்தில் பின்பற்றப்பட்ட, அதிகாரிகளை மகிழ்விப்பதற்காக எது வேண்டுமானாலும் செய்யத் தயாராயிருந்த ஊழியர்களின் 'சரி, சார்' கலாசாரம், அப்படி நடந்துகொள்பவர்கள் மட்டுமே செழித்திட வழிவகுத்தது என்பதைப் பற்றிக் கூறினார்கள். பைன் (Bain) கன்சல்டன்சியின் முன்னாள் நிர்வாகக் கூட்டாளியான டாம் டியர்னி கூறியது போல், 'நிறுவனக் கலாசாரம் என்பது, தாங்கள் கவனிக்கப் படாமல் இருக்கும் சூழலிலும் ஊழியர்கள் எப்படி நடந்து கொள்கிறார்கள் என்பதை நிர்ணயிப்பது'. நெறிகளைப் பின்பற்றாத நிறுவனங்கள், நிறுவனக் கலாசாரத்தைப் பிரதிபலிக்கும் மதிப்பீட்டு

முறை ஒன்றைப் பின்பற்றுவதுபோல் காட்டிக்கொண்டாலும், நடைமுறையில், அவர்களது செயல்பாடுகளும் ஊதியமுறைகளும் முற்றிலும் வேறுபட்ட மதிப்பீட்டு முறையினைப் பின்பற்றுவதாக இருக்கும். இதை மாற்றும் பொறுப்பு, உயர்நிலை நிர்வாகத்தினரின் கையில்தான் இருக்கிறது.

தெளிவாகச் சொன்னால், நிறுவனத்தின் மேலாளர்கள் மற்றும் ஊழியர்களின் தினசரிச் செயல்பாடுகளில், நிறுவனக் கலாசார ஒழுக்க நெறிக் கோட்பாடுகள் ஒருங்கிணைந்திருக்கவேண்டும். அது நல்ல நிர்வாகத்துக்குத் தேவையான ஒன்று. சமூக அறிஞர்கள், ரூஸ்ஸோ மற்றும் வான் வூரேன் குறிப்பிடுவது போல், 'எதிர்வினையாற்றல் மற்றும் ஏற்றுக் கொள்ளல் நிலை' செயல்படும் நிறுவன நெறிகளில் இருந்து, நிறுவனத்தின் ஒட்டுமொத்த இயக்கங்களும் அதன் மதிப்பீட்டு நிலையோடு முழுமையாக இசைந்து நிற்கும் 'ஒருமைப் பாட்டு நிலை'க்கு நிறுவனங்கள் முன்னேற வேண்டும். இதனைச் சாதிப்பதற்கு, நிறுவனத்துக்குள் செயல்பட்டு வரும் ஊக்க உதவி அளிக்கும் முறையை நாம் ஆராய்ந்திட வேண்டும்.

நிறுவனங்கள் தங்களது மதிப்பீட்டு முறையை, அவர்களது ஆளெடுக்கும் திட்டங்களோடு ஒருங்கிணைத்திட வேண்டும். தகுதியான ஊழியர்கள் அனைவரும் மதிப்பீட்டு முறையை ஏற்றுக் கொள்வது முக்கிய தேவை என்பதைக் கட்டாயமாக்க வேண்டும். அனைத்து ஊழியர்களும், தங்களது ஒவ்வொரு செயல்பாட்டிலும், பொறுப்புணர்வு மற்றும் நெறிகளைப் பின்பற்ற வேண்டும். நிறுவனத்துக்குள், நெறிகளைப் பின்பற்றுவதில் முன்மாதிரியாக இருக்கும் ஊழியர்களை அடையாளம் கண்டு வெளிப்படையாக ஊக்குவிக்க வேண்டும். வெகுமதிகள் அளித்தல் மற்றும் சிறந்த செயல்களுக்கு அங்கீகாரம் வழங்குவதன் மூலம், ஊழியர்கள் மத்தியில் எடுத்துக்காட்டாக விளங்கும் நெறிமுறைகளுக்கு மேலும் வலுவூட்ட வேண்டும். நெறிமுறைகளுக்கான தரநிலை மற்றும் சிறப்பான நடைமுறைகள் ஆகியவை, நிறுவனத்தின் அனைத்து நிலைகளுக்கும் நேர்மையாகவும் ஒரே மாதிரியாகவும் செயல்படுத்தப்பட வேண்டும். ஏற்றுக்கொள்ளாமல் இருப்பவர் மீது, விரைவான நடவடிக்கை வேண்டும்; அந்தச் செயல் விளம்பரப்படுத்தப்படவும் வேண்டும். இதனோடு, நிறுவனத்துக்குள் நடைபெறும், நெறியற்ற, சட்டத்துக்குப் புறம்பான செயல்பாடுகள் குறித்து எச்சரிப்பதற்குரிய ஒரு வலுவான அமைப்பு நிச்சயம் இருக்க வேண்டும்.

நிறுவனத்தில் இருப்போர்கள் அனைவரும், நன்னடத்தை, நேர்மை மற்றும் வெளிப்படைத் தன்மையின் மதிப்புகளை உற்சாகத்துடன், ஒரே குரலில் எடுத்துச் சொல்வதே இந்தத் தருணத்தின் தேவை.

வேறுவகையில் கூறினால், தன்னுடைய அனைத்துச் செயல்களிலும் சரியானதைச் செயல்படுத்துவது மூலமாகத்தான் நிறுவனத்தின் எதிர்காலத்தைப் பாதுகாக்க முடியும் என்பதை அனைத்து ஊழியர்களும் உணர்ந்து ஏற்றுக்கொள்ள வேண்டும். இன்ஃபோசிஸ் நிறுவனத்தில், 'தெளிவான நல்ல மனமே, அமைதியான உறக்கத்தைத் தரமுடியும்' என்ற எங்களது நம்பிக்கையின் அடிப்படையில் இயங்குவதற்கு, இன்ஃபோசியன்கள் ஊக்குவிக்கப்படுகிறார்கள்.

வெளிப்படைத்தன்மை பொறுப்புணர்வைக் கொண்டுவருவதால், வெளிப்படைத் தன்மையை வளர்ப்பதற்கு உதவும் முறைகளை, கட்டமைப்புகளை, ஊக்க உதவிகளை நிறுவனங்கள் உருவாக்க வேண்டும். இன்ஃபோசிஸில், அனைத்து ஊழியர்களும், 'சந்தேகம் எழும் நேரத்தில், அதனை வெளிப்படுத்துங்கள்' என்ற புதுமொழியை நினைவில் கொண்டு பின்பற்றுகிறார்கள்.

நிறுவனத் தலைவர்கள் தங்கள் நிறுவனத்தின் மதிப்பீட்டின் மீது நம்பிக்கை கொள்ளாமல், தாங்கள் சொல்வதைச் செயலில் காட்டாமல் போனால், மேலே குறிப்பிட்ட எதுவும் நிகழ வாய்ப்பில்லை. நிறுவனத் தலைவர்கள், சக்தி மிக்க முன் மாதிரிகள். அனைத்து ஊழியர்களும் அவர்களை உன்னிப்பாகக் கவனிக்கிறார்கள்; அவர்களைப்போலச் செயல்படுகிறார்கள். எடுத்துக்காட்டாக, செலவினங்களைக் குறைப்பதை, லாபத் திறனை உயர்த்துவதற்கான ஒரு வழியாகப் பல நிறுவனங்கள் பேசுகின்றன. அத்தகைய செலவினக் குறைப்பு மனநிலை, மேல்நிலையில் இருந்து வரவேண்டும். ஊழியர்கள் மிகக் குறைவாகச் செலவிடவேண்டும் என்று நாம் எதிர்பார்த்தால், தலைவர்களாகிய நாம்தான் வழிகாட்டிச் செல்லவேண்டும். துரதிர்ஷ்டவசமாக, இது அரிதாகத்தான் நிகழ்கிறது. 'நிறுவனத் தலைவர்கள், உயர்வான திறமை மற்றும் கூடுதல் பொறுப்புணர்வைக் கொண்டவர்களாக இருக்க வேண்டும்' என்று பீட்டர் ட்ரக்கர் கூறும் கருத்தை நினைவில் கொள்வது பயனுள்ளதாக இருக்கும். ஆதலால், அவர்கள் உயர் தர நடத்தைகள் கொண்டவர்களாக இருக்க வேண்டும். நமது முதன்மைச் செயலதி காரிகள், ஒருமைப்பாட்டுணர்வு கொண்ட ஆண்கள் மற்றும் பெண்களாக இருக்கவேண்டும்; வலிமையான மதிப்பீட்டு முறையின் மீது தங்களுக்கு இருக்கும் உறுதிப்பாட்டை வெளிப்படுத்துவதில், சொல்வதைச் செய்வதில் சிறந்தவர்களாக அவர்கள் இருக்க வேண்டும்.

மிகச் சிறந்த நிறுவனத் தலைவர்கள், எதையும் எளிமையாகச் செய்வதில் நிபுணர்கள். எளிமையான வியாபார விதிகள் மீது இயங்கு பவர்கள். அத்தகைய விதிகள், புரிந்து கொள்வதற்கு எளிமையானவை; பின்பற்றுவதற்கும் மற்றவர்களுக்கு எடுத்துச் சொல்வதற்கும் சுலபமானவை. எளிமையான விதிகள் மூலமாக நீங்கள் மற்றவர்களை

ஏமாற்ற இயலாது. அடிப்படை நிர்வாகக் கோட்பாடுகளை மீறிய நிறுவனங்கள் அனைத்தும், சிக்கலான குழப்பம் தரும் விதிகளின் பின்னலை உருவாக்கியதன் மூலமாகத்தான் அப்படிச் செய்ய முடிந்தது. இதில் விதிவிலக்கு ஏதும் இல்லை.

நல்ல நிர்வாகத்துக்கான ஊக்க உதவியை உருவாக்குவதற்கு, பரவலான சந்தை சீர்திருத்தங்கள் நமக்குத் தேவை. வான்கார்டு மியூச்சுவல் ஃபண்டின் முன்னாள் முதன்மைச் செயலதிகாரி, ஜான் போக்லே குறிப்பிடுவது போல், 'நிறுவனங்களின் மோசமான நிதி நிர்வாகத்துக்குச் சாதகமான நிலையை உருவாக்கித் தந்ததில், நமது சந்தைகள் முக்கியமான பாத்திரத்தை வகித்தன'. எடுத்துக்காட்டாக மறைவான, மூலதனச் சூதாட்டங்களும், முதலீட்டுச் சந்தையில் குறுகிய கால ஆதாயத்தை வலியுறுத்தியதும், நீடித்த வியாபார வளர்ச்சியில் கவனம் செலுத்துவதைக் குறைத்தன. நிதி மேலாளர்கள் மற்றும் நிறுவன முதலீட்டாளர்களின் நீண்ட காலச் செயல்பாட்டினை வலியுறுத்தும் துறை சார்ந்த சீர்திருத்தங்கள், நீடித்த வியாபார வளர்ச்சியில் கவனம் செலுத்துவதை ஊக்கப்படுத்தும். இதனோடு, நிறுவனங்களுக்கான வரி விதிப்பு முறைகளை ஒழுங்குபடுத்தும் முயற்சிகளிலும் நாம் கவனம் செலுத்த வேண்டும். பல்முனை வரி விதிப்பிலிருந்து பாதுகாப்பு அளிப்பது, நெறிமுறைகளை ஏற்றுக் கொள்வோரிடம் ஊக்கச்சிதைவை ஏற்படுத்தும்.

அனைத்தும் உலகமயமாகிக் கொண்டிருக்கும் நாள்கள் இவை. உலகமயமான சூழலில், அனைத்து நாடுகளும், சர்வதேசக் கணக்கியல் தரநிலையைத் (IAS - International Accounting Standard) தங்களது கணக்கியல் தர நிலையாக விரைந்து ஏற்றுக் கொள்வது சிறப்பானது. பல நாடுகளில் இயங்கும், ஒரு துறையைச் சார்ந்த நிறுவனங்களின் செயல்பாட்டினை ஒப்புமைப்படுத்திப் பார்ப்பதை இந்த முறை எளிதாக்கும். இத்தகைய ஒரே மாதிரியான கணக்கியல் தரநிலை இல்லாத காலத்திலும், முதலீட்டாளர் - நட்புணர்வை இன்ஃபோசிஸ் சிறப்பாக வெளிப்படுத்தியது. NASDAQ ல் பதிவு செய்திருக்கும் நிறுவனங்களில், முதல் நிறுவனமாக, எங்களது முதலீட்டாளர்கள் இருக்கும் எட்டு நாடுகளான, இந்தியா, அமெரிக்கா, ஃபிரான்ஸ், ஜெர்மனி, ஜப்பான் மற்றும் ஆஸ்திரேலியாவில் 'பொதுவாக ஏற்றுக்கொள்ளப்பட்ட கணக்கியல் கோட்பாடுகள்' (GAPP - Generally Accepted Accounting Principles) அடிப்படையில் தனது இருப்புநிலை அறிக்கை மற்றும் வரவு செலவுக் கணக்கினை வெளியிட்டதன் மூலம் அதனைத் தெரியப்படுத்தியது.

நிர்வாகத்தின் முதுநிலை அதிகாரிகளுக்கும் இயக்குனர் குழு உறுப்பினர்களுக்கும் அளிக்கப்படும் ஊதியம், பொறுப்புணர்வு மிக்க

நிர்வாகம் மற்றும் நிறுவனத்தின் நீண்டகாலச் செயல்பாடு ஆகியவற்றோடு, திறம்பட இணைக்கப்பட வேண்டும். முதன்மை அதிகாரிகளின் (principal officers) ஊதியம், நிறுவனம் நல்ல முறையில் இயங்குதல் மற்றும் அதன் திறன், வாடிக்கையாளர் மற்றும் ஊழியர்களின் திருப்தி நிலை, பங்குதாரர்களின் மதிப்பீடு போன்ற நிறுவனத்தின் அனைத்து இயக்கங்களும் உள்ளடங்கிய ஒட்டுமொத்தச் செயல்பாட்டுத் திறனோடு இணைக்கப்பட வேண்டும்.

'நிறுவன அமெரிக்கா', தன்னைச் சீர்திருத்திக் கொள்ளவேண்டும் என்பதில் உண்மையாகவே தீவிரமாக இருந்தால், 'முதன்மைச் செயலதிகாரிகள் ஊதியம்'தான் அதற்கான இறுதிச் சோதனையாக இருக்க முடியும் என்று வாரென் பஃபெட் கருதுகிறார். முதுநிலை நிர்வாகிகளின் ஊதிய நிர்ணயம், நேர்மை, வெளிப்படைத்தன்மை மற்றும் பொறுப்புணர்வு ஆகிய கொள்கைகளை அடிப்படையாகக் கொள்ள வேண்டும். கீழ்நிலையில் இருக்கும் ஊழியருக்கு அளிக்கப் படும் ஊதியத்துக்கும், இவர்களுக்கு அளிக்கப்படும் ஊதியத்துக்கும் இடையில் இருக்கும் நேர்மைத் தன்மைதான், ஊழியர்களின் நம்பிக்கையைப் பெறுவதற்கு மிக முக்கியமானது. நிச்சயமாக, வெற்றிடத்தில், எந்தத் தலைவனாலும் சிறப்பாகச் செயல்பட முடியாது. வெற்றியை அடைவதற்கு, அனைத்து ஊழியர்களின் தியாகமும் உறுதிப்பாடும், அவனுக்கு/அவளுக்கு நிச்சயம் தேவைப்படும். பங்குதாரர்கள் மற்றும் ஊழியர்களுக்கு வழங்கப்படும் தொகையின் அளவை வெளிப்படையாகக் கூறுவது, மேல்நிலை நிர்வாகத்தின் மீதான நம்பிக்கையை உருவாக்கும். பங்குதாரர்களும், தங்களது நிறுவனத்தின் தலைவர்களின் பெறுமானம் எவ்வளவு என்பதையும் அறிந்து கொள்வார்கள். இதனோடு, முதுநிலை நிர்வாகிகளின் குறிப்பிட்ட அளவு ஊதியத்தை, அந்த நிறுவனத்தின் நீண்டகால வெற்றித்திறனோடு இணைப்பது, பொறுப்புணர்வைச் சிறப்பாக நடைமுறைப்படுத்துவதற்கு உதவும்.

மேல்நிலை நிர்வாகிகளுக்கு பணி முறிவுப் பயன்கள் அளிப்பதில் இப்போது நடைமுறையில் இருக்கும் 'பிளாட்டினம் கைகுலுக்கல்' மூலம் வழங்கப்படும் ஏராளமான உதவித் தொகைகள் நிறுத்தப்பட வேண்டும். அந்த நிறுவனத்தின் அனைத்துநிலை ஊழியர்களுக்கும் ஒரேமாதிரியான முறை பின்பற்றப்பட வேண்டும். இன்றைய நாள்களில், மற்றொரு நிறுவனத்தோடு இணைப்பு அல்லது வேறொரு நிறுவனத்தை வாங்குவதற்குச் சாதகமாக அழுத்தமாக வாதிடும் ஒரு முதன்மைச் செயலதிகாரி, இணைப்பு/வாங்குதல் நிறைவு பெற்றதும், தொடர்ந்து அது தொடர்பான போனஸ் கேட்பதும் வழக்கமானதாக ஆகிவிட்டது.

நிறுவனங்களைக் கட்டுப்படுத்துவதில் குறியாக இயங்குபவர்களின் கூட்டம் மற்றும் அதனால் தங்களுக்கு ஏற்படக்கூடிய தாக்கம் குறித்து, நிறுவனத் தலைவர்கள் மத்தியில் ஒரு கவலை இருக்கிறது. நிறுவன நிர்வாகத்தில் நேர்த்தியைக் காட்டுவதுதான், நிறுவனங்கள் விற்கப் படுவதிலிருந்து பாதுகாத்துக் கொள்வதற்கான வழி என்பது என் தனிப்பட்ட நம்பிக்கை.

செல்வம் சேர்ப்பதோடு, மரியாதையை மதிக்கும் சிந்தனை நிரம்பியிருக்கும் சூழலை நிறுவனத்தலைவர்கள் உருவாக்க வேண்டும். மரியாதையை எதிர்பார்ப்பதால், முதன்மைச் செயலதிகாரி முதற் கொண்டு, உரிமையுடையோர் அனைவரும் தங்களது செயலைச் சரியாகச் செய்வதை அது கட்டாயமாக்குகிறது. அத்தகைய நடை முறை, சிறந்த ஊழியர்களைத் தக்கவைப்பதில், சிறப்பான விற்பனை மற்றும் லாபம், சிறந்த சந்தை மதிப்பு ஆகியவற்றையும் முதன்மைச் செயலதிகாரிகள் உள்ளடங்கிய அனைவருக்கும் சிறப்பான ஊதியத்தினையும் உறுதிப்படுத்துகிறது.

நடத்தை விதிகளை முறையாகப் பின்பற்றாத தங்கள் சகாக்களை, எவ்வளவு செல்வாக்குள்ளவர்களாக இருந்தாலும், வர்த்தக உலகின் தலைவர்கள், வெளிப்படையாகக் கண்டனம் செய்ய வேண்டும். நேர்மையோடு நடந்து கொள்வது, நமது சமூக ஒப்பந்தங்களில் மிக முக்கியமானது என்கிற மனநிலையை உருவாக்கிவிட்டோம் என்றால், சமூகத்தில் நமக்கிருக்கும் 'மதிப்பினை இழந்து விடுவோம்' என்கிற அச்சமே, பேராசை மனநிலை உருவாகாமல் இருப்பதற்கான தடுப்பு நடவடிக்கையாகச் செயல்படும் எனப் பொருளியல் அறிஞர் ராபின் மாத்யூஸ் குறிப்பிடுகிறார்.

நல்ல நிறுவன நடத்தைகளுக்கான சர்வதேச விருதுகளை நாம் அறிமுகப்படுத்த வேண்டும்; சர்வதேச அளவில், நிறுவன நிர்வாகத்தில் தரப்படுத்தும் முறையினை பார்ச்சூன் 500 நிறுவனங்களுக்கு ஏற்படுத்த வேண்டும். மதிக்கப்படும் தன்மை அடிப்படையில், முதன்மைச் செயலதிகாரிகளை, சர்வதேச அளவில் தரவரிசைப்படுத்த வேண்டும். செல்வத்தைப் போல மதிப்பும் முக்கியமான ஒன்றாக உருவாக வேண்டும். அத்தகைய மதிப்பு மிக்க தலைவர்களுக்கு, டாவோஸ் (Davos) போன்ற சர்வதேச நிகழ்வுகளில் பரிசுகள் அளிக்கப்பட வேண்டும். நிறுவனங்களில் செயலாற்றும் சுயேச்சை இயக்குனர் களின் பங்களிப்பை ஆய்வு செய்வதற்கான ஒரு அமைப்பை உருவாக்க வேண்டும். அவர்களில் சிறந்தவருக்கு, சர்வதேச அளவில் பரிசு அளிக்கப்படும் முறையையும் ஏற்படுத்த வேண்டும்.

பேரழிவுகள் ஏற்படும் போது, சிலநேரங்களில் அவை நமக்கு ஆழ்ந்த அறிவைத் தரக்கூடும்; மாற்றத்தையும் கொண்டு வரக்கூடும் என்று

மால்கம் சால்டர் குறிப்பிட்டுள்ளார். இந்த வகையில், நாம் கற்றுக் கொள்வதற்கு 'அரசியல்வாதிகளுக்கு பே ஆஃப் பிக்ஸ் முற்றுகையும் (Bay of Pigs) பொறியியல் அறிஞர்களுக்கு 'சாலஞ்சர்' பேரிடரும் நிறுவனங்களுக்கு 'என்ரான்' பிரச்னையும் இருக்கிறது என்று கூறுகிறார். என்ரான், வோர்ல்ட் காம் மற்றும் டைகோ நிறுவனங் களால் கிடைத்த பாடங்களை, நிறுவனங்கள் அலட்சியம் செய்தால், நமது நீண்டகால வெற்றி மற்றும் நிலைபெறுவதற்கு மிகவும் தேவையான பொதுமக்களின் நம்பிக்கை ஆகியவற்றை மீண்டும் பெறுவதற்கு நாம் தவறிவிடுவோம். 'நல்ல நிர்வாகத்தின்' கோட் பாடுகளை உண்மையாகவே அங்கீகரித்து ஏற்றுக்கொள்ளும் நிறுவனங்கள், சுலபமான வழியில் மற்றும் குறைந்த செலவில் மூலதனத்தைப் பெறுதல், திறன் மிக்கவர்களை ஈர்க்கும் திறமை, நல்ல வாடிக்கையாளர்கள் மற்றும் வியாபாரக் கூட்டாளிகள், மேம்பட்ட போட்டித் திறன் மற்றும் நிதிச் செயல்பாடு மற்றும் நீடித்திருக்கும் நீண்டகால உண்மையான வளர்ச்சி போன்ற அதிகமான பலன்களைப் பெறுகின்றன.

நிறுவன நிர்வாகமும் இந்தியாவில் அதன் பொருத்தப்பாடும்

நிறுவன நிர்வாகம் என்பது, பங்குதாரர்களின் மதிப்பை நீடித்த முறையில் உயர்த்துகிற அதே நேரத்தில், உரிமை உடையோர்களான - வாடிக்கையாளர்கள், ஊழியர்கள், முதலீட்டாளர்கள், விற்பனை - கூட்டாளிகள், நிறுவனம் இயங்கும் நாட்டின் அரசாங்கம் மற்றும் ஒட்டுமொத்த சமுதாயத்தின் நலன்களைப் பேணுவதாகும். நிறுவனத்தை நடத்திச் செல்லும் முறையின் மூலமாக, உரிமையுடையோர்களின் நல்லெண்ணம் மற்றும் நம்பிக்கையை உயர்த்துவதாகும். அவர்கள் அதிகமானவர்களோ குறைவானவர்களோ, எப்படி இருப்பினும், அனைத்துப் பங்குதாரர்களின் சார்பாக, நிறுவனத்தின் உரிமையாளர்களும் மேலாளர்களும் அறக்கட்டளையினர் போல இயங்குவதைக் குறிக்கிறது. இந்த நிறுவன நிர்வாக விளையாட்டில் மூன்று விளையாட்டு வீரர்கள் இருக்கின்றனர்; அந்த நிறுவனத்தில் தங்களது பணத்தை முதலீடு செய்திருக்கும் பங்குதாரர்கள்; இயக்குனர் குழுவுக்குப் பதில் சொல்லக் கடமைப்பட்ட, வியாபாரத்தை நடத்துகிற நிர்வாக அதிகாரிகள்; மற்றும் பங்குதாரர்களுக்கு பதில் சொல்லக் கடமைப்பட்ட, அவர்களால் தேர்ந்தெடுக்கப்பட்ட இயக்குனர் குழுவினர்.

பொருளாதார நிபுணர்களின் கருத்துப்படி, நிறுவன நிர்வாகத்தில் தீர்வு காண வேண்டிய ஒரு கடினமான விஷயம் என்னவென்றால், பங்குதாரர்களின் சார்பாக நிறுவனத்தை நடத்துபவர்களுக்கு அல்லது மேலாளர்களுக்கு ஆகும் செலவின் அளவைக் குறைப்பது. வேறு விதத்தில் கூறினால், நிறுவன நிர்வாகத்தில் தீர்வு காண வேண்டிய முதன்மையான விஷயம், அந்த விளையாட்டில் கலந்து கொண்டிருக்கும், வெவ்வேறு வீரர்களுக்கு கிடைக்கும் பலனில், எவ்வித

சி.டி.தேஷ்முக் நினைவு நாள் பேருரை, புது தில்லி. ஜனவரி 14, 2004.

அசமத்துவமும் ஏற்படாமல் இருப்பதை உறுதி செய்வது; பொதுவாகக் கூறினால், பங்குதாரர்களுக்குக் கிடைக்கும் பலனுக்கும், நிறுவனத்தின் சொந்தக்காரர்களாக - மேலாளர்களாக இருப்பவர்கள் அல்லது தொழில்ரீதியான மேலாளர்களுக்குக் கொடுக்கப்படும் பலனுக்கும் இடையில் வேறுபாடில்லாமல் பார்த்துக்கொள்வது.

நிறுவன நிர்வாகம் என்கிற இந்தத் தலைப்புக்கு இந்த நாள்களில் இவ்வளவு முக்கியத்துவம் ஏற்பட வேண்டிய காரணம் என்ன? பல காரணங்கள் இருக்கின்றன. அவற்றில் சிலவற்றைப் பற்றி இங்கு விவாதிக்க விரும்புகிறேன்.

மோசடிகளும், தவறான செயல்பாடுகளும் மிகப் பொதுவான ஒன்றாக இந்த நிறுவன உலகில் சமீபகாலமாகத்தான் உண்டாகியிருக்கின்றன. அதிகரித்துக் கூறப்பட்ட வருவாய், முரண்பாடான கருத்துகளைக் கூறும் நிபுணர்கள், தங்களது கடமைகளில் இருந்து தவறிய இயக்குனர் குழு என்று இந்தப் பட்டியலுக்கு முடிவே இல்லை. முதன்மைச் செயலதிகாரிகள் மற்றும் முதுநிலை நிர்வாகிகள் குறித்த பொது மக்களின் கருத்து கொஞ்சம் கூடக் குறையவே இல்லை. உண்மையில், அமெரிக்காவில் நடத்தப்பட்ட பல ஆய்வுகள், மிக மிகக் குறைவாக நம்பப்படுகிறவர்களாக முதன்மைச் செயலதிகாரிகள் இருக்கிறார்கள் என்று கூறுகின்றன. இந்தப் பிரிவைச் சேர்ந்தவர்கள் தங்களைச் சரிசெய்து கொண்டு, இழந்த மதிப்பைத் திரும்பப் பெறவில்லை என்றால், முதலாளித்துவம் மற்றும் மூலதனச் சந்தையின் எதிர்காலம் மிகவும் உறுதியற்ற ஒன்றாகத்தான் இருக்கும். துரதிர்ஷ்டவசமாக, இந்த நம்பிக்கையற்ற மனநிலை, ஒரு தேசத்தோடு நின்றுபோகிற ஒன்றாக இல்லாமல், இந்தியா உட்பட ஏறக்குறைய அனைத்து நாடுகளிலும் ஊடுருவியிருக்கும் ஒன்றாக இருக்கிறது. செழித்து வளர்வதற்கு ஆதாரமாக இருக்கும் தொழில் முனைவு முயற்சி களுக்கும், வேலை உருவாக்கத்துக்கும், கட்டாயத் தேவையான, வலுவான, துடிப்பு மிக்க மூலதனச் சந்தையின் எதிர்காலத்துக்கு ஆபத்தைக் கொண்டு வந்திருக்கிறது.

இந்தியாவில் இருக்கும் 256 நிறுவனங்களின், 1990-98ம் காலத்துக்கான சராசரி (median) லாபம் -1 சதவிகிதம் என்று பெங்களூர் IIM பேராசிரியர் பாலசுப்ரமணியம் கூறுகிறார். அதே காலக்கட்டத்தில், மேல்நிலை நிர்வாகிகளின் ஊதியம் சராசரியாக 50 முதல் 75 சதவிகிதம் உயர்ந்துள்ளது. பொருளாதாரச் சீர்திருத்தங்களுக்கு முன்னால், மிக உயர்ந்த நிலை மற்றும் மிகத் தாழ்ந்த நிலை ஊதியத்துக்கும் இடையில் 10:1 என்றிருந்த விகிதம், இப்போதைய 100:1 என்ற நிலைக்கு உயர்ந்துள்ளது. இத்தகைய நிறுவன அத்துமீறல்களால், நிறுவன நடவடிக்கைகளின் ஒவ்வொரு அம்சமும் சோதனைக்கு

உட்படுத்தப்படுகிறது. அதுமட்டுமின்றி, முதன்மைச் செயலதிகாரிகள் மற்றும் அவர்களது செயல்கள் குறித்த நம்பிக்கையின்மையும் எங்கும் பரவத் தொடங்கியுள்ளது. கடந்த காலத்தில் நாம் பார்த்த அத்துமீறல்களுக்கு நன்றி! ஏராளமான நிறுவனங்களின் மதிப்புகளுக்கு குறிப்பிடத்தக்க அளவிலான பாதிப்பு ஏற்பட்டுள்ளது. சமுதாயத்தின் நம்பிக்கையை மீண்டும் பெறுவதற்கான நேரம் இதுவே.

பொருளாதாரங்களின் இணைப்பு, அது வர்த்தகத்தின் மூலமோ நிதிப் பாய்ச்சல் வழியாகவோ, உலகமெங்கும் அதிகரித்துக் கொண்டேதான் இருக்கிறது. அதேபோல், மனிதர்களின் இயக்கமும், அறிவும், எல்லைகள் கடந்து பரவும் செயலும் நடந்துகொண்டுதான் இருக்கின்றன. உலகமயமாதலுக்கு நன்றி! உலகத்தின் மொத்த உற்பத்தி மதிப்பில், உலக வர்த்தகத்தின் மதிப்பு ஏறத்தாழ 30 சதவிதம். சதவிகித அடிப்படையில் பார்த்தால், இது 1970ம் ஆண்டுகளின் ஆரம்பத்தில் இருந்த உலக வர்த்தகத்தின் பங்கினைப்போல், நான்கு மடங்கு. வளர்ந்து வரும் நாடுகளும், உலகமயமாதலால் கிடைக்கும் தன்னிகரற்ற நன்மையை உள்வாங்கிக் கொண்டிருக்கின்றன. உண்மையில், இந்தியா, சீனா, பிரேஸில் மற்றும் மெக்ஸிகோ உள்ளடங்கிய, 3 பில்லியன் கூடுதல் மக்கள்தொகை கொண்ட 24 வளர்ந்து வரும் நாடுகள், கடந்த இருபதாண்டுகளில், தேசிய உற்பத்தியில் தங்களது வர்த்தகத்தின் விகிதத்தை இருமடங்கு ஆக்கியிருக்கின்றன.

தெளிவாகச் சொன்னால், உலக மூலதனம், அதனைப் பாதுகாத்து உபசரிக்கும் சூழல் இருக்கும் இடத்துக்குச் செல்வதற்கு எந்தத் தடையும் இப்போதில்லை. ஆதலால், உயர்வான வெளிப்படைத் தன்மையை மற்றும் நிறுவன நிர்வாகத்தின் சிறந்த கோட்பாடுகளை ஒரு நிறுவனம் பின்பற்றாவிட்டால், அதனால், உலகத் தரம் கொண்ட முதலீட்டாளர்களை ஈர்க்க இயலாது.

முன்னேறிய நாடுகள், இந்தியாவில் இருக்கும் ஆற்றலின் தரநிலையை ஒப்புக்கொண்டுவிட்டன. இந்தியாவின் இளம் ஆண்கள் மற்றும் பெண்கள் உலகமெங்கும் இருக்கும் நிறுவனங்களால் விரும்பி அழைக்கப்படுகிறார்கள். அதே நேரத்தில், அவர்களது நகர்வுத் தன்மையும் உயர்ந்திருக்கிறது; தாங்கள் தேர்ந்தெடுக்கும் எந்த நாட்டுக்கும் சென்று வேலை செய்வதற்கு, எவ்விதத் தடையும் இல்லாதவர்களாக இருக்கிறார்கள். இதனோடு, இந்தியாவில் இருக்கும் மதிப்புமிக்க பன்னாட்டு நிறுவனங்களில் வேலை செய்வதற்குரிய, குறிப்பிடத்தக்க பணிநிலை வாய்ப்புகளும் அவர்களுக்கு இருக்கிறது. இந்தியாவின் இளைஞர்களோடு நான் நடத்திய உரையாடல்கள், ஏனைய அனைத்தும் சரியாக இருந்தால், மதிப்பு மிக்கதொரு நிறுவனத்தில் வேலை செய்வதையே அவர்கள் விரும்புவதை

வெளிப்படுத்தின. நிறுவன நிர்வாகத்தின் நல்ல தரநிலைகளைப் பின்பற்றும் ஒரு நிறுவனம்தான் அத்தகைய தரம் நிறைந்த மதிப்பைப் பெறுவதற்கு இயலும். சிறந்த, அறிவார்ந்த ஆற்றல்களை எவ்வித வேறுபாடுமின்றி ஈர்க்கவும் தக்கவைத்துக் கொள்ளவும் இயலும்.

நெறி சார்ந்த நிறுவனங்களுக்கு, கிடைக்கும் நன்மைகள், அவற்றின் ஊழியர்களையும் கடந்து பரவக் கூடியவை. உலகத்தின் மூலை முடுக்குகளில் இருக்கும் வாடிக்கையாளர்கள், உலகின் பல்வேறு இடங்களில் உற்பத்தி செய்யப்படும் பொருள்கள் மற்றும் சேவைகள் குறித்த அறிவையும், அவற்றை அடையக்கூடிய வசதியும் கொண்டிருக்கிறார்கள். உலகமயமாதல் மற்றும் தகவல் தொடர்பு புரட்சிக்கு நன்றி சொல்வோம்! பன்னாட்டு நிறுவனங்களின் வரவால், எங்கும் ஊடுருவியிருக்கும் இணையதளம் மற்றும் ஊடக நிறுவனங்களின் வளர்ச்சியால், இந்திய வாடிக்கையாளர்கள் விவரம் தெரிந்தவர்கள் ஆகிவிட்டனர். வாடிக்கையாளரின் எதிர்பார்ப்புகளை இது உயர்த்திவிட்டது.

மோசமான பொருள்களை விற்கக்கூடிய, சூழலை மாசுபடுத்தக்கூடிய, முதலீட்டாளர்களை முட்டாளாக்கும் நிறுவனங்களோடு தொடர்புகள் வைத்துக் கொள்ள அவர்கள் விரும்பவில்லை. அனைத்துச் செயல் பாடுகளிலும் வெளிப்படைத்தன்மை வேண்டும் என அவர்கள் கோருகிறார்கள். நியாயமான விலையை வேண்டுகிறார்கள். இந்தச் சூழலில், வாடிக்கையாளர் மீது அக்கறை காட்டும், சிறந்த வழிகளைப் பின்பற்றாவிட்டால், வாடிக்கையாளர்களிடம் நியாயமாக நடந்து கொள்ளாவிட்டால், நமது சந்தை மதிப்பினை நம்மால் உயர்த்தவோ அல்லது தக்கவைக்கவோ இயலாது. நமது அரசாங்கம் பொருளா தாரத்தின் மீதான கட்டுப்பாடுகளைத் தளர்த்தியிருக்கிறது. வர்த்தகச் செயல்பாடுகளில் இருக்கும் உராய்வைக் குறைப்பதற்கு ஏராளமான நடவடிக்கைகளை எடுத்திருக்கிறார்கள்.

லைசன்ஸ் முறையை நீக்கியிருப்பதோடு, தொழில்முனைவோர்கள் சந்திக்கும் அரசுத்துறையின் தடைகளை மிக அதிகமாகக் குறைத் துள்ளனர். மிக முக்கியமாக, தண்டனை அளிப்பதுபோல் விதிக்கப் பட்ட 97 சதவிகித வரியை, ஆரோக்கியமான அளவான 35 சதவி கிதத்துக்குக் குறைத்திருக்கின்றனர். நமது வியாபாரத்தை நாம் நெறிமுறை பிறழாமல் நடத்துவோம்; வரியில் நமது நியாயமான பங்கைச் சரியாகச் செலுத்துவோம் என்ற நம்பிக்கையில் இதனை அவர்கள் செய்திருக்கிறார்கள். அரசாங்கத்துடனான நமது செயல் தொடர்புகளில் நாம் நியாயமாக இருக்க வேண்டும் என்பது நிறுவனங்களுக்கு மிகவும் முக்கியமானது. இந்த தேசத்தின் சட்டங்கள் அனைத்தையும் பின்பற்றுவதும் இதில் அடங்கும். இத்தகைய

அணுகுமுறை அரசு ஊழியர்களின் நல்லெண்ணத்தையும் நம்பிக்கை யையும் பெற உதவும். நிறுவனங்களுக்கு மேலும் ஆதரவான கொள்கைகளோடு எதிர்வினையாற்றுவதற்கு, அரசினை இது ஊக்குவிக்கும். இல்லையென்றால், அதிகமான வரிவிதிப்பும், அரசுத்துறையினரின் கெடுபிடிகளும் நிறைந்த நட்புணர்வற்ற அந்த நாள்களுக்கு திரும்பக்கூடிய அபாயத்தை நாம் எதிர்கொள்ள வேண்டி யிருக்கும்.

இன்றைய சிக்கல் நிறைந்த உலகத்தில், நுகர்வோரின் அனைத்துத் தேவைகளையும் ஒரே நிறுவனத்தால் பூர்த்தி செய்ய இயலாது. இதற்காக, சிறந்த நிறுவனங்களுடன் அவர்கள் கூட்டு சேர வேண்டி யிருக்கும். நமது விற்பனை - கூட்டாளிகளுடன் அவ்வாறு சேர்ந்து செயல்படுவதற்கு, அவர்களுடைய எதிர்பார்ப்பான நேர்மையான செயல்முறைகள், உயர்ந்த அளவிலான வெளிப்படைத்தன்மை மற்றும் வியாபார நடவடிக்கைகளைத் தெரிவித்தல் ஆகியவற்றை நாம் கடைபிடிக்க வேண்டியது அவசியம். மற்றவர்களைவிட, சிறந்த முறையில் நிர்வகிக்கப்படும் நிறுவனங்களுக்கு, சந்தையில் நல்ல மதிப்பு இருக்கிறது. இதனால், அவர்கள் வாங்கும் கடனுக்கான வட்டியின் அளவு குறைவாக இருப்பதற்கு வாய்ப்புண்டு.

ஹார்வார்டு வர்த்தகப் பள்ளியைச் சேர்ந்த ஜான் கோட்டர் மற்றும் ஜேம்ஸ் ஹெஸ்கெட் ஆகியோர், பதினைந்து ஆண்டு கால அளவுக்கு நடத்திய கணிப்பு ஒன்றின்படி, தங்களது வாடிக்கையாளர்கள், பங்குதாரர்கள் மற்றும் ஊழியர்கள் மீது ஆழ்ந்த அக்கறை காட்டிய நிறுவனங்கள், மற்ற நிறுவனங்கள் பெற்ற 166 சதவிகித உயர்வைவிட அதிகமாக, தங்களது வருவாயில் 682 சதவிகித உயர்வை உண்மையில் அடைந்திருக்கிறார்கள்.

நல்ல நிறுவன நிர்வாகம் நமக்கு ஏன் தேவை என்பதற்கான காரணங்களை, இப்படிக் கூறிக்கொண்டே போகலாம். மேலும் ஒரு முக்கியமான காரணத்தைக் கூறி இதனை இறுதி செய்கிறேன். இந்தியாவில், 250 மில்லியன் மக்கள் மிக மோசமான ஏழ்மை நிலையில் வாழ்கிறார்கள். சோசலிஸக் கொள்கைகளும் சித்தாந்தங் களும், விடுதலைக்குப் பின் வந்த முதல் நாற்பதாண்டுகளில் நம் தலைவர்களின் ஆதரவோடு கொண்டுவரப்பட்ட மையப்படுத்தப் பட்ட திட்டமுறைகளும், தவறானவை என்று நிரூபிக்கப்பட்டு விட்டன. வேலைகளை உருவாக்கவும் வறுமைப் பிரச்னைக்கு தீர்வு காணவும் நாம் முன்செல்ல வேண்டிய வழி, ஒருமைப்பாட்டுடன் கூடிய முதலாளித்துவப் பாதையே என்பதை இப்போது எல்லோரும் உணர ஆரம்பித்திருக்கின்றனர். வியாபார உலகின் தலைவர்களாகிய நாம்தான், ஒருமைப்பாட்டுடன் கூடிய முதலாளித்துவத்தின்

பிரசாரகர்கள். மக்கள் நம்மை ஏற்றுக்கொள்ள வேண்டும் என்றால், நம்பத் தகுந்தவர்களாகவும் அவர்களது நம்பிக்கைக்கு உரியவர் களாகவும் மாறவேண்டும். நம் நிறுவனத்தில் நிர்வாகத்தின் சிறந்த கோட்பாடுகளைப் பின்பற்ற வேண்டும். சொல்வதைச் செய்ய வேண்டும்.

உலகம் முழுவதும், நிறுவன நிர்வாகத்தின் நிலையை உயர்த்து வதற்காக, சமீபகாலமாகப் புயல் வேக நடவடிக்கைகள் எடுக்கப் படுகின்றன. அமெரிக்காவின் சார்பேன்ஸ் ஆக்ஸ்லி சட்டம் (SOX) பொருளாதாரக் கூட்டுறவு மற்றும் முன்னேற்றக்கழகம் (OECD) கூறிய, தீர்வுக்கான ஆலோசனைகள் ஆகியவை இந்தியாவுக்கு வெளியில் எடுக்கப்பட்ட முயற்சிகளுக்கான எடுத்துக்காட்டுகளாகும். இந்தியாவின், இந்தியத் தொழில்துறை சம்மேளனம் (CCI) இந்தத் துறையில் தலைமைப் பாத்திரம் ஏற்றுள்ளது.

எனது நண்பர்கள் ராகுல் பஜாஜ் மற்றும் ஓம்கார் கோஸ்வாமி ஆகியோர் தான், முதன்முதலாக, 1995ம் ஆண்டிலேயே, நிறுவன நிர்வாகத்துக்கான முதல்விதியை இந்தியாவுக்குக் கொண்டு வந்தவர்கள். இந்தியாவின் பங்குகள் மற்றும் பரிவர்த்தனை அமைப்பு (SEBI), சிறப்பாகச் செயல்பட்டு வருகிறது. குமாரமங்கலம் பிர்லா குழுவின் பரிந்துரைகளை அது நடைமுறைப்படுத்தியது. இதனைத் தொடர்ந்து, நான் உறுப்பினராக இருக்கும், SEBI-யால் அமைக்கப்பட்ட குழு அளித்த அறிக்கையின் அம்சங்கள் விரைவில் நடைமுறைப் படுத்தப்படும் என்று எதிர்பார்க்கப்படுகிறது.

இந்தக் குழுக்கள், இயக்குனர் குழுவின் சக்தி மற்றும் திறமையை உயர்த்துவதன் மூலம், நிர்வாகத்தை மேம்படுத்தும் நோக்கம் கொண்டவை; பங்குதாரர்களுக்கு தேவைப்படும் நிர்வாகத் தகவல்கள் கிடைப்பதற்கான வழிகளை மேம்படுத்த வேலை செய்வதும், பேராசை கொண்ட நேர்மையற்ற முதுநிலை நிர்வாகிகளால் ஏற்படும் இடர்களைக் குறைப்பதும் இவற்றின் நோக்கம். எல்லோருக்கும் இலவசமாக இந்த அறிக்கைகள் கிடைக்கின்றன என்பதால், இந்தக் குழுக்களின் பரிந்துரைகளில் இருக்கும் தொழில்நுட்ப அம்சங்களுக்குள் நான் செல்லவில்லை. அதற்குப் பதிலாக, இந்தப் பரிந்துரைகளின் மூலம் நாம் பெறக்கூடிய சிறந்தவற்றைப் பெறுவதற்கு, நிறுவன உலகம் என்ன செய்ய வேண்டும் என்பதில் மட்டும் கவனம் செலுத்த விரும்புகிறேன்.

சமகால உலகத்தில், நிறுவனங்களுக்கு நல்ல நிறுவன நிர்வாகம் என்பது அவசியமான ஒன்றே; இனி மேலும் அதனை, ஆடம்பரமான ஒன்றாக எடுத்துக்கொள்ள இயலாது என்று நான் கருதுகிறேன். ஒரு நிறுவனம், அதன் உரிமையுடையோர் அனைவரிடமும் நியாயமாக

நடப்பதற்குக் கற்றுக் கொள்ளாவிட்டால், நீண்ட காலத்துக்கு அதனால் வெற்றிகரமாகச் செயல்பட முடியாது. தொன்மையான பண்புகளான, நேர்மை, ஒருமைப்பாடு, நன்னடைத்தை மற்றும் மதிக்கப்படுதல் ஆகியவற்றை மீண்டு பின்பற்ற ஆரம்பிக்க வேண்டும்.

நல்ல நிறுவன நிர்வாகம் தேவை என்றால், நல்ல தலைமை உங்களுக்குத் தேவை. எதற்கும் துணிந்த, பெரும் கனவுகளைக் காணும், தியாகங்கள் செய்யத் தயாராக இருக்கும் ஆண்களும் பெண்களும் நமக்குத் தேவை. ஒருமைப்பாடுள்ள தலைவர்கள் நமக்குத் தேவை. நல்ல மதிப்பீட்டு முறையைப் பின்பற்ற உறுதிகொண்ட நிறுவனத் தலைவர்கள் நமக்குத் தேவை. தங்களது பண்புகளையும் நம்பிக்கைகளையும் வெளிக்காட்டும் வகையில், சொல்வதைச் செய்பவர்களாக அவர்கள் நடந்து கொள்ள வேண்டும். இத்தன்மைகள் இல்லையென்றால், எந்த நிறுவன நிர்வாக முறையும் இயங்க முடியாது. ‘உலகத்தில் நாம் காண விரும்பும் மாற்றமாக நாம் முதலில் மாறவேண்டும்’ என்றார் மகாத்மா காந்தி.

ஒரு நிறுவனத்தின் வெற்றிக்கான அளவுகோல அதன் நீடித்ததன்மை. ஒரு நிறுவனத்தின் நீண்டகால வெற்றியை, அதன் ஊழியர்கள், வாடிக்கையாளர்கள், விற்பனைக் கூட்டாளிகள், அரசாங்கம் மற்றும் சமூகத்தோடு இசைவான உறவுகளை அந்நிறுவனம் எப்படி வைத்துக் கொண்டிருக்கிறது என்பதன் மூலம் ஊகிக்க முடியும். நம் மீது அவர்கள் வைத்திருக்கும் நல்லெண்ணம் மற்றும் நம்பிக்கையை இது உயர்த்தும்.

நிறுவனங்கள், எளிமையான வியாபார விதிகளால் தான் சிறப்பாக நடத்தப்படுகின்றன. எளிமையான வியாபார விதிகளைப் புரிந்து கொள்வதும், பின்பற்றுவதும், மற்றவர்களுக்குச் சொல்வதும் சுலபம். எளிமையான விதிகளால், மற்றவர்களை யாரும் ஏமாற்ற முடியாது. இன்ஃபோசிஸில், நாங்கள் வியாபார விதி ஒன்றை உருவாக்கும் போது, இவ்வமைப்பில் அங்கம் வகிப்பவர்கள் அனைவரிடமும் நியாயமாக இருக்கிறோமா, தெளிவான மனசாட்சியோடு இந்த விதியை நடைமுறைப்படுத்த முடியுமா என்ற கேள்விகளை, எங்களை நோக்கி நாங்களே கேட்டுக்கொள்வோம்.

நல்லெண்ணம் மற்றும் நம்பிக்கையைக் கட்டமைப்பதற்கு, வெளிப் படைத்தன்மை, திறந்த மனது, துணிச்சல், நியாயம் மற்றும் நீதி ஆகிய வற்றை மதிக்கும் சூழல் தேவை. நாம் இதை ஊக்குவிக்க வேண்டும். வியாபாரத்தில் சுழற்சிகள் இருக்கும் என்பதை முதலீட்டாளர்கள் புரிந்து கொள்வார்கள். வியாபாரத்தில் வளமான காலம் மற்றும் மெலிவான காலம் இரண்டும் உண்டு என்பது அவர்களுக்குத் தெரியும். அவர்கள் கேட்பதெல்லாம், நமக்கு இணையாக அவர்களை நடத்த வேண்டும் என்பதுதான். அவர்களோடு நாம் கொள்ளும் செயல்முறைகள்

அனைத்திலும் திறந்த மனதோடும் நேர்மையாகவும் இருக்க வேண்டும் என்று விரும்புகிறார்கள்.

மிகத் தீவிரமான விவாதத்தில் இருக்கும் ஒரு பகுதி, நிறுவனங்களில் முதுநிலை நிர்வாகிகளுக்கு அளிக்கப்படும் ஊதியம். சந்தை மதிப்பின் அடிப்படையில் வழங்கப்படக்கூடிய, ஆனால், நியாயமான ஊதியம் சரியென நம்புகிறேன். நிர்வாகத்தில் உள்ளவர்களுக்கான ஊதியத்தைப் பற்றி முடிவு செய்யும்போது மூன்று முக்கியமான கருத்துகளை - நியாய உணர்வு, பொறுப்புணர்வு மற்றும் வெளிப்படைத்தன்மை - கணக்கில் கொள்ள வேண்டும். பொறுப்புணர்வை உறுதி செய்ய வேண்டுமானால், ஊதியம், நிலையான பகுதி ஒன்றையும், அவ்வப்போது வேறுபடும் பகுதி ஒன்றையும் கொண்டிருக்க வேண்டும். அந்த நிறுவனத்தின் முதன்மைச் செயலதிகாரி, இயக்குனர்கள் மற்றும் முதுநிலை நிர்வாகிகள், அந்த நிறுவனத்தின் எதிர்காலத்தோடு நீந்த வேண்டும் அல்லது மூழ்கிப் போக வேண்டும். வேறுபடும் பகுதி, நிலையான பகுதியைவிடக் கொஞ்சம் பெரியதாக இருக்க வேண்டும். அது நிறுவனத்தின் நீண்டகாலச் செயல்நோக்கங்களை அடைவதோடு தொடர்புப்படுத்தப்பட வேண்டும். குறுகிய கால லாபத்துக்காக, பங்குகளின் விலையை மாற்றி நிர்ணயிக்க முயல்வதையும் இது தவிர்க்கும். இது மட்டுமின்றி, இயக்குனர் குழுவால் நியமிக்கப்படும், சுயேச்சை இயக்குனர்களை உறுப்பினர்களாகக் கொண்ட ஊதியக் குழுவால், முதுநிலை நிர்வாகிகளின் ஊதியம், ஆய்வு செய்யப்பட வேண்டும். ஊதியக்குழுவால் பரிந்துரை செய்யப்படும் ஊதிய விகிதம், பங்குதாரர்களால் ஏற்றுக் கொள்ளப்பட வேண்டும்.

தவறுசெய்யும் முதன்மைச் செயலதிகாரிகளை அடையாளம் கண்டு, எடுத்துக்காட்டுகளாக அவர்களை மாற்ற வேண்டும். நிறுவன நிர்வாகத்தின் கோட்பாடுகளை மீறுபவர்கள் மீது கடுமையான நடவடிக்கைகள் எடுக்க வேண்டும். படித்தவர்கள் செய்யும் இத்தகையக் குற்றங்கள் மீது, மென்மையான அணுகுமுறையையே இதுவரை கைக்கொண்டிருக்கிறோம். இது மாற வேண்டும். அத்தகைய மனிதர்களுக்கு சிறைகள், விடுமுறைக்குச் சென்று தங்கும் ஐந்து நட்சத்திர விடுதிகள் அல்ல என்பதை உறுதி செய்ய வேண்டும்.

அந்த நிறுவனத்தின் தலைவர்கள் செய்யும் செயல் தவறானது என்று எண்ணினால், நிறுவனப் பணிநிலை ஏணியில் எந்த இடத்திலும் இருக்கும் எவரும், தனது எதிர்ப்பைத் தெரிவிக்கும் வெளிப்படையான சூழல் நல்ல நிர்வாகத்துக்குத் தேவை. இதன் அடிப்படையில், மிகச் சிறிய குரலைக்கூடப் பொறுமையாகக் கேட்டுச் செயல்படும் முறை ஒன்றை உருவாக்க வேண்டியது நம் பொறுப்பு.

செல்வத்தைவிட, மரியாதையைப் பெரிதாகப் போற்றும் எண்ணம் நிறைந்த சூழலை நாம் உருவாக்க வேண்டும். நல்ல நிறுவன நடத்தை கொண்டவர்களுக்குப் பரிசுகள் வழங்கும் முறையை உருவாக்குவதன் மூலம் இதனைச் செய்யமுடியும். இந்தப் பரிசுகளைப் பெறுவோர், சர்வதேச அளவில் தங்களது திறமைகளை வெளிப்படுத்த வாய்ப்பு களைத் தரவேண்டும். பின்பற்றும் நிறுவன நிர்வாகம் மற்றும் அவற்றுக்கு இருக்கும் மதிப்பின் அடிப்படையில், நிறுவனங்களைத் தரவரிசைப்படுத்தும் வெளிப்படையான முறையைப் பின்பற்றுவதும் ஒரு நல்ல யோசனையாக இருக்கக்கூடும்.

நல்ல நிறுவன நிர்வாகம் என்பது, தனிநபரின் நன்மைக்கு முன்னால், நிறுவனத்தின் நன்மையை முன்னிறுத்துவது. நல்ல நிறுவனக் குடிமகனாக இருப்பதைப் பற்றியது அது. நாகரிகமான நடத்தை மற்றும் நீண்டகாலச் செயல்பாடு பற்றியது அது. அந்த நிறுவனத்தின் அடுத்த தலைமுறைத் தலைவர்களின் வாழ்க்கையை மேம்பட்ட ஒன்றாக ஆக்குவது. நாகரிகம் அடைந்த சமுதாயத்துக்குத் தேவையானவை இவை. நாகரிகம் அடைந்த சமுதாயங்கள்தான், வளர்ச்சி அடைந்திருக் கின்றன என்பதை வரலாறு காட்டியிருக்கிறது. நாம் அனைவரும் கற்றுக்கொள்ள வேண்டிய பாடம் இதில் இருக்கிறது.

விதிகள், நல்ல குணங்களை உருவாக்காது என்பதில் எனக்கு நம்பிக்கை இருக்கிறது. உண்மையில், அமெரிக்காவில், சாத்தியமான, எதிர்பாரா நிகழ்வுகளுக்கெல்லாம் விதிகளை உருவாக்குவதற்கு, நெறிமுறையாளர்கள் முயற்சி செய்திருக்கிறார்கள். இதன் காரணமாகத் தர நிலைகள் குறித்த வழிகாட்டுதல்கள் விவரமாகவும், நெடியதாகவும் மாறிவிட்டன. 1985ம் ஆண்டில், நிதித்துறை கணக்கியல் தரநிலை வாரியம் (Financial Accounting Standards Board-FASB) கட்டாயமாக்கிய கணக்கியல் தர நிலைகள் ஏறத்தாழ 2,300 பக்கங்கள் கொண்டதாக இருந்தது. 2002ம் ஆண்டு வாக்கில், இந்த அறிக்கை, இருமடங்காகப் பெருத்து, 4,000 பக்கங்கள் கொண்டதாகிவிட்டது!

தெளிவாகக் கூறப்போனால், போதுமான விதிகள் இல்லை என்பது, என்றைக்குமே பிரச்னையாக இருந்ததில்லை. ஆனால், நீங்கள் நேர்மையைக் கட்டாயப்படுத்த முடியாது. 'நல்லதையும் தீயதையும் பிரிக்கும் கோடு, நாடுகளுக்கு இடையில் கடந்து செல்லவில்லை; வர்க்கங்களுக்கு இடையிலும் கடந்து செல்லவில்லை; ஆனால், அது ஒவ்வொரு மனிதனுடைய இதயத்தின் மத்தியில் கடந்து செல்கிறது' என்ற ரஷ்ய எழுத்தாளர், அலெக்ஸாண்டர் சோல்செனிட்சன் சொற்களை இங்கு எடுத்துக் கூற விரும்புகிறேன். சட்டத்தின் விதிகள், நெறி பிறழும் மனநிலையைத் தான் தோற்கடிக்க முடியும். இதயம் நெறி பிறழ்வதை அதனால் தோற்கடிக்க இயலாது.

1991ம் ஆண்டு முதலாக இந்தியாவில் நடந்து வரும் பொருளாதாரச் சீர்திருத்தங்கள், நமது சந்தை முறைகளை நவீனப்படுத்துவதை விரைவுபடுத்தின என்பதில் எந்தச் சந்தேகமும் இல்லை. இன்றைக்கு, நமக்குத் தேவையான நெறிமுறைகளுக்கான மாதிரி வடிவம் கிடைத்திருக்கிறது. SEBI அமைப்பினை உருவாக்கியது, நிறுவனச் சட்டச் சீர்திருத்தங்கள் மற்றும் நிதிச்சந்தைகளின் செயல்திறனை உயர்த்தியது போன்ற நாம் அடைந்திருக்கும் பெரும் முன்னேற்றங்கள், இந்திய நிறுவனங்கள் தங்களுக்குத் தேவையான மூலதனத்தை, உள்நாட்டிலிருந்து மட்டுமல்ல, சர்வதேச மூலதனச் சந்தையில் இருந்தும் பெறக்கூடிய சாதகமான நிலையில் அவற்றை வைத்திருக்கின்றன. மேலும் அதிகமான செல்வத்தை, நெறியோடும், சட்டத்தின் வழியோடும் சேர்ப்பது, இனி நம் கையில். இதனைச் செய்வதற்கு நாம் நிறுவன நிர்வாகத்தின் உயர்வான தரநிலையைப் பின்பற்ற வேண்டும். குறிப்பிடும்படியான முன்னேற்றத்தை அடைந்திருந்தாலும், நாம் இன்னும் அதிக தூரம் செல்ல வேண்டியிருக்கிறது.

நிதி சார்ந்த மூலதனத்துக்காக, சீனா மற்றும் பிரேசில் போன்ற நாடுகள், நம்மோடு தீவிரமான போட்டியில் இருக்கின்றன என்பதை நினைவில் கொள்வோம். உண்மையில், இந்த இரு நாடுகளும், அந்நிய நேரடி முதலீட்டுக்கான தன்னம்பிக்கை குறியீட்டெண் (FDI Confidence Index) தரவரிசையில், இந்தியாவுக்கும் மேல்நிலையில் இருக்கின்றன. இதனை வெளியிடும் Conference Board, தன்னிடம் இருக்கும் பரவலான ஆற்றலை உண்மையாகவே பயன்படுத்துவதற்கு, இந்தியா, தன் நிறுவன நிர்வாகத்தையும், நிதித்துறை கட்டமைப்பு வசதிகளையும் தொடர்ந்து உயர்த்திக் கொண்டிருக்க வேண்டும் என்று பரிந்துரைக்கிறது.

இன்றைக்கு, இந்திய தொழிற்துறைக்கு வளர்ச்சிக்கான ஏராளமான வாய்ப்புகள் கொட்டிக்கிடக்கின்றன. ஆட்டோமோடிவ், இரும்பு எஃகு, உற்பத்தித் துறை, சேவைகள், மென்பொருள், உயிரி - தொழில் நுட்பம் மற்றும் தொலைத்தொடர்பு போன்ற பொருளாதாரத்தின் பெரும்பான்மையான துறைகளில் அதிவிரைவான முன்னேற்றத்தை அடைந்திருக்கிறோம். விலைவாசி உயர்வு கட்டுப்பாட்டுக்குள்தான் இருக்கிறது. பத்தாண்டுகளுக்கு முன் இருந்த விகிதத்தில் பாதியாக வட்டிவிகிதம் இருக்கிறது. நமது அந்நியச் செலாவணி இருப்பு, எப்போதையும் விட உயர்வாக $100 பில்லியனாக இருக்கிறது. உலக அளவில் இருக்கும் புதிய மற்றும் பெரிய அளவிலான சந்தைகளை, நம் நிறுவனங்கள் அணுக முடிகிறது. அதே நேரத்தில், மிகப் பெரிய மக்களாட்சிமுறை மற்றும் விறுவிறுப்பான பொருளாதாரம் கொண்ட தேசம் என்ற அளவில், இந்தியா வகிக்கும் முக்கியமான பாத்திரத்தை எண்ணி உலகம் விழித்துக் கொண்டுவிட்டது.

நமது தேசத்தின் தலைவிதியை உருவமைப்பதற்கான மிகப் பெரிய வாய்ப்பு, நமது வியாபார நிறுவனங்களின் தலைவர்களுக்குக் கிடைத் திருக்கிறது. தம்மைத் தாமே வார்த்தெடுத்து உருவாக்கிக் கொள்ளா தவர்களைத் தவிர்த்து, மற்றவர்களுக்கு விதி என்பது இல்லை என்று கூறிய ழான் பால் சாத்தரின் சொற்களை நினைவில் கொள்வது நமது சிறந்த செயல்பாட்டுக்கு உதவும். சரியான செயல்தந்திரத்தைக் கொள்வது, சரியான பொருளை உற்பத்தி செய்வது, சந்தைக்கு அதனை விரைவாகக் கொண்டு வருவது மற்றும் சிறந்த சேவையைத் தருவது ஆகியவற்றைக் குறித்து நிச்சயமாக நாம் அக்கறை கொள்ள வேண்டும். ஆனால், வியாபாரத்தில் சிறந்த தன்மையையும், அடிப்படை யான விஷயங்களில் தொடர்ச்சியான உயர்வையும் அதிக அளவில் பெறவேண்டுமானால், உரிமையுடையோர்கள் அனைவரிடமும் நெறி சார்ந்த நடத்தைக்கான எழுச்சியை உருவாக்கும் ஒரு கலாசாரத்தினை கட்டமைப்பது அவசியம். காத்திருக்கும் வாய்ப்புகளை, வளர்ச்சிக் காகப் பயன்படுத்திக் கொள்வதற்கு இந்திய தொழில்துறைக்கு இருக்கும் ஒரே வழி இதுதான். நிறுவன நிர்வாகம், வேறு எந்தக் காலத்திலும் இல்லாத வகையில், இந்தியாவுக்கு இன்றைக்குத்தான் மிகவும் மிகவும் தேவையாக இருக்கிறது.

நிறுவன நிர்வாகம் –
நிர்வகிக்கும் ஒருவரின் பார்வையில்...

சமீபத்தில், நிறுவன உலகத்தில், பலவிதமான மோசடிகள் மற்றும் தவறான செயல்பாடுகள் நடந்திருப்பதைப் பார்த்தோம். அந்த இடங்களில், நிறுவன நிர்வாகத்துக்கான சீர்திருத்த விதிகள், அவசர மனநிலையில் இயற்றப்பட்டதையும் பார்க்கிறோம். பிரச்னை வரும்போது பார்த்துக் கொள்ளலாம் என்றில்லாமல், இந்தியாவும் செயலில் இறங்க வேண்டிய நேரம் இது. 'தர்மசங்கடமான சூழலுக்கான நிர்வாகம்' என்பதை நாம் தவிர்ப்போம். முன்னதாகவே செயல்படுவோம். இந்தியாவில், நாம் என்ன செய்ய வேண்டும்? நிறுவனங்கள் மற்றும் நெறிப்படுத்தும் அமைப்புகளின் பார்வையில் இங்கு எடுக்கவேண்டிய மிக முக்கியமான நடவடிக்கைகளைப் பற்றி இங்கு கூறுகிறேன்.

என்னுடைய கருத்தில், மிக முக்கியமான பணி, சுயேச்சை இயக்குனர்களின் அலுவலகத்துக்குப் புத்துயிர்ப்பு அளிப்பது. ஒரு நிறுவனத்தின் சுயேச்சை இயக்குனர்கள், பங்குதாரர்களின் நீண்டகால நலனைப் பாதுகாக்கும் நம்பிக்கையான பாதுகாவலர்களாக இருக்க வேண்டும். அதேநேரத்தில், ஊழியர்கள், முதலீட்டாளர்கள், வாடிக்கையாளர்கள், நெறியாளர்கள், அந்த தேசத்தின் அரசாங்கம் மற்றும் சமூகத்துக்கான பலனும் நியாயமாகக் கிடைப்பதை உறுதி செய்ய வேண்டும். துரதிர்ஷ்டமாக, பெரும்பாலும், இயக்குனர்கள் நட்புணர்வு அடிப்படையிலோ, வருத்தம் தரும் வகையில், அவர்களின் வளைந்து கொடுக்கும் தன்மை அடிப்படையிலோதான் தேர்ந்தெடுக்கப்படுகிறார்கள். ஆகவே, சுயேச்சை இயக்குனர்கள் என்பதற்கு நாம் கொள்ளும் பொருள் என்ன என்பதை வரையறை செய்யவேண்டியது பொருத்தமாக இருக்கும்.

ரங்கநாதன் நினைவு நாள் பேருரை, புது தில்லி. நவம்பர் 27, 2002.

என்னைப் பொறுத்தவரைக்கும், சுயேச்சையான இயக்குனர் என்பவர், இயக்குனர் குழு எடுக்கும் முடிவுகளில் செயல்நோக்கத்தை மட்டும் பார்ப்பவர். பொதுவாக, சமுதாயத்தில் இருக்கும் மதிப்பு, ஒருமைப் பாடு, குணாம்சம், வளர்ப்பு, தன் மீது இருக்கும் நம்பிக்கை, திறந்த மனது மற்றும் இயக்குனர் குழுவில் இருக்கும்போது அந்த நிறுவனத்தில் இருந்து எந்தப் பொருள் வரவையும் (இயக்குனருக்கான ஊதியத்தைத் தவிர்த்து) உறுதியாகப் பெறாதிருக்கும் நிலை ஆகியவற்றில் இருந்துதான் சுயமான செயல்பாடு கிளைத்து எழும். ஆனால், இன்று, பெரும்பாலான நேரங்களில், சுதந்தரமான செயல்பாடு என்பது உண்மையில் காகிதத்தில் இருக்கும் எழுத்தாகவே இருக்கிறது. இந்தியாவில் மட்டுமல்ல, உலகெங்கிலும் இப்படித்தான் இருக்கிறது. இந்தியாவில், சட்டம் படித்தவர்கள், அவர்கள் ஆலோசனைகள் வழங்கும் நிறுவனங்களின் இயக்குனர் குழுக்களில் பதவியமர்த்தப்படுவதைப் பல இடங்களில் பார்த்திருக்கிறோம். அத்தகைய செயல்களால், இயக்குனர் குழுவின் சுதந்தரமான செயல் பாட்டை உயர்த்த முடியாது. அத்தகைய இயக்குனர் குழுக்கள், ஹார்வார்டு வர்த்தகப் பள்ளிப் பேராசிரியர், மைல்ஸ் மேக் கூறுவதைப் போல, 'எந்த உண்மையான நோக்கமுமின்றி, மரியாதை நிமித்தம் அமைக்கப்பட்டிருக்கும், காட்சிக்கு இனிமையாகத் தோன்றும் மலிவான அலங்கார அணிகள்'.

இயக்குனர் குழு சுதந்தரமாகச் செயல்படுவதை மேலும் வலிமைப் படுத்த வேண்டும் என்பதுதான் இந்த நேரத்துக்கான தேவை. இயக்குனர்களின் சுதந்தரமான செயல்பாட்டுக்கு, கடுமையான தரநிலைகளைத் தேவையான இடத்தில், நாம் கொண்டு வரவேண்டும். இயக்குனர் குழு, இயக்குனர் சுதந்தரத்தில், சர்வதேசத் தரநிலைகளைப் பின்பற்றிட வேண்டும்; ஒவ்வொரு சுயேச்சையான இயக்குனரும் இந்தத் தரநிலையை எந்த அளவு தொட்டிருக்கிறார் என்ற விவரத்தை அது வெளியிட வேண்டும். அந்த நிறுவனத்தின் ஊழியர் மற்றும் சக இயக்குனர், இயக்குனர் குழு உறுப்பினர்களது உறவினராகவோ தொடர்புடையவராகவோ இருப்பின், அவர்கள் குறித்த முழுமையான அறிக்கையை வெளியிடுவது மிகவும் நல்லது. பதிவு செய்யப்பட்ட அனைத்து நிறுவனங்களின் ஆண்டறிக்கையோடு, இந்த அறிக்கையும் சேர்த்து அளிக்கப்பட வேண்டும்.

மற்றொரு முக்கியமான நடவடிக்கை, குறிப்பிட்ட கால இடை வெளியில், இயக்குனர் குழு உறுப்பினர்களின் செயல்பாட்டை மதிப்பிடுவது ஆகும். திறமை, தயாரிப்போடு கூட்டத்துக்கு வருதல், முழுமையாகக் கலந்து கொள்ளுதல், மற்றும் பங்களிப்பினைத் தருதல் ஆகியவற்றை, இந்த மதிப்பிடல் அடிப்படையாகக் கொள்ள

வேண்டும். இந்த மதிப்பிடும் செயல், மூன்றாவது நபர் ஒருவரால் செய்யப்படுவது மிகச் சரியாக இருக்கும். குறைவான செயல் பாட்டினைத் தரும் இயக்குனர்கள், அவர்களின் முக மதிப்புக்குப் பாதிப்பு வராதவகையில், அவர்களின் பதவிக் காலம் முடிந்த பிறகு வெளியேற அனுமதிக்கலாம்.

அந்த நிறுவனத்தின் நிர்வாகக் கொள்கைகளுக்கான ரப்பர் ஸ்டாம் பாகச் செயல்படாமல், நிர்வாகத்தின் உண்மையான, செயல்படும் கூட்டாளியாக, இயக்குனர் குழு இருக்க வேண்டும். இதற்காகச் சுயேச்சை இயக்குனர்களுக்கு, அவர்களின் பாத்திரம் மற்றும் பொறுப்புகளைச் சரியாகச் செய்வதற்குப் பயிற்சி அளிக்கப்பட வேண்டும். 1995ம் ஆண்டில், பல புகழ்பெற்ற மனிதர்களை எங்கள் நிறுவனத்தில் இணைந்து பணிபுரியக் கேட்டுக் கொண்டபோது, இன்ஃபோசிஸ் நிறுவனத்தில் சுயேச்சை இயக்குனர்களின் பாத்திரம் மற்றும் பொறுப்புகள் குறித்து, மூன்று பக்க அறிக்கை ஒன்றை எல்லோருக்கும் அனுப்பிவைத்தேன். சுயேச்சை இயக்குனர்களின் பணிகள் மற்றும் பொறுப்புகளையும், அவர்களது ஊதியம் எப்படி வழங்கப்படும் என்பதைப் பற்றியும், மிகத் தெளிவாக வரையறை செய்து தெரிவித்த ஒரு சில நிறுவனங்களில் எங்களுடையதும் ஒன்று என்று இந்த மனிதர்கள் அனைவரும் ஒரேமாதிரியான எதிர்வினை செய்தனர்.

நிறுவனம் பின்பற்றும் வியாபார உத்திகள் மற்றும் இடர்களைச் சந்திப்பதற்கான உத்திகள், நிர்வாகச் செயல்முறைகள் மற்றும் இயக்குனர்குழுவின் பல்வேறு குழுக்களிடம் இருக்கும் பொறுப்புகள் ஆகியவை குறித்து, சுயேச்சை இயக்குனர்களுக்குப் பயிற்சி அளிக்கப் பட வேண்டும். எடுத்துக்காட்டாக, இன்ஃபோசிஸ் நிறுவனக் கூட்டங்களில், நிறுவனத்தின் பல்வேறு இயக்கங்களை ஒட்டிய செயல்தந்திரங்கள் மற்றும் செயல்திட்டங்கள் பற்றிய அறிக்கைகளை அளிப்பதற்கு, செயல் இயக்குனர்கள் மற்றும் முதுநிலை நிர்வாகி களுக்கு பாதியளவு நேரம் ஒதுக்கப்படுகிறது. சுயேச்சை இயக்குனர்கள், எங்களது வியாபாரத்தின் நுணுக்கங்களையும் சந்திக்கும் இடர்களையும் தெரிந்து கொள்ள வேண்டும் என்பதற்காகவே இந்தமுறை பின்பற்றப் படுகிறது.

இயக்கச் செயல்பாடுகளைப்பற்றிப் புரிந்துகொள்ள, செயல் அதிகாரிகளுடன், இயக்குனர் குழு உறுப்பினர்கள் அடிக்கடி தகவல் பரிமாற்றம் செய்து கொள்ள வேண்டும். இயக்குனர் குழு கூட்டச் செயல்திட்டத்தின் ஒரு பகுதியாக, நிர்வாகத்தின் உறுப்பினர்கள் இல்லாமல், சுயேச்சை உறுப்பினர்கள் மட்டும் தங்களுக்குள்ளாகவே ஒரு கூட்டத்தைக் கூட்டவேண்டும். இந்த நடைமுறையைச் சில

காலமாக இன்ஃபோசிஸ் நிறுவனம் பின்பற்றி வருகிறது எனப் பெருமையோடு சொல்லிக் கொள்கிறேன்.

அந்த நிறுவனத்தின் முதன்மைச் செயலதிகாரி, நிறுவனத்துக்குச் சார்பான இயக்குனர்கள் மற்றும் முதுநிலை நிர்வாகிகள் ஆகியோரின் செயல்பாட்டினை, அந்த இயக்குனர் குழுவின் சுயேச்சை உறுப்பினர்கள், குறிப்பிட்ட கால இடைவெளியில், தொடர்ச்சியாக மதிப்பீடு செய்ய வேண்டும். இந்த மதிப்பீடு, தெளிவாக வரையறுக்கப் பட்ட செயல்நோக்கத்தின் அடிப்படையில் செய்யப்பட வேண்டும். அந்த மதிப்பீட்டுக் காலம் ஆரம்பிப்பதற்கு முன்னதாகவே, இதன் அளவுகோல் என்ன என்பதை, முதன்மைச் செயலதிகாரி மற்றும் முதுநிலை நிர்வாகிகளுக்குத் தெரியப்படுத்த வேண்டும். அதுமட்டு மின்றி, இயக்குனர் குழுவின் இந்த மதிப்பீட்டின் முடிவுகளை, முதன்மைச் செயலதிகாரிக்கும் அவரது செயல் இயக்குனர்கள் குழுவுக்கும் தெரியப்படுத்துவதற்கு, தெளிவான வழிமுறைகள் இருக்க வேண்டும். நிர்வாகிகளுக்கு அளிக்கப்படும் ஊதியம் இந்த மதிப்பீடு அடிப்படையில் இருக்க வேண்டும்.

இன்ஃபோசிஸ் நிறுவனத்தில், இயக்குனர் குழுவின் செயல் உறுப்பினர்களும் முதுநிலை நிர்வாகிகளும், பட்ஜெட், இலக்குகள் மற்றும் சாதனைகள் ஆகியவற்றில் தங்களது செயல்பாடுகள் குறித்து, ஆண்டுக்கு ஒருமுறை அறிக்கைகள் அளிக்க வேண்டும். சுயேச்சை இயக்குனர்கள், இந்த நிறுவனத்துக்கு அவர்களால் எந்த வழியில் மதிப்புக் கூட்டப்பட்டுள்ளது என்பதை எங்களிடம் விளக்க வேண்டும்.

இயக்குனர் குழு, நிர்வாகத்தோடு ஒத்துப் போகாத தருணங்கள் இருக்கத்தான் செய்யும். எடுத்துக்காட்டாக, சில ஆண்டுகளுக்கு முன்னதாக, எங்கள் நிர்வாகம் கருணைக்கொடை கணக்கிடுவதற்கு, US GAPP முறையை அடிப்படையாகக் கொண்டிருந்தனர். ஆனால், தணிக்கையாளர்களுக்கு வேறொரு பார்வை இருந்தது. ஆகவே, இயக்குனர் குழுவின் சுயேச்சை உறுப்பினர்கள், எங்கள் கருத்தை ஏற்றுக்கொள்ளாமல், தணிக்கையாளர்களின் கருத்துகளை எடுத்துக் கொண்டனர். நிறுவனங்களில் இதைப் போன்ற சுதந்தரத்தைத்தான் வளர்க்க வேண்டும்; ஏனெனில், இந்த சுதந்தரமான செயல்பாடு, நிறுவனத்தின் சிறுபான்மைப் பங்குதாரர்களின் நலனைப் பாதுகாக்கும்.

இதைப் போல, முதுநிலை நிர்வாகிகளின் ஊதியமும், அனைத்து உரிமையுடையோர்களும் நியாயமானது என்று கூறும் அளவில், இயக்குனர் குழுவால் நிர்ணயிக்கப்பட வேண்டும். இதற்கு மூன்று

முக்கிய அளவுகோல்களைப் பார்க்க வேண்டும். நியாயத்தன்மை, பொறுப்புணர்வு மற்றும் வெளிப்படைத்தன்மை. முதன்மைச் செயலதிகாரியின் இந்த ஊதியத்தைக் கேள்விப்பட்டு, முதலீட்டாளர்களும் ஊழியர்களும் எப்படி எதிர்வினை செய்கிறார்கள் என்பதன் மூலம் ஊதியத்தின் நியாயம் நிர்ணயிக்கப்படுகிறது. முழு ஊதியமும், சிறிய அளவில் நிலையான பகுதி மற்றும் பெரிய அளவில் வேறுபடும் பகுதி என்று இரண்டாகப் பிரிக்கப்படும்போது, பொறுப்புணர்வு உயர்த்தப்படுகிறது. வேறுவழியில் கூறினால், முதன்மைச் செயலதிகாரிகள், செயல் இயக்குனர்கள் மற்றும் முதுநிலை நிர்வாகிகள் ஆகியோர் நிறுவனத்தின் எதிர்கால எழுச்சி மற்றும் வீழ்ச்சியோடு இணைந்து செல்ல வேண்டியவர்கள்.

ஊதியத்தின் வேறுபடும் பகுதி, அந்த நிறுவனத்தின் நீண்டகாலக் குறிக்கோள்களை அடைவதோடு இணைக்கப்பட வேண்டும். இயக்குனர் குழுவால் அமைக்கப்படும், சுயேச்சை இயக்குனர்கள் கொண்ட ஊதியக்குழு, முதுநிலை நிர்வாகிகளின் ஊதியத்தை அவ்வப்போது மதிப்பீடு செய்யும். பங்குதாரர்கள் இதனை ஏற்றுக்கொள்ள வேண்டும். முதன்மைச் செயலதிகாரியின் ஊதியம் மற்றும் நிறுவனத்தைச் சேர்ந்த இயக்குனர்கள் அல்லது முதுநிலை நிர்வாகிகளின் ஊதியத்தை முடிவு செய்வதில், உள் நிர்வாக உறுப்பினர்களுக்கு எந்தக் கருத்தும் இருக்கக்கூடாது என்பது மிக முக்கியமானது.

SEBI யின் வழிகாட்டுதல்கள் மற்றும் CII யின் நடத்தை விதிகள் ஆகியவை, சுயேச்சை உறுப்பினர்களின் பொறுப்புணர்வின் அளவை உயர்த்துவதில் உதவியாக இருந்தன. சுயேச்சை இயக்குனர்கள், நிறுவனத்துக்குத் தங்கள் பங்களிப்பு என்னவாக இருக்க வேண்டும் என்பதை அவர்களே முடிவு செய்ய வேண்டும். சக இயக்குனர்களே மதிப்பீடு செய்யும் முறை அடிப்படையில் அவர்களது செயல்பாடுகள் மதிப்பிடப்பட வேண்டும். அத்தகைய மதிப்பிடும் முறையை அளவுகோலாகக் கொண்டுதான், ஊதியக்குழு, சுயேச்சை இயக்குனர்களுக்கான ஊதியத்தை முடிவு செய்ய வேண்டும் என்பதுதான் சரியாக இருக்கும். இது ஒரு கடினமான வேலை. எனக்குத் தெரிந்து எந்த நிறுவனமும் இதைப் போன்ற ஊதிய நிர்ணய முறையை இதுவரை நடைமுறைப்படுத்தியதாகத் தெரியவில்லை.

சீர்திருத்தம் தேவைப்படும், மற்றொரு முக்கிய பகுதி, தணிக்கை. தணிக்கை என்பது, ஒரு அமைப்பின் பொருளாதார நடவடிக்கைகளை, அந்த நிறுவனத்தின் தலையீடின்றிச் சுயேச்சையாகப் பரிசீலிப்பது. அந்த அறிக்கை, நிதி அல்லது நிதி சார்ந்த செயல்கள் குறித்த தவறான தகவல் எதையும் கொண்டிருக்கவில்லை என்பதைப் பங்குதாரர்கள் மற்றும் உரிமையுடையோர்களுக்கும் உறுதி அளிப்பது.

தணிக்கையாளர்கள், பங்குதாரர்களால் நியமிக்கப்படுபவர்கள். நிர்வாகம் தயாரித்து அளிக்கும் நிதிநிலை அறிக்கையின் உண்மைத் தன்மை குறித்துக் கூறுவதற்குத் தகுதி பெற்றிருக்கும் நிபுணர்கள். அந்த நிறுவனத்தின் நிதிநிலை மற்றும் வருமிடர் சந்திக்கும் தகுதி குறித்துச் சுயமான முடிவுகள் எடுப்பதற்கு, தணிக்கையாளர்களின் அறிக்கையைத் தான் நிதிச்சந்தைகள் பரிசீலிக்கின்றன.

இந்தத் தணிக்கைச் செயல்பாடு, மற்ற சேவைகளில் இருந்து பிரித்து வைக்கப்பட வேண்டும். உண்மையான, சுதந்தரமான கருத்து வெளிப் படுவதற்கு, தணிக்கையாளர்கள் செயல்பாட்டுக்கு எதிரானது என்று கருதப்படும் சேவைகள் எதையும் அந்தத் தணிக்கை நிறுவனம் தரக்கூடாது. துப்பறிதல், ஆலோசனைகள், நிறுவனத்தின் இயக்க நடவடிக்கைகள் தொடர்பான வேலைகளை மறு ஒப்பந்த அடிப் படையில் எடுத்துச் செய்தல், நிறுவனம் நிச்சயமாக வாங்குவதாக இருக்கும் மற்ற நிறுவனங்கள் மற்றும் முதலீடுகள் பற்றிய விவரங்களை உண்மையாகவே வெளியிடுதல், பேச்சு வார்த்தைகளை எப்படிச் செய்து முடிப்பது என்பது பற்றிய ஆலோசனைகள் வழங்குதல், தகவல் தொழில்நுட்ப முறைகளை வடிவமைத்துத் தருதல், கணக்குகள் எழுதுதல், மதிப்பீடுகள் செய்தல் மற்றும் நிர்வாகப் பொறுப்புகளுக்கு ஆட்களைத் தேர்ந்தெடுத்தல் ஆகியவை இதில் அடங்கும். விலக்களிக் கப்படும் செயல்களுக்கு தணிக்கைக்குழுவின் ஒப்புதல் முன்னதாகவே பெறப்பட வேண்டும். அதுமட்டுமின்றி இத்தகைய விலக்குகள், அந்த நிறுவனத்தின் காலாண்டு மற்றும் ஆண்டு அறிக்கைகளில் குறிப்பிடப் பட வேண்டும்.

தணிக்கை அணியினரின் (Audit Team) ஒருமைப்பாட்டை உறுதி செய்வதற்காக, தணிக்கையாளர்களோடு இணைந்து வேலை செய்யும் அவர்களது சகாக்களைச் சுழல்முறையில் மாற்ற வேண்டும். நிறுவனத்தின் தணிக்கைச் செயல்களை மதிப்பீடு செய்யும், தலைமை தணிக்கையாளர் மற்றும் அவருடன் பணிபுரியும் தணிக்கையாளர், ஒவ்வொரு மூன்று அல்லது ஐந்து ஆண்டுகளுக்கு ஒருமுறை சுழல் முறையில் மாற்றப்பட வேண்டும். இதன் மூலம் தலைமைத் தணிக்கை யாளரும் நிர்வாகமும், தணிக்கையின் நோக்கத்தைக் குறைப்பதற்கு நெருக்கமான, மறைமுக உறவுகள் கொள்வதைத் தடுக்க முடியும்.

தணிக்கை நடக்கும் ஆண்டுக்கு முதலாண்டில், அந்த நிறுவனத்தின் முதன்மைச் செயலதிகாரியோ முதன்மை கணக்கதிகாரியோ, தணிக்கை செய்யும் நிறுவனத்தோடு தொடர்பில் இருந்தவராக இருந்தால், பதிவு செய்யப்பட்ட தணிக்கையாளர் அந்த நிறுவனத்தைத் தணிக்கை செய்ய ஒப்புக் கொள்ளக்கூடாது. தணிக்கை அணியொன்றில் உறுப்பினராக இருந்தவர், அந்த அணியிலிருந்து விலகி, குறைந்தபட்சம் ஒரு ஆண்டு

முடியும் வரையில் அவர்கள் தணிக்கை செய்த நிறுவனத்தில் எந்தப் பணியையும் ஏற்றுக் கொள்ளக்கூடாது.

நிறுவனத்தின் தணிக்கைக்குழு (Audit committee), சுயேச்சை இயக்குனர்களை மட்டுமே கொண்டதாக இருக்க வேண்டும். நிதிநிலை கணக்குகள் மற்றும் நிதிநிலை அறிக்கைகள் அளிப்பதை மேற் பார்வையிட, திறன் மிகுந்த தணிக்கைக் குழு மிகவும் அவசியம். ஆகவே, தணிக்கைக் குழுவின் உறுப்பினர் ஒவ்வொருவரும், 'நிதியறிவு படைத்தவர்களாக' இருக்க வேண்டும். மேலும், அந்தக் குழுவின் தலைவர் அல்லது அந்தக் குழுவின் இருப்பவர்களில் குறைந்தபட்சம் ஒரு உறுப்பினராவது, நிதித்துறையில் நிபுணராக-நிதிநிலை அறிக்கைகள் மற்றும் கணக்கியல் விதிகள் பற்றி அறிந்தவராகவும், தணிக்கை செய்த அல்லது தணிக்கை செய்யப்பட்ட அனுபவம் கொண்டவராகவும் இருப்பது நல்லது.

நிறுவனங்கள், தங்கள் நிறுவனத்துக்குள் திறமையான உள்கட்டுப் பாட்டு நெறிகளைக் கொண்டிருந்தால்தான், நல்ல நிறுவன நிர்வாகத் தரநிலைகளை உறுதி செய்ய முடியும். ஆகவே, அந்த நிறுவனத்தின் ஆண்டறிக்கை, நிறுவனத்தின் உள்கட்டுப்பாட்டு நெறிகளை வலுவாக்கும் வகையில் எடுக்கப்பட்ட நடவடிக்கைகள் மீது தணிக்கைக் குழுவின் கருத்துகளை உள்ளடக்கியதாக இருக்க வேண்டும். இந்தியாவில் இன்றைய தினம், பதிவு செய்யப்பட்ட நிறுவனங்களுக்கு மட்டுமே இது கட்டாயமாக்கப்பட்டுள்ளது. பொது நிறுவனங்களின் வேலையை எடுத்துச் செய்யும் துணை நிறுவனங்களுக்கும் நாம் இதனை நீட்டிக்க வேண்டும்.

பதிவு செய்யப்பட்ட நிறுவனம் ஒன்றினால் ஆரம்பிக்கப்பட்டு இயங்கிவரும் தனிநபர்-நிறுவனத்தின் நிதி அறிக்கைகளை நெறிப் படுத்தும் விதிகளையும் நாம் மறுஆய்வுக்கு உட்படுத்த வேண்டும். இந்தியாவில், தற்போது, தனிநபர்-நிறுவனத்தின் நிதி அறிக்கைகள், அதன் தாய் நிறுவனத்தின் ஆண்டறிக்கையில் தனியாகக் காட்டப்பட வேண்டியது கட்டாயமாக இருக்கிறது. இருப்பினும், இவ்வாறு வெளியிடுவதில் ஒரு தொழில்நுட்பச் சிக்கல் இருக்கிறது. எடுத்துக் காட்டாக, இன்ஃபோசிஸ் நிறுவனத்தின், யந்த்ரா என்ற துணை நிறுவனம், தொழில் மூலதன நிதியால் அமெரிக்காவில் இயங்கி வருகிறது.

இந்திய நிறுவன விதிகள், யந்த்ராவின் இருப்புநிலை அறிக்கை மற்றும் வரவு செலவு கணக்கினை, இன்ஃபோசிஸ் நிறுவன அறிக்கையோடு இணைத்து அளிக்கவேண்டும் என்று கூறுகின்றன. ஆனால், நிறுவனத்தின் மற்ற முதலீட்டாளர்கள், இது தனிநபர்-நிறுவனம் என்ற

அடிப்படையில், இந்தக் கருத்துக்கு எதிராக நிற்கின்றனர். இது ஒரு சிக்கலான பிரச்னை. கணக்கியல் துறையில் இருப்பவர்களால் விவாதிக்கப்பட்டு, முடிவு செய்யப்பட வேண்டிய ஒன்று இது.

பெயர் சொல்ல விரும்பாத ஊழியர்கள் மற்றும் தவறுகள் குறித்து எச்சரிக்கை செய்வோர் ஆகியோரிடமிருந்து வரும் புகார்களைப் பரிசீலிப்பதற்கான நடைமுறைகளை, தணிக்கைக் குழு உருவாக்க வேண்டும். கணக்கியல் நடைமுறைகள் அல்லது தணிக்கை குறித்த கேள்விகளாகவோ, ஊழியர்களை அச்சுறுத்தும் செயல்கள் அல்லது நிறுவனம் பின்பற்றும் நெறியற்ற செயல்முறைகள் குறித்தோ இந்தப் புகார்கள் அளிக்கப்படலாம். தவறுகள் குறித்து எச்சரிக்கை செய்வோர்க்குப் பாதுகாப்பு அளிக்கப்பட வேண்டும்.

வர்த்தகச் செயல்பாடுகள் வைத்துக்கொள்பவர் தொடர்புடைய நபராக இருக்கும் நிலையில், அவ்வியாபாரம் பொருள் சார்ந்ததாக இருந்தால், தணிக்கைக்குழு, இயக்குனர் குழுவின் அனைத்து உறுப்பினர்கள் மற்றும் பங்குதாரர்களின் முன்னனுமதி அதற்குத் தேவை. தொடர்புடைய நபர் என்பதற்குப் பொருள், நிறுவன நடவடிக்கைகளைக் குறிப்பிடத்தக்க அளவுக்குக் கட்டுப்படுத்தக் கூடியவர் அல்லது அந்த நடவடிக்கைகள் மீது செல்வாக்கு செலுத்த முடிந்தவர் என்பதாகும்.

தாய் நிறுவன - துணை நிறுவன உறவுகள்; பொதுவான கட்டுப் பாட்டில் இருக்கும் நிறுவனங்கள்; நிறுவனத்தின் உரிமையாளர்கள், நிறுவனத்தின் மீது குறிப்பிடத்தக்க செல்வாக்கு உள்ளவர்கள் மற்றும் அவர்களுக்கு மிக நெருக்கமான குடும்ப உறுப்பினர்கள் மற்றும் நிர்வாகத்தின் முக்கியமான மனிதர்கள் இந்த வகைப்பாட்டில் அடங்குவர்.

நிதி அறிக்கைகள் தயாரித்து அளிப்பதற்கான ஒரு மாதிரி வடிவத்தைக் கணக்கியில் தரநிலைகள் தருகின்றன. கொடுக்கப்பட்டுள்ள நிதி அறிக்கைகள் மீது, கருத்துகளை உருவாக்கவும் தணிக்கையாளர் களுக்கு அவை உதவுகின்றன. இருப்பினும், தற்போது இந்தக் கணக்கியல் தரநிலைகள், கணக்காளர்களை முழுவதும் கொண்ட அமைப்புகளால் வெளியிடப்படுகின்றன. ஆகையால், மாறிவரும் வியாபாரச் சூழலின் வேகத்துக்கு இணையாகக் கணக்கியல் தரநிலைகள் இருப்பதில்லை. ஆகவே, தொழிற்துறையில் இருந்தும், கணக்காளர்கள் பகுதியில் இருந்தும் இவற்றை நெறிப்படுத்தும் அமைப்புகளில் இருந்தும் வந்தவர்களைக் கொண்டதாக, கணக்கியல் தரநிலைகளை உருவாக்கும் அமைப்பு இருக்க வேண்டும். இந்த அமைப்புக்கான நிதிவரவுகள் சுயமானதாக இருக்க வேண்டும்.

கணக்கியல் தொழில் நடவடிக்கைகள் மீதான ஒரு சுதந்தரமான மேற்பார்வை இப்போது நடைமுறையில் இல்லை. ஆகவே, தணிக்கையாளர்களின் சுதந்தரமான செயல்பாடுகளின் எல்லை, தணிக்கையின் தரம் மற்றும் அந்தத் தொழிலில் இருப்பவர்களின் செயல்திறன் குறித்து மேற்பார்வை செய்வதற்கு, சுயேச்சையான அமைப்பு ஒன்றினை நிறுவ வேண்டும். சுயேச்சையான, சுதந்தரமான கருத்துகள் தெரிவிக்கப்படும் விதத்தில், இந்த அமைப்பில் இருப்பவர்கள் பெரும்பாலும் இந்தப் பணியில் இல்லாத கணக்காளர்களாக இருப்பது நல்லது. சார்புத்தன்மை ஏற்படாமல் இருப்பதற்கு, அந்த அமைப்பின் தலைவர், முந்தைய ஐந்து ஆண்டுகள் கணக்காளராகத் தொழில் புரியாமல் இருந்திருப்பது நல்லது. அனைத்துப் பொது நிறுவனங்களின் தணிக்கையாளர்களும், இந்த அமைப்பில் தங்களைப் பதிவு செய்து கொண்டிருக்க வேண்டும். தணிக்கையாளர்கள் சட்டத்தின் வழி நடப்பதை இந்த அமைப்பு உறுதிசெய்ய வேண்டும். தணிக்கையாளர் தங்கள் தணிக்கை - குறிப்புகளைக் குறைந்தபட்சம் ஏழு ஆண்டுகளுக்குப் பாதுகாத்து வைத்திருக்க வேண்டும் என்பதைக் கட்டாயமாக்க வேண்டும்.

தகவல்களின் முழுமையை உறுதி செய்வதற்கு, அந்த நிறுவனத்தின் முதன்மைச் செயலதிகாரி மற்றும் முதன்மை நிதியதிகாரி இருவரும், காலாண்டு மற்றும் ஆண்டறிக்கைகளில் சான்றளிக்க வேண்டும். அறிக்கைகளில் கொடுக்கப்பட்டுள்ள தகவல்கள், அந்த நிறுவனத்தின் நிதிநிலையையும், நிறுவனத்தின் இயக்கத்தால் கிடைத்த விளைவுகளையும் நேர்மையாகப் பிரதிபலிக்கின்றன; அனைத்து விவரங்களும் தெரிவிக்கப்பட்டுவிட்டன என்பதற்கு அவர்கள் சான்றளிக்க வேண்டும். மேலும், தணிக்கையாளர்களுக்கும் தணிக்கைக் குழுவுக்கும், நிறுவனத்தின் இயக்கச் செயல்பாடுகள் குறித்த தகவல்கள் தடையின்றிக் கிடைக்கவேண்டும்.

நிறுவனத்தில் இருப்பவர்களுக்கு, அது தொடர்பான முறையான வழிகாட்டும் நெறிமுறைகள் கூறப்பட்டுள்ளன என்பதை, முதன்மைச் செயலதிகாரி மற்றும் முதன்மை நிதியதிகாரி இருவரும் உறுதிப்படுத்த வேண்டும். இந்த அறிக்கை அளிப்பதற்கு 90 நாள்களுக்கு முன்னதாகவே, இந்த வழிகாட்டும் நெறிமுறைகளின் திறனை மதிப்பீடு செய்திருக்கிறார்கள் என்பதையும் அவர்கள் உறுதிசெய்ய வேண்டும்.

தவறாகச் சான்றளிக்கும் முதன்மைச் செயலதிகாரி மற்றும் முதன்மை நிதியதிகாரி ஆகியோருக்குக் குற்ற நடைமுறைச் சட்டப்படித் தண்டனைகள் அளிக்கப்படவேண்டும் (அறிந்தும், வேண்டும் என்றே செய்யும் குற்றங்களுக்கும் அபராதமும் சிறைத்தண்டனையும்). சட்டவிதிகளுக்குட்பட்டு அளிக்காத அறிக்கைகளை, திரும்பவும்

அளிக்க வேண்டிய நிலையை உண்டாக்கும் முதன்மைச் செயலதிகாரி மற்றும் முதன்மை நிதியதிகாரி ஆகியோர், வேலையிழப்பு, போனஸ் தொகை பறிப்பு அல்லது இந்த அறிக்கை அளித்தற்குப் பின்வரும் பன்னிரண்டு மாதங்களில் அவர் பெறவிருக்கும் பங்குத் தொகையின் மூலம் கிடைக்கும் வரவுகள் பறிப்பு ஆகியவை உள்ளடங்கிய கடுமையான தண்டனைகளைச் சந்திக்க வேண்டும்.

உள்-வியாபாரம் குறித்த விவரங்களைத் தெரியப்படுத்துவதற்கு நடவடிக்கைகளை விரைவுபடுத்தவேண்டும். அத்தகைய வியாபாரங்கள் குறித்த தகவல்கள், நடந்து முடிந்த இரண்டு நாள் களுக்குள் அளிக்கப்பட வேண்டும். முதுநிலை நிர்வாகிகள், குறைந்த பட்ச அளவு பங்குகளை வைத்திருப்போர் செய்யும் வியாபாரங் களுக்கும் நிறுவனத்துக்குள் இருக்கும் யாராவது ஒருவர் செய்யும் வியாபாரத்துக்கும், இந்த 'விரைவான தெரியப்படுத்துதல்' கட்டாய மாக்கப்பட வேண்டும்.

முதலீட்டு வங்கிகள், தங்களது ஆய்வுகளில் சுயமாக முடிவெடுப் பவர்களாக இருக்க வேண்டும் என்று கருதுகிறேன். இல்லையெனில், பாதிக்கப்படுபவர்கள் முதலீட்டாளர்களே. இந்த ஆய்வு செய்பவர் களை மேற்பார்வை செய்வதிலோ அவர்களுக்கு ஊதியம் போன்றவை வழங்குவதிலோ, நிறுவனங்கள் எந்தப் பாத்திரமும் வகிக்கக் கூடாது. அந்த முதலீட்டு வங்கியின் பங்குகள் விற்பனையில், விற்பனை யாளராகவோ under writer ஆகவோ செயல்பட்டிருந்தால், பங்கு விற்பனை தொடங்கியதற்குப் பின் வரும் நாள்களில், முதலீட்டு ஆய்வுப்பணிகள் நிறுத்தி வைக்கப்பட வேண்டும். மதிப்பீட்டாளர் களின் அறிக்கைகள், அவர்கள் மதிப்பீடு செய்யும் நிறுவனத்தில் அவர்களுக்கும் இருக்கும் பங்குகள் குறித்த விவரங்களைக் கொண்டிருக்க வேண்டும். அந்த நிறுவனத்தில் இருந்து பெற்ற இழப்பீட்டுத் தொகை குறித்த விவரங்கள்; அந்த நிறுவனத்தின் / நிறுவனங்களின் நிர்வாகிகளோடு இருக்கும் உறவுகள்; முதலீட்டு வங்கியின் கட்டணமாக, அந்த நிறுவனம் வங்கிக்குக் கொடுக்கும் தொகை ஆகிய விவரங்களைத் தெரியப்படுத்த வேண்டும்.

இறுதியாக ஒன்று : மனிதனின் குணத்தை விதிகளால் நிரப்ப முடியாது. முதன்மைச் செயலதிகாரி, இயக்குனர் குழுவின் நிறுவனம் சார்ந்த உறுப்பினர்கள் மற்றும் முதுநிலை நிர்வாகிகள், சரியான மதிப்பீடு களைப் பின்பற்றி நடப்பதை, வெளியிலிருந்து வரக்கூடிய எந்தக் கட்டாயங்களும் உறுதி செய்ய முடியாது. தான் செய்வதை மற்றவர்கள் கண்டுபிடிக்க முடியாது என்கிற நிலையில், ஒரு மனிதன் செய்யும் செயல்கள்தான் அந்த மனிதனின் உண்மையான குணத்துக்கான

அளவுகோல் என்ற மெக்காலே பிரபுவின் சொற்களை நான் நினைவூட்ட விரும்புகிறேன்.

நெறிகளைப் பின்பற்றுகிறார்களா என்று பார்ப்பதற்கான இறுதித் தேர்வு இதுதான். இந்தத் தேர்வில், நாம் கவனம் செலுத்த வேண்டியது மிகவும் முக்கியம். ஏனெனில், சிறிய மற்றும் சிறுபான்மை பங்குதாரர் களின் உரிமைகள் பாதிக்கப்படுவதை அலட்சியம் செய்ய முடியாது. இந்த மனிதர்கள், தங்கள் வாழ்நாளின் சேமிப்புகளை நமது நிறுவனங்களில் முதலீடு செய்திருக்கிறார்கள். ஆகவே, அவர்களது சேமிப்புகள் சரியான நோக்கத்துக்காகப் பயன்படுத்தப்படுவதை நாம் உறுதி செய்ய வேண்டும். இதை நாம் உறுதி செய்யாவிட்டால், நிறுவன நிர்வாகத்தின் ஒட்டுமொத்த இயக்கமும் தோல்வி அடைந்து விடும். இது நிகழாமல் பார்த்துக் கொள்ள வேண்டியது நிறுவனத் தலைவர்களின் பொறுப்பு. நாம் இதனைச் செய்யாவிட்டால், நமது தொழிலில் வெற்றி பெற்றுவிட்டோம் என்று சொல்லிக் கொள்ள இயலாது.

திறமையான பொது நிர்வாகம்

ஒரு மிகப் பெரிய மாநிலம் அல்லது தேசத்தை நிர்வகிப்பது, ஒரு நிறுவனத்தை நடத்துவதை விட அதிக சவால் நிறைந்த ஒன்று. கடந்த இருபது ஆண்டுகளாக, ஒரு நிறுவனத்தை நடத்துவதில் பங்கு கொண்டிருக்கிறேன்; ஆனால், நான் கற்றுக்கொண்ட சில பாடங்கள், பொதுநிர்வாக ஆட்சி வரம்புக்குள் வரக்கூடியவை என்று நினைக்கிறேன்.

உலகமயமாதல், அதிக அளவிலான அந்நிய வர்த்தகத்தைத் தந்தது; அந்நிய நேரடி முதலீடு அதிகரித்தது; வேறு வகை மூலதனங்களின் பாய்ச்சலையும் கொண்டு வந்தது. இன்றைய உலகமயமான உலகத்தில், அனைத்து நாடுகளும், மூலதனம் மற்றும் தொழில் நுட்பத்தை ஈர்க்கும் வகையில், பாதுகாப்பான, உபசரிப்பு மிகுந்த சூழலை உருவாக்குவது பொருளாதார வளர்ச்சிக்குத் தேவையாக இருக்கிறது. உலகமயமாதல் மூலம் கிடைக்கும் பலன்களைப் பயன் படுத்திக் கொள்ளும் திறனை அதிகரிப்பதில், வளரும் நாடுகளின் பொது நிர்வாகத்தின் தரம் முக்கிய பங்கு வகிக்கிறது. ஆகவே, மேம்பட்ட நிர்வாகத்தின் மீது அதிகக் கவனம் குவிவதற்கு உலகமய மாதல் வழிவகுத்திருக்கிறது; இந்தியா போன்ற வளரும் நாடுகளில் ஊழலைக் குறைப்பதற்கான அறைகூவலையும் இது விடுத்திருக்கிறது.

சமூக வளர்ச்சிக்கான, எழுச்சியூட்டும், உருப்படியான செயல் நோக்கத்தை உருவாக்குவதிலும் அந்த நோக்கத்தை நல்ல முறையில் செயல்படுத்துவதிலும் முதன்மையானதாக, நல்ல பொது நிர்வாகம் இருக்கிறது. இதற்கு, வலிமையான, எழுச்சியூட்டும் தொலை நோக்குப் பார்வையை நாம் கொள்ள வேண்டியது மிக மிக

ஜே.ஆர்.டி.டாட்டா, ஐந்தாவது நினைவு நாள் பேருரை, புது தில்லி, ஆகஸ்ட் 1, 2002.

முக்கியமானது. மிகப் பெரிய நோக்கத்தின் மூலமாகத்தான், மாற்றத்தோடு கூடிய வளர்ச்சி நிகழ்கிறது. ஏனெனில், அது மக்கள் மனதில் விழைவினைத் தூண்டுகிறது; உற்சாகமும் சக்தியும் மிக்கவர்களாக அவர்களை மாற்றுகிறது; கடினமாக உழைப்பதற்கும் தியாகம் செய்திடவும் உறுதி கொண்டவர்களாக, அவர்கள் மாறுவதற்கு உதவுகிறது. விடுதலை பெற்ற இந்தியா என்ற வலிமையான நோக்கத்தை மகாத்மா காந்தி உருவாக்கினார்; மக்களது விழைவினை உயர்த்தினார், விடுதலையைப் பெறுவதற்காக மாபெரும் தியாகங்களைச் செய்யக்கூடியவர்களாக அவர்களை மாற்றினார்.

நவீன இந்தியாவுக்கான தொலைநோக்குப் பார்வையை ஜவாஹர்லால் நேரு உருவாக்கினார்; இரும்பு உற்பத்திக் கூடங்களை, அணைகளை மற்றும் உயர்கல்விக்கான நிறுவனங்களை உருவாக்கிட லட்சக்கணக்கான இந்தியர்களை அது உற்சாகப்படுத்தியது. நியாயமான, சமதையான பொருளாதார வளர்ச்சியை அடைவதற்கு, இதைப் போன்ற வலிமையான தொலைநோக்குப் பார்வையை நமது அரசியல் தலைவர்கள் உருவாக்க வேண்டும்.

நல்ல தலைமைப் பண்பு என்பது, திறமையான பொது நிர்வாகத்தின் மூலம், ஒரு மாபெரும் நோக்கத்தை, நற்பயன் தரும் முடிவுகளைத் தரக்கூடியதாக மாற்றக் கூடியது. அடைய முடியாததாகத் தோன்றும் லட்சியங்களை அடைவதற்கான எழுச்சியினை ஊட்டக்கூடிய, மாற்றத்துக்கான பிரதிநிதிகளாக இருக்கக்கூடிய தலைவர்களால், திறமையான பொதுநிர்வாகம் வழிநடத்தப்பட வேண்டும். அதிக அளவிலான கடின உழைப்பு, உறுதிப்பாடு, தியாகம் மற்றும் நேர்மை ஆகியவை வளர்ச்சிக்குத் தேவை.

தலைவர்களின் மீது இருக்கும் நல்லெண்ணமும் நம்பிக்கையும்தான், நீண்ட கால நோக்கில் மேம்பாட்டைத் தரும் என்ற நம்பிக்கையில், குறுகிய காலத் தியாகங்களைச் செய்வதற்கு மக்களை ஊக்கப்படுத்தும். நல்லெண்ணத்தையும் நம்பிக்கையும் உருவாக்குவதற்கு, சொல்வது போல் செயல்படுவதுதான் தலைவர்களிடம் இருக்கும் ஒரே ஆயுதம்; தியாகம், உறுதிப்பாடு, நேர்மை கடின உழைப்பு ஆகியவற்றின் மீது அவர்களுக்கு இருக்கும் நம்பிக்கையை, பேச்சோடு நிறுத்திக் கொள்ளாமல், செயல் மூலம் வெளிப்படுத்துவது. எடுத்துக்காட்டாக, ஜே.ஆர்.டி.டாட்டா, தான் பயணம் செய்யும் ஏர் - இந்தியா விமானங்களின் கழிவறைகள், சுத்தமாக இருக்கிறதா என்று தானே நேரில் பார்வையிடுவார். இதைப் போன்று முன்மாதிரியாக இருந்து வழிநடத்தும் செயல், அனைத்து விஷயங்களிலும் முழுமையாகக் கவனம் செலுத்துவது, சேவையின் மீதான அக்கறை ஆகியவைதான் ஜேஆர்டி அவர்களின் தலைமையில், ஏர் இந்தியா உலகத்தின்

தலைசிறந்த வியாபார விமான நிறுவனங்களில் ஒன்றாக இயங்க உதவியவை.

வளர்ச்சிக்குச் சிறிது காலம் ஆகும். குறுகிய காலத்தில் சமுதாயத்தின் நலனை முன்னிறுத்துவது, நிச்சயமாக நீண்டகால அளவில் தனிமனிதர்கள் மேம்பாட்டுக்கு அது இட்டுச்செல்லும். இதை, தானே ஒரு எடுத்துக்காட்டாக இருந்து வெளிப்படுத்துவதன் மூலம், மக்களின் உற்சாகத்தைத் தக்கவைப்பது தலைவர்களின் பொறுப்பாகும். தனிப்பட்ட முறையில், என் வாழ்வின் ஒரு குறுகிய காலம், என் நலனுக்கு முன்னதாக இன்ஃபோசிஸின் நலனை முன்னிறுத்தியதன் மூலம், நீண்டகாலத்துக்கு அதிக அளவிலான நன்மைகளை அடைந்ததை உணர்கிறேன். எடுத்துக்காட்டாக, இன்ஃபோசிஸ் நிறுவனத்தை ஆரம்பித்தவர்கள், வரி போகத் தங்களுக்குக் கிடைக்கும் பங்குத் தொகையை, அதனை வலிமையாக்கிட, நிறுவனத்திலேயே மறுமுதலீடு செய்தனர். அதன் விளைவாக, வேறுவகையில் சாத்திய மாகியிருக்காத, பெருமளவு செல்வம் அவர்களுக்குக் கிடைத்தது.

திறமையான பொது நிர்வாகத்துக்கு, வாடிக்கையாளர் மீதான, மிகக் கூர்மையான அக்கறை தேவை. தனியார் துறையில், வாடிக்கையாளர் மீதான அக்கறை, நன்றாக ஏற்றுக் கொள்ளப்பட்டதொரு கருத்தாக இருந்தபோதும், பொது நிர்வாக அமைப்புகள், அவர்களது வாடிக்கை யாளர்களான இந்த நாட்டின் குடிமக்களின் மீது அரிதாகவே அக்கறை கொள்கின்றன. இதற்குக் காரணம் காலனியாதிக்க மிச்சசொச்சங்களே! உரிமையுடையோரிடம் பொறுப்புணர்வுடன் நடந்து கொள்ள வேண்டும் என்பது, பொது நிறுவனங்களில் மிக அரிதாகத்தான் வலியுறுத்தப்படுகிறது. ஏனெனில், காலனியாதிக்க அரசுகள், வரிவசூல் மற்றும் சட்டம் ஒழுங்கை நிலைநாட்டுவதில்தான் முதன்மையான கவனத்தினைச் செலுத்தின. இரண்டு துறையுமே, வாடிக்கையாளரின் மகிழ்ச்சியின் அடிப்படையில் இயங்குவன அல்ல. ஆனால், இதற்கு நேர்மாறாக, ஒரு நிறுவனத்தின் வாழ்வு, வாடிக்கையாளர்களின் எதிர்பார்ப்புகளைத் திருப்திப்படுத்துவதோடு அவர்களது எதிர்பார்ப்பு களுக்கும் அதிகமாகச் செயல்படுவது என்பதைப் பொறுத்தது. இன்ஃபோசிஸ் நிறுவனத்தின் வரலாற்றைப் பார்த்தால், எங்களுடைய வருமானத்தின் 85 சதவிகிதம் எங்களுடன் எப்போதுமிருக்கும் வாடிக்கையாளர்களால் தான் கிடைக்கிறது. இதன் பின்னணியில், குறிப்பிட்ட காலக்கெடுவுக்குள், அவர்களது நிதியளவுக்குள், மிக உயர்ந்த தரத்தோடு செய்து முடிப்பதில் நாங்கள் எடுத்துக் கொள்ளும் அக்கறை முக்கியக் காரணியாக இருக்கிறது. இந்தியாவில், மக்களால் தேர்ந்தெடுக்கப்பட்ட மக்களாட்சி முறை அரசாங்கம் நடைபெறுவ தால், பொது நிர்வாகத்தில் குடிமக்களுக்கான சேவைகளில்

பொறுப்புணர்வைக் கொண்டு வருவதற்கான சரியான தருணம் இதுவே.

பொது நிர்வாகத்தில் மிக முக்கியமானவை, நேர்மையும், பொறுப் புணர்வும். குடிமக்கள், சமூக அமைப்புகள், அரசாங்கம் மற்றும் தனியார் துறை போன்ற உரிமையுடையோர்கள் அனைவருக்கும் நியாயமான செயல்பாட்டை உறுதிசெய்வதில்தான் பொது நிர்வா கத்தின் வெற்றி பெறப்படுகிறது. இன்ஃபோசிஸ் நிறுவனத்தில், எங்களது உரிமையுடையோர்களுடனான செயல்பாடுகள் ஒவ்வொன்றிலும், உயர்ந்த அளவிலான வெளிப்படைத்தன்மை யோடு நடந்து கொள்வதில் நாங்கள் கவனம் செலுத்துகிறோம். உரிமையுடையோர்கள் மத்தியில் நம்பிக்கையை உருவாக்குவதற்கு இது முக்கியமான காரணியாக இருப்பதோடு, எங்களது வளர்ச்சிக்கும் அடிப்படையான ஒன்றாக இருந்து வருகிறது.

திறமையான பொது நிர்வாகத்துக்கு வலிமையான மதிப்பீட்டு முறை மிகவும் அவசியம். அனைத்துத் தேசங்களும், சர்வதேச அளவில் நடைபெறும் போட்டியில், செயல் தந்திரத்துக்கு உதவும் வள ஆதாரங் களை, மனிதவள ஆற்றலை மற்றும் மூலதனத்தை ஈர்ப்பதில் ஈடுபட்டுள்ளன. அரசுகள் நல்ல மதிப்பீட்டு முறை கொண்டிருப்பது, அந்தப் போட்டியில் வெல்வதற்கான சாத்தியங்களை அதிகப் படுத்தும். நியாயம் மற்றும் கொள்கைகளில் சமநிலை, வெளிப்படைத் தன்மை மற்றும் நேர்மை, அதிகாரத்தைத் தவறாகப் பயன்படுத்து வதைத் தவிர்த்தல், ஒப்பந்தங்கள் வழி நடத்தல் மற்றும் செய்ய வேண்டிய கடமைகளைக் குறிப்பிட்ட காலக்கெடுவுக்குள் செய்து முடித்தல் ஆகியவற்றை அடிப்படையாகக் கொண்டுதான் நல்ல மதிப்பீட்டு முறை இயங்க முடியும்.

பொது நிர்வாகத்தில் நம்பிக்கை உருவாக்கத்துக்குப் பொறுப்புணர்வு ஒரு முக்கியமான காரணியாக இருக்கிறது. தனியார் துறை போலன்றி, பொறுப்புணர்வு, வலிமையான கருத்தாகப் பொதுத்துறையில் அடிக்கடி பேசப்படும் ஒன்றல்ல. தனியார்துறை, தன்னைத்தானே சரிசெய்து கொள்ளும் சந்தை அமைப்பு முறையைக் கொண்டிருக்கிறது. எடுத்துக்காட்டாக, விலை மதிப்புள்ள வள ஆதாரங்கள் வீணாக்கப் படுவது, குறைவான லாபத்துக்கு வழிவகுக்கும்.

சந்தைக் குறியீடுகள் சுட்டிக்காட்டுவது போல், அந்த நிறுவனத்தின் மதிப்பில் இது பிரதிபலிக்கும். பொது நிர்வாக அமைப்புகளில், தன்னைத்தானே சரிசெய்து கொள்ள உதவும், இத்தகைய சந்தை அமைப்பு முறை கிடையாது. ஆகவே, பொறுப்புணர்வை வளர்ப் பதற்கு உதவும் வழிமுறைகளை இணைத்துக் கொள்வது முக்கியமானது.

எடுத்துக்காட்டாக, சீனாவில், ஊழியர்கள் அனைவரும், குறைந்த பட்சம் ஆண்டுக்கு 7 சதவிகிதப் பொருளாதார வளர்ச்சிக்குப் பொறுப் பேற்க வேண்டும். இதைத் தவிர்த்து, சுற்றுப்புறச் சூழலின் தரத்தைத் தொடர்ந்து உயர்த்துவது, மேலான உள்கட்டமைப்புகளை உருவாக்கு தல் மற்றும் குற்ற அளவினைக் குறைத்தல் ஆகியவற்றையும் செய்ய வேண்டும். இந்த இலக்கினை அவர்கள் எட்டவில்லை என்றால், தங்கள் வேலைகளை அவர்கள் இழக்க வேண்டியதுதான். என் கருத்தைக் கேட்டால், இந்தத் தருணத்தின் மிக அவசியமான தேவை, பொது நிர்வாக அமைப்புகளில், பொறுப்புணர்வுக்கான ஒரு முறையைக் கொண்டு வருதல் என்பேன்.

நிலைத்த, ஊகிக்க முடிந்த, விரைவான கொள்கைகளை அளிப்பதும், நல்ல நீதித்துறைச் சூழலை அளிப்பதும் முக்கியமானது. உண்மையில், இவைதான் வெற்றிகரமான பொருளாதாரத்தின் முக்கிய மான இரண்டு அம்சங்கள். கொள்கை உருவாக்கம் மற்றும் அவற்றை நடைமுறைப்படுத்துவதில் இருந்து, அரசியல் அபாயங்கள், மான்யம்/ஆதரவு வழங்குதல் மற்றும் கட்சிக் கொள்கைகளைப் பிரித்திட வேண்டும். இல்லையெனில், குடிமக்களும் வெளிநாட்ட வர்களும் நம் நாட்டின் மீது வைத்திருக்கும் நம்பிக்கையை இத்தகைய நிச்சயமற்ற கொள்கைகள் போக்கிவிடும்; வர்த்தகம் செய்யும்போது அதிக அளவில் பொருளாதாரச் செலவினங்களை அவை உருவாக்கும். தேவையற்ற முறையில், வளரும் நாடுகளால் இப்படி மதிப்பினை இழக்க இயலாது. அரசு அதிகாரிகளால் ஏற்படும் தாமதம் மற்றும் அவர்களுக்கு அளிக்கப்படும் கப்பம் போன்றவற்றையும் வெட்டிவிட வேண்டும்; நீதித்துறை சார்ந்த செலவுகளையும் குறைக்க வேண்டும்.

சமூகத்தின் பல்வேறு தரப்பினைச் சார்ந்த புகழ்பெற்ற மனிதர்களைக் கொண்ட நெறிப்படுத்தும் குழுக்களை அமைப்பதன் மூலம், நிர்வாக முன்முயற்சித் திட்டங்களின் செயல்பாட்டு ஆரோக்கியம் மற்றும் முன்னேற்றத்தைக் கண்காணிக்க முடியும்; எச்சரிக்கையாளர்களாக அந்தக் குழுக்கள் இயங்க முடியும். பொது நிறுவனங்களின் சுயேச்சை இயக்குனர்கள் செயல்படுவது போல இந்தக் குழுக்களும் இயங்க வேண்டும். நாட்டின், தேர்ந்தெடுக்கப்பட்ட பகுதிகளில், பொது மக்கள் சேவை சீர்திருத்தங்கள் மற்றும் பொதுநிர்வாகச் செயல் முறைகள் உள்ளடங்கிய புதிய நிர்வாக முறைகளை, முன்னோடித் திட்டங்களாகக் கொண்டு வருவது பயனுள்ளதாக இருக்கும்.

அவற்றின் வெற்றித் தன்மையை அறிந்து கொண்ட பிறகு, அந்தப் பகுதிகளின் தேவைக்கேற்ற வகையில் அவற்றை மாற்றியமைத்து, நாட்டின் பிற பகுதிகளுக்கும் விரிவுபடுத்தலாம். இத்தகைய முன்னோடித் திட்டங்களில் வேலை செய்யும் ஊழியர்களைக்

கவனமாகத் தேர்ந்தெடுக்க வேண்டும்; அவர்களுக்கு ஊக்கத் தொகை அளிப்பதற்கான சிறந்த முறை ஒன்றையும் வடிவமைக்க வேண்டும்.

மாநில மற்றும் மத்திய அரசுத் துறைகள் ஒவ்வொன்றிலிருந்தும் ஒருங்கிணைந்த முன்னோடித் திட்டங்கள் வெளிவர வேண்டும். குறிப்பிட்ட நோக்கங்களை, விருப்பமான கால அளவுக்குள், குறை வான செலவில் அடைவதில், அத்தகைய ஒருங்கிணைந்த திட்டங்கள் கவனமாக இருக்க வேண்டும். ஊழலுக்கெதிரான திட்டங்களை இதற்கு எடுத்துக்காட்டாகக் கூறமுடியும். அத்தகைய திட்டங்கள் குறுகிய கால அளவைக் கொண்டதாக இருக்க வேண்டும்; செயல் பாட்டு அளவினைக் காட்டும், முக்கிய குறியீடுகளைக் கொண்டிருக்க வேண்டும்; அளவிடும்படியான முன்னேற்றத்தைத் தரக் கூடியவையாக இருக்க வேண்டும்.

பொது நிர்வாகத்தில் நாம் வெற்றிபெற வேண்டுமானால், தனியார் துறையில் இருப்பது போன்ற, தெளிவான, அளவிடும்படியான செயல் நோக்கங்களை வரையறை செய்வது முக்கியமானது என நான் மீண்டும் வலியுறுத்த விரும்புகிறேன். அளவிட முடியாத விஷயத்தில் முன்னேற்றத்தைக் கொண்டுவர முடியாது. இந்த முறையில் செயல் நோக்கங்களை ஆய்வு செய்வது, நமது பொதுநலத் திட்டங்களின் வெற்றிக்கு மிகவும் உதவும். எடுத்துக்காட்டாக, 800 சதுர அடி பரப்பளவுள்ள ஆயிரம் வீடுகளை, ஒரு வீடு 8 லட்சம் என்ற மதிப்பில் கட்டுவதற்கு முடிவு செய்கிறோம். பத்து மாதத்துக்குள்ளாகக் கட்டி முடிக்க வேண்டிய இந்தத் திட்டத்தின், ஒவ்வொரு மாத முன் னேற்றத்தையும் கணித்திடும்போது, இலக்கினை நிச்சயம் நம்மால் அடைந்திட முடியும். இலக்கினை அடைவதில் நாம் தவறிவிட்டாலும், ஏன் தவறினோம் என்பது நமக்குத் தெரியும். அடுத்த முறை அத்தகைய தவறுகள் நிகழாவண்ணம் பார்த்துக்கொள்ள இயலும். துரதிர்ஷ்ட வசமாக, இதைப்போன்ற ஒரு அமைப்பு நமது பொது நிர்வாகத்தில் இப்போது நடைமுறையில் இல்லை.

அனைத்து பொதுநலத் திட்டங்களையும் ஒரு நியாயமான காலவரை யறைக்குள் முடிக்கக் கூடியதாகத் திட்டமிடுவது முக்கியமானது. இரண்டு ஆண்டுகளுக்கு மேலான காலவரையறையில் எந்தத் திட்டமும் இருக்கக் கூடாது. நெடிய திட்டங்கள், சிறு திட்டங்களாகப் பிரிக்கப்பட்டு, அந்த இரண்டு ஆண்டு கால வரையறைக்குள் முடிக்கப் படுவதாக, செயல்படுத்தப்பட வேண்டும். செயல்பாட்டு அளவைக் காட்டும் குறியீடுகள் ஒவ்வொரு திட்டத்துக்கும், அதன் ஒவ்வொரு நிலைக்கும், தெளிவாக வரையறுக்கப்பட வேண்டும்.

மாநில, மத்திய அரசுகளின் முக்கியமான பொதுநலத் திட்டங்களின் முன்னேற்றம், நிர்வாகத் தரவரிசை அளவுப்படி மேற்பார்வை

செய்யப்பட வேண்டும். மாநில மற்றும் மத்திய அரசுகளின் தலையாய 100 திட்டங்களின் முன்னேற்றம் குறித்த தகவல்களையும், செலவின் அளவையும், ஒவ்வொரு வாரமும், அனைத்துச் செய்தித்தாள்களும் தொலைக் காட்சி சானல்களும் வெளியிட வேண்டும். அந்தத் தகவல்கள், திட்டத்தின் துறைசார்ந்த அமைச்சர் மற்றும் துறைக்குப் பொறுப்பான செயலரின் பெயர்களையும் கொண்டிருக்க வேண்டும். திட்டத்தில் ஏற்படும் பிரச்னைகள் மற்றும் தாமதங்களைச் சரி செய்வதற்காக, அந்தத் திட்டத்தை மேல்நிலைக்குக் கொண்டு செல்வதற்குத் தேவையான வழிமுறையை அந்தத் திட்டம் உள்ளடக்கி யிருக்க வேண்டும். எடுத்துக்காட்டாக, இன்ஃபோசிஸ் நிறுவனத்தில், மென்பொருள் ஆக்கத் திட்டத்தில் முடிவு செய்ததைவிட, 5 சதவிதத்துக்கும் அதிகமான தாமதம் ஏற்பட்டால், தீர்வுகளுக்காக, அந்தத் திட்டம் உடனடியாக முதுநிலை நிர்வாகிகளிடம் அனுப் பப்பட்டுவிடும். மேல்நிலை அதிகாரிகள், முக்கியமான திட்டங்களின் செயல்பாட்டினை, ஒவ்வொரு காலாண்டிலும் ஆய்வு செய்திடும் முறையும் எங்களிடம் இருக்கிறது. திறமையான பொது நிர்வாக நடை முறைகளின் ஒரு பகுதியாக, இதைப் போன்ற முறைகள் அறிமுகப் படுத்தப்பட வேண்டும்.

அரசியல் தலைவர்களின் தவறான செயல்களுக்கு முற்றுப்புள்ளி வைக்கும் ஒரு கருவியாக, தேர்தல்கள் செயல்பட வேண்டும் என்று எதிர்பார்க்கப்படுகிறது. இருந்தபோதும், தகுதி மற்றும் செயல்பாடு இவற்றின் அடிப்படையில் இல்லாமல், நம் அரசியல் தலைமை, சலுகைகள் அடிப்படையில்தான் பொதுவாகத் தேர்ந்தெடுக்கப் படுகிறது. அவர்கள் ஆட்சியில் இருக்கும்போது அல்லது எதிர் கட்சியாக இருந்த காலத்தின் செயல்பாடுகள் குறித்தும், அவர்களது வேட்பாளர்களின் தகுதிகளையும் அறிந்து கொள்ளும் அளவில், அனைத்து அரசியல் கட்சிகளும் அறிக்கைகள் அளிக்க வேண்டும் என்பதை, தேர்தல் ஆணையம் கட்டாயமாக்க வேண்டும். தவறான தகவல் ஏதேனும் அளிக்கப்பட்டால், தேர்தலில் போட்டியிடுவதற்கு அந்தக் கட்சி முழுவதற்கும் தடைவிதிக்கப்பட வேண்டும்.

நல்ல நிர்வாகத்துக்கு ஊக்க உதவித் திட்டங்களை உருவாக்குவதும் முக்கியமானது. நம் அரசாங்கத்தின் பெரும்பான்மையான முன்முயற்சிகள் தோல்வியுற்றதற்குக் காரணம், ஊக்க உதவிகள் இல்லாமையே. நமது அரசு அதிகாரிகளுக்கு அளிக்கப்படும் ஊதியத்தின் பெரும்பகுதி, அவர்களின் செயல்பாட்டு அடிப்படையில் வழங்கப்படும், வேறுபடும்-ஊதியமாக இருக்க வேண்டும். அரசு அதிகாரிகளின் ஊதிய அளவுக்கும், ஊழல் அளவுக்கும் இடையில் எதிர்மறையான தொடர்பு இருப்பதாக ஆய்வுகள் குறிப்பிடுகின்றன. இன்ஃபோசிஸ்

நிறுவனத்தில், கொடுக்கப்படும் வேலைத்தன்மை-செயல்பாடு அடிப்படையிலான ஊதிய முறையைத்தான் பின்பற்றுகிறோம். நிறுவனத்தில் அவருடைய பாத்திரத்தைப் பொறுத்து, ஏற்றுச் செயல்படுவதில் அவரது செயல்பாட்டைப் பொறுத்து, தனிப்பட்ட ஒரு ஊழியரின் ஊதியம் முடிவு செய்யப்படுகிறது. முக்கியமாகக் குறிப்பிடப்பட வேண்டியது, ஊதியத்தை நிர்ணயம் செய்வதில் வயதுக்கு எந்தப் பங்கும் இல்லை.

செலவைக் குறைப்பது, சுழற்சி நேரத்தைக் குறைப்பது, வேலையை எளிமைப்படுத்துவது, உற்பத்தித் திறனை அதிகப்படுத்துவது, நடைமுறைப்படுத்துவதில் தரத்தை மேம்படுத்துவது மற்றும் வாடிக்கையாளர் திருப்தி நிலையை உயர்த்துவது ஆகியவையே தொழில்நுட்பத்தின் குறிக்கோள். ஏழைகள் தவிர்த்து வேறு யாருக்கு இவை தேவை? ஆகவே, இந்தியாவில் இருக்கும் ஏழைகளுக்கு அடிப்படைச் சேவைகள் வழங்குவதற்கு, தொழில்நுட்பம் மிக முக்கியமானது. மத்தியிலும் மாநிலத்திலும் உள்ள அரசுகள், உற்சாகத்தோடு தொழில்நுட்பத்தைத் தழுவிக்கொள்ள வேண்டும்.

தரமான சேவையின் ஒரு முக்கிய அம்சம் உரிய நேரத்தில் வழங்குதல். உரியநேரத்தில் வழங்குவதற்கு, முடிவெடுப்பதில் அல்லது மதிப்பு கூட்டும் தொடர்நிலையில், தாமதமின்மை இல்லாமல் இருப்பது தேவை. முடிவெடுக்கும் வழிமுறை அல்லது மதிப்புக் கூட்டும் தொடர்நிலையின் அனைத்துச் செயல்களையும் பதிவு செய்வது; செயல்முறையை இயந்திரப்படுத்துவதற்குத் தொழில்நுட்பத்தைப் பயன்படுத்துவது; அந்தச் செயல்முறை முழுவதிலும் வெளிப்படைத் தன்மையைக் கொண்டு வருவது ஆகியவை, தாமதத்தைப் போக்குவதற்கான சிறந்த வழிகளாகும். இன்ஃபோசிஸ் நிறுவனத்தில் கடன் பெறுவதற்கான வழிமுறை, மேற்சொன்ன முறைக்கான சிறந்த எடுத்துக்காட்டாக அமையும். கடன் வாங்க விரும்பும் ஊழியர், நிறுவனத்தின் இண்ட்ரா நெட் மூலமாக அனுப்பும் விண்ணப்பம், அவரது மேற்பார்வையாளரால் அனுமதிக்கப்பட்டதும், அவரது வங்கிக் கணக்குக்குக் கடன் தொகை, கடன் துறையால் உடனடியாக அனுப்பப்பட்டுவிடுகிறது. அனைத்தும் ஒரே நாளில்!

தகவல்களைப் பொதுமைப்படுத்த தொழில்நுட்பம் உதவுகிறது. தாமஸ் ஜெஃபர்சனின் கூற்றான, 'அதனுடைய ஒரு அங்கமாக அனைவரும் உணரும், வலிமையான ஒன்றாக அரசாங்கம் இருக்கிறது' என்பதை நினைவுபடுத்த விரும்புகிறேன். தொழில்நுட்பத்தால் நடைமுறையில் நிச்சயம் இதனைச் சாத்தியமாக்க முடியும். வெளிப்படைத்தன்மையை உயர்த்துகிற அதே நேரத்தில், தூரம் மற்றும் நேர வெளிகளை விஞ்சக்கூடிய வலிமையை இணையத் தளம்

மக்களுக்கு அளிக்கிறது. மக்களுக்கும் அரசாங்கத்துக்கும் இடையிலான, அதிகரிக்கும் தொடர்புகளுக்கும் பரிமாற்றத்துக்கும், மக்களாட்சி முறையைப் பின்பற்றுவோர்க்கு இந்தச் சக்தி வாய்ந்த ஆயுதம் அவசியம் தேவை. குடிமக்களுக்கு அவர்களுக்கு நியாயம் கிடைக்க வழிசெய்யும் அமைப்பாகவும் இணையத் தளம் செயல்பட முடியும். எடுத்துக்காட்டு, செய்தி சேனல்கள், அந்த நேரத்து முக்கிய மான, தலையாய பிரச்னைகள் மீதான கருத்துக் கணிப்புகளை ஆன்லைனில் நடத்தி மறுநாள் அதன் முடிவுகளை வெளியிடுவது.

இணையத் தளத்தின் மற்றொரு முக்கியப் பயன், மின்-நிர்வாகம்; அரசாங்கத்தோடு அவர்கள் அடிக்கடி ஏற்படுத்திக் கொள்ளும் தொடர் பினால், மக்களது உற்பத்தித்திறன் அளவு உயர்கிறது. அரசாங்கத் தோடு, பொதுமக்கள் தொடர்பேற்படுத்திக் கொள்ள நேரும்போ தெல்லாம் அதிகமான நேரத்தை அவர்கள் செலவிடுகிறார்கள். குடும்ப அட்டை பெறுவதற்கு, ஓட்டுநர் உரிமம் பெறுவதற்கு, நிலப்பதிவுக்கு, நிலஉரிமைப் பத்திரங்கள் பெறுவதற்கு மற்றும் வரி மற்றும் பயன்பாட்டு கட்டணங்களைச் செலுத்துவதற்கு அவர்கள் செல்ல வேண்டியிருக்கிறது. மின் நிர்வாகத்தின் மூலம், இந்த நேரத்தின் பெரும்பகுதியை நாம் குறைக்க முடியும்.

ஊழலைக் குறைப்பதிலும் தொழில்நுட்பம் பெரும்பங்கு வகிக்கிறது. எடுத்துக்காட்டாக ஒன்றைக் கூறவேண்டுமானால், ஊழலுக்கான எரிபொருளாக வெளிப்படைத் தன்மையற்ற நிலை இருக்கிறது. இரண்டு வழிகளில், இணையதளம் ஊழலைக் குறைப்பதற்கு உதவ முடியும்; முடிவு எடுக்கும் இடத்தையும் சேவை வழங்கும் இடத்தையும் பிரிப்பதன் மூலமாக; வேலைமுறை மற்றும் அனுமதி வழங்கும் தொடர்நிலையில் வெளிப்படைத்தன்மையை உயர்த்துவது மூலமாக. எடுத்துக்காட்டாக, பெங்களூர் வட்டாரப் போக்குவரத்து அலுவலகம், தரகர்களாகச் செயல்படும் உரிம முகவர்களை அடையாளம் காண்பதற்காக கேமராக்களை பொருத்த முடிவு செய்திருப்பதைச் சொல்லலாம். இந்த முறை மூலமாக, தன் இருக்கையை விட்டு எழுந்து செல்லும் அதிகாரிகளின் நேர அளவையும் பதிவு செய்ய முடியும்.

நம் பொது நிர்வாக அமைப்பின் தரத்தை உயர்த்துவதற்கு, நமது தேசியத் தலைவர்கள், ஆர்வத்துடன் சுறுசுறுப்போடு செயல்படு வார்கள் என்பதில் நம்பிக்கையோடு இருக்கிறேன். அதன் மூலம், விரைவான வளர்ச்சியைத் தரும், அனைவருக்கும் சமநிலையைத் தரும், நேர்மையான பொருளாதாரத்தை உருவாக்குவதன் மூலம், ஏழைகளின் வாழ்க்கையை மேன்மைப்படுத்துவதற்குச் செயலாற்று வார்கள் என்று நம்புகிறேன்.

பகுதி 7

நிறுவனங்களின் சமுதாயக் கடமைகள் மற்றும் மனித நேயச் செயல்கள்

பரிவுள்ள முதலாளித்துவம்

முதலாளித்துவம் என்பது, தனி மனித உரிமைகள் மற்றும் பொறுப்புகளை அடிப்படையாகக் கொண்டது. இதன் பெரும்பான்மையான பொருளாதார நடவடிக்கைகள், சுதந்தரமான சந்தையில் இயங்கும், தனியார்துறை வர்த்தக நிறுவனங்களால் திட்டமிடப்படுகின்றன. ஒவ்வொரு மனிதனுடைய இருத்தலும் செழித்தலும் அவனது தனிப்பட்ட திறமையைப் பொறுத்தது. பொருளாதார லாபத்துக்காகவே, தனி மனிதர்களும், நிறுவனங்களும் போட்டியிட அனுமதிக்கப்படுகின்றனர். பொருட்கள் மற்றும் சேவைகளின் விலையை, சந்தைக் காரணிகளே நிர்ணயிக்கின்றன.

அரசின் கட்டுப்பாட்டிலிருந்து தொழிற்துறை விலகி இருக்க வேண்டும் என்ற கோட்பாட்டை அடிப்படையாகக் கொண்டது இந்த அமைப்பு. இங்கு அரசின் வேலை, முறைப்படுத்துவதும் பாதுகாப்பதும் தான். ஒவ்வொரு மனிதனுக்கும், அவன் உற்பத்தி செய்த பொருளின் மீது உரிமை உண்டு; செல்வத்தை உருவாக்குவதற்கான வாய்ப்புகளால் அவன் செலுத்தப்படுகிறான். சமுதாயத்துக்கான செல்வத்தை நாம் எல்லோரும் இணைந்தே உருவாக்குகிறோம். திறமையாகவும் உத்தம முறையிலும் வள ஆதாரங்கள் பகிர்ந்தளிக்கப்படுவதில் இது முடிகிறது. ஆடம் ஸ்மித் மிகச் சரியாகக் கூறியதைப் போல, முதலாளித்துவ அமைப்பில், 'ஒட்டு மொத்த சமுதாயத்தின் நலனுக்கு இசைவாக இருக்கும் திசைவழியில், தனிமனித விருப்பங்கள் மற்றும் உணர்வுகள்' இழுத்துச் செல்லப்படுகின்றன.

சந்தைமுறை அமைப்பில், வேலையைச் சரியாகச் செய்யும் ஊழியர்களுக்கும், நல்ல முடிவுகளை எடுக்கும் மேலாளர்களுக்கும்

குளோபல் ப்ராண்ட் போரம், சிங்கப்பூர். டிசம்பர் 1, 2003 நிகழ்வில் வழங்கிய உரை.

ஊக்க உதவிகள் இருக்கின்றன. அரசால் கட்டுப்படுத்தப்படும் அமைப்பைவிட, இந்தச் சந்தைப் பொருளாதார அமைப்பு, பரவலான, அதிக உற்பத்தித் திறன் கொண்டது என்பது இப்போது வெளிப் படையாகத் தெரிய வந்துள்ளது. கடந்த இருநூறு ஆண்டுகளில், முதலாளித்துவ முறை அடைந்து இருக்கும் அசாதாரணப் பொருளாதார, செல்வச் செழிப்பு ஒரு வரலாற்று சாதனையே.

இதற்கு மாறாக, உற்பத்தி சாதனங்களும் பொருள் விநியோகமும் அரசாங்கத்தின் கட்டுப்பாட்டில் இருக்கும் வகையில் ஒரு சமுதாயத்தை உருவாக்குவது, சோசலிஸ அமைப்பு எனலாம். மக்களின் நலன் கருதித் தனியார் சொத்துரிமை கட்டுப்படுத்தப் படுகிறது. போட்டிச்சூழல் அமைப்புக்கு மாறாக, கூட்டுறவு முறையை அடிப்படையாகக் கொண்டது இது. மையப்படுத்தப்பட்ட திட்டமிடல் மற்றும் விநியோக முறையை இது பயன்படுத்துகிறது. சமமான வருமானம் மற்றும் சொத்துரிமையில் சமத்துவத்தை இது முன்வைக்கிறது.

துரதிர்ஷ்டவசமாக, பொறுப்பற்ற அரசாங்க நிறுவனங்களில் பொருளாதார அதிகாரங்களைக் குவிப்பதற்கே சோசலிஸ முறை இட்டுச் சென்றது. எழுச்சிபெற்று வரும் சில பொருளாதாரங்கள் பின்பற்றும் சோசலிஸக் கோட்பாட்டில், உலகத்தில் ஒரு குறிப்பிட்ட அளவே செல்வம் இருக்கிறது என்ற அனுமானமும், மனிதரிடையே அது சமமாகப் பகிர்ந்தளிக்கப்பட வேண்டும் என்ற கருத்தும் இருக்கிறது. வாழ்க்கை என்பது ஒரு வெற்று விளையாட்டு என்று இது கருதுகிறது. இந்த முறையில், ஒரு மனிதருடைய லாபம் மற்றொரு மனிதருக்கு நட்டம். போட்டிச் சூழலினால் உண்டாகும் தாக்கங் களைச் சற்று தள்ளிவைத்துப் பார்க்கும் போது, பொருளாதார வல்லுநர் பால் க்ருக்மான் அவர்களின் சொற்களில், 'தொன்மையான தொழிற் கூடங்களில், நகைப்புக்கு இடம் தரும், தரம் குறைந்த நுகர்வோர் பொருட்களை' உருவாக்குகிறோம். இத்தகைய அமைப்பு முறையில், அரசு முக்கிய பங்கு வகிப்பது இயல்பான ஒன்றே.

உலகத்தின் செல்வமனைத்தையும், மனிதர்களிடையே சமமாகப் பகிர்ந்தளித்துவிட்டால், நிச்சயம், அதன் பிறகு பணக்காரர்களே இருக்கமாட்டார்கள். ஆனால், அனைவரும் ஏழைகளாகவே இருப்பர். வறுமையை உங்களால் பகிர்ந்து அளிக்க முடியாது. சோசலி ஸவாதிகள் ஒன்றை மறந்துவிடுகிறார்கள்; செல்வத்தை உருவாக் கினால்தான் அதனைப் பகிர்ந்து அளிக்க முடியும். மில்டன் ப்ரீட்மேன் குறிப்பிடுவது போல், மையப்படுத்தப்பட்ட திட்டமிடும் முறையைக் கொண்ட இந்தப் பொருளாதார அமைப்பு, 'சாதாரணக் குடிமக்களை, அரசியல் தளையில் பிணைத்து, தரம் குறைந்த வாழ்க்கை முறை

கொண்டவர்களாகவும் தங்கள் எதிர்காலத்தின் மீது எந்தக் கட்டுப்பாடும் இல்லாதவர்களாகவும்' அவர்களை உருவாக்குகிறது என்பதைப் பார்த்திருக்கிறோம். சோசலிஸ அமைப்பு முறையைப் பற்றி ஒரு பிரபலமான நகைச்சுவை ஒன்று உண்டு. அதாவது சோசலிஸ முறையில் வேலையில்லாத் திண்டாட்டம் இல்லை; ஆனால், எவரும் அங்கு வேலை செய்வதில்லை; வேலை செய்யவில்லை என்றாலும் அங்கு அனைவரும் ஊதியம் பெறுகிறார்கள்; எல்லோரும் ஊதியம் பெற்றாலும், வாங்குவதற்கோ சந்தையில் ஏதும் இல்லை!

விடுதலைக்குப் பிறகு இந்தியா, கலவையான, இறுக்கம் நிறைந்த மையப்படுத்தப்பட்ட திட்டமிடும் முறை மீது தன் பந்தயத் தொகையை வைத்தது. அதன் விளைவாக, அரசாங்கத்துக்கு வர்த்தகம் மூலம் சொத்துகள் குவிந்தன. சிக்கலான தொழில்துறை லைசன்ஸ் முறை வந்தது. இறக்குமதிக்கு எதிராக, மாற்றுப் பொருள்கள் உற்பத்திக்குப் பாதுகாப்பு அளிக்கப்பட்டது. ஏற்றுமதி மீது கட்டுப் பாடுகள் விதிக்கப்பட்டன. இந்த முறை தெளிவான தோல்வியைத் தழுவியது. முதல் முப்பது ஆண்டுகளில், தனிநபர் வளர்ச்சி விகிதம் மிகக் குறைவான 1.2 சதவிகிதமே. தொழிற்துறை வளர்ச்சி, 6 சதவிகிதத்துக்கும் குறைவு. உலக வர்த்தகத்தில், இந்தியாவின் பங்கு, 2 சதவிகிதத்தில் இருந்து 0.5 சதவிகிதமாகக் குறைந்தது. செழிப்பையும் செல்வத்தையும் பகிர்ந்து கொள்வதற்குப் பதிலாக, மக்கள் வறுமையைப் பகிர்ந்து கொண்டனர்.

மிக மோசமான பொருளாதார நெருக்கடியைச் சந்தித்த இந்தியா, 1991ம் ஆண்டில் விரிவான, சீர்திருத்தச் செயல்களை ஆரம்பித்தது; மாறிக் கொண்டிருக்கும் உலகத்துக்கு இந்தியப் பொருளாதாரத்தின் கதவுகளைத் திறந்தது. அதன் பின் நடந்தது, எல்லோரும் சொல்வது போல், அனைத்தும் வரலாறு.

'ஸேவிங் கேப்பிடலிஸம் ஃப்ரம் கேப்பிடலிஸ்ட்ஸ் (முதலாளி களிடமிருந்து முதலாளித்துவத்தைக் காப்பது') என்ற தங்கள் நூலில் ஆசிரியர்கள் ரகுராம்ராஜன் மற்றும் லூயிகி ஸிங்கேல்ஸ், 'தன்னை விடுவித்துக் கொள்ளாத எந்தப் பொருளாதாரமும், அசைவற்ற வாழ்க்கை நிலையில் இருந்தபடியே மெதுவாக இறந்துவிடும்' என்று கூறுகிறார்கள். முதலாளித்துவம் உருவாக்கும் சுதந்தரச் சந்தைகள் மற்றும் திறந்த நிலை வர்த்தகம், செல்வத்தை உண்டாக்கவும் வாய்ப்பு களைப் பரவலாக்கவும் உதவுகின்றன. செல்வத்தையும் வேலை களையும் சட்டத்துக்கு உட்பட்டு உருவாக்க ஏதுவான சூழலை மக்களுக்கு அமைத்துத் தருவதுதான் அரசாங்கத்தின் வேலை.

தடையில்லா வர்த்தகமும் அந்நிய நேரடி முதலீடும், இறக்குமதி செய்யப்பட்ட உள்ளீடுகள், புதிய தொழில் நுட்பம், மற்றும் பெரிய

அளவிலான சந்தைகளை அடைவதற்கான வாய்ப்புகளைத் தருகின்றன. தடையற்ற வர்த்தக முறைகள் காரணமாக உற்பத்தித்திறன் உயர்ந் திருக்கிறது என்பதற்குத் தெளிவான ஆதாரங்கள் இருக்கின்றன. பொருள்கள் மற்றும் சேவைகள் மீதான வர்த்தகக் கட்டுப்பாடுகள் நீக்கப்பட்டதன் காரணமாக, 2015ம் ஆண்டில் கிடைக்கும் பலன், $2.8 ட்ரில்லியனாக இருக்கும் என்று உலக வங்கி கணக்கிடுகிறது. வளரும் நாடுகளுக்குக் கிடைக்கும் பலன், ஏறத்தாழ $1.5 ட்ரில்லியன்; 320 மில்லியன் மக்களை ஏழ்மையிலிருந்து இது வெளியே கொண்டுவரும்.

முதலாளித்துவத்தைத் தழுவி, சுதந்தரச் சந்தைகளை அனுமதித்த நாடுகள் முன்னேறிவிட்டன. அமெரிக்க ஐக்கிய நாடுகள், சிங்கப்பூர் மற்றும் பெரும்பான்மையான வளர்ந்த நாடுகள் இதற்கான எடுத்துக் காட்டுகளாகத் திகழ்கின்றன. முதலாளித்துவ முறையைப் பயன் படுத்திக்கொண்டதன் காரணமாக, இந்த உலகம் பிரும்மாண்டமான வளர்ச்சியைப் பெற்றிருக்கிறது. கடந்த ஐம்பது ஆண்டுகளில் உலக மொத்த உற்பத்தி மதிப்பு, ஆறு மடங்கு பெருகியிருக்கிறது. இந்தப் புவிக்கோளின் சிறிய பகுதியாக இருந்தபோதும் பிரும்மாண்டமான பொருளாதார மூலதனத்தினை உண்டாக்கியிருக்கிறோம்.

முதலாளித்துவம் அந்த அவ்வளவு நம்பகமானதா? ஆம். சுதந்தரமான சந்தையை ஒழுங்குபடுத்துவதில், அரசாங்கம் தன் பங்கினை நேர்மையாக, அக்கறையுடன், வெளிப்படையாக, பொறுப்புடன் செய்தால், முதலாளித்துவம் நம்பகமானதுதான். ஆனால், வெளிப் படையாகச் சொன்னல், இது நடைபெறவில்லை. சில எடுத்துக்காட்டு களைக் கூறுகிறேன். இந்த உலகத்தில், நல்லெண்ணம், வறியவர்கள் மேல் பரிவு, நேர்மை மற்றும் நியாயமான செயல்பாடு போன்ற சமுதாய மூலதனங்களை உயர்த்துவதில், குறிப்பிடத்தக்க முன்னேற்றத்தை நாம் அடையவில்லை என்பது எளிதாக விளங்கக் கூடியதே. செல்வந்தர்களுக்கும் வறியவர்களுக்குமான இடைவெளி மேலும் அதிகரித்திருக்கிறது. உலக வங்கியின் கணக்குப்படி, பணக்கார நாடுகளுக்கும் ஏழை நாடுகளுக்கும் இருக்கும் இடைவெளி, கடந்த நாற்பது ஆண்டுகளில், உண்மையில் இரட்டிப்பாகி உள்ளது. இருபது பணக்கார நாடுகளின் சராசரி வருமானம், இருபது ஏழை நாடுகளைவிட முப்பத்தைந்து மடங்கு அதிகம்.

இந்த உலகத்தின் 1.2 பில்லியன் மக்கள், மிக மோசமான வறிய நிலையில் வாழ்கிறார்கள். ஏறத்தாழ ஒரு பில்லியன் மக்களுக்குப் பாதுகாப்பான குடிநீர் இல்லை! 'மக்கள் பலி கேட்கும், உலக வர்த்தகத்தின் நிலையற்ற பேராசையால், அடிப்படை உரிமைகளும் மறுக்கப்பட்டு, உலகத்தின் விளிம்புகளில், சாரமற்ற, மிக மோசமான

வாழ்வை வாழ்ந்திட மக்கள் கட்டாயப்படுத்தப்படுகிறார்கள்' என்று அனிதா ரோடிக் கூறிய சொற்கள் என் நினைவுக்கு வருகின்றன.

வளர்ந்த நாடுகளில் இருக்கும், 6.5 மில்லியன் விவசாயிகளைக் காப்பதற்காக, வளரும் நாடுகளின் பில்லியனுக்கும் மேற்பட்ட விவசாயிகளின் நலன்களை அலட்சியப்படுத்துவதில் ஒரு ஆபத் திருக்கிறது. ஒரு சிலரின் கைகளிலேயே தொடர்ந்து செல்வம் குவிந்து கொண்டிருப்பது, ஏழை நாடுகளில் மட்டும் நடைபெறவில்லை; அமெரிக்க போன்ற நாடுகளிலும்தான். 'ஏழையாக இருப்பது கடினமான ஒரு செயல்தான்; ஆனால், செல்வம் குவிந்திருக்கும் அமெரிக்காவில், அப்படி ஏழையாக இருப்பது, நிச்சயம் தாங்கிக் கொள்ளமுடியாத ஒன்று' என்கிறார் அனிதா ரோடிக். ஐக்கிய நாடுகள் சபையின் ஆய்வு ஒன்றின்படி, முன்னேறிய நாடுகளிலும்கூட 54 மில்லியன் மக்கள் சேரிகளில் வாழ்கிறார்களாம். அடுத்த முப்பது ஆண்டுகளில் இது இரட்டிப்பாக வாய்ப்பிருக்கிறதாம். இந்த நிலையால்தான், எழுத்தாளரும் பொருளியல் நிபுணருமான டேவிர் கோர்டென், 'உண்மையாகவே ஏதுமற்ற, எண்ணற்றவர்களின் தேவை களையும் உரிமைகளையும் புறக்கணித்து, வரையறையின்றிச் சொத்துக் குவிப்பதை வளர்க்கும் மிகத் தீவிரமான கருத்தியல்' என்று முதலாளித்துவத்தை விவரிக்கிறார்.

அமெரிக்காவின் புகழ் பெற்ற நிறுவனம் ஒன்றின், உயர்பதவிகளில் இருக்கும் மேலாளர்கள், மில்லியன் கணக்கில் டாலர்களை, போனஸாகவும் பங்கு விற்பனை மூலமாகவும் சம்பாதித்தபோது, 3000க்கும் மேற்பட்ட ஊழியர்கள் தங்கள் சேமிப்பையும் இழந்த நிலையில் வீட்டுக்கு அனுப்பப்பட்டனர். மேலான பலனைத் தரும் என்று சொல்லி, நிறுவன இணைப்புகளுக்கும், வேறு நிறுவனங்களை வாங்குவதற்கும் ஆதரவாக அதிக உற்சாகத்துடன் முதன்மைச் செயல் அதிகாரிகள் பேசுவதை எங்கும் பார்க்க முடிகிறது. அத்தகைய பலன்களை நிறுவனத்தின் செயல்பாடுகளால் அவர்கள் அடைவ தில்லை; மாறாக அதிக எண்ணிக்கையில் சாதாரண வேலைகளை அழிப்பதன் மூலம் அடைகிறார்கள். 1980ல் அமெரிக்காவின் மிகப் பெரிய நிறுவனங்களில் பணிபுரியும் முதன்மைச் செயலதிகாரிகளின் சராசரி ஊதியம், ஒரு சாதாரண ஊழியரின் ஊதியத்தைவிட 40 மடங்கு அதிகமாக இருந்தது. இன்று அது 400 மடங்கு! முதன்மைச் செயலதி காரிகளின் மத்தியில் பரவும் இந்த 'பேராசை தொற்றுநோய்' பற்றி ஆலன் க்ரீன்ஸ்பான் குறிப்பிடுவதில் எந்த வியப்பும் இல்லை.

இதில் மேலும் துரதிர்ஷ்டவசமானது என்னவென்றால் தவறிழைக்கும் இந்த வர்த்தகத் தலைவர்களுக்கு, மோசமான தண்டனைகள் எதுவும் அளிக்கப்படுவதில்லை என்பதுதான். ஒரு இதழாசிரியர் சமீபத்தில்

எழுதியிருந்தது என் நினைவுக்கு வருகிறது. 'ஒரு இளைஞன் $5000 திருடினால், பத்து ஆண்டுகள் சிறைத்தண்டனை. அவனே, $500 மில்லியன் திருடினான் என்றால், மக்கள் பிரதிநிதிகளுக்கு முன்னால் நிறுத்தப்படும் அவனுக்குப் பத்து நிமிடத் திட்டுகளோடு தண்டனை முடிந்தது'. இத்தகைய செயல்களால், முதலாளித்துவம் இயக்கச் சிதைவுற்று, தன் பாதையிலிருந்து விலகிச் செல்வதாகத் தெரிகிறது. முதலாளித்துவம், மனித இனத்துக்குத் தேவையான பொருளியல் சாராத மதிப்பீடுகளோடு அடிப்படையில் மாறுபாடு கொண்டிருப்பதை வளர்ந்த நாடுகளின் பெரும்பான்மையான மக்களும் கூட உணர்கின்றனர். இத்தகைய பொருளாதார அமைப்பின் மீது மக்கள் கொண்டிருந்த நம்பிக்கை போய்விட்டது. 'மனிதர்களின் பணப்பைகளைப் பெருக்க வைக்கும் அதே நேரத்தில், வியப்பைத் தரும் வகையில், சுதந்தரச் சந்தைகளால், இதயங்கள் மற்றும் மனங்களின் உள்ளே சிறிதளவுக்குத்தான் செல்ல முடிந்திருக்கிறது' என்று ரகுராம் ராஜன் மற்றும் லூயிகி ஸிங்கேல்ஸ் கூறுகிறார்கள்,

இந்தச் சூழலைச் சரிசெய்ய வேண்டிய பொறுப்பு நமக்கு இருக்கிறது. 'மேலும் அதிகம்' என்ற தேடலிலிருந்து 'நம் எல்லோருக்குமான மேன்மை' என்பதை அடைவதற்கு, நாம் நம்மை மாற்றிக்கொள்ள வேண்டும். இந்த உலகத்தின் அனைத்துக் குடிமக்களும் இதில் பங்கிருக்கிறது. அதே நேரத்தில், நிறுவனத்தின் தலைவர்களுக்கும், இந்த மாற்றத்தைத் தலைமையேற்று நடத்தவேண்டிய பொறுப்பிருக்கிறது. பரிவுள்ள முதலாளித்துவ முறையைப் பின்பற்றுவதுதான் இந்த நேரத்தின் தேவை. மேலும் மேலும் செல்வத்தைச் சேர்க்கும் அதே நேரத்தில், மனித மதிப்பும் உயர்கிற ஒரு உலகத்தை நாம் உருவாக்க வேண்டும்.

பரிவுள்ள முதலாளித்துவம் என்பது, முதலாளித்துவ முறையின் மூலம் கிடைக்கும் பலன்களைப் பெரும்பான்மையான மக்களின் நலனுக்கு மாற்றுவதே. மூளை மற்றும் இதயத்தின் சக்தியை ஒன்றிணைப்பது போல், முதலாளித்துவம் மற்றும் சோசலிஸத்தின் நல்லனவற்றை ஒன்று சேர்ப்பது. தனியார் வசம் இருந்த உற்பத்தி சாதனங்களை, பரவலான சமூகநல அமைப்போடு இணைத்து ஸ்வீடன் தேசம் செயல்படுத்திய முறை, இதற்கான ஒரு நல்ல எடுத்துக்காட்டு. இந்த முறையால், ஐரோப்பாவின் ஏழை நாடுகளில் ஒன்றாயிருந்த ஸ்வீடன், இருபதாம் நூற்றாண்டில், பணக்கார நாடுகளில் ஒன்றாக வளர்ந்ததில் எந்த வியப்பும் இல்லை. அங்கு கல்வியறிவு பெற்றவர்கள் எண்ணிக்கை ஏறக்குறைய 100 சதவிகிதம். பிறந்தவுடனேயே இறக்கும் குழந்தைகளின் சதவிகிதம் 0.3 மட்டுமே. மனிதர்களின் சராசரி ஆயுள் எண்பது ஆண்டுகள்!

வளர்ச்சியினால் கிடைக்கும் பலன்கள் பரவலாகப் பகிர்ந்தளிக்கப்பட வேண்டும். வலிமையானவர்களுக்கு மட்டுமே பொருளாதார வளர்ச்சியின் பலன்கள் கிடைக்கும்; வலிமையற்றவர்களுக்குக் கிடைக்காது என்கிற சூழல் இருக்கக் கூடாது. அப்படிப்பட்ட செயலின் விளைவாக ஏற்படும் சமூக அழுத்தம், முதலாளித்துவ முறையால் நெய்யப்பட்ட இந்த ஆடையைத் துண்டு துண்டாக்கி விடும். பல ஆண்டுகளின் உழைப்பால் நாம் பெற்ற இந்த வளர்ச்சி பின்னுக்குத் தள்ளப்படும். 'பெரும்பான்மை மக்கள், ஏழைகளாகவும் துன்பப்படுகிறவர்களாகவும் இருக்கும் ஒரு சமுதாயம், செழிப்புடன் வளரவோ, மகிழ்ச்சியாகவோ இருக்க முடியாது' என்று ஆடம் ஸ்மித் கூறிய சொற்களை நினைவில் கொள்வோம். பரிவுள்ள முதலாளித்துவம் என்பது, நேர்மை, ஒருமைப்பாடு மற்றும் தன் நலனைவிட, சமுதாயத்தின் நலனை முன்னிறுத்துவதாகும். பேராசையிலிருந்தும் குறுகியகால நலனுக்காகச் செயல்படுவதிலிருந்தும் மீள்வது. வசுதைவ குடும்பகம் (இந்த உலகம் ஒரே குடும்பம்) என்ற சிந்தனை கொண்ட சமுதாயத்தை உருவாக்குவது.

இந்தப் பரிவுள்ள முதலாளித்துவம் நமக்கு ஏன் தேவை? பல காரணங்களால் இந்த அமைப்புமுறை நமக்குத் தேவை. முதலாவதாக, வளர்ந்த நாடுகளில் மீண்டும் விரும்பப்படும் ஒன்றாக இது வளைய வரவேண்டும். இரண்டாவது, இந்தியா போன்ற வளர்ந்து வரும் நாடுகள் மற்றும் பின்தங்கிய நாடுகளின் வளர்ச்சிக்கு, இந்த அமைப்புதான் ஏற்றது என்று எல்லோரும் ஒப்புக்கொள்ள வேண்டும். வளர்ந்து வரும் நாடுகளில் இருக்கும் மக்களும், தலைவர்களும், முதலாளித்துவ முறைதான் தங்களது வீடு பேற்றுக்கான கருவி என்று நம்பிக்கை கொள்ள வேண்டும். லட்சக்கணக்கான தொழில்முனைவோர்கள், செல்வம் குவிப்பதற்கான வாய்ப்புத் தங்களுக்கும் கிடைத்திருப்பதை எண்ணி உணர்வெழுச்சி கொள்ள வேண்டும். ஒவ்வொரு பொறியிலும் தீச்சுடர்களைக் காணும், விதைகள் ஒவ்வொன்றிலும் பழங்களைப் பார்க்கக் கூடிய, கனவு காண்பவர்கள் நமக்குத் தேவை.

செல்வம் சேர்க்க வேண்டும் என்ற சிந்தனை, எப்போதும் மனிதனின் மூளையில்தான் துவங்குகிறது. தங்களுக்குச் செழிப்பான வாழ்வை அனுமதிக்கும் ஒரு பொருளாதார முறையில்தான் அவர்கள் நம்பிக்கை கொள்வார்கள். இருப்பினும், அதனைச் சரியாகப் பாதுகாக்கத் தேவையான சூழல் இல்லாத, சந்தை சுதந்தரத்தை நாம் வைத்துக் கொண்டிருக்க முடியாது. தனியார் சொத்துரிமை என்கிற புனிதத்தில் நம்பிக்கையுள்ள, ஒப்பந்தங்கள் செய்துகொள்வதில் சுதந்தரமிருக்கும், சுதந்தர வர்த்தக முறையின் வலிமையுள்ள, சட்டத்தை மதிக்கும் பொருளாதார முறையாக முதலாளித்துவ முறை மீது மக்கள்

கொண்டிருந்த நம்பிக்கையை மீட்டெடுக்கவேண்டும். அத்தகைய அமைப்பு முறை, பரிசோதித்துப் பார்க்கவும், புதியவற்றைக் கண்டு பிடிக்கவும், அவற்றை உற்பத்தி செய்யவும் தேவையான சுதந்தரத்தைத் தரும்.

இன்றைக்கு நாம் செயல்படத் தவறிவிட்டால், பொருளாதார மற்றும் சமுதாய வளர்ச்சியிலிருந்து விலக்கி வைக்கப்பட்டிருக்கும் ஏழைகள், முதலாளித்துவ முறை மீது நம்பிக்கை இழந்துவிடுவார்கள். இந்தப் பொருளாதார அமைப்பு, சரியான ஒன்றா என்ற கேள்விக்கு உட்பட்டிருக்கிறது என்பதையும் நினைவில் கொள்ளுங்கள். மேன் மேலும் உயர்ந்து செல்லும் செல்வச் செழிப்பினை உருவாக்கிக் கொள்வதற்கு, தடைகளற்ற வாய்ப்புகளை அனைவருக்கும் தரும் கருத்துக்கு, நாம் அனைவரும் நம்பிக்கை வைத்திருக்கும் இந்தச் சிந்தனைக்கு அனைவரது ஒப்புதலையும் பெற வேண்டியது நம் கடமை. இந்த அமைப்பின் மூலமாகக் கிடைத்த பலன்களை அனுபவித்த நமக்கும், வர்த்தக நிறுவனங்களின் தலைவர்களுக்கும் இந்தக் கடமை அதிக முக்கியத்துவம் வாய்ந்தது.

சுதந்தரச் சந்தை முறை என்பதே, சாதாரண மக்களுக்கான சமூக நலத் திட்டங்களின் செலவில் பணக்காரர்கள் மேலும் பணக்காரர்களாக ஆவதற்கான கருவி என்று கருதும் பொது மக்களின் நம்பிக்கை, பேராசை பிடித்த நிறுவனத் தலைவர்களின் செயலால் மேலும் வலுப்படுகிறது. 'இந்தச் சந்தை விருப்பங்களின் மோதல்களால் செலுத்தப்படுகிறது; மறைமுகமான செயல்பாடுகளால் ஊதிப் பெருக்கப்படுகிறது; வெற்றிகரமான மறைமுக ஆதரவு திரட்டும் முறையால் பாதுகாக்கப் படுகிறது' என்று எக்கானமிஸ்ட் இதழ் கூறுகிறது. இந்தக் காரணங்களால் இந்தச் சந்தைமுறை வெற்றிபெற முடியவில்லை என்பதை அனுப வத்தில் அறிந்ததால், இந்த முறை சரியானதல்ல என்று பெரும்பாலான வளரும் நாடுகள் நினைக்கின்றன. முதலாளித்துவ முறை மேல் சந்தேகம் கொள்ளும், இந்தியா போன்ற நாடுகளில் இருக்கும் தலைவர்கள், வறுமைப் பிரச்னையைத் தீர்ப்பதில் இதற்கிருக்கும் வலிமையை உணரும்படிச் செய்ய வேண்டும்.

அடுத்து, மிக முக்கிய கேள்வியான, பரிவுள்ள முதலாளித்துவ முறையினை நாம் எப்படிச் செயல்படுத்துவது என்பதற்கு வருகிறேன். வர்த்தகத் தலைவர்களான நாம்தான், சமுதாயத்தின் நம்பிக்கையைத் திரும்பப் பெறுவதில் முன்கை எடுக்க வேண்டும். சட்டத்தை, நெறி முறைகளை அதிக அளவில் பின்பற்றுபவர்களாக நடந்து கொள்ள வேண்டும். முதலாளித்துவ முறையின் முன்வரிசையில் இருக்கும் தலைவர்கள், விரசமாகத் தோன்றும் தங்களது பணக்கார வாழ்வினை

உதிர்த்துவிட்டு, இந்தப் பயணத்தில் பின்தங்கிப் போனவர்களும் ஏற்றுக்கொள்ளும் வண்ணம் தங்களை மாற்றிக் கொள்ள வேண்டும். பரிவுள்ள முதலாளித்துவம் என்பது, குறுகிய கால அளவில் பார்க்கும் போது, சமுதாயத்தின் நலனை, தனி மனித நலனுக்கு முன் நிறுத்துவது; நல்ல நிறுவனக் குடிமகனாக நடந்து கொள்வது. நாகரிகமான நடை முறைகளைப் பின்பற்றுவது மற்றும் நீண்டகாலத் திட்டத்தின் அடிப்படையில் செயல்படுவது. அடுத்த தலைமுறையினரின் வாழ்வு மேன்மையுறுவதற்கான வகையில் இயங்குவது. நாகரிகமடைந்த சமுதாயம் இதைத்தான் செய்கிறது. அத்தகைய நாகரிகமடைந்த சமுதாயங்கள் தான் முன்னேறியிருக்கின்றன என்பதை நமக்கு வரலாறு காட்டியிருக்கிறது.

இதற்கு, சமுதாயத்தின் மதிப்பீட்டு முறையினை அனுசரித்து நாம் நடந்து கொள்ள வேண்டும். மதிப்பீட்டு முறை என்பது, தன்னம் பிக்கை, உறுதிப்பாடு மற்றும் உற்சாகத்தை உயர்த்தக் கூடிய, எல்லோராலும் ஒப்புக்கொள்ளப்பட்ட சில நடைமுறைகள். எங்களது மதிப்பீட்டு முறை, நிறுவன நிர்வாகத்தின் மிகச் சிறந்த கோட்பாடு களைப் பின்பற்றும் வகையில் உற்சாகப்படுத்தும் ஒன்று. நிறுவன நிர்வாகம் என்பது, பங்குதாரர்களின் மதிப்பை நீடித்த முறையில் உயர்த்துகிற அதே நேரத்தில், உரிமை உடையோர்களான - வாடிக்கை யாளர்கள், ஊழியர்கள், முதலீட்டாளர்கள், விற்பனை-கூட்டாளிகள், நிறுவனம் இயங்கும் நாட்டின் அரசாங்கம் மற்றும் ஒட்டுமொத்த சமுதாயம் என எல்லாத் தரப்பு நலன்களையும் பேணவேண்டும். 'நீடித்த நிலையில்' என்கிற அம்சம் முக்கியமானது. எடுத்துக்காட்டுக்கு என்ரான் நிறுவனத்தை எடுத்துக்கொள்வோம். அது தன் பங்கு தாரர்களின் மதிப்பை உயர்த்தத்தான் செய்தது; குறுகிய கால அளவுக் குத்தான் என்றாலும், ஏற்றுக்கொள்ளும்படியான வழிமுறையால் அது நடைபெறவில்லை. ஒரு நிறுவனத்தின் வெற்றியைக் குறிக்கும் அடையாளம், அதனுடைய நீடித்த தன்மை. தோல்வியைத் தழுவிக் கொண்டிருக்கும் ஒரு சமுதாயத்தில், நிறுவனங்கள் வெற்றியைப் பெற முடியாது என்பதை வர்த்தகத் தலைவர்கள் நினைவில் கொள்ள வேண்டும்.

சட்டத்துக்கு உட்பட்டு, நெறிமுறைகளை மீறாமல் பங்குதாரர்களுக்கு செல்வத்தை உருவாக்குவதுதான் அனைத்து நிறுவனங்களின் நோக்கமும். செல்வத்தின் வலிமை, அதனை மற்றவர்களுக்குக் கொடுப்பதில்தான் இருக்கிறது. வில்லியம் போர்டு ஜூனியர், 'ஒரு நிறுவனம் அற்புத மான பொருள்களையும், சேவைகளையும் வழங்குகிறது. ஆனால், ஒரு மகா நிறுவனம், இவை எல்லாவற்றையும் செய்வதோடு, இந்த உலகத்தை ஒரு மேன்மையான இடமாக ஆக்குவதற்கும் முயல்கிறது'

என்று கூறினார். நிறுவனங்கள், சமுதாய உணர்வோடு, அறச்செயல் களிலும் ஈடுபட்டு, தங்களை மற்றவர்களிடமிருந்து வேறுபட்ட வர்களாகக் காட்டிக் கொள்ள வேண்டும்.

வர்த்தகத் தலைவர்கள், தங்களுக்கு அளிக்கப்படும் மிதமிஞ்சிய ஊதியத்தைத் தவிர்த்திட வேண்டும். நிர்வாக ஊதியம் மூன்று கொள்கைகளை அடிப்படையாகக் கொண்டிருக்க வேண்டும். மற்ற ஊழியர்களுக்கு அளிக்கப்படுவதைப் போல் நியாயமானதாக இருத்தல்; பங்குதாரர்கள் மற்றும் ஊழியர்களுக்கு அளிக்கப்படும் ஊதியத்தின் அளவு தெரியும் வண்ணம் வெளிப்படையாக இருக்க வேண்டும்; நிறுவனச் செயல்பாட்டோடு இணைக்கப்பட்ட ஊதியத்துக் கேற்ப பொறுப்பேற்றுக் கொள்ளும் தன்மை இருக்கவேண்டும்.

சொத்துச் சேர்ப்பதை விட மதிப்புச் சேர்ப்பது முக்கியமானது என்று எல்லோரும் உணரும் சூழலை நாம் உருவாக்க வேண்டும். நல்ல நிறுவன நடத்தை உள்ளவர்களுக்குப் பரிசுகள் வழங்குவதன் மூலம் நாம் இதனைச் செய்ய முடியும். பொருளாதார அளவுகோல்களின் அடிப்படையில், பார்ச்சூன் 500 நிறுவனங்கள் தர வரிசைப்படுத்தப் படுவதைப் போல, உலக அளவில் அங்கீகரிக்கப்பட்ட, சமுதாய நோக்கோடு செயல்படும் நிறுவனங்களின் தர வரிசைப் பட்டியல் நம்மிடம் இருக்க வேண்டும். அத்தகைய நிறுவனங்களின் முதன்மைச் செயலதிகாரிகளுக்கு, நோபல் பரிசுக்கு இணையான பரிசொன்றை உருவாக்க வேண்டும்.

முதலாளித்துவ முறையின் மூலமாகப் பலன்களை அடைந்திருக்கும் வளர்ந்த நாடுகள், சுதந்தர வர்த்தகம் என்பது நேர்மையான வர்த்தகமும் கூட என்பதை உறுதி செய்ய வேண்டும். எடுத்துக்காட்டாக, OECD அமைப்பில் உறுப்பினராக இருக்கும் முப்பது நிறுவனங்கள், நேரிடையான மானியம் மூலமாகவோ பொருள்களுக்கு அதிகமான விலை தந்து வாங்குவதன் மூலமாகவோ, தங்கள் தேசத்து விவசாயி களை ஆதரிப்பதற்காக ஆண்டுக்கு $330 பில்லியனுக்கும் மேல் செலவிடுகின்றன. இதனை 5 சதவிகித அளவுக்குக் குறைத்தால், இன்றைக்கு இந்தப் பணக்கார நாடுகள் எய்ட்ஸுக்கு எதிரான போராட்டத்துக்கு அளிக்கும் தொகையைப் போல் மூன்று மடங்கு தொகை உங்களுக்குக் கிடைக்கும். உலக வர்த்தக அமைப்பின் (WTO) முன்னாள் டைரக்டர் ஜெனரல், மைக் மூர், அமெரிக்க பருத்தி சாகுபடியாளர்கள் தங்கள் அரசிடமிருந்து 2001ம் ஆண்டில் $3.4 பில்லியன் மானியம் பெற்றிருக்கிறார்கள் என்று கூறுகிறார்.

இப்படி பயன் பெற்ற விவசாயிகளின் மொத்தச் சொத்தின் மதிப்பு சராசரியாக $800,000 மேல் இருக்கும்! இம்மாதிரியான தடைகள்

நீக்கப்படும் என்றால், பருத்தி உற்பத்தியால் மட்டுமே வாழும் வறுமை மிகுந்த மேற்கு ஆப்பிரிக்க மற்றும் மத்திய ஆப்பிரிக்க நாடுகள் தங்கள் வருமானத்தை ஆண்டுக்கு $250 மில்லியன் உயர்த்திக் கொள்ள முடியும். இப்படிப்பட்ட, ஏழை நாடுகளின் வாழ்வாதார பிரச்னைகளை அலட்சியப்படுத்தவில்லை என்பதைப் பணக்கார நாடுகள் உறுதி செய்ய வேண்டும். இதைப் போன்ற நேர்மையற்ற பாதுகாப்புகளைக் கட்டவிழ்க்க முடிந்தால், அதன் மூலம், ஏழைநாடுகளின் மில்லியன் கணக்கான விவசாயிகளுக்கு வாழ்க்கையைக் கொடுக்க முடியும்; முதலாளித்துவ முறை மீது அவர்களது நம்பிக்கையை உயர்த்த முடியும்.

மனித வரலாற்றில் சாத்தியமில்லாதவை என்று தோன்றும் நோக்கங் களை - வறுமை, பசி மற்றும் நோயினை இந்த உலகத்திலிருந்து விரட்டியடிப்பது- அடைவதற்குத் தேவையான அறிவின் வலிமை, உலகமயத்தின் சக்தி மற்றும் தொழில்நுட்ப வசதி போன்ற அனைத்தையும் நாம் இன்று பெற்றிருக்கிறோம். சுதந்தரச் சந்தைகள் மற்றும் திறந்த போட்டி முறையிலிருந்து சிறந்தவற்றை நாம் பெறு வோம்; அதே நேரத்தில் இந்த உலகத்தில் இருக்கும் வறியவர்களிடம் இரக்கம் காட்டுவோம். அனிதா ரோடிக் கூறியது போல், 'இதைத்தான் இந்த வர்த்தக உலகத்தில் நான் செய்து காட்டிட விரும்பினேன்; பரிவுக்கான புரட்சியை வளர்த்தெடுங்கள்!' என்ற சொற்களை எழுந்து நின்று பெருமையுடன் நாமும் அறிவிப்போம்.

டேவிட் கோர்ட்டென் சொற்களில், 'சமுதாய மற்றும் அறிவார்ந்த முன்னேற்றங்களுக்கான புதிய எல்லைகளைத் தேடிச் செல்வதற்கு அடிப்படையான, உயிர் வாழ்தலில் இருக்கும் சிரமங்களில் இருந்து விடுதலை பெற்ற சமூகங்கள் நிறைந்த புதிய ஆயிரமாவது ஆண்டு உருவாகும் என்ற நம்பிக்கையால்' இந்த நேரத்தை நிரப்புவோம். முதலாளித்துவ முறை தரும் ஒப்புமைப்படுத்தி பார்க்க முடியாத நன்மைகளை நாம் பெறுவதற்கு ஒரேவழி இதுதான். பரிவுள்ள முதலாளித்துவ முறை செழிக்கட்டும்.

இந்தியாவில், மனிதநேயச் செயல்களுக்கு இருக்கும் சிரமங்கள்

விடுதலை பெற்ற பிறகு, இந்தியா போதுமான முன்னேற்றம் அடைந்திருக்கிறதா? இந்த முன்னேற்றம் நமக்கு மகிழ்வைத் தருகிறதா? மற்ற நாடுகள் செல்லும் வேகத்துக்கு இணையாக நாமும் செல்கிறோமா? நாம் அடைந்திருக்கும் இந்த முன்னேற்றம் நீடித் திருக்கக் கூடியதா? வறுமையும், நோயும் அறிவின்மையும் இல்லாத ஒரு இந்தியாவை நம்மால் கனவு காண முடியுமா?

இந்தியா, இந்த விஷயங்களில் எந்த இடத்தில் இருக்கிறது என்பதை ஆராய்வோம். கடந்த சில பத்தாண்டுகளில், நமது சமுதாய அளவு கோல்கள் உயர்ந்திருக்கின்றன. 1980 களில் 45 சதவிகிதமாக இருந்த வறுமைக்கோட்டுக்குக் கீழிருக்கும் மக்கள் தொகையின் அளவு, 2000ல் 26 சதவிகிதமாகச் சரிந்திருக்கிறது. 1980ம் ஆண்டில், மக்கள் தொகையில் 43 சதவிகிதமாக இருந்த கல்வி கற்றோர் எண்ணிக்கை, 2001ம் ஆண்டில் 65 சதவிகிதமாக உயர்ந்திருக்கிறது. இருப்பினும், நாம் இன்னும் நீண்ட தூரம் செல்ல வேண்டியிருக்கிறது.

மிக அவசியமான மருந்துகளைக் கூட வாங்க வசதியற்றவர்களாக 50 சதவிகித மக்கள் இருக்கிறார்கள். 69 சதவிகிதத்தினர் போதுமான சுகாதார வசதிகளின்றி வாழ்கிறார்கள். மனித ஆயுள், எழுபத்து ஏழு ஆண்டுகளாக இருக்கும் அமெரிக்காவை ஒப்பிடும்போது, இந்தியாவில் அது அறுபத்திரண்டு ஆண்டுகள்தான். இந்தியாவில் 47 சதவிகிதக் குழந்தைகள் போதுமான எடையற்றவர்களாக இருக்கும் போது சீனாவில் பத்து சதவிகிதக் குழந்தைகள்தான் அப்படி இருக்கின்றனர். ஒரு லட்சம் மக்களில், ஏறத்தாழ 190 பேர் மலேரியா நோய் தாக்கப்பட்டவர்கள்; ஆனால், நம் அண்டை நாடான

மௌலானா ஆசாத் நினைவு நாள் பேருரை, புது தில்லி, மார்ச் 29, 2004.

வங்காளதேசத்தில் அந்த எண்ணிக்கை 40 தான். 173 நாடுகள் கொண்ட மனித வளர்ச்சிக் குறியீட்டெண் பட்டியலில், நாம் 124வது இடத்தில் இருக்கிறோம். பெரும்பான்மை மக்களின் நிலையை உயர்த்துவதற்கு, ஏராளமான செயல்களைச் செய்ய வேண்டியிருக்கிறது என்பது தெளிவு. சக மனிதர்களுக்கு நாம் இழைக்கக் கூடிய மிகப் பெரிய தீங்கு, அவர்களை வெறுப்பது அல்ல; மாறாக அவர்கள் மீது அக்கறையற்றவர் களாக இருப்பதுதான் என்ற ஜார்ஜ் பெர்னார்ட் ஷாவின் சொற்கள் என் நினைவுக்கு வருகின்றன. மனிதநேயமற்ற தன்மையின் உச்சம் இது.

இந்த மனிதநேயமற்ற செயல்களை எதிர்த்து, நாட்டில் இருக்கும் பல சமூக சேவை நிறுவனங்கள் போராடி வருகின்றன. இந்தியாவில், இரண்டு மில்லியனுக்கும் அதிகமான, முன்னேற்றத்துக்கான குழுக்களும், அரசு சாரா அமைப்புகளும் இயங்குகின்றன. இருப்பினும், ஹார்வார்டு பல்கலைக்கழகப் பேராசிரியர்கள், மைக்கேல் போர்ட்டர் மற்றும் மார்க் க்ராமர் கூறுவது போல, 'மதச் சார்பற்ற, அறச்செயல் நிறுவனங்களின் இந்த ஒன்று இணைந்த முயற்சிகள், தனி மனிதர் களின் அன்பளிப்பு என்பதற்கும் அப்பாற்பட்ட செயல்களாக விரிய வேண்டும். செலவு செய்யும் தொகையைவிட அதிக அளவிலான சமுதாயத் தாக்கத்தை அவர்கள் சாதிக்க வேண்டும்'. துரதிர்ஷ்டவச மாக, இந்தியத் தொண்டு நிறுவன முயற்சிகள், அத்தகைய ஒரு சமுதாயத் தாக்கத்தை இதுவரை ஏற்படுத்தவில்லை. அவை சந்திக்கும் சில சவால்களைப் பற்றிக் கூறுகிறேன்.

எண்ணற்ற கலாசாரங்கள் மற்றும் மொழிகளால் பிரிந்திருக்கும், பரந்த புவிப்பரப்பினைக் கொண்டது இந்தியா. 700 மில்லியனுக்கும் மேற்பட்ட மக்கள், இந்தியாவின் கிராமப்புறங்களில் வாழ்கிறார்கள். இவர்களில், ஏறத்தாழ 190 மில்லியன் மக்கள் வறுமைக்கோட்டுக்குக் கீழ் வாழ்கிறார்கள். உண்மையில், உலகத்தின் மிக அதிகமான ஏழைகள், இந்தியாவில்தான் வாழ்கிறார்கள். இது மட்டுமின்றி, நம் படிப்பறிவற்ற மக்கள் தொகையில், 84 சதவிகிதத்தினர் இந்தக் கிராமங்களில் தான் வாழ்கிறார்கள். இந்தப் பிரச்னையின் பன்முகத் தன்மையும் அதன் பரிமாணமும் பெரிய அளவிலான சவால்களை உருவாக்குகின்றன.

அதேநேரத்தில், நம் தொண்டு நிறுவனங்கள் ஒருங்கிணைக்கப் படாமலே இருக்கின்றன; மற்றும் திறமையான மக்கள் தொடர்புச் சாதனங்களோ வள ஆதாரங்களைப் பகிர்ந்து கொள்வதற்கான வழிமுறைகளோ அவற்றிடம் இல்லை. இந்தியாவில் இருக்கும் நிறுவனங்கள் குறித்த நம்பத்தகுந்த பட்டியல் ஏதும் இல்லை. அவற்றின் சிறந்த நடைமுறைகளைப் பகிர்ந்து கொள்வதற்குரிய, விரிவான, பரந்த மேடை எதுவும் இல்லை. இந்தத் துறை குறித்த

அறிவு மற்றும் உள்ளார்ந்த உண்மைகளைத் தேடிப் பெறுவதற்கான பொதுவான முயற்சிகள் எதுவும் நடைபெறுவதாகவும் தெரிய வில்லை. இந்த நிறுவனங்களின் செயல்பாடுகள் குறித்த ஒழுங்கு முறையற்ற பதிவுகள், நாடு முழுவதும் இயங்கும் இந்த நிறுவனங் களின் நடவடிக்கைத் தடங்களைப் பின்பற்றுவதில் நமக்குத் திறமைக் குறைவை ஏற்படுத்துகின்றன. இந்நிறுவனங்களின் செயல்கள் பற்றிய மதிப்பீடுகளைப் பதிவு செய்ய இயலாததும், அறிவைப் பகிர்ந்து கொள்ள முடியாததும், திறமையான செயல்பாட்டைக் குறைக்கின்றன. தகவல் தேடுவோர், தமக்குக் கிடைத்திருக்கும் விவரத்தை உறுதிப் படுத்திக் கொள்ள, பலமுறை அவ்விடத்துக்குச் செல்ல வேண்டியிருக்கிறது.

இன்ஃபோசிஸ் அறக்கட்டளையில் ஏற்பட்ட ஒரு அனுபவம் என் நினைவுக்கு வருகிறது. இந்த அறக்கட்டளை பல சமூக சேவைகளைச் செய்து வருகிறது; கிராமங்களில், குழந்தைகளுக்கான நூலகங்களைத் திறப்பதும் அதில் ஒன்று. ஒருநாள், இந்த அறக்கட்டளைக்குத் தன் நூல்களை விற்பதற்காக எங்களைத் தேடி ஒருவர் வந்தார். அந்த அறக்கட்டளையின் தலைவருக்கு, தான் நெருங்கிய நண்பன் என்று சொல்லிக் கொண்டார். அந்த அறக்கட்டளையின் தலைவரோடுதான், தான் பேசிக்கொண்டு இருக்கிறோம் என்பது தெரியாமலேயே அவன் அப்படிச் சொன்னான்!

இந்தியாவில் தொண்டு நிறுவனங்களுக்கு இருக்கும் மிகப் பெரிய சவால், அவற்றுக்கு வரும் நிதியைத் தவறாகப் பயன்படுத்துவதால் ஏற்படும் நம்பிக்கையின்மை. தாங்கள் அளிக்கும் நன்கொடைகள் சரியான நோக்கத்துக்குப் பயன்படுத்தப்படுமா என மக்கள் கவலைப் படுகிறார்கள். இதன் காரணமாகவே தொண்டு நிறுவனங்களைச் சந்தேகக் கண்ணோடு அவர்கள் பார்க்கத் தொடங்குகிறார்கள். சந்தேகம், ஒதுங்கி இருத்தலுக்கு இட்டுச் செல்லும். மற்றவர்களுக்கு அளித்தல் என்ற கலாசாரத்தினை நாம் இன்னும் வளர்த்தெடுக்க வில்லை. சமூக சேவைகள் குறித்து ஆசியாவில் எடுக்கப்பட்ட ஒரு மதிப்பீட்டின்படி, இந்தோனேசியர்கள், தாய்லாந்தியர், பிலிப்பைன்ஸ் நாட்டவர்களை விட, உயர் ஊதியம் வாங்கும் இந்தியர்கள் குறைவாகவே அளிக்கிறார்கள் என்பது தெரிய வருகிறது. தங்களது வீட்டு வருமானத்தில் 1.7 சதவிகிதம் மட்டுமே இந்தியர்கள் சமூக சேவை களுக்கு நன்கொடையாக அளிக்கிறார்கள். ஒப்பீட்டுப் பார்வையில், இந்தோனேசியர்கள் ஏறக்குறைய 6 சதவிகிதம் அளிக்கிறார்கள்.

நமது கையருகில் தீர்வுகள் இருப்பினும், சமூகம் சார்ந்த பிரச்னை களைத் தீர்ப்பதற்கான முயற்சிகளில் இருந்து நாம் விலகியிருப்பது, நமது வளர்ச்சியைத் தடுத்து நிறுத்துகிறது. நன்மைதரக் கூடிய

பொதுவான பிரச்னைகளில் நமக்குப் பற்றில்லாமல் இருக்கும் தன்மையில் இருந்துதான், அடிப்படையான சமூகப் பிரச்னைகள் வளர்கின்றன என்பதை நாம் நினைவில் கொள்ள வேண்டும்.

விடுதலை அடைந்து பல ஆண்டுகள் ஆன பின்னரும், பொதுமக்கள் தொடர்பான சமூகப் பிரச்னைகளைத் தீர்ப்பதற்கான பொறுப்பு அரசாங்கத்துக்கு மட்டுமே சொந்தம் என்று இந்தியர்கள் நம்பிக் கொண்டிருக்கின்றனர். கரடு தட்டிப்போன மையப்படுத்தப்பட்ட திட்டமிடலும், காலனிய மேலாதிக்க காலத்தின் மிச்சமும் இந்த மனநிலையை நமக்குத் தந்தன. இதன் காரணமாக, தொண்டு நிறுவனங்கள், அரசு மற்றும் தனியார் தொழில் நிறுவனங்களுக்கு இடையே போதுமான கூட்டுச் செயல்பாடு இல்லாமல் போய்விட்டது.

கடந்த பத்தாண்டில் இந்த மனநிலையில் மெதுவான மாற்றத்தை நாம் பார்க்க முடிகிறது. தொழில் நிறுவனங்கள், சமூக சேவைகளில் அதிகமாக ஈடுபடுவதை நாம் பார்த்தோம். எடுத்துக்காட்டாக, இந்திய சந்தை ஆய்வு நிறுவனம் (Indian Market Research Bureau-IMRB) நடத்திய ஒரு ஆய்வில், 83 சதவிகித இந்திய நிறுவனங்கள் சமூக முன்னேற்றம் தொடர்புடைய செயல்களில் தங்களை ஈடுபடுத்திக் கொள்வதை, தங்கள் நிறுவனச் செயல் திட்டத்தின் முக்கிய அம்சமாகவே கொண்டிருக்கின்றன என்பதை நாம் அறிய முடிகிறது.

சுகாதார வசதிகளைக் கட்டமைப்பது மற்றும் கல்வி மற்றும் உயர் தொழில் நுட்ப வசதிகளைப் பெறுவதில் இருக்கும் இடைவெளியைக் (digital divide) குறைப்பது போன்ற சமூகப் பிரச்னைகளை எதிர்கொள்வதில் அரசு இயந்திரத்தோடு தனியார்துறை மற்றும் சமூக நிறுவனங்கள் கொண்ட அரசு - தனியார்துறை கூட்டுச் செயல்பாடு மிக முக்கியமானது என்பதை சர்வதேச அளவில் அனைவரும் அங்கீ கரித்துள்ளனர். ரோட்டரி இண்டர்நேஷனல், ஐக்கிய நாடுகள் சபை, தனியார் நிறுவனங்கள் மற்றும் அரசுகளால் கூட்டாக உருவாக் கப்பட்டுள்ள உலகச் சுகாதாரக் கூட்டமைப்பு, இத்தகைய கூட்டுச் செயல்பாட்டுக்கு ஒரு எடுத்துக்காட்டாகும்.

சமுதாயத்தின் தேவைகளுக்கான புதுமையான தீர்வுகளை உரு வாக்குவதில், தனியார் துறையில் இருக்கும் நிபுணத்துவத்தைப் பயன் படுத்துவதற்கு இத்தகைய கூட்டுச் செயல்பாடுகள் உதவுகின்றன. இந்தியாவில் கண்டுபிடிக்கப்பட்டுள்ள சிம்ப்யூட்டர் இதைப் போன்ற தொரு புதுமைக்கு எடுத்துக்காட்டு. இத்தகைய கூட்டுச் செயல்பாடுகள், தொண்டு நிறுவனங்களுக்கு நிலையான பண வரவையும் உறுதி செய்யக்கூடும்.

அரசு இயந்திரத்தால் ஏற்படும் தாமதமும் கவலைப்பட வேண்டிய முக்கியக் காரணியாகும். ஒரு நிகழ்வைக் குறிப்பிட வேண்டும். தொண்டு நிறுவனம் ஒன்று, ஏழைகளுக்கான மருத்துவமனை ஒன்றைக் கட்டிக் கொண்டிருந்தது. அந்தத் திட்டத்தின் பல நிலைகளில், அரசாங்கத்திடம் இருந்து ஒப்புதலை அது பெற வேண்டியிருந்தது. அரசாங்க அதிகாரிகள், விரைவான ஒப்புதலுக்கு உதவிச் செய்வதற்கு மாறாக, அந்தத் திட்டம் இரண்டு ஆண்டுகள் தாமதமாகும் அளவுக்குச் சிவப்பு நாடாவைப் பயன்படுத்தினர். சிவப்பு நாடாவைச் சத்துணவாக மாற்ற முடிந்தால், நாம் இந்த உலகத்துக்கே உணவளிக்க முடியும் என்று கூறிய ராபர்ட் ஷாபெர்ல் அவர்களின் சொற்கள் என் நினைவுக்கு வருகின்றன.

இன்றைக்கு இந்தியா பொருளாதார வளர்ச்சிக்கான புரட்சியின் கூர்முனையில் இருக்கிறது. வளர்ந்து வரும் தேசம் என்ற அளவில், செல்வத்தை உருவாக்குவது (தொழில் முனைவுகள் மூலமாக) மற்றும் அதிலிருந்து குறைந்தபட்சம் ஏதோ ஒருபகுதியை மறுபடியும் பகிர்ந்தளிப்பது (சமூக சேவை மூலமாக) ஆகிய இரண்டு செயல்களிலும் நாம் கவனம் செலுத்த வேண்டும். சமூக சேவை என்பது, பொருளாதாரத்தால் ஏற்பட்ட செழிப்பைப் பாதுகாத்து வளர்க்கும் அதே நேரத்தில், அதற்கு மேலும் வீரியமூட்டும் உள்ளார்ந்த ஒரு சமூக ஒப்பந்தம். எதிர்காலப் பொருளாதார வளர்ச்சியை வளர்த்தெடுக்க உதவும் வகையில், உருவாக்கிய செல்வத்தின் பெரும்பகுதியைச் சமூகத்துக்கே திருப்பி அளிக்க வேண்டும். பெரும்பான்மையாக இருக்கும் ஏழைகளிடம் நம்பிக்கையை உண்டாக்க இதுதான் ஒரேவழி. ராபர்ட் கென்னடி ஒருமுறை இப்படிக் கூறினார்: ‘தன் கூட்டத்தினரின் மேம்பாட்டுக்காகப் பாடுபட எழுந்து நிற்கும் ஒவ்வொரு முறையும், அந்த மனிதன், அவர்கள் மத்தியில் நம்பிக்கையின் ஒளிக்கீற்றைக் கொண்டு செல்கிறான்’. அத்தகைய ஒளிக்கற்றைகளை, அளவற்ற வகையில் நாமும் வெளிப்படுத்த, இதைவிடச் சிறந்த தருணம் வேறொன்றும் நமக்கு வாய்த்திடாது.

தளர்த்தப்பட்ட பொருளாதாரம் மற்றும் அதனால் ஏற்பட்ட பொருளாதார வளர்ச்சியின் காரணமாக, அதிக எண்ணிக்கையிலான இந்தியர்கள் தாராளமாக அளிக்கக் கூடிய அளவுக்கு வசதியானவர்களாக இன்றைக்கு உருவாகியிருக்கிறார்கள். சமுதாயத்தில் மீண்டும் முதலீடு செய்யப்பட்ட செல்வம், பெரும்பான்மை மக்களுக்கான புதிய வாய்ப்புகளின் விரிவாக்கத்துக்கு உதவும்; இதன் மூலம், செல்வச் செழிப்பின் உயர்ந்து செல்லும் வளர்ச்சி வளையத்தை நம்மால் உருவாக்க முடியும். அமெரிக்கா போன்ற நாடுகள் சமூகப் பிரச்னைகளில் வெற்றியடைவதற்கு மூலகாரணமாக இதுதான் இருக்கிறது.

சமூக சேவை செயல்பாடுகளை ஊக்குவிப்பதில், அந்தச் செயல் பாட்டின் இரு தரப்பிலும், அதாவது அளிப்போர்கள் மற்றும் பெறு வோர்கள், நாம் கவனம் செலுத்த வேண்டும். இந்தச் சமன்பாட்டின் இருமுனையிலும் இருக்கும் பிரச்னைகளைத் தீர்ப்பதில் நம் தன்னார்வ நிறுவனங்கள் பலவற்றுக்குத் திறமை இருக்கிறது. ஆயினும், அவற்றைச் செயல்படுத்தக் குறைவான நிதி வசதிகள் அல்லது அதுகூட இல்லாமல் இருக்கின்றன. ஆனால், இதற்கு நேர்மாறாக, நிதி ஆதாரம் அதிகமாக உள்ள நிறுவனங்களுக்கோ போதுமான நேரமில்லை; அல்லது சமுதாயத்தின் தேவைகளை நிறைவேற்றும் வகையில், திட்டங்களை உருவாக்கிச் செயல்படுத்துவதில் கவனம் செலுத்த முடியாமல் இருக்கின்றன. தொண்டு நிறுவனச் செயல் பாடுகளில் அதிகமானோர் பங்கேற்பதை உறுதிப்படுத்தவும், சமூக சேவைச் செயல்பாடுகளில் செயல்திறமையை மேம்படுத்துவதையும் நாம் எப்படி உறுதிப்படுத்த முடியும்? நாம் எடுக்க வேண்டிய சில நடவடிக்கைகளைப் பற்றிக் கூறுகிறேன்.

இந்தத் தருணத்தின் தேவை, நமது மக்கள் தொகையில் பெரும் பாலானவர்களை, சமூகச் சேவைக்கு உண்மையான பங்களிப்பு செய்பவர்களாக மாறுவதற்கு ஊக்குவிப்பதுதான். சுதந்தரமாகச் செயல்படும் தனியார் துறை அமைப்பான அமெரிக்க தொண்டு நிறுவனங்களின் கூட்டமைப்பின் கணிப்பின்படி, அமெரிக்காவின் 80 சதவிகிதத்துக்கும் மேற்பட்ட வீடுகளில் இருந்து தொண்டு நிறுவனங் களுக்கு நிதி உதவி அளிக்கப்படுகிறது; வயது வந்த அமெரிக்கர்களில் 83 மில்லியன் பேர், $239 பில்லியன் மதிப்புடைய 9 மில்லியன் முழுநேர தொண்டர்களுக்கு இணையான, தன்னார்வத் தொண்டில் தங்களை ஈடுபடுத்திக் கொள்கின்றனர். அமெரிக்காவின் பல சமுதாயப் பிரச்னைகள் இதைப் போன்ற தொண்டு நிறுவனங்களால் எடுக்கப் பட்டுத் தீர்க்கப்பட்டிருக்கின்றன. 2000ம் ஆண்டில், தொண்டு நிறுவனங்களுக்கு அமெரிக்காவின் பங்களிப்பு, கிட்டத்தட்ட அதன் தேசிய வருவாயில் இரண்டு சதவிகிதம். இதுபோன்ற தொண்டு நிறுவனச் செயல்பாடுகளின் வளர்ச்சி அறிகுறிகள், பல நாடுகளில், எடுத்துக்காட்டாக லத்தீன் அமெரிக்கா, ஸ்பெயின் மற்றும் ரஷ்யா போன்ற நாடுகளில் காணப்படுகின்றன.

இந்தியாவில், தனிமனிதர்களின் பங்களிப்புக்கு மிக அதிகமான வாய்ப்பு இருக்கிறது. இருந்த போதும், பெரும்பாலானவர்கள் மத நிறுவனங்களுக்கே நன்கொடைகளை அளிக்கின்றனர். கணக்கிட்டுப் பார்த்தால், இந்தியர்கள் அளிக்கும் நன்கொடைகளில் 35 சதவிகிதம் இந்த வகையானதே. மேலும், இந்தியாவில் இருக்கும் பெரும் பான்மையான தன்னார்வ நிறுவனங்களுக்கு, தங்களது நோக்கங்களைச்

சரியாக மக்களுக்குச் சொல்வதிலும், தங்களைத் தனித்தன்மை கொண்டவர்கள் என்பதை விளம்பரப்படுத்துவதிலும் போதிய திறமை இல்லை; நிதியின் முக்கிய மூலாதாரமாக இருக்கும் இந்த வழி முறையைப் பயன்படுத்திக் கொள்வதில் திறமை அற்றவர்களாக இருக்கிறார்கள். வெளிப்படைத்தன்மை இல்லாததாலும், பொறுப் பற்ற தன்மை காரணமாகவும், பல தன்னார்வ நிறுவனங்கள், மக்களின் நம்பிக்கையை இழந்து மோசமான பாதிப்புக்குள்ளாகி இருக்கின்றன. சமூக நலச்செயல்களுக்கும் வளர்ச்சித் திட்டங்களுக்கும் நன்கொடை அளிக்கும் தனி மனிதர்களை இந்தச் செயல்கள் தடுக்கின்றன.

அமெரிக்காவில், தொழில்முறை சமூகசேவை அமைப்புகளின் தோற்றம், அங்கு நடைபெற்று வரும் சமூக சேவைச் செயல்களின் பரிமாணத்தை வெளிப்படுத்தும் அடிப்படை ஆதாரமாக இருக்கிறது. இந்தியாவில் இருக்கும் சமூக சேவை நிறுவனங்கள், சமூக சேவையை, தனி மனிதர்கள் தங்கள் மன நிம்மதிக்காகச் செய்யும் செயல் என்பதிலிருந்து தொழில்முறைச் செயல்பாடுகள் நிறைந்த தளத்துக்கு வளர்த்தெடுப்பதில் முனைப்புடன் செயல்பட வேண்டும். நன்மதிப்பு உருவாகும் வகையில், தங்களது கடமைகளை அவர்கள் நிறைவேற்ற வேண்டும். இத்தருணத்தின் தேவை, சமூக சேவைச் செயல்களில், தொழில்முனைவுக்குரிய மதிநுட்பத்தைக் கொணர்வதும், முடிவுகளைச் சரியானபடி அளவிடுவதும், தொண்டு நிறுவனங்களின் முதலீடுகளை எச்சரிக்கையோடு கணிப்பதும்தான். தொண்டு நிறுவனங்களை, தொழில்திறன் மிக்கவையாக மாற்று வதற்கு மற்றொரு வழி, மேலாண்மைச் சிந்தனைகள் மற்றும் தகவல் தொழில்நுட்பக் கருவிகளின் உதவியோடு வலிமையான நிர்வாக முறையை உருவாக்குவதுதான்.

தொண்டு நிறுவனங்களிடம் இருக்க வேண்டிய, மிக முக்கியமான ஒற்றைச் சொத்து, பொதுமக்கள் அவர்கள் மேல் வைக்கும் நம்பிக்கை என்பதை நினைவில் கொள்ள வேண்டும். நம்பிக்கை இல்லை யென்றால் நன்கொடையாளர்கள் பணம் அளித்திட மாட்டார்கள். தன்னார்வத் தொண்டர்களும் தங்களைப் பணிகளில் ஈடுபடுத்திக் கொள்ள வரமாட்டார்கள். என்ன நோக்கத்துக்காகப் பொதுமக்கள் நன்கொடை அளிக்கிறார்களோ அதற்குப் பொறுப்புடன் நடந்து கொள்ள வேண்டியதையும் இது சுட்டுகிறது. மேன்மையான செயல் பாட்டுக்கு, நிர்வாகச் செலவுகளைக் குறைப்பதும் சமுதாய மாற்றத்துக் கான செயல்திட்டங்களில் முதலீடுகள் செய்வதும் அவசியம். திட்டங்களை மதிப்பீடு செய்வது, முடிவுகளில் கவனம் செலுத்துவது மற்றும் செய்திருக்கும் முதலீடுகளின் செயல்திறனை அளவிடுவதற்கு அவற்றின் தாக்கம் குறித்து ஆராய்வது ஆகியவை இதன் பகுதியாக

அமையும். தொண்டு நிறுவனங்களும் லாபம் கருதாமல் செயலாற்றும் துறைகளும் பொறுப்புணர்வை உறுதிப்படுத்துவதற்குக் கடைப் பிடிக்க வேண்டிய பலவித வழிகளை, அமெரிக்காவின் தனியார் துறை நிறுவனங்கள் கோடிட்டுக் காட்டுகின்றன. அத்தகைய நெறிமுறைகள் இந்தியாவுக்கும் தேவை.

தொண்டு நிறுவனச் செயல்களின் சமுதாயத் தாக்கத்தை அளவிடும் நிர்வாகமுறை தேவை. அளந்து பார்த்திட முடியாத எதையும் நாம் மேம்படுத்திய முடியாது. ஆகவே, அளவிடுவதின் நோக்கம், தேர்ந் தெடுத்துச் செயல்படும் இடத்தில் மிகச் சிறப்பாகச் செயல்பட வேண்டும் என்பதே. ஒரு தொண்டு நிறுவனம், அதன் வெற்றியை, சமுதாயத்தில் அது ஏற்படுத்தும் தாக்கத்தைக் கொண்டே அளவிட முடியும். நிறுவனங்களால் திரட்டப்பட்ட நிதி, உறுப்பினர் எண்ணிக் கையில் வளர்ச்சி, நிறுவனங்கள் பணி செய்த மக்கள் தொகையின் அளவு, செலவினங்கள் மற்றும் அறுவடை செய்த சமுதாயப் பலன்கள் போன்ற செயல்களின் அளவுகளைக் கண்டறிவதும் இதில் அடங்கும்.

இந்தியாவின் தொண்டு நிறுவனங்கள் பற்றிய விரிவான, மிகச் சரியான தகவல்களை, நன்கொடையாளர்களுக்கும் உரிமையுடையோருக்கும் கிடைக்கச் செய்வது அவர்களுக்குப் பயனுள்ளதாக இருக்கும். இந்தியாவின் தொண்டு நிறுவனங்கள் பலவற்றைப் பற்றி நமக்குக் கிடைத்திருக்கும் தகவல்கள், அவற்றின் செயல்பாட்டைக் கணித்திடும் அளவுக்குப் போதுமானவையாக இல்லை என்பது வருத்த மானது. தங்களது செயல்கள் குறித்த தகவல்களை வெளியிட, சிறிய தொண்டு நிறுவனங்கள் இணையதளத்தினைப் பயன்படுத்தலாம். நன்கொடையளிப்பவர்கள், அதே துறையைச் சார்ந்த அல்லது, ஒரே பகுதியில் இருக்கும் இரு நிறுவனங்களைச் சீர்தூக்கிப் பார்ப்பதற்கு இந்த விவரங்கள் உதவியாக இருக்கும். மிக முக்கியமாக, தங்களுக்குத் தேவையான நிதியைத் திரட்டுவதற்கு, போட்டி மிகுந்த சூழலில் தொண்டு நிறுவனங்கள் திறமையுடன் செயல்படுவதை இது உறுதி செய்யும்.

தொண்டு நிறுவனங்கள், தெளிவாக வரையறுக்கப்பட்ட, மக்களுக்கு விளங்கும்படியான செயல்திட்டங்களைக் கொண்டிருக்க வேண்டும். திட்ட நோக்கங்களை ஏற்படுத்திக் கொள்வதும், நீடித்த தன்மைக்கான திட்டமிடலும் இதற்குத் தேவை. இதன்படி, அவை தங்களது வாய்ப்புகள், வலிமை மற்றும் பலவீனத்தினை ஆராய்ந்து பார்த்து, புதிய, தேவையான பகுதிகளில் தங்கள் கவனத்தைச் செலுத்த வேண்டும். எடுத்துக்காட்டாக, இன்ஃபோசிஸ் அறக்கட்டளை, தேர்ந்தெடுக்கப்பட்ட சில துறைகளான கற்றுக்கொள்வது மற்றும் கல்வி, சுகாதார வசதிகள், சமுதாய மறுவாழ்வு, கிராம மேம்பாடு

மற்றும் கிராமியக் கலைகளை வளர்த்தெடுத்தல் போன்றவற்றில் மட்டுமே கவனம் செலுத்தி வருகிறது.

இந்தியாவில் நடைபெற்றுவரும் சமூகச் சேவை முயற்சிகளுக்கு உதவுவதில் இணையதளத்துக்கு வாய்ப்பிருக்கிறது. நாடு முழுவதும் செயல்படும் சமூக சேவைச் செயல்களை இதனால் இணைத்திட இயலும். எடுத்துக்காட்டாக, ஒரே நோக்கத்துக்காகச் செயல்படும் அனைத்து நிறுவனங்களையும் இதனால் ஒன்றிணைக்க முடியும். அவை, தொழில் நிறுவனங்களாகவோ, தொண்டு நிறுவனங்களாகவோ அல்லது நன்கொடையாளர்களாகவோ இருக்கலாம். வள ஆதாரங் களுக்கும், உதவி தேவைப்படும் சமூகத்துக்கும் இடையே இருக்கும் இடைவெளியை இணையதளம் நிரப்பக்கூடும். Hewlett Packard நிறுவனம் ஆரம்பித்த Resource Link, மற்றும் i2 டெக்னாலஜிஸ் ஆரம்பித்த Aidmatrix ஆகியவை இதற்கான எடுத்துக்காட்டுகள். இவை இரண்டும், தேவைக்கு அதிகமான உணவு மற்றும் பொருள்களை நன்கொடையாக அளிக்கத் தயாராக இருக்கும் உணவுப் பொருள் விற்பனையாளர்களை, இவற்றைப் பயன்படுத்திக் கொள்ளத் தயாராக இருக்கும் அங்கீகரிக்கப்பட்ட தொண்டு நிறுவனங்களோடு இணைக்கும் செயலைச் செய்கின்றன. உலக அளவில், இது போன்ற செயலுக்கு எடுத்துக்காட்டாக, AOL, Yahoo மற்றும் Cisco சிஸ்டம்ஸ் நிர்வகித்து வரும் networkforgood.org ஐ கூறலாம். இருப்பினும், இந்தியாவில் சமூக சேவை செயல்பாடுகளைப் பொறுத்தவரை, இணையதளத்தின் சக்தியை, தேவையான பாதையில் செல்லும் வகையில் முழுமையாக முறைப்படுத்தவில்லை என்றுதான் கூற வேண்டும்.

இன்றைக்கு, இந்தியாவில், நன்கொடையளிப்பவரின் பாத்திரம் என்பது, (நிதி)அளிப்பவர் என்ற நிலையில் இருந்து கொஞ்சம் கொஞ்சமாக, சமுதாய மாற்றத்துக்காக முதலீடு செய்பவர் என்ற நிலைக்கு மாறி வருகிறது. இருந்த போதும் மாற்றம், வெறுமனே நன்கொடை அளிப்பதனால் மட்டுமே ஏற்பட்டுவிடாது. நன்கொடைகள் முக்கியமானவை, தேவையானவையே; ஆனால், அவை ஆறுதல் அளிப்பவை மட்டுமே. நன்கொடை அளித்துப் பாதுகாப்பது என்பதிலிருந்து வளர்ச்சிக்கான உதவி செய்வது என்ற நிலைக்கு நாம் நகர வேண்டும். இதன் தொடர்ச்சியாக, அதிகாரம் அளித்தல் மற்றும் வளர்ச்சிக்கான உதவிகளில் நாம் கவனம் செலுத்திட வேண்டும். 'ஒரு மனிதனின் பசியாற்றிட நீ அவனுக்குக் கொடுக்கும் மீன், அவனது ஒருநாள் பசியை மட்டும்தான் தீர்க்கும். மாறாக, அவனுக்கு மீன் பிடிக்கும் முறையைக் கற்றுக்கொடுத்தால், வாழ்நாள் முழுதும் அவன் பசியாற்றியது போலாகும்' என்ற யூத தத்துவ அறிஞர் மைமோனிட்ஸ் சொற்களே என் நினைவுக்கு வருகின்றன.

தேவைப்படும் கிராமப்புற மக்களுக்குச் சிறு கடன்கள் வழங்குவது, இந்தத் தத்துவத்துக்கான ஒரு எடுத்துக்காட்டாகும். கிராமப்புறத்தின் வறுமைப் பிரச்னையைத் தீர்ப்பதற்கான, அற்புத ஆற்றல் வாய்ந்தது இது என்று நான் நினைக்கிறேன். இதைப் போன்ற சிறிய நிதி உதவி அளிப்பதில் தொழில்நுட்பத்தைப் பயன்படுத்தலாம். எடுத்துக் காட்டாக, Hewlett Packard நிறுவனம் இப்போது பரிசோதித்துவரும் Remote Transactioning System (RTS), மிகவும் உள்ளடங்கிய கிராமங்களில் சிறு நிதி நிறுவனங்களின் (MFI) மின்னணுக் (virtual) கிளைகளை உருவாக்குவதற்குப் பயன்படக்கூடிய ஒன்று.

இந்தியச் சமூகத்தின், பிளவுபடாத ஒரு அங்கமாகவே சமூக சேவையும், தன்னார்வத் தொண்டும் மிக நீண்ட காலமாக இருக்கின்றன. தானம் என்ற சிந்தனை, வேத காலந்தொட்டு இருந்து வருகிறது. அத்தகைய சமூகச் செயலூக்கம் மிக்க நாள்களை நாம் திரும்பக் கொண்டுவர வேண்டும். இந்தப் போராட்டம், நமது வள ஆதாரங்கள் அனைத்தையும் திரட்டி, எல்லோரும் ஒருங்கிணைந்து கூட்டாக நடத்தும் ஒன்றாக இருக்க வேண்டும். 'உங்களது வாழ்வின் முயற்சியால், ஏதோ ஒரு உயிர் மிகச் சுலபமாகச் சுவாசிக்க முடிந்தது என்பதை அறியும் போது, அதே போன்ற செயல், பலராலும் தொடர்ந்து பின்பற்ற வேண்டிய ஒன்றே' என்று கூறிய, ரால்ப் வால்டோ எமெர்சனின் சொற்களை நினைவில் கொள்வோம்.

இந்தியாவின் வளர்ச்சியால் கிடைத்த பலன்களை அனுபவிக்கும் வசதி படைத்த ஒரு சிலரான நம் கைகளில் அதன் எதிர்காலம் இருக்கிறது. இப்போது செயலில் இறங்கவில்லை என்றால், வருங்கால சந்ததியினரின் நலன்களைக் காவு கொடுக்கும் நிலையில் இருப்போம். எண்ணத்தில் இருந்து செயல் உயிர்த்தெழுவதில்லை, மாறாக, பொறுப்புகளை ஏற்றுக்கொள்ளத் தயார்நிலையில் இருக்கும் போதுதான் என்று கூறிய டைட்ரிச் பான்கூவர் அவர்களின் சொற்கள் நினைவுக்கு வருகின்றன. அரசாங்கம், சமூக நல்லெண்ணம் கொண்டோர் மற்றும் வர்த்தகத் துறையினர் அனைவரும் இதற்கான பொறுப்பான நடவடிக்கைகளை எடுப்பார்கள் என்ற நம்பிக்கை எனக்கு இருக்கிறது. இந்த வழியின் மூலமாகத்தான், இந்தியாவில் சமூகச் செயல்பாடுகளுக்கு இருக்கும் சிரமங்களில் இருந்து நாம் மீண்டுவர முடியும்.

பகுதி 8

தொழில்முனைவு

ஒரு தொழில்முனைவோனின் அனுபவங்கள்

நிர்வாகயியல் பட்டதாரி இளைஞர்களோடு நான் உரையாடும் போதெல்லாம், தொழில்முனைவோருக்கு இருக்கக் கூடிய மகிழ்ச்சி, வாய்ப்புகள், கடுமையான உழைப்பு ஆகியவற்றைக் குறித்து எங்களது பேச்சு எப்போதும் திரும்பும். திறமையான சில தோழர்களின் உதவியோடு இன்ஃபோசிஸை ஆரம்பித்து, கடந்த இருபது ஆண்டுகளாக அதனை நிர்வகித்து வருவதில் எனக்குக் கிடைத்த பாடங்களில் சிலவற்றை இங்கு பகிர்ந்து கொள்கிறேன். உங்களிடமிருந்து மிகத் தொலைவில் இருக்கும், அளவில் குறைவான சந்தைப் பொருளாதாரம் செயல்முறையில் இருக்கும் இந்தியாவில், இந்த அனுபவங்களைப் பெற்றேன் என்றாலும், நான் கற்ற இந்த அடிப்படையான பாடங்கள் பரந்துபட்ட நிலையில் எவ்விடத்துக்கும் பொருத்தமானவையே.

1981ம் ஆண்டின், புழுக்கம் நிறைந்த, எங்கள் விதியை நிர்ணயித்த அந்தக் காலைப் பொழுதுக்கு என் நினைவுகள் செல்கின்றன. இன்ஃபோசிஸை ஆரம்பிக்க உதவிய ஏனைய ஆறு பேருடன் எனது அந்தச் சந்திப்பு நிகழ்ந்தது. நாங்கள் ஏழுபேரும், பன்னாட்டு நிறுவனங்களில் எங்களுக்குக் கிடைக்க இருந்த பாதுகாப்பான, வசதியான (குறைந்த பட்சம் எங்களது நண்பர்கள் மற்றும் குடும்பத்தினருக்காவது அப்படித் தோன்றியிருக்கும்) வேலைகளைத் தவிர்த்துவிட்டுக் கூடியிருந்தோம். பம்பாயில், அந்தச் சிறு அறையில், எங்களது எதிர்காலத்தைப் பிரகாச மானதாக உருவாக்கிக் கொள்ள நாங்கள் குழுமியிருந்தோம். இந்திய நாட்டுக்கும், ஏன் இந்த உலகத்துக்கும், பிரகாசமான எதிர்காலத்தை நிச்சயமாகத் தருவோம் என்று கனவு கண்டோம்.

பட்டமளிப்புச் சொற்பொழிவு, வார்ட்டன் வர்த்தகக் கல்லூரி, பிலடெல்பியா. மே 20, 2001.

தன்னம்பிக்கை, உறுதிப்பாடு, பேரார்வம், நம்பிக்கை, சக்தி, உற்சாகம் மற்றும் கடின உழைப்புக்கான வலிமையும் எங்களிடம் அதிகமாக இருந்தது. ஆனால், எங்களிடம் பணமில்லை. மிக உயர்ந்த தொகையான 250 டாலர்களை ஆரம்ப முதலீட்டு விதையாக ஒன்று சேர்ப்பதற்கு நாங்கள் மிகவும் சிரமப்பட்டோம். ஆனால், எப்போதும் எங்களை உற்சாகப்படுத்தும் வங்கியாளர்களான, பெருந்தன்மை மிக்க எங்களது மனைவியரிடமிருந்து உதவி வந்தது. எங்களது உற்சாகத்தை, 'தங்கள் கனவுகளின் அழகில் நம்பிக்கை கொள்பவர்களுக்கே எதிர்காலம் சொந்தம்' என்ற எலியனார் ரூஸ்வெல்ட் அவர்களின் சொற்களால் விளக்க முடியும். பிரும் மாண்டமான, எங்கள் தொலைநோக்குப் பார்வையைவிடப் பெரிதான ஒன்றின் மீதுதான் எங்களது கனவு உருவாக வேண்டும் என்பதை நாங்கள் அறிந்திருந்தோம்.

எங்களது நோக்கம் அன்றும் இப்படித்தான் இருந்தது. இன்றும் இப்படித்தான் இருக்கிறது: உயர்ந்த தொழில்நுட்பத்தையும் சிறந்த நிபுணர்களையும் பயன்படுத்தி, வர்த்தகப் பிரச்னைகளின் தீர்வுக்கு உதவும், உயரிய, முழுமையான, உலக அளவில் மதிக்கப்படும் மென் பொருள் நிறுவனம் என்ற பெயரெடுப்பதுதான் எங்கள் லட்சியம். கடந்து சென்ற இந்த ஆண்டுகளில் பெற்ற அனுபவத்தின் மூலம், ஒன்றை உணர்ந்தேன். நமது மதிப்பீடுகள் மற்றும் விழைவுகளின் மையக் கருத்தை எளிமையான சொற்றொடரில் வெளிப்படுத்தும் எளிமையான ஆனால் வலிமையான தொலைநோக்குப்பார்வைதான், தலைமுறை தாண்டியும் நம் நிறுவனத்தின் ஊழியர்களை உற்சாகப் படுத்தும். அதனைச் சுலபமாகப் புரிந்து கொள்வதில், மற்றவர்களோடு பரிமாறிக் கொள்வதில், பகிர்ந்து கொள்வதில் மற்றும் அதனை நோக்கி முன்னேறக் கூடியதாக இருப்பதில்தான் அத்தகைய எளிமையான, ஆனால், சக்திவாய்ந்த தொலைநோக்குப் பார்வையின் அழகு இருக்கிறது.

மூன்று அடிப்படையான கொள்கைகள் மீது, அதாவது, போட்டிச் சூழலில் அதிகப் பயன் தரும், நிறுவனங்களின் தேவைகளுக்கு ஏற்றவகையிலான மென்பொருள் தயாரிப்பு, உலகமயம் மற்றும் தொழில்முனைவு முயற்சிகளில் செயல்திறன் ஆகியவற்றின் மீதுதான் இன்ஃபோசிஸ் நிறுவனத்தை நாங்கள் உருவாக்கினோம். சந்தையில் அனைவராலும் முக்கியமாக விரும்பப்படும் ஒரு சிந்தனையின் மீது உருவாக்கப்படும் நிறுவனம்தான் வெற்றி பெறும். இதற்கு, அந்தச் சிந்தனை பின்வரும் ஏதேனும் ஒன்றில் சாதிக்க வேண்டும்: வாடிக்கை யாளரின் திருப்தியை உயர்த்துவது, விலையைக் குறைப்பது, சுழற்சி காலத்தைக் குறைப்பது, உற்பத்தித்திறனை அதிகரிப்பது,

வாடிக்கையாளர் எண்ணிக்கையை அதிகப்படுத்துவது மற்றும் வாடிக்கையாளரின் வசதிநிலையை உயர்த்துவது.

வெற்றியின் முக்கிய அங்கமான செயல்தந்திரம் என்பது, சந்தையில் நீங்கள் தனித்தன்மை மிக்கவராகத் திகழ்வதுதான். ஒவ்வொரு நிறுவனமும் இந்தத் தனித்தன்மையை, தங்களது வியாபார விதிகள் மற்றும் மாதிரி வடிவங்கள் மூலம் உண்டாக்க வேண்டும். இந்த விதிகளும், மாதிரி வடிவங்களும் நிறுவனத்தின் தகவல் அமைப்பு முறையில் பொதிந்திருத்தல் வேண்டும். இவ்வாறு, வாடிக்கை யாளரின் வசதிக்கேற்ற மென்பொருள் உருவாக்கத்துக்கு, பெருமளவு வாய்ப்பு எப்போதும் இருந்தது, இருக்கிறது, இருக்கும்.

எங்களிடம் நல்ல சிந்தனை இருந்தாலும், அந்த நேரத்தில் இந்தியாவில், அந்தச் சிந்தனைக்கான சந்தை வாய்ப்பு இல்லை. ஆகவே, நாங்கள் உலகமயமாதலைத் தழுவிக்கொள்ள வேண்டி யிருந்தது. நாங்கள் இந்த நிறுவனத்தை ஆரம்பிக்கும்போது இப்படித் தான் எண்ணினோம்; ஆங்கிலம் சிறப்பாகப் பேசும், எதையும் ஆய்ந்து அறியும் தொழில்நுட்ப அறிவும், நேர்த்தியான வேலைநெறிகளும் கொண்ட நிபுணர்கள் ஏராளமானோர் இந்தியாவில் இருக்கின்றனர். வாடிக்கையாளர் வசதிக்கேற்ற மென்பொருள் தயாரிப்பில், உலக அளவில் வெற்றி பெறுவதற்குத் தேவையான அடிப்படையான மூலப் பொருள்கள் இந்தியாவில் இருக்கின்றன. ஆகவே G-7 நாடுகளில் இருக்கும் வாடிக்கையாளர்களுக்குத் தேவையான மென்பொருளை இந்தியாவில் தயாரிப்பதுதான் எங்களது நோக்கம். எங்களது அணுகுமுறை வித்தியாசமானதாக இருந்தாலும், தனித்தன்மை என்பதில் இருந்து மிக தூரத்தில் இருந்தது. துணிகள் தயாரிப்பு மற்றும் செமி - கண்டக்டர் தொழில் துறை நிறுவனங்கள் இந்தச் செயல்முறை களைத்தான் பின்பற்றிக் கொண்டிருந்தன.

எனது சகதோழர்கள், இன்ஃபோசிஸை ஆரம்பிப்பதற்கு முன் நிபுணர்களாகத்தான் வேலை பார்த்து வந்தனர். ஆகவே, நிபுணர் களை உருவாக்க நிபுணர்களால் நடத்தப்படும் ஒரு நிறுவனத்தை ஆரம்பிக்கத்தான் நாங்கள் விரும்பினோம். அதனடிப்படையில், நிறுவனத்தின் முதல் கடமை, தனிநபர்களின் மதிப்பை, மரியாதையை உயர்த்திப் பிடிப்பதுதான் என்று நாங்கள் கருதினோம். ஆகவே முதல் நாள் தொடங்கி, கிடைக்கக் கூடிய பலனில், நிறுவனத்தை ஆரம்பித்த ஊழியர்களுக்கும் மற்ற ஊழியர்களுக்கும் இடையில் வேற்றுமையை உண்டாக்கும் எந்த வர்த்தகப் பரிவர்த் தனைகளையும் நாங்கள் தவிர்த்தோம்.

எங்கள் நிறுவனத்தின் முக்கிய சொத்துகள் அனைத்தும், தினந்தோறும் மாலையில் பணிமுடிந்து, மனம், உடல் இரண்டும் சோர்ந்து

வெளியில் செல்கின்றன. மறுநாள் காலையில், இந்தச் சொத்துகள் அனைத்தும், நல்ல ஓய்வு எடுத்துக்கொண்டு, சக்தியுடன், உற்சாகத்துடன் திரும்புவதை உறுதி செய்வதே எங்கள் கடமை. எங்கள் நிபுணர்களின் மீது நாங்கள் வைத்திருக்கும் மதிப்பை இப்படிக் கூறலாம். இன்ஃபோசிஸின் சந்தை மதிப்பு, பகல் நேரத்தில் அது எவ்வளவு உயரத்தில் இருந்தாலும், வேலை நேரம் முடிந்த மாலை ஐந்து மணிக்கு மேல் பூஜ்யமாக மாறிவிடுகிறது.

எந்தத் தொழில் முயற்சியும் வெற்றி பெறுவதற்கு ஒரு வெற்றிகரமான அணி தேவைப்படுகிறது. முழுமையான திறன்களை, நிபுணத்துவத்தை அனுபவத்தை அந்த அணி ஒன்று சேர்க்கும். தேவையான ஆற்றல் நிறைந்த அமைப்புகளை இணைப்பதன் மூலம் அத்தகைய அணிகளை உருவாக்குவதற்கான பின்புலமாக இருந்து இன்றைய தொழில் மூலதன முதலீட்டாளர்கள், தொழில் முனைவோர்களுக்கு உதவுகிறார்கள். இருந்த போதும், அன்றைக்கு, இந்தியாவில், இத்தகைய தொழில் மூலதன முதலீட்டாளர்கள் இல்லை. நாங்கள், எங்களுக்குத் தெரிந்த, மனித வளம், நிதி, செயல்திட்டம், தொழில் நுட்பம், திட்ட நிர்வாகம், மென்பொருள் உருவாக்கம் மற்றும் விற்பனை, சந்தைப்படுத்துதலில் அனுபவம் உள்ள திறமைசாலிகளைத் தேடி ஒன்றிணைக்க வேண்டியிருந்தது.

முழுமையான இந்தத் திறமைகளோடு, அந்த அணி ஒரு பொதுவான மதிப்பீட்டு முறையின் மீது இயங்குவதும், ஒவ்வொரு பரிவர்த்தனையிலும் அதில் இடம்பெறும் தனிநபர்களின் மதிப்பையும் மரியாதையையும் காப்பதும் அவசியம்.

ஆரம்ப நாள்களில் இந்தியாவில் வியாபாரம் செய்வதில், மிகப் பெரிய சவால்கள் பலவற்றை நாங்கள் சந்திக்க வேண்டியிருந்தது. ஒரு தொலைபேசி இணைப்புக்காக நாங்கள் ஓராண்டு காத்திருந்தோம். கணினி இறக்குமதி லைசன்ஸ் பெற இரண்டு ஆண்டுகள் காத்திருந்தோம். வெளிநாடுகளில் பயணம் செய்வதற்கான அந்நியச் செலாவணியைப் பெறுவதற்குப் பதினைந்து நாள்கள் காத்திருக்க வேண்டியிருக்கும். இப்படி, எங்களது மாரத்தான் ஓட்டத்தின் முதல் பத்தாண்டுகள், முடிவற்ற சலிப்பைத் தருவனவாகவே இருந்தன. மூழ்காமல் சமாளித்தோம் என்றாலும், நாங்களும் தவறுகள் செய்தோம். இருந்தபோதும், இந்த ஆண்டுகளின் சாதகமான விஷயம் என்னவென்றால், சாதகமற்றவற்றின் ஊடே கடந்து செல்வதற்கு நாங்கள் கற்றுக் கொண்டோம் என்பதே. இதன் விளைவாக, மேம்பட்ட நிர்வாகிகளாக, மேம்பட்ட மனிதர்களாக மாறியிருக்கிறோம் என்று நம்புகிறேன். வித்தியாசமாக எதையும் செய்ய வேண்டும் என்கிற உணர்வுதான் உந்துசக்தியாக எங்களைச் செயல்பட வைத்தது.

இன்றைக்கும் எங்களது உணர்வுகளைத்தான், சம்பாதிக்கும் பணத்தை விட முக்கியமானதாக நம்புகிறேன்.

லூயி பாஸ்டர்,'தயாராக இருக்கும் மனிதர்களுக்குத்தான் வாய்ப்புகள் உதவுகின்றன' என்று ஒரு முறை கூறினார். நாங்கள் தடுமாறிக் கொண்டிருக்கும் போதுதான் கடவுள் அனுப்பிய உதவியாக 1991ம் ஆண்டின் பொருளாதார சீர்திருத்தங்கள் அறிவிக்கப்பட்டன. 1947ல் அரசியல் விடுதலை கிடைத்தது போல், இந்தியாவுக்குப் பொருளாதார விடுதலையைப் பெற்றோம் என்று சிலர் இதனை ஒப்பிட்டுக் கூறினர். இந்தச் சீர்திருத்தங்கள், இந்திய வர்த்தகச் செயல்பாடுகளை அரசின் கட்டுப்பாட்டில் இருந்து விடுதலை செய்து, சுதந்தரமான, திறந்த, சந்தைப் பொருளாதார நிலைக்கு மாற்றின. குறைந்தபட்சம் உயர் தொழில் நுட்பத் துறைகளிலாவது இந்த நிலை உண்டானது. கட்டுப் பாடுகள் நீக்கப்பட்டு இந்தியப் பொருளாதாரத்தின் செயல்பாடுகள் விரைவுபடுத்தப்பட்டதை இன்ஃபோசிஸில் பயன்படுத்திக் கொண்டோம். அதன் பிறகு நாங்கள் திரும்பிப் பார்க்கவே இல்லை.

உண்மையில், பொருளாதாரச் சீர்திருத்தங்களால் ஏற்பட்ட நன்மை களுக்கான, பளிச்சிடும் எடுத்துக்காட்டாக, இன்ஃபோசிஸ் இருப்பதை நினைத்து எனக்குப் பெருமையே. கேட்க விரும்பும் அனைவருக்கும் இந்திய அனுபவங்களில் இருந்து கிடைத்த பாடம் என்பது ஒரு உரத்த அறைகூவல்; சுதந்தர வர்த்தகம், சமுதாயத்துக்கு நன்மைகளைக் கொண்டுவரும்!

கடந்த இருபது ஆண்டுகளில் இன்ஃபோசிஸை நிர்வகிப்பதன் மூலம் நாங்கள் கற்றுக்கொண்ட சில முக்கியமான பாடங்களை விளக்குகிறேன். இந்தப் பாடங்களில் பெரும்பாலானவை, இன்ஃபோசிஸ் அனுபவத்தில் வேரூன்றி இருந்தாலும், உலகம் முழுவதும் புதிதாக வியாபாரம் தொடங்குகிறவர்களுக்கும் ஏன் பெரிய நிறுவனங்களுக்கும் பயன்படக் கூடியவையே.

அமெரிக்க மக்கள் உரிமை போராட்டத்தின் மாபெரும் தலைவர், மார்ட்டின் லூதர் கிங், ஜூனியர், 'ஒரு மனிதனை, வசதிகள் மிகுந்த தருணத்தில் எப்படி இருக்கிறான் என்பதை வைத்து எடைபோட முடியாது; சவால்களும் சிக்கல்களும் நிறைந்த நேரத்தில் எவ்வாறு இருக்கிறான் என்பதை வைத்துத்தான் எடைபோட முடியும்' என்று ஒருமுறை குறிப்பிட்டார். ஒரு நிறுவனம் சிரமப்படும் போது, குழப்பம் நிறைந்து, தன்னம்பிக்கை அற்று, அறப்போராட்ட நிலையில் முடிவெடுக்கத் தடுமாறும்போது, அந்த நிறுவனத்தின் மதிப்பீட்டு முறைதான் வழிகாட்டும் விளக்காக இருக்கக்கூடும். மதிப்பீட்டு முறை, தன்னம்பிக்கையை வளர்க்கிறது; மன அமைதியைத் தருகிறது;

சோதனைகளும் துன்பங்களும் நிறைந்த காலங்களில் சக்தியும் உற்சாகமும் தருவது அது. உங்களது நம்பிக்கைகள் மற்றும் உறுதிப் பாட்டுக்காக, நீங்கள் எந்த அளவு செலவு செய்யத் தயாராக இருக்கிறீர்கள் என்பதில் இருந்து, மதிப்பீட்டு முறைகளுக்கு நீங்கள் கொடுக்கும் முக்கியத்துவத்தை எடைபோடமுடியும். மதிப்பீட்டு முறையில் உறுதியான பற்று வைத்திருப்பவர்கள், அந்த மதிப்பீட்டு முறையைக் காத்திட, அதிகம் செலவு செய்யத் தயாராக இருப்பார்கள்.

எங்களது மதிப்பீட்டு முறைகள் தீவிரமாகச் சோதிக்கப்பட்ட பல தருணங்களை, இன்ஃபோசிஸில் நாங்கள் சந்தித்திருக்கிறோம். இந்த நிகழ்வுகள், இந்தியாவில் மட்டுமல்ல, அமெரிக்கா உட்படப் பல நாடுகளின் நிறுவனங்களோடு எங்களுக்கிருக்கும் வர்த்தகச் செயல் பாடுகளில் ஏற்பட்டவை. அனைத்துச் சந்தர்ப்பங்களிலும் எங்கள் மதிப்பீடுகளை விட்டுக்கொடுக்காமல் இருந்திருக்கிறோம்; ஏனெனில், எங்களது நெறிமுறைகளை விட்டுக்கொடுத்துக் குறுக்குவழியில் எதையும் அடைய நினைப்பது தற்கொலைக்குச் சமமானது என்று எங்களுக்குத் தெரியும். இந்த அணுகுமுறைதான் எங்கள் அணியை ஒன்றிணைத்து வைத்திருக்கிறது. இன்ஃபோசிஸில் எங்களது மதிப்பீடு முறையை, இப்படி ஒரு வரியில் கூறலாம்: ‘உறுத்தல் இல்லாத தெளிவான நல்ல மனமே, அமைதியான உறக்கத்தினைத் தர முடியும்’. இந்தத் தரநிலைக்கு இணையாக வாழ்வதற்கு, தொடர்ந்து நாங்கள் முயற்சிக்கிறோம். ஒவ்வொரு நாளும் இரவில் எங்களை நிம்மதியாக உறங்க வைக்கும் செயல்களையே நாங்கள் செய்கிறோம்.

ஒவ்வொரு நிறுவனமும், தனது முக்கியமான மூலப்பொருள் என்ன என்பதை அறிந்து கொள்ள வேண்டும். நீண்ட காலத்துக்கு, தடையேதுமின்றி அந்தப் பொருள் கிடைப்பதை உறுதி செய்து கொள்ள வேண்டும். எங்களைப் பொறுத்தவரை மனித அறிவு, தொழில்நுட்பம் மற்றும் செயல்முறைகள் ஆகியவையே மூன்று முக்கிய மூலப்பொருள்கள். வாடிக்கையாளரின் தெரிவுகளும், தொழில்நுட்பமும் விரைவாக மாறிக்கொண்டிருக்கும் ஒரு வெளியில் நாங்கள் இயங்கிக் கொண்டிருக்கிறோம். வர்த்தக மாதிரிகள், வடிவமைப்புகள் மற்றும் விதிகள், மிக விரைவாகக் காலத்துக்கு ஒவ்வாதவையாக மாறுகின்றன. மாறாத ஒன்று என்பது மாற்றம் மட்டுமே. யாராலும் இதைச் செய்து முடிக்க முடியாது என்று ஒருவன் கூறிக்கொண்டிருக்கும் நேரத்தில், ஏற்கெனவே வேறொரு இடத்தில் அதனை ஒருவன் செய்து கொண்டிருப்பதன் மூலம், அப்படிச் சொல்வது தவறு என்று நிரூபிக்கப்படும் அளவுக்கு உலகம் மிக வேகமாக இயங்கிக் கொண்டிருக்கிறது.

இன்ஃபோசிஸ் நிறுவனத்தின் வெற்றி இந்த மாற்றங்களை அறிந்து கொண்டு, அதிலிருந்து கற்பதில், உள்வாங்கிக்கொள்வதில் எங்களுக் கிருக்கும் திறமையில் இருக்கிறது. உள்வாங்கிக் கொண்ட அறிவைப் பயன்படுத்தி, எங்களது வாடிக்கையாளர்கள் அவர்களது வர்த்தகத்தில் உயர்வதற்கு, உதவுகிறோம். கற்றுக்கொள்ளும் திறன் எங்களுக்கு முக்கியமானது. குறிப்பிட்ட நிகழ்வுகளில் இருந்து அதன் உள்ளீடான செய்திகளைத் தெரிந்து, அவற்றைப் புதியதான, கட்டமைப்பற்ற சந்தர்ப்பங்களில் பயன்படுத்தும் திறனையே நாங்கள் கற்றுக் கொள்ளும் திறன் எனச் சொல்கிறோம்.

கற்றுக்கொள்ளும் திறன் மிகுந்த ஊழியர்களைப் பணிக்குத் தேர்ந் தெடுப்பதில் எங்கள் நிறுவனம் எப்போதும் அதிக அக்கறை செலுத்தும். உண்மையில், இன்ஃபோசிஸ் நிறுவனத்தில் எங்களது உள்ளார்ந்த நம்பிக்கை என்னவென்றால், ஒவ்வொரு ஊழியரும் அவர்களைச் சுற்றித் துடிப்பான தோழர்கள் சூழ்ந்திடப் பணிபுரிய வேண்டும் என்பது தான். அத்தகைய சூழல், போட்டியை, தன்னம் பிக்கையைத் தூண்டும். அதிக உழைப்புக்கும் உற்சாகத்துக்கும் இட்டுச் செல்லும். இவர்களுக்குப் புதிய தொழில்நுட்ப வசதிகளையும் செயல் முறையில் வலிமையான அடிப்படை அறிவையும் தருகிறோம். இன்ஃபோசிஸின் நீடித்த தன்மை, எங்களது மனித ஆற்றலைத் தொடர்ந்து நாங்கள் எப்படிப் பேணிக் காக்கிறோம் என்பதைப் பொறுத்தது. அறிவைச் சார்ந்திருக்கும் இன்ஃபோசிஸ் போன்ற நிறுவனத்துக்கு, அறிவில் சிறந்த திறனாளிகளைத் தேர்ந்தெடுப்பதும், பயிற்சி அளிப்பதும், உரிய அதிகாரம் வழங்கி அவர்களைத் தக்கவைத்துக் கொள்வதும் தான் மிகப் பெரிய சவால். நீண்ட நாள்களுக்கு முன்ன தாகவே நாங்கள் இதனை உணர்ந்ததால்தான், எங்கள் வாடிக்கை யாளர்களுக்கு அளிக்கும் அதே அளவிலான மதிப்பை எங்களது ஊழியர்களுக்கும் அளித்திடத் துவங்கினோம்.

புதிய சிந்தனைகளை வரவேற்பது, செயல்திறமை, வேகம் கற்பனை மற்றும் செய்திறன் நேர்த்தி ஆகியவையே, வெற்றிகரமான நிறுவனத்துக் குரிய, காலம் மற்றும் சந்தர்ப்பங்களினால் மாற்ற முடியாத ஐந்து குணங்கள் ஆகும். கற்பனையில் அதிவேகம், வெற்றிக்கான முக்கிய மான காரணி. வரலாற்றில் என்றைக்குமே இப்போது இருப்பது போல், இவ்வளவு முக்கியத்துவம் கற்பனைக்கும் கொடுக்கப்பட்டதில்லை. இருப்பவற்றின் ஆதிக்கம் குறைந்து கொண்டிருப்பதால், புதிய கற்பனைகளுக்கு முக்கியத்துவம் உயர்ந்து கொண்டே போகிறது. புதியனவற்றை உந்துசக்தியாகப் பயன்படுத்தி, கடந்த காலத்திலிருந்து விடுபட்டு முன்னே செல்பவர்கள்தான், வருங்காலத்தின் வெற்றியாளர்கள். இந்த ஐந்து குணங்களும் தனது நிறுவனத்தில் ஏற்றுக்கொள்ளப்

பட்டுள்ளதா, செயல்பாடுகள் அனைத்திலும் பயன்பாட்டில் இருக்கிறதா என்பதை உறுதிப்படுத்துவதுதான் ஒரு முதன்மைச் செயல் அதிகாரியின் முக்கிய கடமை.

புதுமைகளை, எல்லா நேரங்களிலும் தேடிக்கொண்டிருக்கும் வகையில் ஊழியர்களுக்கு ஊக்க உதவிகளை நிறுவனங்கள் உருவாக்க வேண்டும் என்பதே இதற்குப் பொருள். புதுமைகளுக்கு சிறந்த ஊக்க மாக இருப்பது, பரவலான புது முயற்சிகளின் மூலம் வழக்கற்றுப் போனவற்றைத் தாமாகவே போக்குதல். அத்தகைய முன்முயற்சி நடவடிக்கைகள் வழக்கொழிந்தவற்றை விலக்குவதற்கும், நிறுவனம் அந்தத் துறையில் தலைமைப் பாத்திரம் ஏற்றுச் சிறந்து நிற்பதற்கும் உதவும். ஒரு நிறுவனத்தின் புதிய கண்டுபிடிப்புகளை, அதன் போட்டியாளர்கள் ஒதுக்குவது, அந்த நிறுவனத்துக்கு, பொதுவாக, எதிர்பாராத வியப்பைத் தரும் ஒன்று; அந்த நிறுவனம் இந்தத் தாக்குதலை ஏற்றுக்கொள்ளும் பக்குவம் அற்ற நிலையில் இருந்திருக்கலாம். அப்படித் தயார்நிலையில் இல்லாத நிறுவனங்கள், வாய்ப்புகளைத் தவறவிட்ட விளம்பரக் குழந்தைகளே; இவற்றால் தொடர்ந்து தாக்குப் பிடிக்க முடியாது.

எங்களது பிரச்னைகளுக்கான தீர்வு எங்களிடம்தான் உள்ளது என்பதை, இத்தனை ஆண்டுகளில் நாங்கள் பெற்ற அனுபவத்தில் மூலம் அறிந்து கொண்டோம். எளிமையாகக் கூறினால், தோல்வியை இயல்பாக எடுத்துக் கொள்வது பலவீனத்தின் ஒரு அடையாளமே. பொறுப்பி லிருந்து தப்பித்துக் கொள்வதற்குரிய, எளிமையான வழியாக யதார்த் தத்தைக் குறை சொல்வது. மனிதர்களையும் நாடுகளையும் ஆர்வம் குறைந்தவர்களாக இது மாற்றும்; செயல்படாத தன்மையை நியாயப் படுத்தும். ஆனால், தலைவர்கள் அப்படியல்ல. யதார்த்த நிலையில் இருப்பதை, தாங்கள் விரும்பும் வகையில் தங்களுக்குச் சாதகமாக மாற்றக் கூடியவர்கள்.

சாதனைக்கான முக்கிய எரிபொருள், இருப்பதை விட உயரிய விழைவு களில் இருந்து கிடைக்கிறது. தன்னைப் பின்பற்றும் மனிதர்களுடைய விழைவுகளின் நிலையை உயர்த்துவதுதான் தலைமைப்பண்பு. மனிதர்களை, தங்களாள் எதையும் சாதிக்க முடியும் என்று நம்ப வைப்பது; மனிதர்களை, தன்னம்பிக்கை கொண்டவர்களாக மாற்றி, அற்புதங்களைச் சாதிக்க வைப்பது. தன்னைப் பின்பற்றுபவர்களை, இயலாதவற்றை அடைய முயற்சி செய்ய வைப்பதும், அதனைச் சாதிக்க வைப்பதும்தான் தலைமைப் பண்பு. அத்தகைய பிரும்மாண்ட மான விழைவுகள்தான், மிகப் பெரிய நிறுவனங்களை, மிகப்பெரிய நாடுகளை, நாகரிகங்களை உருவாக்குகின்றன.

முன்மாதிரியாக இருந்து வழிநடத்துவதுதான் தலைமைப் பண்பின் சிறப்பு. அறிவு சார்ந்த ஒரு நிறுவனத்தில், அதன் முக்கிய திறமைக ளாக, மனித அறிவும், எதையும் உற்றுநோக்கும் செயலின் வழி கற்றுக் கொள்ளுதலும், தகவல் சேகரிப்பும், ஆராய்தலும், அதனடிப் படையில் முடிவுகள் எடுப்பதும் இருக்கும். எனவே, தலைவர்கள் தாங்கள் சொல்லியவண்ணம் நடந்து கொள்ளுதல் அவசியம். தலைவர்களது பேச்சுக்கும், செயலுக்கும் இருக்கும் வேறுபாடு, அவர்கள் மீது நம்பிக்கை இழப்பை விரைவுபடுத்தும்.

உலகம் தழுவிய இன்றைய காலக்கட்டத்தில், வர்த்தக நடவடிக்கை களில் புதிய பாதைகளைத் திறக்கும் வலிமை வாய்ந்த இணையதளத்தின் தாக்கத்தின் காரணமாக, வர்த்தக உலகத்தின் தலைவர்கள் எங்கிருந்தும் தோன்றக்கூடும். போட்டியும் உலகமயமாகிவிட்டது. அதுவும் டிஜிட்டல் தொழில்நுட்பம் சார்ந்த பொருள்கள் மற்றும் சேவைகளில் அதிகமாகிவிட்டது. எந்தத் தேசத்திலிருந்து தோன்றியதாக இருந்தாலும் சிறந்த சிந்தனை அல்லது வர்த்தக வடிவங்கள்கள்தான் வியாபார உலகில் ஆட்சி செலுத்தக் கூடியவை. இப்படிப் பட்ட, போட்டி மனப்பான்மை ஆட்சி செய்யும் உலகைச் சார்ந்துதான், இந்தியாவின் சிறந்த நம்பிக்கை களும் விழைவுகளும் இருக்கின்றன. பலவிதச் சவால்கள் நம்முன்னே காத்திருக்கின்றன என்பதைச் சொல்லத் தேவையில்லை; ஆனால், அறிவு சார்ந்த பொருளாதார உலகில், இந்தியா, மற்றும், மனித ஆற்றல் வளம் மிக்க சீனா போன்ற நாடுகள், எதிர்காலத்தில் ஆற்றவிருக்கும் பணியின் மீது எனக்கு மிகுந்த நம்பிக்கை இருக்கிறது.

நன்றாகச் செயல்படும் ஒரு நிறுவனம், வருவதை முன்கூட்டியே அறியும், நீடித்திருக்க உதவும், லாபம் தரும், ஆபத்துக் குறைவான வர்த்தக வடிவங்களைத்தான் விரும்பும்; அதையே செயல்படுத்தும். இதனை இன்ஃபோசிஸில், நாங்கள் PSPD (Predicatability - Sustainability - Profitability - De-risking model) வர்த்தக மாதிரி என்று கூறுவோம். களத்தில் இருந்து கிடைத்த தகவல்களின் அடிப் படையில், விற்பனைக்கான ஒரு நல்ல முன்னறியும் முறை உங்கள் ஊகத்தை உறுதிசெய்கிறது (லாபம் தரும் வழிமுறைகளை அறிவதற்கு, பொருளின் உற்பத்தி மதிப்பினை ஊகித்து அறிவதும் அவசியமாகிறது).

சக்தியும், ஊக்கமும் கொண்ட, வீதிகள் தோறும் நடந்து விற்பனையைச் சாத்தியமாக்கும் விற்பனையாளர்களால்; தரமான பொருள்களைத் தேவையான நேரத்தில் வாடிக்கையாளர்களுக்குக் கொண்டு சேர்க்கும் உற்பத்திப் பிரிவு மனிதர்களால்; விலைப்பட்டியல் தயாரித்து, உரிய நேரத்துக்குள் பணத்தினை வசூல் செய்யும் மனிதர்களால்தான் நீடித்திருக்கும் தன்மையை அடைய முடிகிறது. அனைத்து வியாபார நிறுவனங்களும் உயர் லாப விகிதத்தைக் குறிவைத்துச் செயல்படுவதன்

மூலமே நிறுவனத்தினை வலுப்படுத்த முடியும்; தங்களது பங்குதாரர் களுக்கு சிறந்த பலனை உறுதி செய்ய முடியும்.

உண்மையில், ஒரு நிறுவனம் தொடர்ந்து வெற்றி பெறுவது, லாபத்தை உயர்த்தும் ஒரு வர்த்தக மாதிரியைப் பின்பற்றுவதைப் பொறுத்தே அமைகிறது. இறுதியாக, அந்த நிறுவனம், அனைத்துக் கோணத்திலிருந்தும் அணுகக்கூடிய இடர்களை உணர்ந்து, ஆராய்ந்து, அவற்றைத் தணிக்கக்கூடிய வகையில், இடர் - களையும் அணுகு முறையைக் கொண்டிருக்க வேண்டும். இடர்களைத் தாங்கும் திறனளவு (DAR - Degree of Affordable Risk) என்பது ஒரு நிறுவனம் அனுமதிக்கக்கூடிய இடர்களின் அளவை நிர்ணயிக்கும் ஒரு சிக்கலான அளவு. அனைத்து நிறுவனங்களும் தங்களது DAR அளவினை அவ்வப் போது கணித்திட வேண்டும்; இந்த அளவின் எல்லையைத் தொடர்ந்து விரிவுபடுத்த வேண்டும். இந்த அளவு எல்லைக்குள்தான் இயங்க வேண்டும்.

இடர்களைக் களைவதின் முக்கியத்துவத்தை வலுயுறுத்திவிட்டேன். இருந்தபோதும், இடர்வரவுகளில் இருந்து நீங்கள் விலகி இருப்பதை, ஒரு கணம் கூட நான் பரிந்துரைக்கவில்லை என்பதையும் உடனடியாகச் சொல்ல வேண்டும். இடர்வரவுகளைக் கட்டாயமாகத் தேர்ந் தெடுங்கள்; ஆனால், ஆழ்ந்த யோசனைக்குப் பின் எச்சரிக்கையோடு தேர்ந்தெடுங்கள். கப்பல்கள், துறைமுகத்தில் இருந்தால்தான் பாதுகாப்பு என்பது எல்லோருக்கும் தெரியும். இருப்பினும், அவை அதற்காகக் கட்டப்பட்டவை அல்ல; புயல் காற்றிலும் ஆர்ப்பரிக்கும் கடலிலும் பயணம் செய்ததற்குப் பின்னர் தான், துறைமுகம் என்னும் பாதுகாப்புக்கு அவை வரவேண்டும்.

இன்ஃபோசிஸ் அனுபவத்தில் நிலைநிறுத்தப்பட்ட மற்றொரு பாடம், நிர்வாகம் குறித்தது. நிறுவன நிர்வாகம் என்பது, பங்குதாரர்களின் மதிப்பினை உயர்த்துவதில் கவனம் செலுத்தும் அதே நேரத்தில், அதன் உரிமை உடையோர்களான, வாடிக்கையாளர்கள், முதலீட்டாளர்கள், ஊழியர்கள், விற்பனைக் கூட்டாளிகள், அந்த தேசத்தின் அரசு மற்றும் சமுதாயம் முழுமைக்கும் நியாயமானதை உறுதி செய்யவேண்டும். உலக அளவில், தடைகள் ஏதுமின்றி, மூலதனம் எங்கும் பாய்ந்து கொண்டிருக்கும் இன்றைய நாள்களில், உலகத்தரம் வாய்ந்த நிறுவன நிர்வாகத்தைப் பின்பற்றும் நிறுவனங்களே மூலதனத்தை வசீகரிக்க முடியும். ஒரு நிறுவனத்தின் நிர்வாகத் தரத்துக்கும், அதனுடைய மூலதனத்தின் மதிப்புக்கும் இடையில் குறிப்பிடும்படியான தொடர்பு இருப்பதாக ஆய்வுகள் கூறுகின்றன. ஒருவரது இரவுத் தூக்கத்தைக் கெடுக்கும் ஒரு செயலைச் செய்வதைவிட, ஒரு பில்லியன் டாலரை

இழப்பது மேல் என்ற கொள்கையின் மீதுதான், இன்ஃபோசிஸின் நிர்வாகத் தத்துவத்தின் அடிப்படை உருவாக்கப்பட்டுள்ளது.

குறைவாக உறுதியளிப்பது ஆனால், அதைவிட அதிகமாகக் கொடுப்பது என்கிற கொள்கையையும் நாங்கள் பின்பற்றுகிறோம். அது மட்டுமல்லாமல், உரிமை உடையோர்களிடம், மோசமான செய்திகளை, தாமாகவே முன்வந்து, விரைவாகவும் சொல்வது சிறப்பானது. அவர்களிடம் நல்லெண்ணத்தை ஏற்படுத்த இது உதவும். எந்த வியாபாரத்திலும் ஏற்றமும் இறக்கமும் தவிர்க்க முடியாதது என்பதை அவர்கள் புரிந்து கொள்வார்கள். அனைத்து நேரங்களிலும், நிர்வாகத்துக்கு இணையாக மதிக்கப்படுவதையே அவர்கள் விரும்புகிறார்கள்.

திறமையை மதிக்கக் கூடிய, ஆரோக்கியமான போட்டி நிலவும் தீய எண்ணங்கள் நிலவாத ஒரு சூழலில்தான் விரைவான முன்னேற்றம் வரும். இன்ஃபோசியன்கள், அப்படித்தான் நாங்கள் எங்களது ஊழியர்களை அழைக்கிறோம், போட்டியாளர்களை மதிக்கும் தன்மை கொண்டவர்கள். மற்ற நிறுவனங்களின் செயல்பாடுகளை உன்னிப் பாகக் கவனித்துக் கொண்டே இருக்கும் ஆரோக்கியமான மனநிலை, எங்களைச் சுறுசுறுப்பாக இயங்க வைக்கும். சாதித்தவை குறித்து, அடக்கத்துடனே நாங்கள் இருப்போம். பொதுவாக, வெற்றி தற்காலிகமானதே என்பது எங்கள் நினைவில் இருக்கிறது. ஆண்டின் இறுதிக் காலாண்டு காட்டும் முடிவுகள் அளவுக்குத்தான் நாங்கள் செயல்பட்டிருக்கிறோம் என்பதும் எங்கள் நினைவில் இருக்கிறது. நாங்கள் ஓடுவதும், மாரத்தான் ஓட்டமே தவிர, குறு ஓட்டமல்ல என்பதையும் நாங்கள் முழுமையாக அறிவோம். எங்களது செயல் தந்திரங்களும் கொள்கைகளும் இவற்றைத்தான் பிரதிபலிக்கின்றன.

எனக்கு இருக்கும் ஆழமான நம்பிக்கைகளில் ஒன்று, இந்தச் சமுதாயத்தின் நலனில் நிறுவனங்களுக்கு முக்கியப் பொறுப்பு இருக்கிறது என்பதாகும். சராசரியாகப் பார்க்கும் போது, மக்களின் நலனில் பிரும்மாண்டமான வளர்ச்சி ஏற்பட்டிருக்கிறது என்று கூறமுடியும். ஆனாலும், உலகெங்கிலும், அதுவும் குறிப்பாக வளரும் நாடுகளில், இருப்பவர் மற்றும் இல்லாதவர் இடையே இருக்கும் இடைவெளி துரதிர்ஷ்டவசமாக அதிகரித்திருக்கிறது. தன்னைச் சுற்றி இருக்கும் விஷயங்களில் எந்தத் தாக்கத்தையும் ஏற்படுத்த முயலாத நிறுவனம் எதுவும், தனது முன்னேற்றத்தை நீடித்திருக்கச் செய்ய இயலாது. இறுதியாக, இந்தப் பூவுலகில் இருக்கும், ஆண்கள், பெண்கள் குழந்தைகள் அனைவரது கண்களில் இருந்தும், கண்ணீரைத் துடைத்தெறியாதவரை, எந்தக் கனவும் அத்தனை பெருமையுடையது அல்ல என்று நினைக்கிறேன்.

என் அனுபவங்களின் அடிப்படையில், தனிப்பட்ட சில அறிவுரைகளை இப்போது கூறுகிறேன். முதலாவது, நீங்கள் நம்பிக்கைக்கு உரியவராக எப்போதும் இருக்க வேண்டும் என்பதை வலியுறுத்த விரும்புகிறேன். இந்த அடிப்படையின் மீதுதான், மிகப் பெரிய நிறுவனங்கள் எழுப்பப்படுகின்றன. இரண்டாவது அச்சம் என்பது இயற்கையானதே. ஆனால், எப்போதும் அது உங்களை ஆட்சி செய்ய அனுமதிக்காதீர்கள். எதையும் சீர்தூக்கிப் பார்க்கும், உங்கள் மனம் கவனிக்கத் தவறியவற்றைச் சுட்டிக்காட்டும், உங்கள் உள்ளுணர்வின் மறைமுகக் குரலாகச் சில நேரங்களில் அச்சம் செயல்படக் கூடும். சமயங்களில், உங்களுக்குள் இருக்கும் ஒரு புதிய பகுதியை அல்லது உலகத்தைக் காண்பதற்கான அழைப்பாகவும் அது இருக்கக்கூடும்.

மூன்றாவதாக, ஆதரவான குடும்பம் என்கிற வலிமையான பாறை மீதுதான், திருப்திகரமான வாழ்க்கையும், பணிகளும் உருவாகின்றன. உங்களது வெற்றியைக் கொண்டாடும், உங்களோடு எப்போதும் இருக்கும், உங்களுக்கான ஆதரவாளர் குழாமை உருவாக்கிக் கொள்ளுங்கள். இத்தகைய அசைக்கமுடியாத ஆதரவால், உங்கள் வாழ்வில் நீங்கள் எதையும் சாதிக்க முடியும். நான்காவதாக, மற்றவர்களின் மற்றும் உங்களின் மதிப்பிற்கு, பங்கம் ஏதும் வராதவாறு உங்களை, உங்களது உணர்வுகளை எப்படி நிர்வகிப்பது என்பதைக் கற்றுக் கொள்ளுங்கள். எடுக்கப்பட்ட முடிவுகளின் தராதரங்களை, அதனோடு பிணைந்திருக்கும் உணர்வுகளைப் பிரித்து வைத்து அலசிப் பார்ப்பதற்கு இந்தத் தன்மை உதவுவதை நான் பார்த்திருக்கிறேன். இன்ஃபோசிஸில் இதனை, 'பரிவர்த்தனைகளை மட்டும் சார்ந்திருப்பது' என்று கூறுவோம். இறுதியாக, இந்தச் சமூகத்துக்குப் பலன் தரும் வாழ்க்கையை வாழுங்கள், வேலையை மேற்கொள்ளுங்கள்.

என் மனதில் பெரிய அளவில் தாக்கத்தை ஏற்படுத்திய ஒரு நிகழ்வினைக் கூறி முடிக்கிறேன். பில் மோயர்ஸ் என்ற திறனாளர், புகழ்பெற்ற அமெரிக்க மித்தாலஜிஸ்டும், நாட்டுப்புறவியலாளருமான ஜோஸப் காம்பெல் என்பவரைப் பேட்டி கண்டு வெளியான தொகுப்பை உங்களில் சில பேர் அறிந்திருக்கலாம், பார்த்திருக்கலாம். சில ஆண்டுகளுக்கு முன்னால் வெளிவந்து எல்லோராலும் பாராட்டப்பட்ட தொடர் அது. ஒரு பேட்டியில், வாழ்க்கையைப் பற்றிய ஆழமான, அறிவுபூர்வமான விவாதத்தில் ஐக்கியமாகி, பில் மோயர்ஸ் முன்பக்கமாகக் குனிந்து, கேள்வியொன்றைக் கேட்கிறார். 'ஜோ, நீங்கள் இந்தக் கேள்வியை நினைத்துப் பார்த்திருக்கலாம். நாம் ஏன் இந்த உலகத்தில் இருக்கிறோம்? ஒருவன் செல்ல வேண்டியது எந்தப் பாதை? உங்களால் சொல்ல முடியுமா?'. ஜோசப் காம்பெல், சிரித்துக் கொண்டே கூறினார், 'ஆம். எண்ணியிருக்கிறேன். எனக்குக் கிடைத்த

பதில் இதுதான். உங்களுக்குப் பேரின்பம் (Bliss) எதில் கிடக்கிறதோ அதைப் பின்பற்றுங்கள். மற்றவர்களும் அதையே பின்பற்றுவார்கள்.'

இதையே பின்பற்றுமாறு, நானும் வலியுறுத்துவேன். மதிப்புள்ள, உங்களுக்கான, ஒரு கனவினைத் தேர்ந்தெடுங்கள். அதன் பின்னால் நம்பிக்கையோடு செல்லுங்கள். வரும் காலத்தில், நீங்கள் பெருமை கொள்ளும் வகையிலான ஒரு வாழ்க்கையை உருவாக்குங்கள். ஆனால், எப்போதும், தவறாமல், உங்களது பேரின்பத்தைத் தொடர்ந்து செல்கிறோம் என்பதையும் உறுதி செய்து கொள்ளுங்கள்.

தொழில் முனைவு குறித்து...

நம்மை வருத்தும் வறுமைப் பிரச்னையை, செல்வத்தைக் குவிப்பதன் மூலம் தீர்க்க முடியும் என்பதில் ஒருமித்த கருத்து, இந்தியாவில் மிகச் சமீபகாலத்தில்தான் ஏற்பட்டுள்ளது. இந்த நாட்டின் ஏழைகளின் கண்ணீரைத் துடைப்பதுதான் என் கனவு என்றார் மகாத்மா. இந்தக் கனவை நிறைவேற்றுவதற்குக் கீழ்க்கண்ட விரிவான கோட்பாடுகளில் அனைத்து அரசியல் கட்சிகளுக்கும் ஒருமித்த கருத்து உருவாக வேண்டும்.

1. அதிக ஊதியம் தரும் வேலைகளை உருவாக்குவதும், சட்டத்துக்கு உட்பட்டும் நெறிகள் பிறழாமலும் புதிதாகச் செல்வத்தைச் சேர்ப்பதும்தான் வறுமையைப் போக்குவதற்கான ஒரே வழி. இருக்கும் செல்வத்தை எல்லோருக்கும் பகிர்ந்து கொடுப்பது தீர்வாகாது.

2. சிறந்த சர்ஜன்கள், பேராசிரியர்கள் மற்றும் வழக்கறிஞர்கள் என்பதுபோல, செல்வத்தைச் சேர்க்கும் காரியத்தை ஒரு சிலரால் தான் தலைமையேற்று வழி நடத்த முடியும்.

3. இவர்களும் மற்றவர்களைப் போல மனிதர்கள்தான்; செல்வத்தை உருவாக்கும் பணியில் இவர்களுக்கு ஊக்க உதவி தேவை.

4. அரசாங்கத்தின் பங்கு, வேலைகளையோ செல்வத்தையோ உருவாக்குவதல்ல; மாறாக, இந்த நிறுவனத் தலைவர்கள் உற்சாகத்தோடு மேலும் மேலும் வேலைகளையும் செல்வத்தையும் உருவாக்குவதற்கான சூழலை ஏற்படுத்தித் தருவதே.

அனந்தராமகிருஷ்ணன் நினைவு, பதினான்காவது நினைவு நாள் பேருரை, சென்னை. பிப்ரவரி 8, 1999.

செல்வத்தை உருவாக்குவதில் இரண்டு வகையான மனிதர்கள் இருக்கிறார்கள். முன்னோர் சேர்த்து வைத்த செல்வத்தை ஒன்றைப் பத்தாகப் பெருக்குகிறவர்கள் ஒருவகையினர். மற்றொரு வகையினர், வெறுமையிலிருந்து செல்வத்தை உண்டாக்குகிறவர்கள். நான் இரண்டாவது வகை; முதல் வகையினைப் பற்றிச் சொல்ல என்னிடம் ஏதும் இல்லை. ஆகவே, வெறுமையிலிருந்து செல்வத்தை எப்படி உண்டாக்குவது என்பதைப் பற்றிச் சிலவற்றை இங்கு கூறுகிறேன்.

சிந்தனை, கடின உழைப்பு மற்றும் நேரத்தை முதலீடு செய்வதன் மூலம், நிறுவனச் செல்வத்தை உருவாக்குவதைத் தொழில் முனைவு என்று கூறலாம். இத்தகைய நேர்வுகளில், போதிய நிதி ஆதாரம் இல்லாத நிலை, அந்தத் தொழில்முனைவோரை இதுவரை யாரும் பயணித்திராத பாதையில் செல்ல வைக்கிறது; அவருக்கு/அவளுக்கு ஏற்ற தனியிடத்தை அல்லது தனிப்பாணியை ஏற்படுத்திக் கொள்ளக் கட்டாயப்படுத்துகிறது. புதிய சிந்தனை, கடின உழைப்பு மற்றும் அரிய நேரத்தைச் செலவிடுவது தவிர வேறொன்றும் இல்லாத நிலையில்தான், சந்தையில், புதுமைகளுக்கு இருக்கும் வாய்ப்பினால் கிடைக்கும் நன்மைகளைப் பயன்படுத்திக் கொள்ள, குறிப்பாகத் தங்களது வர்த்தக முனைப்பின் ஆரம்பக் காலங்களில், இந்தத் தொழில் முனைவோர்கள் இறங்கினார்கள். உலகமெங்கும், மென்பொருள் தொழில்துறை இத்தகைய தொழில்முனைவோர்களால் நிரம்பி வழிகிறது.

தொழில்நுட்பத்தில் ஏற்பட்டிருக்கும் மிக விரைவான வளர்ச்சி மற்றும் அதன் விளைவால் உற்பத்தியில் ஏற்பட்டிருக்கும் பலன்கள், புதிய வற்றுக்கு அற்புதமான சந்தை வாய்ப்புகளைத் திறந்திருக்கின்றன. இதனால், அமெரிக்க மென்பொருள் துறையில் தொடர்ச்சியான தொழில்முனைவோர் பெருக்கம் ஏற்பட்டது. மைக்ரோசாஃப்டின் பில்கேட்ஸாக இருக்கட்டும் அல்லது ஆரக்கல்லின் லேரி எல்லிசனாக இருக்கட்டும், இவர்களிடம் இருக்கும் பொதுவான விஷயங்கள்: சக்தி வாய்ந்த சிந்தனை, புதுமை, அறிவுபூர்வமான தொலைநோக்குப் பார்வை, ஆழ்ந்த சிந்தனையின் விளைவால் உருவான செயல் தந்திரங்கள் மற்றும் பிசகில்லாத செயல்திறன்.

இந்திய மென்பொருள் துறையின் தொழில்முனைவு செயல்பாடு களை, கடந்த இருபது ஆண்டுகளாக ஆராய்ந்ததன் அடிப்படையில் நான் சில முடிவுகளுக்கு வந்திருக்கிறேன். 1979-81ம் ஆண்டுகளில், பத்து முதல் பன்னிரண்டு தொழில் முனைவோர்கள் (நிபுணர்கள்) உள்நாட்டு மற்றும் ஏற்றுமதிச் சந்தையினைக் குறிவைத்து மென் பொருள் நிறுவனங்களை ஆரம்பித்தார்கள். இன்றைக்கு, அவர்களில் ஓரிருவர்தான் தாக்குப் பிடித்து, வெற்றியும் பெற்று, இந்திய

மென்பொருள் ஏற்றுமதி நிறுவனங்களில் தலையாய ஐந்து நிறுவனங் களுக்குள் இடம்பெற்று வருகிறார்கள். இந்தப் பத்து அல்லது பன்னிரண்டு நிறுவனங்களின் செயல்பாடுகளை ஆராய்ந்தது ஒரு நல்ல படிப்பினை. அதன் அடிப்படையில், நாம் சில முடிவுகளுக்கு வர இயலும் அதோடு, வெற்றிக்கான அடிப்படை விதிகள் என்று சிலவற்றை வரையறை செய்யவும் முடியும். வெற்றிகரமாக இயங்கும் நிறுவனங்களில் இருக்கும் மனப்பாங்கும், வெற்றிபெற முடியாத நிறுவனங்களின் உணர்வுகளும், வெற்றிக்கான கீழ்க்கண்ட அடிப்படை விதிகளை உருவாக்குகின்றன.

அனைவருக்குமான தொலைநோக்குப் பார்வை

நீண்டகால அளவில், அந்த நிறுவனம் எப்படி உருவாக வேண்டும் என்பது பற்றிய, ஒரு தெளிவான தொலைநோக்குப் பார்வை அதனை ஆரம்பிப்பவர்களுக்கு இருக்க வேண்டும். நிறுவனத்தின் தொழில்முறை குறிக்கோள் மற்றும் நிறுவனத்தை ஆரம்பிப்பவர் மற்றும் அந்த நிறுவனத்தின் நிபுணர்களின் தனிநபர் விழைவுகளுக்கு இடையில் ஒரு தெளிவான, வரையறுக்க முடிந்த இணக்கத்தை அந்தத் தொலைநோக்குப் பார்வை அளிக்க வேண்டும்.

சந்தைப்படுத்த முடிந்த சிந்தனை

எளிமையான சொற்றொடரில், உங்களது சிந்தனையின் மதிப்பை வாடிக்கையாளருக்கு உங்களால் விளக்க முடியவில்லை என்றால், அதனைத் தொடர்வதில் எந்தப் பயனும் இல்லை. உங்களது பொருளோ நீங்கள் தரும் சேவையோ, இப்போது நடைமுறையில் இருக்கும் ஒன்றைவிட மேம்பட்டதாக இருக்க வேண்டும்; அதனைப் பயன்படுத்துவோருக்குக் கீழ்க்கண்ட ஏதாவது ஒன்றை அல்லது ஒன்றுக்கும் மேற்பட்ட பயன்களைத் தருவதாக இருக்க வேண்டும்: குறைந்த விலை, குறைந்த சுழற்சி காலம், மேம்பட்ட உற்பத்தித் திறன், மேம்பட்ட வசதி அல்லது அதிகமான வாடிக்கையாளர் எண்ணிக்கை. இந்த வழிகாட்டும் கொள்கையை அலட்சியம் செய்வது தான் பெரும்பாலான நிறுவனங்களின் தோல்விகளுக்கு காரணம்.

நீங்கள் அதிர்ஷ்டசாலியாக இருந்தால், உங்கள் சிந்தனை மதிப்பு மிக்கதாக இருந்தால், கடந்த காலத்தில் எந்தப் பொருளும் செய்யாத வகையில், சந்தையின் தொடர்ச்சியில் நீங்கள் ஒரு இடைவெட்டை ஏற்படுத்தக்கூடும். நெட்ஸ்கேப், கணினிகள், தொலைக்காட்சி மற்றும் ஆட்டோமொபைல்கள் ஆகியவை இப்படி இடைவெட்டை ஏற்படுத்திய சிந்தனைக்கான சிறந்த எடுத்துக்காட்டுகளாகும். சந்தை, உங்களது சிந்தனையால் விளைந்த பொருளை ஏற்றுக் கொள்ளவும் அதற்கான மதிப்பையும் தரவேண்டும்; இல்லையெனில், உங்களது

சிந்தனை தோல்வியடைந்து விடும். ஆகவே, உரிய காலம் என்பது மிக முக்கியமானது.

நல்ல செயல்தந்திரமும் நடைமுறைப்படுத்தத் தகுந்த செயல் திட்டமும்

செயல்தந்திரம்தான், சந்தையில் ஒருவரைத் தனித்தன்மை கொண்டவராகக் காட்டும். தொழில்முனைவோர்களின் சிந்தனைச் சிறப்பின் பலனைத் தெளிவாக வெளிக்கொண்டு வரும் செயல்தந்திரம், தொழில்முனைவோரின் பலவீனங்களை மறைக்கும்; நடைமுறைக்கு ஏற்றது; நிறுவனத்துக்குத் தேவைப்படும் நீடித்ததன்மையை உறுதிப்படுத்துகிறது. இந்தச் செயல்தந்திரத்தை நடைமுறையில் கொண்டுவர வேண்டுமானால், போதுமான வள ஆதாரங்கள் கொண்ட யதார்த்தமான செயல்திட்டம் தேவை.

திறமையான நிர்வாகம்

பெரும்பாலான தொழில்முனைவோர்களின் அழிவுக்குக் காரணம், அவர்கள் அடிப்படையில் சிந்தனையை உதிர்ப்பவர்கள் அல்லது தொழில் நிபுணர்களாக மட்டும் இருப்பார்கள். வியாபாரத்தை உருவாக்குவதற்கு மிகவும் அவசியமான நிர்வாகப் பிரச்னைகளை அவர்களால் புரிந்து கொள்ள முடியாமல் இருக்கும். உண்மையில், ஒரு இருப்புநிலை அறிக்கையைப் படித்துப் புரிந்து கொள்ள முடியாத, இடைக்காலக் கடனுக்கும் (Term Loan), செயல்பாட்டு மூலதனத்துக்கும் (Working Capital) வேறுபாடு தெரியாத தொழில்முனைவோர் பலரைப் பார்த்திருக்கிறேன். தொழில்நுட்பம் சார்ந்த சவால்களைத் தவிர்த்து, ஏனையவற்றின் மீது ஒரு ஆரோக்கியமான வெறுப்பைக் கொண்டவர்களாக அவர்கள் இருப்பார்கள். இத்தகைய அணுகுமுறை சரிசெய்ய முடியாத பேரழிவுக்கு இட்டுச் செல்லும். போற்றுதலுக்குரிய சிந்தனைகள், தொழில்நுட்பம் மற்றும் நிர்வாகத்தை ஒன்று சேர்ப்பதுதான் வெற்றிகரமான வாணிகம். மனிதர்கள் ஊக்கம் பெறும் முறைகள், நிதி ஆதாரம், தலைமைப் பண்பு, தொழில்நுட்பம், உற்பத்தி, தரம் மற்றும் இதர திறமைகளைப் போற்றுவது வணிக நிறுவனத்தின் வெற்றிக்குத் தேவையானவை.

அனைவருக்குமான மதிப்பீட்டு முறை

தியாகங்கள், சிரமங்கள், சவால்கள் நிரம்பியதாக, ஒரு வியாபாரத்தின் தொடக்க ஆண்டுகள் இருக்கும். சிக்கல்கள், கடின உழைப்பு, முடிவெடுப்பதில் சங்கடங்கள், உடனடியாகப் பெற முடியாத மனநிறைவு என்று, அந்த நாள்களில் ஒளியின் வீச்சை விட இருண்மைதான் அதிகமாக இருக்கும். இந்த இடத்தில்தான், உங்கள் அணியின் உறுப்பினர்கள் பின்பற்றுவதற்கு, பொதுவான செயல்முறைகள்

மற்றும் நடவடிக்கைகளுக்கான விதிகளின் தேவை எழுகிறது. பொது வான செயல்முறைகளை உங்களது சகதோழர்கள் பின்பற்றுகிறார்கள் என்பதை நீங்கள் அறியும் போது, தன்னம்பிக்கை கொண்டவராக, நிறுவனத்தின் எதிர்காலத்தின் மீது நம்பிக்கையும் உற்சாகமும் கொண்டு இயங்குவீர்கள்.

மற்றவர்கள் உங்களைப் பயன்படுத்திக் கொள்ளமாட்டார்கள் என்ற நம்பிக்கை எழும்போது, தியாகங்கள் செய்வதற்கு நீங்கள் தயங்க மாட்டீர்கள். நீங்கள் வகுத்திருக்கும் விதிமுறைகளை, நீங்களே மீற வேண்டும் என்ற மனநிலை தோன்றுவது தவிர்க்க முடியாதது; ஆனால், அத்தகைய மோசமான சூழல்களில் நிலை தடுமாறாமல் நிற்கும்போதுதான், மனிதர்கள் சிறுவர்களிடமிருந்து வேறு படுகிறார்கள். அனைவருக்கும் பொதுவான மதிப்பீட்டு முறைகளை அவர்கள் பின்பற்றாததே எனக்குத் தெரிந்து பல வர்த்தக நிறுவனங்கள் நொடித்துப் போனதற்குக் காரணம்.

தொழில் வல்லமை

புதிதாகத் தொழில் தொடங்கும் பலர் தங்களது முன்னாள் முதலாளிகளை விமர்சனம் செய்ததைப் பார்த்திருக்கிறேன். ஆனால், தாங்கள் எதைப்பற்றி விமர்சனம் செய்தார்களோ அதே தவறுகளை, இவர்கள் தொழில் ஆரம்பிக்கும் போதும் செய்கிறார்கள். தொழில் வல்லமை என்பது, தனிமனிதர்கள் மற்றும் நிறுவனத்துக்குச் சொந்தமான வள ஆதாரங்களுக்கும் இடையில் ஒரு தெளிவான எல்லைக்கோட்டை வரைகிறது; உங்களது சக தோழர்கள் அனைவருக்கும் மரியாதையும் மதிப்பும் அளிக்கிறது; மனிதர்களின் ஆளுமைத்தன்மை அடிப்படையில் அல்லாமல் பிரச்னைகள் அடிப்படையில் எதையும் பார்க்கிறது; தனிமனித - சுயேச்சையான செயல்பாட்டிற்கான விதிகள் மற்றும் நடை முறைகளை நிறுவனத்தில் நிறுவவும் அவற்றைப் பின்பற்றவும் செய்கிறது; வாடிக்கையாளர், சகதோழர்கள், விற்பனை - கூட்டாளிகள், அரசாங்கம் மற்றும் சமூகத்துடனான அனைத்துப் பரிவர்த்தனைகளிலும் ஒருமைப்பாட்டையும் நேர்மையையும் பின்பற்றுகிறது.

கட்டுப்பாட்டினை நிர்வாகத்தினிடமிருந்து பிரித்தல்

உண்மை. தொழிலில் வெற்றியடைவதற்கு ஒருமுக்கியமான விஷயம் இருக்கிறதென்றால், அது நிர்வாகம் மற்றும் கட்டுப்பாடு இவற்றிற் கிடையே வேறுபாட்டினை நடைமுறைப்படுத்துவது. முதலீடு செய்ப வர்கள், தங்களது பங்குக்கு இணையான நிர்வாகக் கட்டமைப்பை நிறுவுவதை வலியுறுத்துவார்கள் என்பதை அமெரிக்கத் தொழில் முனைவோர்கள் அறிந்திருக்கிறார்கள். தொழில்முனைவோன் என்ற வகையில், நிர்வாகத்தில் உங்களுக்கேற்ற பாத்திரத்தை நீங்கள்

ஏற்றுக்கொள்ள வேண்டியிருக்கும். ஆப்பிள் நிறுவனத்துக்குத் தொழில் வல்லமை மிக்க ஒரு தலைமை தேவை என்று ஸ்டீவ் ஜாப்ஸ் அறிந்த போது, ஜான் ஸ்கல்லியை அவர் பணியமர்த்திய கதை நாம் எல்லோரும் அறிந்ததே. உங்களது வலிமை எதில் இருக்கிறதோ, அதனை நிறுவனத்தின் நலனுக்குப் பயன்படுத்துங்கள். உங்களது பணத்தை முதலீடு செய்திருக்கிறீர்கள் என்பதாலேயே, நீங்கள் அந்நிறுவனத்தின் தலைவர் என்று கூறிவிட முடியாது. நிறுவனத்தின் செயல்கள் அனைத்தையும் அறிந்தவர் அல்லது அனைத்திலும் பங்கேற்க வேண்டியவர் என்ற நிலையையும் அது தருவதில்லை.

தியாக உணர்வு

தியாகங்கள், நிறுவனத்தின் ஆரம்பத்திலாவது இல்லை என்றால், எதையும் நிச்சயம் உருவாக்க முடியாது. தொழில்முனைவோர்கள் பலர் 'தொழிலதிபர் வியாதியால்' பீடிக்கப்பட்டு, ஆரம்பக் காலத்திலேயே தேவையற்ற அற்பமான ஆடம்பரங்களில் பணத்தைச் செலவிடுவார்கள். இதனால் நிறுவனத்தின் நீண்ட காலப் பலன்கள் பாதிக்கப்படுவதை அவர்கள் எண்ணிப் பார்ப்பதில்லை. உண்மையில், எதிலும் திருப்தி அடைவதைத் தள்ளிப் போடுவதுகூட, சிறிய ஆரம்பத்தைப் பெரிய அளவிலான நிறுவனமாக மாற்றுவதற்கான ஒரு செயல் திட்டம்தான்.

செல்வம் சேர்ப்பதில் பெருமை

செல்வத்தை உருவாக்குவது குறித்து வருத்தப்படும், பல தொழில் முனைவோர்களைச் சந்தித்து இருக்கிறேன். கடவுள் அறிய, சட்டத்துக்குட்பட்டு நெறிபிறழாத வழிகளில் செல்வம் சேர்ப்பதில் எந்தத் தவறும் இல்லை. செல்வத்தை உருவாக்குவதை அறச் செயல்களோடு ஒப்பிட்டுப் பார்த்துக் குழப்பம் அடையாதீர்கள். முதலில் திறமையாகச் செல்வத்தை உருவாக்குங்கள்; அதன் பிறகுதான் உங்களது பங்கிலிருந்து நீங்கள் விரும்பும் அளவை அறச்செயல்களுக்கு அளிக்க முடியும்.

கருத்தியல், அறிவுச்செருக்கு மற்றும் நிறுவனம்

எனது தொழில் முனைவு நண்பர்கள் பலர், தவறான எண்ணவோட்டத்தின் காரணமாக, புதிய கருத்தியல் பயணத்தை மேற்கொண்டு, புதுமுயற்சிகளில் இறங்கித் தங்களது வியாபாரத்தை இழந்த நிகழ்ச்சிகளை அறிவேன். எடுத்துக்காட்டாக, என் நண்பர்களில் ஒருவர், இந்தியாவில் இருக்கும் தனது நிறுவனத்தில் மைக்ரோசாப்ட் மற்றும் போர்லாண்ட் நிறுவனங்களுக்குப் போட்டியாகச் சொல் செயலிகளும் (word processors) மென்பொருள் தொகுப்பிகளும் (compilers)

தயாரிக்கலாம் என்று நினைத்தார். அவரைத் தவிர மற்றவர்கள் அனைவருக்கும், அந்தத் திட்டம் புத்திசாலித்தனமற்றது; அழிவுப்பாதைக்கு இட்டுச் செல்வது என்று தெளிவாகத் தெரிந்திருந்தது. ஆனால் அவரோ, இந்தியர்கள் யாருக்கும் இளைத்தவர்கள் அல்ல; மற்றவர்களை விடச் சிறப்பாக, சிஸ்டம் மென்பொருள்களை உருவாக்க முடியும் என்பதை உலகத்துக்குக் காட்ட வேண்டும் என்று விவாதம் செய்தார். அவருடைய மேன்மையான அறிவு, அவர் அவ்வாறு செயல்படுவதற்கு உதவியாக இருந்தாலும், தன் நோக்கத்தில் அவரால் வெற்றி பெற முடியவில்லை என்பது புரிந்து கொள்ளக் கூடியதே.

ஆய்வுகளும் மேம்பாடும் மற்றும் நிதி உருவாக்கும் செயல்பாடுகள்

நிறுவனத்தின் உற்பத்திப் பொருள்களால் கிடைக்கும் நிதி ஆதாரத்தில் இருந்துதான், ஆய்வு மேம்பாட்டுக்கான செலவு உட்பட அனைத்துச் செலவுகளும் செய்யப்படுகின்றன. துடிப்பும், ஊக்கமும் உள்ள நிறுவனம், தனது முக்கிய நிதி ஆதார அமைப்பின் மூலம் தனக்கு வேண்டிய வருமானத்தைப் பெறுகிறது. இயக்கச் செயல்பாடுகளுக்கான செலவை அதிலிருந்து செய்கிறது; ஒரு சிறிய சதவிகிதத்தை (பொதுவாக 5 முதல் 10 சதவிகிதம்) நம்பிக்கை தரும் புதிய துறைகளில், ஆய்வு மற்றும் மேம்பாட்டுப் பணிகளுக்காகப் பயன்படுத்துகிறது. இந்தப் புதிய துறைகளில் சில, வருங்காலத்தில், அந்த நிறுவனத்தின் முக்கிய நிதி ஆதாரங்களாக மாறலாம். எனக்குத் தெரிந்த இரண்டு தொழில்முனைவோர்கள், ஆய்வு மற்றும் மேம்பாட்டின் மூலம், தங்களது வருவாயின் பெரும்பகுதியை ஈட்டுவதற்கு முயன்றனர்; ஆனால், அவர்கள் மோசமான சிக்கல்களில் மாட்டிக் கொண்டனர் என்பதை நான் வருத்தத்துடன் சொல்ல வேண்டியிருக்கிறது.

தலைமைப் பண்பு

மூளை உழைப்பு அதிகமிருக்கும் மற்றும் அறிவார்ந்த நிபுணர்கள் நிரம்பிய வர்த்தக நிறுவனங்களில், மற்றவர்களுக்கு முன்மாதிரியாக இருப்பதன் மூலம்தான் நீங்கள் எப்போதும் வழிநடத்த வேண்டும். இன்றைய நிபுணர்களுக்கு உலக அளவிலான திறமையும் வாய்ப்பும் இருக்கின்றன; அதை அவர்களும் அறிவார்கள். நீங்கள் கூறும் அறிவுரைக்கும், செய்வதற்கும் இருக்கும் வேறுபாட்டை, இளைஞர்களான அந்த சக ஊழியர்களால் எளிதாக விளங்கிக் கொள்ள முடியும். ஒற்றுமையின்மையை இது உண்டாக்கும்.

நிதி ஆதாரம்

ஒரு தொழில் ஆரம்பிப்பதற்கு நிதி ஆதாரம் முக்கியமான ஒன்று; சம்பளம் மற்றும் இதர செலவுகளுக்கு நிதி தேவை. ஆனால், இதனைச்

சேகரிப்பது அவ்வளவு கடினமான ஒன்றல்ல. உங்களிடம் ஒரு நல்ல யோசனை இருந்தால், ஒரு நல்ல அணியை உருவாக்கி, நல்ல மதிப்பீட்டு முறையைச் செயல்படுத்துங்கள். தொழில் மூலதன முதலீட்டாளர்கள் உங்களைத் தேடி, ஓடி வருவார்கள்.

புதிய சிந்தனைகளை வரவேற்றல், செயல்திறமை, வேகம், கற்பனை மற்றும் செயல்திறன் நேர்த்தி ஆகியவையே வெற்றிகரமான தொழில் முனைவோருக்கான ஐந்து குணங்கள் என்று கூறி முடிக்கிறேன். இந்த ஐந்து குணங்களையும் சரியாகப் பயன்படுத்துபவர்களால்தான், கடுமையான போட்டிகள் மிகுந்த வருங்காலத்தில், தாக்குப் பிடிக்கவும், வெற்றிபெறவும் முடியும்.

பகுதி 9

உலகமயமாதல்

தட்டையான உலகம் நமக்குத் தேவையா?

உலகமயத்தின் வலிமையைப் பரப்புவதற்காக, தாமஸ் ப்ரீட்மேன் முதன் முதலாக 'சமதள உலகம்' என்ற சொல்லைப் பயன்படுத்தினார். 'சமதள உலகம்', உலகமயக் கொள்கை செழித்து வளர அனுமதிக்கும் ஒரு உலகம். உலகமயமாதல் என்பது மலிவாகக் கிடைக்கும் இடத்தில் இருந்து மூலதனத்தைத் திரட்டுவது; சிறப்பாக இருக்கும் இடத்தில் இருந்து திறமையைப் பெறுவது; குறைவான செலவில் உற்பத்தி செய்ய முடிந்த இடத்தில் உற்பத்தியை வைத்துக் கொள்வது; வாங்குவோர் அதிகமாக இருக்கும் இடத்தில் அந்தப் பொருளை விற்பது; தேசிய மற்றும் சர்வதேச எல்லைப் பிரிவுகளின் தடைகள் ஏதுமின்றி இயங்குவது. உலகமயமாதல், புதிதான ஒரு விஷயமல்ல. நயன் சந்தா, தனது Bound Together என்ற புதிய நூலில் உலகமயமாதல் என்பது, ஆயிரக்கணக்கான ஆண்டுகளுக்கு முன் தொடங்கிவிட்டது; இன்றும், தொடர்ந்து வேகமாகவும், எளிதாகவும் வளர்ந்து கொண்டிருக்கிறது; ஒருவருக்கு ஒருவர் இருக்கும் தொடர்பு மற்றும் ஒருவர் மற்றொருவரை நம்பி இருக்கும் ஒரு செயல்முறை என்று கூறுகிறார்.

அரசு அதிகாரிகள், அரசியல் தலையீடு அல்லது அந்நியப் பொருள்கள் மீது வெறுப்பு போன்ற தடைகள் இல்லாத வகையில், கொடுக்கும் பணத்துக்குச் சிறந்த மதிப்பைத் தரும் வகையில், உலகக் கடைத் தெருவில் பொருள்களையும் சேவைகளையும் கொடுப்பதற்கான வாய்ப்புகளை அனைத்து தேசங்களுக்கும் உலகமயம் வழங்குகிறது. உலகத்தில் கிடைக்கும் மிகச் சிறந்த திறமையைப் பணிக்கு அமர்த்திக் கொள்வதற்கும், சிறந்த பங்கு சந்தைகளில் பதிவு செய்வதற்கான வாய்ப்பினையும் நிறுவனங்களுக்கு இது வழங்குகிறது.

முதல் மைக்கேல் டெல் உரை, டெக்ஸாஸ் பல்கலைக் கழகம், ஆஸ்டின். நவம்பர் 15, 2007.

உலகமயமான நிறுவனம், பன்னாட்டு நிறுவனத்தில் (MNC) இருந்து மாறுபட்டது. பன்னாட்டு நிறுவனம், தன் பொருள்களை உற்பத்தி செய்யவும், அந்த நாட்டில் மட்டும் விற்பதற்கும் ஒரு துணை நிறுவனத்தை ஒரு தேசத்தில் ஆரம்பிக்கிறது. ஆனால், உலகமய நிறுவனம், ஒட்டு மொத்த தேசங்களுக்கும் தேவையான பொருள் களை, செலவு குறைவாக இருக்கும் ஒரு தேசத்தில் அல்லது ஒரு பகுதியில் உற்பத்திச் செய்கிறது. முழுமையான உலகமய நிறுவனம் ஒன்றில், மனித ஆற்றலும், புதுமைகளும் சிறந்திருக்கும் இடத்தில் பொருள்கள் வடிவமைக்கப்படுகின்றன; உற்பத்திச்செலவு மிகவும் குறைவாக இருக்கும் தேசத்தில் அமைக்கப்படும் தொழிற்சாலை களில், உற்பத்தி நடக்கிறது; அதிக வருமானம் கொண்ட மக்கள் வாழும் நாடுகளில் அந்தப் பொருள் விற்கப்படுகிறது.

இருப்பினும், ஒரு முழுமையான உலகமயமான உலகத்திலிருந்து சற்று தொலைவில்தான் இருக்கிறோம். ஹார்வார்டு வர்த்தகப் பள்ளியின், செயல்தந்திரங்கள் துறைப் பேராசிரியர், பங்கஜ் கெமாவாட், உலகமயம் நோக்கிய முயற்சிகள் ஆரம்பித்து ஒரு நூற்றாண்டு முடிந்த பிறகும், பொருளாதாரத்தின் பெரும்பான்மையான துறைகளில், உள்நாடு தொடர்பானவற்றில்தான், முதன்மையான கவனம் அளிக்கப்படுகிறது என்று கருத்துத் தெரிவிக்கிறார். மொத்த அழைப்புகளில், சர்வதேசத் தொலைபேசி அழைப்புகளின் அளவு 3 சதவிகிதம் மட்டுமே; மொத்த நேரடி முதலீட்டில், அந்நிய நேரடி முதலீடு 3 சதவிகிதத்துக்கும் குறை வாகவே இருக்கிறது; மொத்தச் சுற்றுலாப் பயணிகளில், வெளிநாட்டு சுற்றுலாப் பயணிகளின் எண்ணிக்கை 10 சதவிகிதத்துக்கும் குறைவாகவே இருக்கிறது என்று சுட்டிக்காட்டுகிறார். எல்லைகள் அற்ற உலகத்தில் இருந்து, நாம் மிகத் தொலைவில் இருக்கிறோம் என்று சொல்கிறார்.

என்னைப் பொறுத்தவரை, ஒரு தேசத்தில் அல்லது உலகத்தின் ஏதாவது ஒரு பகுதியில் இருந்து, தனித்தன்மை கொண்ட, அதனைப் பணமாக்குவதில் மற்ற நிறுவனங்களைவிடச் சிறந்த வாய்ப்பு இருக்கும் பொருளை உலகச் சந்தைக்குத் தரும் நிறுவனங்கள் நிறைந்த தொழில்துறைகளில், உண்மையில், குறிப்பிடும்படியான முன்னேற்றத்தை உலகமயம் எட்டியிருக்கிறது. எடுத்துக்காட்டுகள் ஏராளம். கணினித் துறை, முதலீட்டு வங்கித்துறை, மருத்துவமனைகள் துறை மற்றும் கல்வித் துறை ஆகியவை, உலகக் கடைத்தெருவில், அமெரிக்காவின் முக்கியமான சந்தை பங்களிப்பைக் காட்டக்கூடிய, தெளிவான எடுத்துக்காட்டுகள் ஆகும். அமெரிக்காவின் நிறுவனங்கள் மற்றும் அதன் பல்கலைக்கழகங்கள் உருவாக்கிய தனித்தன்மை கொண்ட போட்டித்திறன் மற்றும் வர்த்தகப் பெயர்களின் (Brand) உயர் நிலை ஆகியவைதான் இதற்குக் காரணம்.

சமதள உலகம் என்பதால் கிடைக்கும் வலிமையைப் பயன்படுத்திக் கொள்ளும், உலகமயமான நிறுவனங்களுக்கு இரு எடுத்துக் காட்டுகளைக் கூறுகிறேன். ரீபோக் மற்றும் நைக் போன்ற நிறுவனங்கள் நல்ல எடுத்துக்காட்டுகள். நவீன விளையாட்டுக் காலணிகளுக்கு முன்னோடிகளாக இருந்த இவர்கள், 80களின் ஆரம்பத்தில், வளர்ந்த நாடுகளில் இத்தகைய காலணிகளுக்கு இருக்கும் சந்தை வாய்ப்பு களை அறிந்துகொண்டனர். தைவான், தென்கொரியா போன்ற நாடுகளில் கிடைக்கும் மலிவான, தரமான உற்பத்தித் திறன் கொண்ட தொழிலாளர்களைப் பயன்படுத்த முடிவு செய்தனர். அமெரிக்கா மற்றும் ஐரோப்பாவில் இருந்து அற்புதமான பொறியாளர்களைப் பணிக்கமர்த்தி, சிறப்பான காலணிகளை வடிவமைத்தனர். ஆசிய நாடுகளில் அவற்றை உற்பத்தி செய்தனர். G7 நாடுகளில் இருந்து, வர்த்தகப் பெயர் (Brand) உருவாக்குவதில் நிபுணர்களையும், காலணிகளை விளம்பரப்படுத்த புகழ்பெற்ற மனிதர்களை, 'பிராண்டு அம்பாசடர்களாக'வும் பயன்படுத்திக் கொண்டனர். விளைவாக, பெருமளவு விற்பனையை செய்து காட்டினர். வாடிக்கையாளர் களுக்கு இதனால் கிடைத்த பலன், சந்தை விலையைவிடக் குறைவான விலையில் உலகத்தரம் வாய்ந்த காலணிகள்!

இரண்டாவது எடுத்துக்காட்டு எனது சொந்த நிறுவனம் இன்ஃபோசிஸ். 1981ம் ஆண்டில், வளர்ந்த நாடுகளில் மென்பொருள் தேவை ராக்கெட் வேகத்தில் உயரும் என்பதை நாங்கள் உணர்ந்திருந்தோம். 'மினி-கம்ப்யூட்டர்', 'சூப்பர் கம்ப்யூட்டர்' ஆகியவற்றின் உதவியோடு இணையதள (ஆன்லைன்) பரிவர்த்தனைச் செயல்பாடுகளுக்கு ஆதரவாக இருக்கக்கூடிய விலை குறைவான மென்பொருள் பொறிகள் ஏராளமாகக் கிடைத்ததும், வன்பொருள்களின் விலை குறைவும் இதற்குக் காரணம். அதே நேரத்தில், வளர்ந்த நாடுகளில், திறனாளிகளின் பற்றாக்குறை ஏராளமாக இருந்ததையும் பார்த்தோம். அது மட்டுமின்றி, பெரும்பாலான மென்பொருள் திட்டங்களில், செலவும், நேரமும் அதிக அளவில் இருப்பதை, எங்களுக்கு வந்த வாய்ப்புகள் அனைத்தும் காட்டின. பொறியியல் படித்தவர்களை, மென்பொருள் உருவாக்கத்துக்குப் பயன்படுத்திக் கொள்வதில் அவர் களுக்கு இருக்கும் விருப்பத்தையும் தெரியப்படுத்தின.

இந்தியாவில் இருந்த காரணத்தால், தொழில்நுட்பப் பயிற்சி பெற்ற, திறன் படைத்த, அற்புதமான வேலைத்திறன் கொண்ட, சந்தையை விட மிகக் குறைவான ஊதியத்தில் ஏராளமானோர் கிடைக்க வாய்ப் பிருப்பதையும் கண்டோம். இந்தச் சூழல்தான் எங்களை, ஒருங் கிணைந்த மென்பொருள் உருவாக்கத்தை அடிப்படையாகக் கொண்ட Global Delivery Model என்ற மாதிரியை நாங்கள் உருவாக்கக்

காரணமாக இருந்தது. இந்த மாதிரியில் அதிகமான வாடிக்கையாளர் பரிமாற்றம் தேவையாக இருக்கும் 20 முதல் 25 சதவிகித வேலைகளை, வாடிக்கையாளரின் இடத்தில் அல்லது அவரது இடத்துக்கு அருகில் எம்மவர்கள் அளித்தனர். வாடிக்கையாளர் பரிமாற்றம் தேவைப் படாத, 75 முதல் 80 சதவிகித முயற்சிகள், இந்தியா, சீனா போன்ற நாடுகளில் இருக்கும், உயர்வான, திறன் மிகுந்த, தொழில்நுட்ப அடிப்படைக் கொண்ட, செயல்பாடுகள் நிறைந்த, செலவு குறை வான, உருவாக்க மையங்களின் மூலம் அளிக்கப்பட்டது. இந்த மாதிரியின் மூலம், மிக உயர்ந்த தரம்கொண்ட மென்பொருளை, இருக்கும் விலையைவிடக் குறைவான விலைக்குக் கொடுக்க முடிந்தது. இதில் மிக முக்கியமானது, இந்தத் திட்டங்களில் 95 சதவிகி தத்துக்கும் மேற்பட்டவை, குறிப்பிட்ட நேரத்தில், ஒதுக்கப்பட்ட செலவுக்குள்ளாக முடிக்கப்பட்டவை. ஆனால், அப்போது நடை முறையில் சராசரியாக 45 திட்டங்கள்தான் முடிக்கப்பட்டன. எங்களது வாடிக்கையாளர்களுக்கு இது ஒரு உண்மையான வெற்றி.

உலகமயத்தில் ஒரு அங்கமாக, அனைவரின் கவனத்தையும் அதிகமாக ஈர்த்தது அவுட்சோர்ஸிங் (Outsourcing). சேவைகளை உலக மயமாக்கி, வேறு நாடுகளில் இருந்து அவற்றைப் பெறுவது. இது குறித்த உணர்வுபூர்வமான வாதங்கள், ஆதரவாகவும் எதிராகவும் பல எழுந்துள்ளன. கருத்தியலும், புள்ளிவிவரங்களும், அவுட் சோர்ஸிங் மூலமாக ஒரு தேசமும் அதன் மக்களும் பலனைத்தான் அடைகிறார்கள்; ஊதியக் குறைவிற்கோ வேலை இழப்புக்கோ இது காரணமல்ல என்பதைத்தான் காட்டுகின்றன. வர்த்தகத்தில் ஏற்படும் உயர்வு, உண்மையான வருமானத்தில் எந்தத் தாக்கத்தையும் ஏற்படுத்தாது; அந்நிய வர்த்தகத்தாலோ போட்டியினாலோ, குறைவான ஊதியம் வாங்கும் அமெரிக்க உழைப்பாளிகள் பாதிக்கப்பட மாட்டார்கள் என்று பொருளியல் அறிஞர்கள் பால் க்ருக்மேன் மற்றும் ராபர்ட் லாரன்ஸ் வாதிட்டனர்.

டேவிட் ரிக்கார்டோவை பொறுத்தவரை, மற்ற நாடுகளை விடத் திறமையாகவே அனைத்தையும் ஒரு தேசத்தால் உற்பத்தி செய்ய முடியுமென்றாலும், அது உற்பத்தி செய்யும் பொருள்களில், தனிக் கவனம் செலுத்த முடிந்த ஒரு உற்பத்தியின் மூலமாகவும், வெளிநாடு களோடு வர்த்தகம் செய்வதன் மூலமாகவும் அதனால் பலன்களைப் பெற முடியும். ஹெக்சர் ஓலின் கருத்துப்படி, மூலதனத்தை அதிக மாகக் கொண்டிருக்கும் நாடுகள், மூலதன - பயன்பாட்டை அதிகமாகக் கொண்ட பொருள்களை ஏற்றுமதி செய்யும். உழைப்பாளிகளை அதிகமாகக் கொண்ட நாடுகள், உழைப்பு - பயன்பாட்டை அதிகமாகக் கொண்ட பொருள்களை ஏற்றுமதி செய்யும். மெக்கன்ஸியின் ஆய்வின் படி, உண்மையில் அமெரிக்க நிறுவனங்களும் அவற்றின்

முதலீட்டாளர்களும், தகவல் தொழில்நுட்பப் பணிகளை இந்தியாவுக்கு, அவுட் சோர்ஸிங் செய்ததன் மூலம் நல்ல பலனை அடைந்திருக் கிறார்கள்.

தடைகள் எதுவும் இல்லாத சம தளமான உலகத்தால் கிடைக்கும் நன்மைகள் யாவை? இது, உலக வர்த்தகத்தால் ஏற்பட்டிருக்கும் வியாதிகளுக்கான சஞ்சீவி மருந்தா? அல்லது பல இதழாசிரியர்களும், அக்கறை கொண்டவர்களும், மனித உரிமை அமைப்புகளும் கூறுவது போல் மிக மோசமானதா? அதனால் கிடைக்கும் நன்மைகளை முதலில் கூறுகிறேன்; பிறகு கவலைக்குரிய சில அம்சங்களைப் பற்றியும் அவற்றிலிருந்து எப்படி மீள முடியும் என்பதைப் பற்றியும் விவாதிக்கிறேன்.

முதலாவதாக, உலகத்தின் பல இடங்களில் காணப்படும் நிறுவனங்கள், தங்களது புதிய கண்டுபிடிப்புகளுக்கான வலிமையை உயர்த்திக் கொள் வதற்கான, உலகத்தின் அறிவாளிகளைப் பயன்படுத்திக் கொள்வதற் கான, ஒரு வலிமையான மேடையாக 'சமதள உலகம்' இருக்கிறது என்பது தெளிவு. இந்தியாவும் சீனாவும், தொழில்நுட்ப அறிவின் 'நீர்த்தேக்கமாக' மாறிவிட்டன. இந்தத் தேசங்களின் அதிகமான மக்கள் தொகைக்கும், உயர் தொழில்நுட்பக் கல்வியில் இவர்கள் காட்டிய கவனமும்தான் இதற்குக் காரணம். ஒவ்வொரு ஆண்டும், சீனா 6,00,000 பொறியாளர்களையும் இந்தியா 4,50,000 பொறியாளர்களையும் உருவாக்குகின்றன. ஒப்பிட்டுப் பார்வையில், அமெரிக்கா ஆண்டுக்கு 70,000 பொறியாளர்களைத்தான் உருவாக்குகிறது. பல உலக நிறுவனங்கள், உலகளாவிய திறனைப் பயன்படுத்திக் கொள்வதினால் கிடைக்கும் நன்மையை அறிந்து கொண்டன.

எடுத்துக்காட்டாக, ஜெனரல் எலெக்ட்ரிக் நிறுவனம், அமெரிக்கா வுக்கு வெளியில், ஆய்வு மற்றும் உருவாக்கத்துக்கு மிகப் பெரிய சோதனைச்சாலை ஒன்றை பெங்களூரில் அமைத்துள்ளது. இந்த ஆய்வுக்கூடத்தில், 1000க்கும் மேற்பட்ட ஆராய்ச்சியாளர்கள், வர்த்த கத்தில் சிறந்த வகையிலான தீர்வுகளை உருவாக்கப் பாடுபடுகின்றனர். அதேபோல், மைக்ரோசாப்ட், இந்தியாவிலும் சீனாவிலும் ஆய்வு மற்றும் உருவாக்க மையங்களை அமைத்திருக்கிறது. அமெரிக்க நிறுவனங்களான, சிஸ்கோ சிஸ்டம்ஸ், GE, IBM, இண்டெல் மற்றும் மோட்டோரோலா போன்ற நிறுவனங்களின் இந்தியத் தொழிற் சாலைகளில் இருந்து, 2004ம் ஆண்டில் மட்டும், 1000க்கும் மேற்பட்ட காப்புரிமைகளுக்கு பதிவு செய்யப்பட்டுள்ளது.

போயிங் மற்றும் ஃபோர்டு போன்ற உற்பத்தி நிறுவனங்களும், உலகம் முழுவதும் வழங்குவதற்கான தொடர்நிலையில் ஒரு முக்கிய

அங்கமாகவும், ஆய்வு மற்றும் உருவாக்கத்துக்கு இந்தியாவை ஒரு முக்கியமான இடமாகவும் பார்க்கின்றன. அமெரிக்கா மற்றும் மேற்கத்திய தேசங்களில் இருக்கும் பிரும்மாண்டமான நிறுவனங்களுக்கு, மதிப்பினைக் கூட்டுவதற்கான, உயர் கல்வித்திறன் கொண்ட, மிகப் பெரிய திறமையாளர்களின் கூட்டம் இந்த எழுச்சி பெற்றுவரும் நாடுகளில் இருக்கிறது.

இரண்டாவது, அடுத்த இருபத்து ஐந்து ஆண்டுகளில், மேலைநாடுகளில் மக்கள் தொகை அமைப்பு, அதிக எண்ணிக்கையிலான வயது முதிர்ந்தவர்களையும் ஓய்வு பெற்றோரையும் கொண்டு இருக்கப் போகிறது. இதன் காரணமாக அடிப்படைச் சேவைகளைச் செய்வதற்குக் கூடப் போதிய தொழிலாளர்கள் இல்லாத நிலை உருவாகும். எடுத்துக்காட்டாக, அமெரிக்க மக்கள் தொகையில், அறுபத்தி ஐந்து வயதை அடைந்தவர்களும் அதற்கு மேற்பட்டவர்களின் பங்கு, 2003ம் ஆண்டில் 10.7 சதவிகிதமாக இருந்தது. அது 2015ம் ஆண்டில் 14 சதவிகிதத்தை எட்டிவிடும் என்று கணக்கிடப்படுகிறது.

தற்போது, இரண்டாம் உலகப் போருக்குப் பின் பிறந்தவர்கள் (baby boomers) மட்டும், அமெரிக்க மக்கள் தொகையில் 27 சதவிகிதமாக இருக்கின்றனர்; அமெரிக்காவின் நுகர்வோர் செலவில், ஏறத்தாழ பாதியளவு அவர்களால் ஏற்படுகிறது. இதனோடு, ஓய்வு பெற்றோருக்கான வருமானம் மிகவும் குறைவாக இருப்பதால், அவர்களுக்கான சேவைகளை மிகக் குறைந்த விலையில் அளிப்பதும் அவசியம். மக்கள்தொகை அமைப்பினால் மேல்நிலையில் இருக்கும் இந்தியா போன்ற நாடுகள், அத்தகைய சேவைகளை - கணக்கியல், நீதித்துறை சேவைகள், வரிகள் குறித்த ஆலோசனைகள், பயணம் மற்றும் ஹோட்டல் பதிவுகள், மருத்துவ ஆலோசனைகளுக்கான பதிவுகள் மற்றும் மருத்துவப் பகுப்பாய்வுகள் -போன்றவற்றை வேறொரு இடத்திலிருந்து, அமெரிக்காவில் அந்தச் சேவைகளுக்கு ஏற்படும் செலவைவிடக் குறைந்த செலவில் தரமுடியும்.

மூன்றாவது, உலகமயத்தின் காரணமாக நிறுவனங்களின் போட்டித் தன்மை உயர்கிறது. போட்டிகள் நிறைந்த அமெரிக்கா போன்ற நாடுகளில், நிறுவனங்கள், தங்கள் திறனைத் தொடர்ச்சியாக உயர்த்திக் கொள்ள வேண்டியிருக்கிறது; செலவினைக் குறைக்க வேண்டியுள்ளது; பொருள்களின் விலையைக் குறைத்து, சந்தையில் தங்களது பங்கை அதிகமாக்கிக் கொள்ள வேண்டியுள்ளது. இதனைச் செய்வதற்கு, நிறுவனங்கள் தங்களது இயக்கங்கள் சிலவற்றை, செலவு குறைவாக இருக்கும் பகுதிகளில் இருந்து நடத்திக் கொள்ள வேண்டியிருக்கிறது. போட்டியைச் சமாளிக்கவல்ல, அத்தகைய நிலையை அடைவதற்கு, சுழற்சிநேரக் குறைவும் உற்பத்தி திறனில் உயர்வும் தேவை.

இத்தகைய குறைவையும், உயர்வையும் அடைவதற்கு ஒரு வழி, உலகத்தின் மறுமுனையில் இருக்கும் திறன் மிகுந்த, அளவுக்கதிகமான நிபுணர்களைக் கொண்டிருக்கும் இந்தியா மற்றும் சீனா போன்ற நாடுகளின் பிரதான வேலை நேரத்தையும், அமெரிக்காவின் பிரதான வேலை நேரத்தையும் ஒன்றிணைக்கக் கூடிய, ‘இருபத்து நான்கு மணிநேர-வேலை நாளின்’ சக்தியைப் பயன்படுத்துவது. அத்தகைய முயற்சி, அமெரிக்க நிறுவனங்களின் லாபத்தையும் உயர்த்தும். இதனால், அந்த நிறுவனங்கள், மேலும் அதிகமான அமெரிக்க தொழிலாளர்களைப் பணிக்கு அமர்த்திக் கொள்ள முடியும். அவர்களுக்கு நல்ல ஊதியம் வழங்க முடியும். ஆய்வு மற்றும் உருவாக்கத்தில் அதிகமாக முதலீடு செய்ய முடியும். எனவே, இந்த முறை, நிறுவனங்கள், உள்நாட்டுத் தொழிலாளர்கள், வர்த்தகத்தில் ஈடுபட்டிருக்கும் நாடுகள் என மூன்று தரப்புக்குமே வெற்றியைத் தரக்கூடிய ஒன்றாகவே இருக்கிறது.

நான்காவது, வழங்குதலில், தேசங்களுக்கு இருக்கும் சவால்களில் இருந்து மீள்வதற்கு உலகமயம் உதவுகிறது. வளர்ந்த நாடுகளின் சந்தையில், புதுமைகளின் மீது ஏற்பட்டிருக்கும் அதிகமான கவனமே இதற்குக் காரணம். தகுதி வாய்ந்த நிபுணர்களுக்கு, அமெரிக்காவில் நல்ல தேவை இருக்கிறது. அமெரிக்கா எப்போதுமே, புதுமைகளில், முன் வரிசையில்தான் இருக்கும். உலகத்தைத் தோற்கடிக்கும் திறமைகள் அங்கே குவிந்திருப்பதுதான் இதற்குக் காரணம். இருந்த போதும், பொதுவான அளவில் பார்க்கும்போது, பெரும்பான்மையான பொறியியல் துறையில் அதிக அளவிலும், குறிப்பாகக் கணினி அறிவியல் துறையிலும், நிபுணர்களின் பற்றாக்குறை அங்கு இருக்கிறது.

அமெரிக்காவில், கணினி அறிவியல் படிக்கச் சேர்ந்த மாணவர்களின் எண்ணிக்கை, 2001ம் ஆண்டில் 52,196 ஆக இருந்தது. 2005ம் ஆண்டில் 48,046 ஆகக் குறைந்துவிட்டது என்று என்னிடம் கூறினார்கள். வியப்பைத் தரும் வகையில், இந்த மாணவர்களில் 40 சதவிகிதத்தினர் வெளிநாட்டு மாணவர்கள். குறிப்பாக இந்தியா மற்றும் சீனாவைச் சேர்ந்தவர்கள். அமெரிக்காவின் மாணவர் விசாக்களில், 44 சதவிகிதம் ஆசிய நாடுகளைச் சேர்ந்த மாணவர்கள் விண்ணப்பித்தவை. இத்தகைய குடிபெயர்வினால் அமெரிக்கா பலனடைந்ததாக, விவரங்கள் கூறுகின்றன. அமெரிக்கத் தொழிலாளர் சக்தியோடு இணையும், இந்தத் திறன் மிகுந்தவர்களின் 10 சதவிகித உயர்வால், எதிர்காலக் காப்புரிமை விண்ணப்பங்களின் எண்ணிக்கை, 0.8 சதவிகிதம் உயரும்; பல்கலைக்கழகக் காப்புரிமை மான்யத்தில் 1.3 சதவிகித உயர்வு ஏற்படும் என்று உலக வங்கியின் ஆய்வு ஒன்று கூறுகிறது.

புகழ்பெற்ற, பல அமெரிக்க நிறுவனங்களின் தலைவர்கள், சாதகமான குடிபெயர்வுக் கொள்கையை இந்த தேசம் பின்பற்ற வேண்டுமென திரும்பத் திரும்ப கூறி வருகின்றனர். இதனால், உள்நாட்டு நிறுவனங்கள், குறிப்பாகத் தொழில்நுட்ப நிறுவனங்கள், வெளிநாட்டு மாணவர்களைத் தக்க வைத்துக் கொள்ள முடியும்; போட்டிச் சூழலைச் சந்திப்பதற்கு ஏற்ற வகையில் தங்களது திறனைத் தக்கவைத்துக் கொள்ளவும், உயர்த்திக் கொள்ளவும் முடியும் எனவும் அவர்கள் கூறுகின்றனர்.

இத்தகையத் திறனாளிகளை அளிக்கும் தேசங்களில், வாழ்வுநிலை மேம்பட்டு வருவதாலும், அவர்கள் தங்கள் நாட்டிலேயே ஆய்வுகள் செய்வதற்கான வாய்ப்புகள் பெருகி வருவதாலும், இந்தத் திறனாளிகளில் பலர், தங்கள் நாடுகளுக்கே திரும்பும் வாய்ப்பு அதிகமாக இருக்கிறது. இவர்களுடைய நிபுணத்துவத்தை அமெரிக்க நிறுவனங்கள் பயன்படுத்திக் கொள்ள நினைத்தால், தரம் மிகுந்த வேலைகளை இந்த நாடுகளுக்கு அவுட் சோர்ஸிங் அடிப்படையில் கொடுப்பது அவசியமாகிறது.

ஐந்தாவதாக, உலகமயம், புவியியல் அடிப்படையில், சந்தையை விரிவடையச் செய்கிறது. வழக்கமான பொருள்களான உணவுப் பொருள்கள், ஆடைகள் மற்றும் ஆட்டோமொபைல் போன்றவற்றை உற்பத்தி செய்யும் பெரும்பாலான நிறுவனங்கள், முன்னேறிய நாடுகளின் சந்தைகள் உச்சத்தை அடைந்துவிட்டதையும், வளர்ச்சி விகிதம் குறைவாக இருப்பதையும் அறிந்துள்ளனர். ஆகவே அவர்கள் புதிதாகப் பலம் பெற்று வரும் பொருளாதாரங்களின் சந்தைகளின் மீது கவனம் செலுத்த ஆரம்பித்துள்ளனர். 'சமதள உலகம்' காரணமாகக் கிடைத்திருக்கும் வாய்ப்புகள், இந்த நாடுகளின் வாங்கும் சக்தியை உயர்த்தியிருக்கின்றன. இந்தச் சந்தைகளுக்கு முக்கியத்துவத்தை அளித்திருக்கின்றன. எடுத்துக்காட்டாக, ஆட்டோமொபைல் மற்றும் விமானப் போக்குவரத்துத் தொழிலில் வேகமாக வளரும் சந்தைகளாக இந்தியாவும் சீனாவும் மாறி வருகின்றன.

Price Water House Coopers அளித்த சமீபத்திய அறிக்கையொன்று, BRIC நாடுகளான பிரேசில், ரஷ்யா, இந்தியா மற்றும் சீனா ஆகியவை, எதிர்காலத்தில் ஏற்பட இருக்கும் லகு ரக வாகனங்களின் எண்ணிக்கை உயர்வில், 40 சதவிகிதத்துக்குக் காரணமாக இருக்கப்போகின்றன. உலக அளவில், 2005-10 ஆண்டுகளில் அத்துறையில் ஏற்படப்போகும் திறன் விரிவாக்கத்தில், 52 சதவிகிதத்துக்கு இந்நாடுகள் அடிப்படையாக இருக்கப் போகின்றன. ஆகவே, அமெரிக்கா போன்ற நாடுகளில் இருக்கும் நிறுவனங்கள், சில துறைகளில், அவுட் சோர்ஸிங்குக்கான வாய்ப்புகளை இந்த நாடுகளுக்கு அளிப்பது, அந்த நிறுவனங்கள் வேறு துறைகளில் தங்களுக்கான வாய்ப்புகளை அதிக

அளவில் உருவாக்கிக் கொள்ள வழிவகுக்கும். இது மீண்டும் இரு தரப்புக்கும் வெற்றி கிடைக்கும் ஒரு நிலைதான்.

ஆறாவதாக, அமைதியான உலகத்துக்குத் தவிர்க்க முடியாத ஒன்றாக, 'சமதள உலகம்' என்கிற கருத்து ஆகிவிட்டது. இருப்பவர்களுக்கும் இல்லாதவர்களுக்கும் இடையே இருக்கும் பெரிய இடைவெளிதான், பெரும்பாலான கோபம், வன்முறை மற்றும் தீவிரவாதத்துக்கான காரணம் என்பதை அனைவரும் ஏற்றுக்கொண்டுவிட்டனர். இந்த இடைவெளியைக் குறைப்பதற்கு நிச்சயமானதொரு வழி, ஏழை நாடுகளை, பொதுப்பாதைக்குக் கொண்டு வருவதும், அவர்களை வர்த்தகக் கூட்டாளிகளாக மாற்றுவதும்தான். இதன் அடிப்படையில், இருவருக்கும் வெற்றி என்ற நிலை உருவாகும். சர்வதேச வர்த்த கத்தின் மூலம், வாழ்வின் தரத்தை உயர்த்த முயலும் ஒரு உலகு, உண்மையில் அமைதியான உலகாகத்தான் இருக்கும்.

பன்னாட்டு வர்த்தக முறையும், கருத்துமையங்கள் பலவீனமடைந்து போனதும் இதற்கான காரணங்களாகும். இரண்டு நாடுகளுக்கிடையே உறவை வளர்ப்பதற்கு, வர்த்தகத்தின் மீது கவனம் ஏற்பட்டுவிட்டால், புவியியல்-அரசியல் வேறுபாடுகள் அமைதியாகத் தீர்த்துக் கொள்ளப் பட்டுவிடும்; ஏனெனில், எந்த அரசியல்வாதியும், வர்த்தகத்தை இழக்கவும் அதன் காரணமாகத் தனது மக்களின் பொருளாதார நலனில் பாதிப்பினைக் கொண்டு வரவும் தயாராக இருக்கமாட்டான்.

சமதள உலகம் என்கிற கருத்தினால் கிடைக்கும் நன்மைகளை விளக்கி விட்டேன். இந்தக் கருத்தினை ஒட்டி அமெரிக்காவில் எழுந்திருக்கும் சில கவலைகளைப் பற்றி இப்போது கூறுகிறேன்.

தெளிவாகக் கூறினால், முதல் கவலை, குறுகிய காலத்தில் சில வேலைகளை இழப்பது. உலகமயம், அவுட் சோர்ஸிங்குக்கும் அதனால் ஏற்படும் அதிகமான குடிபெயர்வுக்கும் ஆதரவாக இருப்ப தால், இரண்டும் வேலை இழப்புக்கும் குறைவான ஊதியத்துக்கும் காரணமாக அமையும் என்று விமர்சகர்கள் கூறுகிறார்கள். இவை உண்மையிலேயே முக்கியமான கருத்துகளாகும். உழைப்பு அதிகமாகத் தேவைப்படும் பொருள்களின் உற்பத்தியை, சில அமெரிக்க நிறுவனங்கள் அவுட் சோர்ஸிங்குக்கு அளித்ததால் ஏற்பட்ட தாக்கத் தினை, ராபர்ட் ஃபீன்ஸ்ட்ரா மற்றும் கோர்டான் ஹான்சன் ஆகியோர் ஆராய்ந்தனர். இந்த அவுட் சோர்ஸிங், அமெரிக்கத் தொழிலாளிகளின் உண்மையான ஊதியத்தை உயர்த்தின என்ற முடிவுக்கு அவர்கள் வந்தனர். குடிபெயர்வு பிரச்னையை எடுத்துக் கொள்வோம். நெகிழ்வுத் தன்மையோடு இருக்கும் முன்னேறிய நாடுகள், அதிக எண்ணிக்கையிலான குடிபெயர்வோரை, அவர்களது எண்ணிக்

கையை முன்கூட்டியே அறிந்து கொள்ள முடிந்தால், உள்நாட்டுத் தொழிலாளர்களுக்கு எந்தவிதப் பாதிப்புமின்றி அவர்களை ஏற்றுக் கொள்ள முடியும்; எண்ணிக்கையை ஊகிக்க முடியவில்லை என்றால், குறுகிய கால அளவில், அவர்களால் ஓரளவு செலவு ஏற்படலாம் என்று தனது சமீபத்திய நூலில், பிலிப் லேக்ரைன் குறிப்பிடுகிறார்.

குடிபெயர்வோரின் பன்முகத்தன்மையால், லண்டன், நியூயார்க் மற்றும் டொரொண்டோ போன்ற நகரங்கள் எவ்வாறு பயன் பெற்றன என்பதை உற்று நோக்குகிறார். பலவித ஆய்வுகளை எடுத்துக் காட்டாகக் குறிப்பிடும் லேக்ரைன், குடிபெயர்வோரின் வரவு, உள்நாட்டு தொழிலாளர்களின் ஊதியத்துக்கோ வேலை வாய்ப்பு களுக்கோ எந்தவிதத்திலும் பாதிப்பு ஏற்படுத்துவதில்லை; அல்லது மிகக் குறைவான பாதிப்பினைத்தான் ஏற்படுத்துகிறது என்று முடிவாகக் கூறுகிறார்.

அதிக எண்ணிக்கையிலான மனிதர்களுக்கு புதிய வாய்ப்புகளை உருவாக்க வேண்டும் என்று விரும்பினாலோ, அதிக எண்ணிக் கையிலான நுகர்வோர்களுக்கு, உயர்வான பண மதிப்பை அளிக்க வேண்டும் என்று நினைத்தாலோ, குறுகிய காலத்துக்கு வேலை இழப்பு என்பது தவிர்க்க முடியாதது என்பது என் கருத்து. ஒரு எடுத்துக் காட்டினைக் கூறுகிறேன். சில ஆண்டுகளுக்கு முன்னால், ஆஸ்திரேலியாவில் நடந்து வரும் வேலைகள் இழப்பு பற்றி உங்கள் கருத்து என்ன என்று, ஆஸ்திரேலியாவின் இதழாசிரியர் ஒருவர் என்னிடம் கேட்டார். இந்தியாவை எடுத்துக்காட்டாகக் கூறி அவரிடம் விளக்கினேன். பன்னாட்டு நிறுவனங்களின் வரவால், குறுகிய காலத்துக்குச் சில வேலை இழப்புகள் ஏற்பட்டிருப்பினும், நுகர் வோர்கள் பெரிய அளவில் பயன் பெற்றிருக்கிறார்கள் என்பதை அவரிடம் கூறினேன். சிறு எண்ணிக்கையில் ஏற்படும் வேலை இழப்பு காரணமாக, பெரும்பான்மையான மக்களுக்குக் கிடைக்கும் பலனை எந்த நாளிலும் ஏற்றுக் கொள்வேன்; ஏனெனில், இழந்த வேலைகள் விரைவில் கிடைப்பதற்கான வாய்ப்புகள் அதிகம். இதனைச் சில எடுத்துக்காட்டுகள் மூலம் விவரிக்கிறேன்.

என்னுடைய வீட்டில் இருந்த பழைய, அற்புதமான குளிர்சாதனப் பெட்டியின் இடத்தை, இப்போது, ஒரு புதிதான, பளிச்சிடும் தென் கொரிய நிறுவனத்தின் தயாரிப்பு ஒன்று எடுத்துக் கொண்டுவிட்டது. இந்தப் புதிய குளிர்சாதனப் பெட்டிக்கான, உதிரிப்பொருள்கள் தென்கொரியாவில் இருந்துதான் இறக்குமதி செய்ய வேண்டும் என்பதால், இந்தியாவில் சில வேலை இழப்புகள் ஏற்படக்கூடும். இருப்பினும், சாம்சங், எல்.ஜி., எலெக்ட்ரோலக்ஸ் மற்றும் வேர்ல்பூல் போன்ற, தென்கொரிய மற்றும் மேற்கத்திய நிறுவனங்கள்,

தங்கள் உற்பத்தியை இந்தியாவில் ஆரம்பித்துவிட்டாலோ, உதிரி பாகங்களை இந்தியாவிலேயே தயாரிக்கச் சொல்லி வாங்க ஆரம்பித்து விட்டாலோ, இழந்த வேலைகளைவிட அதிகமான வேலைகள் உருவாகக்கூடும்.

எனது அலுவலகத்துக்குச் சென்று வர நான் ஒரு டொயோட்டா காரைத்தான் பயன்படுத்துகிறேன். டொயோட்டா, ஹோண்டா, ஃபோர்டு, ஜிஎம், சுசுகி, மற்றும் ஹுண்டாய் நிறுவனங்கள் இந்தியாவுக்குள் வருவதற்கு முன்னால், இந்தியாவில் ஒரு சில கார் தயாரிப்பு நிறுவனங்களே இருந்தன. இந்த ஆட்டோமொபைல் ஜாம்பவான்களின் வருகைக்கு முன்னால், இந்திய நுகர்வோர்களுக்கு கார்களைத் தேர்ந்தெடுப்பதில் வாய்ப்பும் குறைவாகவே இருந்தது. அது மட்டுமின்றி, அந்தக் கார்களின் தரமும் குறைவாகவே இருந்தது.

உலகத்தின், இந்த மிகப் பெரிய கார் தயாரிப்பாளர்கள், தங்கள் விரிவாக்க வேலைகளை இந்தியாவில் ஆரம்பித்ததும். இந்தியத் தயாரிப்பாளர்கள் அதிகமான இழப்பினைச் சந்தித்தனர். சில தொழிற் சாலைகள் மூடப்பட வேண்டிய நிலையும் ஏற்பட்டது. இதன் விளைவாக வேலை இழப்பு ஏற்பட்டது. இதற்கிடையில், உலகத்தின் மிகப் பெரிய கார் தயாரிப்பாளர்களின் வரவால், இந்தியாவின் கார் சந்தை விரிவடைந்தது; இந்தியா இப்போது உலகத்தின் மிக வேகமாக வளர்ந்து வரும் கார் சந்தை. கார் உதிரி பாகங்கள் தொழிலில் ஒரு மிகப் பெரிய உயர்வை இது ஏற்படுத்தியது மட்டுமின்றி அதிக எண்ணிக் கையிலான வேலை வாய்ப்பினையும் இந்தத் துறையில் உருவாக்கியது.

மின்னணு கருவிகள் மற்றும் கணினி வன்பொருள் தொழிலிலும், இதே கதைதான். என்னுடைய அலுவலகத்தில் நான் டெல் (Dell) கணினியைப் பயன்படுத்துகிறேன். இந்தியாவில், நாமும் கணினித் தயாரிப்பாளர்களைப் பெற்றிருக்கிறோம். அவ்வளவு திறமையான வர்கள் அல்ல; ஆனாலும் அவர்கள் மூலம் ஏராளமான வேலைகள் உருவாகியுள்ளன. ஆனால், இன்றைக்கு இந்தியாவில் பெரும்பாலான கணினிகளும் மடிக்கணினிகளும் இறக்குமதி செய்யப்படுவதால் இந்த வேலைகள் போய்விட்டன. தற்போது, ஃப்லெக்ஸ்ட்ரானிக்ஸ், டெல், மற்றும் நோக்கியா போன்ற நிறுவனங்கள் தங்களது உற்பத்தி இடங்களாக இந்தியாவைப் பயன்படுத்திக் கொள்வதால், ஆயிரக் கணக்கில் வேலைகளை அவர்கள் உருவாக்கியுள்ளனர்.

பழமையான, திறமையற்ற உள்நாட்டு நிறுவனங்கள் மூடப்பட்டதன் காரணமாக, 3 முதல் 4 மில்லியன் வேலைகள் இழப்பு ஏற்பட்டாலும், இந்த தேசம், இதைப் போன்று மூன்று மடங்கு வேலைகளை

உருவாக்கியிருக்கிறது. இந்தப் புதிய பன்னாட்டு நிறுவனங்களுக்கு நமது நன்றி! மிக முக்கியமாக, சந்தையில் ஆக்ரோஷமான போட்டியையும், அதனால் விலை குறைவும் ஏற்பட்டுள்ளது. நுகர்வோர்கள் அதிகமான பலனைப் பெற்றனர். இப்படியாக, ஒரு குறுகிய காலத்துக்கு, 3 முதல் 4 மில்லியன் வேலை இழப்பு ஏற்பட்டாலும், இந்த தேசம், 300 முதல் 400 மில்லியன் நுகர்வோர்கள் பலனடைந்ததைப் பார்த்தது. இருந்தபோதும், வேலை இழந்தவர் களுக்குப் புதிய வாய்ப்புகளை நாம் உருவாக்கித் தரவேண்டும். அதிர்ஷ்டவசமாக, இதுவும் நடந்துவிட்டது. இந்தியா ஆண்டு தோறும் 11 மில்லியனுக்கும் மேற்பட்ட வேலைகளைச் சேர்த்துக் கொண்டிருப்பதாக, சமீபத்திய OECD ஆய்வொன்று குறிப்பிடுகிறது. உலகமயத்துக்கு நன்றி!

அமெரிக்காவைப் பொறுத்தவரை, அதன் வேலைச்சந்தை தன்னைத் தானே நம்பிக்கை தரும் சாதகமான நிலைக்கு மாற்றிக் கொண்டு விட்டது. அமெரிக்க வேலைச் சந்தையில் உண்டாகியிருக்கும் 'சாதகமான சுழற்சி' அதிக ஊதியம் தரும் வேலைகளுக்குக் காரணமாக இருக்கிறது என்று தனது சமீபத்திய உரையில், Federal Reserve Board தலைவர் பென் எஸ்.பெர்னான்கே குறிப்பிட்டுள்ளார். கடந்த பத்தாண்டுகளில், அமெரிக்காவின் தனியார் துறையில் கிட்டத்தட்ட 16 மில்லியன் வேலைகள் ஒழிக்கப்பட்டன; ஆனால் அதே நேரத்தில், 17 மில்லியன் வேலைகள் ஒவ்வொரு ஆண்டும் உருவாக்கப்படு கின்றன என்று கூறுகிறார். பேராசிரியர் லோரி க்லெட்செர் அவர்களின் ஆய்வு ஒன்று இதனை உறுதிப்படுத்துகிறது. 1979-94 ஆண்டுகளில், இறக்குமதியில் அவற்றின் பங்கின் அடிப்படையில், உற்பத்தித் தொழிற்சாலைகளைக் குறைவு, நடுத்தரம், அதிகம் என்று மூன்று வகையாகப் பிரித்து க்லெட்செர் ஆராய்ந்தார். இந்த மூன்று வகை களிலும், வேலையில் இருந்து எடுக்கப்பட்டவர்களில் மூன்றில் இரண்டு பங்கு மனிதர்களுக்கு இரண்டு ஆண்டுகளுக்குள் மீண்டும் வேலை வழங்கப்பட்டுவிட்டது. இவர்களில் பாதியளவு மனிதர் களுக்கு அதே அளவு ஊதியம் தரும் வேலையோ முந்தைய வேலையைவிட அதிகம் ஊதியமுள்ள வேலையோ கிடைத்துள்ளது.

இரண்டாவது கவலை உலகமயம் மற்றும் அவுட்சோர்ஸிங் காரண மாக, முன்னேறிய நாடுகளைச் சேர்ந்த மக்களின் வாழ்க்கைத் தரம் குறையக்கூடும் என்பது. அமெரிக்காவின் தனிநபர்-தேசிய உற்பத்தி குறித்த விவரங்களைப் பார்ப்போம். 1997-2006ன் இடைப்பட்ட காலத்தில், சீனாவுடனான அமெரிக்க வர்த்தகம், 2,166,000 அமெரிக்க வேலைகள் தந்திருக்கக்கூடிய உற்பத்தியை அழித்துவிட்டதாக, பொருளாதாரக் கொள்கைக் கழகம் (Economic Policy Institute)

சமீபத்தில் வெளியிட்ட அறிக்கை ஒன்று கூறுகிறது. இருப்பினும் அதே காலகட்டத்தில், அமெரிக்காவின் தனிநபர்-தேசிய உற்பத்தி, 1997ல் $31,011 ஆக இருந்தது, 2006ம் ஆண்டில் $43,500 ஆக உயர்ந்தது.

அமெரிக்க நிறுவனங்கள், புதுமைகளைப் பயன்படுத்தி, மதிப்பீட்டு தொடர்நிலையில் உயர்ந்தனர்; மற்ற நாடுகள் செய்யத் தவறிய செயலை, அதாவது புதிய பொருள்களையும் சேவைகளையும் உருவாக்கினர். அதிக உற்பத்தித் திறன் கொண்ட அல்லது தனிநபர் வருமானத்தை உயர்த்தக் கூடிய, உயர்ந்த தரம் கொண்ட, புதுமையான, பொருள்கள் பலவற்றை அமெரிக்காவால் ஏற்றுமதி செய்ய முடிந்தது. ஒப்பிட்டுப் பார்க்கும்போது, சீனா மற்றும் இந்தியாவில் இருந்து ஏற்றுமதி செய்யப்பட்ட பொருள்களின், தனிநபர் வருவாய் மிகவும் குறைவு. இந்த வகையில், அமெரிக்கா எப்போதும் முன்னணியில் இருக்கிறது. தனி நபர் விற்பனை அளவுக்கான படிக்கட்டில், தொடர்ந்து அது மேலேறிக் கொண்டுதான் இருக்கும்.

இந்தச் சமதள உலகத்தால் அமெரிக்காவில் ஏற்பட்டிருக்கும் தற்காலிக வேலை இழப்பினைச் சரிசெய்வதற்கு என்ன தீர்வு? புகழ்பெற்ற பொருளியல் நிபுணர் பால் சாமுவேல்சன் கூட, இதன் விளைவால், திறன் மிகுந்த வேலைகளைக்கூட இழக்க நேரிடலாம் என்று எச்சரித்துள்ளார். இதனைச் சரிசெய்வதற்கு, தொழிலாளர் கூட்டத் தோடு சேருபவர்கள், மாறுகின்ற தேவைக்கேற்ப தங்களை முதலில் தயார் செய்து கொள்ள வேண்டும். இது நடைபெறுவதற்கு அவர் களுக்குத் துறை சார்ந்த கல்வியும், பயிற்சியும் அளிக்கப்பட வேண்டும். இரண்டாவதாக, உழைப்பாளர்களின் தற்போதைய திறன் உயர்த்தப்பட வேண்டும். இப்போது கொண்டு வரப்பட்டிருக்கும், முப்பது மாத வேலைப் பயிற்சி, பயிற்சி காலத்தில் வருமானம், மற்றும் ஆரோக்கியத்துக்கான காப்பீட்டுத் திட்டம் ஆகியவற்றை அளிக்கும் தொழில் பயிற்சித் திட்டம் (Trade Adjustment Programme) ஏற்கெனவே இந்தப் பிரச்னைக்கான தீர்வில் இறங்கியிருக்கிறது என்று எண்ணுகிறேன்.

அனைவரும் அறிந்த, தடையற்ற-வர்த்தகப் பொருளியல் அறிஞர், ஜக்திஷ் பகவதியின் கூற்றினை நினைவில் கொள்வது நன்று. உயர் கல்வியிலும், புதிய முயற்சிகளிலும், சிறந்தவர்களையும் - மிகச் சிறந்தவர்களையும் ஈர்க்கும், தகுதி அடிப்படையிலான குடிபெயர்ச்சிக் கொள்கையில் கொண்டிருக்கும் கவனத்தைத் தொடருமேயானால், அமெரிக்கா, உலக வர்த்தகத்தில் தனக்கிருக்கும் முதன்மைத் தன்மையை நிலைநிறுத்திக் கொள்ளும்; தனது செழிப்பையும் தக்கவைத்துக் கொள்ளும் என்று வாதிடுகிறார். அமெரிக்கா, போதுமான அளவு நெகிழ்வுத்தன்மை கொண்ட, விறுவிறுப்பான மற்றும் புதுமை

விரும்பும் சமுதாயம் என்று குறிப்பிடுகிறார். அமெரிக்க பொருளாதாரத்தில் ஏற்படும் நெளிவுகளும் சுளிவுகளும் நிச்சயம் உயர் ஊதிய - வேலைகளை உருவாக்கும் என்றும் கூறுகிறார்.

இறுதியாக, 'சமதள உலகம்' நமக்குத் தேவை என்பதை மீண்டும் வலியுறுத்த விரும்புகிறேன். ஏனெனில், தடையற்ற வர்த்தகத்தில் அமெரிக்கா கொண்டிருக்கும் நம்பிக்கையை, உலகத்தின் மற்ற பகுதிகளுக்கு அது பரப்புகிறது; உலகம் முழுவதும் இருக்கும் நுகர்வோர்களுக்குப் பலனைக் கொண்டு சேர்க்கிறது; ஒவ்வொரு வருக்கும் மேன்மையான வாய்ப்புகளைத் தரும் உலகத்தை உருவாக்க அது உதவுகிறது; இறுதியாக, உலகு தழுவிய வர்த்தகத்தின் மீது கவனத்தைச் செலுத்துகிறது; தீவிரவாதத்தைத் தவிர்க்கிறது மற்றும் மேலும் அமைதியான உலகை உருவாக்குகிறது. அமெரிக்காவை வியந்து பாராட்டுபவன் என்பதால், அறிவியல் மற்றும் தொழில் நுட்பத்தில் தனது புதுமையான முயற்சிகளின் காரணமாக, இந்த 'சமதள உலகத்தில்', செல்வச் செழிப்பில் தட்டிக்கேட்க முடியாத தன்னிகரற்ற தலைவனாக, அமெரிக்கா தொடரும் என்பதில் மிகத் தீவிர நம்பிக்கை கொண்டிருக்கிறேன்.

உலகமயத்தை
இந்தியாவுக்குப் பலனளிக்கச் செய்தல்

தன்னுடைய நாட்டு மக்களுக்கு மட்டுமல்லாது, உலகம் முழுவது முள்ள- செல்வந்தர் மற்றும் ஏழை, படித்தவர் மற்றும் அவ்வளவாகப் படிக்காதவர், வலிமையானவர் மற்றும் பலவீனமானவர் என அனைவரது வாழ்வையும் உயர்த்தும் விதத்தில், தத்தம் பங்களிப்பைச் செய்வதற்கு அனைத்து நாடுகளும் ஏதேனும் ஒன்றைப் பெற்றிருக்கும் ஒரு உலகத்தில் இன்று வாழ்கிறோம். புகழ்வெளிச்சத்தில் தமக்குரிய பங்கினை, தேசங்கள் எடுத்துக் கொள்வதற்கான வாய்ப்பும் இன்று போல், கடந்த இருபது ஆண்டுகளில் எப்போதும் வாய்த்ததில்லை. உண்மையில், வாங்கும் சக்தி அடிப்படையில் ஒப்பிட்டுப் பார்த்தால், இன்றைய உலகத்தின் மொத்த உற்பத்தியில் பாதி அளவுக்குமேல் வளரும் நாடுகள்தான் உற்பத்தி செய்கின்றன.

லாகார்டியா விமான நிலையத்திலிருந்து இத்தாகா செல்லும் அமெரிக்கப் பயணிகள், பிரேசிலின் எம்ப்ரர் விமானம் மூலம்தான் பறக்கின்றனர். உலகம் நன்கறிந்த வால் ஸ்ட்ரீட் நிறுவனங்கள், இந்திய மென்பொருள் பொறியாளர்களால் வடிவமைக்கப்பட்ட கணினி அமைப்புகளைத்தான் பயன்படுத்துகின்றனர். இந்திய நிறுவனங்களும், இண்டெல், சிஸ்கோ மற்றும் டெக்ஸாஸ் போன்றவற்றின் இந்திய நிறுவனங்களும், 2004ம் ஆண்டில் மட்டும், ஓராயிரம் காப்புரிமை விண்ணப்பங்களை, அமெரிக்க காப்புரிமை அலுவலகத்தில் பதிவு செய்திருக்கின்றன. சீனாவில் தயாரிக்கப்பட்ட நவநாகரிக i-pod போன்ற மின்னணுக் கருவிகள், அமெரிக்காவின் ‘பெஸ்ட் பை’ (Best Buy) கடைகளில் நிரம்பி வழிகின்றன. இவை அனைத்தும், உலக ஒருமைப்பாட்டுக்கான எடுத்துக்காட்டுகள்; மற்றும், உலகப் பொருளாதாரத்துக்கு வளரும் நாடுகளின் பங்களிப்புகள்.

நானி பல்கிவாலா நினைவு நாள், நான்காவது உரை, மும்பாய். ஜனவரி 15, 2007.

உலகமயமாதல் என்றால் என்ன? இரு நிலைகளில் நான் அதனை விவரிக்கிறேன். விரிந்த அளவில் பார்க்கும்போது, மூலதனம், சேவைகள், பொருள்கள் மற்றும் உழைப்பு ஆகியவை எந்த உராய்வுகளுமின்றித் தடையற்ற வகையில் உலகத்தின் ஒரு இடத்தில் இருந்து வேறொரு இடத்துக்குப் பாய்தல். எண்ணங்கள், அறிவு மற்றும் பண்பாடு ஆகியவற்றை உலகம் முழுவதும் பகிர்ந்து கொள்ளுதல் ஆகும். வறுமை, எய்ட்ஸ் மற்றும் சுற்றுச்சூழல் போன்ற உலகம் தழுவிய பிரச்னைகளின் கவலைகளைப் பகிர்ந்து கொள்ளுதலும் அவற்றைத் தீர்ப்பதற்கு ஒன்றாகத் திட்டமிடுதலும் ஆகும். தாமஸ் ப்ரீட்மேன், இத்தகைய உலகத்தை 'சமதள உலகம்' (Flat world) என்று குறிப்பிடுகிறார். அதை நான் உலகமயமான உலகம் என்று கூறுகிறேன்.

நுண்ணியல் பொருளாதார அளவில் அல்லது நிறுவன அளவில் கூறப் போனால், மூலதனத்தை மலிவாகக் கிடைக்கும் இடத்தில் இருந்து திரட்டுவது; சிறப்பாக இருக்கும் இடத்தில் இருந்து திறமையைப் பெறுவது; குறைவான செலவில் உற்பத்தி செய்ய முடிந்த இடத்தில் உற்பத்தியை வைத்துக்கொள்வது; வாங்குவோர் அதிகமாக இருக்கும் இடத்தில் அந்தப் பொருளை விற்பது; தேசிய மற்றும் சர்வதேச எல்லைப் பிரிவுகளின் தடைகள் ஏதுமின்றி இயங்குவது. இன்ஃபோசிஸ், ஐபிஎம், நைக் (Nike) ஆகியவை உலகமயமாதலால் பயன் பெற்ற நிறுவனங்களுக்கு சிறந்த எடுத்துக்காட்டுகளாகத் திகழ்கின்றன.

நோபல் பரிசு பெற்ற பொருளியல் மேதை, ஜோசப் ஸ்டிக்லிட்ஸ் உலகமயம் குறித்தவற்றில் நிபுணர். அவருடைய மூன்று நூல்களான, Globalisation and Its Discontents, The Roaring Nineties மற்றும் Making Globalisation work ஆகியவற்றைப் படித்ததன் மூலமாக இந்தத் தலைப்பு குறித்த செய்திகளை அதிகம் அறிந்துகொண்டேன். அவருடைய வாதங்களான, நியாயமான வர்த்தகம், காப்புரிமைகள், 'வள ஆதாரங்களின் சாபம்', கடன் சுமை, கையிருப்பு நிதியை உருவாக்குதல் உலகம் பின்பற்றும் முறையைச் சீர்திருத்துதல், உலக நிறுவனங்களில் இருக்கும் ஜனநாயகப் பற்றாக்குறை மற்றும் புவிக் கோளைப் பாதுகாத்தல் ஆகியவை ஆழ்ந்த சிந்தனைகளுக்குப் பின் உரு வானவை; புள்ளிவிவரங்கள், இவற்றுக்கு ஆதாரமாக இருக்கின்றன.

உலகமயம் குறித்த எவ்வித விவாதத்துக்கும், இவரது நூல்கள் அசாதாரண வலு சேர்க்கின்றன. ஸ்டிக்லிட்ஸ், ஒரு மனித நேயர் என்பதால், வளரும் நாடுகளில் நிலையை இரக்க உணர்வோடு அணுகுகிறார். வளர்ந்த நாடுகள் மற்றும் உலக நிறுவனங்களின் உலகமயம் குறித்த பார்வையில் இருக்கும் போதாமை மற்றும்

தீமையானவை குறித்து ஆராய்வதோடு, இவற்றில் சீர்திருத்தங்கள் வேண்டும் என்றும் வாதிடுகிறார். ஜகதிஷ் பகவதி, ஜெப்ரே சாஸ் மற்றும் பால் க்ரூக்மேன் போன்ற வேறு சில பொருளியல் வல்லுநர்களும் இந்தத் துறையில் முக்கியப் பங்காற்றியுள்ளனர்.

இந்தப் புகழ் பெற்ற நிபுணர்களோடு, வாதிடுவதற்கான திறமையோ அதற்கான மன உடன்பாடோ எனக்கு இல்லை. இந்தியாவில் நாம் செய்யவேண்டிய செயலான, பெரும்பகுதி மக்களின் வறுமையைப் போக்கும் வகையில் உலகமயத்தின் பலன்களைப் பயன்படுத்த வேண்டும் என்ற நோக்கத்தில் மட்டும்தான், பிரதானமாக, உலகமயத்தை நான் இன்றைக்குப் பார்க்க விரும்புகிறேன். உலக மயம் காரணமாக, சீனா, கிழக்காசிய நாடுகள் மற்றும் மெக்ஸிகோ ஆகியவை பெற்ற வெற்றிகளில் இருந்து நாம் கற்றுக்கொள்ள வேண்டியவற்றைக் குறித்து மட்டும் சிந்திக்க விரும்புகிறேன்.

செயல்பாடு, அங்கீகாரத்தையும், அங்கீகாரம் மதிப்பையும், மதிப்பு அதிகாரத்தையும் கொண்டு வருகிறது என்று கருதுகிறேன். ஆகவே, நமது பொது நிறுவனங்களில், விரைவான சேவை, செயல்பாடு மற்றும் நேர்த்தி ஆகியன நிரம்பிய கலாசாரத்தை உருவாக்குவது பற்றியும், அப்படி உருவாக்குவதில் நம் தலைவர்களின் பங்கு என்ன என்பது பற்றியும் குறிப்பிட விரும்புகிறேன்.

மேலும் தொடர்வதற்கு முன்னால், என்னுடைய சில நம்பிக்கைகளை நான் கட்டாயம் தெளிவுபடுத்தியாக வேண்டும். ஏனெனில், என்னுடைய வாதங்கள் அனைத்தும் இந்த நம்பிக்கைகளை அடிப்படையாகக் கொண்டவை. முதலாவதாக, முதலாளித்துவ முறை மேல் நம்பிக்கை கொண்டவன். சோசலிஸம் மற்றும் கம்யூனிசத்தின் மீது இருந்த அனுதாபத்தின் காரணமாக, அந்தக் கொள்கைகளைப் படித்ததன் மூலமும், நடைமுறைப்படுத்திப் பார்த்ததிலும் எனக்குச் சில அனுபவங்கள் கிடைத்திருக்கின்றன.

வறுமைப் பிரச்னையைத் தீர்ப்பதில் பரிவுள்ள முதலாளித்துவ முறைக்கு ஒரு நியாயமான வாய்ப்பைத் தரவேண்டும் என்று நம்புகிறேன். கடின உழைப்பு, புதிய முயற்சிகள் மற்றும் முன் முயற்சிகள் மூலம், தங்கள் வாழ்க்கையைப் பொருளாதார ரீதியாக உயர்த்திக் கொள்வதற்கு, அனைத்துக் குடிமக்களுக்கும் சமமான, நேர்மையான வாய்ப்பைத் தரும் சூழலை உருவாக்குவதுதான் முதலாளித்துவம். நமது நலனை முன்னெடுத்துச் செல்வதற்கு நாம் எடுக்கும் ஒவ்வொரு முடிவிலும், சமுதாயத்தின் நலனைக் கருத்தில் கொண்டு முதலாளித்துவ முறையைப் பின்பற்றுவதே, பரிவுள்ள முதலாளித்துவம்.

மக்களாட்சி முறையை நான் நம்புகிறவன். வின்ஸ்டன் சர்ச்சில் கூறியது போல, மக்களாட்சி முறை, அரசாங்கத்தின் சிறந்த வடிவமாக இல்லாதிருக்கலாம்; ஆனால், அதற்கான மாற்று என்று கூறப்படுபவை அனைத்தும் மோசமானவையே. ஒரு சிலரின் தனிப்பட்ட நலன்களை அடைவதற்காக அல்லாமல், அந்த தேசத்தின் ஒட்டுமொத்த விழைவு களையும் அடைய முயல்வதே மக்களாட்சி முறை என்பது. விவாதங் களிலும் கலந்துரையாடல்களிலும் வெளிப்படைத்தன்மையை அது கட்டாயமாக்குகிறது; அதன் மூலம், பொதுவாக, சிறந்த சிந்தனை களை வெளிக்கொணர உதவுகிறது. கல்வி, சுகாதாரம், குடியிருப்பு வசதி மற்றும் ஊட்டச்சத்து போன்ற ஒவ்வொரு குடிமகனின் அடிப் படைத் தேவைகளைத் தீர்ப்பதற்கு உதவும் திறன் மிகுந்த மேடையாக மக்களாட்சி முறை விளங்குகிறது. மக்களாட்சி அமைப்பு, தங்கள் வாழ்க்கை நிலையை உயர்த்திக் கொள்வதற்கு, குடிமக்கள் அனை வருக்கும் சமமான வாய்ப்புகளை உருவாக்குகிறது. நோபல் பரிசினை வென்ற பொருளியல் அறிஞர் அமர்த்யா சென் சிறப்பாக வாதிடு வதைப் போல, பேரழிவுகளைத் தவிர்க்க இது உதவுகிறது.

மேக்ஸ் வெபரின் தத்துவத்தில் நம்பிக்கை கொண்டவன் நான். பிராட்டஸ்டண்ட் வேலைநெறிகள் மற்றும் முதலாளித்துவத்தின் உணர்வு (Spirit) பற்றிய அவரது கட்டுரை, என்னை மிகவும் கவர்ந்த ஒன்று. இந்திய சமுதாயத்தை, அதன் செயல்பாட்டை உற்றுக் கவனித்து வருகிறேன். வறுமையை அகற்றுவதில் மிக மெதுவான முன்னேற்றத்தைத்தான் நாம் அடைந்திருக்கிறோம். ஆகவே, பொருளா தாரப் பலன் அடைவதற்கான நோக்கில் நடக்கும் அறிவுபூர்வமான தேடல், அதனடிப்படையில் வறுமையை ஒழிப்பது என்று பார்க்கும் போது, வேலைக் கலாசாரம், கட்டுப்பாடு, ஒருமைப்பாடு மற்றும் நேர்மை ஆகியவை மிக முக்கிய பங்காற்றுகின்றன என்று நம்புகிறேன்.

அது மட்டுமின்றி, நிறுவனங்கள், சமூகங்கள் மற்றும் தேசங்களின் தலைவர்களால் இந்தப் பண்புகள் மீது செல்வாக்குச் செலுத்தமுடியும் என்றும் நம்புகிறேன். உலகமயமாகிவிட்ட உலகத்தில் நாம் வெல்வ தற்கும், அதிகாரவர்க்கத்தின் பொறுப்புணர்வை உயர்த்துவதற்கும், தேவையான சில விஷயங்களான, செயல்பாட்டுக் கலாசாரம், தலைமைப் பொறுப்பில் உள்ளவர்களின் பங்களிப்பு மற்றும் மக்களாட்சி முறையின் வலிமையைப் பயன்படுத்துதல் ஆகிய வற்றைப் பற்றிப் பேச விரும்புகிறேன்.

நாம் ஏன் உலகமயத்தைத் தழுவ வேண்டும்? உலகச் சந்தைகளோடு நல்ல முறையில் ஒருங்கிணைய வேண்டும்? என்பதைப் பற்றி முதலில் கூறுகிறேன். அனைத்து மக்களுக்கும் செழிப்பையும், இணக்கத்தையும்,

அமைதியையும் மகிழ்ச்சியையும் உறுதிப்படுத்துவதே, ஒவ்வொரு நாட்டின் முதன்மையான நோக்கம் ஆகும். இழிவான வறுமையை ஒழிப்பதன் மூலம் வளமான வாழ்வு உறுதிப்படுத்தப்பட்டால்தான், இணக்கமான வாழ்வு, அமைதி மற்றும் மகிழ்ச்சி ஆகியவை ஏற்படும். 'நம் நாட்டை ஆக்கிரமிக்கும் பகைவனை எதிர்த்து எவ்வளவு வீர மாகவும் உறுதியாகவும் போராடுகிறோமோ, அதே போல் வறுமையை எதிர்த்தும் போராட வேண்டும்; நல்ல நிலைமை கொண்டவர்களாக நம் மக்களை உருவாக்கும்போதுதான், அவர்கள் மகிழ்ச்சியாகவும் திருப்தியான மனநிலையோடு வாழும்போதுதான், நாம், நம் நாட்டை உருவாக்க முடியும்' என்று ஜவாஹர்லால் நேரு கூறியதை நினைவில் கொள்வோம். அதிக வருமானம் உள்ள வேலைகளை உருவாக்குவது தான் வறுமையை ஒழிப்பதற்கான ஒரே வழி என்று நம்புகிறேன். இது ஒரு மிகப் பெரிய பணி.

இந்தியாவில் வேலையற்றோர் எண்ணிக்கை ஏறத்தாழ 250 முதல் 300 மில்லியன் வரை இருக்கலாம் என்று வெவ்வேறு மதிப்பீடுகள் கூறுகின்றன. ஒவ்வொரு ஆண்டும், 15 முதல் 20 மில்லியன் வேலை தேடும் புதியவர்களை, இந்த மாபெரும் எண்ணிக்கையோடு சேர்த்துக் கொண்டிருக்கிறோம். 18 வயதுக்கும் இருபத்து ஐந்து வயதுக்கும் இடைப்பட்ட, இந்த இளைஞர்களில் 70 சதவிகிதம் பேர் படிப்பறி வற்றவர்கள் அல்லது மிக மிகக் குறைந்த கல்வியறிவு உள்ளவர்கள் என்பதை உணரும்போது இந்த பிரச்னை மேலும் மோசமானதாகிறது. இதற்கு எதிராக, இந்தத் தேசத்தால் ஆண்டுக்கு 2 முதல் 3 மில்லியன் வேலைகளை மட்டுமே உற்பத்தி செய்ய முடிகிறது.

இதன் பொருள், எப்போது வேண்டுமானாலும் வெடிக்கக் கூடிய, ஒரு ஆபத்தான நிலையை நோக்கி நாம் போய்க்கொண்டு இருக்கிறோம் என்பதே. இந்தப் பிரச்னையை வேறொரு பரிமாணத்திலும் பார்க்க விரும்புகிறேன். இருக்கும் வேலைகளில், ஏறத்தாழ 65 சதவிகிதம், அமைப்பு சாராத் துறைகளில்தான் இருக்கின்றன; அங்கு ஊதியமும் குறைவு. மற்ற பலன்களும் கிடையாது.

இதற்கு மூன்றாவது பரிமாணமும் இருக்கிறது. மக்கள் தொகையில் 65 சதவிகிதம், அல்லது, 650 மில்லியன் இந்தியர்கள் கிராமப்பகுதிகளில் வாழ்கிறார்கள்; அவர்களின் பிரதான வாழ்வாதாரமாக, வேளாண் மையும் அதன் தொடர்பான வேலைகளும்தான் இருக்கின்றன. இந்தியாவின் மொத்த உற்பத்தி மதிப்பில் இது 26 சதவிகிதம் மட்டும் தான். வேறு வகையாகக் கூறினால், இந்த 650 மில்லியன் மக்களும், ஒவ்வொரு ஆண்டும் ரூ.800.000 கோடி($200 பில்லியன்) அளவுக்குத் தான் தேசிய உற்பத்திக்கு அளிக்கிறார்கள்; அதாவது, ஒரு தனிநபர் ஆண்டுக்குப் பெறுவது வெறும் ரூ.13,200 ($300) மட்டுமே. இது ஒரு

நாளைக்கு ரூ.40க்கும் குறைவானது. இந்திய அளவீடுகளின்படிப் பார்த்தால்கூட, உடலையும் உயிரையும் பாதுகாக்க இந்த வருமானத்தால் இயலாது. எனவே, நம் முன் இரு பூதாகரமான பிரச்னைகள் இருக்கின்றன. ஒவ்வொரு ஆண்டும் வேலைச் சந்தையில் நுழையும், 15 முதல் 20 மில்லியன் புதியவர்களுக்கு வேலை வாய்ப்புகளை உருவாக்குதல்; வேளாண்மை மற்றும் அதன் தொடர்பான வேலைகளில் இருக்கும், பெரும்பான்மையான, 650 மில்லியன் இந்தியர்களின் தனிநபர் வருமானத்தை உயர்த்துதல்.

இரண்டாவதாகக் கூறப்பட்ட பிரச்னையை, பின்வரும் முயற்சிகளில் ஏதேனும் ஒன்றின் மூலம் அல்லது ஒன்றுக்கு மேற்பட்ட வழிகளின் மூலம் தீர்க்க இயலும்: வேளாண் விளைபொருட்களின் விலையை உயர்த்துதல், வேளாண்மையின் வளர்ச்சி விகிதத்தை உயர்த்துதல் மற்றும் வேளாண் துறையில் வேலை செய்யும் மக்களை வேறு துறைக்கு மாற்றுதல். உலக அளவில், மற்ற நாடுகளில் உணவுப் பொருள்களின் விலை குறைவாக இருக்கிறது; அது மட்டுமின்றி, அத்தகைய விலை உயர்வு பெரும்பான்மையான ஏழைமக்களின் மீதும் பாதிப்பினை ஏற்படுத்தும். ஆகவே உணவுப் பொருள்களின் விலையேற்றம் என்பது சாத்தியமான ஒன்றல்ல.

இந்தியாவில் விவசாயத்துறையின் வளர்ச்சி விகிதம், 1985ம் ஆண்டுக்கு முன்பிருந்த 3.2 சதவிகிதத்திலிருந்து, இந்தப் பத்தாண்டுகளில் தற்போது இருக்கும் 1.9 சதவிகிதத்துக்கு வீழ்ச்சியடைந்துள்ளது. கிராமப்புற மக்களின் வாழ்க்கைநிலை மோசமாகியுள்ளது. இந்தியர்களின், முக்கிய இரு உணவுத் தானியங்களான அரிசி மற்றும் கோதுமையின் உற்பத்தி தொடர்ச்சியாகக் குறைந்தோ அல்லது அதே நிலையிலோ இருந்தது. அதாவது, 1999க்கும் 2005ம் ஆண்டுக்கும் இடைப்பட்ட காலத்தில், ஏறக்குறைய 85 மற்றும் 75 மில்லியன் டன்கள் ஆக இருந்தது. கிராமப்புறங்களின் மக்கள் தொகை ஆண்டுக்கு 2 சதவிகிதமாக வளரும்போது, வேளாண்மைதுறை வளர்ச்சி ஆண்டுக்கு 2.5 சதவிகிதம் மட்டுமே இருந்தால், பத்து ஆண்டுகள் கழித்தும்கூட, வேளாண்துறையில் தேசிய உற்பத்தியில் தனிநபர் வருமானம் எவ்வித மாற்றமும் இல்லாமல்தான் இருக்கும். நமது பொருளாதாரம், அடுத்த பத்தாண்டுகளுக்கு, இப்போதைய 8 சதவிகித அளவில் வளர்ச்சியடைந்து, அதே காலகட்டத்தில் வேளாண்துறை 2.5 சதவிகித வளர்ச்சியைப் பெற்றால், 2017ம் ஆண்டில், தேசிய உற்பத்தி அளிக்கும் இப்போதைய 26 சதவிகிதத்தைவிடக் குறைவாக 16 சதவிகித அளவே, வேளாண்துறையின் பங்களிப்பு இருக்கும்.

தேசியத் தனிநபர் மொத்த உற்பத்தி சதவிகிதத்துக்கு இணையான, தற்போதைய வளர்ச்சி அளவான 8 சதவிகிதத்தை, 2017 ஆம் ஆண்டில்

வேளாண்மைத்துறையிலும் நாம் பெற வேண்டுமானால், பெருமளவான 100 லிருந்து 120 மில்லியன் மக்களை விவசாயத் துறையில் இருந்து வேறு துறைகளுக்கு மாற்ற வேண்டும் (குடும்பத்தில் சம்பாதிக்கும் ஒருவர், நான்கு அல்லது ஐந்து நபர்களைக் காப்பாற்ற வேண்டும் என்ற கணக்கின் அடிப்படையில்). ஆகவே, அடுத்த பத்தாண்டுகளுக்கு, வேளாண் துறையில் இருந்து ஆண்டு தோறும் 10 முதல் 12 மில்லியன் மக்களை வேறு துறைகளுக்கு மாற்ற வேண்டும். இந்தப் பிரச்னையோடு கூடுதலாக, ஆண்டுதோறும் 15 முதல் 20 மில்லியன் இளைஞர்கள் வேலை தேடுவோர் பட்டியலில் சேருகிறார்கள். அதன் பின்னர், மிகப் பெருமளவில் 25 முதல் 30 மில்லியன் மக்கள், புதிய வேலைகளிலோ அதிக வருமானமுள்ள வேலைகளிலோ அமர்த்தப்பட வேண்டிய சூழல் ஏற்படும்.

எந்தத் துறைகள், இவர்களுக்கான வாய்ப்புகளைத் தர முடியும்? மென்பொருள், BPO, நிதித்துறை சேவைகள் போன்ற சேவைத் துறைகள், நன்கு படித்த இளைஞர்களுக்கு வேலை வாய்ப்பளிக்க முடியும். அதிகபட்சம், ஒரு ஆண்டுக்கு, வேலை தேடும் இளைஞர் களில் ஒரு மில்லியன் பேருக்கு வாய்ப்புகளை உருவாக்க முடியும். இந்த 25 முதல் 30 மில்லியன் மக்களில், பெரும்பான்மையானவர்கள் படிப்பறிவற்றவர்கள் அல்லது ஓரளவே படித்தவர்கள் என்பதை நினைவில் கொள்ளவேண்டும். சீனா, இந்தப் பிரச்னையினை நன்கு புரிந்து கொண்டுள்ளது. குறைவான தொழில்நுட்பம் தேவையாக இருக்கும் உற்பத்தித் தொழிலில் அது கவனம் செலுத்தியது. கடந்த பதினோரு ஆண்டுகளில், குறைவான தொழில்நுட்பம் தேவையாக இருக்கும் இந்த உற்பத்தித் துறையில் 150 மில்லியன் வேலைகளை அதனால் உருவாக்க முடிந்துள்ளது. இது ஒருவிதமான சாதனையே. நம்முடைய வாழ்நாளுக்குள், இந்தியாவின் வறுமைப் பிரச்னையைத் தீர்க்க விரும்பினால், சீனாவைவிட நாம் நன்றாகச் செயல்பட வேண்டும். அதே நேரத்தில் நாம் தொடர்ந்து உயர் தொழில் நுட்பத்திலும், அதிகமான தனிநபர் வருமானம் தரும் வேலைகளிலும் கவனம் செலுத்த வேண்டும். ஏனெனில் அதுவே நமது வலுவான ஆதாரம்.

செலவிடும் வருமானம், குறைவாக இருப்பதால், உள்நாட்டு பயன்பாடு மிகவும் குறைவாக இருக்கும். ஆகவே இத்தகைய முன்முயற்சிகள், ஏற்றுமதியின் மேல் கவனம் செலுத்த வேண்டியதன் அவசியத்தை வெளிப்படுத்துகின்றன. வேகமாக முன்னேறும் வளர்முக நாடுகளான, சீனா, பிரேசில், மெக்ஸிகோ மற்றும் கிழக்காசிய நாடுகள், தேசிய உற்பத்திக்குத் தங்கள் ஏற்றுமதி மூலம் 30 சதவிகிதம் பங்களிக்கின்றன. மாறாக, நாம் 15 சதவிகிதத்துக்குக்

குறைவாகவே தருகிறோம். நமது ஏற்றுமதி மூலம் தேசிய உற்பத்திக்கு 30 முதல் 40 சதவிகிதப் பங்களிப்பை நாம் உறுதி செய்ய வேண்டும். இதனை சாதித்திட முன்னேறிய நாடுகளின் மக்களுக்குத் தேவையான பொருள்களில் கவனம் செலுத்த வேண்டும்.

சீனா மாறியதைப் போல, உலகத்தின் தொழிற்சாலையாக நாமும் மாற வேண்டும். குறைவான விலையில் உலகத்தரம் வாய்ந்த பொருள் களை உற்பத்தி செய்வதற்குத் தொழிற்சாலைகளுக்கு உதவும் வகையில், ஏற்றுமதி தொடர்பான தொழிற்சாலைகளில், வெளிநாட்டு நிறுவனங்கள் 100 சதவிகித முதலீடு செய்வதை அனுமதிப்பதற்கு ஆதரவான சூழலை உருவாக்க வேண்டும். உலகச் சந்தைகளோடு நமது தொடர்புகளை விரிவுபடுத்த வேண்டும். மற்ற சந்தைகளைச் சார்ந்த மனிதர்களோடு நல்ல முறையில் ஒருங்கிணைந்து செயலாற்ற வேண்டும். ஏனெனில் உலகமயம் என்பது இவை அனைத்தும் கொண்டதுதானே.

இது ஒரு உயரிய வேலை. துணிவைக் காட்டினால், நம்மால் வெல்ல முடியும் என நினைக்கிறேன். கிராமப்புற மற்றும் நகர்ப்புறத்தில் இருக்கும் நம்மவர்களுக்கு சமச்சீரான வளர்ச்சியைக் கொண்டுவர வேண்டுமானால், நமது வலிமைகளான, மக்கள் தொகை அமைப்பு, சட்டத்தின் ஆட்சி, ஆங்கிலம் பேசும் தொழில்நுட்ப ஆற்றல், நமது மக்கள் அமைப்புமுறை, பரந்து விரிந்த பயன்படுத்தப்படாமல் இருக்கும் நிலப்பரப்பு மற்றும் இயற்கை வளங்களின் வலிமையைப் பயன்படுத்த வேண்டும். எடுத்துக்காட்டாக, இந்தியாவில், விவசாயத்துக்கேற்ற நிலப்பரப்பில் 35 சதவிகிதம்தான் நீர்ப்பாசன வசதிகொண்டவை. ஆனால், சீனாவின் விவசாய நிலங்களில் 44 சதவிகிதம் நீர்ப்பாசன வசதியோடு இருக்கின்றன. ஆர்வம் தரும் செய்தி என்னவென்றால், விவசாயத்துக்கான நிலம் இந்தியாவில்தான் சீனாவைவிட அதிகமாக இருக்கின்றன.

இந்தியாவில் விவசாயத்துக்குப் பயன்படக் கூடிய நிலப்பரப்பை அதிகப்படுத்தவும், அவற்றைப் பயன்படுத்தவும் வேண்டும். அதே நேரத்தில் நகரமயமாதலை ஏற்கவேண்டும். நகர வாழ்க்கை சிரமமற்ற தாக மாற வேண்டும். உலகத்தின் தொழிற்சாலையாக நாம் மாற வேண்டும் என்று விரும்பினால், அதிக எண்ணிக்கையிலான வெளி நாட்டவரை நம்மோடு வாழ்வதற்கு நாம் வரவேற்க வேண்டியது தவிர்க்க முடியாதது. அவர்களுக்கு வசதிக் குறைவுகள் இல்லாமல் பார்த்துக்கொள்ள வேண்டும். கிராமப்புறத்தில் இதனைச் செய்வதற்கு, அதிகமான முதலீடும் நேரமும் தேவை. மணிப்பாலில், பாய் இனத்தவர் செய்ததுபோல், கிராமப்புறங்களை, நவீன வாழ்க்கை முறைக்கு ஏற்ற வசதிகளோடு, நல்ல தொடர்புகளுடன் கூடிய

இடங்களாக மாற்ற வேண்டும். சில நகரங்களையும் உயர்நிலைப் படுத்த வேண்டு,ம். நகரமயமாதல் தவிர்க்க முடியாதது என்பதை ஏற்றுக்கொள்ளவேண்டும். அதனை எதிர்ப்பது கூடாது.

உலக மயம் இந்தியாவுக்குப் பயன் தரவேண்டுமானால், கொண்டு வரவேண்டிய, அவசியமான சில மனநிலை மாற்றங்களைப் பார்ப்போம்.

1. முதலில், இசங்கள் தத்துவங்கள் குறித்து விவாதங்கள் செய்வதை நிறுத்த வேண்டும். நானி பல்கிவாலா ஒருமுறை கூறியதைப் போல 'வறுமை கொடியதுதான். ஆனால், தீர்க்கப்படக் கூடியதே. குழப்பமான சிந்தனைகளைவிட நடைமுறை சாத்தியமான பொருளாதாரக் கொள்கைகள்தான், இதனைத் தீர்ப்பதற்கான ஒரேவழி'. ஆகவே, வேலை உருவாக்கம் நோக்கி, தொடர்ந்து முன்னேறுவோம். நமக்கு முன்பே வளர்ச்சி பெற்றிருக்கும், நம்மைவிட வேகமாக வளர்ந்திருக்கும் நாடுகள் மற்றும் மக்களிடம் இருந்து கற்றுக் கொள்வதில், நாம் திறந்த மனதுடன் இருக்க வேண்டும். திறந்த மனதுடன் இருக்க வேண்டுமானால், நமக்குப் பணிவு வரவேண்டும். நமது விவாதங்கள், விவரங்களும், தகவல்களும் அதிகம் கொண்டவையாக இருக்க வேண்டும். என்னுடன் பேசிய பல வெளிநாட்டவர்கள், இந்தியர் களிடம் பணிவு என்ற அம்சம் குறைவாக இருப்பதாகக் குறிப்பிட் டனர். இந்த தேசம், பழங்காலத்தில் இருந்தே, செருக்குக்குப் பெயர் போனது. எந்த உரையாடல்களிலும், உடனடியாக, நாம் நம் செயல்களை நியாயப்படுத்திப் பேசத் தொடங்கிவிடுகிறோம். அதிகமான மக்கள் தொகை, நமது அதிகார வர்க்கம் போன்ற தோல்விகளையும்கூட நியாயப்படுத்த ஆரம்பிக்கிறோம். நமது உண்மையான பலவீனங்களான இவற்றைப் போக்குவதற்கு, நாம் எதுவும் செய்ய முயல்வதில்லை என்பதுதான் வருத்தமானது. எடுத்துக்காட்டாக, குடும்பக் கட்டுப்பாடு குறித்துக் கடுமையாகப் பிரசாரம் செய்த இந்திராகாந்தி, 1977ம் ஆண்டுத் தேர்தலில் தோற்ற பிறகு, மக்கள்தொகை கட்டுப்படுத்துவதற்கான முயற்சிகளை நாம் முழுவதுமாக நிறுத்திவிட்டோம்.

2. தோல்விகளுக்கு மக்களாட்சி முறையை காரணமாகக் கூறுவதை நாம் நிறுத்த வேண்டும். மக்களாட்சியை ஒரு சுமையாக விவாதிப்பது யாரையும் வசீகரிக்காது. பெரும்பான்மையான வளர்ந்த நாடுகள், மக்களாட்சி முறையைத்தான் பின்பற்று கின்றன என்பதை நினைவில் கொள்வோம். இந்தியாவிலும்கூட, நேருவும் அவரது சகாக்களும், அவர்கள் ஆட்சிப் பொறுப்பில் இருந்த காலத்தில், பொருளாதார மேம்பாட்டுக்கு அடிப்படையான,

வலுவான, உள்கட்டமைப்பு, நிலச் சீர்திருத்தங்கள், ஐந்து இரும்பு எஃகுத் தொழிற்சாலைகள், பக்ரா-நங்கல் அணை, அணுசக்தி நிறுவனம், உயர் கல்விக்கான நிறுவனங்கள் போன்ற மேலும் பலவற்றை உருவாக்க மக்களாட்சி முறையின் வலிமையைத் தான் பயன்படுத்திக் கொண்டார்கள். மக்களாட்சி பற்றிய விவாதங்களும் வாதங்களும் தேவைதான் என்றாலும், இந்த முறைதான் மற்ற முறைகளைவிடச் சிறந்தது என்பதை நம் தலைவர்கள் ஏற்றுக்கொள்ள வேண்டும்.

3. மேன்மையை அடைய வேண்டுமானால், பெரிய பிரச்னைகளில் அனைத்து அரசியல் கட்சிகளும் ஒரே கருத்தினைக் கொண்டிருக்க வேண்டும். இதைச் செய்ய, விவாதங்களில், அறிவு சார்ந்த இணக்கத்தை நாம் தழுவ வேண்டும். நமது அரசியல்வாதிகள் ஆட்சியில் இருக்கும் போது ஒன்றையும், எதிர்கட்சியாகச் செயல்படும்போது, அதற்கு நேரெதிரானதையும் பேசுகிறார்கள். எண்ணத்தில் ஒருமைப்பாடு ஏற்படுவதற்கு, கல்வியும், விவரங் களோடு பேசுவதும் தேவை. நமது அரசியல் தலைவர்களில் பெரும்பாலானவர்களுக்கு, நவீன உலகத்தின் நுட்பங்கள், அடிப்படைப் பொருளாதாரம், முன்னேற்றத்துக்கான விதிகள், தொழில்முனைவு ஆகியவற்றில் பயிற்சி தேவை. மேலும் உலக மயமான பொருளாதாரத்தில் வெற்றி பெறுவதற்கான முன் - தேவைகள் மற்றும் கலாசாரங்களுக்கிடையே பேச்சுவார்த்தைகள் போன்றவற்றிலும் பயிற்சி அளிக்க வேண்டும். பிரச்னைகளில் உணர்வுகளுக்கு மதிப்பளிக்காமல், முடிவெடுப்பதற்கு விவரங்களைப் பயன்படுத்த வேண்டும்.

4. இன்றைய உலகமயமான உலகத்தில் வெற்றிபெற வேண்டு மானால், வேகத்தைக் கைக்கொள்ள வேண்டும். அரசுத்துறையின் முடிவெடுக்கும் வேகம், ஒவ்வொரு தினமும் அதிகரித்தால்தான், சீனா போன்ற மற்ற நாடுகளை நாம் எட்டிப் பிடிக்க முடியும். பத்தாண்டுகளுக்கும் மேலாக முடிவெடுக்காமல் கிடப்பில் இருக்கும் பல நிகழ்வுகளை, என்னால் சுட்டிக்காட்ட முடியும்: பெங்களூருக்கு மிகவும் அவசியமான ஒரு மின் உற்பத்தி நிலையம் கடந்த இருபது ஆண்டுகளுக்கும் மேலாகக் கிடப்பில் உள்ளது. ராஜீவ் காந்தி 1987ம் ஆண்டு அறிவித்த, ஜப்பானிய மற்றும் ஜெர்மன் வர்த்தகர்களுக்கான 'விரைவு-வழி' (fast-track) பத்தொன்பது ஆண்டுகளாகக் கிடப்பில் இருக்கிறது. அடிக்கடி வெளிநாட்டுப் பயணம் மேற்கொள்ளும் மென்பொருள் துறை யினருக்கு பயன்படக் கூடிய 240 பக்க பாஸ்போர்ட் என்ற மிகச் சாதாரண விஷயம் கூட எட்டு ஆண்டுகளாகக் கிடப்பில் இருக்கிறது!

5. நம்பகத்தன்மை கொண்ட தேசமாக நாம் மாற வேண்டும். வெளிநாட்டினர், இந்தியாவுக்கு எதிராகக் கூறும் ஒரு தொடர்ச்சி யான புகார் என்னவென்றால், நமது அரசாங்கம் நம்பகமானதாக இல்லை என்பதே. நாம் உறுதிமொழிகளைத் தருகிறோம் ஆனால், அவற்றைக் காப்பாற்றுவதில்லை. ஒப்புக்கொண்டவை மற்றும் ஒப்பந்தங்களில் இருந்து பின்வாங்குகிறோம். கொள்கை களை அறிவிக்கிறோம், ஆனால், பல ஆண்டுகளானாலும் அவற்றை நடைமுறைப்படுத்துவதில்லை. வலுவற்ற நீதித்துறை யாலும் அதிகார வர்க்கத்தாலும், நம் அமைச்சர்களின் முடிவுகள் கடத்தப்படுகின்றன. அரசாங்க அறிவிப்புகளின் அடிப்படையில், முதலீட்டாளர்கள் உறுதியான வியாபார முடிவுகள் எதையும் எடுக்க முடிவதில்லை.

6. நம் தலைவர்கள் ஒரே நேரத்தில் கிராமப்புறம் மற்றும் நகர்ப்புறம், படித்தவன் மற்றும் ஓரளவு கற்றவன், ஏழை மற்றும் பணக்காரன் என்ற இருவேறு உலகங்களில் காலூன்றி நிற்க வேண்டியிருக்கிறது. வேலைகள் எப்படி உருவாக்கப்படுகின்றன என்பதை அவர்கள் புரிந்துகொண்டு, அதனை ஊக்குவிக்க வேண்டும். அவர்கள் எந்தப் பக்கமும் சாராதவர்களாக இருக்க வேண்டும். வெற்று விளையாட்டாக எதனையும் எடுத்துக் கொள்ளக்கூடாது. எடுத்துக்காட்டாக, அலுவலகத்துக்குச் சென்று வர நல்ல சாலை வசதி கேட்கும் பெங்களூர் மென்பொருள் துறையினர் கேலி செய்யப்படுகிறார்கள். இந்தியாவின் நகர்ப்புறத்தில் வாழ்ந்து கொண்டு, கிராமப்புற வளர்ச்சிக்காகப் பேசும் நம் தலைவர்கள், அதற்கான வேலைகளை உருவாக்குபவர்களைக் கண்டனம் செய்வது முரண்நகையாகவே தோன்றுகிறது. நம் தலைவர்கள் முன்மாதிரிகளாக இருந்து வழிநடத்த வேண்டும்; மகாத்மா காந்தியின் சொற்களான, 'உலகத்தில் நாம் காண விரும்பும் மாற்றமாக நாம் முதலில் மாறவேண்டும்' என்பதற்கு எடுத்துக் காட்டுகளாக மாறவேண்டும்.

7. உயர்வர்க்கத்தினரும், சொந்த நலனையே நோக்கமாகக் கொண்டு செயல்படுகிறவர்களும், இந்தத் தேசத்து ஏழைகளின் எதிர்காலத் தோடு விளையாடி, அதனைப் பாழ்படுத்திவிட்டனர். எடுத்துக் காட்டாகச் செல்வந்தர்களும் அதிகாரவர்க்கத்தினரும் தங்களது குழந்தைகளை ஆங்கிலப் பாடமொழிப் பள்ளிகளுக்கு அனுப்பும் போது, அதே பலன் ஏழைகளுக்குக் கிடைப்பதை மறுத்து விட்டோம். ஒவ்வொரு ஆண்டும் துப்புரவுப் பணி செய்யும் பெண்கள், ஓட்டுநர்கள், பியூன்கள் மற்றும் எழுத்தர்கள், தங்கள் குழந்தைகளை ஆங்கிலப் பாடமொழிப் பள்ளிகளில்

சேர்ப்பதற்கான வேண்டுகோள்களோடு என்னிடம் வருகின்றனர். தங்கள் குழந்தைகளும், மென்பொருள் பொறியாளர்களாக, வங்கியாளர்களாக, வழக்குரைஞர்களாக, அரசு ஊழியர்களாக, இதழாசிரியர்களாக ஆகவேண்டும் என விரும்புகின்றனர். இது குறித்து, அடுத்தடுத்து வந்த கர்நாடக முதல்வர்களிடம் நான் வைத்த வேண்டுகோள்கள், செவிடன் காதில் ஊதிய சங்காயிற்று; அல்லது திறமையற்ற தற்காலிகத் தீர்வுகளில் முடிந்தன என்று சொல்லலாம். எதிர்காலத்தில், சீனா போன்ற நாடுகள் ஆங்கில மொழியில் தனித்திறமை பெற்று விளங்கும்போது, நேரு நமக்கு ஏற்படுத்தித் தந்த நன்மை பயனற்றதாக மாறும்போது, சந்தேக மின்றி நாம் இதற்காக அப்போது வருந்தத்தான் போகிறோம்.

8. ஆரம்பக் கல்வி மற்றும் உயர்கல்வியின் தரத்தை நாம் உயர்த்த வேண்டும். 2,300 ஆண்டுகளுக்கு முன்னர் அரிஸ்டாட்டில் கூறியதைப் போல, தேசத்தின் அடித்தளம், இளைஞர்கள் பெற்றிருக்கும் கல்வியறிவின் மீதுதான் நிலைபெற்றிருக்கிறது. எவ்வளவுதான் பெருமையாகச் சொல்லிக் கொண்டாலும் இந்தியப் பல்கலைக்கழகங்களும் கல்வி நிலையங்களும் உலகத் தரவரிசையில் அரிதாகத்தான் இடம் பெற முடிகிறது. ஆனால், சீனா, இந்த விஷயத்தில் குறிப்பிடத்தக்க வேலையைச் செய்துள்ளது. இந்தியாவுக்கும் சீனாவுக்கும் இருக்கும் முக்கிய வேறுபாடு, மக்களாட்சி என்பதல்ல; மாறாக, கல்வி மற்றும் சுகாதாரத்தில் இந்தியா காட்டும் அக்கறையின்மையே என்ற ஜோசப் ஸ்டிக்லிட்ஸ் சொற்களோடு ஒத்துப்போகிறேன். 1991ம் ஆண்டில் தொழிற்துறைக் கட்டுப்பாடுகளை நீக்கியதுபோல, கல்வித்துறையிலும் கட்டுப்பாடுகளை நீக்கவேண்டும். அனைத்து உயர் கல்வி நிறுவனங்களுக்கும் தன்னாட்சி அதிகாரம் அளிக்கப் பட வேண்டும். அயல்நாடுகளில் இருக்கும் புகழ்பெற்ற பல்கலைக்கழகங்களோடு தொடர்புகளை அதிகமாக ஏற்படுத்திக் கொள்ள வேண்டும். உலகத்தில் ஏற்படும் மாற்றங்களுக்கு ஏற்ப பாடமுறையையும் மிக வேகமாகத் திருத்தி அமைக்க வேண்டும். இந்திய உயர்கல்வி முறைக்குத் தீங்கு விளைவிக்கும் மனப்பாடம் செய்யும் முறை ஒழிய வேண்டும். பிரச்னைத் தீர்வுக்கு வழிசொல்லித் தரும் முறைக்கு முக்கியத்துவம் கொடுக்க வேண்டும். நமது இப்போதைய மனநிலை, ‘முதலில் கடவுள் முட்டாள்களைப் படைத்தார்; அது பயிற்சிக்காக. பின்னர் அவர் பள்ளிக்கூட நிர்வாகக் குழுக்களை உருவாக்கினார்’ என்று கூறிய மார்க் ட்வைனின் சொற்களை நினைவுபடுத்துகிறது.

9. நமது மெதுவான வளர்ச்சிக்கு, பொறுப்புணர்வற்ற, நன்றாகச் செயல்படுபவர்களுக்கு ஊக்க உதவி முறை இல்லாத

அரசுத்துறையும், அதிகார வர்க்கமுறையும் மற்றொரு முக்கிய காரணம். நடைமுறைப்படுத்தலில் இருக்கும் பெரும்பாலான தாமதத்துக்கும், நமது அரசியல் முறைக்கும் எந்தத் தொடர்பும் இல்லை. செயல்படுத்துவதில் வேகமும், நேர்த்தியும் இல்லாதது தான் அதற்குக் காரணம். வளர்ச்சித் திட்டங்களைக் கையாளு வதற்குத் தேவையான பயிற்சி, திட்டமிடல் மற்றும் தயாரிப்பு வேலைகள் அரசுத்துறையினரிடம் இல்லை. அரசின் முடி வெடுக்கும் முறைகளில், பொருளாதார நடைமுறைகளின் அடிப் படையைப் பின்பற்றுவது, நமக்கு அந்நியமானதாக இருக்கிறது. அரசாங்கத்தைப் பற்றி நான் பேச ஆரம்பித்தால், 'வாஷிங்டனில் நான் இருந்த இரண்டு ஆண்டுகளுக்குப் பிறகு, யதார்த்தம் மற்றும் நேர்மைக்கு அதிக முக்கியத்துவம் கொடுக்கும் ஹாலிவுட் திரைப்படங்களை விரும்பிப் பார்க்க ஆரம்பித்துவிட்டேன்'' என்ற செஸ்டர் பவுல்ஸ் சொன்னது என் நினைவுக்கு வருகிறது.

அரசாங்கத்தின் செயல்பாட்டுக்கும், வெகுமதிக்கும் எவ்விதத் தொடர்பும் இல்லாமலே இருக்கிறது. ஆகவே, பெரும்பாலான திட்டங்களில் அளவற்ற தாமதம் ஏற்படுகிறது. இந்த மனநிலை நிர்வாகம் சார்ந்ததாகவும், இருப்பதைத் தக்கவைத்துக் கொள் வதற்கு ஆதரவாகவுமே இருக்கிறது. குறித்த நேரத்தில், ஒதுக்கப் பட்ட நிதியளவுக்குள், வாடிக்கையாளர் திருப்தி அடையும் வண்ணம் பணிகள் முடிக்கப்படவேண்டும். மேம்பாட்டை அடையக்கூடிய, மேலாண்மை சார்ந்த ஒன்றாக இது மாற வேண்டும். வரி-வசூல் செய்யும் பெருந்தனக்காரர்கள் போன்ற, நிர்வாகிகளின் காலம் மலையேறிவிட்டது. ஒரு செயல் பாட்டிலேயே தங்களது முழு நேரத்தையும் செலவிடக்கூடிய தனித்துறை நிபுணர்கள் இன்று உங்களுக்குத் தேவை. கற்றுக் கொள்ளவும், தங்களது திறனைத் தொடர்ந்து உயர்த்திக் கொள்ளவும் அவர்கள் தயாராக இருக்க வேண்டும். அத்தகை யவர்களே மேலாளர்களாக உருவாவதற்கான பயிற்சிகள் அளிக்கப்பட வேண்டும்.

10. நமது அரசுத்துறையைச் சேர்ந்த அதிகாரிகளில் பெரும்பாலான வர்கள் கற்றுக் கொள்ள வேண்டிய ஒரு திறன் இருக்கிற தென்றால், அது திட்ட மேலாண்மையே. திட்டங்களைச் செயல் படுத்துவதில் நாம் உயர்நிலையை அடைய வேண்டும். ஒரு புதிய அரசின் ஆட்சிக்காலம் ஆரம்பிக்கும்போது, ஒவ்வொரு துறையைச் சார்ந்த ஐம்பது திட்டங்கள், அவற்றின் திட்ட மதிப்போடு அடையாளம் காணப்பட்டு, முடிக்கப்பட வேண்டிய காலம், தரம் மற்றும் செலவினத்தோடு அறிவிக்கப்படுவதைச் செயல்படுத்த

வேண்டும். முதுநிலை அதிகாரிகள், அரசின் செயலர்களாகப் பத்து ஆண்டுகாலத்துக்கு ஒப்பந்தம் செய்யப்படவேண்டும். எந்த அரசு ஆட்சியில் இருந்தாலும் அவர்கள் இந்தப் பதவியில் ஐந்து ஆண்டுகள் வரை தொடர வேண்டும். பதவிக் காலத்தில், அவர் தொடர்ந்து அந்தப் பணியைச் செய்வது, அந்தப் பணியில் எப்படி செயல்படுகிறார் என்பதைப் பொறுத்தது.

ஒவ்வொரு ஆண்டும், திட்டங்கள் ஒவ்வொன்றினுடைய முன்னேற்றத்தைப் பற்றியும், அந்தத் துறையின் அமைச்சர் மற்றும் அந்தத் திட்டத்தில் தொடர்புடைய முதுநிலை அதிகாரிகளின் பெயர்களையும், ஒவ்வொரு தொலைகாட்சி சேனலும், செய்தித் தாளும் கட்டாயமாக வெளியிட வேண்டும். இணையதளத்திலும் விவரங்கள் வெளியிட வேண்டும். சமுதாயத்தின் பல்வேறு துறையைச் சார்ந்த புகழ்பெற்ற மனிதர்களைக்கொண்ட குடிமக்கள் குழு, இந்தத் திட்டத்தின் முன்னேற்றம் குறித்துச் சான்றிதழ் அளிக்க வேண்டும். அதிகாரிகளின் ஊதியம், இரு பகுதிகளாகப் பிரிக்கப்பட்டு வழங்கப்பட வேண்டும். குறைவான அளவில் நிலையான ஊதியமும், அவர்கள் ஏற்று நடத்தும் திட்டத்தின் முன்னேற்றத்தின் அடிப்படையில், வேறுபடக்கூடிய பெருமளவு ஊதியம் கொண்டதாகவும் அது இருக்க வேண்டும். அரசு அதிகாரிகள் மற்றும் அரசியல்வாதிகள் மத்தியில், பொறுப் புணர்வைக் கொண்டு வருவதற்கு இதுவே சிறந்த வழி.

11. நமது அதிகாரிகள், தங்களது மேலதிகாரிகளிடம், அரசியல் அடிப்படையில் அல்லது வேறுவகையில் இருக்கும் 'மரியாதை' காரணமாகத் தாழ்ந்து போவதைவிட, தங்களுடைய நம்பிக்கை மற்றும் மதிப்பீடுகளைக் காத்திட, உயர்ந்து நிற்க, கற்றுக்கொள்ள வேண்டும். 'சில மனிதர்கள், தங்களுக்காக ஒன்றையும் வைத்துக் கொள்ளாமல், தங்களது மேலதிகாரிகளுக்கே அதிக மரியாதையைச் சேர்த்து வைத்திருப்பார்கள்' என்று கூறிய பெர்னார்ட் ஷாவின் சொற்களை நினைவில் கொள்வது நல்லது.

12. தகவல் அறியும் உரிமைச் சட்டம், நம் அரசுகளிடம் வெளிப் படைத்தன்மையைக் கொண்டு வருவதற்கான அற்புதமான கருவி. நமது அரசுகள் இதனை மேலும் வலிமையுள்ளதாக ஆக்க வேண்டும். சுயநலமிகள் இதனைப் பலவீனமாக்க அனுமதிக்கக் கூடாது.

13. வெளிப்படைத்தன்மையைப் பற்றிப் பேசும்போது, பொறுப் புணர்வையும் வெளிப்படைத்தன்மையையும் மேம்படுத்த வேண்டுமானால், தொழில்நுட்பமும், அமைப்பு முறையும்,

நிர்வாகத்தில் முக்கியப் பங்காற்ற வேண்டும் என்று கூறுவேன். முதலாவதாக, அரசின் ஒவ்வொரு நடவடிக்கையும், அதன் தினசரி நடவடிக்கைகள் உட்பட, திட்டங்களாக வடிவமைக்கப் பட வேண்டும். அவற்றின் முன்னேற்றத்தைக் கண்காணிக்க, திட்ட மேலாண்மை மென்பொருள் கட்டாயமாகப் பயன்படுத்தப் பட வேண்டும். இரண்டாவதாக, ஒவ்வொரு முடிவு-எடுக்கும் செயல்முறையிலும், வேலை நிகழ்வைப் பதிவு செய்யும் மென் பொருளைப் பயன்படுத்துவது அவசியமானது. இந்த மென் பொருள், செயல்முறையைப் பல நிலைகளாகப் பிரிக்கும். அந்தந்த நிலைகள் முடிக்கப்படும் காலமும், அதனைக் குறிப் பிட்ட காலத்துக்குள் முடிக்க வேண்டியவரும் அடையாளப் படுத்தப்படுவார்கள். இதனடிப்படையில், அந்தத் திட்டத்தின் முன்னேற்றத்தில் அல்லது முடிவு எடுப்பதில் ஏற்படும் தாமதத் துக்குக் காரணமான மனிதர் கண்டுபிடிக்கப்படுவார். அதுமட்டு மின்றி, அந்த நிலையில் நடந்த கோப்பு நடவடிக்கைகள், அதற்கு முந்தைய நிலைகளில் நடந்த எழுத்துபூர்வமான வேலைகளை அனைவரும் காணும் வண்ணம் இணையதளத்தில் வெளியிட வேண்டும். ஆகவே, முடிவெடுப்பதற்கு அந்தக் குறிப்பிட்ட மனிதர் எடுத்துக் கொள்ளும் நேரமும், தாமதத்துக்கான காரணமும் ஒவ்வொரு குடிமகனுக்கும் தெரியக் கூடியதாக இருப்பதால், ஒவ்வொரு முடிவிலும் வெளிப்படைத்தன்மையும், பொறுப் புணர்வும் முழுமையாக இருக்கும்.

14. வியாபாரத்தின் வளர்ச்சியை, அதன் செயல்பாடுகளில் இருக்கும் உராய்வினை நீக்குவதன் மூலமாகத்தான் ஊக்குவிக்க வேண்டுமே தவிர, வரிச் சலுகைகள் மூலமாக அல்ல. நானி பல்கிவாலா அடிக்கடி கூறுவதை நாம் நினைவில் கொள்வோம், 'நன்மை தரும் முடிவுகளுக்காக, நமது மக்களின் திறமைகளை, சக்தியை, எந்த அளவு அதனால் வளைக்க முடியும்; நீதித்துறையின் பற்றாக்குறை மற்றும் முன்பின்னாகப் பேசும் அரசு அதிகாரிகளோடு இணைந்து போக முடியாமல், நம் மக்களை, எந்த அளவுக்கு அது சிதற அடிக்கும் என்பதற்கான இறுதி சோதனை ஒன்றை, நாம் கொண்டு வரும் பொருளாதாரக் கொள்கை மற்றும் சட்ட முன்வரைவு ஒவ்வொன்றுக்கும் செய்துபார்க்க வேண்டும்'. குறைந்த பட்சம் ரூ.10 கோடி லாபம் ஈட்டும் ஏற்றுமதிக்கு, வரிவிலக்குகள் அனைத்தையும் ரத்து செய்ய வேண்டும்.

குறைந்த பட்சம் ரூ.1 லட்சமும் அதற்கு மேலும் பங்குத் தொகை பெறுவோர்களுக்கு வரிச்சலுகைகளை ரத்துசெய்ய வேண்டும். அதனால் கிடைக்கும் பணத்தினை, கிராமப்புறக் கல்வி, மதிய

உணவுத்திட்டங்கள் மற்றும் கிராமப்புறச் சுகாதாரத் திட்டங்களில் விதைக்க வேண்டும். தேவை ஏற்படும் நிலையில், நிறுவனவரி மற்றும் தனிநபர் வருமான வரியை வருமானத்தில் 50 சதவிகிதம் வரை விதிப்பதற்கு நாம் தயங்கக்கூடாது. ஆனால், அந்த நிதி முறையாகச் செலவிடப்படுவதை உறுதி செய்ய ஒரு அமைப்பு முறையை அமைத்திட வேண்டும்.

15. விடுதலை பெற்று அறுபது ஆண்டுகள் முடிந்த பின்னரும், அடிமைப்பட்டவர்கள் மற்றும் பாதிக்கப்பட்டவர்களுக்கு இருக்கும் மனநிலையைத் தக்கவைத்துக் கொண்டிருக்கிறோம். வெளிநாட்டவர்கள் அனைவரையும் சந்தேகத்துடனே பார்க்கிறோம். இது நிறுத்தப்பட வேண்டும். இதற்கு ஒரு அற்புதமான எடுத்துக்காட்டு, தொலைத்தொடர்பில் நாம் அறிவித்த 74 சதவிகித அந்நிய முதலீட்டை நாம் திரும்பப் பெற்றுக்கொண்டது. தேசத்தின் பாதுகாப்பு, இதற்குக் காரண மாகக் கூறப்பட்டது. வெளிப்படையாகக் கூறினால், தொலைத் தொடர்பு நிறுவனங்களில் அந்நிய நேரடி முதலீட்டை 74 சதவிகிதமாக உயர்த்துவது, நம் தேசத்தின் பாதுகாப்பில் எவ்வாறு பாதிப்பினை ஏற்படுத்தும் என்பதை யாராலும் எனக்கு விளக்க முடியவில்லை.

தொலைதொடர்பு அமைப்பின் கட்டுப்பாட்டு நிலையத்தை இந்தியாவுக்கு வெளியில் வைத்துக் கொள்வது என்பது ஒரு பிரச்னை; அதற்கு எதிர்ப்பு தெரிவிக்கப்படுகிறது. இந்த இடத்திலும், தகவல் போக்குவரத்தில், இந்தியா, இன்னும் ஒரு சிறிய சந்தைதான் என்பதைப் புரிந்து கொள்ள வேண்டும். எதிர்காலத்தில் அப்படி நிகழக்கூடும் என்றாலும், இந்த ஆரம்ப நிலையில், இந்தியாவிலேயே கட்டுப்பாட்டு நிலையங்களை வைத்துக்கொள்வது முற்றிலும் லாபகரமானதல்ல. எப்படி இருந்தாலும் போர்ச் சூழல் போன்றதொரு நிலை ஏற்படுமானால், இந்தக் கட்டுப்பாட்டு நிலையங்கள் அரசின் கட்டுப்பாட்டுக்குள் கொண்டுவரப்படும் என்பதை நாம் வலியுறுத்த முடியும்.

அந்நிய முதலீட்டில் இயங்கும் ஒரு தொலைதொடர்பு நிறுவனத்தின் முதன்மைச்செயலதிகாரி ஒரு இந்தியராகவே இருக்க வேண்டும் என வலியுறுத்தப்படுவதும் நியாயமற்றதாகவே தோன்றுகிறது. இன்றைக்கு, நிறுவனத்தின் முதன்மை செயலதிகாரி, அதில் இருக்கும் தலைவர்களில் முதன்மையானவர் என்பது மட்டும்தான். அந்த நிறுவனத்தின் மற்ற முதுநிலை நிர்வாகிகளின் ஆதரவில்லாமல், அவரால் ஒன்றும் செய்ய இயலாது. எப்படி இருப்பினும், ஒரு நல்ல ஒழுங்குமுறை கட்டுப்பாட்டாளர்,

சுதந்தரமான இயக்குனர்குழு மற்றும் சிறந்த எச்சரிக்கும் கொள்கை ஆகியவை, முதன்மைச் செயலதிகாரி தனது அதிகாரங் களைத் தவறாகப் பயன்படுத்துவதைத் தடுக்கக்கூடும். இந்தத் துறையில் அற்புத முன்னேற்றங்களைச் சாதித்து எடுத்துக்காட்டு களாகத் திகழும் நாடுகளிடமிருந்து, நாம் கற்றுக் கொள்ள வேண்டும்.

16. புதிய வியாபார மாதிரிகளை நாம் ஏற்றுக்கொள்ள வேண்டும். குறுகிய எண்ணங்களுக்கு இடம் கொடுக்கக் கூடாது. இணையதள உதவியோடு, வாய்ஸ் நெட்வொர்கைப் பயன்படுத்திக் கொள் வதற்கு அனுமதி கேட்டு, தொலைதொடர்பு அமைச்சகத்தோடு பத்து ஆண்டுகளுக்கும் மேலாக மென்பொருள் நிறுவனங்கள் பேசிக்கொண்டு இருக்கின்றன. நமது திட்ட மேலாளர்கள், இரவு நேரங்களில் தங்கள் இல்லத்தில் இருந்தபடியே, வேலை நேரங்களில் இருக்கும் வித்தியாசத்தை நீக்கிக் கொண்டு, தமது வாடிக்கையாளர்களுடன் பேசுவதற்கு இது உதவும். அகலக் கற்றை வசதிக்கு நாம் பணம் செலுத்தினாலும், அரசின் அனுமதி இல்லாததால் அதனை நாம் முழுமையாகப் பயன்படுத்திக் கொள்ள இயலவில்லை என்பதுதான், இதில் வருத்தம் தரக்கூடியது. இது நம் போட்டித் திறனைக் குறைக்கிறது, நமது ஊழியர்கள், காலை எட்டு மணியிலிருந்து நள்ளிரவு வரை, பதினாறு மணிநேரம் அலுவலகத்தில் பணிபுரிய நேரிடுகிறது. ஊழியர்களின் ஆரோக்கியம், குடும்ப வாழ்க்கை மற்றும் மனநிலையை இது பாதிக்கிறது. இந்த முறை, இதே போன்று தொடருமானால், சில ஆண்டுகளில் இந்தத் தொழிலையே இது அழித்துவிடக் கூடும்.

17. அரசுத்துறையின் திறனை உயர்த்துவதற்கு நாம் தனியாரையும் ஈடுபாடுக் கொள்ளச் செய்யும், தனியார்-அரசுத்துறை கூட்டுறவை உருவாக்க வேண்டும். அரசாங்கம் பொதுமக்களின் நன்மையில் கவனம் செலுத்தும் போது, தனியார் நிறுவனங்கள், திறன், திறமான செயல்பாடு மற்றும் பொறுப்புணர்வைக் கொணர்வதில் கவனம் செலுத்த வேண்டும். துரதிர்ஷ்டவசமாக, இந்திரா காந்தியின் முன்முயற்சியான, தனியார் துறை நிபுணர்களை அரசுத்துறையில் கொண்டுவர வேண்டும் என்பது, அவருக்குப் பின் வந்தவர்களால் கைவிடப்பட்டது. அதே போல், எஸ்.எம். கிருஷ்ணா, அவர்கள் கொண்டுவந்த தனித்தன்மை வாய்ந்த, தனியார்துறை-அரசு திட்டமான Bangalore Agenda Task Force, அவருக்குப் பின் வந்தவர்களால் கலைக்கப்பட்டது. இத்தகைய சோதனை முயற்சிகள் தொடர்ந்திருக்க வேண்டும்.

18. இறுதியாக எந்த முன்னேற்றத்துக்கும் கட்டுப்பாடு தேவை. முன்னேற்றத்தை நோக்கமாகக் கொண்ட அல்லது முன்னேறிய நாடுகளில், கடுமையான கட்டுப்பாடுகளைக் கடைபிடிக்காத ஏதேனும் ஒரு நாடு இருப்பதாக எனக்குத் தெரியவில்லை. துரதிர்ஷ்டவசமாக, இந்தியாவில் கட்டுப்பாட்டுக்கு மிகக் குறைந்த முக்கியத்துவமே கொடுக்கப்படுகிறது. உலகமயத்தின் மூலமாக வறுமையை ஒழிப்பதற்கு அதிக எண்ணிக்கையில் வேலைகளை நாம் உருவாக்க வேண்டுமானால், இந்த நிலை மாற வேண்டும்.

இவை அனைத்தும் செய்ய முடிந்தவையே. நான் எதையும் நம்பிக்கை யோடு பார்ப்பவன்; ஆகவே 'நம்பிக்கையற்றவன், அனைத்து வாய்ப்பு களிலும் சிரமத்தையே பார்க்கிறான்; நம்பிக்கை கொண்டவன் எந்தச் சிரமத்திலும் வாய்ப்புகளைப் பார்க்கிறான்' என்ற வின்ஸ்டன் சர்ச்சிலின் சொற்களில் ஆறுதல் தேட விரும்புகிறேன். நான் கூறிய இந்த ஆலோசனைகள் எதற்கும், ராக்கெட் அறிவியல் தேவையில்லை. இருந்தபோதும், இவற்றைச் செயல்படுத்த, ஒரு பெரும் தலைவனுக் குரிய முதன்மையான குணமான, துணிவு தேவை. தனிப்பட்ட விருப்பங்களை, இந்தத் தலைமுறையின் விருப்பங்களை, அடுத்துவரும் தலைமுறையின் சிறந்த வாழ்வுக்காக, தியாகம் செய்யத் தயாராக இருக்கும் மனநிலை இதற்குத் தேவை. நம்மால் இதனைச் சாதிக்க முடியும் என நம்புகிறேன். நாம் ஒரு சில கடினமான முடிவுகளை எடுக்க வேண்டும். அவ்வளவே.

எழுச்சி பெற்றுவரும் பொருளாதாரங்களை மாற்றுவதும் புதிய பாரம்பரியத்தை உருவாக்கிச் செல்வதும்

எழுச்சி பெற்றுவரும் பொருளாதாரங்களை (EEs) மாற்றுவதிலும், வெற்றிகரமான வியாபாரங்களை நடத்தி லாபங்களை ஈட்டுவதன் மூலம், புதிய பாரம்பரியத்தைஉருவாக்கிச் செல்வதிலும், எதிர்கால வர்த்தக உலகத்தின் தலைவர்களுக்கு இருக்கும் பங்களிப்பினைப் பற்றிக் கூறுகிறேன். இந்தியாவிலும் சீனாவிலும் வர்த்தகத்தை நடத்தியதில் நான் பெற்ற அனுபவம், நான் படித்த மூன்று அற்புதமான நூல்களான, சி.கே.பிரகலாத் அவர்களின், The Fortune at the Bottom of the Pyramid, விஜய் மகாஜன் மற்றும் காமினி பாங்காவின், The 86% Solution மற்றும் ராமா பிஜாபுர்க்கார் அவர்களின், We Are Like That Only ஆகியவற்றிலிருந்து எனக்குக் கிடைத்த சிந்தனைகளை இதற்குப் பயன்படுத்திக் கொள்கிறேன்.

எழுச்சி பெற்றுவரும் பொருளாதாரங்கள் எவை? 150 நாடுகளில் பரவலாக வாழும் உலக மக்கள் தொகையில் 86 சதவிகிதத்தைக் கொண்டிருக்கும் அந்த நாடுகளின் தனிநபர்-தேசிய உற்பத்தி $10,000 க்கும் குறைவாக இருக்கிறது. சமீப காலம் வரை பெரும்பான்மையான பன்னாட்டு நிறுவனங்களால் ஒதுக்கப்பட்ட சந்தைகள் இவை; முன்னேறிய சந்தைகளில் பயனுள்ளதாக இருந்த முறைகளைப் பின்பற்றி, அந்த முயற்சியில் வெற்றிபெற முடியாத சந்தைகள் இவை. இருந்த போதும், முன்னேறிய நாடுகளில் இருக்கும் வழக்கமான சந்தைகளின் வேகம் குறைந்ததன் காரணமாகப் பாதிக்கப்பட்டிருக்கும் பன்னாட்டு நிறுவனங்கள் வளர்வதற்கான பெரிய அளவிலான வாய்ப்புகளை இந்தச் சந்தைகள் அளிக்கின்றன.

க்ராஜுவேட் வர்த்தகப் பள்ளி, ஸ்டான்போர்டு பல்கலைக்கழகத்தில் அளித்த ‘வியூ ஃப்ரம் த டாப்’ உரை. அக்டோபர் 15, 2007.

இன்றைய வியாபார உலகில், எழுச்சி பெற்றுவரும் பொருளாதாரங்கள், முதன்மையாகப் பேசப்படும் பொருளாக இருப்பதற்குப் பல காரணங்கள் இருக்கின்றன. முதலாவதாக, இந்த எழுச்சி பெற்றுவரும் பொருளாதாரங்கள் வேகமாக வளர்கின்றன. உலகப் பொருளாதாரத்தில் வலுவான சக்தியாக, இந்தப் பொருளாதாரங்கள் வளர்ந்து வருவதைப் பல குறியீடுகள் காட்டுகின்றன. 2005ம் ஆண்டிலிருந்து, எழுச்சிப் பொருளாதாரங்களின் ஒருங்கிணைந்த தேசிய உற்பத்தி, (அவற்றின் வாங்கும் சக்தியின் அளவில்) உலகின் கூடுதல் தேசிய உற்பத்தியில் பாதியளவுக்கு இருக்கிறது. உலக ஏற்றுமதியில், இவற்றின் பங்கு, 1970ல் இருந்த 20 சதவிகிதத்தில் இருந்து 2006ல் 43 சதவிகிதமாகத் தாவியிருக்கிறது என்று எக்கானமிஸ்ட் இதழ் கூறுகிறது. எழுச்சிப் பொருளாதாரங்கள், உலகின் எரிபொருள் பயனளவில் பாதியளவைப் பயன் படுத்துகின்றன. கடந்த ஐந்து ஆண்டுகளில் உயர்ந்திருக்கும் எண்ணெய் தேவையில், ஐந்தில் நான்கு பங்குக்கு இவை காரணமாக இருந்தன. உலக அந்நியச் செலாவணி இருப்பில், ஏறத்தாழ முக்கால் பங்கு இவற்றிடம் இருக்கிறது. கடந்த பதினைந்து ஆண்டுகளில், ஆண்டுக்கு 10 சதவிகித வளர்ச்சி பெறும் சீனாவும், கடந்த பத்து ஆண்டுகளில் ஆண்டுக்கு 7 சதவிகித வளர்ச்சி பெறும் இந்தியாவும் இவற்றுக்கான இரண்டு எடுத்துக்காட்டுகள்.

எழுச்சிப் பொருளாதாரங்களின், உள்நாட்டுச் சந்தைகளும் எப்போதும் இல்லாத வேகத்தில் வளர்கின்றன. எடுத்துக்காட்டாக, சீனாவின் சில்லறை விற்பனைச் சந்தை, கடந்த இருபது ஆண்டுகளாக 15 சதவிகித வேகத்தில் வளர்ந்து வருகிறது. உலக மொபைல் சந்தையில், 400 மில்லியன் சந்தாதாரர்களைக் கொண்டு மிகப் பெரிய சந்தையாக சீனா விளங்குகிறது. இந்தியாவின் மொபைல் சந்தையும், மாதத்துக்கு 8 மில்லியன் சந்தாதாரர்கள் என்ற அளவில் வளர்ந்து வருகிறது. வேகமாக விற்பனையாகும் நுகர்வோர் பொருள்களின் (FMCG) சந்தை மதிப்பு ஏறக்குறைய $10 பில்லியன் ஆகும். ஆண்டுக்கு 7 சதவிகிதம் என்ற அளவில் அது வளர்கிறது. சீனா ஆண்டுதோறும் 33 மில்லியன் தனிநபர் கணினிகளைச் சேர்த்துக் கொண்டிருக்கையில், இந்தியா ஆண்டுக்கு 8.5 மில்லியன் கணினிகளைச் சேர்க்கிறது. இத்தகைய விவரங்களை நான் கூறிக்கொண்டே போகலாம். செய்தி தெளிவானது: பொதுவான அளவில் கூறினால், இந்தச் சந்தைகளின் மூலம், குறிப்பாகக் கூறினால், இந்த சமுதாயங்களைச் சேர்ந்த மிகவும் ஏழ்மையான, அதாவது, பிரமிடின் அடித்தளத்தில் இருப்பவர்கள் என்று சொல்லப்படுகிறவர்களின் மூலம் நல்ல எதிர்காலத்தை உருவாக்கிக் கொள்ள முடியும்.

இரண்டாவது, இந்த எழுச்சிப் பொருளாதாரங்களை, பணக்கார நாடுகளிடமிருந்து வற்றாத உதவிகளைப் பெறும் நாடுகள் என்று பார்த்த நிலை மாறியிருக்கிறது. உலகச் சந்தையில் பங்கு கொள்வதற்கான ஒரு மேடையை உருவாக்கித் தருவதன் மூலம், வளங்களைப் பெறுவதற்கான ஆதாரப்பகுதிகளாகவும், உற்பத்தி மையங்களாகவும், சந்தைகளாகவும் இப்போது இவை பார்க்கப்படுகின்றன. இத்தகைய சாதகமான சூழ்நிலைகள், வேலைகளை உருவாக்குகின்றன. மற்றும் வறுமையை ஒழிக்கின்றன. வேறுவகையில் கூறப் போனால், இந்த எழுச்சிப் பொருளாதாரங்களுக்குப் பொருளாதார உதவிகளை வழங்குவதைவிட, இயங்குவதற்குச் சமமான வாய்ப்பினை உருவாக்கித் தருவது இவற்றின் நீடித்த பொருளாதாரச் செழிப்புக்கு உதவும் என்பதில், ஒருமித்த கருத்து ஏற்பட்டுள்ளது.

இது உலகமயத்தால் சாத்தியமாகியிருக்கிறது. உலகமயம் என்பதை நான் இப்படி வரையறை செய்வேன். தேசிய மற்றும் சர்வதேச எல்லைப் பிரிவுகளின் தடைகள் ஏதுமின்றி, மூலதனத்தை மலிவாகக் கிடைக்கும் இடத்தில் இருந்து திரட்டுவதற்கும்; சிறப்பாக இருக்கும் இடத்தில் இருந்து திறமையைப் பெறுவதற்கும்; குறைவான செலவில் உற்பத்தி செய்ய முடிந்த இடத்தில் உற்பத்தியை வைத்துக் கொள்வதற்கும்; வாங்குவோர் அதிகமாக இருக்கும் இடத்தில் அந்தப் பொருளை விற்பதற்கும் நிறுவனங்களுக்கு உதவும் ஒரு முறை. தாமஸ் ஃப்ரீடுமேன், ‘சமதள உலகம்’ என்று கூறும் அத்தகைய உலகம், முன்னேறிய நாடுகளில் இருக்கும் நிறுவனங்கள் திறமையாக இயங்குவதற்கான ஏராளமான வாய்ப்புகளை உருவாக்கித் தருகிறது. உலகத்தின் தொழிற்சாலையாக, சீனா வெற்றி பெற்றிருப்பதும், உலகத்தின் மென்பொருள் உருவாக்க மையமாக இந்தியா எழுச்சி பெற்றிருப்பதும் இந்த முறைக்கான சிறந்த எடுத்துக்காட்டுகளாகும்.

மூன்றாவது, இந்த எழுச்சிப் பொருளாதாரங்களின் மக்கள் தொகையில், குறிப்பிடத்தக்க சதவிகித மக்கள், (65 லிருந்து 70 சதவித அளவுக்கு) ஒருநாளைக்கு வெறும் $2 அளவு வருமானத்தில் உயிர்வாழ்கிறார்கள். இதில் ஆர்வமூட்டும் விஷயம் என்னவென்றால், இந்த ஏழை மக்கள் தங்கள் பணத்தின் மதிப்பினை உணர்ந்தவர்கள்; தங்களது பணத்துக்கு உரிய மதிப்பு இருந்தால்தான் எந்தப் பொருளையும் சேவையையும் வாங்கக் கூடியவர்கள். இந்த நுகர்வோரின் மூலம் கிடைக்கும் வருவாயும் லாபமும் குறைவாக இருந்தாலும், அந்த விற்பனையின் அளவு மிகப் பெரிதாக இருப்பதால், நல்ல லாபத்தைப் பார்க்க முடியும். நோக்கியா மற்றும் யூனிலீவர் போன்ற நிறுவனங்களின் செயல்பாடுகள், பிரமிடின் அடியில் இருக்கும் இவர்களின் மூலம் பணத்தைச் சம்பாதிக்க முடியும் என்பதை நிரூபித்திருக்கின்றன.

மேற்கத்திய வியாபார மாதிரிகளைப் பின்பற்றுவதில் பழகிப்போன பன்னாட்டு நிறுவனங்களின் ராடார் பார்வையில் இருந்து, இந்த எழுச்சிப் பொருளாதாரங்கள் இதுவரை விலகியே இருந்திருக்கின்றன. சி.கே.பிரகலாத் கூறுவதுபோல், அந்தப் பொருளாதாரங்களின் நுகர்வோர்களை உள்ளே கொண்டுவருவதும், அவர்களுக்கு மதிப்பையும், தேர்ந்தெடுப்பதற்கான வாய்ப்புகளையும், அவர்களுக்குச் சந்தைகள் மூலமாகத் தருவதும்தான் இப்போதுள்ள சவால்.

நான்காவது, உணவு, தனி நபர் ஆரோக்கியம், ஆட்டோமொபைல், வங்கிப்பணி மற்றும் சில்லறை விற்பனை போன்ற துறையில் ஈடுபட்டிருக்கும் வளர்ந்த நாடுகளில் இருக்கும் பல நிறுவனங்களின் வளர்ச்சி விகிதம் குறைந்து கொண்டே போகிறது. லாபத்துக்காகவும் இந்த வளர்ச்சி விகிதத்தைத் தக்கவைத்துக் கொள்வதற்கும், ஆசியாவிலும் லத்தின் அமெரிக்காவிலும் இருக்கும் எழுச்சிப் பொருளாதாரச் சந்தைகளின் மீது இந்த நிறுவனங்கள் பார்வையைச் செலுத்த ஆரம்பித்துவிட்டன. எந்த இதழை நீங்கள் திறந்து பார்த் தாலும், பல புகழ்பெற்ற நிறுவனங்களின் வருவாயிலும் லாபத்திலும் ஆசியாவின் பங்களிப்பு, ஒரு சீராக உயர்ந்து கொண்டே போவதை நீங்கள் பார்க்க முடியும். எடுத்துக்காட்டாக, இந்தியாவும் சீனாவும், வேகமாக வளர்ந்து கொண்டிருக்கும் ஆட்டோமொபைல் மற்றும் விமானப் போக்குவரத்துத் தொழிலில் சிறந்து விளங்குபவை.

PriceWaterHouseCoopers அளித்த சமீபத்திய அறிக்கையொன்று, BRIC அமைப்பின் பிரேசில், ரஷ்யா, இந்தியா மற்றும் சீனா தேசங்கள், எதிர்காலத்தில் ஏற்பட இருக்கும் லகு ரக வாகனங்களின் எண்ணிக்கை உயர்வில், 40 சதவிகிதத்துக்குக் காரணமாக இருக்கப் போகின்றன. உலக அளவில், 2005-10 ஆண்டுகளில் அந்தத் துறையில் ஏற்படப் போகும் திறன் விரிவாக்கத்தில், 52 சதவிகிதத்துக்கு இந்த நாடுகள் அடிப்படையாக இருக்கப் போகின்றன.

ஐந்தாவதாக, இருப்பவர்களுக்கும் இல்லாதவர்களுக்கும் இடையே இருக்கும் பெரிய இடைவெளிதான், நம்மைச் சுற்றி இன்றைக்கு நாம் பார்க்கும், பெரும்பாலான கோபம், வன்முறை மற்றும் தீவிரவாதத்துக் கான காரணம் என்பதை அனைவரும் ஏற்றுக் கொண்டுவிட்டனர். இந்த இடைவெளியைக் குறைப்பதற்கு நிச்சயமானதொரு வழி, ஏழை நாடுகளை, பொதுப்பாதைக்குக் கொண்டுவருவதும், அவர்களை வர்த்தகக் கூட்டாளிகளாக மாற்றுவதும்தான். இதன் அடிப்படையில், இருவருக்கும் வெற்றி என்ற நிலை உருவாகும். சர்வதேச வர்த்த கத்தின் மூலம், வாழ்வின் தரத்தை உயர்த்த முயலும் ஒரு உலகு, உண்மையில் அமைதியான உலகாகத்தான் இருக்கும்.

எழுச்சி பெற்றுவரும் நாடுகள் மற்றும் இவற்றின் சந்தைகள் மீது நாம் ஏன் அக்கறை கொள்ள வேண்டும் என்பதற்கு மற்றுமொரு காரணமும் இருக்கிறது. பிளாட்டோ, தனது Republic நூலில், வீரர்கள், வியாபாரிகள் மற்றும் வேளாண்மைச் செய்பவர்கள் என்ற நிலையிலிருந்து மேற்பட்டவர்களாக, ஆட்சியாளர்களின் பாத்திரத்தைப் பாதுகாவலர்கள், தத்துவவாதி-அரசர்கள் என்பதாக உயர்நிலைப்படுத்தி இருப்பார். அதேபோல் கிறிஸ்து பிறப்பதற்கு 2000 ஆண்டுகளுக்கு முற்பட்ட, இந்து மதத்தைச் சேர்ந்த பல திருமறைகளில், அரசர்கள், வீரர்கள், வியாபாரிகள் மற்றும் வேளாண்மை செய்பவர்களுக்கு அளிக்கப்பட்டிருந்த பாத்திரங்களைவிட உயர்வான பங்களிப்பினை, இந்து தத்துவவாதிகள் அளித்ததற்கான ஆதாரங்களை அளிக்கின்றன.

என்னைப் பொறுத்தவரை, தற்போதைய, உலகமயமான, எல்லைகள் தாண்டிய வர்த்தகம் கோலோச்சும் உலகில், தத்துவவாதிகளின் பாத்திரத்தை வகிக்கும் நன்கு படித்த இளைஞர்களுக்கு, தேசங்களுக்கு இடையே இருக்கும் எல்லைகள் மற்றும் இனரீதியான தடைகளை மீறி உலகத்தின் தலைவர்களாக உருவாக வேண்டிய பொறுப்பு இருக்கிறது. உலகம் முழுவதும் இருக்கும் ஏழைகளின் வாழ்வை மேம்படுத்துவதற்கான வாய்ப்புகளை உருவாக்குவதற்கு, நிறுவனத்தின் செல்வத்தை அவர்கள் பயன்படுத்திக் கொள்ள வேண்டும். அதே நேரத்தில், நிறுவனங்களுக்கு லாபத்தையும் அவர்கள் உண்டாக்க வேண்டும்.

இந்த எழுச்சி பெற்றுவரும் தேசங்களின் அரசியல் மற்றும் சமுதாயக் குணங்கள் எவை?

முதலில், காலனியாதிக்க வரலாற்றின் அனுபவம் அல்லது பன்னாட்டு நிறுவனங்களின் சுரண்டல் காரணமாக, அயல்நாட்டவரின் மீதும் வெளிநாட்டு நிறுவனங்கள் மீதும், இந்தத் தேசங்களின் அரசியல் தலைமை எப்போதும் சந்தேகம் கொண்டிருக்கும். இரண்டாவது, பெரும்பாலான இந்தத் தேசங்களில் கிராமப்புற மக்கள் தொகை அதிகம் இருக்கும். ஆகவே, மக்களாட்சி முறையைப் பின்பற்றும் இந்த எழுச்சி பொருளாதாரங்களில், தேர்தலில் தேர்ந்தெடுக்கும் வலிமை, குறைவான வருமானமும் குறைவான படிப்பறிவும் கொண்ட கிராமப்புற மக்களிடம் இருக்கிறது; பொருளாதார மேம்பாடு நடைபெறும் நகர்ப்புறங்களில், பொருளாதார சக்தி இருக்கிறது. ஆகவே, தலைவர்கள் எச்சரிக்கையோடு அடியெடுத்து வைக்க வேண்டும்.

தொழில்துறை போட்டித்தன்மையை உயர்த்த வேண்டும் என்பதற்காக, நகர்ப்புறங்களுக்கு நிதியை ஒதுக்குவதன் மூலம் வெற்று விளையாட்டு எதனையும் விளையாடக் கூடாது. மூன்றாவது,

தயாரிப்புச் செலவு, புதுமை, தரம் மற்றும் நுகர்வோரைத் திருப்திப் படுத்தும் விஷயங்களில், வெளிநாட்டு நிறுவனங்களோடு போட்டி போடுவதற்கான தன்னம்பிக்கை இல்லாத காரணத்தால், சந்தையில் அயல்நாட்டு நிறுவனங்களின் நுழைவைத் தடுப்பதற்காக, உள்நாட்டு வியாபார நிறுவனங்கள் ஆதரவைத் திரட்டக்கூடும். அவர்களது பயங்கள் போக்கப்பட வேண்டியது முக்கியம். நான்காவது, உள்நோக்கமற்ற சில தீய நடவடிக்கைகளான, இந்தியாவில் 5000 ஆண்டுகளாகப் பயிர் செய்யப்பட்டு வரும் பாஸ்மதி அரிசி மற்றும் மஞ்சளுக்குக் காப்புரிமைக்காக முயன்றது ஆகியவை, அந்நிய நிறுவனங்களின் நோக்கத்தின் மீது சந்தேகம் கொள்ள வைக்கின்றன. இந்தச் சந்தைகளில், நம்பிக்கையை உண்டாக்கிக் கொள்வது மிக முக்கியமானது. இறுதியாக, இந்தத் தேசங்களில் இருக்கும் அரசுத் துறையினர் மிகவும் கடினமானவர்கள்: வெளிப்படைத்தன்மை மிகவும் குறைவாக இருக்கும். வளர்ந்த நாடுகளைவிட, ஊழல் நிகழ்வுகள் இங்கு அதிகம்.

பொதுவாக, இந்தப் பொருளாதாரங்கள், காலனியாதிக்கத்தில் இருந்திருக்கக்கூடும்; அல்லது சர்வாதிகார ஆட்சியாளர்களின் கீழ் இருந்திருக்கும்; அல்லது கம்யூனிஸ ஆட்சியில் இருந்திருக்கக் கூடும். வேறுவகையில் கூறப்போனால், முதலாளித்துவ முறை சமீபகாலம் வரை இங்கு நடைமுறையில் இருந்திருக்காது. சில தேசங்களைத் தவிர்த்து, பெரும்பாலான தேசங்கள் வறுமையை ஒழிப்பதற்கு இந்த ஃபேபியன் சோசலிஸ மாதிரி வெற்றிகரமான ஒன்றாகப் பயன்பட வில்லை என்பதை, அனுபவத்தில் அறிந்து கொண்டிருக்கும். பொருளாதாரக் கொள்கைகளில் பின்பற்றப்பட்ட மையப்படுத்தப் பட்ட திட்டமுறையும் கட்டுப்பாடும், இந்தத் தேசங்களின் பொருளா தார மேம்பாட்டினைப் பின்னுக்குக் கொண்டுவந்துவிட்டன. கடினத் தன்மை அடைந்துவிட்ட அரசு அதிகாரிகள், பொதுநலனில் அக்கறை செலுத்தவேண்டும் என்பதை விட்டுவிட்டு அரசாங்கத்தின் நலனுக் காகவே செயல்படுவார்கள்.

ஹெர்னாண்டோ டி சோடோ குறிப்பிட்டதைப் போல, இந்தப் பொருளாதாரங்கள் பொதுவாகச் சொத்து-அதிகம் கொண்ட, மூலதனம்-குறைவுள்ள தேசங்களாக இருக்கும். ஏனெனில், சொத்துரிமையை உறுதி செய்வதற்கான, விரைவான, திறன் மிகுந்த நீதித்துறை அமைப்பு இங்கே இருப்பதில்லை. எடுத்துக்காட்டாக, பெரும்பாலான இந்த நாடுகளில், 95 சதவிகித நில உரிமையாளர் களிடம், அந்த நிலத்துக்கு அவர்கள்தான் உரிமையாளர்கள் என்பதை நிலைநாட்டுவதற்கான, சட்டரீதியாகச் செல்லுபடியாகும் உரிமைப் பத்திரங்கள் ஏதும் கிடையாது.

இந்த தேசங்கள், தங்கள் தேசத்தின் வறுமையை விரட்டுவதற்கான ஒரே வழி, மிக அதிகமான ஊதியம் தரும் வேலைகளை உருவாக்குவதுதான் என்பதையும், வேலைகளை உருவாக்குவதற்கு, தொழில் முனைவு ஒன்றே வழி என்பதையும் சமீபகாலத்தில்தான், (எழுபதுகளில், எண்பதுகளில் அல்லது தொண்ணூறுகளில்) உணர்ந்தனர். அந்தத் தேசங்களின் குடிமக்களும், வேலைகளை உருவாக்குவது அரசாங்கத்தின் பொறுப்பு அல்ல என்பதையும் உணர்ந்து கொண்டுள்ளனர். தொழில் முனைவுச் செயல்களுக்கு ஏற்ற, உராய்வுகள் குறைவாக இருக்கும், தொழில்முனைவோருக்கு ஊக்க உதவிகள் அளிக்கக்கூடிய ஒரு சாதகமான சூழலை உருவாக்கித் தருவது மட்டுமே அரசின் வேலை என்பதையும் அவர்கள் அறிந்திருக்கின்றனர். வேறுவகையில் கூறப்போனால், தடைகளற்ற சந்தைகள், இந்தத் தேசங்களில் நல்லவிதமான பாராட்டுகளைப் பெறுகின்றன எனலாம்.

எழுச்சிப் பொருளாதாரங்களை மாற்றுவது என்றால் என்ன?

1. ஒவ்வொரு குழந்தைக்கும், இலவசக் கல்வி, சுகாதார வசதிகள், ஊட்டச் சத்துணவு மற்றும் குடியிருப்பதற்கான இடம் ஆகியவற்றை, உரிய விலையில் கிடைக்கச் செய்வது.

2. தன்னிடம் இருக்கும் திறமையைப் பயன்படுத்தி, தனது வாழ்க்கையை உயர்த்திக் கொள்வதற்கான சுதந்தரத்தை அவர்களுக்கு உறுதி செய்வது.

3. சி.கே.பிரகலாத் கூறுவது போல, சந்தையின் வலிமையின் மீது நம்பிக்கை கொள்வது; மதிப்பையும், சந்தை மூலம் தேர்ந்தெடுப்பதற்கான வாய்ப்பையும் அவர்களுக்கு அளிப்பது; இழப்பும் வெற்றியும் இல்லாத வகையில் ஏராளமான உற்பத்தித் திறன் மிகுந்த வேலைகளை உருவாக்குவது.

இந்தப் பொருளாதாரங்களை மாற்றுவதற்கும், புதிய பாரம்பரியத்தை நமக்குப் பின் விட்டுச் செல்வதற்கும் என்ன தேவை?

1. முதலில் இந்தச் சந்தைகள், நல்ல வாய்ப்புள்ளவை என்பதை நீங்கள் ஏற்றுக்கொள்ள வேண்டும். அவர்களுக்குத் தேவையானதெல்லாம், வியாபார முறைகள், பொருள்களின் வடிவமைப்பு, விலை நிர்ணயம், நிதியுதவி, உற்பத்தி, சந்தைப்படுத்துதல் மற்றும் விற்பனை செய்தல் ஆகியவற்றில் புதுமைகள். உதவி செய்தல் என்ற காலகட்டத்தில் இருந்து விலகி, தேவையான பொருள் களைச் சரியான விலையில் அளிப்பதன் மூலமும், சந்தை அமைப்பு முறையை ஏற்படுத்தித் தருவதன் மூலமும் அவர்களுக்கு உதவிட வேண்டும். இரு தரப்புக்கும் வெற்றி என்ற நிலைதான் இதுவும்.

2. வளர்ந்த நாடுகள், தங்களது இளம்பருவத்தில் இருந்ததுபோல், இந்த எழுச்சிப் பொருளாதாரங்கள் இல்லை என்பதை ஏற்றுக் கொள்ள வேண்டும். ஒன்றோடொன்று இணைக்கப்பட்டுள்ள ஒரு உலகக் கிராமத்தில் நாம் வாழ்கிறோம். உலகமயத்தின் உயர்ந்த தாக்கத்துக்கும், தொழில்நுட்பத்துக்கும் தான் நன்றி சொல்ல வேண்டும். சமீபத்தில் அறிமுகம் செய்யப்பட்ட iPhone விஷயத்தில் பார்க்க நேர்ந்ததுபோல், அமெரிக்காவிலிருந்து வெளியான இந்தப் பொருளை உடனடியாக இணையதளத்தில் நாம் பார்க்க முடிந்தது; அதனுடைய வசதிகள் விலாவாரியாக விவாதிக்கப்பட்டன; அதனுடைய குறைபாடுகள், முழுமையாக அலசப்பட்டன; வெறுப்புத் தரும் அளவுக்கு அதனுடைய மதிப்பு ஆராயப்பட்டது.

ஆகவே, காலத்துக்கு ஒவ்வாத ஒரு பொருளை இந்த எழுச்சி பெற்றுவரும் சந்தைகளில் தள்ளிவிடலாம் என்கிற பன்னாட்டு நிறுவனங்களின், பழைய சிந்தனை விடைபெற வேண்டும். எடுத்துக்காட்டாக, ஒரு முன்னணி கார் தயாரிப்பாளர், காலாவதி யாகிப்போன மாடல் ஒன்றை இந்தியாவில் அறிமுகப்படுத்தினார். அந்த மாடல், உடனடியாக ஒதுக்கப்பட்டுவிட்டது. இத்தகைய செருக்கினை ஒதுக்கிட நாம் கற்றுக்கொள்ள வேண்டும். கடந்த காலத்தில் வளர்ந்த நாடுகளால் ஏற்றுக் கொள்ளப்பட்டவை, இப்போது இந்த வளரும் சந்தைகளில் ஏற்றுக் கொள்ளப்படும் என்று சிந்திப்பதை நாம் தவிர்க்க வேண்டும்.

கெல்லாகின் முயற்சிகள் எப்படி வெற்றி பெறாமல் போயின என்பது பற்றி, ராமா பிஜாபுர்க்கார், பேசுகிறார். காலை உணவாக, அந்த நிறுவனம் அறிமுகப்படுத்திய இந்தத் தானிய உணவை ஊட்டச்சத்து மிக்கது மற்றும் கொழுப்பில்லாதது என்று அது அறிமுகப்படுத்தினாலும், அதனால் தென்னிந்தியச் சந்தையில் வெற்றி பெற முடியவில்லை. ஏனெனில், தென்னிந்தியாவில் மிகவும் பிரபலமாக இருக்கும் காலை உணவான இட்லி, இதைப் போன்றே சத்து மிக்கதும் கொழுப்பில்லாததும் ஆகும்.

அது மட்டுமின்றி இந்தியக் குழந்தைகள் பொதுவாகக் காலை நேரத்தில் குளிர்ச்சியான பொருள்களை உண்ண விரும்புவதில்லை. ஆனால், அதற்கு நேர்மாறாக, ராமா பிஜாபுர்க்கார் கூறுவது போல, கெல்லாக் நிறுவனம் அந்த உணவை, பள்ளி முடிந்து சோர்வாக வீடு திரும்பும் குழந்தைகளுக்கான உணவாக அறிமுகப்படுத்தி இருந்தால், அது நல்ல முறையில் எடுபட்டிருக்கும்.

3. சந்தையின் முறைப்படுத்தாத பகுதியைப் பயன்படுத்தி, ஏழைகளுக்குக் கடன் வசதி ஏற்படுத்தித் தருவதற்கான

புதுவழிமுறைகளை உருவாக்குவதன் மூலம், உங்களது வருவாயை நீங்கள் உயர்த்திக் கொள்ள முடியும். CEMEX அமைப்பின் ஃப்ரான்ஸிஸ்கோ சாம்ப்ரானோ மற்றும் அவரது குழுவினர் நடத்திய ஆய்வில், மெக்சிகோவின் சிமெண்ட் சந்தையில், 40 சதவிகிதம் இந்த முறைசாரா பகுதியினைச் சார்ந்தது என்று அறிந்தனர். இந்தச் சந்தையின் மதிப்பு ஏறத்தாழ $1 பில்லியன் என்பது மட்டுமின்றி, ஆண்டுக்கு 10 முதல் 15 சதவிகித அளவில் வளரவும் செய்கிறது. 'சேமிப்பு/சொத்து இன்றே' (Savings/Property Today) என்ற அவர்களது கொள்கை- சேமிப்பை அடிப்படையாகக் கொண்டது. ஏழைகளால் இயன்ற தொகையைச் செலுத்தும் வசதியை உடையது. ஒப்புக்கொள்ளப் பட்ட காலம் வரை கடனைத் திருப்பிச் செலுத்தும் நீண்ட தவணை முறை வசதி கொண்டது. அவர்களது மற்ற அடிப்படைத் தேவை களைப் பாதிக்காதாகவும் இருந்தது. இந்தக் கடன் முறை எல்லோ ராலும் வரவேற்கப்பட்டது.

பிரமிடின் அடித்தளத்தில் இருக்கும் ஏழைகளின் தேவைகளை ஒட்டி வியாபாரம் நடத்துவதன் மூலமும் லாபகரமாக இயங்க முடியும் என்பதற்கான, அற்புதமான எடுத்துக்காட்டாக பிரேசிலின் 'காசஸ் பாஹியா'வைக் கூறலாம். அவர்களது வாங்கும் மதிப்பு, $150 பில்லியனுக்கும் மேல். இது, புதுமையான கடன் முறைகளையும் நிதியுதவித் திட்டத்தையும் உருவாக்கியது. அதோடு, தனது இயக்கச் செலவினைக் குறைப்பதற்குத் தகவல் தொழில்நுட்பத்தையும் பயன்படுத்திக் கொண்டது. பிரேசிலின் நகர்ப்புறச் சேரிகளில் இருக்கும் வீடுகளுக்கு மின்னணு கருவிகள் மற்றும் உதிரி பாகங்களை விற்பது மற்றும் அவற்றைப் பொருத் தித்தரும் வேலைகளை, காசஸ் பாஹியா செய்கிறது. இந்த வியாபார முறைமூலமாக, இந்த நிறுவனம், $1,5 மில்லியனுக்கும் மேற்பட்ட மதிப்புள்ள வர்த்தகத்தை உருவாக்கியுள்ளது.

4. உங்களது விநியோக வலையில் ஏழைகளையும் உட்படுத்திக் கொள்ளும் வகையில், உங்களது வர்த்தகச் செயல்பாடுகளின் திறனை உயர்த்த வேண்டும்; அந்தச் செயல்பாடுகளுக்கு ஆகும் செலவையும் குறைக்க வேண்டும். யுனிலீவர் நிறுவனத்தின் இந்திய துணை நிறுவனமான, ஹிந்துஸ்தான் யுனி லீவர், தங்களது 'சக்தி அம்மா' திட்டத்தின் மூலம் கிராமப்புறப் பெண்களிடையே தொழில் முனைவுச் செயல்களை வளர்த்தது. தனது பொருள் களுக்கு, இந்தத் திட்டத்தின் மூலம், இவர்களைச் சில்லறை விற்பனையாளர்களாக ஊக்குவித்ததோடு, இவர்களை, சக்தியோடு இயங்க வைப்பதற்கு வலிமையானதொரு ஊக்க உதவித்

திட்டத்தையும் இது செயல்படுத்தியது. 10,000 சக்தி அம்மாக்கள் மூலமாக 1,00,000 கிராமங்களில் இருக்கும் 100 மில்லியன் கிராமப்புற வாடிக்கையாளர்களைக் கவர்வதற்கான தொலை நோக்குப் பார்வையைக் கொண்டிருந்தது. 1995ம் ஆண்டில், $500 மில்லியனாக இருந்த HUL வியாபாரம், இன்றைக்கு ஏறக்குறைய $3 பில்லியனாக இருக்கிறது.

5. பிரமிடின் அடித்தளத்தில் இருக்கும் நுகர்வோரின் பணப்பைக்கு ஏற்ற பொருள்களைத் தயார் செய்ய வேண்டும். ரூ 50 கொடுத்து ஒரு ஷாம்பு பாட்டிலை வாங்குவதற்கு இவர்களால் இயலாது என்பதை உணர்ந்ததால், ரூ.1 விலையில், ஒருமுறை பயன் பாட்டுக்கான சாஷேக்களை HUL அறிமுகப்படுத்தியது. இந்தச் சந்தை ஆரோக்கியமான வேகத்தில் சென்று கொண்டிருக்கிறது. இந்த ஷாம்புவை தினம்தோறும், இந்தியாவின் 20 சதவிகித மக்கள் பயன்படுத்தினால்கூட, ஆண்டுக்கு $1.5 பில்லியன் சந்தையாக அது உருவாகும்.

   அதேபோல், ரிலையன்ஸ் கம்யூனிகேஷன்ஸ் இந்தியாவில் ஒரு மொபைல் புரட்சியைக் கொண்டு வந்தது. தனது மொபைல் கருவிக்கு மிகக் குறைந்த விலையான, $12 நிர்ணயித்த அந்த நிறுவனம், இந்தியாவில் எந்த இடத்துக்கும் பேசுவதற்கு ஒரு அழைப்புக்கு ரூ1.50 (3.75 சென்ட்ஸ்) விலை நிர்ணயித்தது. இந்திய மொபைல் சந்தை, இன்றைக்கு மாதத்துக்கு 8 மில்லியன் சந்தாதாரர்கள் என்ற அளவில் வளர்வதில் எந்த வியப்பும் இல்லை. இன்றைக்கு ரிலையன்ஸ் கம்யூனிகேஷன் லாபகரமாக இயங்கும் நிறுவனமாக, $4 பில்லியனுக்கும் மேற்பட்ட வருவாயோடு இயங்குகிறது. அதன் சந்தை மதிப்பு $30 பில்லியனுக்கும் மேல். ICICI வங்கியும், இந்தியாவின் கிராமப்புற மக்களிடம், வங்கி முறையை அறிமுகப்படுத்தியதோடு, அதன் வலிமை மூலம் லாபத்தை அறுவடை செய்வதற்கு, தொழில்நுட்ப அடிப்படையில் இயங்கும் சிறுகடன் உதவித் திட்டத்தைக் கொண்டு வந்துள்ளது.

6. ஏற்றுமதி செய்வதற்கான பொருள்களை உங்கள் பொருள் பட்டியலில் சேர்த்துக் கொள்ளுங்கள். உங்களது வியாபார முறையில், ஏற்றுமதிக்கு முக்கியத்துவம் கொடுங்கள். இதன் மூலம், உலகச் சந்தையில் இந்த தேசம் வலிமையோடு திகழ முடியும். எழுச்சிப் பொருளாதாரங்களில், அத்தகைய ஏற்றுமதி மூலம் கிடைக்கும் வருவாய், அந்தச் சமூகத்தின் முக்கியமான, மதிப்புக்குரிய வர்த்தகராக உங்களை மாற்றும். இதனைச் செய்வதற்கு, உங்களது பொருள்களிலும் சேவைகளிலும் நேர்த்தியைக் கொண்டு

வருவது தேவை. இதன் மூலம் நீங்கள் உள்ளூர்ச் சந்தைக்கும் நல்லமுறையில் சேவை செய்ய முடியும்.

7. இந்தச் சந்தைகளில், உலகத்தரம் வாய்ந்த தலைமையை உருவாக்குவதற்கு முயலவேண்டும். உங்கள் நிறுவனத்தில் தலைமைப் பண்புக்கான பயிற்சித் திட்டங்களை உருவாக்குவதன் மூலம், உங்களது உள்நாட்டு நிறுவனத்தில் உலகத்தரம் வாய்ந்த தலைவர்களை உருவாக்க முடியும். உங்கள் நிறுவனத்தின் உலகச் செயல்பாடுகளுக்கு அவர்களால் மதிப்புக் கூட்ட முடியும். இது உங்கள் நிறுவனத்துக்கு உதவுவதோடு, உங்கள் ஊழியர்கள் மற்றும் தேசத்தின் சுயமரியாதையையும் உயர்த்தும். இதைச் செய்வதற்கு, உங்கள் மனிதர்களின் விழைவுகளை உயர்நிலைப் படுத்த வேண்டும்; பெரும் கனவுகள் காண, அவர்களை ஊக்குவிக்க வேண்டும். ஒளிவு மறைவற்ற கலாசாரத்தை உண்டாக்குங்கள். உலகத்தரத்துக்கு இணையாக உங்களது இயக்கங்கள் இருக்கட்டும். காலம், இடம் இவற்றால் மாறாத ஐந்து முக்கிய குணங்களான - புதிய சிந்தனைகளை மற்றும் கலாசாரத்தை வரவேற்றல், செயல்திறன், வேகம், கற்பனை மற்றும் செயல்படுத்துதலில் நேர்த்தி ஆகியவற்றில் கவனம் செலுத்துங்கள். HUL மற்றும் சிட்டிபேங்க் நிறுவனங்கள், உலகம் முழுவதும் மதிக்கப்படக் கூடிய திறமை வாய்ந்த மேலாளர்களை இந்தியாவிலிருந்து உருவாக்கியதன் மூலம் அற்புதமான ஒரு காரியத்தைச் செய்தனர்.

8. முன்மாதிரியாக இருந்து வழிநடத்துவதன் மூலம், மதிப்பீடுகளை வெளிப்படுத்துங்கள். பெரும்பாலான எழுச்சிப் பொருளாதாரங்கள், பதவி-படிநிலை கலாசாரத்தைக் கொண்டவை. இத்தகைய சூழலில் நம்மை ஏற்றுக்கொள்ள வைப்பதற்கான ஒரே வழி, எடுத்துக்காட்டாக இருந்து தலைமை ஏற்பதுதான். உறுதிப்பாடு, கடின உழைப்பு, எளிமை மற்றும் நேர்த்தியில் கவனம் செலுத்துவதன் மூலம் இதனை வெளிப்படுத்துங்கள்.

9. சமுதாயத்துக்கு மதிப்புக் கூட்டும் பணிகளைச் செய்யுங்கள். அரசியல் அல்லாத, சிக்கல்கள் இல்லாத நடவடிக்கைகளில், அதாவது, தொழிற்துறை சங்கங்கள், கல்வித்துறை மேம்பாட்டுக்கான நடவடிக்கைகள் மற்றும் சமூகம் சார்ந்த நடவடிக்கைகளில் உங்களை ஈடுபடுத்திக் கொள்ளுங்கள். ஏழைகளுக்கும் ஏழைகளின் பிரச்னைகளைத் தீர்ப்பதற்கு, உங்கள் லாபத்தின் ஒரு பகுதியை நன்கொடையாக ஒதுக்கி, அறக்கட்டளை ஒன்றை ஆரம்பியுங்கள். தங்களது நேரத்தில் ஒரு சிறு பகுதியை, சமுதாயத்தில் மாற்றத்தை ஏற்படுத்தும் விதத்தில் செலவழிப்பதற்கு உங்களது நிபுணர்களைத்

தூண்டுங்கள். சுற்றுப்புறச் சூழலை மாசுபடுத்தும் பொருள்களை, சேவைகளைப் பயன்படுத்துவதைத் தவிருங்கள்.

10. உங்களது நோக்கத்தை, தேசத்தின் நலனோடு ஒத்துப் போவது போல் அமைத்துக் கொள்ளுங்கள். ஒவ்வொரு முடிவு எடுக்கும் போதும், இதனால் நமது நிறுவனமும் தேசமும் மேன்மையுறுமா என்று கேட்டுக் கொள்ளுங்கள். சந்தேகம் எழும் நேரத்தில், நிறுவனத்துக்கு முன்னால் தேசத்தின் நலனைத் தேர்ந்தெடுங்கள். ஏனெனில், தேசத்தின் வெற்றியே, நிறுவனத்தின் வெற்றிக்கு அடிப்படை. இத்தகைய கொள்கைதான், எழுச்சிப் பொருளாதாரங்களில், லாபம் தரும், நீடித்திருக்கும் வர்த்தகங்களை உருவாக்குவதற்கான நிச்சயமான வழி. யூனிலீவர், இந்தக் கொள்கைக்கான அற்புதமான எடுத்துக்காட்டாகும்.

11. என்றைக்கும் மறையாத புதிய பாரம்பரியத்தை உருவாக்கிச் செல்லுங்கள். அத்தகைய ஒரு மரபினை, உருவாக்குவதற்கு, இந்தக் கேள்வியை நீங்கள் உங்களிடமே அடிக்கடி கேட்டுக் கொள்ளுங்கள், 'நாளை நான் மறைந்து விட்டால், என் இழப்பினை எண்ணி மற்றவர்கள் வருந்திட நான் என்ன செய்ய வேண்டும்?'. அதற்கேற்ப நடந்து கொள்ளுங்கள்.

எழுச்சிப் பொருளாதாரங்களில், பிரமிடின் அடித்தளத்தில் இருக்கும் 4 மில்லியன் மக்களின் தேவைகளைத் தீர்ப்பதன் மூலம் நீங்கள் லாபம் ஈட்ட முடியும் என்பதற்கு, எடுத்துக்காட்டுகளைத் தொடர்ந்து என்னால் கூறிக்கொண்டே போகமுடியும். நான் முன்னரே கூறியது போல, வடிவமைப்பு, விலை நிர்ணயம், நிதியுதவி, உற்பத்தி, சந்தைப் படுத்துதல் மற்றும் விற்பனை ஆகியவற்றில் புதுமைகளைப் புகுத்துவதன் மூலமாகத்தான் இதனைச் சாதிக்க முடியும். சந்தை மற்றும் புதுமைக்கு இருக்கும் வலிமையின் மீது கொள்ளும் நம்பிக்கை, உங்களது நிறுவனத்துக்கு லாபத்தையும், பிரமிடின் அடித்தளத்தில் இருக்கும் ஏழைகளான நுகர்வோர்களுக்கு, தேர்ந்தெடுப்பதில் ஒரு மதிப்பையும் கொண்டு வந்து சேர்க்கும். மிக முக்கியமாக, தடைகளற்ற வர்த்தகத்தின் மீது உறுதியான நம்பிக்கை கொண்டிருப்பவன் என்பதால், இதன் வலிமை மீது ஐயம் கொண்டிருப்பவர்களுக்கு, வறுமையை ஒழிப்பதில் இதற்கு இருக்கும் நற்திறனை நிரூபித்துக் காட்டுங்கள் என்று உங்களை வற்புறுத்தி வேண்டிக் கொள்கிறேன்.

பகுதி 10

இன்ஃபோசிஸ்

நிறுவனத்தை மதிக்க வேண்டியதின் முக்கியத்துவம்

1981ம் ஆண்டின் மே மாதப் பின்பாதி. இன்ஃபோசிஸை ஆரம்பித்த அந்த ஏழு பேரும், அதன் குறிக்கோள்களைப் பற்றி முடிவு செய்ய பம்பாயில் இருந்த என் வீட்டில் கூடியிருந்தோம். இந்தியாவிலேயே அதிக வருவாய் ஈட்டும் மென்பொருள் நிறுவனமாக உருவாக வேண்டும் என்பதில் ஆரம்பித்து மிக அதிக லாபமீட்டும், சந்தை மதிப்பு அதிகமிருக்கும் நிறுவனமாக உருவாக வேண்டும் என்பது வரை விவாதங்கள் நடந்தன. இன்ஃபோசிஸின் நெறிமுறைகள் என்னவாக இருக்க வேண்டும் என்பதற்காக, தகவல்கள் மற்றும் விவரங்கள் அடிப்படையில் நான்கு மணிநேரம் உணர்ச்சிமிக்க விவாதம் நடந்தது. இறுதியில், அனைவரும் போற்றும் இந்தியாவின் மிகச் சிறந்த மென்பொருள் நிறுவனமாக உருவாக முயற்சிப்போம் என்று முடிவு செய்தோம்.

எங்களுடைய எண்ணவோட்டம் இதுதான். மதிப்புக்காகப் பாடுபடுவ தால், வாடிக்கையாளர் நலன்களை நாங்கள் நிச்சயம் பாதுகாப்போம்; நேர்மையாகவும் வெளிப்படையாகவும் சகதோழர்களிடம் நடந்து கொள்வோம்; முதலீட்டாளர்களிடம் வெளிப்படையாகவும் பொறுப் புடனும் நடப்போம்; விற்பனை-கூட்டாளிகளிடம் நேர்மையாக நடந்து கொள்வோம்; எங்கு இயங்கினாலும் அந்த தேசத்தின் சட்டத்தை மதிப்போம்; எங்களுக்கான நன் மதிப்பினைச் சமுதாயத்தில் உருவாக்கிக் கொள்வோம்.

உண்மையில், எங்களுடைய மதிப்பீட்டு முறை CLIFE US (Cutomer focus, Leadership by example, Integrity ant transparency, Fairness and Excellence in execution) இவைதாம் அடிப்படையாக அமைந்தன.

பிசினஸ் வேர்ல்ட், செப்டம்பர் 3, 2007 இதழில் வெளியான கட்டுரை.

வாடிக்கையாளர் நலன், முன்னின்று வழிகாட்டுவது, ஒருமைப்பாடு மற்றும் வெளிப்படைத்தன்மை, நேர்மை மற்றும் செயல்பாட்டில் நேர்த்தி ஆகியவையே அவை. தொழில்நுட்ப உதவியோடு, தரம் மிக்க நிபுணர்கள் உதவியோடு, வர்த்தகத்துக்குத் தேவையான, மிகச் சிறந்த, முழுமையான தீர்வுகளைத் தருவதே, அன்றும் இன்றும் எங்களது நோக்கமாக இருக்கிறது.

கடந்த பத்தாண்டில், சிறப்பாக மதிக்கப்படும் நிறுவனமாக, இந்தியாவில் இருக்கும் வேறு எந்த நிறுவனத்தையும்விட, இன்ஃபோசிஸ் அடிக்கடி சுட்டிக் காட்டப்படுவதற்குக் காரணம் என்ன? மதிப்பீடுகளுக்கு நாங்கள் தரும் தொடர்ந்த முக்கியத்துவம்தான் என்று தெளிவாகக் கூறமுடியும். நிறுவனத்தின் உரிமை உடையோர்கள் அனைவரிடம் இருந்தும் நன்மதிப்பைப் பெறுவதற்கான முயற்சியில் ஈடுபடவேண்டும் என்பதை, மைசூர் வளாகத்தில் இருக்கும் சர்வதேசக் கல்வி மையத்துக்குள் புதிய இன்ஃபோசியன்கள் காலடி எடுத்து வைத்த முதல் நாளில் இருந்தே அழுத்தமாகப் பயிற்றுவிக்கிறோம்.

இன்ஃபோசிஸில் பணிபுரியும் எனது சக ஊழியர்கள் மறுநாள் மகிழ்ச்சியோடும் உற்சாகத்தோடும் பணிக்குத் திரும்ப வேண்டுமானால், இன்ஃபோசிஸை, மேன்மேலும் மதிக்கப்படும் நிறுவனமாக மாற்றுவதுதான் வழி என்பதை என் பணியின் ஆரம்ப காலத்திலேயே புரிந்துகொண்டேன். பணியில் புதிதாகச் சேர்ந்திருப்பவர்களுக்கான பயிற்சி வகுப்பில் நான் பேசும் ஒவ்வொருமுறையும், இன்ஃபோசிஸில் மூன்று விஷயங்கள் அவர்களுக்கு உறுதியாகக் கிடைக்கும் என்று கூறுவேன். ஒன்று, அவர்களுக்கான மதிப்பும் மரியாதையும்; இரண்டாவதாக, அவர்களுடைய அன்புக்குரியவர்கள் மற்றும் நண்பர்களுக்கு முன்னால் தலை குனிந்து நிற்காத வகையில், நேர்மையாகவும் நிதிமுறை தவறாமலும் இந்நிறுவனம் நடந்து கொள்ளும்; மூன்றாவதாக, மற்ற நிறுவனச் சூழலைவிட, மூன்று மடங்கு அதிகமாகக் கற்றுக் கொள்ள இங்கு அவர்களுக்கு வாய்ப்புண்டு. இளைஞர்கள் இதனை விரும்பினார்கள். ஏனெனில், அவர்கள் நடைமுறை வாழ்க்கையை அறிந்தவர்கள்; சக ஊழியர்கள் மற்றும் குடும்பத்தினரின் மதிப்பு அவர்களுக்கு முக்கியம்; கற்றுக் கொள்வதை அவர்கள் மிக உயர்வாக மதித்தனர். கூறிய உறுதி மொழிகளுக்கு ஏற்ப இன்ஃபோசிஸ் இதுவரை செயல்பட்டிருக்கிறது என்பது எனக்கு மகிழ்ச்சியைத் தருகிறது.

எங்களது செயல்பாடுகளில் வாடிக்கையாளரின் நலனைத்தான் முன்வைக்கிறோம் என்பதை உறுதியாகக் கூற முடியும். எங்களது நிறுவனத்தின், வாடிக்கையாளர் நலனுக்கான அதிகாரிகள் (customer champions) ஒவ்வொரு செயல்பாடுகளிலும் வாடிக்கையாளர் நலனைப் பாதுகாக்கத் தீவிரமாக வாதிடுவார்கள். இந்தத் தத்துவத்தை, நிகழ்ச்சி ஒன்றை எடுத்துக்காட்டாகக் கூறி விளக்குகிறேன். ஜூலை 1996ல், கனடாவில் இருக்கும் வாடிக்கையாளர் ஒருவரிடம் திட்ட ஒப்பந்தம் ஒன்றை நாங்கள் செய்திருந்தோம். எங்களது வாடிக்கையாளர் நலன் அதிகாரி, இந்தத் திட்டத்தை ஒரு குறிப்பிட்ட திங்கள் கிழமையன்று ஆரம்பித்திட உறுதி அளித்திருந்தார். எங்களது திட்டக்குழு கனடாவுக்குச் செல்ல, வெள்ளிக்கிழமையே இந்தியாவை விட்டுப் புறப்பட வேண்டும். ஆனால், கனடா தூதரகத்தில் இருந்து விசா கிடைப்பதில் தாமதம் ஏற்பட்டது.

வெள்ளிக்கிழமை இவர்கள் புறப்பட முடியாதென்று புதன்கிழமை அன்றே தெரிந்துவிட்டது. உறுதியளித்தபடி திங்கள் கிழமை திட்டத்தை ஆரம்பிக்க வேண்டும்; இல்லை என்றால், எங்கள் வாடிக்கையாளரின் MIS இயக்குனர், தன் மனிதர்களின் முன்னால் தலை குனிய நேரிடும் என்று எங்கள் வாடிக்கையாளர் நலன் அதிகாரி வற்புறுத்தினார். எனவே, அந்தக் கனடா நிறுவனத்தின் MIS இயக்குனரிடம், அவருக்கு வசதிப்படும் ஒரு நிறுவனத்தைக் கொண்டு, திங்கள் அன்றே திட்டத்தை ஆரம்பித்துவிடுமாறும், அதற்காகும் கட்டணத்தினை எங்கள் விலையில் இருந்த கழித்துக் கொள்கிறோம் என்று கூறிவிட முடிவெடுக்கப்பட்டது.

மகாத்மா காந்தியினை மிகவும் மதிப்பவர்கள் என்பதால், முன்மாதிரியாக இருந்து வழிநடத்துவதும், சொல்வதுபோல் செயல்படுவதும் தான் ஊழியர்கள் மனதில் நம்பிக்கையை விதைப்பதற்குச் சிறந்த கருவி என்பதில் இன்ஃபோசியன்கள் நம்பிக்கை கொண்டிருக்கிறோம். அலுவலகத்துக்கு, முன்னதாக வருவதில், கடினமாக உழைப்பதில், பொருளின் விலை குறைப்புக்காக, நிதி மற்றும் மூலப்பொருளில் செய்யும் தியாகங்களில், அல்லது செயல்தன்மையில் காட்டும் நேர்த்தியில், இன்ஃபோசிஸின் மேலாளர்கள் எப்போதும் முன்வரிசையில் இருந்து வழிநடத்துபவர்களே.

ஒருமைப்பாடுதான், இன்ஃபோசியன்களாக நாங்கள் உயிர் வாழ்வதற்குரிய ரத்த ஓட்டமாக இருக்கிறது. திறமைக் குறைவை எங்களால் மன்னிக்க முடியும் ஆனால், ஒருமைப்பாட்டு இன்மையை மன்னிக்க முடியாது. அசாதாரண திறமை படைத்த ஒருவரைப் பல ஆண்டுகளுக்கு முன்னால் நாங்கள் வெளியில் அனுப்பியது, திறமையை விட ஒருமைப்பாட்டுக்கு முக்கியத்துவம் கொடுத்து நாங்கள் எடுத்த மிகச் சிரமமான ஒரு முடிவு. சொல்வதுபடி நாங்கள் நடந்து கொள்ள வேண்டும் என்பதால், எங்கள் நம்பிக்கையின் மீது ஒருமைப்பாட்டை ஊகிக்க முடியும். ஆகவேதான், ‘குறைவாகவே வாக்குறுதி அளிப்பது;

ஆனால் அதிகமாக செய்வது' என்ற சொற்றொடர் எல்லோரும் மதிக்கும் ஒன்றாக இன்ஃபோசிஸில் உலவுகிறது.

வர்த்தகத்தில் ஏற்றம் இறக்கம் உண்டு என்பதை முதலீட்டாளர்கள் புரிந்து கொள்வார்கள். மோசமான செய்திகளை, நாமாகவே முன்கூட்டியே அவர்களிடம் தெரிவிக்க வேண்டும் என்பதைத்தான் அவர்கள் விரும்புகிறார்கள். இந்த இடத்தில் தான் வெளிப்படைத் தன்மை முக்கியத்துவம் பெறுகிறது. சந்தேகம் ஏற்படும் போது, அதனை உரியவர்களுக்குத் தெரியப்படுத்த வேண்டும் என்கிற ஆர்வத்தின் காரணமாக, வெளிப்படைத்தன்மை மீது எங்களுக்கு நம்பிக்கை எழுகிறது. பாதகமான சூழல் வருமெனத் தெரியும்போது, முதலீட்டாளர்களுக்குத் தாமே முன்வந்து தெரிவிப்பதில் இன்ஃபோசிஸ் நிறுவனத்துக்கு எப்போதும் நம்பிக்கை இருக்கிறது. பல்வேறு நிகழ்ச்சிகளை என்னால் கூறமுடியும்.

பெரிய வாடிக்கையாளர் ஒருவரால், எங்களது வியாபாரம் பாதிக்கப் பட்ட செய்தி; இரண்டாம் நிலை பங்கு சந்தையில் முதலீடு செய்ததால் ஏற்பட்ட நட்டம்; 2001ம் ஆண்டில் குறைவான வளர்ச்சிதான் இருக்கும் என்பதை முன்னறிந்து கூறியது; நிறுவனத்தால் மனஉளைச்சலுக்கு ஆளான ஒருவரால் நிதிச் செலவு இருக்கும் வாய்ப்பு இருக்கிறது என்பதை, சற்று முன்னதாகவே ஒப்புக்கொண்டு அறிவித்தது ஆகியவற்றைக் கூறலாம்.

மகிழ்ச்சியான தொடர்ந்த உறவுகள் அனைத்தும் நேர்மை என்கிற அடிப்படையின் மீதுதான் உருவாக்கப்படுகின்றன. ஒவ்வொரு பரிவர்த்தனையின் போதும், அதனை இறுதி செய்திடத் தகவல்களையும் விவரங்களையும் பயன்படுத்துவது நேர்மையை உறுதி செய்வதற்கான மிகச் சிறந்த கருவியாகும். என் இளம் சக தோழர்கள், எந்தவிதமான எதிர்மறையான முடிவுகளையும் ஏற்றுக் கொள்ளத் தயார் என்று கூறுவார்கள்; ஆனால், அந்த முடிவு, நேர்மையான, சரியான நடைமுறையைப் பின்பற்றி, தகவல்களையும், விவரங்களையும் பயன்படுத்தி எடுக்கப்பட்டதாக இருக்க வேண்டும். பாதிக்கப்பட்ட மனிதர் தனது வாதங்களை எடுத்துக் கூற உரிய வாய்ப்புக் கொடுத்த பின்பு வெளிப்படையாக எடுக்கப்படுவதாக இருக்க வேண்டும். ஆகவே தான், 'நாங்கள் கடவுளை நம்புகிறோம். மற்றவர்கள் விவரங்களோடு மேஜைக்கு வரட்டும்' என்ற மொழியில் நாங்கள் நம்பிக்கை கொண்டவர்களாக இருக்கிறோம்.

'பிராண்ட்' என்பது பொருள் அல்லது சேவையின் மீதான அனுபவத்தின் மீது உருவாக்கப்படுவது என்பதால், செயல்முறையில் நேர்த்தி என்பது மிகவும் முக்கியம். வாக்குக் கொடுத்தபடி நீங்கள்

பொருளை வழங்கவில்லை என்றால், எவ்வளவு அற்புதமாகப் பேசியும் அந்த வாடிக்கையாளரை நம்பிக்கை கொள்ள வைக்க முடியாது. எங்களது செயல்பாடுகள்தான், அதிகம் பேசவேண்டும் என நாங்கள் எண்ணுகிறோம். பங்குதாரர்கள் மனதில் அதுதான் நம்பிக்கையை விதைக்கும். ஆகவே, சொற்களில் அன்றி செயலில் தான் இன்ஃபோசிஸில் கவனம் செலுத்தப்படுகிறது. ஆகவேதான், இன்றும், தரமான ஊழியர்களைத் தேர்ந்தெடுப்பதில், அவர்களுக்குப் பயிற்சி அளிப்பதில் மற்றும் திட்டத்தைச் சரியாகச் செயல்படுத்து வதில் எங்களது பெரும்பாலான நேரத்தைச் செலவிடுகிறோம்.

ஒவ்வொரு வாரமும், எங்களது நுழைவு வாயில் எந்த அளவு சுத்தமாகப் பாதுகாக்கப்படுகிறது என்பதை அறிக்கைகள் மூலம் தெரிந்து கொள்கிறோம்; ஏனெனில் எங்களது நிறுவனத்தின் உரிமை உடையோர்களின் முதல் தொடுமுனை அதுதானே!

எங்களது செயல்முறை நேர்த்தியைக் காட்டும் மற்றுமொரு, முக்கிய மான செயல், பங்குதாரர்களிடமிருந்து, குறிப்பாகச் சக இன்ஃபோசியன் களிடமிருந்து வரும் வேண்டுகோள்கள், ஆலோசனைகள் மற்றும் மனக்குறைகளுக்கு விரைவாகப் பதிலளிப்பது. வரும் மின்னஞ்சல் களுக்கு, எடுக்கப்பட்ட முடிவுகளைப் பற்றி, அல்லது என்ன நடவடிக்கை எடுக்கப்படப்போகிறது என்பதைத் தெரிவித்து இருபத்தி நான்கு மணி நேரத்துக்குள் பதில் எழுதப்படுகிறது.

இறுதியாக, உங்கள் நிறுவனத்தின் உரிமை உடையோர்களிடம் செய்யும் பரிவர்த்தனைகளில் நல்லெண்ணமும் நம்பிக்கையும் உருவாகும்போதுதான் மதிப்பு உண்டாகிறது. செயல்பாடுதான் நல்லெண்ணத்தையும் நம்பிக்கையையும் கொண்டுவருகிறது என்பதை நினைவில் கொள்வோம்; நல்லெண்ணமும் நம்பிக்கையும் மதிப்பைக் கொணர்கின்றன; மதிப்பு அங்கீகாரத்தையும், அங்கீகாரம் அதிகாரத்தையும் கொண்டுவருகிறது. இதுதான் இன்ஃபோசிஸின் தாரக மந்திரம்.

இதுவரையிலான பயணம்...

பிரும்மாண்டமான கனவுகளைக் கண்ட, அந்தக் கனவுகளை நனவாக்க வியத்தகு தியாகங்களைச் செய்த அந்த அணியினரிடம், சொல்வதற்கு என்ன இருக்கிறது? எங்கள் உயர்ந்த எண்ணங்களே, எங்கள் சாத்தியங்கள் என்ற நம்பிக்கையோடு உழைத்திட்ட அந்த மனிதர்களிடம் சொல்வதற்கு என்ன இருக்கிறது? நன்றி என்பதைத் தவிர, என்னால், வேறு என்ன சொல்ல முடியும்? நன்றி! நன்கு சாதித்திருக்கிறீர்கள்! இதைவிடப் பெரிதானதொரு மாரத்தான் ஓட்டத்துக்குத் தயாராகுங்கள். அது இன்று தொடங்குகிறது!

நாம் செய்திட்ட இந்தப் பயணம், மனஉறுதி, தன்னம்பிக்கை, கனவுகள், நம்பிக்கை, ஒருமைப்பாடு, பழமையைப் புறந்தள்ளுதல், செய்நேர்த்தி மற்றும் பன்முகத் தன்மைக்கான தேடல் போன்ற பல்வேறு உணர்வுகளின் கலவையால் உருவான பாதையில் செய்தது. கடந்த காலத்தில் எனக்குக் களிப்பூட்டிய ஆயிரக்கணக்கான நிகழ்வுகளால் என் நினைவுகள் நிரம்பியிருக்கின்றன. அனைத்துப் பெரிய பயணங்களும், ஒரு குறிக்கோளை நோக்கி நாம் செய்யும் பயணத்தின் தொடர்ச்சியே. நமது இந்தப் பயணத்தினை, 'உலக அளவில் மதிக்கப்படும் நிறுவனமாக மாறுவோம்' என்ற நம்பிக்கையோடுதான் ஆரம்பித்தோம்.

பட்னி கம்ப்யூட்டரை விட்டு விலகி, எனது சொந்த நிறுவனத்தினை ஆரம்பிக்க வேண்டும் என முடிவெடுத்தவுடன் நான் பேசிய முதல் மனிதர், என்.எஸ்.ராகவன் (NSR). என் இடத்தினை பட்னி கம்ப்யூட்டரில் எனக்குப் பிறகு நிரப்ப இருந்தவர். என்.எஸ்.ரா., அவர்கள், நல்ல சம்பளத்துடன் கூடிய பாதுகாப்பான வேலையை

இன்ஃபோசிஸின் பில்லியன் டாலர் தினக் கொண்டாட்டத்தின் போது வழங்கிய உரை. பெங்களூரு, ஏப்ரல் 13, 2006.

விட்டுவிட்டு என்னோடு சேர்ந்து உழைப்பதற்கு ஒப்புக்கொண்டு, ஆரம்பத்திலேயே தன்னம்பிக்கையை என்னுள் விதைத்த அந்த

தினத்தினை என்னால் எப்படி மறக்க முடியும்? தனது செயல்பாடுகள் அனைத்தையும் நிறுத்திவிட்டு எங்களோடு இணைந்து வேலை செய்ய வந்த, எங்களது முதல் வாடிக்கையாளரான டான் லைல்ஸ் போல உலகத்தில் எத்துணை பேருக்கு இந்த மன உறுதி இருக்க முடியும்?

அமெரிக்காவில் வேலை செய்துகொண்டிருந்த எங்களது சக ஊழியர்கள் ஆறு பேருக்கு உதவித் தொகை அனுப்பிடப் போதிய பணமில்லாமல் நாங்கள் தடுமாறிய 1982ம் ஆண்டின் அந்த நாள் எனக்கு மிக நன்றாக நினைவில் இருக்கிறது. தன் நகைகளை அடகுவைத்துப் பணம் ஏற்பாடு செய்யும் முடிவெடுத்திட என் மனைவி சுதாவுக்கு ஒரு நிமிடம் கூட ஆகவில்லை. திருமணம் ஆகப் போகிற சூழலில் தங்களது நிரந்தரமான வேலையினை விட்டுவிட்டு இன்ஃபோசிஸ் உழல்வதற்குத் திடமான முடிவினை எடுத்த இளைஞர்கள் கிரிஷ் மற்றும் நந்தன் ஆகியோரை மறக்க முடியுமா?

மோகனும் பாலாவும் உற்சாகத்தோடு அடிக்கடி என் அறைக்கு ஓடிவந்து நிதி ஆலோசனை செயல்பாட்டில் மற்றுமொரு சாதனை நிகழ்த்தியிருக்கிறோம் என்று சிறுவர்களுக்கான உற்சாகத்தோடு கூறுவது எனக்கு இப்போதும் நினைவில் இருக்கிறது. சவால்களைச் சந்திப்பதில் ஜி.ஆர்.என்., பாறை போல் எதற்கும் அசையாதவராக இருந்தார். பிரச்னைகள் ஏதுமற்ற பாதுகாப்பான தேர்வுகளை விடுத்து முதிர்ச்சியடையாத இன்ஃபோசிஸைத் தேர்ந்தெடுப்பதற்கு சரத், அல்லது ஒரு பிரகலாத் அல்லது ஒரு ஹேமா ஆகியோருக்கு இருந்த மனவலிமை அவ்வளவு எளிதானதல்ல.

திட்டங்களில் தீர்க்கமுடியாத பிரச்னைகள் என்று வரும்போதெல்லாம் அதிலிருந்து மீண்டு வருவதற்கு தினேஷிடம் எத்துணை முறை சென்றிருப்போம் என்பதை என்னால் கூறமுடியாது. பிரச்னைக்குரிய வாடிக்கையாளர்களைக் கையாளுவதில் சிறந்தவர்களான பனீஷ், ஸ்ரீநாத், பசப், கிரிஷ், ப்ரீத்தி மற்றும் ப்ரவீனை யாரால் மறக்க முடியும்? ஷிபு என்று ஒரே ஒருவர்தான் இருந்திட முடியும்; அவர் இன்ஃபோசிஸில் இருக்கிறார் என்பதில் எனக்கு மகிழ்ச்சியே. மென்பொருள் வடிவமைப்பாளர்கள், கவிஞர்களாக இருக்க முடியாது என்று பொதுவாகச் சொல்கிறார்கள். அது பொய் என்று நளினமான கவிதைகளைப் போல மென்பொருள் வடிவமைப்பினை எழுதும் அசோக் நிரூபித்தார்.

நாடு முழுவதும் உள்ள இன்ஃபோசிஸ் நிறுவன வளாகங்களின் வீதிகளில், உற்சாகத்தோடு வலம் வரும் நூற்றுக்கணக்கான இளைய

இன்ஃபோசியன்கள் மற்றும் புதிதாக வந்தவர்களின் முகத்தில் தெரியும் மகிழ்ச்சியை என்னால மறக்க முடியாது. முதல் சமவேஷின் போது, பல்வேறுவிதமான சூழல்களில் இருந்து வந்திருந்த நூற்றுக் கணக்கான இன்ஃபோசியன்கள் இடையே காணப்பட்ட தோழமை உணர்வு என் நினைவில் இன்னும் இருக்கிறது. செயல்திறமைக்காக முதன் முதலில் வழங்கப்பட்ட பரிசுகளைப் பெற்றவர்களின் முகங்களில் தெரிந்த பெருமிதத்தினை என்னால் மறந்திட முடியாது. முப்பதுக்கும் மேற்பட்ட தேசங்களைச் சேர்ந்தவர்கள் இன்ஃபோசிஸில் வேலை செய்கிறார்கள் என்று கேள்விப்பட்ட அந்தத் தருணத்தில் நான் அடைந்த மகிழ்ச்சியை இப்போதும் உணர்கிறேன். நமது வெளி-இயக்குனர்களோடு நான் செலவழிக்கும் ஒவ்வொரு நொடியையும் மகிழ்ச்சியோடு அனுபவிக்கிறேன்.

ஒரு வலிமையான நிறுவனத்தினை உருவாக்கிட பல்வேறு வகையான மிகப் பெரிய தியாகங்களைச் செய்த இன்ஃபோசிஸின் ஆரம்பகால உறுப்பினர்களின் குடும்பங்களைச் சேர்ந்தவர்களுக்கு நன்றி சொல்லக் கடமைப்பட்டிருக்கிறேன். இந்தக் கனவு நனவாகிடவும் பலவிதமான சவால்கள் எங்களை அசைத்த தருணத்தில் எல்லாம் எங்களுக்கு ஆதரவாக இருந்த ஒவ்வொரு இன்ஃபோசியர்களுக்கும் முன்னாள் இன்ஃபோசியர்களுக்கும் அவர்களது குடும்பத்தினர்களுக்கும், எனது மனப்பூர்வமான நன்றியைத் தெரிவித்துக் கொள்கிறேன்.

இந்த நிறுவனம் இந்த அளவு வளர்வதற்குப் பேருதவி செய்த, இன்ஃபோசிஸ் நிறுவனத்துக்கு வெளியில் இருக்கும் ஒரு சிலரைப் பற்றி இங்கு சிறப்பாகக் குறிப்பிட விரும்புகிறேன். கர்நாடக மாநிலச் சிறுதொழில் வளர்ச்சிக்கழகத்தின் அன்றைய தலைவரும் முன்னாள் தலைமைச்செயலருமான திரு கே.எஸ்.என்.மூர்த்தி; அசாதாரணமான மனிதரான காலஞ்சென்ற ருத்ரதேவ் அவர்களின் உதவியோடு, மிகக் குறுகிய காலத்தில் பெருந்தொகையைக் கடனாக அவர் வழங்கினார். கர்நாடக மாநில நிதி நிறுவனத்தின் அன்றைய மேலாண்மை இயக்குனரும் முன்னாள் தலைமைச் செயலருமான திரு பி.எஸ்.பாடில்; இந்த கடன் வழங்குவதில், மாநில நிதி நிறுவனத்தில் உரிய உதவிகளை உற்சாகத்துடன் செய்தார். மத்திய எலக்ட்ரானிக்ஸ் துறையின் அன்றைய செயலர் என்.விட்டல், பெங்களூரின் முதல் மென்பொருள் பூங்காவின் முதல் இயக்குனராகப் பணிபுரிந்த காலஞ் சென்ற ஸ்ரீவரதன், அவருக்குப் பின்வந்த பி.வி.நாயுடு. இந்தியாவிலும் தொழில்துறைக்குத் துணையாகச் செயல்படும் அதிகாரிகள் இருக்கிறார்கள் என்பதைச் செயலில் காட்டியவர்கள் இவர்கள்.

இந்தியாவில் எங்களுக்குப் பெரிய அளவிலான முதல் வாடிக்கை யாளராக வந்த மைக்கோ (MICO)வின் அசாதாரணமான ஆதரவு

இல்லையென்றால் நாங்கள் இவ்வளவு வளர்ச்சியைப் பெற்றிருக்க முடியாது. திரு விக்ரம் பட், திரு வெங்கடராஜன் மற்றும் ராஜீவ் லால் ஆகியோருக்கு என் நன்றியைத் தெரிவித்துக் கொள்கிறேன்; கொஞ்சம் பணமும் ஆனால், ஏராளமான அர்ப்பணிப்பும் கடப்பாடும் ஒருமைப் பாடும் வைத்திருந்த மனிதர்கள் மீது அதிகமான நம்பிக்கை வைத்த அசாதாரணமான மனிதர்கள் இவர்கள்.

இந்தியாவுக்கான இன்ஃபோசிஸின் பங்களிப்பு என்ன? இந்தியாவில் இருக்கும் தொழில்முனைவோரின் தன்னம்பிக்கையை உயர்த்தியது தான் மிகப் பெரிய பங்களிப்பு. இந்தியாவில் புதுமை சாத்தியம் என்பதையும் அதையும் உலகத் தரத்துக்குச் செய்ய இயலும் என்பதையும் காட்டியிருக்கிறோம்; சட்டத்தின் வழியில் நெறிமுறை பிறழாமல் வர்த்தகம் செய்து செல்வத்தினை உருவாக்குவது சாத்தியம்; எப்போதும் இல்லாத வகையில் இந்தச் செல்வத்தினைப் பங்கிடுவதும் சாத்தியம்; வரப்போவதைத் தெரிந்து முடிவெடுத்தல், நீடித்திருத்தல், லாபமீட்டும் தன்மை மற்றும் ஆபத்துகளைத் தவிர்த்தல் ஆகியவையே நிறுவன வெற்றிக்கான நான்கு எல்லைகள்.

புதிய சிந்தனைகளை வரவேற்றல், செயல்தகுதி, வேகம், கற்பனை மற்றும் செயல்படுத்துதலில் நேர்த்தி ஆகியவையே மதிப்பீடுகளை உருவாக்குவதற்கு முக்கிய தேவைகள்; உணர்வும், கற்றுக்கொள்ள விருப்பமும் கொண்ட மனிதர்களால், உலகமயச் சூழலில் எந்தச் சவாலையும் சந்திக்க முடியும், சாதிக்க முடியும்; வழக்கமானதைச் செய்வதை விட எதிர்காலத்துக்குச் சரியான ஒரு செயலைத்தான் செய்யவேண்டும்; மேம்பாட்டுக்கான பாதையை மாற்றி அமைப்பதில் ஒவ்வொரு தனி மனிதனும் ஒரு முன்னோடி; புதிய வழிமுறைகளை உருவாக்குபவர்கள்; ஒவ்வொரு செயலும் முன்னேற்றத்துக்கான வாய்ப்பே தவிர தடையல்ல.

அடுத்த தலைமுறை இன்ஃபோசிஸை ஆரம்பிப்பவர்கள் நீங்கள்தான். அடுத்த பயணம் இப்போது ஆரம்பித்துவிட்டது. நந்தன் கிரீஸ் மற்றும் ஒரு அற்புதமான அணியால் சிறப்பாக வழிநடத்தப்படும் நீங்கள் நிச்சயம் வெற்றி பெறுவீர்கள்.

நான் சொல்ல நினைப்பதெல்லாம்: எதிலும் முதலாவதாக, துணிச்சல் மிக்கவர்களாக, வித்யாசமானவர்களாக, அதிகமாகச் செய்திட எண்ணுங்கள். கடினமாக உழையுங்கள், நல்ல மதிப்பீடுகளைக் கைக்கொள்ளுங்கள். உங்கள் செயல் ஒவ்வொன்றிலும் இந்த தேசத்தின் நலனை எண்ணுங்கள். இந்தத் தேசத்தினை உலகத்திலேயே சிறந்த இடமாக மாற்றுங்கள்.

வளர்ந்த நிலையில்...

உங்கள் குழந்தை, வளர்ந்து, நல்ல பண்புகளைத் தழுவிக்கொண்டு, உயர்வான விழைவுகளைத் தேடி அடைந்து, நீங்கள் எண்ணியதை விட அதிகம் சாதிப்பதைப் பார்க்கும்போது... கர்வமூட்டும் பெருமித நிகழ்வு அது!. இன்ஃபோசிஸ் அப்படிப்பட்ட குழந்தைதான். அதன் சாதனைகளால் மட்டுமல்ல, அதன் தன்னடக்கம், செயல்நயம், மதிப்பீட்டு முறைகள் மற்றும் பெற்றிருக்கும் நன்மதிப்பு ஆகியவற்றால் நம் எல்லோர் மனதிலும் எழும் பெருமிதம் அது.

இந்த நேரத்தில், இருவகை மனிதர்களுக்கு நன்றி சொல்ல விரும்புகிறேன். முதலில், இன்ஃபோசியன்கள் மற்றும் முன்னாள் இன்ஃபோசியன்கள். உயர்வான விழைவுகளை, அற்புதமான பண்புகளைத் தழுவிக் கொண்டவர்கள் அவர்கள்; நிச்சயம் முடியும் என்பதை விட, சாத்தியமில்லை என்று தோன்றுவதை முயற்சிப்பது சிறந்தது என்பதை நிரூபித்தவர்கள்.

ஆனால், இவர்களுக்கு இணையான உயரிய விழைவுகள், துணிச்சல், கனவுகளோடு, உன்னதக் குறிக்கோள்களும் கொண்ட சில அசாதாரணமான மனிதர்களின் உழைப்பில்லையேல், இவர்களது கனவுகளும் விழைவுகளும், கடின உழைப்பும் பயனின்றிப் போயிருக்கும். உண்மையில், இவர்கள்தான் லட்சக்கணக்கான இந்தியர்களின் கனவுகளை, நம்பிக்கைகளைச் சுமப்பவர்கள்; சாதகமற்ற சூழ்நிலைகளிலும் கடினமாக உழைத்து, சாத்தியமில்லாததைச் சாத்தியமாக்கியவர்கள். நான் இங்கு குறிப்பிடுவது, நிச்சயமாக 1991ம் ஆண்டின் பொருளாதாரச் சீர்திருத்தங்களைக் கட்டமைத்த சிற்பிகளான, நம்

இன்ஃபோசிஸ் நிறுவன வெள்ளிவிழா கொண்டாட்டத்தின் போது வழங்கிய உரை. மைசூர், ஜூலை 30, 2006.

முன்னாள் பிரதமர் காலஞ்சென்ற திரு பி.வி.நரசிம்ம ராவ், தற்போதைய பிரதமர் டாக்டர் மன்மோகன் சிங், திரு பி.சிதம்பரம் மற்றும் திரு மாண்டேக் சிங் அலுவாலியா ஆகியோரைத்தான்.

பொருளாதாரச் சீர்திருத்தங்களின் வெற்றியைப் பறைசாற்றும், பிரகாசிக்கும் எடுத்துக்காட்டாக இன்ஃபோசிஸைக் கூறலாம். இன்ஃபோசிஸ், தரம் மிகுந்த, அதிக ஊதியம் தரும் 55,000 வேலைகளை உருவாக்கி இருக்கிறது; இந்தியாவின் ஏற்றுமதியில் ஆண்டுக்கு $2 பில்லியன் டாலருக்கு மேல் பங்களிப்பு செய்திருக்கிறது. சட்டத்தின் வழியில் நெறி பிறழாமல் வர்த்தகம் செய்து, வெளிநாடுகளில் பல பாராட்டுகளைப் பெற்றதன் மூலம் இந்தியாவின் மதிப்பினை உயர்த்தியது.

இந்தியாவின் பொருளாதாரச் சீர்திருத்தங்களை விமர்சித்தவர்கள், எங்களது செயல்பாட்டினை எடுத்துக்காட்டாகக் கொண்டு, வறுமையை விரட்டிட, ஏராளமான வேலை வாய்ப்புகளை உருவாக்கு வதைத் தவிர வேறு மாற்று இல்லை என்பதை அறிந்து கொள்ளட்டும். நமது குழந்தைகளுக்கு சிறந்த சமுதாயத்தினை வழங்குவதற்கு, உலகத்தின் சிறந்தவற்றோடு நாம் போட்டியிட வேண்டுமானால், உயர் விழைவுகள், துணிச்சல், தன்னம்பிக்கை, செயல் நேர்த்தி ஆகியவற்றைக் கொள்வதைத்தவிர வேறு மாற்று இல்லை என்பதைப் புரிந்துகொள்வோம்.

இந்த நேரத்தில் காட்சிகள் பல, என் மனதில் ஒன்றன் பின் ஒன்றாக வந்து போகின்றன. நாங்கள் சிரமப்பட்டுச் சம்பாதித்த, என் சக தோழர்கள் அறுவருக்கும் உரிய, டாலர்களின் ஒரு பகுதியைப் பெறுவதற்காக, ஒவ்வொரு மாதமும் என் அருமை நண்பன் அனில் பட்கலோடு அல்லது சில நேரங்களில் மனைவி சுதா மற்றும் குழந்தை அக்ஷதாவோடு நான்கு முதல் ஆறு மணி நேரங்கள் ரிசர்வ் வங்கியின் வாசலில் காத்து நின்றது! என்னால் மறக்க முடியாத, யாருக்கும் நிகழக்கூடாது என நான் விரும்பும் அனுபவம்.

1992ம் ஆண்டில், இளைஞரான இன்ஃபோசிஸின் நூலகரிடம் எங்களது ஆராய்ச்சி மற்றும் வடிவமைப்புத் துறையின் தலைவர் நூலொன்றைக் கேட்டபோது, 'அதோ வாசலின் அருகில் உட்கார்ந் திருக்கும் மனிதர்' எடுத்துச் சென்றிருக்கிறார் என்று, என்னை அவர் குறிப்பிட்ட முறையைக் கேள்விப்பட்டதும், பதவிகளையொட்டிய அதிகார நிலைகளை உடைத்தெறிய வேண்டும் என்ற எங்கள் நோக்கம் நிறைவேறியதாக உணர்ந்தேன். முதன்முதலாகத் தொலைபேசி வந்ததும், முதன்மைச் செயல் அதிகாரியின் வீட்டில் அது பொருத்தப் படாமல், கம்ப்யூட்டர் மையப் பொறுப்பாளர் பி.பாலாவின் வீட்டில்

வைக்கப்பட்டபோது, வாடிக்கையாளர் நலனில் அக்கறை கொண்ட ஒரு நிறுவனத்தினை நாங்கள் உருவாக்கியிருக்கிறோம் என்பதை அறிந்தோம்.

எங்கள் வருமானத்தினைப் போல ஒன்றரை மடங்கு செலவு செய்து, 1992ல் இந்தியாவில் எங்களது முதல் நிறுவன வளாகத்தினை நிறுவிய போது, ஆக்கபூர்வமான கனவுகளின் பயணத்தினை நாங்கள் தொடங்கி விட்டதாக எண்ணினேன். 1995ம் ஆண்டில், ஜெனரல் எலெக்ட்ரிக் நிறுவனம் முன்வைத்த ஏற்றுக்கொள்ள முடியாத நிபந்தனைகளை மரியாதையோடு மறுத்து, எங்கள் வருமானத்தில் 25 சதவிகிதமும், லாபத்தில் எட்டு சதவிகிதப் பங்களிப்பும் தரும் அவர்களது வியா பாரத்தினைத் தவிர்த்து வெளியேறிய போது, துணிச்சலும் நெறி முறைகளும் கொண்டதொரு நிறுவனத்தினைக் கட்டியிருக்கிறோம் என்பதை உணர்ந்தோம்.

எங்களது அலுவலக உதவியாளர்களின் ஒருவரான ராமச்சந்திரப்பா சமீபத்தில் தான் கட்டியிருக்கும் அற்புதமான வீட்டினைப் பற்றிக் கூறியபோது, வருமானத்தைப் பிரித்துக் கொடுப்பதில் நாங்கள் கடைப் பிடிக்கும் கொள்கை வெற்றி பெற்றிருக்கிறது; ஒரு நல்ல நோக்கத்துக்கு உண்மையாகவே உதவியிருக்கிறது என்பதை அறிந்து மகிழ்ந்தேன். நலிவுற்ற சமூகத்தினைச் சேர்ந்த, ஆனால், வசதியற்ற அறிவாளியான ஹனுமந்தப்பாவின் உயர் கல்விக்கு உதவி செய்து அவனது கனவுகளை இன்ஃபோசிஸ் அறக்கட்டளை நிறைவேற்றிய போது, எங்கள் இதயங்கள் சரியாக இயங்குகின்றன என்பதை உணர்ந்தோம்.

முதலீட்டாளர்கள் 1500 பேருக்கு மத்தியில் எழுந்து நின்று, வருமானத்தில் ஒரு பகுதியைத் தவறுதலாக இரண்டாம் நிலை பங்குகளில் முதலீடு செய்ததால், அந்த முதலீட்டை இழந்துவிட்டோம் என்று ஒப்புக் கொண்டபோது, முதலீட்டாளர்களிடம் வெளிப்படையாக நடந்து கொள்வோம் என்று கூறிய உறுதிமொழியைச் சரியாக நிறைவேற்றிய தாக உணர்ந்தேன்.

இப்படிச் சொல்லிக் கொண்டே போகலாம். ஆனால், பெரிய சவால்களும் அதற்கான பரிசுகளும் நம் முன்னால் காத்திருக்கின்றன என்பதை நினைவில் கொள்வதே இதைவிட முக்கியமானது. இவற்றை நீங்கள் சாதிக்கும்போது, ஒருவேளை நான் இல்லாமல் போகலாம். ஆனால், விழைவுகளும், துணிச்சலும், கொள்கைகளும், புதுமைகளும், கவனம் பிறழாத செயல்தன்மையும்தான், உங்களை உயரிய வெற்றிகளுக்கு இட்டுச் செல்லும் என்பதை மனதில் கொள்ளுங்கள்.

---

www.ingramcontent.com/pod-product-compliance
Lightning Source LLC
LaVergne TN
LVHW040328051026
849518LV00001B/106
* 9 7 8 8 1 8 4 9 3 4 6 9 4 *